# ഉഴുതുമറിച്ച കന്നിമണ്ണ്

**Uzhuthumaricha Kannimannu**
Novel

*Original*
Virgin Soil Upturned

Mikhail Sholokhove

*Translation*
P P Sathyan

CHINTHA PUBLISHERS
Thiruvananthapuram



*First Edition*
October 2012

*Second Edition*
December 2018

*Third Impression*
February 2022

*Published & Typesetting*
Chintha Publishers, Thiruvananthapuram

*Printed at*
Repro India Ltd, Mumbai

*Cover Design*
Latheef

ISBN - 978-93-82328-35-3

CR - 1938 / 5923

**₹ 410**

Email: chinthapublishers@gmail.com
Website: www.chinthapublishers.com

A version is available at National Libraries
Kolkata, Mumbai, Chennai and Delhi

***Distribution***
**DESHABHIMANI BOOKHOUSE**
H O Thiruvananthapuram 695035

***Branch***
Head Office Kunnukuzhi • Statue Thiruvananthapuram
KSRTC Bus Terminal Thampanoor • Saphalyam Complex Thiruvananthapuram
KSRTC Bus Station Alappuzha • KSRTC Bus Station Ernakulam
Machingal Lane Thrissur • IG Road Kozhikode
Mavoor Road Kozhikode • NGO Union Building Kannur
Central Bus Terminal Complex Thavakkara Kannur

# ഉഴുതുമറിച്ച കന്നിമണ്ണ്

മിഖായേൽ ഷോളഖോവ്

പരിഭാഷ
പി പി സത്യൻ

ചിന്ത പബ്ലിഷേഴ്സ്
തിരുവനന്തപുരം-695 035
വില : ₹ 410

## പി പി സത്യൻ

നിരൂപകനും സാംസ്കാരിക പ്രവർത്തകനും.

നാടകരംഗത്ത് സജീവമായി പ്രവർത്തിച്ചിരുന്നു.

പ്രധാനകൃതികൾ: *അൽത്തൂസറും മാർക്സിസത്തിന്റെ ഭാവിയും, പ്രകൃതിയെ സ്നേഹിച്ച മഹാരഥന്മാർ, ശ്രീനാരായണ ഗുരു: ആധുനിക കേരളത്തിന്റെ ശിൽപ്പി, ലോക ഇതിഹാസങ്ങൾ, പ്രഭാഷണകല, ലോകനാടക ക്ലാസിക്കുകൾ, ലോകത്തിലെ പ്രധാനപ്പെട്ട വിപ്ലവങ്ങൾ, മഹാകവി രബീന്ദ്രനാഥ ടാഗോർ*

*പരിഭാഷകൾ: വർഗീയ രാഷ്ട്രീയം* (രാം പുനിയാനി), *സ്റ്റാലിൻ: ജീവിതവും ചരിത്രവും* (എം ആർ അപ്പൻ), *പ്രണയത്തിന്റെയും രതിയുടെയും മനഃശാസ്ത്രം* (സിഗ്മണ്ട് ഫ്രോയിഡ്), *യഥാർഥത്തിൽ നിലനിൽക്കുന്ന മാർക്സിസം* (ഫ്രെഡറിക് ജെയിംസൺ), *ഉത്തരാധുനികത മധ്യവർഗം ഹിന്ദുത്വം* (മീരാനന്ദ), വേദങ്ങൾ ഹിന്ദുദർശനം, ഹിന്ദുത്വം (കുങ്കും റോയ്, കുനാൽ ചക്രബർത്തി, തനികാ സർക്കാർ), ചരിത്രഗവേഷണ രീതിശാസ്ത്രം (പ്രൊഫ. ഇ ശ്രീധരൻ), *ഫാസിസത്തെപ്പറ്റി* (അന്റോണിയോ ഗ്രാംഷി - ഷിജു ഏലിയാസിനൊപ്പം), *പ്രത്യയശാസ്ത്രം* (അൽത്തൂസർ).

*പി ജി അഭിമുഖങ്ങൾ (ഡോ. പി കെ പോക്കർ, വിനോദ് വൈശാഖി എന്നിവരോടൊപ്പം), അയോധ്യാവിധി ഹിന്ദുത്വ ഫാസിസത്തിന്റെ ദൃശ്യസാന്നിധ്യം (എഡിറ്റർ) എം എഫ് ഹുസൈൻ എന്ന ഇതിഹാസം* (സമാഹരണം: രാജേഷ് ചിറപ്പാടിനൊപ്പം) എന്നിവയാണ് പ്രസിദ്ധീകരിച്ച കൃതികൾ. 'ഇസ്ലാം എന്റെ വീക്ഷണത്തിൽ' എന്ന പഠനത്തിന് 2000 ലെ ഇസ്ലാം സ്റ്റഡിസെന്ററിന്റെ സംസ്ഥാന അവാർഡ് നേടിയിട്ടുണ്ട്. ആനുകാലികങ്ങളിൽ എഴുതാറുണ്ട്.

ഭാര്യ : ഷീബ

മക്കൾ : പ്രൊമിത്യ, അർജുൻ

ഫോൺ : 9846488631

E-mail : ppsathyartha@gmail.com

## മിഖായേൽ ഷോളഖോവ് (1905–1984)

വിശ്വവിശ്രുത റഷ്യൻ നോവലിസ്റ്റും നോബൽ സമ്മാന ജേതാവും. റഷ്യയിലെ കൊസ്സാക്കുകളുടെ പ്രവിശ്യയിൽ ഒരു കർഷകകുടുംബ ത്തിൽ ജനിച്ചു. 13-ാമത്തെ വയസിൽ ആദ്യ സാഹിത്യസൃഷ്ടിയായ *ബെർത്ത് മാർക്* എന്ന ചെറുകഥ രചിച്ചു. പ്രസിദ്ധീകരിച്ച ആദ്യ കൃതി, *ദ ടെസ്റ്റ്* ആണ്. *ഡോൺ ശാന്തമായൊഴുകുന്നു* എന്ന അദ്ദേഹത്തിന്റെ വിഖ്യാതനോവൽ 14 വർഷം കൊണ്ടാണ് പൂർത്തിയാക്കിയത്. 1965 ൽ ഈ നോവലാണ് അദ്ദേഹത്തിന് നോബൽ പുരസ്കാരം നേടി കൊടു ത്തത്. 28 വർഷമെടുത്താണ് *ഉഴുതുമറിച്ച കന്നിമണ്ണ്* എഴുതി പൂർത്തി യാക്കുന്നത്. ഈ വിശ്വപ്രസിദ്ധ നോവലിന് ലെനിൻ പ്രൈസ് ലഭിക്കുക യുണ്ടായി.

*അവർ അവരുടെ ജന്മഭൂമിക്കുവേണ്ടി പോരാടി (They fought for their mother land), ഒരു മനുഷ്യന്റെ വിധി (One Man's Destiny)* തുട ങ്ങിയവയാണ് മറ്റു കൃതികൾ.

# 1

ജനുവരിമാസത്തിലെ അവസാനമായിരുന്നു അത്. ചെറി മരത്തോപ്പിൽ നിന്നുയരുന്ന മദസൗരഭ്യത്തിൽ കുളിച്ചുനിൽക്കുന്ന പ്രകൃതി. ഉച്ചസൂര്യന്റെ ഊഷ്മള നിശ്വാസമേറ്റ് ചെറി വൃക്ഷങ്ങൾ വികാരവിവശകളായി. എങ്ങും ചെറിവൃക്ഷത്തോലുകളിൽനിന്നും പതഞ്ഞുപൊന്തുന്ന മാസ്മരഗന്ധം. ഈ മാസ്മര മദഗന്ധത്തിനു മാറ്റുകൂട്ടാനെന്നവണ്ണം ശരൽക്കാലത്തെ കൊഴിഞ്ഞുവീണ ഇലകൾ മണ്ണിനോടു ചേർന്നുള്ള രൂക്ഷഗന്ധം- പച്ചമണ്ണിന്റെ പൗരാണിക ഗന്ധം.

സന്ധ്യയായാൽ ചെറി വൃക്ഷങ്ങൾ നവോഢകളെപ്പോൽ ചാന്ദ്രരശ്മികളെ കാത്തിരിക്കും. അവയുടെ നഗ്നമായ ചില്ലകൾക്കിടയിലൂടെ ചാന്ദ്രരശ്മികൾ ഒഴുകിവരും. നഗ്നനവോഢകളുടെ മുലകൾ കണക്കെ തുള്ളിത്തുള്ളിപ്പോവുന്ന വെളുത്തുരുണ്ട മുയലുകളുടെ ഈ തുള്ളിപ്പാച്ചിലിൽ മഞ്ഞുകട്ടകൾ ഇളകി ഒഴുകും. മനോഹരമായ സ്റ്റെപ്പികുന്നുകളിൽനിന്നും വീശിയടിക്കുന്ന ഈറൻകാറ്റ് മണ്ണിന്റെ മദസൗരഭ്യം ചുറ്റും പരത്തും. സ്റ്റെപ്പികുന്നുകൾക്കു കീഴെ ഉഴുതുമറിച്ച വയലാണ്. അനന്തമായ വയൽ. ഉഴുതുമറിച്ച വയലിലേക്ക് രാത്രി, തവിട്ടുനിറമുള്ള ഒരു പെൺചെന്നായയെപ്പോലെ അതിന്റെ കറുത്തനിഴൽ വിരിച്ച് കടന്നുവരും.

കാലം 1930 ജനുവരിയിലെ ഒരു സായന്തനം. സ്റ്റെപ്പികുന്നുകളുടെ ചുരം കടന്ന് അശ്വാരൂഢനായ ഒരാൾ ഗ്രിമ്യാക്കിലോഗ് എന്ന ഗ്രാമത്തിലേക്ക് വരികയാണ്. അശ്വാരൂഢനായി കുതിച്ചെത്തുന്ന വയലോരത്തുകൂടി ഒഴുകുന്ന അരുവിയുടെ തീരത്ത് തന്റെ കുതിരയെ നിർത്തി നിലത്തിറങ്ങി. കുതിര ആകെ തളർന്നിരുന്നു. അതിന്റെ പുറം മുഴുവൻ മഞ്ഞുവീണ് കട്ടപിടിച്ചിരുന്നു. അരുവിയുടെ തീരം മുഴുവൻ പോപ്ലാർ മരങ്ങളായിരുന്നു. പോപ്ലാർ മരത്തോപ്പിനുമേൽ ഒളിഞ്ഞുനോക്കുന്ന

ചന്ദ്രൻ. ദൂരെനിന്നും ഒരു നായയുടെ കുര. അങ്ങു ദൂരെ ഒരു വിളക്കിന്റെ മഞ്ഞവെളിച്ചം. എങ്ങും മഞ്ഞിലലിഞ്ഞ പൂക്കളുടെ സാന്ദ്രസുഗന്ധം. അയാൾ മഞ്ഞ് അലിഞ്ഞുചേർന്ന വായു മൂക്കിലേക്ക് വലിച്ചുകയറ്റി. മഞ്ഞുപൊടികൊണ്ടു മൂടിയ തന്റെ കൈയുറകൾ ഊരി, അയാൾ ഒരു സിഗരറ്റിന് തീ പിടിപ്പിച്ചു. ആജാനുബാഹുവായ അയാൾ കുതിരയുടെ ജീനിക്കെട്ടുകൾ വലിച്ചുമുറുക്കി. വിയർത്തുകുളിച്ച തന്റെ കുതിരയുടെ കറുത്തിരുണ്ട രോമങ്ങൾ തലോടിയശേഷം അതിന്റെ പുറത്ത് ചാടിക്കയറി. ശിശിരകാലത്തുപോലും തണുത്തുറയാത്ത അരുവി കടക്കുകയാണ് അയാൾ. കുതിര അതിന്റെ നീണ്ട കാൽ അരുവിയിലെ ചെളിയിൽ ചവിട്ടിക്കൊണ്ട് വെള്ളം കുടിക്കുകയാണ്. കുതിരക്കാരന്റെ കാലുകൾ കുതിരയെ അസ്വസ്ഥമാക്കി. വിറളി പിടിച്ച കുതിര സ്റ്റെപ്പികുന്നുകളുടെ ചവിട്ടുവഴിയിലൂടെ നടന്നുനീങ്ങി.

കുതിരപ്പുറത്തേറി സ്റ്റെപ്പിയിലൂടെ അയാൾ മുന്നോട്ടു നീങ്ങവെ ദൂരെ നിന്നും ആൾക്കൂട്ടത്തിന്റെ ശബ്ദവും ഹിമവണ്ടികളുടെ കലമ്പലും കേട്ട് അയാൾ കുതിരയെ നിർത്തി. കുതിര വഴിതിരിഞ്ഞു നീങ്ങി. അതിന്റെ ചന്തമാർന്ന പുറം-നിലാവ് വീണു മനോഹരമായിരുന്നു. കുതിരയുടെ കടിഞ്ഞാൺ ജീനിപ്പുറത്തുതന്നെയിട്ട് അയാൾ, ഒട്ടകരോമംകൊണ്ട് നെയ്ത ശിരോവസ്ത്രമണിഞ്ഞ്, കുതിരയെ വേഗത്തിൽ ഓടിച്ചു. ആൾക്കൂട്ടത്തിന്റെയും ഹിമവണ്ടിയുടെയും ശബ്ദത്തെ അയാൾ ഭയക്കുന്നുണ്ടായിരുന്നു.

സ്റ്റെപ്പികുന്നുകൾ താണ്ടി ഗ്രാമത്തിലെത്തിയപ്പോൾ വഴിയിൽ കണ്ട ഒരു സ്ത്രീയോട് അയാൾ ചോദിച്ചു:

"യാക്കോവ് ഓസ്ത്രോവ്‌ണോവ് താമസിക്കുന്നത് എവിടെയാണ്?"

"യാക്കോവ് ലൂക്കിച്ചിനെയാണോ?"

"അതെ."

"അവിടെ ആ പോപ്ലാർ മരങ്ങൾക്കപ്പുറത്തെ വീടാണ്."

ഓടുമേഞ്ഞ ഒരു വലിയവീടായിരുന്നു അത്. വീടിന്റെ മുന്നിലെത്തിയപ്പോൾ അയാൾ കുതിരപ്പുറത്തുനിന്നിറങ്ങി. ചമ്മട്ടിപ്പിടികൊണ്ട് അയാൾ വാതിലിൽ മുട്ടിവിളിച്ചു:

"ഇവിടെ ആരുമില്ലേ ?"

................

"യാക്കോവ് ലൂക്കിച്ച്, ഒന്നു പുറത്തേക്കു വരൂ."

"ആരാണ് ഈ അസമയത്ത്," നരച്ചമീശയുള്ള വീട്ടുകാരൻ ചിരിച്ചുകൊണ്ടു ചോദിച്ചു.

"നിങ്ങളെന്നെ അറിയില്ലേ ലൂക്കിച്ച്. ഇന്നുരാത്രി എനിക്ക് താമസിക്കാൻ ഒരിടം വേണം. ഈ കുതിരയ്ക്കും വേണം സുഖമായി കഴിയാനൊരു സ്ഥലം."

"എന്റെ പ്രിയസഖാവേ, താങ്കളെ എനിക്കിവിടെ താമസിപ്പിക്കാനാവില്ല. ജില്ലാക്കമ്മിറ്റിയിൽനിന്നു വരികയാണോ താങ്കൾ. അതല്ല വല്ല

സർക്കാർ വകുപ്പിൽനിന്നും വരികയാണോ? നിങ്ങളുടെ ശബ്ദം, അത്.... അത് എനിക്ക് വളരെ പരിചയമുള്ളതായി തോന്നുന്നു."

അയാൾ തന്റെ ശിരോവസ്ത്രം നീക്കി. കണ്ണാടിപോലെ തിളങ്ങുന്നതായിരുന്നു അയാളുടെ മുഖം. മന്ദഹസിച്ചുകൊണ്ട് ഗ്രിമ്യാക്കിലോഗ് ചോദിച്ചു:

"താങ്കൾ പൊളോവ്ട്സെവിനെ ഓർക്കുന്നില്ലേ?"

യാക്കോവ് ലൂക്കിച്ച് ആകെ പരിഭ്രാന്തനായി ചുറ്റുപാടും നോക്കി. അയാളുടെ മുഖമാകെ വിളറിയിരുന്നു. മന്ത്രസ്വരത്തിൽ അയാൾ ഇങ്ങനെ പറഞ്ഞു:

"താങ്കളാണോ? എങ്ങനെ താങ്കളിവിടെയെത്തി. അത്ഭുതം തന്നെ. താങ്കളെ ഒരിക്കലുമിവിടെ പ്രതീക്ഷിച്ചതല്ല. ശരി....ശരി...താങ്കളുടെ കുതിരയുടെ കാര്യം ഞാനേറ്റു. എത്ര വർഷമായി നമ്മൾ കണ്ടിട്ട്."

"ശ്ശോ.... ഒച്ചവെക്കരുത്. വളരെ വർഷമായി നമ്മൾ.....എന്റെ കുതിരയെ പുതപ്പിക്കാൻ തുണിയുണ്ടോ ഇവിടെ? മറ്റാരെങ്കിലും ഈ വീട്ടിലുണ്ടോ?"

അയാൾ തന്റെ കുതിരയുടെ കടിഞ്ഞാൺ ഗൃഹനാഥന്റെ കൈയിലേൽപ്പിച്ചു. കുതിരയേയുംകൊണ്ടയാൾ ലായത്തിലേക്ക് നടന്നു. അനുസരണയുള്ള ഒരു കുട്ടിയെപ്പോലെ കുതിര അയാളെ അനുഗമിച്ചു. ലായത്തിൽ നിന്ന് കുതിരയുടെ കുളമ്പടിയൊച്ച ഉയർന്നു. അത് ചുറ്റുപാടും മണംപിടിച്ചു. ഗൃഹനാഥൻ കുതിരയുടെ പല്ലുകൾക്കിടയിൽനിന്ന് ഇരുമ്പുകഷണം എടുത്തുമാറ്റി. അയാൾ അതിനു നൽകിയ വൈക്കോലിനുനേരെ മുഖം താഴ്ത്തി.

"ജീനിയുടെ കെട്ടുകൾ ഞാനയച്ചിട്ടുണ്ട്. അവന്റെ ഉടലൊന്നു തണുക്കട്ടെ." ഗൃഹനാഥൻ പറഞ്ഞു. എന്നിട്ടയാൾ തന്റെ കൈയിലെ തുണികൊണ്ട് കുതിരയെ സ്നേഹപൂർവം പുതപ്പിച്ചു.

"കുതിരയ്ക്കു തിന്നാൻ ഇവിടെ വല്ല ധാന്യവും ഇരിപ്പുണ്ടോ, യാക്കോവ്?"

"സ്വൽപ്പമുണ്ട്. അവനു ഞാൻ തീറ്റയും വെള്ളവും കൊടുത്തുകൊള്ളാം. താങ്കൾ അകത്തേക്കു വരൂ. താങ്കളെ ഇന്നിപ്പോൾ എങ്ങനെ വിളിക്കണമെന്ന് എനിക്കറിയില്ല. പണ്ടത്തെ രീതികളെല്ലാം ഞാൻ മറന്നു. വളരെ കഷ്ടമായിപ്പോയി അത്."

ഇരുട്ടിൽ വിനയാമ്പിതനായി ചിരിച്ചുകൊണ്ടാണ് അയാളിത് പറഞ്ഞത്.

"എന്നെ നിങ്ങൾക്ക് എന്റെ യഥാർഥപേരും ഇരട്ടപ്പേരും വിളിക്കാം."

"താങ്കളെ അങ്ങനെ എനിക്കു വിളിക്കാൻ കഴിയുമെന്നു തോന്നുന്നുണ്ടോ? നമ്മളൊരുമിച്ച് ജർമൻ യുദ്ധത്തിൽ പങ്കെടുത്തതല്ലെ. അതിനുശേഷം വേറൊരു യുദ്ധം....... അലക്സാണ്ടർ അസിനിമോവിച്, നിങ്ങളെപ്പറ്റി ഞാൻ പലപ്പോഴും ആലോചിക്കാറുണ്ടായിരുന്നു. എത്ര വർഷങ്ങൾ കടന്നുപോയി, നമ്മൾ പിരിഞ്ഞിട്ട്. പിരിഞ്ഞതിൽപ്പിന്നെ നിങ്ങളെ

പ്പറ്റി യാതൊരു വിവരവുമില്ല. ഞാൻ കരുതിയത്, താങ്കൾ കൊസാക്കുകളുടെ കൂടെ കപ്പലിൽക്കയറി തുർക്കിയിലേക്കു പോയി എന്നാണ്."

അവർ അടുക്കളയിലേക്കു കടന്നു. നല്ല ചൂടുണ്ടായിരുന്നു അവിടെ. അതിഥി തന്റെ മുഖാവരണവും തൊപ്പിയും മാറ്റി. ഇപ്പോൾ അയാളുടെ മുഖം തെളിഞ്ഞുകാണാം. ചതുരാകൃതിയുള്ള സുന്ദരമായ ശിരസിൽ അവിടെയുമിവിടെയുമായി വെളുത്ത രോമങ്ങൾ. കറുത്തുമുഴുത്ത രോമങ്ങൾ എഴുന്നുനിൽക്കുന്ന വില്ലുപോലെയുള്ള അയാളുടെ പുരികങ്ങൾ കണ്ടാൽ അയാളൊരു കൗശലക്കാരനാണെന്നു തോന്നും. കണ്ണുകൾ മനോഹരമായ ഇളംനീല. ആ കൺകോണിൽ ഒരു മന്ദസ്മിതം ഒളിഞ്ഞിരിപ്പുണ്ടായിരുന്നു. അപ്പോഴാണ്, അവിടെ ബഞ്ചിൻമേലിരുന്ന രണ്ട് സ്ത്രീകളെ അയാൾ കണ്ടത്. ഗൃഹനായികയും മരുമകളുമായിരുന്നു അത്. അയാൾ അവരെ വണങ്ങി.

"സുഖംതന്നെയല്ലേ നിങ്ങൾക്ക്?"

"ദൈവത്തിനു നന്ദി," ഗൃഹനായിക ഭർത്താവിനെ നോക്കിയാണിതു പറഞ്ഞത്. "ആരാണിദ്ദേഹം, നിങ്ങളുടെ കൂടെയുള്ള ഇദ്ദേഹത്തെ ഞാനെങ്ങനെയാണ് പരിചരിക്കേണ്ടത്," എന്ന് ഗൃഹനായിക മൗനമായി ചോദിക്കുന്നതായി തോന്നി.

" നീ ആദ്യം അത്താഴം വിളമ്പുക" ഗൃഹനാഥൻ അതിഥിയെ മനോഹരമായ മുറിയിലേക്കു ക്ഷണിച്ചു.

മുട്ടസൂപ്പും പന്നിയിറച്ചിയും പാത്രങ്ങളിൽ നിറഞ്ഞു. അവർ ആഹാരം കഴിച്ചുകൊണ്ടിരിക്കെ പലതും സംസാരിച്ചു. കാലാവസ്ഥയെയും പഴയ സുഹൃത്തുക്കളെയും കുറിച്ചൊക്കെ അവർ സംസാരിച്ചു. വെണ്ണക്കല്ലിൽ കൊത്തിയെടുത്ത സുന്ദരശിൽപ്പം പോലെയായിരുന്നു അതിഥിയുടെ താടിയെല്ലുകൾ. എന്നാൽ പ്രായമുള്ള കാളയെപ്പോലെ വളരെ പതുക്കെയാണ് ആ താടിയെല്ലുകൾ ചലിച്ചിരുന്നത്. അയാൾക്ക് വളരെ ക്ഷീണമുണ്ടായിരുന്നു. അത്താഴത്തിനു ശേഷമുള്ള പ്രാർഥന കഴിഞ്ഞ് അയാൾ യാക്കോവിനു നന്ദി പറഞ്ഞു.

"യാക്കോവ് ലൂക്കിച്ച് എനിക്ക് നിങ്ങളോട് വളരെയേറെ സംസാരിക്കാനുണ്ട്.

വീട്ടിലെ സ്ത്രീകൾ തീൻമേശ വെടിപ്പാക്കാൻ തുടങ്ങിയതോടെ ഇരുവരും പുറത്തേക്കു നീങ്ങി.

## 2

**കു**ഴിമടിയനായിരുന്ന ആ പാർട്ടിജില്ലാക്കമ്മിറ്റി സെക്രട്ടറി, ഡേവിഡോവിനെ ഒളിഞ്ഞുനോക്കി. കാഴ്ച കുറഞ്ഞ തന്റെ കണ്ണുകൾകൊണ്ട് ഡേവിഡോവിന്റെ കത്ത് വായിക്കുകയാണയാൾ.

പുറത്ത് ചൂളംവിളിക്കുന്ന കാറ്റ്. കാല് രണ്ടും കെട്ടിയിടപ്പെട്ട ഒരു കുതിരയുടെ നട്ടെല്ലിൽ കയറിയിരുന്ന് താളംപിടിക്കുകയായിരുന്നു ഒരു

മാഗ്പൈ പക്ഷി. കുതിരയുടെ രോമത്തിൽനിന്ന് എന്തോ കൊത്തിപ്പെറുക്കുകയായിരുന്നു അത്. പക്ഷേ, ശക്തമായ കാറ്റിൽ പിടിച്ചുനിൽക്കാൻ കഴിയാതെ ആ പക്ഷി ചിറകടിച്ച് പറന്നു. എന്നാൽ കാറ്റൊന്നടങ്ങിയപ്പോൾ അത് വീണ്ടും കുതിരയുടെ പുറത്ത് വന്നിരുന്ന് വിജയിയായ ഭാവത്തിൽ ചുറ്റുപാടും കണ്ണോടിച്ചു. മേഘക്കൂട്ടങ്ങൾ ആകാശത്ത് മനോഹരമായ ചിത്രങ്ങൾ വരച്ചിരുന്നു. അതിനിടയിലൂടെ ഒഴുകിവന്ന സൂര്യരശ്മികൾ കൂടിയായപ്പോൾ ആകാശത്തിന് അതീവ ലാവണ്യം. അനന്തമായ ആകാശം. അപാരമായ നീലിമ. ജാലകത്തിലൂടെ നോക്കിയാൽ വളഞ്ഞുപുളഞ്ഞൊഴുകുന്ന ഡോൺ നദിയും നദീതീരത്തെ പച്ചപുതച്ച കാടുകളും കാണാം. അതിനുമപ്പുറത്ത് കാറ്റേറ്റ് പുളഞ്ഞുനിൽക്കുന്ന കുന്നുകൾ. പ്രകൃതിയുടെ അനഘസൗന്ദര്യം നിറഞ്ഞുനിൽക്കുന്ന മാദകപ്രപഞ്ചം.

"താങ്കൾക്ക് അസുഖമായിരുന്നു അല്ലേ? അതുകൊണ്ടാണ് താങ്കൾ പാർട്ടി നിയോഗിച്ച പ്രകാരം ഗ്രാമത്തിലെത്തുന്നതിൽ വീഴ്ചവരുത്തിയത്. കൂട്ടുകൃഷി സംഘടിപ്പിക്കുവാനായി പാർട്ടി ഇരുപത്തയ്യായിരം തൊഴിലാളികളെയാണ് ഗ്രാമങ്ങളിലേക്കയക്കുന്നത്. കൂട്ടുകൃഷി ശക്തിപ്പെടുത്തുക എന്നതാണ് നമ്മുടെ ലക്ഷ്യം."

ചുണ്ടുകടിച്ചുകൊണ്ടയാൾ തുടർന്നു: "വലിയ സമ്മർദത്തിലാണ് നമ്മളിപ്പോൾ. 14.8 ശതമാനം ഭൂമിയിൽ മാത്രമേ നമ്മുടെ ജില്ലയിൽ കൂട്ടുകൃഷി നടക്കുന്നുള്ളു. നമുക്കാവട്ടെ കൃഷിക്കാരുടെ നല്ല സംഘടനാശക്തിയുമുണ്ട്. ഇനിയും നമുക്കാളുകൾ വേണം. അത്യാവശ്യമാണത്. നാൽപ്പത്തിമൂന്നുപേരെ ആവശ്യപ്പെട്ടുകൊണ്ട് നമുക്ക് അപേക്ഷ ലഭിച്ചിട്ടുണ്ട്. പക്ഷെ നിങ്ങൾ ഒമ്പതുപേർ മാത്രമല്ലേയുള്ളൂ." ഇതും പറഞ്ഞ് പാർട്ടി ജില്ലാസെക്രട്ടറി ഡേവിഡോവിനെ അടിമുടി നോക്കി. ആ നോട്ടത്തിൽ എന്തൊക്കെയുണ്ടായിരുന്നു. ഡേവിഡോവിനെ ആകെപ്പാടെ അരിച്ചുപെറുക്കി പഠിക്കും എന്ന ഒരു ഭാവമുണ്ടായിരുന്നു സെക്രട്ടറിക്ക്.

പാർട്ടി സെക്രട്ടറി തുടർന്നു:

"നിങ്ങളപ്പോൾ ഒരു നല്ല മെക്കാനിക്കാണ് അല്ലേ സഖാവെ? നന്നായി. പ്യൂട്ടിലോവ് വർക്സ് എന്ന സ്ഥാപനത്തിൽ വളരെക്കാലം നിങ്ങൾ ജോലിചെയ്തിട്ടുണ്ടെന്നെനിക്കറിയാം. വളരെ നന്നായി. താങ്കൾക്കു വേണമെങ്കിൽ ഒരു സിഗരറ്റ് വലിക്കാം." സിഗരറ്റ് കൊടുക്കുന്നതിനിടയിൽ സെക്രട്ടറി ഡേവിഡോവിന്റെ കൈയിൽ കെട്ടിയ സൈനികമുദ്രയിൽ നോക്കി പുഞ്ചിരിതൂകി.

"താങ്കളുടെ കൈയിൽ ഇളകിയാടുന്നത് നമ്മുടെ രാജ്യത്തിന്റെ മാനാഭിമാനമാണല്ലോ."

"അതെ, ചെറുപ്പമായിരുന്നു എനിക്കന്ന്. ചോര തിളയ്ക്കുന്ന ചെറുപ്പം. ഇനിയതൊക്കെ എങ്ങനെ എന്റെ മനസിൽനിന്ന് മായ്ച്ചുകളയാൻ കഴിയും.ഡേവിഡോവ് തന്റെ മനസിലെ വിരസത പ്രകടമാക്കാനെന്ന വണ്ണം ഷർട്ടിന്റെ കൈ വലിച്ചിറക്കി. അയാൾ മനസിലിങ്ങനെ പറഞ്ഞു: 'അനാവശ്യമായ കാര്യങ്ങൾ കാണാൻ ഇയാൾക്ക് കണ്ണുണ്ട്. എന്നാൽ ധാന്യം പിരിച്ചെടുക്കുന്ന കാര്യത്തിൽ ഒരു താൽപ്പര്യവുമില്ല.'

സെക്രട്ടറി എന്തോ ആലോചിച്ചുനിന്നു. തന്റെ മുഖത്തെ കപടമായ ചിരി അയാൾ മായ്ച്ചുകളഞ്ഞു.

“താങ്കൾ കൂട്ടുകൃഷി പ്രചരിപ്പിക്കാനുള്ള പ്രസ്ഥാനത്തിന്റെ പ്രതിനിധിയാണ്. അതിനുവേണ്ടി ജില്ലാകമ്മിറ്റി നിയോഗിച്ചിരിക്കുകയാണ് താങ്കളെ. ഇന്നുതന്നെ താങ്കൾ പോവുക. മേൽക്കമ്മിറ്റിയുടെ നിർദേശങ്ങൾ താങ്കൾ വായിച്ചിട്ടുണ്ടോ? എന്താണതെന്ന് താങ്കൾക്കറിയുമോ? ഗ്രിമ്യാക്കിലോഗ് എന്ന സോവിയറ്റിലേക്കാണ് താങ്കൾ പോവേണ്ടത്. അവിടെയെത്തിയശേഷം താങ്കൾക്ക് വിശ്രമിക്കാം. ഇപ്പോൾ വിശ്രമത്തിന് സമയമില്ല. കൂട്ടുകൃഷി ഗംഭീരമാക്കുകയെന്നതാണ് നമ്മുടെ ലക്ഷ്യം. അവിടെ ചെറിയ കൂട്ടുകൃഷി സംഘടനകളുണ്ട്. എന്നാൽ നമ്മളുടെ ഉത്തരവാദിത്വം വലിയ കൂട്ടുകൃഷി സ്ഥാപനങ്ങൾ സംഘടിപ്പിക്കുകയെന്നതാണ്. നമുക്കൊരു പ്രചാരണസംഘം രൂപീകരിക്കേണ്ടതുണ്ട്. അത്തരമൊരു സംഘടനയെ ഉടൻതന്നെ താങ്കളുടെ അടുത്തേക്കയക്കാം. എന്നാൽ തൽക്കാലം താങ്കളിപ്പോൾ ഒറ്റയ്ക്ക് പോകണം. ഒരു കൂട്ടുകൃഷിസ്ഥാപനം സംഘടിപ്പിച്ച് കുലാക്കുകളെ കർശനമായി നിയന്ത്രിക്കണം. എന്നിട്ട് പാവങ്ങളും ഇടത്തരക്കാരുമായ കൃഷിക്കാരുടെ കുടുംബങ്ങളെ കൂട്ടുകൃഷി സ്ഥാപനത്തിൽ ചേർക്കണം. വസന്തകാലമായാൽ ഒന്നിച്ച് ധാന്യങ്ങൾ വിതയ്ക്കണം. അതിന് ഒന്നിച്ച് വിത്ത് ശേഖരിക്കണം. എല്ലാറ്റിനും ശ്രദ്ധവേണം. ഇടത്തരക്കാരായ കൃഷിക്കാരെ ചൊടിപ്പിക്കരുത്. നമ്മുടെ പാർട്ടിയുടെ മൂന്നു സഖാക്കളുണ്ട് അവിടത്തെ പാർട്ടിഗ്രൂപ്പിൽ. അവിടത്തെ സോവിയറ്റിന്റെ ചെയർമാനും പാർട്ടി ഗ്രൂപ്പ് സെക്രട്ടറിയും നല്ല മനുഷ്യരാണ്. അവർ മുൻകാലത്തെ ചെമ്പടയുടെ പടയാളികളാണ്.” ചുണ്ട് കടിച്ചുകൊണ്ട് അയാളിങ്ങനെ തുടർന്നു:

“എന്നാൽ അവിടത്തെ സവിശേഷതകൾ താങ്കൾ മനസിലാക്കണം. ഞാൻ പറയുന്നതെല്ലാം താങ്കൾക്ക് മനസിലാകുന്നുണ്ടോ? കുലാക്കുകൾക്ക് രാഷ്ട്രീയത്തിൽ തീരെ പിടിപാടില്ല. അവർ തെറ്റുകൾ ചെയ്യാൻ സാധ്യതയുണ്ട്. വല്ല പ്രയാസവുമുണ്ടായാൽ നേരെ ഇങ്ങോട്ടു പോരൂ. അവിടെ ഇനിയും ടെലഫോൺ കിട്ടിയിട്ടില്ല, അതു വലിയ കഷ്ടം തന്നെ. ഒരു കാര്യംകൂടി പറയാനുണ്ട്. പാർട്ടിയുടെ ബഹുമതി ലഭിച്ച ആളാണ് അവിടത്തെ പാർട്ടി സെക്രട്ടറി. വിളഞ്ഞ വിത്താണയാൾ. അതൊക്കെ മനസിലാക്കണം.”

ഇത്രയും പറഞ്ഞ് പാർട്ടിസെക്രട്ടറി തന്റെ പെട്ടിയുടെ പൂട്ടിൻമേൽ താളംപിടിച്ചു. എന്നിട്ട് ഇങ്ങനെ തുടർന്നു:

“നിങ്ങളൊരുനിമിഷം നിൽക്കൂ ഒരു പ്രധാനകാര്യം പറയാൻ മറന്നു. നിങ്ങളുടെ റിപ്പോർട്ടുകൾ നിത്യവും ഇങ്ങോട്ടയയ്ക്കണം. കുതിരപ്പുറത്തുതന്നെ അയയ്ക്കുന്നതാണ് നല്ലത്. ഗ്രാമത്തിലെ യുവാക്കൾക്ക് പ്രചോദനം നൽകാൻ പ്രത്യേകം ശ്രദ്ധിക്കണം. ഇനി താങ്കൾ മാനേജരെ സന്ദർശിച്ച് യാത്രയ്ക്ക് തയാറായിക്കോളൂ. ഞാൻ താങ്കൾക്ക് കുതിരകളെ ഏർപ്പാട് ചെയ്യാം. കൂട്ടുകൃഷി, അതുതന്നെയായിരിക്കണം നമ്മുടെ

ലക്ഷ്യം. നൂറ് ശതമാനം കൂട്ടുകൃഷി. നമുക്കൊരു ഗംഭീരമായ കൂട്ടുകൃഷി കേന്ദ്രംവേണം. അതിനുവേണ്ടി പതിനെട്ട് വില്ലേജ് സോവിയറ്റുകളെ ഒരുമിച്ച് ചേർക്കണം." ഒരു പ്രഭാഷകന്റെ ശൈലിയിൽ സ്വയം രസിച്ചുകൊണ്ട് ചിരിക്കുകയായിരുന്നു അയാൾ.

അപ്പോൾ ഡേവിഡോവ് ഇങ്ങനെ ചോദിച്ചു: "കുലാക്കുകളുടെ കാര്യത്തിൽ ഞങ്ങളെന്താണു ചെയ്യേണ്ടത്." ഒരു രക്ഷാകർത്താവിനെപ്പോലെ പാർട്ടിസെക്രട്ടറി പുഞ്ചിരിച്ചുകൊണ്ട് പറഞ്ഞു:

" ഞാൻ പറയാം. ശ്രദ്ധിച്ചുകേൾക്കൂ. കുലാക്കുകളിൽ ചിലർ ധാന്യം കൊണ്ടുവന്ന് അളക്കും. എന്നാൽ ചില കുലാക്കുകൾ ധാന്യമളക്കാൻ തയാറാവുകയില്ല. അവരെ നേരിടാൻ ക്രിമിനൽ നിയമത്തിലെ നൂറ്റിയേഴാം വകുപ്പ് ഉപയോഗിക്കണം. അങ്ങനെ അവരെ നേരിടാം. എന്നാൽ ധാന്യം അളക്കാൻ കൂട്ടാക്കാത്ത കുലാക്കുകളെ എങ്ങനെ നേരിടും? താങ്കൾ തന്നെ പറയൂ."

ഡേവിഡോവ് ആലോചിച്ചുകൊണ്ട് ഇങ്ങനെ പറഞ്ഞു:

"ഞാൻ അത്തരം കുലാക്കുകളോട് ധാന്യം കൂടുതൽ അളക്കാൻ ആവശ്യപ്പെടും."

അതിനു മറുപടി ഒരു പൊട്ടിച്ചിരിയായിരുന്നു. സഖാവ് കേട്ടോളൂ, ഒരിക്കലും അത് സാധ്യമല്ല. അങ്ങനെയാണ് നിങ്ങൾ ചെയ്യുന്നതെങ്കിൽ അതിന്റെ ഫലം എന്തായിരിക്കുമെന്നറിയാമോ? അവർക്ക് നമ്മുടെ പ്രസ്ഥാനത്തിലുള്ള വിശ്വാസം നശിക്കും. ഒരിടത്തരം കൃഷിക്കാരൻ അത് കാണുകയാണെങ്കിൽ എന്തുപറയും? അവരിങ്ങനെ പറയും-അയ്യോ കണ്ടില്ലേ ഈ കമ്യൂണിസ്റ്റുകാർ കൃഷിക്കാരെ കഷ്ടപ്പെടുത്തുകയാണ്. ലെനിൻ എന്താണ് നമ്മെ പഠിപ്പിച്ചത്, കൃഷിക്കാരുടെ മനസ്സ് പഠിക്കണം എന്ന്. പക്ഷേ, നിങ്ങൾ പറയുന്നത് കൂടുതൽ ധാന്യം ആവശ്യപ്പെടാനാണ്. അത് വിഢ്ഢിത്തമാണ് സുഹൃത്തെ.

"വിഡ്ഢിത്തമോ" ഡേവിഡോവിന്റെ മുഖം ലജ്ജകൊണ്ട് ചുവന്നു. "അങ്ങനെയാണെങ്കിൻ സ്റ്റാലിന് തെറ്റ് പറ്റിയെന്നാണോ..."

"സ്റ്റാലിനുമായി ഞാൻ പറഞ്ഞകാര്യത്തിന് എന്താണ് ബന്ധം. അദ്ദേഹത്തിന്റെ ഒരു പ്രസംഗം ഞാൻ വായിച്ചു. കമ്യൂണിസ്റ്റുകാരുടെ ഒരു യോഗത്തിലെ പ്രസംഗമായിരുന്നു അത്. കൃഷിക്കാരായിരുന്നു അവർ മുഴുവൻ."

"ശരി, ആ പ്രസംഗം പ്രസിദ്ധീകരിച്ച പത്രത്തിന്റെ ഒരു കോപ്പി വാങ്ങിക്കോളൂ."

അപ്പോൾ ഒരു ക്ലർക്ക് പത്രത്തിന്റെ കോപ്പി കൊണ്ടുവന്നു. ഡേവിഡോവ് അത്യാർത്തിയോടെ അത് വായിക്കാൻ തുടങ്ങി. "ഇപ്പോൾ കുലാക്കുകൾക്കെതിരായി ആക്രമണം നടത്താനും അവരുടെ പ്രതിരോധത്തെ തകർക്കാനും ഒരു മാർഗമെന്ന നിലയിൽ അവരെ ഇല്ലാതാക്കാനുള്ള കരുത്തും നമുക്കുണ്ട്."

സെക്രട്ടറി ഇങ്ങനെ പറഞ്ഞു: "കൂട്ടുകൃഷി സംരംഭത്തിൽപ്പെട്ട ഇടത്തരക്കാരും പാവങ്ങളുമായ കർഷക സുഹൃത്തുക്കളുടെ സഹായ

ത്തോടെ വേണം കുലാക്കുകളുടെ സ്വത്ത് പിടിച്ചെടുക്കുക. അങ്ങനെയല്ലെ സ്റ്റാലിൻ പറഞ്ഞത്."

"അതെ."

"അതെ എന്നു പറഞ്ഞതുകൊണ്ടായില്ല." അക്ഷമയോടെ സെക്രട്ടറി പറഞ്ഞു: "എന്താണ് നിങ്ങൾ മനസിലാക്കിയത്. കുലാക്കുകൾക്കെതിരായി കണ്ണുമടച്ച് ഭരണപരമായ നടപടികൾ സ്വീകരിക്കണമെന്നല്ലെ. പതിനാല് ശതമാനം മാത്രമാണ് ആ ജില്ലയിൽ കൂട്ടുകൃഷിയുള്ളത്. ഇടത്തരം കൃഷിക്കാരിൽ ഭൂരിഭാഗവും കൂട്ടുകൃഷിയെപ്പറ്റി ചിന്തിച്ച് തുടങ്ങിയിട്ട് പോലുമില്ല. അപ്പോൾ എങ്ങനെയാണ് നാം കുലാക്കുകൾക്കെതിരായ നടപടികൾ സ്വീകരിക്കുക. കഴുത്ത് പോകുന്ന കാര്യമാണ് നിങ്ങൾ പറഞ്ഞത്. നാട്ടിൻപുറത്തെ മനുഷ്യരെപ്പറ്റി യാതൊരു വിവരവുമില്ലാത്തവരാണ് ഇവിടെവന്ന് കയറുന്നത്. ഇത്തരം ആളുകളുടെ അഭിപ്രായങ്ങൾ സൃഷ്ടിക്കുന്ന കുഴപ്പങ്ങൾ ചില്ലറയൊന്നുമല്ല."

"ഇതൊന്നുമെനിക്കറിയില്ലായിരുന്നു."

"സാരമില്ല. പരിഭ്രമം വേണ്ട. കുലാക്കുകൾക്കെതിരെ നടപടി വേണമെങ്കിൽ നിങ്ങൾക്ക് മുകളിൽനിന്ന് കൽപ്പന വരും, കുലാക്കുകളെ നശിപ്പിക്കുക" എന്ന്. ഇപ്പോൾ നിങ്ങൾ ചങ്കുറപ്പോടെ മുന്നോട്ടുപോവുക. നിങ്ങളെ സഹായിക്കാൻ ജനങ്ങളുടെ പട്ടാളമുണ്ട്. രാഷ്ട്രത്തിന്റെ മനസ്സ് നിങ്ങളുടെ കൂടെയാണ്. ഞങ്ങൾ വിരലിലെണ്ണാവുന്ന കുലാക്കുകളെ മാത്രമാണ് നൂറ്റിയേഴാം വകുപ്പനുസരിച്ച് ശിക്ഷിച്ചിട്ടുള്ളത്. അവരാരാണെന്നറിയുമോ? പാവങ്ങൾ പട്ടിണികിടക്കുമ്പോൾ, ഒരുമണി ധാന്യം തരാതെ എല്ലാം ചാക്കുകളിലാക്കി പൂഴ്ത്തിവയ്ക്കുന്നവർ."

"അപ്പോൾ നിങ്ങൾ പറയുന്നത് നാട്ടിൻപുറത്തെ പട്ടിണിപ്പാവങ്ങൾ കുലാക്കുകളുടെ സ്വത്ത് പിടിച്ചെടുക്കുന്നതിന് എതിരാണ് എന്നാണോ?"

അപ്പോൾ സെക്രട്ടറിയുടെ കണ്ണ് കടലാസ് ഫയലിലായിരുന്നു. ഇഞ്ചി കടിച്ച കുരങ്ങനെപ്പോലെ അയാൾ പറഞ്ഞു: "നേതാവിന്റെ ആശയങ്ങളെ നിങ്ങൾക്ക് തോന്നുംപോലെ വ്യാഖ്യാനിക്കാം. പക്ഷേ ജില്ലയുടെ പൂർണ്ണ ഉത്തരവാദിത്വം ജില്ലാകമ്മിറ്റിക്കാണ്. അതെന്റെ തലയിലാണ്. ഞങ്ങൾ പറയുന്നതാണ് നിങ്ങൾ നടപ്പാക്കേണ്ടത്. അതല്ലാതെ നിങ്ങളുടെ തലയിൽ തോന്നുന്നതല്ല. നിങ്ങൾ ക്ഷമിക്കണം, എനിക്ക് സമയമില്ല."

ഇതും പറഞ്ഞ് പാർട്ടി സെക്രട്ടറി എഴുന്നേറ്റു.

ഡേവിഡോവിന്റെ മുഖമാകെ കലങ്ങിമറിഞ്ഞു. എങ്കിലും സ്വയം നിയന്ത്രിച്ച് അയാൾ പറഞ്ഞു: "പാർട്ടിയുടെ നയം ഞാൻ നടപ്പാക്കാം. പക്ഷേ, നിങ്ങളുടെ മുഖത്തുനോക്കി സഖാവേ, ഒരു തൊഴിലാളിയെപ്പോലെ ഞാൻ പറയട്ടെ നിങ്ങളുടെ പ്രവർത്തനരീതി തെറ്റാണ്..... തെറ്റാണ്........തെറ്റാണ്. അത് രാഷ്ട്രീയമായി തെറ്റാണ്."

"എന്റെ പ്രവൃത്തികൾ എന്റെ സ്വന്തം ഉത്തരവാദിത്വത്തിലാണ് ഞാൻ ചെയ്യുന്നത്. മാത്രമല്ല നിങ്ങളുടെ, തൊഴിലാളിയെപ്പോലെ" എന്നും മറ്റുമുള്ള ശൈലിയുണ്ടല്ലോ അത് വളരെ പഴഞ്ചനാണ്."

അപ്പോൾ ഒരു ടെലഫോൺകോൾ വന്നു, സെക്രട്ടറിക്ക്. ഡേവിഡോവ് മാനേജരെ കാണാൻ അകത്തേക്ക് പോയി.

മാനേജരെ കണ്ടശേഷം ഡേവിഡോവ് പാർട്ടിയാഫീസിൽനിന്ന് യാത്രയായി. പോകുമ്പോൾ അയാൾ സ്വയം പറഞ്ഞു: 'സ്റ്റാലിന്റെ പ്രസംഗം മുഴുവൻ ഞാനൊന്നുകൂടി വായിച്ചുനോക്കട്ടെ. തെറ്റ് എനിക്ക് പറ്റിയിട്ടില്ല. ഇല്ല, യുവാവേ നീ അങ്ങനെ അധികം കളിക്കണ്ട. നിങ്ങളുടെ ഈ അതിയായ ഉദാരതയാണ് ഈ കുലാക്കുകൾക്ക് വളം വെച്ചുകൊടുക്കുന്നത്. അവർ മേഖലാക്കമ്മിറ്റിയിൽ വെച്ച് എന്നോട് പറഞ്ഞത് ഞാൻ മറന്നിട്ടില്ല; നിങ്ങൾ ഒരു നല്ല ചെറുപ്പക്കാരനാണ്. കുലാക്കുകൾക്ക് ധാന്യം തരാൻ മടിയാണ്. അവരുടെ മേൽ സ്വയം നിയന്ത്രണമുണ്ട്. പുല്ല് പറിച്ചെറിയുംപോലെ അവരെ പിഴുതെറിയാൻ കഴിയില്ല. അതിന് ജനങ്ങളെ സംഘടിപ്പിക്കണം. നിങ്ങളെന്താണ് അതിന് ശ്രമിക്കാത്തത്?' ഇങ്ങനെ കുലാക്കുകൾക്കെതിരെ അയാളുടെ മനസിൽ ചിന്തകൾ ഉയർന്നു. പാർട്ടിസെക്രട്ടറിയുടെ വാദഗതികളെ അയാൾ അംഗീകരിച്ചിരുന്നില്ല. എന്നാൽ ഓഫീസിൽനിന്ന് ഇറങ്ങിയപ്പോഴാണ് പുതിയ ചിന്തകൾ അയാളുടെ മനസിൽ രൂപംകൊണ്ടത്. കമ്മറ്റി ഓഫീസിൽ വെച്ച് പാർട്ടിസെക്രട്ടറിയോട് തർക്കിക്കാൻ നിൽക്കേണ്ടായിരുന്നു. വഴി നീളെ ചെളിയുണ്ടായിരുന്നു. അയാൾ ഇടയ്ക്കിടയ്ക്ക് വഴുതിപ്പോയിരുന്നു.

"വളരെ പെട്ടെന്ന് തന്നെ തർക്കം അവസാനിപ്പിച്ചു. നന്നായി. അല്ലായിരുന്നെങ്കിൽ നിങ്ങളെ ഞാൻ വാദിച്ച് തോൽപ്പിച്ച് ഒരു മൂലയിലിരുത്തുമായിരുന്നു." വളരെ ഉച്ചത്തിലായിരുന്നു ഡേവിഡോവ് ഇതു പറഞ്ഞത്. താൻ പാർട്ടി സെക്രട്ടറിയുടെ മുന്നിലാണെന്ന് അയാൾ കരുതിപ്പോയി. അപ്പോൾ അതുവഴി ഒരു സ്ത്രീ വരുന്നുണ്ടായിരുന്നു. അയാളുടെ ചിന്ത മുഴുവൻ പാർട്ടി സെക്രട്ടറിയെക്കുറിച്ചായിരുന്നു. കൊസാക്കുകളുടെയും കർഷകരുടെയും വീടുകളിൽ കയറിയാണ് ഒരു ചെറിയ സ്യൂട്ട്കേസ് അയാൾ സംഘടിപ്പിച്ചത്. ഒരു സ്ക്രൂഡ്രൈവർ, ഇരുമ്പുകൊണ്ടുണ്ടാക്കിയ ഉളി, അരം, സ്പാനർ ,കുറെ പണിയായുധങ്ങൾ- ഇതൊക്കെ ഒരു കെട്ടിലാക്കിയിരുന്നു. ഇതുകൊണ്ടൊക്കെ കാര്യമുണ്ടാകുമെന്ന് കരുതി അയാൾ പുഞ്ചിരിച്ചു. ട്രാക്ടറിന്റെ കേടുപാടു തീർക്കാൻ ഈ പണിയായുധങ്ങൾ വേണ്ടിവരുമെന്ന് കരുതി. എന്നാൽ എവിടെ ട്രാക്ടർ?. പാർട്ടി നിയോഗിച്ച പ്രതിനിധിയാണ് ഞാൻ. എന്നാൽ ഞാനിവിടെ ഊരുചുറ്റി സമയം കളയേണ്ടിവരും. ആവശ്യമില്ലെങ്കിൽ ഈ ആയുധങ്ങൾ ഞാൻ ആർക്കെങ്കിലും സംഭാവന ചെയ്യും.

ജില്ലാക്കമ്മിറ്റി നൽകിയ ഹിമവണ്ടിയിലായിരുന്നു ഡേവിഡോവിന്റെ യാത്ര. നല്ല ചന്തമുള്ള വണ്ടിയായിരുന്നു അത്. എന്നാൽ കൊടും തണുപ്പിൽ ഡേവിഡോവിന്റെ എല്ലുകൾപോലും മരവിച്ചുപോയി. തണുപ്പ്. ആകെ തണുപ്പ്. അയാൾ കീറിപ്പറിഞ്ഞ കോളറുകൾ വലിച്ചുയർത്തിനോക്കി. ചെറിയ തൊപ്പി വലിച്ചിറക്കിനോക്കി. ഒരു രക്ഷയുമില്ല. മഞ്ഞ് അയാളെ ആസകലം മൂടി. കോളറുകൾക്കുള്ളിൽക്കൂടി അത് ശരീരത്തിലേക്ക് അരിച്ചുകയറുകയാണ്. ചെരിപ്പിന് വളരെ കനം കുറവായിരുന്നു.

അതുകൊണ്ട് അയാളുടെ കാലുകൾ മരവിച്ച് കല്ലുപോലെയായി. കുന്നുകൾക്കു മുകളിലൂടെയായിരുന്നു അയാളുടെ യാത്ര. ഹിമക്കട്ടകൾക്കൊണ്ട് മൂടിയ തവിട്ടു നിറത്തിലുള്ള പാത. അത് കുന്നിന്റെ ശിരസിലൂടെ നീണ്ടു കിടക്കുകയാണ്. നോക്കെത്താ ദൂരത്തോളം മഞ്ഞുകട്ടകൾ. മനുഷ്യരൊന്നും ഇല്ലാത്ത മഞ്ഞിന്റെ പരപ്പ്. പുൽക്കൊടികളും കാട്ടുമുൾച്ചെടികളും മഞ്ഞുകട്ടകൾക്കിടയിൽ അമർന്നുപോയി. ചെരിവുകളിൽ മാത്രം കളിമണ്ണും മണലും കൂടിക്കിടന്നിരുന്നു. എങ്ങും മഞ്ഞിന്റെ വിളയാട്ടം.

ഹിമവണ്ടിയുടെ പിൻഭാഗത്ത് പിടിച്ച് അയാൾ കുറച്ചുനേരം ഓടി നോക്കി. കാലുകളാകെ മരവിച്ചുപോയിരുന്നു. ഓട്ടംകൊണ്ടും രക്ഷയില്ല. അയാൾ തിരികെ വണ്ടിയിൽ കയറിയിരുന്ന് ഉറങ്ങാൻ തുടങ്ങി. കുതിര വണ്ടി കരയുകയാണ്. കുതിരകളുടെ ശക്തമായ കുളമ്പുകൾ മഞ്ഞുകട്ടകളെ പിളർന്നു. അയാൾക്ക് നന്നായി ഉറങ്ങാൻ കഴിഞ്ഞില്ല. കൺപോളകളിൽ മഞ്ഞുപൊടികൾ. അയാൾ റോഡിലേക്ക് നോക്കി. അവിടെ കാക്കകൾ കൂട്ടമായി നിൽക്കുന്നുണ്ടായിരുന്നു. അയാൾ വീണ്ടും മയക്കത്തിലേക്ക് വീണു. കുറെനേരം കഴിഞ്ഞാണ് അയാൾ ഉണർന്നത്. അപ്പോഴേക്കും തണുപ്പ് അയാൾക്ക് അസഹ്യമായി. അയാൾ കണ്ണുതുറന്നുനോക്കി. സ്റ്റെപ്പികുന്നുകൾ സൂര്യപ്രകാശത്തിൽ കുളിച്ചുനിൽക്കുന്ന അതിമനോഹരമായ കാഴ്ചയായിരുന്നു അത്. കുന്നിൻപുറത്ത് സ്വർണനിറമാർന്ന ഒരു സുന്ദരൻ കുറുക്കൻ അയാളുടെ ദൃഷ്ടിയിൽപ്പെട്ടു. തങ്കം ഉരുക്കി ഒഴിച്ചപോലെ മനോഹര വർണമുള്ള ഒരു കുറുക്കൻ. അത് ഇര തേടുകയാണെന്നു തോന്നുന്നു. അത് നിലത്ത് മാന്തുകയും ചാടുകയും ചെയ്തിരുന്നു. അതിമനോഹരമായ മഞ്ഞുപാളിയുടെ മേഘംകൊണ്ട് മൂടിയ ഉടലോടുകൂടിയ ആ കുറുക്കന്റെ വാൽ നീലനിറമാർന്ന ഒരു ജ്വാലപോലെ കാണുമാറായി.

രാത്രിയാവുന്നതിനു മുമ്പുതന്നെ ഡേവിഡോവ് ഗ്രാമത്തിലെത്തി. ഗ്രിമ്യാക്കിലോഗ് എന്ന ആ സോവിയറ്റിന്റെ മനോഹരമായ മൈതാനത്ത് രണ്ട് ഹിമവണ്ടികൾ ഉണ്ടായിരുന്നു. പൂമുഖത്തായി കുറെ കുതിരകളും നിന്നിരുന്നു. അവയുടെ രോമങ്ങൾ നിറഞ്ഞ ശരീരത്തിനുമേൽ മഞ്ഞുകട്ടകളുടെ പുതപ്പുണ്ടായിരുന്നു.

“പ്രിയ സഖാക്കളെ, നമസ്കാരം. എവിടെ ലായം ?”

“താങ്കൾക്ക് ആയുരാരോഗ്യസൗഖ്യം നേരുന്നു.” അവിടെ നിന്നിരുന്ന ഒരു വൃദ്ധൻ പറഞ്ഞു. “ലായം അവിടെയാണ് ഉള്ളത്, അതാ ആ മേൽക്കൂരയിൽ.” വൃദ്ധൻ ചിരിച്ചുകൊണ്ട് പറഞ്ഞു.

ഡേവിഡോവ് ഹിമവണ്ടിയിൽ നിന്നും ഇറങ്ങി. വണ്ടി മാറ്റിയിടാൻ അയാൾ വണ്ടിക്കാരന് നിർദേശം കൊടുത്തു. അയാൾ കൈയുറ കൊണ്ട് മുഖം തുടച്ച് വണ്ടിയെ പിൻതുടർന്നു. കൊസാക്കുകളും അയാളുടെ പിന്നാലെ ലായത്തിനടുത്തേക്ക് നടന്നു. അധികാരമുള്ള ഉദ്യോഗസ്ഥനോട് അവർക്കുള്ള ആദരവ് അവരുടെ മുഖത്ത് പ്രകടമായിരുന്നു.

ലായത്തിന്റെ പുറത്ത് ആവി പടർന്നുയർന്നിരുന്നു. കുതിരവണ്ടിക്കാരൻ കടിഞ്ഞാൺ വലിച്ചു. ഡേവിഡോവിന് വളരെ ക്ഷീണമുണ്ടായിരുന്നു. അയാൾ

കുതിരകളെ വണ്ടിയിൽനിന്ന് അഴിച്ചുമാറ്റി. അവിടെ കൂടിയിരുന്ന കൊസാക്കുകളെല്ലാം അദ്ഭുതത്തോടെ പരസ്പരം നോക്കി. കൂട്ടത്തിൽ ഒരു വൃദ്ധൻ ഉണ്ടായിരുന്നു. അയാൾ ഒരു സ്ത്രീയുടെ വസ്ത്രമായിരുന്നു ധരിച്ചിരുന്നത്. വെളുത്ത ചെമ്മരിയാടിന്റെ തോലുകൊണ്ടുണ്ടാക്കിയ തോൽവസ്ത്രമായിരുന്നു അയാൾ ധരിച്ചിരുന്നത്. അയാൾ പറഞ്ഞു:

"സഖാവെ ശ്രദ്ധിക്കണം, അവൾ നല്ല ചവിട്ടുള്ള കുതിരയാണ്."

ഡേവിഡോവ് ഇത് കേട്ടു പുഞ്ചിരിച്ചു. ആ സമയമാണ് അയാളുടെ വായ തുറന്നു കണ്ടത്. അയാൾക്ക് മുൻഭാഗത്ത് പല്ലില്ലായിരുന്നു.

"ഞാൻ സൈന്യത്തിലെ ഉദ്യോഗസ്ഥനായിരുന്നു, എന്റെ പ്രിയപ്പെട്ട അപ്പൂപ്പാ. ജീവിതത്തിൽ ഞാൻ കാണുന്ന ആദ്യത്തെ കുതിരയല്ല ഇത്. നിങ്ങളത് മനസിലാക്കണം."

"അത് ശരിയാണ് പക്ഷെ, നിങ്ങളുടെ മുൻഭാഗത്ത് പല്ലില്ല. ഞാൻ വിചാരിച്ചത് ഏതെങ്കിലും കുതിര ചവിട്ടിത്തെറിപ്പിച്ചതായിരിക്കുമെന്നാണ്." കറുത്തിരുണ്ട ശരീരമുള്ള ഒരു കൊസാക്ക് പറഞ്ഞു.

ഇതുകേട്ട് അവിടെ കൂടിയിരുന്ന കൊസാക്കുകൾ പൊട്ടിച്ചിരിച്ചു. ഡേവിഡോവിനെ പരിഹസിക്കുകയായിരുന്നു അവർ. എന്നാൽ അയാൾ ചിരിച്ചുകൊണ്ട് ആ ഫലിതത്തിൽ പങ്കുചേരുകയാണുണ്ടായത്.

"എന്റെ പല്ല് പണ്ടേ എനിക്ക് നഷ്ടപ്പെട്ടതാണ്. വെള്ളമടിച്ച് പറിഞ്ഞുപോയതാണ്. എന്നാൽ നിങ്ങളൊന്ന് മനസിലാക്കണം, പല്ല് നഷ്ടപ്പെട്ട ഞാൻ കടിക്കുമെന്ന പേടി ഇനി എന്റെ പെൺമക്കൾക്കുണ്ടാവില്ല. എന്താ അപ്പൂപ്പാ ഞാൻ പറഞ്ഞത് ശരിയല്ലെ?"

ഡേവിഡോവ് ഉരുളയ്ക്കുപ്പേരിതന്നെ കൊടുത്തു. കൊസാക്കുകൾ അത് കേട്ടു രസിച്ചു. പെണ്ണുങ്ങളുടെ കുപ്പായമിട്ട വൃദ്ധൻ അതിൽ പങ്കുചേർന്നു. ഡേവിഡോവ് കീശയിൽ നിന്നും സിഗരറ്റ് എടുത്ത് അവർക്കെല്ലാവർക്കും കൊടുത്തു. അയാളും ഒരു സിഗരറ്റെടുത്ത് വലിച്ച് വില്ലേജിലേക്ക് നടന്നു.

"താങ്കൾ അകത്തേക്ക് പോയ്ക്കൊള്ളൂ. ചെയർമാൻ അവിടെയാണുള്ളത്. പാർട്ടി സെക്രട്ടറിയും അവിടെത്തന്നെ കാണും." കൂടെയുണ്ടായിരുന്ന വൃദ്ധനായിരുന്നു അത് പറഞ്ഞത്.

കൊസാക്കുകളെല്ലാം സിഗരറ്റ് ആഞ്ഞുവലിച്ചു. അവർക്ക് ഡേവിഡോവിനെ വളരെ ഇഷ്ടപ്പെട്ടു. സാധാരണഗതിയിൽ ജില്ലാകേന്ദ്രത്തിൽനിന്ന് വരുന്ന ഉദ്യോഗസ്ഥൻമാർ വളരെ അഹങ്കാരികളായിരിക്കും. അവരൊന്നുംതന്നെ കൊസാക്കുകളെ വിലവെക്കാറുണ്ടായിരുന്നില്ല. മുഖത്ത് നോക്കുന്നതുപോലും അവരുടെ ശീലമായിരുന്നില്ല. എന്നാൽ ഡേവിഡോവിനെ വളരെ ഇഷ്ടപ്പെട്ടു. ഡോവിഡോവിന്റെ സംഭാഷണവും പെരുമാറ്റവും അവരിൽ കൗതുകമുണർത്തി.

"സഖാവെ ഞങ്ങൾക്കൊരു സംശയം. താങ്കളെപ്പോലുള്ള ഒരാൾ കുതിരകളുടെ കാര്യത്തിൽ ഇത്ര ശ്രദ്ധിക്കുന്നത് എന്തുകൊണ്ടാണ്? ഞങ്ങൾ കണ്ട ഉദ്യോഗസ്ഥൻമാരൊന്നും അങ്ങനെ ചെയ്യാറില്ല.

ഇതൊക്കെ നോക്കാൻ താങ്കൾക്ക് വണ്ടിക്കാരനില്ലേ?" താടിക്കാരൻ കൊസാക്കാണ് അത് ചോദിച്ചത്.

"ഞങ്ങളെപ്പോലുള്ളവർ ആദ്യമായാണ് ഒരു നല്ല ഉദ്യോഗസ്ഥനെ കാണുന്നത്." അവിടെനിന്ന വൃദ്ധനാണത് പറഞ്ഞത്.

എന്നാൽ ഡേവിഡോവ് അതിനൊന്നും ഉത്തരം പറഞ്ഞില്ല.

"അയാൾ ഒരു ലോഹപ്പണിക്കാരനാണ്." കറ കട്ടപിടിച്ച് നഖങ്ങളും തൊലിയും വിണ്ടുകീറിയ ഡേവിഡോവിന്റെ കൈകളെ ചൂണ്ടി മഞ്ഞമീശയുള്ള ഒരു കൊസാക്ക് യുവാവ് പറഞ്ഞു:

"ഞാൻ ഒരു മെക്കാനിക്കാണ്" ഡേവിഡോവ് പറഞ്ഞു."താങ്കൾ എന്തിനാണ് ഞങ്ങളുടെ അടുത്തേക്ക് വരുന്നത്? ദയവുചെയ്ത് കാര്യങ്ങൾ പറയൂ."

അവിടെ നിന്നിരുന്ന അപ്പൂപ്പനായ കൊസാക്ക് ചോദിച്ചു.

"നിങ്ങളെന്തിനാണ് മഞ്ഞുമല താണ്ടി ഈ വില്ലേജ് സോവിയറ്റിലെത്തിയത്.?"

അപ്പോൾ ഡേവിഡോവ് പറഞ്ഞു: "കൂട്ടുകൃഷിയുമായി ബന്ധപ്പെട്ടാണ് ഞാനിവിടെ എത്തിയത്." ഇതു കേട്ടപ്പോഴേക്കും വൃദ്ധനായ കൊസാക്കിന്റെ മുഖമൊന്ന് വാടി. അയാൾ മുഖം തിരിച്ച് നടന്നുപോയി.

## 3

**പ**ലതരം ചരക്കുകൾ കുത്തിനിറച്ച ആ മുറിയിൽ ചെമ്മരിയാട്ടിൻ തോലിന്റെ ഈറൻ ഗന്ധം നിറഞ്ഞുനിന്നിരുന്നു. മുറിയിലെങ്ങും ചാരക്കൂമ്പാരമായിരുന്നു. വളരെ പൊക്കമുള്ള പരന്ന ചുമലുകളോടുകൂടിയ ഒരു മനുഷ്യൻ ഡേവിഡോവിന്റെ മേശയ്ക്കരികെ നിൽക്കുന്നുണ്ടായിരുന്നു. കാക്കിക്കുപ്പായമായിരുന്നു അയാൾ ധരിച്ചിരുന്നത്. അതിൻമേൽ ചെങ്കൊടിയുടെ അടയാളമുള്ള ഒരു മെഡൽ തൂങ്ങിക്കിടക്കുന്നുണ്ടായിരുന്നു. ഇയാളായിരിക്കും ഒരുപക്ഷെ പാർട്ടിഗ്രൂപ്പിന്റെ സെക്രട്ടറി. ഡേവിഡോവ് മനസിൽ വിചാരിച്ചു.

"താങ്കൾ എന്താണ് ആലോചിക്കുന്നത്" ഡേവിഡോവ് മനസിൽ കണ്ടത് പാർട്ടിഗ്രൂപ്പ് സെക്രട്ടറി മാനത്ത് കണ്ടു. അപ്പോൾ ഡേവിഡോവ് പറഞ്ഞു: "അതേ സഖാവേ, താങ്കളാണോ ഗ്രൂപ്പ്സെക്രട്ടറി?."

"അതെ" ഗ്രൂപ്പ്സെക്രട്ടറി. എന്റെ പേര് നഗുൽനോവ്. നഗുൽനോവ് ഡേവിഡോവിനോട് ഇരിക്കാൻ പറഞ്ഞു.

നഗുൽനോവ് ഒരു അസാധാരണ മനുഷ്യനായിരുന്നു. റോമൻ ഭടൻമാരെപ്പോലെ വിരിഞ്ഞ മാറിടവും ഒരു യോദ്ധാവിനെപ്പോലെ ഉറപ്പുള്ള ചുമലുകളുമായിരുന്നു അയാൾക്ക്. മനോഹരമായ അയാളുടെ മഞ്ഞക്കണ്ണുകളിൽ മുന്തിരിപ്പഴംപോലുള്ള കൃഷ്ണമണികൾ കറുത്തു മിന്നിത്തിളങ്ങുന്നുണ്ടായിരുന്നു. കറുത്ത് ഇടതൂർന്ന പുരികങ്ങളായിരുന്നു അയാൾക്കുണ്ടായിരുന്നത്. വെണ്ണക്കല്ലിൽ കൊത്തിയ ഗോപുരാകൃതിയിലുള്ള മൂക്കും

അയാളെ ഒരു യോദ്ധാവിനെപ്പോലെ തോന്നിപ്പിച്ചു. കഴുകന്റെ കൊക്കു പോലുള്ള അയാളുടെ മൂക്ക് അൽപ്പം ക്രൂരമാണെന്നു തോന്നിപ്പിക്കുമെങ്കിലും ഒരു സുന്ദരനായിരുന്നു അയാളെന്നു പറയാം. പോർക്കളത്തിലെ സൈനികനെപ്പോലെ അയാൾ ഡേവിഡോവിന്റെ അടുത്തേക്ക് വന്നു. അപ്പോൾ തോൽത്തൊപ്പിയും കാലുറകളും ധരിച്ച ഒരാൾ ഉടൻ തന്നെ മുറിയിലേക്ക് കടന്നു. ആരോഗ്യവാനായ ഒരു കൊസാക്കായിരുന്നു അയാൾ. വില്ലേജ് സോവിയറ്റ് ചെയർമാനായ റസ്മ്യോട്ട്ണോവ് ആയിരുന്നു അത്. അയാൾക്ക് മനോഹരമായ ചുരുണ്ട മീശയുണ്ടായിരുന്നു. അന്തസ്സാർന്ന ഒരു യോദ്ധാവിനെപ്പോലെ അയാൾ ഡേവിഡോവിന് കൈകൊടുത്തു. അയാളുടെ കണ്ണുകൾക്ക് നീലനിറമായിരുന്നു. പെട്ടെന്ന് ഇമപൂട്ടിക്കൊണ്ടിരിക്കുന്ന കണ്ണുകളാണ് അയാൾക്കുള്ളത്. അയാളുടെ താടിരോമങ്ങൾ ഭംഗിയുള്ളതായിരുന്നു. അയാൾ ഡേവിഡോവിനോട് ഇങ്ങനെ പറഞ്ഞു:

"താങ്കൾ ആരാണ്?. എനിക്ക് തോന്നുന്നത് ജില്ലാകമ്മിറ്റി പ്രതിനിധിയാണെന്നാണ്. എവിടെ നിങ്ങളുടെ രേഖകൾ?." അതിനു ശേഷം ഡേവിഡോവും അവരെല്ലാവരും കൂടി കൂട്ടുകൃഷി സംരംഭത്തെക്കുറിച്ച് വളരെ വിശദമായി സംസാരിച്ചു. നാട്ടിൻപുറത്തെ പട്ടിണിപ്പാവങ്ങളെയും പാർട്ടിപ്രവർത്തകരെയും സംഘടിപ്പിച്ച് ഒരു യോഗം വിളിക്കണമെന്ന അഭിപ്രായം അവിടെ ഉയർന്നുവന്നു. നഗുൽനോവ് നാട്ടുകാര്യങ്ങൾ വിവരിക്കുന്നതിൽ വലിയ ഉത്സാഹം പ്രകടിപ്പിച്ചു. അയാൾക്കെന്തിനും അയാളുടേതായ അഭിപ്രായമുണ്ടായിരുന്നു.

"അപ്പോൾ നിങ്ങൾക്ക് വിവരങ്ങളെല്ലാം മനസിലായിക്കാണുമല്ലോ. ഈ ഭൂമിയിലാകെ പണിയെടുക്കുന്നവർക്ക് ഒറ്റ സംഘടനയാണുള്ളത്. നമ്മളെല്ലാം പണിയെടുക്കുന്നവരാണ്. പക്ഷെ എന്റെ പ്രിയ സഖാവേ ഞാനൊന്നുപറയട്ടെ. ഈ സമ്പ്രദായം കൂട്ടുകൃഷിയെ കൊഞ്ഞനംകുത്തുന്നതിന് സമമാണ്. നമ്മുടെ രാജ്യത്തിന് കനത്ത നഷ്ടമായിരിക്കും ഇത്." അൽപ്പം ദേഷ്യത്തോടെയാണ് നഗുൽനോവ് ഇതു പറഞ്ഞത്. അയാൾ തുടർന്നു: "നമുക്കാകെ പതിനെട്ടു കുടുംബങ്ങളാണുള്ളത്. പരമ ദരിദ്രൻമാർ. അതുകൊണ്ടെന്താ എല്ലാം ഒരു കാട്ടിക്കൂട്ടൽ. പണമില്ലാത്തവരുടെ കാര്യങ്ങളെല്ലാം അങ്ങനെയാണ്. സ്വത്തെല്ലാം അവർ വിട്ടുകൊടുത്തിട്ടുണ്ട്. പണിയായുധങ്ങളും ട്രാക്ടറുകളും ഒക്കെ കിട്ടുമെന്നത് ശരി തന്നെ. വായ്പ കിട്ടുന്നതുകൊണ്ട് അതും വാങ്ങും. എന്നാൽ അതൊന്നും തിരിച്ചടയ്ക്കാൻ അവർക്കാകില്ല. അതിന് കാരണമെന്താണെന്ന് അറിയില്ലെങ്കിൽ കേട്ടോളൂ ഞാൻ പറയാം. ട്രാക്ടറും മറ്റും കൈയിൽ കിട്ടുന്നതോടെ അവരുടെ മട്ടുമാറും. ഈ പടുകാളകളെക്കൊണ്ട് എന്തുകാര്യം. അതു മാത്രമല്ല ഞാനൊരു സത്യം പറയാം, അവരുടെ മട്ടും മാതിരിയുമെല്ലാം തകരാറാണ്. എപ്പോഴും മുല മുട്ടിക്കുടിക്കുന്ന ഒരു മന്തൻ പശുക്കുട്ടിയെപ്പോലെ അവർ മടിയൻമാരാകും. സോവിയറ്റ് യൂണിയനുകീഴിൽ കുഴിമടിയൻമാരായി അവർ അട്ടയെപ്പോലെ അള്ളിപ്പിടിച്ച് കിടക്കും. എന്റെ കൈയിൽ അധികാരമുണ്ടെങ്കിൽ ഞാൻ പണ്ടേയ്ക്കുപണ്ടേ ഇവ

റ്റകളെയൊക്കെ അടിച്ചു പുറത്താക്കുമായിരുന്നു. മേലനങ്ങാതെ തിന്നു വീർക്കുകയായിരിക്കും ഇവർ ചെയ്യുന്നത്. സർക്കാർ എന്നും പണം നൽകും. അതുകൊണ്ട് ഒരു പണിയും ചെയ്യണ്ട. അവർക്കറിയാം കൈയിലൊന്നും ഇല്ലാത്തതുകൊണ്ട് കടം തിരിച്ചുവാങ്ങാൻ സർക്കാറിന് കഴിയില്ലെന്ന്. അതുകൊണ്ടാണ് അവർ ഉത്തരവാദിത്വവും അച്ചടക്കവുമില്ലാതെ ജീവിക്കുന്നത്. ഞാൻ നിങ്ങളോട് പന്തയം വെക്കാം. ഈ സംഘടന തുരുമ്പുപിടിച്ച ആണിപോലെയാവും. നശിച്ചുപോവും. എന്നാൽ എല്ലാവരെയും ഒരുമിപ്പിച്ച് നമ്മുടെ സംഘടനയ്ക്കു കീഴിൽ കൊണ്ടുവന്നാൽ അതൊരു നല്ലകാര്യമാണ്. എന്നാൽ അതിനെല്ലാം തടസങ്ങളുണ്ട്. കൊസാക്കുകൾ വാശിക്കാരാണ്. വീറും വീര്യവും ഉള്ളവരാണ്. അവരുടെ മനസ്സ് മനസിലാക്കാൻ നമുക്ക് കഴിയണം."

ഡേവിഡോവ് അപ്പോൾ ഇങ്ങനെ ചോദിച്ചു: "ഈ സംഘടനയിൽ നിങ്ങളാരെങ്കിലും അംഗമാണോ?"

"അല്ല" നഗുൽനോവ് പറഞ്ഞു. "1920-ൽ ഞാൻ കമ്യൂണിൽ ചേർന്നിരുന്നു. എന്നാൽ അത് കുറെ സ്വാർഥൻമാരുടെ ക്യാമ്പായിരുന്നു. അതുകൊണ്ടുതന്നെ അത് തകർന്നുപോയി. എനിക്കാവട്ടെ അതു വലിയ സങ്കടമായി. ഞാനെന്റെ കാളകളെയും പണിസാധനങ്ങളെയും വേറൊരു കമ്യൂണിലേക്ക് സംഭാവനചെയ്തു. അതിന്നുമവിടെയുണ്ട്. പക്ഷേ എനിക്കും എന്റെ ഭാര്യക്കും സ്വത്തെന്നുപറയാൻ ഒന്നുമില്ല. റസ്മ്യോട്ക്ണോവിന് അങ്ങനെ ഒരു പാരമ്പര്യമില്ല. അയാൾക്ക് ഭാര്യയില്ല. അയാൾക്ക് അമ്മ മാത്രമേയുള്ളൂ. അയാൾ സംഘടനയിൽ ചേർന്നിരുന്നെങ്കിൽ വലിയ പ്രശ്നങ്ങൾ ഉണ്ടാകുമായിരുന്നു. കുഴിമടിയനാണ് അയാളും. ഒരു പണിക്കും പോകാതെ എവിടെയെങ്കിലും അലഞ്ഞുതിരിഞ്ഞു നടക്കും. അവന്റെ അമ്മ ആ പാവം വൃദ്ധ എല്ലുമുറിയെ പണിയെടുക്കും. വേറൊരാളുണ്ട് ഞങ്ങളുടെ സംഘടനയിൽ. ഒരൊറ്റക്കൈയൻ. അയാളുടെ മറ്റെ കൈ മുറിഞ്ഞുപോയി. മെതിയന്ത്രത്തിൽ കുടുങ്ങിയതാണ്. അയാളെ ആശ്രയിച്ച് കഴിയുന്ന കുറെപ്പേരുണ്ട്."

ഇതു കേട്ട് റസ്മ്യോട്ക്ണോവ് പറഞ്ഞു: "അതു ശരിയാണ്. ഞങ്ങളുടെ സംഘടനയുടെ അവസ്ഥ വളരെ മോശമാണ്. നമ്മുടെ ചെയർമാൻ ഒന്നിനും കൊള്ളാത്ത ഒരാളാണ്. ആരാണ് അയാളെപ്പോലെയുള്ള ഒരു മനുഷ്യനെ ഈ സ്ഥാനത്തേക്ക് നിയമിച്ചത്?. അതേതായാലും വലിയൊരു തെറ്റായിപ്പോയി." പുഞ്ചിരിച്ചുകൊണ്ട് അയാൾ തുടർന്നു: "അയാളുടെ സ്ഥിതിഗതികളെല്ലാം ആകെ തകരാറിലാണ്. അയാൾ ഒരു സംഘടനയുടെ ചെയർമാനാകേണ്ടവനല്ല. ഒരു കച്ചവടക്കാരനാകേണ്ടതായിരുന്നു. അയാൾ സംഘടനയെ തകർത്തുകളഞ്ഞു. അതിനെ മുച്ചൂടും നശിപ്പിച്ചു. എന്നിട്ട് ആനപോലുള്ളൊരു കാളയെ വാങ്ങി. പിന്നെ കാളയെ വിറ്റ് മോട്ടോർസൈക്കിൾ വാങ്ങി. ഇത്തരം കാര്യങ്ങൾക്കെല്ലാം സംഘടനയിലെ ആളുകളുടെ പിൻബലമുണ്ടയാൾക്ക്. ഒരുദിവസം ഞങ്ങൾ അയാളെ കാണുമ്പോൾ അയാൾ മോട്ടോർസൈക്കിളിൽ കയറി വരികകയാണ്. ഞങ്ങളാകെ

അദ്ഭുതപ്പെട്ടു. കാരണം ഞങ്ങളെപ്പോലുള്ളവർക്കൊന്നും അതുപയോഗിക്കുവാൻ അറിയുമായിരുന്നില്ല. പിന്നെന്തുകാര്യം. മോട്ടോർസൈക്കിൾ ഓടിക്കാൻ പറ്റിയ പരുവത്തിലായിരുന്നില്ല ഞങ്ങളൊന്നും. അയാൾക്ക് അതുകൊണ്ട് ഒരു കാര്യവുമുണ്ടായിരുന്നില്ല. പിന്നീടയാൾ അത് മറ്റേതോ നാട്ടിലേക്ക് കൊണ്ടുപോയി. അത് യഥാർഥത്തിൽ താറുമാറായ ഒരു മോട്ടോർ ആയിരുന്നു. അതിൽ പല യന്ത്രങ്ങളും വർക്ക് ചെയ്തിരുന്നില്ല. എന്നാൽ ഈ മനുഷ്യനെക്കാൾ യോഗ്യനായ വേറൊരാൾ ഉണ്ടായിരുന്നു. യാക്കോബ് ലൂക്കിച്ച് എന്നായിരുന്നു അയാളുടെ പേര്. നല്ല ബുദ്ധിശക്തിയും വ്യക്തിത്വവും ഉള്ള മനുഷ്യൻ. നല്ല കൃഷിക്കാരനായിരുന്നു അയാൾ. അയാൾ നല്ല ഇനം ഗോതമ്പു കൊണ്ടുവന്ന് കൃഷിചെയ്തു. നല്ല ഉശിരൻ ഗോതമ്പ്. കൊടുംകാറ്റ് വന്നാലും ഉലഞ്ഞുപോവാത്തത്. അയാൾക്ക് നല്ല വിള കിട്ടുന്നുണ്ട്. നല്ല മേനിയുള്ള സ്വയമ്പൻ കന്നുകാലികൾ അയാൾക്കുണ്ട്. നികുതി പിരിക്കാൻ വേണ്ടി പോവുമ്പോൾ ഞങ്ങളയാളുടെ കന്നുകാലികളെയും മറ്റും കാണും. എപ്പോഴും മുറുക്കുന്ന പ്രകൃതമാണയാളുടേത്. എന്നാൽ ഒരു കൃഷിക്കാരനെന്ന നിലയിൽ അയാൾ കേമനാണ്. സർക്കാരിന്റെ സർട്ടിഫിക്കറ്റും അയാൾക്കുണ്ട്."

നഗുൽനോവ് ഈ പറഞ്ഞതെല്ലാം കേട്ട് ശരിയെന്ന മട്ടിൽ തല കുലുക്കി. എന്നിട്ട് പറഞ്ഞു; "ആട്ടിൻകൂട്ടത്തിൽ പെട്ടുപോയ ഒരു കാട്ടുതാറാവിനെപ്പോലെയാണയാൾ. ഒരൊറ്റയാൻ. എപ്പോഴും മറ്റുള്ളവരിൽ നിന്ന് അകന്നുനിൽക്കാൻ ആഗ്രഹിക്കുന്നവൻ.അയാൾക്ക് ഒറ്റക്ക് പറക്കണം". ഇതുകേട്ട് റസ്മ്യോട്ണോവ് പറഞ്ഞു; "അതൊന്നുമല്ല. അയാൾ നമ്മുടെ കൂട്ടുകാരൻ തന്നെ, നമ്മളയാളെ വിശ്വസിക്കണം.

## 4

**മു**ൻ കമാൻഡർ ആപ്പീസർ ആയിരുന്ന പോളോട്സേവ് യാക്കോവ് ലൂക്കിച്ചിനെ സന്ദർശിച്ച ആ രാത്രിയിൽ ഇരുവരും ഒരുപാട് കാര്യങ്ങൾ സംസാരിച്ചു. ആ ഗ്രാമത്തിലെ അതിബുദ്ധിമാനായ കുറുക്കനായിരുന്നു യാക്കോവ് ലൂക്കിച്ച്. തികഞ്ഞ കൗശലക്കാരൻ. കാക്ക ഓട്ടക്കലത്തിൽ നോക്കുന്നതുപോലെ ഏതിലും ശ്രദ്ധിക്കുന്നവൻ. എന്നാൽ നാടിനെ പിടിച്ചുകുലുക്കിയ സമരം അയാളെയും ബാധിച്ചു. നാടെങ്ങും കാട്ടുതീപോലെ ആളിപ്പടരുന്ന സമരജ്വാലയായിരുന്നു. ഇരുവരും തമ്മിൽ കണ്ട ആ രാത്രിയിൽതന്നെ ചെങ്കുത്തായ ഒരു പാതയിലൂടെ യാക്കോവ് ലൂക്കിച്ച് യാത്ര തിരിക്കുകയും ചെയ്തു. അത്താഴം കഴിഞ്ഞ് യാക്കോവ് തന്റെ പുകയില സഞ്ചി കൈയിലെടുത്തു. അയാളുടെ രീതികളെല്ലാം വളരെ വ്യത്യസ്തമാണ്. നിലത്ത് ചമ്രം പടിഞ്ഞിരുന്നാണ് അയാൾ വർത്തമാനം പറയുക. മനസിൽ കുന്നുകൂടിയ വെറുപ്പിന്റെയും വിദ്വേഷങ്ങളുടെയും ഭാണ്ഡമാകെ അഴിക്കുകയാണയാൾ.

കൊസാക്കുകൾക്ക് എന്നും ദുരിതം തന്നെയാണ്. കുറെയാളുകൾ ധനികരായിരുന്നിരിക്കാം. ഇപ്പോൾ വീണ്ടും പ്രശ്നങ്ങൾ തന്നെ. 1927-ൽ

നികുതി അത്രയൊന്നും ഉണ്ടായിരുന്നില്ല. യാക്കോവ് ലൂക്കിച്ച് തന്റെ അതിഥിയോട് നാട്ടുകാര്യങ്ങളെല്ലാം വിശദീകരിച്ചു. അയാളെ പോളോട്സേവ് എന്നു വിളിക്കാൻ യാക്കോവ് ഇഷ്ടപ്പെട്ടിരുന്നില്ല. അയാൾ ഇരട്ടപ്പേരാണ് വിളിച്ചിരുന്നത്. അതായത് അലക്സാണ്ടർ അനിസിമോവിച്ച് എന്ന്. അതിഥി ഇങ്ങനെ പറഞ്ഞു:

"അതാണിവിടുത്തെ അവസ്ഥ. എവിടെപ്പോയാലും പ്രയാസങ്ങൾ തന്നെയാണ് അല്ലേ സുഹൃത്തേ. ഞാൻ എന്റെ കാര്യങ്ങൾ പറയട്ടെ. സൈന്യത്തിൽനിന്നും പിരിഞ്ഞശേഷം അതായത് 1920-ൽ ഞാൻ തിരിച്ചു നാട്ടിലെത്തി. എന്റെ സ്വത്തുക്കളെല്ലാം ഞാൻ കരിങ്കടൽ തീരത്ത് ഉപേക്ഷിച്ചു. എന്റെ കൊച്ചുകുടിലിൽ ഞാൻ മടങ്ങിയെത്തി. അവിടെ എനിക്കൊന്നും ഉണ്ടായിരുന്നില്ല. അർധരാത്രിപോലും ഞാൻ അധ്വാനിച്ചു. എന്നാൽ എന്റെ ആദ്യത്തെ വിളവ് അതായത് കന്നിവിള മുഴുവൻ അവർ കൊണ്ടുപോയി. എന്തെല്ലാം ദ്രോഹങ്ങൾ അവർ എന്നോട് ചെയ്തു!. എനിക്കിതൊന്നും ഒരിക്കലും മറക്കാൻ കഴിയുകയില്ല." അപ്പോൾ യാക്കോവ് ലൂക്കിച്ച് എഴുന്നേറ്റുനിന്നു. അയാൾ മന്ദഹസിച്ച് തന്റെ നീലക്കണ്ണാടിക്ക് പിറകിൽനിന്ന് കുറെ കടലാസുകൾ എടുത്തു. എന്നിട്ട് പറഞ്ഞു:

"1921-ൽ ഞാൻ കൊടുക്കേണ്ടിവന്നതിന്റെ തെളിവാണിത്. കാളകൾ, കോഴികൾ, വെണ്ണ,പാൽ,മുട്ട,രോമത്തോൽ,കമ്പിളി,ഗോതമ്പ് എന്നുവേണ്ട സകലതും അവർ കൊണ്ടുപോയി, നികുതിയായും ഇൻഷുറൻസായും. കന്നുകാലിക്ക് നികുതി. എന്തിന്, പുകക്കുഴലിൽ നിന്നുവരുന്ന പുകയുടെ പേരിൽ നികുതി. ഇങ്ങനെ നികുതി കൊടുത്തതിന്റെ രേഖകൾ ചാക്കുകണക്കിൽ ഇവിടെയുണ്ട്. പക്ഷെ അലക്സാണ്ടർ, എന്നിട്ടും ഞാൻ ജീവിച്ചു. എനിക്ക് ജീവിക്കാതൊക്കുമോ? ഞാനെന്റെ ഭൂമിയിൽ കൃഷിയിറക്കി. എന്നെ ആശ്രയിച്ച് ജീവിക്കുന്നവരെ ഞാൻ നോക്കണ്ടേ. എനിക്ക് കുറെ പശുക്കളും കാളകളും ഉണ്ടായിരുന്നു. അവയിൽ ഒന്നിനെ ഞാൻ സർക്കാരിന് കൊടുത്തു. എന്റെ ഭാര്യക്ക് ഒരു തുന്നൽയന്ത്രമുണ്ടായിരുന്നു. അത് വിറ്റിട്ടാണ് ഞാൻ ഒരു കാളയെ വാങ്ങിയത്. എന്തെല്ലാം കഷ്ടപ്പാടുകൾ ഞാൻ സഹിച്ചു."

"നിങ്ങളുടെ പക്കൽ കുതിരകൾ ഉണ്ടോ?" അതിഥി ചോദിച്ചു.

"ഞാൻ പറയാം. എനിക്കൊരു അയൽക്കാരൻ ഉണ്ടായിരുന്നു. ഞാനയാളിൽ നിന്നുമാണ് ഒരു കുതിരക്കുട്ടിയെ വാങ്ങിയത്. ശുദ്ധമായ ഡോൺ ജനുസിൽ പെട്ടതായിരുന്നു ആ കുതിരക്കുട്ടിയുടെ തള്ള. അത്തരത്തിലുള്ള ഒരൊറ്റ കുതിരയേ ഈ ഗ്രാമത്തിലുണ്ടായിരുന്നുള്ളൂ. നല്ല നിറമുള്ള മിനുത്ത് കൊഴുത്ത സുന്ദരിക്കുതിരയായി അവൾ വളർന്നു. പക്ഷെ ഒരു പ്രശ്നമുണ്ടായിരുന്നു. അവൾക്ക് നല്ല ഉയരമുണ്ടായിരുന്നില്ല. എങ്കിലും അവളൊരു കാന്താരി തന്നെയായിരുന്നു. നല്ല ചുണക്കുട്ടി. ഞാനവളെ നഗരത്തിൽ പ്രദർശനത്തിന് കൊണ്ടുപോയിരുന്നു. അതിന്റെ പേരിൽ എനിക്ക് ധാരാളം പണവും സമ്മാനവും കിട്ടി. ഡോൺജനുസിൽപ്പെട്ട കുതിരകൾക്ക് ഇവിടെ വലിയ പേരാണ്. അതിന്റെ പേരിൽ

എനിക്കൊരു സർട്ടിഫിക്കറ്റ് കിട്ടി. ഞാനെന്റെ കൃഷിഭൂമിയെ പരിചരിച്ചത് എങ്ങനെയാണെന്ന് അറിയണ്ടേ. രോഗിയായ എന്റെ അമ്മയെപ്പോലെയായിരുന്നു എനിക്കെന്റെ കൃഷിഭൂമി. നല്ല വിത്തുകളാണ് ഞാൻ ഇറക്കുന്നത്. അതുകൊണ്ടുതന്നെ നല്ല വിളവുമുണ്ടാവും. എന്റെ വയലിൽ നല്ലപോലെ മഞ്ഞ് മൂടിക്കിടപ്പുണ്ടാവും. ശരത്ക്കാലത്താണ് ഞാൻ മണ്ണ് ഉഴുതുമറിക്കുന്നത്. അത് മനോഹരമായ ഒരനുഭവമാണ്. ശരത്ക്കാലത്തെയാണോ മണ്ണിനെയാണോ ഞാൻ ഉഴുതുമറിക്കുന്നത് എന്ന് എനിക്കറിയില്ല. എന്തായാലും ശരൽക്കാലത്ത് ഞാൻ ഉഴുതുമറിച്ചിട്ട ഭൂമി കാണുമ്പോൾ എന്റെ സന്തോഷത്തിനതിരില്ല. ഞാനവിടെ നല്ല വിത്തുകൾ വിതയ്ക്കും. എന്നിട്ട് വസന്തകാലത്ത് വിളവെടുക്കും. ഈ ഗ്രാമത്തിൽ ആദ്യം നിലം ഉഴുതുമറിക്കുന്നത് ഞാനാണ്. എനിക്ക് നല്ല കൃഷിക്കാരനുള്ള സർട്ടിഫിക്കറ്റും ലഭിച്ചിട്ടുണ്ട്. ഇതാ ഇതു നോക്കൂ."

ഇതും പറഞ്ഞ് യാക്കോവ് ചുമരിൽ തൂങ്ങിക്കിടക്കുന്ന ഫ്രെയിംചെയ്ത സർട്ടിഫിക്കറ്റ് കാണിച്ചുകൊടുത്തു.

"അതേ, എനിക്കവർ സർട്ടിഫിക്കറ്റ് തന്നു. കൂടാതെ എന്റെ ഗോതമ്പ് മാതൃകാ ഗോതമ്പായി കൃഷിവിദഗ്ധർ തിരഞ്ഞെടുത്തു. അവരത് അധികാരികൾക്ക് അയച്ചുകൊടുത്തു. ആദ്യകാലത്ത് ഏകദേശം പന്ത്രണ്ടേക്കർ സ്ഥലത്താണ് ഞാൻ കൃഷിചെയ്തിരുന്നത്. പിന്നീടങ്ങോട്ട് വെച്ചടി വെച്ചടി കയറ്റമായിരുന്നു. മുപ്പത്,നാൽപ്പത്,എഴുപത് ഏക്കർവരെ ഞാൻ കൃഷിയിറക്കി. ഭാര്യയുടെയും മകന്റെയും സഹായത്തോടെ. ഞാനൊറ്റയ്ക്ക് സഹായത്തിനൊരാളെ പണിക്കു നിർത്തിയത് ഒരിക്കൽ മാത്രം. ഞങ്ങളോട് സോവിയറ്റുകാർ പറഞ്ഞു- വിതയ്ക്കുക വിതയ്ക്കുക നിങ്ങൾക്ക് കഴിയാവുന്നേടത്തോളം വിതയ്ക്കുക. ഞാൻ കഴിയാവുന്നേടത്തോളം വിതച്ചു. പ്രിയ സഖാവെ നിങ്ങൾക്ക് കേൾക്കണോ? ഞാൻ പറയുന്നത് വിശ്വസിക്കണം. എന്റെ ഭയം ഇതാണ് ഞാൻ പണിയെടുത്തുണ്ടാക്കിയതാണ് എന്റെ എഴുപതേക്കർ. അവരെന്നെ ഒരു കുലാക്കാക്കിക്കളയുമോ എന്നാണ് എന്റെ പേടി. ഞങ്ങളുടെ സോവിയറ്റിന്റെ ചെയർമാന്റെ പേര് റസ്മ്യോട്ണോവ് എന്നാണ്. ചുവപ്പ് പടയാളിയാണയാൾ. ആൽഡ്രുഷ്കാ എന്നാണ് ആ ശപിക്കപ്പെട്ടവനെ ഞാൻ വിളിക്കുന്നത്. അയാളാണ് എന്നോട് ആവുന്നിടത്തോളം വിതയ്ക്കാൻ പറഞ്ഞത്. എന്തിന് സോവിയറ്റ് ഗവൺമെന്റിനെ സഹായിക്കാൻ. അപ്പോഴേ എനിക്ക് സംശയമായിരുന്നു. ഇപ്പോൾ എന്റെ അധ്വാനവും കഷ്ടപ്പാടുമെല്ലാം എന്നെ നശിപ്പിക്കുമെന്നാണ് എനിക്ക് തോന്നുന്നത്. താങ്കളെന്നെ രക്ഷിക്കണം."

"ഇവിടത്തെ കൃഷിക്കാർ കൂട്ടുകൃഷിയിൽ തൽപ്പരരാണോ?" അതിഥി ചോദിച്ചു. ഈ സമയത്ത് അടുപ്പിനരികിൽ കൈകെട്ടി നിൽക്കുകയായിരുന്നു അതിഥി. അയാളുടെ വിടർന്ന മാറ് ധാന്യം നിറച്ച ചാക്കുപോലെയിരുന്നു.

"നിങ്ങൾ ചോദിച്ചത് കൂട്ടുകൃഷിയുടെ കാര്യമാണോ?. ഇക്കാര്യത്തിലവർ ഞങ്ങളെ അത്ര കഷ്ടപ്പെടുത്തിയിട്ടില്ല. പക്ഷെ പട്ടിണിപ്പാവങ്ങ

ളായ കൃഷിക്കാരുടെ ഒരു യോഗം നാളെ ഇവിടെ കൂടുന്നുണ്ട്. ഞങ്ങൾക്ക് നേരത്തെ അറിയിപ്പ് കിട്ടി. ക്രിസ്തുമസ് കഴിഞ്ഞപ്പോൾ മുതൽ ഞങ്ങളുടെ ആൾക്കാർ ആർപ്പുവിളി തുടങ്ങിയതാണ്. പക്ഷെ, ആരും പേര് കൊടുത്തിട്ടില്ല. അവനവന് ദോഷംചെയ്യാൻ ആരാണ് തയാറാവുക. എന്തിനാണ് ഞങ്ങൾ കൂട്ടുകൃഷിയിൽ ചേരുന്നത്. ആട്ടിൻപറ്റങ്ങളെപ്പോലെ എന്തിനാണ് ഞങ്ങളെ ചേർക്കുന്നത്. ഒരു തൊഴിലാളി ഇതിൽ ചേരാൻ തയാറായി എന്ന് ആരോ പറയുന്നത് കേട്ടു. ഞങ്ങൾക്ക് സവിശേഷമായ ഒരു ജീവിതമുണ്ട്. അത് കൂട്ടുകൃഷിയിൽ ചേർന്നാൽ അവസാനിക്കും. പിന്നെ ഞങ്ങൾക്കെന്തുണ്ടാകും. കൈനിറയെ തഴമ്പ്. പിന്നെ കൂനിക്കൂടിയ നട്ടെല്ല്. അങ്ങനെയാവുന്നതുവരെ കഷ്ടപ്പാടും അധ്വാനവും മാത്രം. ഞങ്ങളുടെ പാവം പശുക്കൾ,കാളകൾ,കോഴി,ധാന്യം,സ്വന്തംവീട് –എല്ലാം പൊതുസ്വത്തായി വിട്ടുകൊടുക്കണം. സ്വന്തം ഭാര്യയെ കൂട്ടുകാരന് കൊടുക്കുക. എന്നിട്ട് നിങ്ങൾപോയി............എന്ന് ആരോ പറഞ്ഞപോലുള്ള അവസ്ഥയായിരിക്കും ഇത്. അതെ, എല്ലാം പൊതുസ്വത്ത്. പ്രിയപ്പെട്ട അലക്സാണ്ടർ ഒന്നു ചിന്തിച്ചുനോക്കൂ, ഞാൻ രണ്ട് കാളകളുമായി കൂട്ടുകൃഷിയിൽ ചേരുന്നു. എന്റെ പെൺകുതിരയെയും അതിന്റെ കുഞ്ഞിനെയും വിട്ടുകൊടുക്കുന്നു. പിന്നെ എന്റെ പണിസാമാനങ്ങൾ, ധാന്യങ്ങൾ എല്ലാം വിട്ടുകൊടുക്കുന്നു. പക്ഷെ, വേറൊരുത്തൻ എന്താണ് ചെയ്യുന്നത്. തന്റെ പേൻ നിറഞ്ഞ കാലുറമാത്രമാണ് അയാൾ കൊടുക്കുന്നത്. എന്നിട്ട് അയാളുടെ ഈ സ്വത്ത് എന്റേതിനോടൊപ്പം ചേരുന്നു. അയാൾക്കും കിട്ടുന്നു തുല്യമായ ലാഭം. ഇതെന്തു നീതിയാണ്. അയാളെന്താണു ചെയ്തത്. എന്താണയാളുടെ അധ്വാനം. ജീവിതകാലം മുഴുവൻ അടുപ്പിൻതിണ്ണമേൽ കിടന്ന് സ്വപ്നം കണ്ടതോ. ഇതൊന്നും പറഞ്ഞിട്ട് കാര്യമില്ല." ഇത്രയും പറഞ്ഞ് യാക്കോവ് ലൂക്കിച്ച് തന്റെ കൈ നെഞ്ചിൽ ചേർത്ത് വീണ്ടും എന്തോ പറയാൻ ശ്രമിച്ചപ്പോൾ  അതിഥി അയാളുടെ അടുത്തേക്ക് നീങ്ങി ഒരു സ്റ്റൂളിൻമേൽ ഇരുന്നു. അയാൾ ഒരു സിഗരറ്റുവലിക്കാൻ തുടങ്ങി. എന്നിട്ട് പറഞ്ഞു:

"താങ്കൾ എന്റെറ കൂടെ പട്ടാളത്തിൽ ജോലിചെയ്തിരുന്നുവല്ലോ. അന്ന് നാം പിൻവാങ്ങിക്കൊണ്ടിരിക്കുകയായിരുന്നു. അന്നു ഞാൻ സോവിയറ്റ് ഭരണത്തെപ്പറ്റി കൊസാക്കുകളോട് പറഞ്ഞതോർമയുണ്ടോ. ഞാനവർക്ക് അന്നുതന്നെ മുന്നറിയിപ്പ് കൊടുത്തിരുന്നു. ചെറുപ്പക്കാരായ അവർ ഗുരുതരമായ തെറ്റാണ് ചെയ്യുന്നതെന്ന് ഞാൻ പറഞ്ഞു. അതെ, കമ്യൂണിസ്റ്റുകാർ അവരെ അടിമകളാക്കുമെന്നാണ് ഞാൻ പറഞ്ഞത്. മുട്ടനാടിന്റെ കൊമ്പുപോലെ കമ്യൂണിസ്റ്റുകാർ കൊസാക്കുകളെ ഞെരിച്ചുവളയ്ക്കുമെന്നാണ് ഞാൻ പറഞ്ഞത്. സൂക്ഷിക്കേണ്ടപ്പോൾ സൂക്ഷിച്ചാൽ പിന്നെ ദു:ഖിക്കേണ്ടിവരില്ലെന്ന് പറഞ്ഞു." ഇതും പറഞ്ഞ് അതിഥി കുറെ നേരം മിണ്ടാതിരുന്നു. വിളർത്ത് നീലിച്ച അയാളുടെ കൃഷ്ണമണികൾ ചുരുങ്ങുന്നുണ്ടായിരുന്നു. പുഞ്ചിരിതൂകിക്കൊണ്ട് അയാൾ പറഞ്ഞു: "സുഹൃത്തേ ഞാനന്ന് പറഞ്ഞതല്ലേ ശരി. നമ്മൾ വഞ്ചിക്കപ്പെടുകയാ

യിരുന്നില്ലേ?. സൈനിക കമ്മീഷൻ എന്നെ നേതൃസ്ഥാനത്തുനിന്നും മാറ്റി അറസ്റ്റുചെയ്ത് ഒരു ട്രൈബ്യൂണലിന്റെ മുമ്പിൽ ഹാജരാക്കിയില്ലേ?. അവരെന്നെ കൊല്ലുകയോ കോൺസെൻട്രേഷൻ ക്യാമ്പിലേക്ക് തള്ളിവിടുകയോ ചെയ്യുമായിരുന്നു. അതുറപ്പായിരുന്നു. അതിന്റെ കാരണം എന്തായിരുന്നുവെന്ന് നിങ്ങൾക്കറിയുമോ. എന്റെ നാട്ടുകാരനായ ഒരു നായിന്റെമോൻ എനിക്കെതിരെ തെളിവ് ഹാജരാക്കി. കൊസാക്കുകാരുടെ വിപ്ലവനേതാവും ഡോണിലെ സോവിയറ്റ് സൈന്യത്തിന്റെ നേതാവുമായിരുന്ന ഒരാളെ വധിച്ചതിൽ എനിക്കു പങ്കുണ്ടെന്നായിരുന്നു അയാൾ പറഞ്ഞത്. അങ്ങനെ അവരെന്നെ വിചാരണയ്ക്കായി ട്രൈബ്യൂണലിന്റെ മുമ്പിലേക്ക് കൊണ്ടുപോകുമ്പോഴെല്ലാം ഞാൻ സാഹസികമായി ചാടി രക്ഷപ്പെട്ടത്. എത്രകാലം ആൾമാറാട്ടം നടത്തി ഞാനൊളിവിൽപ്പോയി. 1923–ൽ ഞാൻ സ്റ്റാനിറ്റ്സയിലേക്ക് പോയി. പണ്ട് ചെമ്പടയിൽ കമാന്ററായിരുന്നതിന്റെ ചില രേഖകൾ അവിടെ ഉണ്ടായിരുന്നു. മാത്രമല്ല ചില നല്ല സുഹൃത്തുക്കളും. എങ്ങനെയോ ഞാനെന്റെ ജീവൻ രക്ഷപ്പെടുത്തി. അവരെന്നെ ടോണിലെ കമ്മീഷന്റെ മുമ്പിലേക്കാണ് കൊണ്ടുപോയത്. അതും വലിച്ചിഴച്ച്. അന്നു ഞാൻ രക്ഷപ്പെട്ടില്ലായിരുന്നെങ്കിൽ....... അങ്ങനെ ഞാനൊരധ്യാപകനായിത്തീർന്നു. ഇത്രകാലവും ഞാനാ ജോലിചെയ്തു. ഇപ്പോൾ ഞാൻ ഉസ്ത് ഖൊപ്ലർസ്കയയിലേക്ക് ഒരാവശ്യത്തിനുവേണ്ടി പോവുകയാണ്. യാത്രയ്ക്കിടയിൽ എന്റെ പഴയ സമരസഖാവായ താങ്കളെ ഒന്നു കാണാമെന്നു കരുതി കയറിയതാണ്."

"നിങ്ങളിത്രയും കാലം ഒരധ്യാപകനായിരുന്നു അല്ലേ ആ നിലയ്ക്ക് ധാരാളം വായിച്ചിട്ടുണ്ടാവുമല്ലോ?. അതുവെച്ച് നിങ്ങൾ എന്നോട് പറയൂ ഞങ്ങളുടെ ഭാവി എന്തായിരിക്കും. ഈ കൂട്ടുകൃഷി നമ്മെ എവിടെക്കൊണ്ടു ചെന്ന് എത്തിക്കും."

കമ്യൂണിസത്തിലേക്ക് തന്നെ, അതെ, സഖാവെ സമ്പൂർണ കമ്യൂണിസത്തിലേക്ക്. കാൾ മാർക്സിന്റെ കൃതികൾ ഞാൻ വായിച്ചിട്ടുണ്ട്. മാർക്സും എംഗൽസും ചേർന്നെഴുതിയ *കമ്യൂണിസ്റ്റ് മാനിഫെസ്റ്റോയും* ഈ കൂട്ടുകൃഷിയുടെ അവസാനം എന്താണെന്നറിയാമോ. ആദ്യം കൂട്ടുകൃഷി. പിന്നെ കമ്യൂണിന്റെ സ്വത്ത് പിടിച്ചെടുക്കും. നിങ്ങളുടെ കന്നുകാലികളെ മാത്രമല്ല കുട്ടികളെയും പിടിച്ചെടുക്കും. പിന്നെ സോവിയറ്റ് സർക്കാറായിരിക്കും നിങ്ങളുടെ കുട്ടികളെ പഠിപ്പിക്കുന്നത്. പിടിച്ചെടുത്ത് പിടിച്ചെടുത്ത് എല്ലാറ്റിനെയും പൊതുസ്വത്താക്കും. നിങ്ങളുടെ ഭാര്യമാരെയും പിടിച്ചെടുക്കും. പാത്രങ്ങൾ, സ്പൂണുകൾ, ഭാര്യമാർ,കോഴികൾ, കോപ്പകൾ എല്ലാം പൊതുസ്വത്താകും. ഒരു പാത്രം വാത്തിറച്ചിയുടെ സൂപ്പും മുട്ടക്കറിയുമാണ് നിങ്ങൾക്കാവശ്യമെങ്കിൽ അതു തരാതെ നിങ്ങളെ അവർ മദ്യം കുടിപ്പിക്കും. മരണംവരെ നിങ്ങളെ അവർ മണ്ണിന്റെ അടിമകളാക്കും."

"എന്നാൽ എനിക്കവരുടെ മദ്യമൊന്നും വേണ്ടെങ്കിലോ...."

“നിങ്ങളുടെ അനുവാദം ചോദിച്ചിട്ടല്ല അവർ നിങ്ങൾക്ക് മദ്യം തരുന്നത്. അല്ലെങ്കിൽ അവരെന്തെങ്കിലും ചെയ്യുന്നത്.”

“നിങ്ങൾ ഉദ്ദേശിക്കുന്നത്.....”

“ഞാനുദ്ദേശിക്കുന്നത് തന്നെയാണ് ഞാൻ പറയുന്നത്.”

“ഹൃദയമില്ലാത്ത കപടബുദ്ധികളായ പിശാചുക്കളാണവർ.”

“അതു ശരിയാണ്. അവർക്ക് പറ്റിയ വിശേഷണമാണ് നിങ്ങൾ പറഞ്ഞത്. ഞാനൊന്നുകൂടി ചോദിക്കട്ടെ, അത്തരമൊരവസ്ഥയിൻ കീഴിൽ അതായത് കമ്യൂണിസത്തിൽ നമ്മളിന്ന് ജീവിക്കുന്നതുപോലെ ജീവിക്കാൻ കഴിയുമോ.”

“ഇല്ല സുഹൃത്തേ ഒരിക്കലും കഴിയില്ല.”

“അങ്ങനെയാണെങ്കിൽ നമുക്ക് ഇതിനൊരു പരിഹാരം കണ്ടേപറ്റൂ. നമ്മൾ ഇതിനെതിരെ യുദ്ധം ചെയ്യണം.”

“പ്രിയ സുഹൃത്ത് അലക്സാണ്ടർ നിങ്ങൾ എന്താണ് പറയുന്നത്? നമ്മളൊരിക്കൽ യുദ്ധം ചെയ്യാൻ ശ്രമിച്ചതല്ലെ. ഇനിയുമത് അസാധ്യമാണ് സുഹൃത്തെ എനിക്കത് ചിന്തിക്കാൻ പോലും കഴിയില്ല.”

“നിങ്ങൾക്ക് വയ്യെങ്കിൽ വീണ്ടും ശ്രമിക്കൂ” ഇതും പറഞ്ഞ് അതിഥി തന്റെ പ്രിയ സുഹൃത്തിന്റെ അടുത്തേക്ക് നീങ്ങി. ആ അടുക്കള ഭാഗത്തുള്ള വാതിലിൽ നോക്കിനിന്നു അയാൾ. പിന്നെ പാരവശ്യത്തോടെ ചെവിയിൽ മന്ത്രിക്കും പോലെ പറഞ്ഞു; “സുഹൃത്തെ ഞാൻ പറയാം എനിക്ക് നിങ്ങളെ നല്ല വിശ്വാസമാണ്. കൊസാക്കുകളായ ഞങ്ങളുടെ നാട്ടുകാർ ഒരു ഉശിരൻ കലാപം നടത്താൻ പോവുകയാണ്. അതൊരു ജലരേഖയാണെന്ന് വിചാരിക്കേണ്ട. മോസ്ക്കോയുമായി ഞങ്ങൾക്ക് നല്ല ബന്ധമുണ്ട്. വിശേഷിച്ചും ഇപ്പോൾ ചെമ്പടയിലെ ജനറൽമാരുമായി, വ്യവസായശാലകളിലും മറ്റ് തൊഴിൽ മേഖലകളിലും ഉള്ള എഞ്ചിനീയർമാരുമായി ഞങ്ങൾക്ക് അടുത്ത ബന്ധമാണുള്ളത്. ഇതിനെല്ലാം പുറമെ ഞങ്ങൾക്ക് ഉന്നതരുമായി വലിയ പിടിപാടുണ്ട്. അതുപോലെ തന്നെ വിദേശ രാജ്യങ്ങളുമായി നമ്മളെല്ലാം സംഘടിച്ച് കലാപം നടത്തുകയാണെങ്കിൽ അടുത്ത വസന്തത്തിന്റെ പിറവിയിൽതന്നെ ബാഹ്യ സഹായത്തോടെ നാം ഡോൺ പ്രദേശം പൂർണമായും സ്വതന്ത്രമാക്കും. നാം അതിനെ മോചിപ്പിക്കും. അങ്ങനെ വരുമ്പോൾ അതായത് നമുക്ക് നമ്മുടെ പ്രിയപ്പെട്ട ഡോൺ തിരിച്ചുകിട്ടുമ്പോൾ നിങ്ങളുടെ വിത്ത് നിങ്ങൾക്ക് വിളയായി കൊയ്യാൻ കഴിയും. ശ്രദ്ധിച്ച് കേൾക്കൂ, നമ്മുടെ ജില്ലയിൽ ധാരാളം ആളുകൾ നമുക്കുണ്ട്. നാം അവരെയെല്ലാം ഒന്നിപ്പിക്കണം. എന്റെ യാത്രയുടെ ഉദ്ദേശ്യം അതാണ്. നിങ്ങളെല്ലാം ഞങ്ങളുടെ കൂടെ ചേരണം. സൈന്യത്തിൻനിന്നും വിരമിച്ച മുന്നൂറിലധികം കൊസാക്കുകൾ ഇപ്പോൾ നമ്മുടെ സംഘടനയിലുണ്ട്. നമ്മുടെ ഗ്രാമങ്ങളിലെല്ലാം നമുക്ക് സൈനിക സംഘങ്ങളുണ്ടാക്കണം. നാമതിന് എന്തു ചെയ്യണം. നിങ്ങൾ പറയൂ.”

“ഇവിടുത്തെ കൃഷിക്കാരെല്ലാം കൂട്ടുകൃഷിയെ ശപിക്കുകയാണ്. നമ്മൾ കൊയ്ത വിളവ് പുറത്തുകൊണ്ടുപോയി അളക്കുന്നത് അവർക്കിഷ്ടമില്ല.”

“ഒരുനിമിഷം ക്ഷമിക്കൂ, മറ്റുള്ളവർ എന്തുപറയുന്നു എന്നതിനെക്കുറിച്ചല്ല. നിങ്ങൾ എന്തു വിചാരിക്കുന്നു എന്നാണ് ഞാൻ ചോദിക്കുന്നത്.”

“എന്നെപ്പോലെ ഒരാൾക്ക് ഇതുപോലുള്ള വലിയ കാര്യങ്ങൾ പെട്ടെന്ന് മനസിലാവുകയില്ല. തലകൊണ്ടുപോയി നേരെ മഴുവിന് ചുവട്ടിൽ വെച്ച് കൊടുക്കുംപോലെയാണത്.”

“നിങ്ങൾ ഒരു കാര്യം ചെയ്യൂ പിന്നീടാലോചിക്കൂ. സമയമായാൽ നമ്മുടെ ഗ്രാമങ്ങളിലെല്ലാം കലാപം ആളിപ്പടരണം. നമുക്ക് ജില്ലാകേന്ദ്രം പിടിച്ചെടുക്കണം. ജനകീയ സൈന്യത്തെയും കമ്യൂണിസ്റ്റുകാരെയും വീട്ടിൽ കയറി വധിക്കണം. അതിനു ശേഷം നാം കൊളുത്തിവിട്ട വിപ്ലവത്തിന്റെ ചെന്തീജ്വാലകൾ നാടെങ്ങും പടർന്നുപിടിക്കും.”

“അതിന് നമ്മുടെ കൈയിൽ ആയുധങ്ങളുണ്ടോ?”

“നമ്മൾ സംഘടിപ്പിക്കും. പഴയ വകയിൽ നിങ്ങളുടെ പക്കൽ ചില ആയുധങ്ങൾ ബാക്കി കാണില്ലെ.”

“ആവോ. ഒരു പഴയ തോക്കെങ്ങാൻ കണ്ടാലായി. എനിക്ക് തോന്നുന്നത് ആസ്ട്രിയൻ തോക്കാണ് അതെന്നാണ്.”

“ഒരു തീപ്പൊരി മതി കാട്ടുതീയുണ്ടാകാൻ. അതു വിതറിയാൽ പിന്നെ ഒരാഴ്ചകൊണ്ട് വിദേശക്കപ്പലുകളും യന്ത്രത്തോക്കുകളും റൈഫിളുകളും ഇവിടെ പറന്നെത്തും. അതിനു പിന്നാലെ വിമാനങ്ങളും. നിങ്ങൾ എന്തു പറയുന്നു?.”

“എനിക്കൽപ്പം ആലോചിക്കണം ക്യാപ്റ്റൻ. പെട്ടെന്ന് മറുപടി പറയാൻ പറ്റിയ വിഷയമല്ല ഇത്.”

അതിഥിയുടെ മുഖം വല്ലാതെ വിളർത്തിരുന്നു. പക്ഷെ, അയാളുടെ സ്വരം ഘനഗംഭീരമായിരുന്നു. കട്ടിലിന് നേരെ ചാരിനിന്നുകൊണ്ട് അയാൾ പറഞ്ഞു: “ഞാൻ നിങ്ങളോട് കൂട്ടുകൃഷിയിൽ ചേരാനല്ല പറഞ്ഞത്. ആരും ആരെയും നിർബന്ധിക്കേണ്ടതില്ല. നിങ്ങളുടെ ഇഷ്ടമാണ് പ്രധാനം. പക്ഷെ, ലൂക്കിച്ച് നിങ്ങൾ നിങ്ങളുടെ നാവിനെ നിയന്ത്രിക്കണം. ആറ് വെടിയുണ്ട നിങ്ങൾക്ക് വേണ്ടിയുണ്ട്. ഏഴാമത്തേത് ......................” ഇതും പറഞ്ഞ് അയാൾ പോക്കറ്റിൽ കൈയിട്ടു.

“ഞാനെന്റെ വാക്കിനെ നിയന്ത്രിച്ചോളാം. പക്ഷെ, നിങ്ങളുടെ വഴി അപകടം നിറഞ്ഞതാണ്. എനിക്കത് പറയാതെ വയ്യ. അപകടം പിടിച്ച ഒരു വഴിയിലേക്കാണ് നിങ്ങൾ പോവുന്നത്. എനിക്ക് ഭയമുണ്ട്. പക്ഷെ, അതേയവസരത്തിൽ ഇന്നത്തെ ഈ ജീവിതം എനിക്ക് തുടർന്നുകൊണ്ടുപോവാൻ വയ്യ. ധനികരെ വേട്ടയാടുന്ന ഈ ഏർപ്പാടില്ലായിരുന്നെങ്കിൽ എനിക്ക് അധ്വാനിച്ച് ഒരു ധനികനാകാമായിരുന്നു. ജീവിതത്തിൽ സ്വാതന്ത്ര്യമുണ്ടായിരുന്നുവെങ്കിൽ എനിക്ക് സ്വന്തമായി ഒരു മോട്ടോർകാറെങ്കിലും ഉണ്ടാകുമായിരുന്നു. എങ്കിലും അവരെ ഒറ്റയ്ക്കെതിർക്കുക എന്നത് എനിക്ക് ആലോചിക്കാൻ വയ്യ. ആത്മഹത്യാപരമാണത്.”

“ഒറ്റയ്ക്കാണെന്ന് ആരാണ് നിങ്ങളോട് പറഞ്ഞത്.” ഇതു പറയുമ്പോൾ അതിഥി, ലൂക്കിച്ചിനെ തടഞ്ഞുവെക്കുന്നുണ്ടായിരുന്നു.

“ഒറ്റയ്ക്കാണെന്ന് ഞാൻ പറഞ്ഞു എന്നു മാത്രം. നാട്ടുകാർ നമ്മുടെ കൂടെ ചേരുമോ. അവർ നമ്മെ പിൻതുണയ്ക്കുമോ....”

“ഈ ആളുകളെന്നു പറഞ്ഞാൽ വെറും ആട്ടിൻപറ്റങ്ങളാണ്. ആർക്കും അവരെ എങ്ങോട്ടും നയിക്കാം. പക്ഷെ, അതല്ല കാര്യം. നിങ്ങളുടെ തീരുമാനമാണ്.”

“പക്ഷെ ഞാൻ, അലക്സാണ്ടർ.....................”

“ഇങ്ങനെ പറഞ്ഞാൽപ്പോരാ. കാര്യങ്ങൾ വ്യക്തമായി പറയണം. യെസ് ഓർ നോ.”

“മറ്റൊരു മാർഗമില്ലാത്തതുകൊണ്ട് എനിക്ക് തീരുമാനം എടുത്തല്ലേ പറ്റൂ. എന്നാൽ എനിക്ക് ആലോചിക്കാൻ സമയം വേണം. നാളെ പ്രഭാതത്തിൽ ഞാനെന്റെ ഉറച്ച നിലപാട് പറയാം.”

“നിങ്ങൾ നിങ്ങളുടെ തീരുമാനം പറഞ്ഞാൽ മാത്രം പോരാ. വിശ്വസിക്കാൻകൊള്ളുന്ന ആളുകളെ കണ്ടെത്തണം. അവരെ സ്വാധീനിക്കണം. പഠിപ്പിക്കണം. സോവിയറ്റ് സർക്കാറിനെതിരെ അവരുടെ രക്തത്തിൽ വിദ്വേഷം കുത്തിയിറക്കണം.” അതിഥി ഇത് പറയുമ്പോൾ അയാൾക്ക് യുദ്ധക്കളത്തിലെ വിപ്ലവനേതാവിന്റെ ഭാവമായിരുന്നു.

“ചത്തതിനൊക്കുമേ ജീവിച്ചിരിക്കിലും എന്ന ഈ അവസ്ഥയിൽ സോവിയറ്റ് സർക്കാരിനെതിരെ ആരുടെ രക്തത്തിലും വിദ്വേഷം കടത്തിവിടേണ്ടതില്ല. അവരുടെ രക്തത്തിൽ അത് വേണ്ടുവോളമുണ്ട്.”

“ആട്ടെ നിങ്ങളുടെ മകന്റെ സ്ഥിതിയെന്താണ്?”

“ഇരുമെയ്യാണെങ്കിലും ഞങ്ങളച്ഛനും മകനും ഒറ്റമനുഷ്യനെപ്പോലെയാണ്. എന്റെ കൂടെ അവനുമുണ്ടാവും.”

“വിശ്വസിക്കാൻകൊള്ളുന്നവനാണോ ആ ചെറുപ്പക്കാരൻ.”

“ഉത്തമനായ ഒരു കൊസാക്കാണവൻ.” യാക്കോവ് ലൂക്കിച്ച് വളരെ അഭിമാനത്തോട് കൂടിയാണത് പറഞ്ഞത്.

അതിഥിക്കുവേണ്ടി യാക്കോവ് ലൂക്കിച്ച് കിടക്ക വിരിച്ചു. അതിഥി തന്റെ കോട്ടുകളഴിച്ചുമാറ്റി. ഉടുപ്പുകൾ മാറാതെ അയാൾ കിടക്കയിലേക്ക് വീണു. തൂവലിന്റെ മണവും കുളിർമയുമുള്ള ആ ശയ്യയിൽ വീണതോടെ അയാൾ ഉറക്കമായി. ശാന്തമായ ഉറക്കം.

വെള്ളകീറുന്നതിന് മുമ്പുതന്നെ യാക്കോവ് ലൂക്കിച്ച് തന്റെ അമ്മയെ വിളിച്ചുണർത്തി. ചായ്പിലെ ഒരു മുറിയിലായിരുന്നു ആ എൺപത് വയസുള്ള സ്ത്രീ കിടന്നുറങ്ങിയത്. യാക്കോവ് തന്റെ മുൻ ആഫീസറുടെ വരവിന്റെ രഹസ്യം തന്റെ അമ്മയോട് പറഞ്ഞു. അവരുടെ കൈകാലുകളിലെല്ലാം ഞരമ്പുകൾ പൊന്തിയിരുന്നു. വാതംപിടിച്ച കാലുകളായിരുന്നു അവർക്കുണ്ടായിരുന്നത്. ആ കാലുകൾ അവർ അടുപ്പുതിണ്ണയിൽ നിന്നും തൂക്കിയിട്ടിരുന്നു. മകൻ പറയുന്നതെല്ലാം ആ വൃദ്ധ ശ്രദ്ധിച്ചു കേട്ടു. തന്നെ സഹായിക്കണമെന്നും അനുഗ്രഹിക്കണമെന്നും അയാൾ അമ്മയോടപേക്ഷിച്ചു. യാക്കോവ് ലൂക്കിച്ച് കന്യാമറിയത്തിന്റെ വിഗ്രഹത്തിന് മുന്നിലെന്നപോലെ അമ്മയുടെ മുന്നിൽ മുട്ടുകുത്തിനിന്നു.

"ആ തെമ്മാടികൾക്കെതിരായി നീ യുദ്ധം ചെയ്യണം മകനേ. നിന്നെ ദൈവം അനുഗ്രഹിക്കും. നമ്മുടെ പള്ളികൾ അവർ അടച്ചുപൂട്ടുകയാണ്. പുണ്യപിതാക്കന്മാരെ അവർ ആട്ടിപ്പായിക്കുകയാണ്. നീ അവർക്കെതിരെ സമരം ചെയ്യണം." വൃദ്ധ മകനെ അനുഗ്രഹിച്ചു. നേരം പുലർന്നതോടെ യാക്കോവ് തന്റെ പ്രിയ അതിഥിയെ വിളിച്ചുണർത്തി. എന്നിട്ട് പറഞ്ഞു:

"ഇതാണ് എന്റെ ഉറച്ച തീരുമാനം. ഞാൻ പൂർണമനസോടെ തയാറെടുത്തിരിക്കുന്നു. നിങ്ങളെന്നോട് ആജ്ഞാപിക്കൂ."

അതിഥി തന്റെ കീശയിൽനിന്ന് ഒരു കടലാസെടുത്ത് യാക്കോവിന് നേരെ നീട്ടി അതിലൊപ്പുവെക്കാൻ പറഞ്ഞു. അയാൾ അതിലെ കൽപ്പനകൾ ഇങ്ങനെ വായിച്ചു:

"ദൈവം നമ്മുടെ കൂടെയാണ്. ഡോൺ നദിയുടെ മാറിടത്തിൽ മയങ്ങുന്ന ഡോൺ മഹാസൈന്യത്തിലെ ഒരു കൊസാക്കായ ഞാൻ എന്റെ ജന്മനാടിന്റെ വിമോചനത്തിനുവേണ്ടി സംഘം ചേരുന്നു. ഞാനെന്റെ സർവശക്തിയുമുപയോഗിച്ച് എന്റെ ശരീരത്തിലെ അവസാനതുള്ളി രക്തം വരെ ക്രിസ്ത്യാനികളുടെ കടുത്ത ശത്രുക്കളും റഷ്യൻ ജനതയുടെ അന്തകരുമായ കമ്യൂണിസ്റ്റുകാരായ ബോൾഷെവിക്കുകൾക്കെതിരെ പടപൊരുതി മരിക്കാൻ തയാറാണെന്ന് പ്രതിജ്ഞ ചെയ്യുന്നു.ആയതിനാൽ ഈ പ്രതിജ്ഞാപത്രത്തിൽ ഞാനിതാ ഒപ്പുവെക്കുന്നു."

## 5

**ഗ്രി**മ്യാക്കിലോഗിലെ പട്ടിണിപ്പാവങ്ങളായ കൃഷിക്കാരും വിസ്മയിച്ചുപോയ ദിവസമായിരുന്നു അത്. ഡേവിഡോവ് ഒരു പ്രഭാഷകനായിരുന്നില്ല. എങ്കിലും ഏറ്റവും പ്രതിഭാശാലിയായ കലാകാരനെയെന്ന പോലെ അവർ അയാളെ വീക്ഷിച്ചു. ആരാധനയോടെ അയാളുടെ പ്രസംഗം കേട്ട് ആസ്വദിച്ചു.

"സഖാക്കളെ, ലെനിൻഗ്രാദിൽനിന്നും വരുന്ന തൊഴിലാളിയാണ് ഞാൻ. നിങ്ങൾക്കുവേണ്ടിയാണ് ഞാനിവിടെ എത്തിയത്. നിങ്ങൾക്കായി കൂട്ടുകൃഷി സംഘടിപ്പിക്കാൻ നമ്മുടെ രക്തവും മജ്ജയും മാംസവും നശിപ്പിക്കുന്ന കുലാക്കുകളെ നമുക്ക് നശിപ്പിക്കണം. അതിനുവേണ്ടിയാണ് തൊഴിലാളിവർഗവും അതിന്റെ വിപ്ലവസഖാവായ കമ്യൂണിസ്റ്റ് പാർട്ടിയും എന്നെ ഇങ്ങോട്ട് അയച്ചത്. ഞാൻ കൂടുതൽ സംസാരിക്കാൻ ആഗ്രഹിക്കുന്നില്ല. നമുക്ക് കൂട്ടുകൃഷിവേണം. അതിനുവേണ്ടി കൃഷിക്കാരായ നിങ്ങളാകെ അണിചേരണം. നിങ്ങൾ നിങ്ങളുടെ മണ്ണും പണിയായുധങ്ങളും കാളകളും പശുക്കളും എല്ലാം പൊതുസ്വത്തായി വിട്ടുകൊടുക്കണം. എന്നിട്ട് കൂട്ടുകൃഷി പ്രസ്ഥാനം വളർത്തിക്കൊണ്ടുവരണം. എന്തിനുവേണ്ടി? ഞാൻ പറയാം. ഏറ്റവും അടിസ്ഥാനപരമായി പറഞ്ഞാൽ നിങ്ങൾക്ക് ഇന്നത്തെ നിങ്ങളുടെ ജീവിതം തുടർന്നുകൊണ്ടുപോകാൻ സാധ്യമല്ല. എന്തുകൊണ്ടാണ് നിങ്ങൾക്ക് ക്ഷാമമുണ്ടാകുന്നത്.

ധനികരായ കുലാക്കുകൾ നിങ്ങളും നിങ്ങളുടെ കുഞ്ഞുങ്ങളും കഴിക്കേണ്ട ധാന്യം മുഴുവൻ മണ്ണിനടിയിൽ പൂഴ്ത്തിവെച്ചിരിക്കുകയാണ്. അത് അവിടെക്കിടന്ന് നശിക്കുകയാണ്. അവരിൽനിന്നും നമുക്കത് പിടിച്ചെടുക്കണം. നാം അവർക്കെതിരായി സംഘടിക്കണം പോരാടണം. ഇപ്പോൾ നിങ്ങളുടെ അടുത്തുള്ള ധാന്യം മുഴുവൻ സ്വന്തം മനസാലെ നിങ്ങൾ വിട്ടുതരണം. പക്ഷെ, നിങ്ങളുടെ പക്കൽ വളരെക്കുറച്ച് ധാന്യമേയുള്ളു എന്ന് എനിക്കറിയാം. എന്തുചെയ്യാം. സാധുകൃഷിക്കാരുടെ ധാന്യം ഒന്നുകൊണ്ടുമാത്രം സോവിയറ്റ് യൂണിയനെ രക്ഷിക്കാനാവില്ല. നിങ്ങളിനിയും വിത്തിറക്കണം. എന്നാൽ മരംകൊണ്ടുണ്ടാക്കിയ കലപ്പ ഉപയോഗിച്ച് നിങ്ങൾ എങ്ങനെ മണ്ണ് ഉഴുതുമറിക്കും. എങ്ങനെ കൂടുതൽ വിത്ത് ഇറക്കും. അതിനു നിങ്ങൾക്ക് ഒരു ട്രാക്ടർ വേണം. അതല്ലെ സത്യം? കലപ്പകൊണ്ട് ഈ ഡോണിൽ നിലം ഉഴുതുമറിച്ച് എങ്ങനെ കൂടുതൽ ധാന്യമുണ്ടാക്കും. നേരം വെളുക്കുന്നതുമുതൽ രാത്രിവരെ കാളപൂട്ടിയാൽ നിങ്ങൾക്ക് ഒരുപക്ഷെ മുപ്പതേക്കർ നിലം ഉഴുതുമറിക്കാൻ കഴിഞ്ഞേക്കും. വെറും മുപ്പത്. പക്ഷെ, ഭൂമി പാറപോലെ ഉറച്ചതാണെങ്കിലോ?"

"എന്താണ് നിങ്ങൾ പറഞ്ഞുവരുന്നത്?" ഒരു സ്ത്രീ ഇടയ്ക്കുകയറി ചോദിച്ചു. "ഞങ്ങൾക്ക് കൂടിയാൽ നാല് കാളകളുണ്ടാകും. എന്നാൽ എവിടുന്ന് കിട്ടുമത്. എല്ല് പൊന്തിയ കാളകളാണ് ഞങ്ങൾക്കെല്ലാമുള്ളത്. പക്ഷേ, പണക്കാർക്ക് ഇതെല്ലാമുണ്ട്. അവർക്ക് എല്ലാ സഹായങ്ങളുമുണ്ട്."

ആ പാവപ്പെട്ട സ്ത്രീയുടെ വായ അടപ്പിക്കാൻവേണ്ടി ഒരു പുരുഷസ്വരം ഉയർന്നു: "നിങ്ങൾ നിങ്ങളുടെ അടിവസ്ത്രം വായിൽ കുത്തിക്കയറ്റി അനങ്ങാതിരുന്നുകൊള്ളണം. നമ്മൾ അതൊന്നുമല്ല സംസാരിക്കാൻ പോകുന്നത്."

"നീ പോയി നിന്റെ പണിനോക്കെടാ. നീ നിന്റെ വീട്ടുകാരിയെ പോയി പഠിപ്പിക്ക്. എന്റെ മേൽ കുതിരകയറണ്ട."

അപ്പോൾ ഡേവിഡോവ് പറഞ്ഞു: "നിങ്ങൾക്ക് ഒരു ട്രാക്ടർ മാത്രം പോരാ. നിങ്ങളെല്ലാം ഞാൻ പറയുന്നത് ശ്രദ്ധിച്ച് കേൾക്കണം. മെച്ചപ്പെട്ട ട്രാക്ടർ ഞങ്ങളുണ്ടാക്കുന്നുണ്ട്. നല്ല ഡ്രൈവറാണെങ്കിൽ പകൽ മുഴുവൻ ജോലിചെയ്താൽ ഒരുദിവസം കൊണ്ടുമാത്രം മുപ്പതേക്കർ നിലം നിങ്ങൾക്ക് ഉഴുതുമറിക്കാൻ കഴിയും." ഇതുകേട്ട് അവിടെ കൂടിയവരെല്ലാം അന്തംവിട്ടുപോയി. ഒരാൾ അതിനിടയിൽ തന്റെ അത്ഭുതം പ്രകടിപ്പിക്കാൻ കൂക്കിവിളിച്ചു. ആളുകളെല്ലാം കുശുകുശുത്തു. പിന്നീട് അത് വലിയ വർത്തമാനമായി മാറി.

ഡേവിഡോവ് ആവേശം മൂത്ത് ഉണങ്ങിപ്പോയ തന്റെ ചുണ്ട് നാവുകൊണ്ട് തുടച്ച് പ്രസംഗം തുടർന്നു: "ഞങ്ങൾ പാവപ്പെട്ട കൃഷിക്കാർക്ക് വേണ്ടി ധാരാളം ട്രാക്ടറുകൾ ഉണ്ടാക്കുന്നുണ്ട്. പക്ഷെ, നയാപൈസ കൈയിലില്ലാത്ത നിങ്ങൾക്ക് അതെങ്ങനെ വാങ്ങാൻ കഴിയും. അതുകൊണ്ടാണ് പറയുന്നത്, നിങ്ങൾ തൊഴിലാളികളും കൃഷിക്കാരും ഇടത്തരക്കാരും എല്ലാവരും ചേർന്ന് സംഘടിച്ച് പ്രവർത്തിക്കണം. നിങ്ങൾ

ട്രാക്ടർ കണ്ടിട്ടുണ്ടോ. ഒരു വലിയ യന്ത്രമാണത്. ഒരു റ വട്ടം മണ്ണിൽ നിങ്ങൾക്ക് എന്ത് ഉണ്ടാക്കാൻ കഴിയും. വിളവ് കൂടുതൽ വേണമെങ്കിൽ വിശാലമായ കൃഷിഭൂമി വേണം. അല്ലാതെ നിങ്ങളുടെ ഈ തുണ്ടുഭൂമി കൊണ്ട് എന്തുകാര്യം. മുട്ടനാടിനെ കറന്നാൽ പാല് കിട്ടുമോ?" അപ്പോൾ ആരോ ഉച്ചത്തിൽ ഇങ്ങനെ വിളിച്ചുപറഞ്ഞു:

"അതു പക്ഷെ കിട്ടിയേക്കാം."

"അതാണ് ഞാൻ പറയുന്നത്. നമ്മളെന്തു ചെയ്യണം. നിങ്ങളെല്ലാവരും ട്രാക്ടർ വാങ്ങണം. എന്നിട്ട് ദാരിദ്ര്യത്തെ വേരോടെ പിഴുതെറിയണം. അതിനുവേണ്ടിയാണ് നമ്മൾ കൂട്ടുകൃഷി ഉണ്ടാക്കുന്നത്. നമ്മുടെ പാർട്ടി ആസൂത്രണം ചെയ്തതാണിത്. നമ്മുടെ പ്രിയ സഖാവ് ലെനിൻ മരണത്തിന് തൊട്ടുമുമ്പ് എന്താണ് പറഞ്ഞതെന്ന് നിങ്ങൾക്കറിയുമോ? കൂട്ടുകൃഷികൊണ്ട് മാത്രമേ നാട്ടിൻപുറത്തെ പട്ടിണിപ്പാവങ്ങളെ പട്ടിണിയിൽ നിന്ന് മോചിപ്പിക്കാൻ കഴിയൂ എന്ന്. അതല്ലെങ്കിൽ അവർ പട്ടിണി കിടന്ന് ചത്തുപോകും. പണക്കാരായ കുലാക്കുകൾ നിങ്ങളുടെ ചോരയും നീരും ഊറ്റിക്കുടിച്ച് വൈക്കോൽ ചണ്ടിപോലെ തള്ളിവിടും. അതുകൊണ്ട് നിങ്ങളുടെ മുമ്പിൽ രക്ഷപ്പെടാൻ ഒരൊറ്റ വഴിയേയുള്ളു. എല്ലാവരും കൂടി ച്ചേർന്ന് കൂട്ടുകൃഷി ഉണ്ടാക്കുക. കുലാക്കുകളായ കുലാക്കുകളെല്ലാം നിങ്ങളെ ചൂഷണം ചെയ്യുകയാണ്. അതവസാനിപ്പിക്കണം. ഞാൻ പറയുന്ന സത്യം നിങ്ങൾ വിശ്വസിക്കണം. നമുക്കിനി നമ്മുടെ സംഘടനയെപ്പറ്റിപറയാം. ദുർബലന്റെ കൈയിലെ യന്ത്രത്തോക്കുപോലെയാണത്. അതവന് ഉപയോഗിക്കാൻ കഴിയുകയില്ല. അവനതിന് ശേഷിയില്ല. നിങ്ങളുടെ ഈ സംഘടനകൊണ്ട് നിങ്ങൾക്കെന്തെങ്കിലും ഗുണം ഉണ്ടായോ? നിങ്ങൾ ആലോചിക്കണം. നമുക്ക് നമ്മുടെ കൂട്ടുകൃഷിയെ മഹത്തായ ഒരു സംഭവമാക്കിമാറ്റണം. അതിനകത്തേക്ക് എല്ലാവരും വരണം. എല്ലാത്തരം കൃഷിക്കാരും തൊഴിലാളികളും ഒന്നിച്ചുചേരണം."

"സാറേ ഒരുനിമിഷം നിൽക്കണം. എനിക്കൊരു കാര്യം പറയാനുണ്ട്." ശരീരം നിറയെ കറുത്ത പുള്ളിക്കുത്ത് വീണ ഒരു കോങ്കണ്ണൻ ആയിരുന്നു അത്. ഉഷക്കോവ് എന്നായിരുന്നു അയാളുടെ പേര്. പഴയ ഒരു പാർട്ടിമെമ്പറായിരുന്നു അയാൾ. അയാൾക്ക് ഇടതൂർന്നുവളർന്ന മുടിയുണ്ടായിരുന്നു. അയാൾ സദസിൽ എഴുന്നേറ്റ് നിന്നു. സംസാരിക്കാൻ അനുവാദം വാങ്ങണമെന്നു നെഗുൽനോവ് പറഞ്ഞു. എന്നാൽ അതിനുള്ള മറുപടി ഇതായിരുന്നു:

"എനിക്ക് പറയാനുള്ളത് പറയാൻ ആരുടെയും സമ്മതം വേണ്ട." തന്റെ കോങ്കണ്ണുകൊണ്ട് അയാൾ നോക്കുന്നത് എങ്ങോട്ടാണെന്ന് ആർക്കും തന്നെ വ്യക്തമായി പറയാൻതന്നെ കഴിഞ്ഞില്ല. അയാൾ പറഞ്ഞു: "എനിക്കിത് പറയാൻ പാടുണ്ടോ എന്നെനിക്കറിയില്ല. എങ്കിലും ഞാനിത് പറയും. ആരാണ് നമുക്ക് ഈ നഷ്ടങ്ങളെല്ലാം വരുത്തിവെച്ചത്. നമ്മളിന്ന് സോവിയറ്റ് സർക്കാറിന്റെ നെഞ്ചിലേറ്റിയ അമ്മിക്കല്ലാണ്. കടംവാങ്ങി ജീവിക്കാനല്ലാതെ നമുക്കറിയുമോ. ആരാണ് നമ്മളെ ഇത്തി

ക്കണ്ണികളാക്കിയത്. ഞാൻ ചോദിക്കുന്നു. ആരാണ് നമ്മളെ പട്ടിണിക്കാരാക്കിമാറ്റിയത്. ഉത്തരം ഞാൻതന്നെ പറയാം. നമ്മുടെ സംഘടനയുടെ ചെയർമാൻ. അയാൾ എന്തിനോടും സമരസപ്പെടുന്ന ആളാണ്."

"പെരുംനുണയാണ് അവൻ പറയുന്നത്" പിന്നിൽ നിന്നാരോ പറയുന്നത് കേട്ടു. അപ്പോൾ ആരോപണ വിധേയമായ ചെയർമാൻ അർക്കാഷ്ക അധ്യക്ഷവേദിയിലേക്ക് തിടുക്കത്തിൽ വരുന്നുണ്ടായിരുന്നു. "സത്യം ഞാൻ പറയാം." ഇതു കേട്ട് ഉഷക്കോവ് ആകെ വിളർത്തുപോയി. കണ്ണുകൾ ചുവന്നു തുടുത്തു. അപ്പോൾ അധ്യക്ഷൻ മേശമേൽ ഇടിച്ച് സദസിനെ ശാന്തമാക്കാൻ ശ്രമിക്കുന്നുണ്ടായിരുന്നു. എന്നാൽ കോങ്കണ്ണൻ ഉഷക്കോവ് ഇങ്ങനെ പറഞ്ഞു: "പെരുംകള്ളാ താനങ്ങനെ കടന്നുകളയാമെന്നു വിചാരിക്കേണ്ട. ആൾബലമില്ലാത്തതുകൊണ്ടല്ല സംഘടന തകർന്നത്. ഇയാളുടെ കച്ചവട മനഃസ്ഥിതികൊണ്ടാണ്. പിന്നെ അയാൾ എന്നോട് പറഞ്ഞത്. അതിന് ചൂടാറാതെ വരമ്പത്തുവെച്ചുതന്നെ ഞാൻ കൂലികൊടുക്കുന്നുണ്ടെന്നെ."

"ഇവൻ പറയുന്നതെല്ലാം നുണയാണ്" അർക്കാഷ്ക കോടതിയിലെന്നപോലെ വാദിക്കുകയായിരുന്നു.

"താനല്ലേ മൂന്ന് ചെമ്മരിയാടുകളെയും പശുക്കുട്ടിയെയും കൊടുത്ത് യന്ത്രത്തോക്കു വാങ്ങാൻ ഞങ്ങളോട് പറഞ്ഞത്. നിങ്ങൾ ഒരു വിളഞ്ഞ പുള്ളിയാണ്." കോങ്കണ്ണൻ പറഞ്ഞു.

"നിങ്ങളെല്ലാവരും ശാന്തരായിരിക്കണം.അന്തിക്കോഴികളെപ്പോലെ പരസ്പരം കൊത്തിപ്പറിക്കരുത്." നഗുൽനോവ് ആണിത് പറഞ്ഞത്. അയാളുടെ ചുവന്ന മുഖത്ത് രക്തമിരച്ച് കയറി. അയാൾ ആകെ വിറയ്ക്കുന്നുണ്ടായിരുന്നു. അപ്പോൾ അർക്കാഷ്ക എന്തോ പറയാൻ ശ്രമിക്കുന്നുണ്ടായിരുന്നു. അയാളത് പ്രസംഗിക്കാനാണ് ഭാവം. തന്റെ ചന്തമാർന്ന താടിരോമങ്ങൾ അയാൾ തടവുന്നുണ്ടായിരുന്നു. അയാൾക്ക് പ്രസംഗിക്കാൻ മുട്ടുന്നതിന്റെ ലക്ഷണമായിരുന്നു അത്. പക്ഷെ ഡേവിഡോവ് അയാളെ ഉന്തിത്തള്ളി എന്നിട്ട് പറഞ്ഞു: "എന്റെ ഊഴം കഴിഞ്ഞില്ല. എന്തെങ്കിലും പറയുമ്പോഴേക്കും ഇടയ്ക്ക്ചാടി പറയുന്നതൊഴിവാക്കണം....". അയാൾ പ്രസംഗം തുടർന്നു:

"അതുകൊണ്ട് സഖാക്കളേ..............നമുക്ക് കൂട്ടുകൃഷിയിലൂടെ മാത്രമേ മുന്നോട്ടുപോകാൻ കഴിയുകയുള്ളു." ഇത്രയും പറയുമ്പോഴേക്കും മറ്റൊരാൾ ഇടയിൽ ചാടിപ്പറഞ്ഞു: "നിങ്ങളുടെ പ്രസംഗമൊന്നുമില്ലെങ്കിലും ഞങ്ങളെല്ലാവരും കൂട്ടുകൃഷിയിൽ ചേരും." ആളുകളെല്ലാം പിന്നെ വിളിച്ചുപറയാൻ തുടങ്ങി: "ഞങ്ങൾക്ക് കൂട്ടുകൃഷി വേണം."

"കൃഷി ഞങ്ങൾ നോക്കിനടത്തും" പിന്നെ ഒരു ബഹളമായിരുന്നു. നേതാക്കൾ ജനങ്ങളെ ശാന്തരാക്കാൻ ശ്രമിച്ചു. ജനങ്ങൾ ശാന്തരായില്ല. നേതാക്കൾ തൊപ്പി തലയിൽനിന്നൂരി സൈനികരംഗത്തെന്നപോലെ ഗൗരവം നടിച്ചുനിന്നു. അപ്പോൾ ഒരു നേതാവ് ഇങ്ങനെ പറഞ്ഞു: "ഞങ്ങൾ പ്രസംഗിക്കുന്നത് സോവിയറ്റ് യൂണിയനുവേണ്ടിയാണ്."

"ഞങ്ങളൊന്നും ഒന്നുമറിയാത്തവരല്ല. വലിയ പ്രസംഗമൊന്നും ഞങ്ങളോട് വേണമെന്നില്ല. യുദ്ധകാലഘട്ടത്തിൽ ഞങ്ങളാണ് കൂട്ടുകൃഷി ഇവിടെ സ്ഥാപിച്ചത്. ശിരസ്സുകൊണ്ടും ചുമലുകൊണ്ടും നെഞ്ചുകൊണ്ടും താങ്ങിയാണ് ഞങ്ങൾ അതിനെ സംരക്ഷിച്ചത്. അതുകൊണ്ട് തന്നെ കൂട്ടുകൃഷി എന്താണെന്ന് ഞങ്ങൾക്കറിയാം. ഞങ്ങളതിൽ ചേരുകതന്നെ ചെയ്യും." കൃഷിക്കാരൻ ഇതു പറയുമ്പോൾ അയാളുടെ തഴമ്പ് കെട്ടിയ കൈ നിവർത്തിക്കാണിക്കുന്നുണ്ടായിരുന്നു. അയാളിങ്ങനെ തുടർന്നു; "ഒരു ട്രാക്ടർ വാങ്ങുക എന്നുള്ളത് നല്ല കാര്യംതന്നെ. അതാർക്കാണറിഞ്ഞുകൂടാത്തത്. പക്ഷെ, കാര്യം അതല്ല. നിങ്ങൾ ഞങ്ങൾക്കുവേണ്ടി ധാരാളം ട്രാക്ടർ ഉണ്ടാക്കുന്നില്ല. നിങ്ങളത് മനസിലാക്കണം. ഞങ്ങൾക്ക് പിടിച്ചുനിൽക്കാൻ കച്ചിത്തുരുമ്പുപോലുമില്ല. പകലന്തിയോളം പണി ചെയ്ത് ഞങ്ങളുടെ മുതുക് വളഞ്ഞുപോയി. എല്ല് നുറുങ്ങിപ്പോയി. ഒരു കൈകൊണ്ട് കാളയെത്തെളിച്ചും മറുകൈകൊണ്ട് കണ്ണീരു തുടച്ചും കഴിയുകയാണ് ഞങ്ങൾ. ഇത് തുടരാനാണെങ്കിൽ ഇനിയെന്തിന് കൂട്ടുകൃഷി?. ഇവിടെ കൂട്ടുകൃഷി തുടങ്ങുന്നതിനുമുമ്പ് ചോദിക്കണമെന്ന് ഞാൻ കരുതിയതാണ്. എന്തിനാണ് വേണ്ട സഹായമില്ലെങ്കിൽ കൂട്ടുകൃഷി. ഞങ്ങൾക്ക് ഒരു പുതിയ ജീവിതമല്ലെ വേണ്ടത്. ഞങ്ങളുടെ ജീവിതം പണ്ടും ഇതുപോലെതന്നെ. നികുതി കൊടുത്തു കൊടുത്തു പാപ്പരായി. പട്ടിണിയും പരിവട്ടവും തന്നെ. ഇത് തുടരാനാണെങ്കിൽ പിന്നെ എന്തിനാണ് കമ്യൂണിസ്റ്റ് പാർട്ടി? നമുക്ക് ഭരണം കിട്ടിയില്ലേ? ഇനി എന്താണ് നമ്മുടെ പരിപാടി? പഴയപോലെത്തന്നെ ജീവിക്കുകയോ? കാളയുടെ വാലും പിടിച്ച് ജീവിതകാലം മുഴുവൻ കഴിയാനോ? കാളയുണ്ടായിരുന്നെങ്കിൽ അതിന്റെ വാലിന്റെ അടിയുമേറ്റ് നടക്കാമായിരുന്നു. അതുമില്ലാത്തവരുടെ കാര്യമോ ? അവരിന്ന് പിച്ചച്ചട്ടിയുമായി തെരുവിലിറങ്ങിയിരിക്കുകയാണ്. ചിലർ കീശയിൽ പണവുമായി പോകുന്ന യാത്രക്കാരെയും കാത്ത് നിൽക്കുകയാണ്. പിടിച്ചുപറിക്കാനാണ് അവരുടെ പരിപാടി. പണക്കാർക്ക് ഇവിടെ സുഖംതന്നെ. അവർക്ക് ഭൂമി പാട്ടത്തിനെടുക്കാം. ആളെ കൂലിക്ക് നിർത്താം. സുഖിച്ച് കഴിയാം. ഇതൊക്കെയാണോ വിപ്ലവം കൊണ്ട് നേടുന്നത്. ഞങ്ങളെയൊക്കെ വിപ്ലവത്തിന്റെ നോക്കുകുത്തികളാക്കുകയാണോ? എന്തിനുവേണ്ടിയാണ് നാം ഇക്കാലമത്രയും പോരാടിയത്? ഇതൊക്കെ ചോദിക്കുമ്പോൾ ഒരിക്കൽപ്പോലും ജീവിതത്തിൽ വെടിപ്പുകയുടെ മണം അറിയാത്തവർ, അതേ നിങ്ങളുടെ കൂടെ ഇരിക്കുന്ന ഉദ്യോഗസ്ഥൻമാർ ഞങ്ങളുടെ നേരെ കടിച്ചുകീറാൻവരുന്നു. എല്ലാ ഉദ്യോഗസ്ഥപ്പെരുച്ചാഴികളും അവരുടെ പിന്നിലാണ്. അവർ ഞങ്ങളെ നോക്കികളിയാക്കി ചിരിക്കുന്നു. ഇനിയും ഞങ്ങളെ കബളിപ്പിക്കാൻ നോക്കേണ്ട. നിങ്ങളുടെ പഞ്ചാരവാക്കുകൾ ആവോളം ഞങ്ങൾക്ക് കിട്ടും. നിങ്ങൾ ഒരു കാര്യം ചെയ്യൂ. എങ്ങനെയെങ്കിലും ഒരു ട്രാക്ടർ തരൂ ഒരു നല്ല ട്രാക്ടർ. നിങ്ങളെല്ലാവരും ഇത് കാണും. ഞാൻ നേടിയത്. എന്റെ ജീവിതത്തിലെ ഏറ്റവും വലിയ സമ്മാനം. അയാൾ അതും

പറഞ്ഞ് അവിടെയുള്ള ആളുകളുടെ കാലുകൾ കവച്ച് വെച്ച് വേദിക്കരികിൽവന്ന് തന്റെ വസ്ത്രം പൊന്തിച്ച് തന്റെ വയറ് ആളുകൾക്ക് കാണിച്ചുകൊടുത്തു. തവിട്ട് നിറമുള്ള അയാളുടെ ശരീരത്തിൽ വാരിയെല്ലുകൾക്ക് മുകളിലായി രണ്ട് ഭീകരമായ മുറിവിന്റെ പാടുകൾ ഉണ്ടായിരുന്നു. അതു കാണിച്ചുകൊണ്ട് അയാൾ ഉച്ചത്തിൽ ചോദിച്ചു

"ഈ സമ്മാനം എന്തിനുവേണ്ടിയാണ് എനിക്ക് കിട്ടിയതെന്ന് അറിയണ്ടേ."

"എടാ നാണമില്ലാത്ത വൃത്തികെട്ട ചെകുത്താനെ, എടാ ഊര്..... വൃത്തികെട്ട നിന്റെ അടിവസ്ത്രം കൂടി ഊര്......" അവിടെ നിന്നിരുന്ന കോങ്കണ്ണൻ ഉഷക്കോവിന്റെ വിധവ അനീസ്യയാണിത് പറഞ്ഞത്.

"അയാൾ അടിവസ്ത്രം ഊരുന്നത് നിനക്ക് കാണണോടീ" ഉഷക്കോവ് പരിഹസിച്ചു.

"അനീസ്യാ നീ മിണ്ടാതിരിക്കൂ. അധ്വാനിക്കുന്ന ഒരു മനുഷ്യന് മറ്റൊരധ്വാനിക്കുന്ന മനുഷ്യന്റെ മുറിവ് കാട്ടിക്കൊടുക്കുന്നതിൽ ഞാനെന്തിന് ലജ്ജിക്കണം. ഈ ജീവിതം ഇങ്ങനെ തുടരാനാണെങ്കിൽ എന്റെ ഈ ശരീരത്തിലെ മനോഹരമായ ഈ സമ്മാനം മറച്ചുവെക്കാൻ ഇനി ഈ വസ്ത്രംപോലും ഉണ്ടായിരിക്കില്ല. പിന്നെ അടിവസ്ത്രത്തിന്റെ കാര്യം, അതുകൊണ്ടെന്തുകാര്യം. പലസ്ഥലത്തും തുളവീണിരിക്കുന്നു. പകൽ നേരത്താണെങ്കിൽ ഒരു പെൺകുട്ടിയുടെ മുമ്പിലൂടെ ഞാൻ കടന്നുപോയാൽ അവൾ നാണംകെട്ടുപോവും." ഇതു കേട്ടപ്പോൾ ആളുകളാകെ ആർത്തലച്ചു. പൊട്ടിച്ചിരിയും ബഹളവും പടർന്നു. ജനങ്ങളെ ശാന്തരാക്കാൻ വേദിയിലുള്ളവർ വല്ലാതെ പണിപ്പെട്ടു. പക്ഷെ, പിന്നെ പൂർണ ശാന്തത. അയാൾ തുടർന്നു: "പണമുള്ളോർക്ക് വേണ്ടിയാണോ ഞാൻ കഷ്ടപ്പെട്ട് പടവെട്ടിയത്. അവർക്ക് പൊരിച്ച കോഴിയും എനിക്ക് ഉണക്കറൊട്ടിയും കിട്ടാൻവേണ്ടിയാണോ ഞാൻ ചങ്കിലെ ചോരകൊടുത്ത് പൊരുതിയത്. നിങ്ങൾ എന്നെ നോക്കി പരിഹസിക്കേണ്ട. ഞാനൊന്നും പ്രസംഗിക്കുന്നില്ല. കൊല്ലത്തിൽ ഒരിക്കൽമാത്രം. എന്നാൽ പറയേണ്ടതെല്ലാം ഞാൻ പറയും. ഏതവന്റെയും മുഖത്തുനോക്കി പറയും."

ഇത് കേട്ടപ്പോൾ ഡേവിഡോവ് അയാൾക്ക് തുടർന്ന് സംസാരിക്കാൻ അനുവാദം കൊടുത്തു.

"ഞാൻ പറയാം, ഈ വർഷമാണ് ഞാൻ ആറേഴ് ഏക്കർ സ്ഥലത്ത് ഗോതമ്പ് വിതച്ചത്. മൂന്ന് മക്കളാണെനിക്ക് . ഉണങ്ങി വളഞ്ഞ ഒരു സഹോദരിയും. എന്നും സുഖക്കേടുകാരിയായ ഭാര്യ. കേട്ടോ എന്റെ ധാന്യം അളന്നുകഴിഞ്ഞോ?" പിന്നെയും അവിടെ ബഹളമായിരുന്നു. അയാൾ പലരെയും പുളിച്ച ചീത്ത പറഞ്ഞു. വീണ്ടും ബഹളം. ഇതിനിടയിൽ നഗുൽനോവ് ജനത്തെ ശാന്തരാക്കാൻ ശ്രമിച്ചു. ലുബിഷ്കിന്റെ നീണ്ട സംസാരം സന്തോഷത്തോടെയാണ് പലരും കേട്ടുകൊണ്ടിരുന്നത്. അയാൾ തുടർന്നു: "ഇക്കൊല്ലവും ഞങ്ങളുടെ കാര്യം വളരെ കഷ്ടതരമാകും. ഞങ്ങൾക്ക് വല്ലതും കിട്ടണമെങ്കിൽ അധികാരികളുടെ കാലുന

ക്കേണ്ടിവരും. വസന്തകാലത്ത് വിളവെടുപ്പിനായി ഞങ്ങളെ വിളിക്കാൻ ചിലർ വരും." ഇതും പറഞ്ഞ് അയാൾ തന്റെ കറുത്ത തൊപ്പി ഡേവിഡോവിന് നേരെ എറിഞ്ഞു. എന്നിട്ട് പറഞ്ഞു:

"എന്നോടെന്തിനാണ് നിങ്ങൾ കൂട്ടുകൃഷിയെപ്പറ്റി പ്രസംഗിക്കുന്നത്. നിങ്ങളാദ്യം പെരുച്ചാഴികളായ കുലാക്കുകളെ പിടിച്ചുകെട്ടുക. അതിനുശേഷമാകാം കൂട്ടുകൃഷി. അവരുടെ യന്ത്രങ്ങൾ ഞങ്ങൾക്ക് തരിക. കാളകളെ തരിക. ഞങ്ങൾക്കവരുടെ അധികാരവും ശക്തിയും എല്ലാം വേണം. അപ്പോഴേ സോഷ്യലിസം വരൂ. കുലാക്കുകൾക്കെതിരെ പ്രസംഗമല്ല വേണ്ടത്. ഞങ്ങളുടെ ചോരകുടിച്ച് ദിവസംതോറും അവൻ തടിച്ചുകൊഴുത്ത് വരികയാണ്. ആൽമരത്തിന്റെ ചുവട്ടിലെ പാഴ്ച്ചെടിപോലെ ഞങ്ങൾക്ക് സൂര്യവെട്ടംപോലും നിഷേധിക്കപ്പെടുകയാണ്." ഇതു പറഞ്ഞുകഴിഞ്ഞപ്പോൾ വീണ്ടും ബഹളം ഉയർന്നു. അപ്പോൾ അത് ശമിപ്പിക്കാനായി ഡേവിഡോവ് ഇങ്ങനെ പറഞ്ഞു;

"നിങ്ങൾ മനസിലാക്കണം. അതാണ് പാർട്ടിയുടെ നയവും പരിപാടിയും. നിങ്ങളെന്തിനാണ് തുറന്നുകിടക്കുന്ന ഒരു വാതിലിൽ മുട്ടിവിളിക്കുന്നത്? കുലാക്കുകൾ നമ്മുടെ ശത്രുവർഗമാണ്. അവരെ നമുക്ക് നശിപ്പിച്ചേ തീരൂ. നാമത് ചെയ്യും. നാം അവരുടെ സ്വത്തുക്കൾ പിടിച്ചെടുത്ത് പൊതുസ്വത്താക്കും. ഇത് സത്യം ഇത് സത്യം. എന്റെ പ്രിയപ്പെട്ട ചെമ്പടയുടെ സഖാവേ, നിങ്ങളെന്തിനാണ് എനിക്കുനേരെ തൊപ്പിയെറിഞ്ഞത്? നിങ്ങളത് ചെയ്യേണ്ടിയിരുന്നില്ല. ഇത് നിങ്ങൾക്ക് ഇനിയും ആവശ്യമായിവരും. സഖാക്കളേ, ഭൂമി പാട്ടത്തിന് കൊടുക്കുന്നതും കൂലിക്കാരെ നിർത്തുന്നതും നമ്മൾ അവസാനിപ്പിച്ചിരിക്കുന്നു. കുലാക്കുകളെ നമുക്ക് നേരിടണം. വളരെക്കാലം നമ്മളവരെ സഹിച്ചു. നിത്യദാരിദ്ര്യമായിരുന്നു അതിന് കാരണം. ഇനി നമുക്ക് നമ്മുടെ വഴി. ഉജ്വലമായ വഴി. സഖാവ് ലെനിൻ കാട്ടിയ വഴി. സഖാവ് സ്റ്റാലിൻ അത് ഉറപ്പിച്ച് പറഞ്ഞിട്ടുണ്ട്. കുലാക്കുകളെ ഈ ലോകത്തിൽനിന്ന് തന്നെ നമുക്ക് ആട്ടിയോടിക്കണം. അവരുടെ സ്വത്ത് നമുക്ക് പിടിച്ചെടുക്കണം. നിങ്ങൾക്കാവശ്യം ട്രാക്ടറുകളാണ്. നിങ്ങളതിനുവേണ്ടി ദാഹിക്കുകയാണ്. കൂട്ടുകൃഷി സ്ഥാപിക്കാൻവേണ്ടി അമ്പത്കോടി റൂബിളാണ് നിങ്ങൾക്ക് കിട്ടാൻപോകുന്നത്. അതെ, ഒരൊറ്റ കൂട്ടുകൃഷിസ്ഥാപനത്തിന് അമ്പത് റൂബിൾ. ഇനി നിങ്ങൾക്കൊന്നും പേടിക്കാനില്ല. സഖാക്കളെ നിങ്ങൾക്ക് ഞാൻ പറയുന്നത് മനസിലാവുന്നില്ലേ? നിങ്ങൾ കൂട്ടുകൃഷി സ്ഥാപിക്കണം. യന്ത്രസാമഗ്രികൾ പിന്നാലെ വന്നുകൊള്ളും. നിങ്ങൾ കുതിരകളെ മറന്നേക്കുക. കാര്യങ്ങൾ മനസിലാക്കുക."

"ലുബിഷ്കിൻ തലതിരിഞ്ഞകാര്യങ്ങളാണ് പറഞ്ഞത്."

"ഓഹോ."

"ഞങ്ങളെല്ലാം കൂട്ടുകൃഷിക്ക് തയ്യാറാണ്."

"അതെല്ലാം അയാൾ പറഞ്ഞിട്ടുണ്ട്."

"ഇന്നുതന്നെ നമുക്ക് കൂട്ടുകൃഷിക്ക് വേണ്ട പ്രവർത്തനം തുടങ്ങണം."

"ഞങ്ങളുടെ പേര് എഴുതിവെക്കൂ."

"കുലാക്കുകൾ തുലയട്ടെ. സോവിയറ്റ് ഗവൺമെന്റ് നീണാൾ വാഴട്ടെ."

മുപ്പത്തിമൂന്ന് പേർ ഈ സദസിൽ കൂട്ടുകൃഷിക്കനുകൂലമായി കൈപൊക്കി. ഒരാൾ സന്തോഷംകൊണ്ട് രണ്ട് കൈകളും പൊക്കി.

കടുത്ത ചൂടും വിങ്ങലുമുണ്ടായിരുന്നു അവിടെ. ഡേവിഡോവിന് ചൂട് സഹിക്കാൻ കഴിഞ്ഞില്ല. അയാൾ തന്റെ ഓവർകോട്ടും മറ്റും അഴിച്ചുമാറ്റി. പിന്നീട് ഷർട്ടിന്റെ കുടുക്കുകളഴിച്ചു. യോഗത്തിൽ വലിയ ബഹളമുണ്ടായിരുന്നു. പക്ഷെ, അയാൾക്ക് സന്തോഷമായിരുന്നു. അയാൾ പറഞ്ഞു: "സഖാക്കളെ നിങ്ങൾക്കെല്ലാം നല്ല രാഷ്ട്രീയബോധമുണ്ട്. പക്ഷെ, നിങ്ങൾ വെറുതെ കൂട്ടുകൃഷിയിൽ ചേർന്നാൽ പോരാ. നിങ്ങളെല്ലാം പാവപ്പെട്ട ആളുകളാണ്. സോവിയറ്റ് യൂണിയന്റെ ഹൃദയമാണ് നിങ്ങൾ. കൃഷിക്കാർക്കിടയിലെ മരംചാടിക്കളിക്കുന്നവരെ നിങ്ങൾ കാര്യങ്ങൾ പറഞ്ഞ് മനസിലാക്കണം. എന്നിട്ട് സംഘത്തിൽ ചേർക്കണം."

"കുത്തിപ്പഴുപ്പിച്ച് ഒരാളെ കമ്യൂണിസ്റ്റാക്കാൻ പറ്റുമോ? സ്വയം ബോധ്യപ്പെടണ്ടെ. കൂട്ടുകൃഷിയും അവനവന് വേണ്ടിയാണെന്ന് മനസിലാക്കണ്ടെ."

"കൃഷിക്കാരൻ എന്നുപറഞ്ഞാൽ പോത്തോ കാളയോ ആണോ കെട്ടിവലിച്ച് കൊണ്ടുപോകുവാൻ?"

"കൃഷിക്കാരെ പറഞ്ഞ് മനസിലാക്കുക. നമുക്ക് മഹത്തായ ഒരു ലക്ഷ്യമുണ്ട്. മനോഹരമായ ഒരു പ്രഭാതം നമ്മെ വിളിക്കുന്നത് കാണുന്നില്ലെ. സംഗീതംപോലെ അത് നമ്മെ കാത്തിരിക്കുകയാണ്. നിങ്ങളുടെ മനസിൽ ആ ബോധ്യമുണ്ടെങ്കിൽ നിങ്ങൾ കൃഷിക്കാരുടെ മനസിൽ ഉത്തേജനം സൃഷ്ടിക്കും. നാളത്തെ സമ്മേളനത്തിൽ മുഴുവൻ കൃഷിക്കാരെയും നിങ്ങൾ പങ്കെടുപ്പിക്കണം. ഇനി മുട്ടാളൻമാരായ കുലാക്കുകളുടെ കാര്യം.... അവരെ മുഴുവൻ നമുക്ക് നാടുകടത്തണം. വടക്കുഭാഗത്തെ കോക്കസസ്സ് മലമുകളിലേക്ക് കൊണ്ടു തള്ളണം. അതിനുവേണ്ടി നമുക്കൊരു പ്രമേയം തന്നെ പാസാക്കാം"

"കുലാക്കുകൾ തുലയട്ടെ."

"കുലാക്കുകൾ. പെരുച്ചാഴികൾ. രാക്ഷസൻമാർ. അവരെ നശിപ്പിക്കുക."

"നമുക്ക് കുലാക്കുകളുടെ അടിത്തറയിളക്കണം. അവരെ കടലിൽ തള്ളണം." അവിടെ കൂടിയിരുന്ന സകലരും ഒരുമിച്ച് കുലാക്കുകൾക്കെതിരെ അട്ടഹസിച്ചു. കുലാക്കുകളെ ഡോണിന്റെ മണ്ണിൽനിന്നും കെട്ടുകെട്ടിക്കാൻ എന്തിനും അവർ തയാറായിരുന്നു. എന്നാൽ തിമോഫി മാത്രം ഒരു കുലാക്കിനെതിരെ വോട്ട് ചെയ്തില്ല. അയാൾ തിമോഫിയുടെ അയൽക്കാരനായിരുന്നു. സുഹൃത്തായിരുന്നു. ഒരുപാട് നല്ലകാര്യങ്ങൾ അയാൾ ചെയ്തിരുന്നു. അതെല്ലാം അയാൾക്ക് എങ്ങനെ മറക്കാൻ കഴിയും. ഇതിൽ ദേഷ്യംപിടിച്ച് തിമോഫിയോട് സമ്മേളനത്തിൽനിന്നും പുറത്തുപോകാൻ കൃഷിക്കാർ ആവശ്യപ്പെട്ടു. അതിന്റെ പേരിൽ നഗുൽനോവും തിമോഫിയും തമ്മിൽ വലിയ വാക്കേറ്റമുണ്ടായി. കുലാക്ക്

തിമോഫിയെ സഹായിച്ച കാര്യങ്ങൾ തിമോഫി വിശദീകരിച്ചു. അയൽക്കാരൻ അയാൾക്ക് മൂന്ന് കാളകളെ കൊടുത്തിരുന്നു. വിത്തും വളവും കൊടുത്തിരുന്നു. പിന്നെ പലതും. ആ സ്നേഹം അയാൾക്ക് മറക്കാൻ കഴിയില്ലത്രെ. എന്നാൽ സോവിയറ്റ് യൂണിയനെ തിമോഫി അതിരറ്റ് സ്നേഹിക്കുന്നുണ്ട്. എന്നാൽ പലരും തിമോഫിയെ മനസിലാക്കിയില്ല. ചിലർ അയാളെ കൂകി വിളിച്ചു കളിയാക്കി. അയാളെ ആ കുലാക്ക് പണം നൽകി സ്വാധീനിക്കുകയാണെന്നു വരെ പലരും പറഞ്ഞു. എല്ലാവർക്കുമിടയിൽ സംശയത്തിന്റെ നിഴൽ വീണിരുന്നു. തിമോഫി ചാരപ്പണി ചെയ്യുമോ എന്നുവരെ പലരും സംശയിച്ചു. കൊസാക്കുകളുടെ ചോരയൂറ്റിക്കുടിക്കുന്ന രക്തരക്ഷസാണ് കുലാക്കുകൾ എന്ന് പലരും ആക്രോശിച്ചു. അപ്പോൾ ഡേവിഡോവ് തിമോഫിയുടെ കഴുത്തിന് നേരെ കത്തിയുയർത്തിപ്പിടിച്ച് കടുത്ത ഭാഷയിൽ സംസാരിച്ചു. സോവിയറ്റ് യൂണിയനുവേണ്ടിയാണോ അതോ കുലാക്കുകൾക്കുവേണ്ടിയാണോ അയാൾ നിലകൊള്ളുന്നതെന്ന് ചോദിച്ച് അയാളെ ഭീഷണിപ്പെടുത്തി. അധ്വാനിക്കുന്ന വർഗത്തിന് അപമാനമായി ജീവിക്കുന്നതിനെ ഡേവിഡോവ് അധിക്ഷേപിച്ചു.

ഒരു കുപ്പി വോട്ക കൊടുത്ത് തിമോഫിയെ മയക്കിയതാണ് ആ കുലാക്കെന്ന് പലരും ആരോപിച്ചു.ഇതെല്ലാം കേട്ട് തിമോഫി വിഷണ്ണനായി. അയാൾ ഒരു കുറ്റവാളിയെപ്പോലെ പറഞ്ഞു: "നിശ്ചയമായും ഞാൻ സോവിയറ്റ് ഗവൺമെന്റിന്റെകൂടെയാണ്. എന്തിനാണ് നിങ്ങൾ എന്നെ ഇങ്ങനെ പച്ചയ്ക്കുതിന്നുന്നത്. എനിക്ക് വിവരമില്ലാത്തതുകൊണ്ട് സംഭവിച്ചതാണ്." ഇതും പറഞ്ഞ് അയാൾ കൂട്ടുകൃഷിക്ക് അനുകൂലമായി കൈപൊക്കി. ഈ സംഭവത്തിന്ശേഷം തിമോഫി ഡേവിഡോവിന്റെ കണ്ണിൽ ഒരു ചാരനായി മാറി. ഡേവിഡോവ് തന്റെ ഡയറിയിൽ ഇങ്ങനെ രേഖപ്പെടുത്തി; "തിമോഫിയെ സൂക്ഷിക്കുക, അയാൾക്ക് ചുറ്റും വർഗശത്രുക്കൾ വല വിരിച്ചിരിക്കുന്നു" ഇതിനുശേഷം സമ്മേളനം മറ്റുചില കുലാക്കുകളുടെ വിഷയങ്ങൾ കൂടി ചർച്ചചെയ്ത് തീരുമാനമെടുത്തു. എന്നാൽ ടിറ്റ് ബറോഡിൻ എന്ന പേര് കേട്ടതോടെ കസാക്കുകൾക്കിടയിൽ ഒരങ്കലാപ്പുണ്ടായി. അപ്പോൾ ഡേവിഡോവ് പറഞ്ഞു; "എന്താണ് എല്ലാവരും മിഴിച്ചുനിൽക്കുന്നത്, എന്താണ് കാര്യം?" ആരും ഒന്നും മിണ്ടിയില്ല. ഡേവിഡോവ് നഗുൽനോവിനെ അർഥഗർഭമായി നോക്കി. അപ്പോൾ നഗുൽനോവ് പറഞ്ഞു:

"ഈ വറോഡിൻ എന്നുപറഞ്ഞ ആളുണ്ടല്ലോ അയാളെ ഞങ്ങൾ ടിറ്റോക്ക് എന്നാണ് വിളിക്കുന്നത്. അയാൾ ഞങ്ങളോടൊപ്പം ചേർന്നത് 1918–ലാണ്. പാവപ്പെട്ട ഒരു കുടുംബമാണ് അയാളുടേത്. അസ്സൽ പട്ടാളക്കാരൻ. ഉശിരൻ പോരാളി. യുദ്ധത്തിൽ പങ്കെടുത്തിട്ടുണ്ട്. പരുക്കുപറ്റിയിട്ടുണ്ട് അയാൾക്ക്. ഇതിനെല്ലാം അയാൾക്ക് നിരവധി പുരസ്കാരങ്ങൾ കിട്ടിയിട്ടുണ്ട്. ഒരിക്കൽ അയാൾക്ക് വിലകൂടിയ ഒരു പുരസ്കാരം ലഭിച്ചു. വെള്ളികൊണ്ട് നിർമിച്ച വാച്ച്. പക്ഷെ എന്തുചെയ്യാം അയാൾ നമ്മുടെ പ്രതീക്ഷകളെയെല്ലാം തകർത്തുകളഞ്ഞു. പിന്നീടയാൾ കൃഷിപ്പണിയോട് കൃഷിപ്പണി. പണമുണ്ടാക്കുക എന്ന ഒരൊറ്റ ലക്ഷ്യംമാത്രം.

രാവും പകലും പണിയോട് പണി. എല്ല് മുറിയെ പണി. വെറുമൊരു അടിയുടുപ്പ് മാത്രം ധരിച്ച് മഴയെന്നോ മഞ്ഞെന്നോ വെയിലെന്നോ ഇല്ലാതെ പണിയെടുത്ത് പണമുണ്ടാക്കുക. അയാൾക്ക് ധാരാളം കാളകൾ ഉണ്ട്. പണിയെടുത്ത് പണിയെടുത്ത് അയാളുടെ നടുവൊടിഞ്ഞു. പിന്നെ പണിക്കാരെ വെച്ച് പണിയെടുപ്പിച്ചു. എത്ര പണിക്കാരാണെന്നോ അയാളുടെ കീഴിൽ പണിയെടുത്തത്. മൂന്നാളുകൾ. പലപല ബിസിനസും അയാൾ ചെയ്തു. എണ്ണച്ചക്ക്,മില്ല് എന്നിവയെല്ലാം. പിന്നീടയാൾ കന്നുകാലിക്കച്ചവടം നടത്തി. അറുപിശുക്കനായിരുന്നു അയാൾ. ഇത്രയേറെ പണമുണ്ടായിട്ടും എല്ലുമുറിയെ പണിയെടുത്തിട്ടും ജീവിതത്തിൽ ഒരിക്കൽപ്പോലും അയാൾ വയറുനിറയെ ആഹാരം കഴിച്ചിട്ടില്ല. അയാൾ സ്വയം കഷ്ടപ്പെടുക മാത്രമല്ല മറ്റു പണിക്കാരെ കഷ്ടപ്പെടുത്തുകയും ചെയ്യും. തൊഴിലാളികളെക്കൊണ്ട് അയാൾ ഇരുപതുമണിക്കൂർവരെ ജോലിചെയ്യിപ്പിക്കും. രാത്രിയിൽ അവരെ ഉറങ്ങാൻപോലും അനുവദിക്കില്ല. അവർക്ക് വയറുനിറയെ ആഹാരവും കൊടുത്തില്ല. അയാൾക്കെതിരെ പലതവണ ഞങ്ങൾ പരാതികൊടുത്തു. പാർട്ടിയോഗത്തിലും സോവിയറ്റിന്റെ യോഗത്തിലും പലതവണ അയാളെ വിളിച്ചുവരുത്തി ഉപദേശിച്ചുനോക്കി. ഭീഷണിപ്പെടുത്തിനോക്കി അപേക്ഷിച്ചുനോക്കി. പക്ഷെ എന്തുചെയ്യാം."

നഗുൽനോവ് ഒറ്റശ്വാസത്തിലാണ് ഇത്രയും പറഞ്ഞത്. എന്നിട്ട് തുടർന്നു:

"അയാൾക്കുള്ളിൽ ഏതോ പിശാച് കടന്നുകൂടിയിട്ടുണ്ട്. പണപ്പിശാച്. പണം അയാൾക്കൊരു ഭ്രാന്താണ്. പണം പണം പണം. ഞങ്ങളുമയാളോട് എത്രയോ തവണ കെഞ്ചിനോക്കി. ഉപദേശിച്ചുനോക്കി. തർക്കിച്ചുനോക്കി. അയാൾക്ക് ലോകത്തിൽ സോഷ്യലിസവും കമ്യൂണിസവും ഉണ്ടാക്കുക എന്ന ഉദ്ദേശ്യമില്ല. ബൂർഷ്വാ ആവാനാണ് അയാളുടെ ആഗ്രഹം. അങ്ങനെയൊരു ബൂർഷ്വാ ആയാൽ ഞങ്ങൾ അയാളെ അരച്ചുകലക്കി കുടിക്കുമെന്ന് ഭീഷണിപ്പെടുത്തി."

ഇത്രയുമായപ്പോൾ ഡേവിഡോവ് അസ്വസ്ഥനായി. അയാൾ പറഞ്ഞു: "ചുരുക്കിപ്പറയൂ നഗുൽനോവ്." നഗുൽനോവ് തുടർന്നു:

"ഇതുപോലുള്ളകാര്യങ്ങൾ എനിക്ക് ചുരുക്കിപ്പറയാൻ കഴിയില്ല. ദു:ഖം കൊണ്ട് എന്റെ രക്തം ഉറഞ്ഞുപോവുകയാണ്. ഞങ്ങളോട് ടിറ്റോക്ക് പറഞ്ഞതെന്താണെന്നറിയാമോ. 'ഞാൻ സോവിയറ്റ് യൂണിയന്റെ ആളാണ്. ഗവൺമെന്റിന്റെ കൽപ്പനകൾ നടപ്പാക്കുകയാണ് ഞാൻ. എന്റെ ലക്ഷ്യം കൃഷി നന്നാക്കുക എന്നതാണ്. എത്രമാത്രം പണിയെടുക്കാമോ അത്രമാത്രം പണിയെടുക്കുക എത്ര കൃഷിചെയ്യാമോ അത്ര കൃഷി ചെയ്യുക. നിയമമനുസരിച്ചല്ലാതെ ഞാൻ ഒന്നും ചെയ്യുന്നില്ല. എന്റെ ഭാര്യ നിത്യരോഗിയാണ്. പരമദരിദ്രനായിരുന്നു ഞാൻ. ഒരു ഓട്ടക്കാശുപോലും എനിക്കുണ്ടായിരുന്നില്ല. എല്ലാം ഞാൻ അധ്വാനിച്ചുണ്ടാക്കിയതാണ്. ഇതിനുവേണ്ടിയാണ് ഞാൻ പോരാടിയത്. ഒരു കാര്യം പറയാം; സോവിയറ്റ് സർക്കാർ നിങ്ങളുടെ തലയിലൊന്നുമല്ല. നിങ്ങളാണ് അതിനെ താങ്ങി

നിർത്തുന്നത് എന്ന വിചാരം വേണ്ട. നിങ്ങളെല്ലാം പരാന്നഭോജികളാണ്. ജീവിതത്തിൽ ഒരിക്കൽപ്പോലും നിങ്ങൾ പാടത്ത് ഇറങ്ങിയിട്ടുണ്ടോ. തൂമ്പ പിടിച്ചിട്ടുണ്ടോ. ഒരുപിടി മണ്ണ് വാരിയിട്ടുണ്ടോ. ഇല്ല. കടലാസ് ചവയ്ക്കുന്ന നിങ്ങളെപ്പോലുള്ള ഒന്നിനും കൊള്ളാത്തവരെ എനിക്ക് പരമ പുച്ഛമാണ്.' ഇതെല്ലാം പറയുമ്പോൾ അയാളുടെ കണ്ണുകൾ അൽപ്പം നിറഞ്ഞിരുന്നു. എന്നാൽ അയാൾ തന്റെ ഹൃദയത്തിലെ വേദന അമർത്തിപ്പിടിച്ചു. ഒരു വല്ലാത്ത മനുഷ്യനാണയാൾ. അയാളുടെ ഹൃദയം കല്ല്കൊണ്ടുണ്ടാക്കിയതായിരിക്കും. ഞങ്ങളെന്ത് ചെയ്തെന്നോ വോട്ടർമാരുടെ ലിസ്റ്റിൽനിന്നും അയാളുടെ പേര് വെട്ടി. അയാൾ അതിന്റെ പേരിൽ ഒരുപാട് പരാതികളയച്ചുനോക്കി. എന്നാൽ ഞങ്ങളുടെ മേലെയുള്ള ഉജ്വല വിപ്ലവകാരികൾ അയാളെ മനസിലാക്കിയിരുന്നു. ജീവിതത്തിലൊരിക്കൽ ഒരു മനുഷ്യൻ വർഗവഞ്ചകനായി തീർന്നാൽപ്പിന്നെ അയാൾ പാർട്ടിയുടെ ശത്രുവാണ്. പിന്നീടൊരിക്കലും അയാളുടെമേൽ ദയയില്ല."

"ഹേ മനുഷ്യാ നിങ്ങൾക്ക് ചുരുക്കിപ്പറയാനാവില്ലെ." ഡേവിഡോവിന് ക്ഷമ കെട്ടു.

"നിർത്തി നിർത്തി...... ഇതാ ഞാൻ നിർത്തി. ഒരൊറ്റക്കാര്യംകൂടി. അയാൾക്ക് പിന്നീടൊരിക്കലും വോട്ട് ചെയ്യാനായില്ല. ഇന്നുമതേ. തൊഴിലാളികളെയെല്ലാം അയാൾ പിരിച്ചുവിട്ടു."

നഗുൽനോവ് തന്റെ വിശദീകരണം തുടരാൻ ശ്രമിച്ചത് ഡേവിഡോവിനെ ദേഷ്യം പിടിപ്പിച്ചു. അയാൾ വികാരം കടിച്ചുപിടിച്ചു. മുഖമിരുണ്ടു, കണ്ണ് ചുവന്നു. അയാളുടെ മൂക്കിൻതുമ്പ് ചുവന്ന് വിറയ്ക്കുന്നുണ്ടായിരുന്നു. അയാളിങ്ങനെ അലറി:

"ഇതുപോലുള്ള ദുരിതങ്ങൾ ഇവിടെ വിളമ്പുന്നത് എന്തിനാണ്. ഒരിക്കൽ അയാൾ ചെമ്പടയുടെ സൈനികനായിരിക്കാം. അതിന് അയാൾക്ക് വേണ്ടുന്ന അംഗീകാരമെല്ലാം കൊടുത്തുകഴിഞ്ഞു. ഇന്നയാൾ നമ്മുടെ ശത്രുവാണ്. കുലാക്ക്. വർഗവഞ്ചകൻ. ബൂർഷ്വാ. അയാളെ തകർക്കണം,തുലയ്ക്കണം. നശിപ്പിക്കണം. ഈകാര്യത്തിൽ ഇനി ചർച്ച വേണ്ട,ആലോചന വേണ്ട, സംശയംവേണ്ട." അവസാനം ഡേവിഡോവ് ആളുകളോട് കൈപൊക്കാൻ ആവശ്യപ്പെട്ടു. ആദ്യം ഒരു കൈ, പിന്നീട് രണ്ട്, മൂന്ന്, നാല്, അവസാനം എല്ലാ കൈകളും പൊങ്ങി. സമ്മേളനത്തിനുശേഷം നഗുൽനോവും ഡേവിഡോവും ഒരുമിച്ച് മഞ്ഞണിഞ്ഞ കുന്നുകൾ താണ്ടി നടന്നു. നഗുൽനോവിന്റെ വീട്ടിലേക്കാണ് നടത്തം.

യാത്രയ്ക്കിടയിൽ നഗുൽനോവ് ഹൃദയം തുറന്ന് സംസാരിച്ചു;

"എന്റെ പ്രിയ സഖാവേ, ഈ സമ്മേളനം കഴിഞ്ഞ അവസ്ഥയിൽ എനിക്ക് ഭാരമില്ലാതെ സംസാരിക്കാൻ പറ്റും. സഖാവ് കേൾക്കണം. ചെറുപ്പംമുതലേ എനിക്ക് സ്വകാര്യസ്വത്തിനെ പേടിയാണ്. കാരണം അന്നുമുതലേ ഞാൻ കേട്ടത് നമ്മൾ സ്വകാര്യസ്വത്തിന് എതിരാണ് എന്നതാണ്. സ്വകാര്യസ്വത്താണ് ഏറ്റവും വലിയ തിന്മ. മാർക്സും എംഗൽസും ആണ് അത് നമ്മെ പഠിപ്പിച്ചത്. സ്വത്താണ് എല്ലാറ്റിന്റെയും അടിസ്ഥാനം

എന്നാൽ അത് പൊതുസ്വത്താകുമ്പോൾ നന്മയാകുന്നു. എന്തുകൊണ്ടാണ് കമ്യൂണിസ്റ്റ് ഭരണത്തിൽപോലും തീറ്റയ്ക്കുവേണ്ടി മനുഷ്യൻ പരസ്പരം മാന്തുകയും പിച്ചുകയും കൊത്തിമറിക്കുകയും ചെയ്യുന്നത്. ഇതിനെല്ലാം കാരണം നമ്മുടെ ഏറ്റവും വലിയ ശാപമായ സ്വകാര്യസ്വത്താണ്. മനുഷ്യൻ മനുഷ്യനാവണമെങ്കിൽ സ്വകാര്യസ്വത്തിനോടുള്ള ആർത്തി അവസാനിക്കണം. പണ്ട് കാലംമുതലേ മനുഷ്യൻ ഈ ആർത്തിക്ക് അടിമയായിരുന്നു. ഇതൊന്നും കൂടുതൽ വിശദീകരിക്കേണ്ടതില്ല. നമ്മുടെയൊക്കെ അനുഭവങ്ങൾ മാത്രം മതി. എന്റെ അച്ഛൻ സാമാന്യം ജീവിക്കാൻ കഴിവുള്ള ഒരു കൊസാക്കായിരുന്നു. ആവശ്യത്തിന് കന്നുകാലികൾ ഉണ്ടായിരുന്നു. എന്നുവെച്ചാൽ കാളകളും കുതിരകളും. ഇരുന്നൂറ്റമ്പതോളം ഏക്കർ ഭൂമി സ്വന്തമായി ഉണ്ടായിരുന്നു. സാമാന്യം നല്ല കുടുംബമായിരുന്നു ഞങ്ങളുടേത്. ഞങ്ങളുടെ കുടുംബത്തിലെ എല്ലാവരും നല്ല അധ്വാനികളായിരുന്നു. ഒന്നുമില്ലായ്മയിൽനിന്ന് തുടങ്ങിയതാണ് ഞങ്ങൾ. മൂന്ന് പെങ്ങൻമാർ ഉണ്ടായിരുന്നു എനിക്ക്. ഒരിക്കൽ എന്റെ ഒരു അയൽക്കാരന്റെ വൃത്തികെട്ട പന്നി ഞങ്ങളുടെ പച്ചക്കറിത്തോട്ടം നശിപ്പിച്ചു. അവനെ ചവിട്ടി അരയ്ക്കാൻ അമ്മ പറഞ്ഞു. പറയുകമാത്രമല്ല ഒരു പാത്രത്തിൽ തിളച്ച വെള്ളം എടുത്ത് എനിക്ക് തന്നു. നിങ്ങൾ മനസിലാക്കണം ഞാനന്ന് വെറും പന്ത്രണ്ട് വയസുള്ള കുട്ടിയാണ്. തിളച്ചവെള്ളം അമ്മ എന്റെ കൈയിൽനിന്നും വാങ്ങി അവന്റെ മേലൊഴിച്ചു. എനിക്ക് പേടിയുണ്ടെന്ന് അമ്മയ്ക്കറിയാമായിരുന്നു. ആ പന്നി പിന്നെ പുഴുത്തുചത്തു. പന്നിയുടെ യജമാനൻ വിടുമോ വിരോധം. പിന്നെ എന്തുണ്ടായി എന്നറിയാമോ. ഞങ്ങളുടെ വൈക്കോൽ കൂനകളാകെ ആരോ കത്തിച്ചു. ആരാണ് അത് ചെയ്തതെന്ന് അച്ഛനറിയാമായിരുന്നു. അച്ഛൻ കേസ് കൊടുത്തു. ഞങ്ങൾ അയൽക്കാർ തമ്മിൽ കടുത്ത ശത്രുക്കളായി. മദ്യപിക്കുന്ന വേളയിൽ ഉള്ളിലെ വിദ്വേഷം ആളിക്കത്തും. അഞ്ചുകൊല്ലം അങ്ങനെ കടന്നുപോയി. ഇതിനിടയിൽ അയൽക്കാരന്റെ മകനെ ആരോ കൊന്നു. നെഞ്ചിൽ ഇരുമ്പുപാര കയറ്റിയാണ്. ഞാൻ കരുതിയത് എന്റെ പെങ്ങളാണ് അതു ചെയ്തതെന്നാണ്. പക്ഷെ പൊലീസ് അന്വേഷിച്ചപ്പോൾ ഒരു തുമ്പും കിട്ടിയില്ല. കുടിച്ചുകുടിച്ച് എങ്ങനെയോ ചത്തു. അല്ലെങ്കിൽ ആരോ കൊന്നു. ഈ സംഭവത്തിനുശേഷം എനിക്ക് വീട്ടിൽ നിൽക്കാൻ കഴിഞ്ഞില്ല. ഈ ദുരന്തമെല്ലാം എങ്ങനെ ഉണ്ടായി. വെറുമൊരു പച്ചക്കറിത്തോട്ടം. അവിടുന്നാണ് ഇതിന്റെ തുടക്കം.

വീട് വിട്ട ഞാൻ സൈന്യത്തിൽ ചേർന്നു. കനത്ത യുദ്ധം. രാത്രിയും പകലുമെന്നില്ലാതെ യുദ്ധം. കറുകറുത്ത പുക. ചുകചുകപ്പൻ ചോര. ഭൂമി മുഴുവൻ ചോര. ആകാശം നിറയെ പുക. കറുകറുത്ത പുക. ഞാനാലോചിച്ച്നോക്കി. എന്തിനുവേണ്ടിയാണിതെല്ലാം. ആർക്കുവേണ്ടിയാണിതെല്ലാം. എന്തിനാണ് മനുഷ്യൻ ഒരു ചത്തഎലിയെപ്പോലെയാകുന്നത്. യുദ്ധം മനുഷ്യനെ ചത്ത എലിയാക്കുന്നു. ഭീകരം തന്നെ. യുദ്ധത്തിൽ ചേർന്നതോടെ ഞാൻ ആകെ മാറി. വിഷം ഏറ്റ് എന്റെ കണ്ണ്പോയി, കരളുപോ

യി, നെഞ്ചുപോയി. തലപോയി. എന്റെ ഞരമ്പിൽ രക്തത്തിന് പകരം വിഷം ഇരച്ചുകയറി. അങ്ങനെ ഞാൻ യുദ്ധത്തിനെതിരായി. സൈന്യത്തിൽ പ്രവർത്തിക്കുമ്പോൾ എനിക്ക് ചില കമ്യൂണിസ്റ്റുകാരുമായി പരിചയപ്പെടാൻ കഴിഞ്ഞു. അവർ എന്നോട് ജീവിതത്തെപ്പറ്റി പറഞ്ഞു. അവർ പറഞ്ഞ കാര്യങ്ങൾ സത്യമായിരുന്നു. അവരെന്നെയും കമ്യൂണിസ്റ്റാക്കി. എനിക്കൊരുപാട് ബഹുമതി കിട്ടിയിരുന്നു. ഒരു പാട് മെഡലുകൾ. ഇന്നുമതോർക്കുമ്പോൾ എന്റെ ഹൃദയം പെരുമ്പറകൊട്ടുന്നു. എന്റെ പ്രാണസഖാവേ, ഹൃദയം തുറന്ന് ഞാൻ പറയട്ടെ. ഞാൻ വിചാരിക്കുന്നത് ഇന്നും ഞാൻ ആ യുദ്ധകാലത്താണെന്നാണ്. നിങ്ങളോർക്കുന്നുവോ ആ യുദ്ധകാലം. വെറും യുദ്ധകാലമല്ല. റഷ്യയുടെ യുദ്ധകാലം. വെറും റഷ്യയുടെയല്ല. വിപ്ലവാനന്തര റഷ്യയുടെ യുദ്ധകാലം. കമ്യൂണിസ്റ്റ് റഷ്യയെ തകർക്കാൻ ബൂർഷ്വാസി അകത്തും പുറത്തും നിന്നു നടത്തിയ യുദ്ധം. ആത്മസഖാവേ, ഇന്നും ഞാൻ വിചാരിക്കുന്നു. ഞാനിന്നാ യുദ്ധക്കളത്തിലാണെന്ന്. കാലം കഴിഞ്ഞിട്ടില്ല. ഇതൊന്നും എന്റെ ഓർമകളുമല്ല. ഞാൻ അവിടെയാണ് ഇന്നും ജീവിക്കുന്നത്. നമുക്ക് ആ ലോകത്തിലേക്ക് തിരിച്ചുപോകണം. ലോകം മുഴുവനും വിപ്ലവം നടക്കണം."

ഡേവിഡോവ് ഇതെല്ലാം വളരെ ശ്രദ്ധയോടുകൂടി കേട്ടു. അയാൾ പലരെപ്പറ്റിയും ചോദിച്ചു. നഗുൽനോവ് എല്ലാം വിശദമായി പറഞ്ഞു. 1920-ൽ നഗുൽനോവും അയാളുമൊന്നിച്ചായിരുന്നു. കുലാക്കുകാരുടെ ഒരു കലാപം അന്നു നടന്നു. രണ്ടുപേരും അന്നൊരുമിച്ചായിരുന്നു. അതിശക്തമായിരുന്നു ആ യുദ്ധം. അനേകായിരമാളുകൾ ആ യുദ്ധത്തിൽ പങ്കെടുത്തു. ഒരു ദിവസം രാത്രി ടിറ്റോക്ക് ഞങ്ങളുടെ വീട്ടിൽ വന്നു. അയാളുടെ കൈയിൽ ഒരു ബാഗ് ഉണ്ടായിരുന്നു. അതിൽ നിറയെ മനുഷ്യരുടെ കാലുകൾ. അയാൾക്കപ്പോൾ ഭ്രാന്തായിരുന്നു. മുറിഞ്ഞ കാലുകളിൽനിന്നും അയാൾ ബൂട്സുകൾ അഴിച്ചെടുത്തു. അതിനുശേഷം ആ ചത്തകാലുകൾ പുറത്തുകൊണ്ടുപോയി കുഴിച്ചിട്ടു. ഞങ്ങളപ്പോൾ അത് കണ്ടിരുന്നില്ല. കണ്ടിരുന്നെങ്കിൽ അപ്പോൾ തന്നെ കൊല്ലുമായിരുന്നു. അയാളതെന്തിനാണ് ചെയ്തതെന്ന് അറിയാമോ. അയാൾക്കാവശ്യം ആ ബൂട്സുകൾ ആയിരുന്നു. അതിനുവേണ്ടിയാണ് അയാൾ കാലുകളപ്പാടെ കൊണ്ടുവന്നത്. അങ്ങനെ പഴയകാര്യങ്ങൾ പറഞ്ഞു പറഞ്ഞു അവർ രണ്ട് പേരും തളർന്നു. അവസാനം നഗുൽനോവിന്റെ വീടെത്തി. നഗുൽനോവ് വീടിന്റെ വാതിൽ തുറന്നു.

## 6

**ഇ**നി റസ്മ്യോട്ട്ണോവിന്റെ കഥ പറയാം. അദ്ദേഹം പട്ടാളക്കാരനായിരുന്നു. 1913-ലാണ് അദ്ദേഹം പട്ടാളത്തിൽ ചേർന്നത്. അന്നൊക്കെ ഒരാൾ പട്ടാളത്തിൽ ചേരണമെങ്കിൽ സ്വന്തമായി ഒരു കുതിരവേണം. എന്നാൽ പരമദരിദ്രനായ അയാൾക്ക് സൈനികവസ്ത്രം വാങ്ങാനുള്ള ഗതിപോലും ഉണ്ടായിരുന്നില്ല. അയാൾക്കാകെ ഉണ്ടായിരുന്ന സമ്പാദ്യം

മുത്തച്ഛന്റെ വൃത്തികെട്ടതും പൊളിഞ്ഞ് പാളീസായതുമായ ഒരു വാൾ ആയിരുന്നു. കടുത്ത അപമാനവും മാനസിക സംഘർഷവും അയാൾ അനുഭവിച്ചു. നാട്ടുകാരുടെ യോഗത്തിൽ വെച്ച് അയാളെ പട്ടാളത്തിൽ ചേർക്കാൻ തീരുമാനിച്ചു. അതിന്റെ ചെലവ് നാട്ടുകാർ വഹിച്ചു. ചുവപ്പുകലർന്ന തവിട്ടുനിറമുള്ള ഒരു കുതിര രണ്ട് സൈനികവസ്ത്രം, ഒരു ജീനി, ഒരുജോഡി ബൂട്സ്, ഒരു ട്രൗസർ ഇതെല്ലാം നാട്ടുകാർ വാങ്ങിക്കൊടുത്തു. അതുകൊടുക്കുമ്പോൾ നാട്ടുകാർ പറഞ്ഞു: "റസ്മ്യോട്ണോവ്, നിങ്ങൾ ഒരു കാര്യം മറക്കരുത്. ഞങ്ങളുടെ ദയകൊണ്ടാണ് നിങ്ങൾ പട്ടാളത്തിൽചേരുന്നത്. ഈ ഗ്രാമത്തിന് നിങ്ങൾ അപമാനമുണ്ടാക്കരുത്. സാർചക്രവർത്തിയെ നിങ്ങൾ നല്ലവണ്ണം സേവിച്ചുകൊള്ളണം."

പട്ടാളത്തിൽ ചേരുക എന്നത് അയാൾക്ക് വളരെ സന്തോഷമുള്ള കാര്യമായിരുന്നു. അന്നൊക്കെ സമ്പന്നരായ കൊസാക്കുകൾക്ക് ധാരാളം കുതിരകൾ ഉണ്ടാവും. കൊസാക്കുകളുടെ മക്കൾ കുതിരപ്പുറത്ത് കയറി നാടെങ്ങും വിഹരിക്കും. പന്തയത്തിൽ ചേരും. അവരുടെ കുതിരകൾക്ക് വെള്ളികൊണ്ടുണ്ടാക്കിയ കടിഞ്ഞാണുകളും വിലപിടിപ്പുള്ള ജീനികളും ഉണ്ടാവും. അവരുടെ വസ്ത്രങ്ങൾ പളപളാമിന്നുന്ന ഫാഷനിലുള്ളതായിരിക്കും. റസ്മ്യോട്ണോവ് പട്ടാളത്തിൽ ചേർന്നതോടെ ഗ്രാമസമിതി അയാളുടെ സ്വത്തിലൊരുഭാഗം ഏറ്റെടുത്തു. ഭൂമി അവർ പാട്ടത്തിന് കൊടുത്തു. പാവപ്പെട്ട ഈ മനുഷ്യൻ ജനങ്ങളുടെ സ്വത്തും ജീവനും നാടും രക്ഷിക്കാൻവേണ്ടി പെടാപ്പാട് പെട്ടു. ഈ സമയത്ത് ഗ്രാമസമിതി അയാളുടെ സ്വത്തിൽനിന്ന് നല്ല ആദായമുണ്ടാക്കി. റഷ്യ ജർമനിക്കെതിരായി യുദ്ധംചെയ്തപ്പോൾ അയാൾക്ക് വളരെ വലിയ ബഹുമതിമുദ്രകൾ ലഭിച്ചു. ധാരാളം പണവും. അതയാൾ വീട്ടിലേക്ക് അയച്ചുകൊടുത്തു. കണ്ണീർകുടിച്ചുകഴിയുന്ന വൃദ്ധയായ അയാളുടെ അമ്മയ്ക്കും ദുരിതജീവിതം നയിക്കുന്ന അയാളുടെ ഭാര്യക്കും അത് വലിയൊരാശ്വാസമായിരുന്നു.

ശരത്കാലം യുദ്ധമവസാനിക്കാൻ പോവുകയാണ്. അയാളുടെ ഭാര്യ കൃഷിപ്പണിക്ക് പോവുന്നു. കൃഷിപ്പണികൊണ്ടാണ് അവർ ജീവിതം തള്ളിനീക്കിയത്. കുറച്ച് പണവുമായി അവർ തന്റെ ഭർത്താവിനെ കാണാൻ പട്ടാളത്തിലേക്ക് പോയി. കുറച്ചുദിവസം ഭർത്താവിന്റെ കൂടെ അവർ ആനന്ദമനുഭവിച്ചു. ഗ്രീഷ്മകാലത്തിലെ ഇടിമിന്നൽപിണറുപോലെ ആനന്ദകരമായ രാത്രികൾ കടന്നുപോയി. എന്നാൽ ചെറുപ്പക്കാരിയായ ഒരു ഭാര്യയുടെ അഭിലാഷങ്ങളെയും അനുഭൂതികളെയും ഉണർത്തിവിടാൻ ധാരാളം സമയം വേണ്ടതുണ്ടോ. കണ്ണിൽ ആനന്ദത്തിന്റെ തിരയിളക്കവുമായി അവൾ വീട്ടിലേക്ക് മടങ്ങിവന്നു. അങ്ങനെ ഇരിക്കേയാണ് ആ സന്തോഷകരമായ സംഭവം നടന്നത്. കൃഷിപ്പണി ചെയ്തുകൊണ്ടിരിക്കെ യാതൊരു അല്ലലും അലട്ടലും ഇല്ലാതെ അവൾ ഒരു കുഞ്ഞിനെ പ്രസവിച്ചു. ഭർത്താവിന്റെ തനിസ്വരൂപത്തിൽ, അയാളെ കുഞ്ഞുരൂപത്തിൽ കൊത്തിവെച്ചപോലെ ഒരാൺകുഞ്ഞ്.

യുദ്ധംകഴിഞ്ഞ് അയാൾ വീട്ടിൽതിരിച്ചെത്തി. എന്നാൽ അയാൾക്കവിടെ വളരെക്കാലം താമസിക്കാനായില്ല. അയാളുടെ കുടിൽ ആകെ ദ്രവിച്ച് ജീർണിച്ചിരുന്നു. അതെല്ലാം പൊളിച്ച് അയാൾ നന്നാക്കി. തന്റെ നാലഞ്ച് ഏക്കർഭമിയിൽ അയാൾ പണിയെടുക്കാൻ തുടങ്ങി. കുഞ്ഞിനെ കൊഞ്ചിച്ചും ലാളിച്ചും അയാൾ സമയം കളിച്ചുകൂട്ടി. തന്റെ വെടിയുണ്ടയുടെ മണമുള്ള തഴമ്പുപിടിച്ച മാറിൽ കുഞ്ഞിനെ കിടത്തിയുറക്കി. അവനെയും കൊണ്ട് അയാൾ പുറത്തുമുഴുവൻ നടന്നു. മുല്ലപ്പൂചിതറും പോലെ അവൻ പൊട്ടിച്ചിരിച്ചു. അതുകണ്ട് അയാളും ചിരിച്ചു. എന്നാൽ ദേഷ്യം നിഴലിച്ച അയാളുടെ വലിയ കണ്ണുകളിൽ കണ്ണീർ നിറയുന്നത് അയാളുടെ ഭാര്യ കണ്ടു. അവളാകെ തകർന്നുപോയി.

"നിങ്ങക്കെന്തുപറ്റി. ഞങ്ങളെ വിട്ട് പോവുകയാണോ നിങ്ങൾ."

"നീ ഒരു കാര്യംചെയ്യു.നാളത്തേക്ക് തിന്നാൻ വല്ലതും ഉണ്ടാക്കി വെക്കൂ."

പിറ്റെ ദിവസം അയാളുടെ മുറ്റത്ത് ഒരുപാടാളുകൾ വന്നു. സുഹൃത്തുക്കളും നാട്ടുകാരും, ബന്ധുക്കളും എല്ലാം. കൂട്ടത്തിൽ സൈനികരായ കുറെ കൊസാക്കുകളും ഉണ്ടായിരുന്നു. ആ പ്രഭാതം വളരെ മനോഹരമായിരുന്നു. വസന്തത്തിന്റെ ആരംഭമായിരുന്നു അത്. വസന്താരംഭത്തിൽ കൊസാക്കുകൾ കുതിരപ്പുറത്ത് സ്റ്റെപ്പിപ്പുല്ലുകളിലൂടെ ഉലാത്തും. ആ കാഴ്ച വളരെ ആനന്ദകരമായിരുന്നു. കറുത്തനിറത്തിലുള്ള ഗ്രൗസ് പക്ഷികളും കാട്ടുതാറാവുകളും ഗ്രാമത്തിലെ നീലജലാശയങ്ങളുടെ മുകളിലൂടെ നീലാകാശത്തിന്റെ അനന്തതയിലേക്ക് പാറിപ്പറന്നുപോകുന്ന ദൃശ്യം ആഹ്ലാദകരമാണ്.

ജനങ്ങളെല്ലാവരും ചേർന്ന് അയാളെ യാത്രയാക്കി. എല്ലാവരുടെയും മുഖത്ത് വിഷാദഭാവം. ആനന്ദത്തിന്റെയും ആഹ്ലാദത്തിന്റെയും തുടുത്ത ദിവസങ്ങൾ കടന്നുപോയി. അയാളെ സംബന്ധിച്ചിടത്തോളം ഇനി ഏകാന്തതയുടെ ദിനരാത്രങ്ങൾ ആണ്. അങ്ങനെയിരിക്കെയാണ് ആശുപത്രിയിൽവെച്ച് റസ്മ്യോട്ണോവ് ആ വാർത്ത കേൾക്കുന്നത്. ഗ്രെനേഡ് കൊണ്ട് പരിക്കുപറ്റി ആശുപത്രിയിൽ കിടക്കുകയായിരുന്നു അയാൾ. അപ്പോൾ അവിടെ ഉണ്ടായിരുന്ന തന്റെ നാട്ടുകാരനാണ് അത് പറഞ്ഞത്. റസ്മ്യോട്ണോവ് കമ്യൂണിസ്റ്റുകാരുടെ ഭാഗത്ത് ചേർന്നതിലുള്ള അരിശം തീർക്കാൻ കമ്യൂണിസ്റ്റുവിരുദ്ധരായ കുറെ കൊസാക്കുകൾ റസ്മ്യോട്ണോവിന്റെ ഭാര്യയെ കൂട്ടബലാൽസംഗം ചെയ്തുവെന്നും അത് ഗ്രാമത്തിൽമുഴുവൻ പാട്ടായതിനെത്തുടർന്ന് മനംനൊന്ത് അവൾ ആത്മഹത്യചെയ്തുവെന്നും അയാൾ അറിഞ്ഞു.

ദുരന്തത്തിന്റെ മഞ്ഞ്വീഴ്ച അയാളുടെ മനമാകെ ഇളക്കിമറിച്ചു. ഒരു ഭ്രാന്തനെപ്പോലെ അയാൾ മഞ്ഞുപെയ്യുന്ന ഡിസംബറിലെ ഒരു ദിനം നാട്ടിലേക്ക് വന്നു. ഗ്രാമത്തിലാകെ മഞ്ഞ്. മരങ്ങളും ചെടികളും വീടുകളും വേലികളും കുതിരകളും മനുഷ്യരും ആകെ മഞ്ഞിൽമൂടിയ ഡിസംബർ. ദൂരെ മലമുകളിൽ യുദ്ധം നടക്കുന്നു. റസ്മ്യോട്ണോവ് ഒരു സായം

സന്ധ്യയിൽ കുതിരപ്പുറത്ത് കൊടുംകാറ്റുപോലെയാണ് ഗ്രാമത്തിലേക്ക് വന്നത്. അയാളുടെ കുതിര ഓട്ടത്തിന്റെ ആഘാതം കൊണ്ട് ഭ്രാന്തൻ നായയെപ്പോലെ കിതച്ചു. അതിന്റെ വായിൽനിന്ന് നുരയും പതയും വരുന്നുണ്ടായിരുന്നു. റസ്മ്യോട്ട്ണോവ് നിന്ന് കത്തുകയാണ്. അയാൾ തന്റെ കുതിരയെ മുറ്റത്ത് കെട്ടി. കഴുത്തിൽ ഒരു നൂലുപോലുമില്ലായിരുന്ന അയാളുടെ വൃദ്ധയായ അമ്മ ആർത്തലച്ചുകൊണ്ട് ഓടിവന്ന് മകനെ കെട്ടിപ്പിടിച്ചു. ആ കരച്ചിൽ അയാൾക്ക് സഹിക്കാൻ കഴിയുന്നതായിരുന്നില്ല. ഇരുമ്പ് സൂചി ചെവിയിൽ കുത്തിക്കയറുന്നതുപോലെ ആ കരച്ചിൽ അയാളെ വേദനിപ്പിച്ചു. അയാൾ പിടഞ്ഞു. സഹിക്കാൻ കഴിയാത്ത ആ കാഴ്ചകണ്ട് വൃദ്ധയായ ആ സാധുസ്ത്രീ തളർന്നുവീണു.

റസ്മ്യോട്ട്ണോവ് പിന്നെ ഒന്നും മിണ്ടിയില്ല. ആരോടും പരിചയഭാവം പോലും നടിച്ചില്ല. അയാൾ വീട്ടിനകത്തേക്ക് കയറി. അയാളുടെ കണ്ണുകൾ കുണ്ടിൽ ചാടിയപോലെയിരുന്നു. ഒരു പ്രേതത്തിന്റെ കണ്ണുകൾ പോലെയായിരുന്നു അത്. അയാൾ ആ വീടിന്റെ മുറിയിലെങ്ങും പ്രേതക്കണ്ണുകൾകൊണ്ട് എന്തോ തിരഞ്ഞു. അവിടെ ഒരു തൊട്ടിൽ ഒഴിഞ്ഞു കിടക്കുന്നുണ്ടായിരുന്നു. ആ തൊട്ടിലിലാണ് മുല്ലപ്പൂ വാരിവിതറും പോലെ കുണുങ്ങിച്ചിരിക്കുന്ന തന്റെ മകൻ കിടന്നത്. ഇന്നത് ഒഴിഞ്ഞുകിടക്കുന്നു. "എന്റെ മോനെവിടെ? ആരും അയാൾക്കുത്തരം നൽകിയില്ല. അയാൾ അലറിവിളിച്ചു. "എന്റെ മോനെവിടെ?."

"എന്നോട് പൊറുക്കെടാ. എനിക്ക് എന്റെ പൊന്നോമനയെ രക്ഷിക്കാനായില്ല. അവൻ പോയി. അവൾ പോയി രണ്ടാഴ്ചകഴിഞ്ഞ് അവനും പോയെടാ. അവന്റെ തൊണ്ടയ്ക്ക് എന്തോ രോഗമുണ്ടായിരുന്നു." ഇതും പറഞ്ഞ് ആ സ്ത്രീ ഏങ്ങലടിച്ചു കരഞ്ഞു.

കരച്ചിൽനിർത്തു തള്ളേ. എന്റെ പെണ്ണിനുമേൽ ആരാണ് കൈവെച്ചത് പറ."

"അനീക്കി" ആ തെമ്മാടിയാണ് അവളെ മെതിമുറ്റത്തേക്ക് എടുത്തുകൊണ്ട് പോയത്. എന്നെ അവൻ ചമ്മട്ടികൊണ്ട് അടിച്ചുവീഴ്ത്തി അവളെ അവൻ ഒരുപാട് അടിച്ചു. അവൾ ഒരു മാൻകുട്ടിയെപ്പോലെ തളർന്നുവീണു. എന്നിട്ടവൻ അവളെ നശിപ്പിച്ചു. അവന്റെ കൂട്ടുകാരെയും അവൻ അവളുടെ മേലേയ്ക്ക് വലിച്ചിട്ടു."

"ആ പട്ടി ഇപ്പോഴും വീട്ടിലുണ്ടോ?"

"അവൻ പോയി."

"അവന്റെ വീട്ടിൽ ആരെങ്കിലുമുണ്ടോ?"

"അവന് എന്നെപ്പോലൊരു കിഴവിയുണ്ട്. പിന്നെ അവന്റെ പെണ്ണും. ദൈവത്തെ ഓർത്ത് അവരെ ഒന്നും ചെയ്യരുത്. അവൻ ചെയ്ത പാപത്തിന് അവരെ ശിക്ഷിക്കരുത്."

"നിങ്ങളെന്താണ് വേദാന്തം പറയുന്നോ" അയാൾ ആകെ കലിതുള്ളി. അയാൾക്ക് ശ്വാസംമുട്ടി. അയാൾ തന്റെ പട്ടാളക്കോട്ടും ഷർട്ടും വലിച്ചുകീറി. ഇരുമ്പ് പാത്രത്തിലെ വെള്ളം അയാൾ ആർത്തിയോടെ വലി

ച്ചുകുടിച്ചു. ആ പാത്രംകൊണ്ട് അയാൾ അയാളുടെ നെഞ്ചിനിട്ടിടിച്ചു. എന്നിട്ടയാൾ അമ്മയോട് ചോദിച്ചു:

"അവൾ മരിക്കുന്നതിനുമുമ്പ് എന്തുപറഞ്ഞു. എനിക്ക് തരാൻ എന്താണവൾ അമ്മയെ ഏൽപ്പിച്ചത്"

ആ സ്ത്രീ വീടിന്റെ മൂലയിലെല്ലാം തിരഞ്ഞു. എന്നിട്ട് തിരുസ്വരൂപത്തിന്റെ പിറകിൽനിന്ന് ഒരു മഞ്ഞക്കടലാസ് എടുത്തുകൊണ്ട് വന്നു. അതിലേക്ക് കണ്ണ് പായിച്ചപ്പോൾ അതിലിങ്ങനെ എഴുതിയതായി അയാൾക്ക് തോന്നി;

"എന്റെ പ്രിയപ്പെട്ടവനെ, ആ ദുഷ്ടജന്തുക്കൾ എന്നെ നശിപ്പിച്ചു. എന്നെ അവർ കീറിപ്പറിച്ചു. എനിക്ക് നിന്നോടുള്ള പ്രേമത്തെ അവർ മലിനമാക്കി. ഇനി ഞാൻ എങ്ങനെ ഈ ലോകത്തെ നോക്കും. അമ്മയെ നോക്കും, മകനെ നോക്കും, നിന്നെ നോക്കും. ഈ കണ്ണുകൾകൊണ്ട് ആ വൃത്തികെട്ടവർ എന്നെ നശിപ്പിക്കുന്ന കാഴ്ച കണ്ട ഈ കണ്ണുകൾകൊണ്ട് ഞാനിനി ഈ ലോകത്തെ കാണില്ല. ഒന്നും കാണില്ല. ഒരൊറ്റ ദു:ഖം മാത്രമേയുള്ളു. നമ്മുടെ പ്രേമവും സ്നേഹവും നമ്മുടെ കുഞ്ഞും എല്ലാ ആഹ്ലാദവും കെട്ടടങ്ങിയല്ലോ. ഒരു കാര്യംമാത്രം പറയാനുണ്ട്. ദൈവത്തെ ഓർത്ത് നീ മറ്റൊരു പെണ്ണിനെ കൂട്ടിക്കൊണ്ട് വരണം. നമ്മുടെ പൊന്നുമകനെ അവൾ രക്ഷിക്കും. അവനൊരിക്കലും ഒരനാഥനായി വളരരുത്. പിന്നെ എന്റെ പാവാടകളും കൈലേസുകളും ബ്ലൗസുകളും മറ്റും എന്റെ സഹോദരിക്ക് കൊടുക്കണം. അവളും ഒരു ഭാര്യയാണ്."

അയാൾ കുതിരപ്പുറത്ത് ചാടിക്കയറി. അനീക്കിയുടെ വീട്ടിലേക്ക് കുതിച്ചു. അയാളുടെ കൈയിൽ വാളുണ്ടായിരുന്നു. വീടിന്റെ നടപ്പാതയിലെ കല്ലുകൾ ചാടിക്കയറി അയാൾ വീട്ടിലേക്ക് കടന്നു. അയാൾ വാൾ ഊരിപ്പിടിച്ചിട്ടുണ്ടായിരുന്നു. അയാളെ കണ്ടപ്പോൾ പേടിച്ചു വിറച്ച് അനീക്കിയുടെ വൃദ്ധനായ അച്ഛൻ കുരിശു വരച്ച് തിരുസ്വരൂപത്തിന് മുമ്പിൽനിന്ന് പ്രാർഥിച്ചു. എന്നിട്ട് റസ്മ്യോട്ണോവിന്റെ കാലുകളിലേക്ക് വീണു.

"നിങ്ങളാണ് ഉത്തരം പറയേണ്ടത്. നിങ്ങളുടെ പാപിയായ മകനുവേണ്ടി." ഇതും പറഞ്ഞ് അയാൾ വൃദ്ധന്റെ നരച്ച താടിക്ക് കടന്നുപിടിച്ചു. അയാളെ മുറിയിലേക്ക് വലിച്ചിഴച്ചുകൊണ്ടുപോയി.

അവിടത്തെ അടുപ്പിനരികെ മറ്റൊരു മനുഷ്യജീവി ബോധംകെട്ടു കിടക്കുന്നുണ്ടായിരുന്നു. അനീക്കിയുടെ വൃദ്ധയായ തള്ള. അനീക്കിയുടെ ഭാര്യ അവളുടെ ആറ് കുഞ്ഞുങ്ങളെയും കൂട്ടി വീടിന് പുറത്തേക്കു വന്ന് അലമുറയിട്ടു. ഉഷ്ണക്കാറ്റിൽ വിളറിവെളുത്ത് ചിതറിക്കിടക്കുന്ന സ്റ്റെപ്പി കുന്നുകളിലെ അസ്ഥിക്കഷ്ണങ്ങൾ പോലെയായിരുന്നു അയാൾ. തന്റെ കൈയിലെ ഊരിപ്പിടിച്ച വാൾ ആ വൃദ്ധന്റെ കഴുത്തിന് നേരെ വന്നതായിരുന്നു. പക്ഷെ, ദുരിതങ്ങളുടെ പെരുമഴപോലെ അലറിപ്പാഞ്ഞുവന്ന ആ ആറ് കുട്ടികളുടെയും അവരുടെ അമ്മയുടെയും കരച്ചിൽ അയാളെ തളർത്തി. അവരെല്ലാവരും അയാളുടെ കാലുകളിൽ വീണു. ആ സ്ത്രീ ഇങ്ങനെ കരഞ്ഞു പറഞ്ഞു;

“ഇവരെയെല്ലാം കൊല്ല്. എന്നെയും കൊല്ല്. അനീക്കിയുടെ ശപിക്കപ്പെട്ട ഭാര്യയും മക്കളുമാണ് ഞങ്ങൾ.” അവളുടെ കുടുക്കിടാത്ത ബ്ലൗസിനുള്ളിൽനിന്ന് ഉണങ്ങിച്ചപ്പിയ മുലകൾ പുറത്തേക്ക് തൂങ്ങിക്കിടന്നിരുന്നു. എല്ലുന്തിയ കുഞ്ഞുങ്ങൾ അയാളുടെ കാലുകളിൽ ശക്തിയായി കെട്ടിപ്പിടിച്ച് കരഞ്ഞു. അയാൾ ആകെ അവശനായി. കലിയോടെ അയാൾ ചുറ്റുപാടും നോക്കി. വാൾ തന്റെ ഉറയിൽതന്നെവെച്ച് അയാൾ പുറത്തേക്ക് നടന്നു. അപ്പോളാണ് അനീക്കിയുടെ വൃദ്ധനായ അച്ഛന് ജീവൻ തിരിച്ചുകിട്ടിയത്. അയാൾ ആഹ്ലാദത്തോടെ കരഞ്ഞുകൊണ്ട് റസ്മ്യോട്ണോവിന്റെ കുതിരയെ ചുംബിക്കാൻ നോക്കി. എന്നാൽ അയാളുടെ കാൽ വൃദ്ധന് നേരെ ഉയർന്നു. അയാൾ പറഞ്ഞു: “നിങ്ങൾ രക്ഷപ്പെട്ടു. ആ കുഞ്ഞുങ്ങൾ നിങ്ങളെ രക്ഷിച്ചു.”

റസ്മ്യോട്ണോവ് തന്നെ ഉണ്ടാക്കുന്ന വാറ്റുചാരായം മൂക്കറ്റം കുടിച്ച് അയാൾ വീട്ടിൽത്തന്നെ കിടന്നു. മദ്യലഹരിയിൽ അയാൾ കരയുന്നുണ്ടായിരുന്നു. പിറ്റേന്ന് രാത്രിയിൽ അയാൾ തന്റെ ഭാര്യ തൂങ്ങിമരിച്ച കയ്യാല കെട്ടിപ്പിടിച്ച് കരഞ്ഞു. പിന്നെ അതിനു തീവെച്ചു. മൂന്നുനാല് ദിവസംകഴിഞ്ഞ് ചുവന്നുവീർത്ത മുഖവുമായി ഒരു പ്രേതത്തെപ്പോലെ അയാൾ അമ്മയോട് യാത്രപറഞ്ഞ് പിരിഞ്ഞു. വൃദ്ധയായ ആ സ്ത്രീ തന്റെ ചുക്കിച്ചുളിഞ്ഞ കൈകൾകൊണ്ട് അയാളുടെ ശിരസ്സ് മാറിൽച്ചേർത്ത് കരഞ്ഞു. അപ്പോഴാണ് ആ അമ്മ അതു കണ്ടത്. സ്റ്റെപ്പി കുന്നുകളിലെ പുൽക്കൊടികൾപോലെ വെളുത്ത മുടികൾ അയാളുടെ മനോഹരമായ ശിരസിൽ പടർന്നുപിടിച്ചിരുന്നു. അവർ അതിൽ നോക്കി നെടുവീർപ്പിട്ടു.

രണ്ടു വർഷം കടന്നുപോയി. റസ്മ്യോട്ണോവ് വീണ്ടും ഗ്രാമത്തിലെത്തി. ഒരുകൊല്ലം അയാൾക്ക് പെട്രോൾ ഡ്യൂട്ടിയുണ്ടായിരുന്നു. അതുകഴിഞ്ഞ് അയാൾ കൃഷി ചെയ്യാൻ തുടങ്ങി. വീണ്ടും വിവാഹം ചെയ്യാൻ അമ്മ പറഞ്ഞുകൊണ്ടേയിരുന്നു. അയാൾ ഒന്നും മിണ്ടിയില്ല. എന്നാൽ അമ്മ പറഞ്ഞുകൊണ്ടേയിരുന്നു. ഒരിക്കൽ നിർബന്ധിച്ചു;

“മോനെ നീ വിവാഹം കഴിക്ക് എനിക്ക് വയ്യാതായി. എന്റെ കൈകൾക്ക് പാത്രങ്ങൾ പൊക്കാനുള്ള ശേഷിപോലുമില്ല. നിന്നെ ഏതുപെണ്ണാണ് ഇഷ്ടപ്പെടാത്തത്. പെണ്ണുകാണാനുള്ള ഏർപ്പാട് ഞാൻ ചെയ്യാം.”

“ഞാനിനി വിവാഹം കഴിക്കില്ല. അമ്മ എന്നെ വിഷമിപ്പിക്കരുത്.”

“നീ ഇത് പറയാൻ തുടങ്ങിയിട്ട് കുറെയായി. നിന്റെ തല മഞ്ഞുപോലെ വെളുത്തു വരികയാണ്. നീ ഇത് കാണുന്നില്ലെ. ഇനി എന്നാണ് നീ വിവാഹത്തിന് സമ്മതിക്കുക. മൂക്കിൽ പല്ല് മുളച്ചിട്ടോ. നിനക്ക് നിന്റെ അമ്മയെപ്പറ്റി ഒരു വിചാരവുമില്ല. ഈ വയസിക്കുമില്ലെ മോഹങ്ങള്. എനിക്കും ഒരു കുഞ്ഞിനെ ഓമനിച്ചുവളർത്താൻ മോഹമില്ലെ. നിനക്കറിയുമോ ഞാൻ കുറെ ആട്ടിൻരോമം കരുതിവെച്ചിട്ടുണ്ട്. എന്തിനാണെന്നറിയുമോ. നിന്റെ കെട്ടിയോൾക്ക് പിറക്കുന്ന നിന്റെ കുഞ്ഞുങ്ങൾക്ക് ഉടുപ്പ് തൈയ്ക്കാൻ. ഈ കിഴവിക്ക് നിന്റെ ഓമനകളെ കളിപ്പിച്ചും ചിരി

പ്പിച്ചും കാലം കഴിക്കാം. ഈ വൃദ്ധയ്ക്കിനി വയ്യാത്ത കാലത്ത് പശുവി നെക്കറക്കാനൊന്നും കഴിയില്ല. എന്റെ വിരലുകൾ തളർന്നുപോയി. ഞാൻ പറയുന്നത് അവ കേൾക്കുന്നില്ല." ഇതും പറഞ്ഞ് അവർ കരയാൻ തുടങ്ങി. അയാളാകട്ടെ മരവിച്ചപോലെ ഇരുന്നു. അമ്മ ചോദിച്ചു: "മോനെ നീ ആരെക്കണ്ടാണ് പഠിക്കുന്നത്. നീ രാത്രിമുഴുവൻ ഉറങ്ങാതെ പിച്ചും പേയും പറയുന്നതെന്താണ്. എടാ ചെകുത്താനെ നീ എന്തെങ്കിലുമൊന്ന് മിണ്ട്."

അയാൾ മിണ്ടാതെ പുറത്തേക്ക് നടന്നു. എന്നാൽ അമ്മയുണ്ടോ വിടുന്നു. നാട്ടുകാരോടെല്ലാം ആ തള്ള ഇതുതന്നെ പറഞ്ഞു. പക്ഷെ മറ്റൊരു ഭാര്യയെ സ്വീകരിക്കാൻ അയാൾ തയാറായിരുന്നില്ല. അതിൽ പിന്നീട് ആ അമ്മ തൂങ്ങിമരിച്ച തന്റെ മരുമകളെ ശപിക്കാൻ തുടങ്ങി.

"ആ സർപ്പം അവനെ കൈവിഷം കൊടുത്ത് മയക്കിയതാണ്." നാട്ടി ലുള്ളവരോടെല്ലാം അവർ അതുതന്നെപറഞ്ഞു.

"ആ പണ്ടാരം തൂങ്ങിച്ചത്തു. ചത്തിട്ടും ആ സർപ്പം എന്റെ മോനെ വിടുന്നില്ല. അവനെയും കൊണ്ടുപോകാനാണ് ആ ശകുനത്തിന്റെ മോഹം. അവനോ വേറൊരു പെണ്ണ് വേണ്ട. എന്നാൽ എന്റെ ഗതിയെ ന്താണ്. പ്രിയമുള്ളവരെ നിങ്ങൾ ചിന്തിച്ച് നോക്ക് മറ്റുള്ളവരുടെ കുട്ടിക ളെ കാണുമ്പോൾ എന്റെ ഉള്ളു പിടയുകയാണ്. കണ്ണീർ നിറയുകയാ ണ്. എന്നെപ്പോലുള്ള കിഴവികൾക്ക് ഈ മരിക്കാൻകാലത്ത് നല്ല ആശ്വാസം കിട്ടും. ഞാനോ പൊത്തിനുള്ളിൽ കുടുങ്ങിപ്പോയ എലിയെ പ്പോലെ കഴിയുകയാണ്."

ആ വർഷം തന്നെ റസ്മ്യോട്ട്ണോവ് മേരിന എന്ന ഒരു സ്ത്രീയു മായി ചങ്ങാത്തം കൂടി. സാറിന്റെ സൈന്യത്തിലെ ഒരു സൈനികന്റെ വിധവയായിരുന്നു അവർ. ഒരു ശരത്കാലത്താണ് അയാൾ അവരെ കണ്ടുമുട്ടിയത്. ഇപ്പോൾ അവൾക്ക് നാൽപ്പത് വയസാണ്. കൊഴുത്തി രുണ്ട ശരീരമാണവൾക്ക്. ആരെയും മോഹിപ്പിക്കുന്ന അഴക്.

റസ്മ്യോട്ട്ണോവ് അവളുടെ പുര മേഞ്ഞുകൊടുത്തു. സന്ധ്യക്ക് ഒരുദിവസം അവൾ അയാളെ തന്റെ വീട്ടിനുള്ളിലേക്ക് വിളിച്ചു കയറ്റി. അയാൾക്ക് നല്ല ആഹാരം കൊടുത്തു. അവൾ അയാളോടൊപ്പം ഇരു ന്നു. കറുത്ത് ഇടതൂർന്ന മനോഹരമായ മുടി ഉണ്ടായിരുന്നു അവൾക്ക്. അവളുടെ മുഖമാകെ അഭിമാനംകൊണ്ട് തിളങ്ങുന്നുണ്ടായിരുന്നു. അയാൾ അവളെ കടക്കണ്ണിട്ട് നോക്കി. കുതിരയുടെ കുഞ്ചിരോമം പോലെ യായിരുന്നെങ്കിലും അവളുടെ മുടിക്ക് നല്ല അഴകുണ്ടായിരുന്നു. അവ ളുടെ അതിലോലമായ ചെവിയുടെ മേലെ അത് മൃദുവായി ചുരുണ്ടുകി ടന്നു. അവളുടെ നീണ്ട കണ്ണുകൾക്ക് സ്വൽപ്പം കോങ്കണ്ണ് ഉണ്ടായിരു ന്നു. അസാധാരണമായ ഒരു മാദകത്വം ആ കണ്ണുകൾക്കുണ്ടായിരുന്നു. അയാളുടെ കണ്ണുകളിലേക്ക് തന്നെ അവൾ വശ്യമായി നോക്കി. അവൾ അയാൾക്ക് വീണ്ടും വീണ്ടും ആഹാരം വിളമ്പി. അവൾ അയാളുടെ കഴു ത്തിലേക്കും മനോഹരമായ അയാളുടെ ചുണ്ടുകളിലേക്കും ആർത്തി യോടെ നോക്കി. അപ്പോഴാണ് അവളുടെ മുഴുത്തു തുടുത്ത കഴുത്തിൽ

ത്രസിച്ചുകൊണ്ടിരുന്ന നീല ഞരമ്പുകൾ അയാൾ കണ്ടത്. പെട്ടെന്ന് അയാൾ ആഹാരം കഴിക്കുന്നത് നിർത്തി.

"എന്തുപറ്റി" വളഞ്ഞ പുരികങ്ങളുയർത്തി അവൾ ചോദിച്ചു.

"എനിക്ക് മതിയായി. ഞാൻ നാളെവരാം."

ഇതുകേട്ട ഉടനെ മേരിന മനോഹരമായി പുഞ്ചിരിച്ചുകൊണ്ട് അയാളുടെ അടുത്തേക്ക് വന്നു. സാധാരണമായ മുത്തുകൾപോലുള്ള പല്ലുകളായിരുന്നു അവൾക്ക്. തന്റെ നിറഞ്ഞ മൃദുവായ സ്തനങ്ങൾ അയാളുടെ പുറത്ത് അമർത്തിക്കൊണ്ട് അവൾ അയാളുടെ ചെവിയിൽ ഇങ്ങനെ മന്ത്രിച്ചു;

"പ്രിയപ്പെട്ടവനെ ഇന്നു രാത്രി എന്റെ കൂടെ കഴിഞ്ഞുകൂടെ."

"തീർച്ചയായും താമസിക്കാം."

ഇതുകേട്ടപ്പോൾ അവൾ അയാളുടെ ശരീരത്തിലേക്ക് കുഴഞ്ഞുവീണു. അയാൾ അവളെ വാരിയെടുത്ത് വട്ടംകറക്കി.

"നിങ്ങൾക്ക് ഒരു പാവം വിധവയുടെ മനസ്സ് കാണാൻ കഴിഞ്ഞല്ലോ. ദൈവത്തിന് നന്ദി. ഞാനൊരു പാപിയാണ്. ഞാൻ കരുതി താങ്കളെന്റെ അപേക്ഷ നിരസിക്കുമെന്ന്. അവൾ വിളക്ക് കെടുത്തി. അയാളുടെ കൈപിടിച്ച് ഇരുട്ടിൽ മുറിയിലേക്ക് നടന്നു. ഇരുട്ടത്തുതന്നെ അവൾ തന്റെ മെത്ത വിരിച്ചു. എന്നിട്ട് വാതിലടച്ചു സാക്ഷയിട്ടു. അയാളുടെ ചെവി കടിച്ചുകൊണ്ട് അവൾ പറഞ്ഞു; "നിങ്ങളെ ഏതു റഷ്യൻ തകരപ്പണിക്കാരനാണ് സൃഷ്ടിച്ചത്. പൊട്ടനാണ് നിങ്ങൾ."

"മേരിന നീയെന്താണ് പറയുന്നത്?" അൽപ്പം പരിഭ്രമത്തോടെ അയാൾ ചോദിച്ചു.

"നിങ്ങളെന്തൊരു മനുഷ്യനാണ് നിങ്ങളൊരു പട്ടാളക്കാരനല്ലെ. കണ്ടാൽ നല്ല തന്റേടവും ധൈര്യവുമുണ്ട്. പിന്നെ എന്തിനാണ് ഒരു പെണ്ണിനെ ഇങ്ങനെ പേടിക്കുന്നത്. സൈന്യത്തിൽനിന്ന് നിങ്ങൾക്ക് ധാരാളം ബഹുമതികൾ കിട്ടിയിട്ടുണ്ടല്ലോ." പനംകുലപോലെ സമൃദ്ധമായ അവളുടെ മുടി അഴിച്ചിട്ടുകൊണ്ട് അവളിങ്ങനെ ചോദിക്കുന്നത് കണ്ട് അയാൾ മതിമറന്നുനിന്നു. അവൾ തുടർന്നു.

"എന്റെ പ്രിയപ്പെട്ട മിഷ, അയാൾ പോയി. നിങ്ങൾക്കയാളെ ഓർമയുണ്ടോ?. അയാൾക്ക് എന്റെ അത്ര ഉയരമുണ്ടായിരുന്നില്ല. നിങ്ങൾക്ക് എനിക്കൊത്ത ഉയരമുണ്ട്. പക്ഷെ മിഷയ്ക്ക് നല്ല വീര്യമുണ്ടായിരുന്നു. അവനൊരു പുലിയായിരുന്നു. ഞാനവനെ അതുകൊണ്ടുതന്നെ കൂടുതൽ ഇഷ്ടപ്പെട്ടു. സ്നേഹിച്ചു. അവനെന്നെ അടിക്കുകയും ഇടിക്കുകയും ചെയ്തു. അവന്റെ ഇടികൊണ്ട് എന്റെ കണ്ണിൽനിന്ന് പൊന്നീച്ച പറക്കുകയും മൂക്കിൽനിന്ന് ചോരവരികയും ചെയ്തിരുന്നു. അതൊന്നും എനിക്ക് പ്രശ്നമായിരുന്നില്ല. അവൻ കരുത്തനായിരുന്നു. ഏതൊരു കരുത്തനോടും അടിച്ചുജയിക്കാൻ പോന്നവൻ. അതുകൊണ്ടുതന്നെ അവൻ കൊല്ലപ്പെടുകയും ചെയ്തു. ഞാൻ നിന്നെ സ്നേഹിക്കാൻ തുടങ്ങിയത് അവനറിയാമായിരുന്നു."

മേരിനയുടെ ഭർത്താവിനെ അയാൾക്ക് നന്നായി അറിയാമായിരുന്നു. അയാളുടെ സുഹൃത്തുക്കൾ പറഞ്ഞതോർമയുണ്ട്. അയാൾ

സൈനികരംഗത്ത് തന്റെ വീര്യം കാണിച്ചിട്ടുണ്ട്. യന്ത്രത്തോക്കുകൾ ഉപയോഗിക്കുന്നതിൽ അയാൾക്ക് ഒരു പ്രത്യേക കഴിവുണ്ടായിരുന്നു. തോക്കുകൊണ്ട് അയാൾ മുന്നോട്ടും പിന്നോട്ടും ഒരുപോലെ വെടിവെച്ചു. അയാൾ കുതിരപ്പുറത്ത് കുതിക്കുകയായിരുന്നില്ല. പറക്കുകയായിരുന്നു. അതിശക്തമായ ഒരു യുദ്ധത്തിൽ അയാളുടെ കുതിര കാൽ വഴുതി ഒരു കുഴിയിൽ ചാടി. അങ്ങനെ അയാളുടെ കാലൊടിഞ്ഞു. ഉടൻ തന്നെ അയാൾ വെടിയേറ്റ് കൊല്ലപ്പെടുകയും ചെയ്തു. ആ കഥയെല്ലാം ഓർത്ത് റസ്മ്യോട്ട്ണോവ് മെല്ലെ ചിരിച്ചു.

ആ രാത്രി മേരിനയ്ക്ക് വല്ലാത്ത തിടുക്കമായിരുന്നു. അവൾ അയാളോടൊപ്പം കിടക്കയിലേക്ക് വീണു. അവളുടെ ശ്വാസോച്ഛ്വാസം ഉയർന്നു. അയാളുടെ മാറിലേക്ക് വീണുകൊണ്ട് അവൾ പറഞ്ഞു:

"മിഷ വളരെ വീറുള്ളവനായിരുന്നു. ഞാനവനെ അതുകൊണ്ട് സ്നേഹിക്കുന്നു. പൊട്ടാ നിന്നെ ഞാൻ എന്തിന്റെ പേരിലാണ് സ്നേഹിക്കേണ്ടത്" അവൾ അയാളുടെ വിടർന്ന മാറിൽ ചുണ്ടുകളമർത്തി. മുറിയിലേക്ക് അരിച്ചുകയറിയ വെളിച്ചത്തിൽ അവളുടെ കണ്ണുകൾ തിളങ്ങി. ചുണയുള്ള പെൺകുതിരയുടെ കണ്ണുകൾപോലെയായിരുന്നു അവ. അവൾ അയാളെ വികാരാവേശത്തോടെ പുണർന്നു.

പ്രഭാതമാവുന്നതിന് മുമ്പ് അവൾ ചോദിച്ചു:

"നിങ്ങൾ നാളെയും വരുമോ?"

"നിശ്ചയമായും നാളെ ഞാൻ വരും."

"ധൃതിപ്പെടേണ്ട."

"എന്താണ്?"

"നിങ്ങൾക്ക് നന്നായി പുരമേയാൻ അറിയില്ല. അതെനിക്കറിയാം. നിങ്ങളെക്കാൾ മേയാനറിയുന്ന വയസന്മാർ ഇവിടെയുണ്ട്. പക്ഷെ ഞാൻ നിങ്ങളെ ഇവിടേക്ക് വിളിച്ചത് പുരമേയാനല്ല. എങ്കിലും നിങ്ങൾ വന്നു. എനിക്ക് കുറച്ച് കാശ് പോയാലെന്ത്."

മേരിനയ്ക്ക് അയാളെ വേണം. അയാൾ മേഞ്ഞ പുരയുടെ മേൽപ്പുര അവൾക്ക് വേറെ പണിക്കാരെ വെച്ച് നന്നാക്കേണ്ടി വന്നു. പക്ഷെ അവൾ അയാളെ വരുത്തി. നിത്യവും രാത്രിയിൽ അയാൾ വരാൻ തുടങ്ങി. അവളെക്കാൾ പത്തുവയസ്സ് കുറവായിരുന്നു അയാൾക്ക്. പക്ഷെ അവൾ അയാളെ മത്ത് പിടിപ്പിച്ചു. പുളിപ്പിച്ച് മൂത്ത പഴച്ചാറുപോലെ അയാൾ അവളെ കോരിക്കുടിച്ചു.

അവർ തമ്മിലുള്ള ബന്ധം നാട്ടിൽ പാട്ടായി. പലരും പലരീതിയിലാണ് അതിനെ വ്യാഖ്യാനിച്ചത്. അയാളുടെ വൃദ്ധയായ അമ്മ ഇതെല്ലാം കേട്ട് കരയാൻ തുടങ്ങി. അവർ മേരിനയെ ശപിച്ചു. അയാളുടെ വീടിനടുത്ത് നൂർക്ക എന്നൊരു പെണ്ണുണ്ടായിരുന്നു. അവൾ അയാളോട് പലപ്പോഴും കിന്നാരം പറയുമായിരുന്നു. എന്നാൽ മേരിനയുമായുള്ള ബന്ധമറിഞ്ഞ് അവൾ അയാളിൽനിന്നും ഒഴിഞ്ഞുമാറി. ഒരുദിവസം, ഒരു ശരത്കാലത്ത് അയാൾ മരംവെട്ടുകയായിരുന്നു. അപ്പോൾ അവൾ ചോദിച്ചു:

"അങ്ങനെ ഒരു വയസത്തി നിങ്ങളെ പിടിച്ചുകെട്ടി അല്ലേ?" അവളുടെ ചുണ്ടുകൾ വിറയ്ക്കുന്നുണ്ടായിരുന്നു. അവളുടെ കണ്ണ് നനയുന്നുണ്ടായിരുന്നു. എങ്കിലും അവൾ പണിപ്പെട്ട് ചിരിച്ചു.

"അവളെന്നെ കെട്ടിപ്പിടിച്ച് വീർപ്പുമുട്ടിച്ചു. ഞാനെന്തു ചെയ്യും."

"ഈ നാട്ടിൽ പ്രായംകുറഞ്ഞ പെണ്ണുങ്ങളെയൊന്നും കിട്ടിയില്ലേ."

അതിനയാൾ മറുപടി പറഞ്ഞില്ല. പകരം തലയിൽനിന്ന് തൊപ്പിയെടുത്ത് നരച്ച തലമുടി അവളെ കാണിച്ചുകൊടുത്തു.

"എന്നിട്ടും ഞാൻ നിങ്ങളെ സ്നേഹിച്ചു. ഞാനൊരു മണ്ടിപ്പെണ്ണ്." ഇതും പറഞ്ഞ് അവൾ ധൃതഗതിയിൽ നടന്നുപോയി.

അയാൾ വീണ്ടും മേരിനയെ കാണാൻപോയി. അവളെ കണ്ടുമുട്ടിയ ശേഷം അയാൾക്ക് എന്തെന്നില്ലാത്ത ആവേശം തിരിച്ചുകിട്ടി. അവൾക്കും ഒരു ഇരുപത് വയസ്സ് കുറഞ്ഞതുപോലെ തോന്നി. അവളുടെ ഇളം കോങ്കണ്ണുകൾ എന്നും രാത്രിയിൽ അയാളെ കാത്തിരുന്നു. മദോന്മത്തനായ ഒരു പുരുഷനെപ്പോലെ അവൾ അയാളെ പുണർന്നു. നേരം പുലരുവോളം അയാളോടൊത്ത് രമിച്ചു. അവളുടെ കവിൾത്തടങ്ങൾ ആപ്പിൾപോലെ ചുവന്നു. അവൾ അയാൾക്ക് നല്ല പുകയില തയാറാക്കിക്കൊടുത്തു. വീര്യം കൂടിയ മദ്യം കൊടുത്തു. ആരാധനയോടെ അവൾ അയാളെ നോക്കിനിന്നു. അവളുടെ കണ്ണുകളിൽ ഭയത്തിന്റെ നിഴൽ ഉണ്ടായിരുന്നു. തനിക്ക് അയാളെ നഷ്ടപ്പെടുമോ എന്ന് അവൾ പേടിച്ചു. ഗ്രാമത്തിലെ യോഗങ്ങളിൽ പതിവില്ലാതെ അവൾ പങ്കെടുക്കാൻ തുടങ്ങി. തന്റെ കാമുകൻ മറ്റ് പെണ്ണുങ്ങളുമായി രമിക്കുന്നുണ്ടോ എന്നറിയാനായിരുന്നു അത്. അയാൾ ഏതെങ്കിലും ഒരു പെണ്ണിനെ നോക്കുന്നതുപോലും അവൾക്ക് സഹിക്കാൻ കഴിയുമായിരുന്നില്ല. എന്നാൽ അവളുടെ ഇത്തരം സ്വഭാവങ്ങൾ അയാളെ ദേഷ്യം പിടിപ്പിച്ചു. പക്ഷെ, ക്രമേണ അയാൾ അതുമായി പൊരുത്തപ്പെട്ടു. അയാൾക്ക് അയാളിൽത്തന്നെ ഒരു വിശ്വാസമുണ്ടായി. മേരിനയ്ക്ക് അയാളോടുള്ള പ്രേമം നാൾക്കുനാൾ കൂടിവന്നു. അവൾ അവളുടെ ഭർത്താവിന്റെ ഉടുപ്പുകളെല്ലാം അയാൾക്ക് കൊടുത്തു. അങ്ങനെ ഒരു കള്ളക്കാമുകനായിരുന്ന അയാൾ ഒരു യഥാർഥ ഭർത്താവിന്റെ പ്രതിരൂപമായി മാറി. മേരിനയുടെ സ്വത്തുക്കളുടെയെല്ലാം അവകാശിയായി. ഉയരം കുറഞ്ഞ അവളുടെ ഭർത്താവിന്റെ വസ്ത്രങ്ങൾ ധരിച്ച് അയാൾ അഹങ്കാരത്തോടെ നാട്ടിലൂടെ നടന്നു. അയാൾ അവളോടൊപ്പം കൃഷിപ്പണി ചെയ്തു. കാട്ടിൽ നായാട്ടിന് പോയി. മുയലുകളെയും പക്ഷികളെയും കൊണ്ടുവന്നു അയാൾ. മേരിന നല്ലവളായിരുന്നു. അയാളുടെ അമ്മയോട് അവൾക്ക് സ്നേഹമുണ്ടായിരുന്നു.

മേരിന നല്ല ഒരു പണിക്കാരിയായിരുന്നു. അവൾ ഒരാണിനെക്കാൾ ചുറുചുറുക്കോടെ വേലചെയ്തു. വളരെ ഭാരംകൂടിയ ധാന്യച്ചാക്കുകൾ അവളൊറ്റയ്ക്ക് എടുത്ത് പൊന്തിക്കുന്നത് അയാൾ അത്ഭുതത്തോടെ നോക്കിനിന്നിട്ടുണ്ട്. അങ്ങനെ ഭാരപ്പെട്ട പല ജോലികളും അവൾ നിഷ്പ്രയാസം ചെയ്തു. ഒരു കരുത്തനായ പുരുഷന്റെ വീര്യമായിരുന്നു

അവൾക്ക്. കുതിരയെ മെരുക്കുന്നതിൽ അവൾക്ക് സാധാരണമായ കഴിവുണ്ടായിരുന്നു. അയാളെ മെരുക്കുംപോലെതന്നെ.

വർഷങ്ങൾ കടന്നുപോയി. ഇരുവരും തമ്മിലുള്ള ബന്ധത്തിന് കൂടുതൽ ആഴവും ദൃഢതയും കൈവന്നു. എങ്കിലും പലപ്പോഴും അയാൾ തന്റെ മരിച്ചുപോയ ഭാര്യയെ ഓർക്കാറുണ്ട്. അയാളുടെ മനസിൽ അവൾ ഉണ്ടായിരുന്നു. അനീക്കിയുടെ മൂത്ത മകനെ കാണുമ്പോൾ അയാൾ ആകെ അസ്വസ്ഥനാകും. ഫ്രാൻസിലേക്ക് ഓടിപ്പോയ അനീക്കിയുടെ മകന് അച്ഛന്റെ അതേ ഛായയായിരുന്നു. പക്ഷെ അയാളുടെ മനസിൽനിന്നും വിദ്വേഷത്തിന്റെയും പ്രതികാരത്തിന്റെയും വീര്യമെല്ലാം മറഞ്ഞുപോയിരുന്നു. പണ്ട് സൈന്യത്തിൽ നിന്ന് ഒരു ഉദ്യോഗസ്ഥന്റെ വാളുകൊണ്ട് നെറ്റിയിൽ മുറിവേറ്റിട്ടുണ്ട്. ആ മുറിവ് ഇന്ന് ഒരവ്യക്തമായ പാടായി നെറ്റിയിൽ അവശേഷിക്കുന്നു. അതുപോലെ അനീക്കി തന്നെ ഏൽപ്പിച്ച ആഘാതം വളരെ മെല്ലെ മാഞ്ഞുപോവുകയായിരുന്നു.

ഒരു ഗ്രാമയോഗത്തിന് ശേഷം അയാൾ മേരിനയുടെ അടുത്തേക്ക് പോയി. അവൾ അയാളെയും കാത്തിരിക്കുകയായിരുന്നു. റസ്മ്യോട്ണോവ് വരുമ്പോൾ അവൾ ചർക്കയിൽ നൂൽനൂൽക്കുകയാണ്. അവളുടെ വീടിനകത്ത് ഒരു കോലാടിന്റെ കുട്ടി തുള്ളിക്കളിക്കുന്നുണ്ടായിരുന്നു. ചർക്കയുടെ ശബ്ദം കേട്ടപ്പോൾ അയാൾക്കെന്തോ ഒരസ്വസ്ഥത തോന്നി. അവൾ അത് മനസിലാക്കി എഴുന്നേറ്റു.

"യോഗത്തിൽ എന്തായിരുന്നു തീരുമാനം?"

"ഞങ്ങൾ നാളെമുതൽ എല്ലാ കുലാക്കുകളെയും പിടിച്ചുകെട്ടാൻ പോവുകയാണ്."

"സത്യമാണോ."

"അതെ. നാട്ടുകാരെല്ലാം കൂട്ടുകൃഷിപ്രസ്ഥാനത്തിൽ ചേർന്നു." റസ്മ്യോട്ണോവ് തന്റെ വസ്ത്രങ്ങൾ മാറാതെതന്നെ കിടക്കയിലേക്ക് വീണു. അവിടെ ഉണ്ടായിരുന്ന ആട്ടിൻകുട്ടി അയാളുടെ മേൽ കയറിയിരുന്നു.

''നീയും കൂട്ടുകൃഷിയിൽ ചേരണം."

"ഞാനെന്തിന് കൃഷിയിൽ ചേരണം. നിങ്ങളെന്ത് പൊട്ടവർത്തമാനമാണ് പറയുന്നത്."

"മേരിന നീ ഞാൻ പറയുന്നത് കേൾക്ക്. തീർച്ചയായും നീ കൂട്ടുകൃഷിയിൽ ചേരണം. ഞാൻ എല്ലാവരെയും കൂട്ടുകൃഷിയിൽ ചേർക്കുന്നു. അപ്പോൾ നീ ചേർന്നില്ലെങ്കിൽ ആളുകൾ എന്നെ പഴിപറയും. എനിയ്ക്കൊരു മന:സാക്ഷിയില്ലെ."

"നിങ്ങളെത്ര നിർബന്ധിച്ചാലും ഞാൻ കൂട്ടുകൃഷിയിൽ ചേരില്ല." ഇതു പറയുമ്പോൾ അവളുടെ ശരീരത്തിൽനിന്ന് വിയർപ്പിന്റെ ഊഷ്മളമായ ഒരു ഗന്ധം ഉയരുന്നത് അയാൾ ശ്രദ്ധിച്ചു.

"നീ കൂട്ടുകൃഷിയിൽ ചേരുന്നില്ലെങ്കിൽ നമുക്ക് രണ്ടുപേർക്കും രണ്ടു വഴി."

"ഭീഷണിപ്പെടുത്തുകയാണോ?"

"എനിക്ക് ഭീഷണിപ്പെടുത്താനറിയില്ല. പക്ഷെ, നമുക്ക് പിരിയേണ്ടിവരും."

"ശരി എങ്കിൽ നിങ്ങൾ പോയ്ക്കോളൂ. എന്റെ പശുവിനെ ഞാൻ അവർക്ക് കൊടുത്താൽ എനിക്കു പിന്നെ എന്താണുള്ളത്. ഞാൻ പട്ടിണി കിടന്ന് മരിക്കണം അല്ലേ. നിങ്ങൾക്ക് ഞാൻ എന്താണ് തിന്നാൻ തരിക."

"ഒരുപങ്ക് നമുക്ക് കിട്ടും."

"സ്ത്രീകളെയും പങ്ക് വെക്കുമോ?"

"നിന്റെ ചെവിക്കല്ല് അടിച്ചുപൊട്ടിക്കുകയാണ് വേണ്ടത്. പക്ഷെ ഞാനത് ചെയ്യുന്നില്ല." തന്റെ കൈയിലെ ആട്ടിൻകുട്ടിയെ നിലത്തുവെച്ച് അയാൾ തൊപ്പിതലയിലെടുത്തുവെച്ചു. എന്നിട്ട് പറഞ്ഞു: "നാശം ഒറ്റ യെണ്ണത്തിനും കാര്യം പറഞ്ഞാൽ മനസിലാവുകയില്ല. എല്ലാവരോടും കെഞ്ചണം. ഇവൾപോലും തട്ടിത്തെറിപ്പിക്കുകയാണ്. നാളത്തെ സമ്മേളനത്തിൽ എന്തുസംഭവിക്കുമെന്ന് പറയാൻ കഴിയില്ല. ഈ കുലാക്കുകളെ നേരിട്ടേ പറ്റൂ."

അയാൾ ധൃതിയിൽ വീട്ടിലേക്ക് നടന്നു. നടക്കുമ്പോൾ ചിന്തകൾ അയാളെ വേട്ടയാടി. വീട്ടിൽവന്ന് അയാൾ നേരെ കിടക്കയിലേക്ക് വീണു. ഉറക്കം വരുന്നില്ല. തിരിഞ്ഞും മറിഞ്ഞും കിടന്ന് അയാൾ അസ്വസ്ഥനാകുന്നത് അമ്മയറിഞ്ഞു. പുറത്ത് കൈയ്യാലപ്പുറത്ത് ഒരു പൂവൻകോഴി നീട്ടിക്കൂവിയപ്പോഴാണ് നേരം പുലർന്നവിവരം അയാളറിയുന്നത്. അയാളുടെ മനസിൽ പേടിയുണ്ടായിരുന്നു. ഡേവിഡോവ് വിവേകമില്ലാത്തവനാണ്. അയാൾ കൃഷിക്കാരെ കൂട്ടുകൃഷിക്കെതിരെ തിരിച്ചുവിടുമോ? അയാൾ ഒരു കാലനാണ്. അയാളൊന്ന് മനസിൽ വിചാരിച്ചാൽ അത് നടത്തും. കണ്ണുകൾ കണ്ടാലറിയാം. കുറുക്കനാണയാൾ. അധികമുയരമില്ലെങ്കിലും നല്ല ആരോഗ്യമുള്ള ശരീരമാണ് അയാൾക്ക്. സമ്മേളനത്തിൽ വെച്ച് ഡേവിഡോവിന്റെ ചലനങ്ങൾ അയാൾ ശ്രദ്ധിച്ചതാണ്. എങ്ങനെയെങ്കിലും ആളുകളെ കൂട്ടുകൃഷിപ്രസ്ഥാനത്തിൽ ചേർക്കണം. അതിനുവേണ്ടി എന്തുത്യാഗവും സഹിക്കാം. കുലാക്കുകളെ വേണ്ടിവന്നാൽ കൊന്നൊടുക്കണം. ഈ തീരുമാനത്തോടെയാണ് റസ്മ്യോട്ണോവ് കിടക്കയിൽനിന്ന് എഴുന്നേറ്റത്.

## 7

**കാ**ലത്ത് ഏഴുമണിക്ക് ഡേവിഡോവ് വില്ലേജ് സോവിയറ്റിലെത്തി. അപ്പോഴവിടെ ഒരുപാട് കൃഷിക്കാർ തടിച്ചുകൂടിയിരുന്നു.

"നേരം പുലരുന്നതിന് മുമ്പ് ഞങ്ങൾ ഇവിടെ കാത്തിരിക്കുകയാണ്." ലുബിഷ്കിൻ ഡേവിഡോവിന്റെ കൈ പിടിച്ചുകൊണ്ട് പറഞ്ഞു;

"ഇന്നുതന്നെ നമുക്ക് തുടക്കമിടണം" ചുക്കാർമുത്തൻ ആണ് ഇത് പറഞ്ഞത്. ഇയാളാണ് അന്നത്തെ യോഗത്തിൽ സ്ത്രീയുടെ വേഷത്തിൽ തമാശ പറഞ്ഞ് ആളുകളെ പൊട്ടിച്ചിരിപ്പിച്ചത്. അന്നയാൾ ഒരു സ്ത്രീയുടെ വെളുത്ത ചെമ്മരിയാട്ടിൻ തോൽക്കുപ്പായമാണ് ധരിച്ചിരു

ന്നത്. അയാൾക്ക് ഡേവിഡോവിനോട് വല്ലാത്ത ഒരു അടുപ്പമുണ്ടായിരുന്നു. അയാളും ഡേവിഡോവും കൂടിയാണ് കാര്യങ്ങൾ തീരുമാനിക്കുന്നത് എന്ന് അയാൾ പലരോടും പറഞ്ഞു. അവർ തമ്മിൽ വളരെ ഗൗരവമായ രാഷ്ട്രീയ വിഷയങ്ങൾ ചർച്ചചെയ്യാറുണ്ടെന്നും കൂട്ടുകൃഷിപ്രസ്ഥാനത്തെപ്പറ്റി ആലോചിച്ച് അവർ രണ്ടുപേരും ഉറങ്ങാറില്ലെന്നും അയാൾ ആളുകളോട് തട്ടിവിട്ടു.

ഡേവിഡോവിനും ചുക്കാറിനെ വലിയ ഇഷ്ടമായിരുന്നു. അയാൾ എപ്പോഴും ആ ഒരൊറ്റ വെള്ളക്കുപ്പായമാണ് ധരിക്കാറ്. ആദ്യം ചുക്കാർ കൂട്ടുകൃഷിക്കെതിരായിരുന്നു. എന്നാൽ പിന്നീട് അയാൾ അതിന്റെ ആളായി. അതും പറഞ്ഞ് ഡേവിഡോവ് അയാളെ കളിയാക്കും. അങ്ങനെ ചുക്കാറും ഡേവിഡോവും വലിയ കൂട്ടുകാരായി മാറി. മറ്റ് കൃഷിക്കാരും അവരുടെ ചങ്ങാത്തത്തെ തിരിച്ചറിഞ്ഞു. എല്ലാവരും ഒരുമിച്ച് ചേർന്ന് പെട്ടെന്നുതന്നെ തീരുമാനമെടുത്തു. നാട്ടിലെ കുലാക്കുകളുടെ ഭൂമി മുഴുവൻ പിടിച്ചെടുക്കുക. അതിനുവേണ്ടി അവർ രണ്ട് ഗ്രൂപ്പുകളായി തിരിഞ്ഞു. ഒരു ഗ്രൂപ്പ് ഗ്രാമത്തിന്റെ പകുതിയിലേക്ക് പോകണം. രണ്ടാമത്തെ ഗ്രൂപ്പ് മറുപകുതിയിലേക്കും. ഒന്നാമത്തെ ഗ്രൂപ്പിന്റെ നേതാവ് നഗുൽനോവ് ആകണമെന്ന് നിർദ്ദേശമുണ്ടായിരുന്നെങ്കിലും അയാളത് വേണ്ടെന്ന് പറഞ്ഞു. കാരണം അയാൾ ആഗ്രഹിച്ചത് ഗ്രാമത്തിന്റെ രണ്ടാം പകുതിയിലേക്ക് പോകാനാണ്. എന്താണ് അതിന്റെ കാരണമെന്നറിയണ്ടെ. അത് നഗുൽനോവ് തന്നെ പറയും:

"അത്..... അത് ഗ്രാമത്തിന്റെ ഒന്നാം പകുതിയിലേക്ക് പോകാൻ എനിക്കിഷ്ടമില്ല. കാരണം ഒരുപക്ഷെ നിങ്ങൾക്ക് അറിയുമായിരിക്കും, എന്റെ ഭാര്യയുടെ പേര് ലൂഷ്ക എന്നാണ്............ അവൾ ആ കുലാക്കിന്റെ മകൻ തിമോഫിയുമായി അവിഹിത വേഴ്ചയിലാണ്. ഞാനവിടെ പോയാൽ ആളുകൾ അതുമിതും പറയും. ഞാൻ രണ്ടാം ഗ്രൂപ്പിന്റെ കൂടെ പോകാം. റസ്മ്യോട്ഞോവ് ഒന്നാം ഗ്രൂപ്പിന്റെ നേതാവാകട്ടെ."

അന്നെല്ലാവർക്കും ആഹാരം വിളമ്പിയത് നഗുൽനോവിന്റെ ഭാര്യയായിരുന്നു. അവളുടെ മുഖത്ത് മഞ്ഞനിറത്തിലുള്ള ഒരു മുറിവ് പലരും ശ്രദ്ധിച്ചു. പലരും കരുതിയത് നഗുൽനോവ് അവളെ അടിക്കുകയോ മറ്റോ ചെയ്തതെന്നാണ്. പക്ഷെ അത് ചെയ്തത് നഗുൽനോവ് ആയിരുന്നില്ല. തിമോഫിയായിരുന്നു. ഡേവിഡോവും നഗുൽനോവും ലുബിഷ്കിനും ചുക്കാർമത്തനും കുറെ കൊസാക്കുകളും ചേർന്ന് ഗ്രാമത്തിലേക്ക് യാത്രയായി. എവിടെ നിന്നാണ് തുടങ്ങേണ്ടത്. ഏതു കുലാക്കിനെയാണ് ആദ്യം പിടിക്കേണ്ടത്. ഈ വിഷയത്തെച്ചൊല്ലി അവർ വളരെ തർക്കിച്ചു. എന്നാൽ തീരുമാനം പെട്ടെന്നുണ്ടായി. ഗ്രാമത്തിലെ ഒരു കുലാക്കായ ടിറ്റോക്കിനെ ലക്ഷ്യമാക്കി അവർ നടന്നു. അവർ ടിറ്റോക്കിന്റെ വീടിനടുത്തെത്തി. ആ വീടിന്റെ വലിപ്പവും സൗകര്യങ്ങളും മനസിലാക്കിയ നഗുൽനോവ് അത് പിടിച്ചെടുത്താൽ കൂട്ടുകൃഷി സ്ഥാപനത്തിന്റെ ആപ്പീസാക്കാമെന്ന് അഭിപ്രായപ്പെട്ടു. വളരെ വലിയ വീടായിരുന്നു അത്. ഏതോ

ദരിദ്രവാസിയിൽനിന്ന് ടിറ്റോക്ക് തരപ്പെടുത്തിയതായിരുന്നു ആ ഭൂമി. ഒരു ചാവാലി പശുവിനെ കൊടുത്ത് അയാൾ അത് സ്വന്തമാക്കി. ആരും ഇതിനെതിരെ പ്രതികരിച്ചില്ല. പക്ഷെ അയാളുടെ കൈയിൽ കിട്ടിയതോടെ അയാളാ വീട് പുതുക്കിപ്പണിത് വലുതാക്കി. വലിയ ഒരു കളപ്പുരയും മറ്റുമുണ്ടാക്കി.

ഡേവിഡോവും നഗുൽനോവും മുമ്പിൽ നടന്നു. അവർ ഗേറ്റ് തുറന്നതോടെ വലിയൊരു ചെന്നായയെപ്പോലെ വെള്ള നിറമുള്ള ഒരു വേട്ടനായ ഉച്ചത്തിൽ കുരച്ച് ബഹളമുണ്ടാക്കി. ആരു കണ്ടാലും പേടിച്ചുപോകുന്ന ഒരു നായയായിരുന്നു അത്. ഇരയെക്കണ്ട വേട്ടമൃഗത്തെപ്പോലെ അത് കൃഷിക്കാരുടെ നേരെ കുരച്ചുചാടി. എന്നാൽ അതിന് ചങ്ങല പൊട്ടിക്കാൻ കഴിഞ്ഞില്ല. കൃഷിക്കാർ നായയെ വക വെയ്ക്കാതെ വീട്ടുമുറ്റത്തേക്ക് നടന്നു. കോലായിൽ ടിറ്റോക്കിന്റെ ഭാര്യ നിൽപ്പുണ്ടായിരുന്നു. കൃഷിക്കാരെ കണ്ടപ്പോൾ അവളുടെ മുഖത്ത് പുച്ഛവും ദേഷ്യവും നിഴലിച്ചു. എന്നിട്ട് എന്തൊക്കെയോ മുറുമുറുത്തു.

“ടിറ്റോക്ക് വീട്ടിലുണ്ടോ?”

“ഇവിടെയില്ല.”

“എവിടെപ്പോയതായിരിക്കും?”

“ഓ എനിക്കറിയില്ല” ദേഷ്യത്തോടെയും മുഖത്തടിച്ചതുപോലെയുമാണ് അവർ പറഞ്ഞത്. അപ്പോൾ ഒരു കൃഷിക്കാരൻ ഇങ്ങനെ പറയാൻ തുടങ്ങി:

“ഞങ്ങൾ വന്നതിന്റെ ഉദ്ദേശ്യം എന്താണെന്നറിയാമോ. ഞങ്ങൾ ...................” ഇതുപറയുമ്പോഴേക്കും നഗുൽനോവ് അയാളെ തറപ്പിച്ച് നോക്കി. അതോടെ പറഞ്ഞ ആൾ അത് പിൻവലിച്ചു. അയാൾ ഒന്നും മിണ്ടാതെ ബഞ്ചിലിരുന്നു. കുറച്ച് കഴിഞ്ഞ് അയാളിങ്ങനെ ചോദിച്ചു:

“ഇവിടെ കുതിരകളൊക്കെ ഉണ്ടോ?”

“ഉണ്ട്.”

“കാളകളോ?”

“ഇവിടെ കാളകളുമില്ല കഴുതകളുമില്ല. നിങ്ങൾ എന്തിനാണ് ഇവിടെ വന്നത്.”

അതിനുത്തരം പറഞ്ഞത് ചുക്കാർമുത്തനാണ്;

“ഞങ്ങൾ..............” ചുക്കാർ മുത്തൻ ഇതുപറയുമ്പോഴേക്കും ലുബിഷ്കിൻ അയാളുടെ കുപ്പായത്തിൽ പിടിച്ചുവലിച്ചു. എന്നിട്ട് അയാളെ പിടിച്ച് വീടിന്റെ പിന്നാമ്പുറത്തേക്ക് കൂട്ടിക്കൊണ്ടുപോയി. നഗുൽനോവും ഡേവിഡോവും പരസ്പരം എന്തോ കണ്ണുകൊണ്ട് സംസാരിച്ചു. ഡേവിഡോവ് ചുക്കാറിനെ താടിക്ക് പിടിച്ചു. എന്നിട്ട് അനവസരത്തിൽ സംസാരിക്കുന്നതിനെതിരെ അയാളെ ഭീഷണിപ്പെടുത്തി. പക്ഷെ ചുക്കാർ പറഞ്ഞതിൽ കാര്യമുണ്ടായിരുന്നു. ടിറ്റോക്ക് കാളകളെ എന്തുചെയ്തുവെന്ന് അറിയില്ല. ആ ഗ്രാമത്തിലെ ഏറ്റവും നല്ല കാളകളാണ് അയാളുടേത്. എങ്ങനെയെങ്കിലും ടിറ്റോക്കിനെയും കാളകളെയും കണ്ടുപിടിക്കണം. അവർ മുറ്റത്തേക്ക് നടന്നു. അവിടെ ഒരു കുതിരലായമുണ്ടായിരുന്നു. ഒരു

പൊക്കംകൂടിയ വെളുത്തകുതിര. ലുബിഷ്കിൻ അതിന്റെ പുറത്ത് ചാടിക്കയറി. അപ്പോൾ ടിറ്റോക്കിന്റെ ഭാര്യ ചാടിക്കെട്ടിവന്നു. അവർ ഒച്ചയിട്ടു:

"ഹേ മനുഷ്യാ, നിങ്ങൾ എന്താണ് ചെയ്യുന്നത്. വീട്ടിൽ കയറി അതിക്രമം കാണിക്കുകയാണോ." അതു പറയുമ്പോൾ ടിറ്റോക്കിന്റെ ഭാര്യയുടെ കൈകൾ രണ്ടും അവളുടെ അരക്കെട്ടിലായിരുന്നു. ഭർത്താവ് തിരിച്ചുവന്നാൽ അവർക്ക് വേണ്ടത് കൊടുത്തോളുമെന്ന് അവർ ഭീഷണി മുഴക്കി. എന്നാൽ കർഷകർ വിട്ടില്ല. അയാളെ കാണാനും നേരിടാനും തന്നെയാണ് വന്നതെന്ന് അവരും ഭീഷണി മുഴക്കി. മെതിമുറ്റത്തുനിന്ന് നിരത്തിലേക്ക് നോക്കിയപ്പോൾ കാളയുടെ കുളമ്പടിക്കലകൾ അവർ കണ്ടു. ടിറ്റോക്ക് കടന്നുകളഞ്ഞിരിക്കുന്നു. കാളയെ വിറ്റിട്ടുണ്ടായിരിക്കും. കൃഷിക്കാർ ആ കാളയെയും തിരഞ്ഞ് നിരത്തിലേക്ക് കുതിച്ചു. അവർ പ്രധാന നിരത്തിലെത്തി. വഴിയിലെങ്ങും മഞ്ഞ് മൂടിക്കിടന്നിരുന്നു. കാളകളും കുതിരകളും ചവിട്ടിക്കുഴച്ചിട്ട ചെളിപിടിച്ച പാത. അവർ വളരെ ദൂരം നടന്നു. വഴിയിലെങ്ങും വെയിലിന്റെ ഒരു കിരണം പോലും കണ്ടില്ല. ഹിമപ്പക്ഷികൾ വഴിയിലാകെ നിരനിരയായി നിന്നു. പാതയിൽ കാളകളുടെയും കുതിരകളുടെയും കുളമ്പടികൾ.

നടന്നുനടന്ന് അവർ ഒരു കുന്നിന്റെ മുകളിലെത്തി. അവിടന്ന് വീണ്ടും നടന്ന് അതിന്റെ താഴ്‌വാരത്തിലെത്തി. അവിടെ മഞ്ഞിൽ പൊതിഞ്ഞ ചാണകം അവർ കണ്ടു. ആ ചാണകം കണ്ടപ്പോൾ അതിന് വളരെപ്പഴക്കമില്ലെന്ന് മനസിലായി. നഗുൽനോവ് അത് മണത്തുനോക്കി. അയാളുടെ മൂക്കിലേക്ക് ചാണകത്തിന്റെ ചൂര് അടിച്ചുകയറി. അതോടെ അവർ നടത്തത്തിന്റെ വേഗതകൂട്ടി. നഗുൽനോവ് അരയിലെ റിവോൾവർ ഇടയ്ക്കിടെ തപ്പിനോക്കുന്നുണ്ടായിരുന്നു. കുറെ ദൂരം നടന്നപ്പോൾ അവർ ഇലകൊഴിഞ്ഞ് നഗ്നസുന്ദരിയെപ്പോലെ നിൽക്കുന്ന ഒരുകൂട്ടം ഓക്ക് വൃക്ഷങ്ങൾ കണ്ടു. അതിനടുത്ത് ഒരാൾ രണ്ട് കാളകളെയും കുതിരകളെയും കയറുകൊണ്ട് മരത്തോട് ബന്ധിക്കുന്നുണ്ടായിരുന്നു. കുതിരകളുടെ നിലവിളിയും കേൾക്കാം. അയാൾ ചുരുട്ടുവലിക്കുന്നുണ്ടായിരുന്നു. അതിന്റെ നീല പുകച്ചുരുളുകൾ അയാളുടെ തലയ്ക്കുമുകളിൽ വലിയൊരു ചിത്രം വരച്ചുവെച്ചു. ടിറ്റോക്ക് ആയിരുന്നു അത്. നഗുൽനോവിനെ കണ്ടതോടെ അയാൾ പരിഭ്രാന്തനായി.

"നിങ്ങളെങ്ങോട്ടാണ് പോകുന്നത്?"

"ഞാൻ കാളകളെ വിൽക്കാൻ പോകുകയാണ്." ഈ സമയം നഗുൽനോവിന്റെയും ടിറ്റോക്കിന്റെയും കുതിരകൾ അന്യോന്യം മണത്തുനോക്കി ചിനച്ചു. നഗുൽനോവിന്റെ മുഖം ദേഷ്യംകൊണ്ട് ചുവന്നിരുന്നു. ടിറ്റോക്ക് ആകെ പരിഭ്രാന്തനായിരുന്നെങ്കിലും അയാൾ ശാന്തത അഭിനയിച്ചു. കാളകളെയും കുതിരകളെയും വീട്ടിലേക്ക് കൊണ്ടുപോകാൻ നഗുൽനോവ് ആജ്ഞാപിച്ചു. ടിറ്റോക്ക് ഒന്നും മിണ്ടിയില്ല. അയാൾ കുറ്റവാളിയായ ഒരു മനുഷ്യനെപ്പോലെ മുഖം തൊപ്പികൊണ്ട് പാതിമറച്ചുപിടിച്ചിരുന്നു. അയാളുടെ കോട്ടിന്റെ ഉള്ളിൽ തോക്കുണ്ടായിരുന്നെ

ങ്കിൽ അയാൾ ഇപ്പോൾത്തന്നെ അത് ഉപയോഗിക്കുമെന്ന് നഗുൽനോവ് ചിന്തിച്ചു.

"നിങ്ങളെന്റെ കാളകളെ കൊണ്ടുപോകാൻ വന്നതാണോ. നിങ്ങൾക്കെന്റെ സ്വത്ത് തട്ടിയെടുക്കണം, അല്ലേ?."

"എടാ നായിന്റെ മോനെ, ചെകുത്താൻ കുലാക്കെ, പന്നി, നീ ഇതിനാണല്ലെ പുലർച്ചെതന്നെ സ്ഥലം വിട്ടത്. കർഷകരെല്ലാവരും കൂടി അയാളെ പിടിച്ചുവലിച്ച് കുന്നിൻമുകളിലേക്ക് കൊണ്ടുവന്നു. അയാൾ ഒന്നും മിണ്ടിയില്ല. വധിക്കപ്പെടാൻ പോകുന്ന കുറ്റവാളിയെപ്പോലെ അയാൾ അവരെ പിൻതുടർന്നു. തന്നെ എന്തുചെയ്യാനാണ് ഭാവമെന്ന് അയാൾ ചോദിച്ചപ്പോൾ നഗുൽനോവ് ഇങ്ങനെ പറഞ്ഞു:

"നാടുകടത്താനാണ് ഞങ്ങളുടെ പരിപാടി. നിന്റെ കോട്ടിനുള്ളിൽ എന്താണ്?"

"ഒരു തോക്കാണ്."

നഗുൽനോവ് ടിറ്റോക്കിന്റെ പോക്കറ്റിൽനിന്ന് ഒരു മഞ്ഞനിറത്തിലുള്ള തോക്ക് പിടിച്ചെടുക്കാൻ ശ്രമിച്ചു. എന്നാൽ അതുമാത്രമയാൾ കൊടുത്തില്ല. സിഗരറ്റ് കറപിടിച്ച കരിപുരണ്ട പല്ലുകൾ പുറത്തുകാട്ടി ഒരു ഹിമക്കരടിയുടേതു പോലുള്ള കണ്ണുകൾ വിടർത്തി ഒരു രാക്ഷസനെപ്പോലെ ചിരിച്ചുകൊണ്ട് അയാൾ നഗുൽനോവിനോട് പറഞ്ഞു;

"ഇതുമാത്രം ഞാൻ നിങ്ങൾക്ക് വിട്ടുതരില്ല. എന്റെ എല്ലാ സ്വത്തുക്കളും നിങ്ങൾക്ക് വേണം അല്ലേ. എന്റെ ആത്മരക്ഷയ്ക്കുള്ള തോക്കാണിത്. ഒരു കുലാക്കിന് തോക്ക് കൈവശമില്ലെങ്കിൽ എന്തു പ്രയാസമുണ്ടാകുമെന്ന് നിങ്ങൾക്കറിയില്ലേ. പത്രങ്ങളെല്ലാം എന്നെ ഒരു ഭീകരനായിട്ടാണ് ചിത്രീകരിച്ചിട്ടുള്ളത്. എന്തെല്ലാമാണ് എന്നെപ്പറ്റി എഴുതിപ്പിടിപ്പിച്ചിരിക്കുന്നത്." ഇതും പറഞ്ഞ് അയാൾ ഭ്രാന്തനെപ്പോലെ ചിരിച്ചു. എന്തായാലും നഗുൽനോവും കൂട്ടരും തൽക്കാലം അയളുടെ തോക്ക് പിടിച്ചുവാങ്ങിയില്ല. ടിറ്റോക്ക് ഇങ്ങനെ പറഞ്ഞു:

"ഞാനെന്തിനാണ് തോക്കുമായി നടക്കുന്നതെന്ന് നിങ്ങൾ ചിന്തിക്കുന്നുണ്ടാകും. ഇതെന്റെ കൈയിൽ പണ്ടേയുള്ളതാണ്. റഷ്യയിൽ ആഭ്യന്തരയുദ്ധം നടക്കുന്ന കാലംമുതൽ. ഇത് വളരെക്കാലം വെറുതെ കിടക്കുകയായിരുന്നല്ലോ. കുറച്ചുനാൾ മുമ്പ് ഞാൻ ഇതിന്റെ തുരുമ്പെല്ലാം പോക്കി തുടച്ചുനന്നാക്കി. ഇതെനിക്ക് എപ്പോഴെങ്കിലും ഉപകാരപ്പെടുമെന്ന് ഞാൻ വിചാരിച്ചിരുന്നു. അങ്ങനെയിരിക്കെയാണ് കുലാക്കുകളെ മുഴുവൻ ഉന്മൂലനം ചെയ്യാൻ നിങ്ങൾ പരിപാടിയിട്ട വിവരം ഞാൻ അറിയുന്നത്. പക്ഷെ ഇത്ര എളുപ്പത്തിൽതന്നെ നിങ്ങൾ എന്റെമേൽ ചാടിവീഴുമെന്ന് ഞാൻ വിചാരിച്ചില്ല."

"ആരാണ് ഈ വിവരമെല്ലാം നിങ്ങളോട് പറഞ്ഞത്."

"അതൊക്കെ ഞാൻ പറയാം. ഞങ്ങൾ രാത്രികളിൽ ഉറങ്ങാറില്ല. എന്നാണ് നിങ്ങൾ ഞങ്ങളുടെ മേൽ ചാടിവീഴുന്നത് എന്നറിയില്ലല്ലോ. അതുകൊണ്ട് കാളകളെയും കുതിരകളെയും ഇവിടെനിന്നും മാറ്റാൻ

തീരുമാനിച്ചു. തോക്ക് കൈവശം വെക്കുന്നത് ഈ അവസരത്തിൽ അപകടമാണെന്നറിയാം. അതുകൊണ്ട് അതെവിടെയെങ്കിലും കുഴിച്ചിടാമെന്ന് തീരുമാനിച്ചു."

ടിറ്റോക്ക് ഇത് പറയുമ്പോൾ അയാൾ തന്റെ കുതിരയെ നഗുൽനോവിന്റെ ആൺ കുതിരയുടെ അടുത്തേക്ക് അടുപ്പിച്ച് ചേർക്കുന്നുണ്ടായിരുന്നു. ടിറ്റോക്കിനോട് തമാശക്കളി നിർത്താൻ നഗുൽനോവ് പറഞ്ഞു. ടിറ്റോക്കിനും മനസിനുള്ളിൽ വിങ്ങലുണ്ടായിരുന്നു. അയാൾക്കത് അധികനേരം അമർത്തിവെക്കാൻ കഴിഞ്ഞില്ല. അയാൾ പറഞ്ഞു:

"ഞാൻ തമാശപറയുകയല്ല നഗുൽനോവ്. നമ്മളെല്ലാം പൊരുതിയത് ഒരു നല്ലജീവിതം പടുത്തുയർത്താനാണ്. അതിനുവേണ്ടിത്തന്നെ നമ്മൾ ഒരു സർക്കാരിനെ സംരക്ഷിച്ചു. ഇപ്പോൾ അതിന്റെ മൂർച്ചയേറിയ നഖങ്ങൾ എന്റെ ഹൃദയത്തിലേക്ക് ആഴ്ന്നിറങ്ങുകയാണ്." ഇതു പറയുമ്പോൾ ടിറ്റോക്ക് ആകെ വിഷണ്ണനായിരുന്നു. അയാളുടെ ഹൃദയം പടപടാ മിടിച്ചിരുന്നു. പിന്നിട് അയാൾ ഒന്നും മിണ്ടിയില്ല. അയാൾ വളരെ ക്ഷമയോടെ നിയന്ത്രിച്ച് സവാരി ചെയ്തു. നഗുൽനോവും സൗമ്യമായി യാത്ര തുടർന്നു. എന്നാൽ നഗുൽനോവിന്റെ ഉള്ളിൽ തികഞ്ഞ ജാഗ്രതയുണ്ടായിരുന്നു. അയാളുടെ കൈ കീശയിലുണ്ടായിരുന്ന റിവോൾവറിൽ പലപ്പോഴും ഉടക്കിനിന്നു. അയാൾക്ക് മറ്റാരെക്കാളും ടിറ്റോക്കിനെ അറിയാം. ഏതു നിമിഷവും അയാൾ തിരിഞ്ഞുകുത്തുമെന്ന് നഗുൽനോവ് ഭയപ്പെട്ടു. അയാളത് വെട്ടിത്തുറന്ന് പറഞ്ഞു.

"ടിറ്റോക്ക് നീ എന്നെ ആക്രമിക്കാമെന്ന് വിചാരിക്കേണ്ട. ഞാൻ വളരെ ജാഗ്രതയോടെയാണ് ഇപ്പോഴും സഞ്ചരിക്കുന്നത്."

"പ്രിയപ്പെട്ട നഗുൽനോവ് നിങ്ങൾക്ക് ആവേശം കൂടുതലായിപ്പോയതാണ്.നിങ്ങൾക്ക് ഉള്ളിൽ ഭയമാണ്. അതുകൊണ്ടാണ് ഇങ്ങനെയൊക്കെ പറയുന്നത്." ഇതും പറഞ്ഞ് ടിറ്റോക്ക് ചിരിച്ചുകൊണ്ട് സവാരി തുടർന്നു.

## 8

റസ്മ്യോട്ണോവും അയാളുടെ കൂടെയുള്ള കർഷകരും ഫ്രോൾ ഡമസ്കോവ് എന്ന കുലാക്കിന്റെ വീട്ടിലേക്കാണ് പോയത്. അപ്പോൾ സമയം ഉച്ചയായിരുന്നു. ഫ്രോൾ ഭക്ഷണം കഴിക്കുകയായിരുന്നു. മെലിഞ്ഞ ദുർബലനായ മനുഷ്യനായിരുന്നു ആ കുലാക്ക്. തേങ്ങാപ്പൂളുപോലെയുള്ള താടിമീശ. അയാളുടെ മൂക്കിന്റെ ഒരുഭാഗത്ത് കറുത്ത് തടിച്ച ഒരു കലയുണ്ടായിരുന്നു. പണ്ടെങ്ങോ, കുട്ടിക്കാലത്തായിരിക്കണം, ആപ്പിൾമരത്തിൽനിന്നും വീണതാണത്രെ. അതുകൊണ്ട് അയാൾക്ക് മുറിമൂക്കൻ ഫ്രോൾ എന്ന ഒരു പേരുണ്ടായിരുന്നു. അയാളുടെ ഭാര്യക്ക് വളരെ പ്രായമുണ്ടായിരുന്നു. പക്ഷെ അവർ അന്തസ്സുള്ളവരായിരുന്നു. അവരുടെ മകന്റെ പേര് തിമോഫി എന്നായിരുന്നു. അവന് പ്രായം ഇരുപത്തിരണ്ട്.

കൂടെ അവരുടെ മകളുമുണ്ടായിരുന്നു. അവരെല്ലാവരും കൂടിയിരുന്ന് ഭക്ഷണം കഴിക്കുകയാണ്.

തിമോഫി ഒരു യുവസുന്ദരൻ തന്നെയായിരുന്നു. അമ്മയുടെ ആരോഗ്യമാണ് അവന് കിട്ടിയിരുന്നത്. അവന്റെ മേൽമീശ കണ്ടാൽ ആ നാട്ടിലെ ഏതൊരു ചെറുപ്പക്കാരിയും കൊതിച്ചുപോകുമായിരുന്നത്രെ. അതിമനോഹരമായ അവന്റെ അധരങ്ങൾ മധുരനാരങ്ങയുടെ അല്ലിയുടെ ആകൃതിയായിരുന്നു. അവന്റെ കണ്ണുകളിൽ അഹങ്കാരത്തിന്റെ ഭാവമുണ്ടായിരുന്നു. നല്ല ഒരു സംഗീതാസ്വാദകനും സംഗീതോപകരണങ്ങൾ വായിക്കുന്നവനുമായിരുന്നു അയാൾ. ഗ്രാമത്തിലെ സുന്ദരികളുടെ ആരാധനാ ഭാജനമായ ഒരു യുവരാജകുമാരന്റെ ഗരിമയോടെ അയാൾ അതിഥികളെ സ്വീകരിച്ചു; "വരിൻ വരിൻ അതിഥികളേ."

"ഞങ്ങൾക്ക് അധികനേരമൊന്നും ചെലവഴിക്കാൻ സമയമില്ല." റസ്മ്യോട്ഞോവ് ഇതും പറഞ്ഞ് ഫയലിൽനിന്നും ഒരു കടലാസ് എടുത്ത് വായിച്ചു;

"ഈ ഗ്രാമത്തിലെ പാവപ്പെട്ടവരായ എല്ലാ കൃഷിക്കാരും ഒരുമിച്ചെടുത്തിരിക്കുന്ന തീരുമാനമെന്തെന്നാൽ ഫ്രോൾ ഡമസ്കോവ് എന്ന ബൂർഷ്വാ കുലാക്കിനെ അയാളുടെ വീട്ടിൽനിന്ന് അടിച്ച് പുറത്താക്കുകയും അയാളുടെ മുഴുവൻ സ്ഥാവര ജംഗമ വസ്തുക്കളും പിടിച്ചെടുക്കുകയും ചെയ്യണം." അതിനാൽ ഉടൻ തന്നെ ആഹാരം കഴിച്ച് വീട് വിട്ട് പോകൂ എന്ന് റസ്മ്യോട്ഞോവ് പറഞ്ഞു.

"വായിച്ചതു കേട്ടു. പറഞ്ഞതും കേട്ടു. പക്ഷെ ഇതിന്റെയെല്ലാം ആവശ്യമെന്തെന്ന് മനസിലായില്ല" ഫ്രോൾ എഴുന്നേറ്റു നിന്ന് പറഞ്ഞു:

"ഈ നാട്ടിലെ കുലാക്കുകൾ എന്ന ബൂർഷ്വാ മൂരാച്ചികളെ മുച്ചൂടും നശിപ്പിക്കുക എന്നതാണ് ഞങ്ങളുടെ ലക്ഷ്യം."

ഫ്രോൾ ഉടൻ തന്നെ വിലപിടിപ്പുള്ള സംഗീതം പൊഴിക്കുന്ന തന്റെ ചെരുപ്പുമായി അകത്തേക്ക് പോയി. എന്നിട്ട് ഒരു കടലാസുമായി തിരിച്ചുവന്നു. എന്നിട്ട് പറഞ്ഞു:

"റസ്മ്യോട്ഞോവ് ഇത് നിങ്ങളല്ലേ എനിക്ക് ഒപ്പിട്ടുതന്നത്."

"ഇതെന്താണ്."

"ഇത് രശീതി. ഞാൻ നിങ്ങൾക്ക് എന്റെ ബാല്യം അളന്നുതന്നതിന്റെ സാക്ഷ്യപത്രം."

"ഞങ്ങൾ പറഞ്ഞകാര്യവും ഈ രശീതിയും തമ്മിൽ ഒരു ബന്ധവുമില്ല."

"പിന്നെ ഞാനെന്തിനാണ് എന്റെ എല്ലാമെല്ലാം ഉപേക്ഷിച്ച് കുടുംബത്തോടൊപ്പം പുറത്തുപോകുന്നത്. എന്തിനാണ് എന്നെ നിങ്ങൾ പേപ്പട്ടിയെപ്പോലെ ഓടിക്കുന്നത്"

"ഈ നാട്ടിലെ പാവപ്പെട്ട കൃഷിക്കാരുടെ തീരുമാനമാണ്. അതു പറഞ്ഞുകഴിഞ്ഞു."

"പക്ഷെ അതിന് നിയമസാധുതയില്ലല്ലോ" തിമോഫി പരുഷമായ

ഭാഷയിൽ പറഞ്ഞു. ഇതിന്റെ പേർ കൊള്ളയടിയെന്നാണ്. കവർച്ച അല്ലെങ്കിൽ തീവെട്ടിക്കൊള്ള. ഞാൻ ജില്ലാകമ്മിറ്റിയിലേക്ക് പോവുകയാണ്. എവിടെയാണ് എന്റെ ജീനി."

"നിങ്ങൾക്ക് ഇനി ജീനി വേണ്ട. വേണമെങ്കിൽ നടന്നുപോകാം" റസ്മ്യോട്ക്ണോവ് പറഞ്ഞു.

ഫ്രോൾ ആകെ ക്ഷുഭിതനായിരുന്നു. അയാൾക്കുവേണ്ടി സംസാരിച്ചതെല്ലാം മകനായിരുന്നു. അയാൾ അകത്തു പോയി ബോധംകെട്ട് വീണു. അയാളുടെ മുഖം ചുവന്ന് വീർത്തിരുന്നു. അയാൾക്ക് നാവ് അനക്കാൻ കഴിഞ്ഞില്ല.

മകൻ അച്ഛനെ വിളിച്ച് പറഞ്ഞു: "അച്ഛനെഴുന്നേൽക്കൂ."

മകളും അച്ഛനെ വിളിച്ച് പൊട്ടിക്കരഞ്ഞു.

ഫ്രോൾ അബോധാവസ്ഥയിൽനിന്നുമുണർന്നു. അയാൾ പുറത്ത് നിന്നുള്ള സംസാരങ്ങളെല്ലാം ശ്രദ്ധിക്കാൻ തുടങ്ങി.

പുറത്തുനിന്ന് കർഷകർ പിടിച്ചെടുക്കാനുള്ള വസ്തുക്കളുടെ പട്ടിക തയാറാക്കുകയാണ്.

"ഒരു ഇരുമ്പുകട്ടിൽ, ഒരു തൂവൽ ശയ്യ, മൂന്ന് തലയിണ, രണ്ട് കട്ടിൽ, ഒരു അലമാരി, പിഞ്ഞാണം, പന്ത്രണ്ട് കസേര, ചാരുകസേര, മേശ, കമ്പിളിപ്പുതപ്പ്, ഒരു വയലിൻ, പുസ്തകങ്ങൾ, മാർക്സിന്റെ *മൂലധനം*, എംഗൽസിന്റെ,*'കുടുംബം,സ്വകാര്യസ്വത്ത്, ഭരണകൂടം എന്നിവയുടെ ഉത്ഭവം"*

വയലിൻ തിമോഫിക്ക് ജീവനായിരുന്നു. അതെടുത്ത ഒരു കർഷകന്റെ കൈയിൽനിന്നും തിമോഫി അത് പിടിച്ചുവാങ്ങി. തിമോഫി അയാളെ നല്ലവണ്ണം വഴക്കുപറഞ്ഞു. അവരിരുവരും ഏറെനേരം തെറിവിളിയായി.

"എവിടെ അലമാരയുടെ താക്കോൽ. ഏയ് പെണ്ണുംപിള്ളേ എവിടെയാണ് ആഭരണവും പണവും വെച്ചിരിക്കുന്നത്."

"അമ്മേ താക്കോൽ കൊടുക്കരുത്. ഇവർ കൊള്ളക്കാരാണ്."

ഇതുകേട്ടപ്പോൾ കർഷകർക്കിടയിൽനിന്ന് ചിലർക്ക് സംശയമുണ്ടായി. ഇങ്ങനെയൊക്കെ ചെയ്യാൻ തങ്ങൾക്കവകാശമുണ്ടോ അധികാരമുണ്ടോ?. പണക്കാരാണെങ്കിലും ഇവരും മനുഷ്യരല്ലെ. ഒരു സുപ്രഭാതത്തിൽ എല്ലാം വിട്ട് പുറത്തുപോകാൻ ആർക്ക് കഴിയും. നീതി വേണ്ടേ. ഇത്തരമൊരു സംശയം ഉയർത്തിയത് ഡെമിഡ് എന്നുപേരായ ഒരു സാധു കൃഷിക്കാരനാണ്. അയാൾ സാധാരണഗതിയിൽ ഒരു അയ്യോപാവമാണ്. ജോലിചെയ്യും. പക്ഷെ കൊസാക്കുകളുടെ കൂടെചേർന്ന് ഇടയ്ക്ക് ഒരു സ്മോളടിക്കും പുകവലിക്കും. അയാളുടെ കാഴ്ചപ്പാടിൽ ഈ ലോകം തന്നെ ഒരസംബന്ധമാണ്. ശബ്ദമാണ് ലോകത്തിലെ ഏറ്റവും വലിയ തിൻമ. അതുകൊണ്ട് നിശ്ശബ്ദതയാണ് ഏറ്റവും വലിയ നന്മ. ആളുകൾ സംസാരിക്കുന്നത് ഡെമിഡിന് ഇഷ്ടമല്ല. അയാൾ എപ്പോഴും ഒറ്റയ്ക്കാണ്. ഒരൊഴിഞ്ഞ മൂലയിലാണ് അയാളുടെ വാസം. നല്ല അധ്വാ

നിയാണയാൾ. പക്ഷെ എന്തുചെയ്യാം അയാൾക്കെന്നും കഷ്ടപ്പാടുതന്നെയാണ്. പകലന്തിയോളം അയാൾ പണിയെടുക്കാറുണ്ട്. കുറച്ചുകാലം ഫ്രോളിന്റെ കീഴിൽ പണിയെടുത്തു. അയാൾ വിവാഹിതനാണ്. സ്വന്തമായി കൃഷിഭൂമിയുമുണ്ട്. പക്ഷെ ഒരുദിവസം അയാളുടെ വീടിനാരോ തീ വെച്ചു. എന്തായിരുന്നാലും അയാളുടെ ജീവിതം കട്ടപ്പൊക. കടബാധ്യതയുണ്ടയാൾക്ക്. ഈ സംഭവം കഴിഞ്ഞ് അധികം താമസിയാതെ അയാളുടെ ഭാര്യ അയാളെ വിട്ടുപോയി. അവൾ പറഞ്ഞത് കാട്ടിൽപോയി ഒരു ചെന്നായ്ക്കൊപ്പം കഴിയുന്നതാണ് ഇതുപോലൊരു മനുഷ്യന്റെ കൂടെ താമസിക്കുന്നതിനേക്കാൾ നല്ലത് എന്നാണ്. എന്തായിരുന്നാലും ഭാഗ്യമില്ലാത്തവനാണ് ഡെമിഡ്.

റസ്മ്യോട്ട്ണോവിന് ഡെമിഡിനെ അത്രയ്ക്ക് ഇഷ്ടമായിരുന്നില്ല. ഡെമിഡ് തിമോഫിന്റെ തളത്തിലേക്ക് നടന്നു. തിമോഫി വഴി തടഞ്ഞു. ഡെമിഡ് അയാളെ തള്ളിമാറ്റി. ഡെമിഡ് അലമാരയുടെ അടുത്തേക്ക് പോകുന്നതുകണ്ട് തിമോഫി മുന്നോട്ടു കുതിച്ചു. ഒരു ബഞ്ചിൽ തട്ടി അയാൾ നിലത്തുവീണു. ഡെമിഡ് അലമാരയുടെ പൂട്ട് അടിച്ചുപൊട്ടിച്ചു. ആ വീട്ടിലുള്ള എല്ലാ വസ്തുക്കളുടെയും പട്ടിക അവർ തയാറാക്കി. ഒരു വലിയ ലോറി വിളിച്ചാൽപോലും അതിൽ കൊള്ളില്ലായിരുന്നു വീട്ടിലെ സാധനങ്ങൾ.

ആ വീട്ടിൽ ആകെ കരച്ചിലും വഴക്ക് പറച്ചിലും നിലവിളിയുമായിരുന്നു. ഒരു കൊച്ചുപെൺകുട്ടി വാതിൽപ്പടിയിലിരുന്ന് വിതുമ്പിക്കരയുന്നുണ്ടായിരുന്നു. പ്രായമേറിയ ഒരു സ്ത്രീ ആരെരെയോ പ്രാകുന്നുണ്ടായിരുന്നു. കുട്ടികളുടെ നിലവിളി ഉയർന്നുകേൾക്കാമായിരുന്നു. ആകെക്കൂടി ഒരു മരണവീടിന്റെ പ്രതീതി ആയിരുന്നു അവിടെ. കൃഷിക്കാരുടെ കൂട്ടത്തിൽ ഒരാൾ അവിടെനിന്ന് കരയുന്ന പെൺകുട്ടിയുടെ പാവാട മെല്ലെ പിടിച്ചുവലിച്ചു. ഇതു കണ്ട റസ്മ്യോട്ട്ണോവ് അയാളുടെ ചെകിട്ടത്ത് ഒരടിവെച്ചുകൊടുത്തു. അയാൾ പിന്നോട്ട് മറിഞ്ഞുവീണു. "ഇത് വർഗസമരമാണ്. നാം പോരാടുന്നത് വർഗശത്രുവിനോടാണ്. പെണ്ണുങ്ങളെ ബലാൽസംഗം ചെയ്യാനല്ല ഇവിടെ വന്നത്. അത് നമ്മുടെ സംസ്കാരവുമല്ല." നേതാവ് ഇങ്ങനെ പറഞ്ഞപ്പോഴേക്കും അടികൊണ്ട ആൾ അയാളുടെ കാലു പിടിച്ചു പറഞ്ഞു. "നിങ്ങൾക്ക് തെറ്റുപറ്റി ഞാൻ അവളെ ബലാൽസംഗം ചെയ്യാൻ ശ്രമിച്ചതല്ല. അവൾ എത്ര പാവാട ധരിച്ചിട്ടുണ്ടെന്നറിയാമോ. സുമാർ പത്തെണ്ണമെങ്കിലുമുണ്ടാവും. അവൾ മേൽക്കുമേൽ പാവാട ധരിച്ചതാണ്, കൂട്ടുകൃഷി സംഘത്തിന്റെ പൊതു സ്വത്താവേണ്ട പാവാടയാണ് അവൾ ഒളിച്ചുകടത്താൻ ശ്രമിക്കുന്നത്. ഏതായാലും ഞാനത് ഇനി വലിച്ചൂരുന്നില്ല. അവൾ ധരിച്ച പാവാടയെല്ലാം അങ്ങനെതന്നെ കിടക്കട്ടെ."

ആ വീട്ടിൽ നിന്നും പിടിച്ചെടുക്കേണ്ടുന്ന സാധനങ്ങളുടെ പട്ടിക തയാറാക്കിയ ശേഷം അവർ വീട്ടുകാരോട് ധാന്യപ്പുരയുടെ താക്കോൽ ആവശ്യപ്പെട്ടു. എന്നാൽ വീട്ടുകാർ താക്കോൽ അവിടെയില്ലെന്നാണ് പറഞ്ഞത്. അതു കേട്ട് കലികയറിയ കൃഷിക്കാർ വാതിൽ ചവിട്ടിപ്പൊളിക്കു

മെന്ന് ഭീഷണിപ്പെടുത്തി. അത് കേട്ടതും ഡെമിഡ് അവിടെ ഉണ്ടായിരുന്ന ഒരു കോടാലി എടുത്ത് ധാന്യപ്പുര വെട്ടിപ്പൊളിച്ചു. അതിഭയങ്കര കോടാലികൊണ്ടായിരുന്നു ഡെമിഡ് ധാന്യപ്പുരയ്ക്ക് വെട്ടിയത്. അപ്പോൾ അതിന്റെ മരത്തിന് കേടുവരുത്തരുതെന്നും പത്തായം ഇനിമുതൽ കർഷകസംഘത്തിന്റേതാണെന്നും നേതാക്കൾ ഓർമിപ്പിച്ചു. പത്തായം പൊളിച്ച് അവർ ധാന്യം അളന്നു. നല്ല മേന്മയുള്ള ധാന്യമായിരുന്നു അത്. അവർ അതിൽനിന്നും ധാന്യം എടുത്ത് മുകളിലോട്ട് എറിഞ്ഞു. ഉഷക്കോവ് പത്തായത്തിൽ ഇറങ്ങിനിൽക്കുകയായിരുന്നു. അയാളുടെ അരഭാഗംവരെ പത്തായത്തിലായിരുന്നു. സ്വർണത്തിന്റെ വിലയുള്ള ധാന്യമാണ് അതെന്ന് അയാൾ പറഞ്ഞു. അപ്പോൾ പുറത്തെ ചാണകക്കുന്നിനടുത്തുള്ള ഒരു തടത്തിലെ ചോളവിത്ത് അവരുടെ കണ്ണിൽപ്പെട്ടു. ഈ പിൻതിരിപ്പൻമാരുടെ വീട്ടിൽ എല്ലാ വിത്തുകളുമുണ്ട്. ഇവർ സുഭിക്ഷമായിട്ടാണ് ജീവിക്കുന്നത്. നമുക്കാകട്ടെ എന്താണുള്ളത് വൈക്കോലുപോലുമില്ല. പത്തായത്തിൽനിന്ന് പൊട്ടിച്ചിരികളും കൂക്കിവിളിയും ഉയർന്നുകേൾക്കാമായിരുന്നു. പലരും ധാന്യമണികൾ കൈയിലെടുത്ത് മുഷ്ടിചുരുട്ടി മുദ്രാവാക്യങ്ങൾ വിളിച്ചു. ഇതിനിടയിൽ ആ വീട്ടിലെ സ്ത്രീകൾ കുറച്ച് പാത്രങ്ങൾ ഒരു ചാക്കിലിട്ട് കടത്താൻ ശ്രമിച്ചു. അതെല്ലാം കണ്ട് അച്ഛനും മകനും കൂട്ടിലിട്ട പുലിക്കുട്ടികളെപ്പോലെ നിൽക്കുന്നു. അവരുടെ കണ്ണുകളിൽനിന്ന് പ്രതികാരത്തിന്റെ തീ പാറുന്നുണ്ടായിരുന്നു. ഈ സമയത്ത് പത്തായത്തിൽനിന്ന് ഒരാൾ ഒരു തേൻഭരണി തുറന്ന് കുടിക്കുന്നുണ്ടായിരുന്നു. തേൻതുള്ളികൾ വീണ് അയാളുടെ നരച്ച താടിരോമം ചുവന്നത് അയാളറിഞ്ഞില്ല.

## 9

ഡേവിഡോവും നഗുൽനോവും ഉച്ചയാവുമ്പോഴേക്കും രണ്ട് കുലാക്കു കുടുംബങ്ങളെ വീട്ടിൽനിന്ന് പിടിച്ച് പുറത്താക്കി അവരുടെ സ്വത്തുക്കളുടെ കണക്ക് തയാറാക്കി. പിന്നെയവർ ടിറ്റോക്കിന്റെ വീട്ടിലേക്കാണ് പോയത്. അവിടെയുള്ള പത്തായം പൊളിച്ച് അവർ ധാന്യം അളന്ന് കണക്കാക്കി. ഇതെല്ലാം കണ്ട് വീട്ടുടമസ്ഥനായ ടിറ്റോക്ക് ഈറ്റപ്പുലിയെപ്പോലെ അങ്ങോട്ടുമിങ്ങോട്ടും നടന്നു. അയാൾ എങ്ങോട്ട് ഇളകിയാലും അയാളുടെ മുന്നിലും പിന്നിലും ചുവപ്പ് വളണ്ടിയർമാരുണ്ട്. നഗുൽനോവ് അയാളോട് തോക്ക് ആവശ്യപ്പെട്ടു. ആയുധം തന്നില്ലെങ്കിൽ തല വെട്ടിക്കളയുമെന്ന് അവർ ടിറ്റോക്കിനെ ഭീഷണിപ്പെടുത്തി. തന്റെ കൈയിൽ തോക്കില്ലെന്നും അതൊരു തെറ്റിദ്ധാരണ മാത്രമാണെന്നും ടിറ്റോക്ക് പറഞ്ഞു. തോക്കുതന്നില്ലെങ്കിൽ അയാളെ അറസ്റ്റുചെയ്ത് ജില്ലാകമ്മിറ്റി ഓഫീസിലേക്ക് കൊണ്ടുപോകുമെന്നായി അവർ. അപ്പോൾ അറസ്റ്റെങ്കിൽ അറസ്റ്റെന്ന് പറഞ്ഞ് ടിറ്റോക്ക് നെഞ്ചുവിരിച്ചു നിന്നു. അയാളെ കള്ളനെന്നും കൊള്ളക്കാരനെന്നും അവർ വിളിച്ചപ്പോൾ

ചിത്രമാകെ മാറി. അതുവരെ ഒരു പാവത്താനായി നിന്ന ടിറ്റോക്ക് വെടി കൊണ്ട പന്നിയെപ്പോലെ പെരുമാറാൻ തുടങ്ങി. കൃഷിക്കാർ അയാളെ വളഞ്ഞ് വെച്ചു. അപ്പോൾ അയാൾ ഒരു കാട്ടുപോത്തിന്റെ ശൗര്യമാണ് കാണിച്ചത്. അയാൾ കൊടുങ്കാറ്റുപോലെ പുറത്തേക്ക് ഓടി ഒരു നുക ത്തിൽനിന്ന് ഇരുമ്പുകൊഴി വലിച്ചൂരി. ഇതുകണ്ടതോടെ എല്ലാവരും അമ്പ രന്നു. ചുക്കാർ ഓടെടാ ഓട്ടം. ഓടുന്നതിനിടയിൽ അയാൾ നിലത്ത് ഒരു വേരിൽ തട്ടി നായയെപ്പോലെ മോങ്ങിക്കൊണ്ട് കമഴ്ന്നടിച്ചുവീണു. "ഓടിവരണേ ഓടിവരണേ, കൊല്ലുന്നേ കൊല്ലുന്നേ" എന്നു അയാൾ വിളിച്ചു പറഞ്ഞു.

പിന്നീടവിടെ നടന്നത് സിനിമാസ്റ്റൈലിലുള്ള ഒരു രംഗമായിരുന്നു. ഡേവിഡോവ് ഇരുമ്പ് കൊഴിയുമായി പാഞ്ഞുവന്ന ടിറ്റോക്കിന്റെ ഇടതു കൈയിൽ പിടിച്ചുമുറുക്കി. അപ്പോൾ മറ്റേ കൈകൊണ്ട് ടിറ്റോക്ക് ഡേവി ഡോവിന്റെ കരണത്ത് ആഞ്ഞൊരടി. ആ അടിയിൽ ഡേവിഡോവ് തകർന്നുപോയി. അയാളുടെ മൂക്കിന് അടികൊണ്ടിരിക്കണം. മുഖംനി റയെ രക്തം. അയാളുടെ കണ്ണിൽപ്പോലും രക്തം. ടിറ്റോക്ക് ഒരടികൂടി ക്കൊടുത്തു. അപ്പോഴേക്കും അയാൾ നിലത്തു വീണു. ലുബിഷ്കിൻ അപ്പോഴേക്കും ടിറ്റോക്കിനെ കടന്ന് പിടിച്ചിരുന്നു. നല്ല ആരോഗ്യവാനാ യിരുന്നിട്ടുപോലും അയാൾക്ക് ടിറ്റോക്കിനെ കീഴ്പ്പെടുത്താനായില്ല. ടിറ്റോക്ക് അയാളെയും അടിച്ചു വീഴ്ത്തി. ശേഷം അകത്തേക്ക് ഓടിപ്പോ യി. നഗുൽനോവ് അയാളെ പിൻതുടർന്നു. റിവോൾവറുകൊണ്ട് അയാൾ ടിറ്റോക്കിന്റെ തലക്ക് ആഞ്ഞിടിച്ചു. തന്റെ ഭർത്താവിനെ അക്രമിക്കുന്ന തുകണ്ട ടിറ്റോക്കിന്റെ ഭാര്യ പത്തായപ്പുരയിലേക്ക് ഓടിപ്പോയി നായയെ അഴിച്ചുവിട്ടു. കാട്ടുപുലിയെപ്പോലെ ആ നായ കുതിച്ചുപാഞ്ഞ് ചുക്കാർമു ത്തന്റെ മേൽ ചാടിവീണു. പിന്നെ നായയും അയാളും തമ്മിലുള്ള കെട്ടി മറിയലായിരുന്നു. ഒരു വിധം നായയെ തള്ളിമാറ്റി. അയാൾ ആ വീടിന് ചുറ്റും ഓടി. നായ പിന്നാലെ ഓടി. അയാളുടെ കുപ്പായം നായ വലിച്ചു കീറി. അയാളുടെ ശരീരത്തിൽനിന്ന് ചോര ഒഴുകുന്നു. നായ അയാളെ ഇട്ട് ഓടിക്കുന്നതിനിടയിൽ അയാൾ, "തോക്കുതരൂ തോക്കുതരൂ" എന്ന് വിളിച്ചു പറയുന്നുണ്ടായിരുന്നു. അതിനിടയിൽ ഡേവിഡോവിനെ ചിലർ താങ്ങിയെടുത്ത് ശുശ്രൂഷിക്കുന്നുണ്ടായിരുന്നു. ഇതിനിടയിൽ ചിലർ ആർക്കെല്ലാമോ കത്തെഴുതുന്നു. പിൻതിരിപ്പനും വർഗശത്രുവും വഞ്ച കനും കാട്ടുകള്ളനും ആയ ടിറ്റോക്കിനെ അറസ്റ്റുചെയ്തതായി നഗുൽ നോവ് രേഖപ്പെടുത്തി. അവിടെനടന്ന സംഭവം അവിടെവെച്ചുതന്നെ റിപ്പോർട്ടാക്കിമാറ്റി. കൂട്ടുകൃഷി സംഘത്തിനുവേണ്ടി പ്രവർത്തിക്കുന്ന തങ്ങളെ വധിക്കാൻ ശ്രമിച്ചതെല്ലാം വിശദമായി രേഖപ്പെടുത്തപ്പെട്ടു.

അവസാനം അവരെല്ലാവരും കൂടിച്ചേർന്ന് ടിറ്റോക്കിനെ കൈ രണ്ടും പിന്നിൽ ചേർത്തുകെട്ടി വണ്ടിയിൽ കയറ്റി. അയാൾ വെള്ളത്തിനുവേണ്ടി ആവശ്യപ്പെടുന്നുണ്ടായിരുന്നു. എന്നാൽ അയാളുടെ വീര്യം അടങ്ങിയി രുന്നില്ല. ഈ ഹീനമായ പ്രവൃത്തിക്ക് താൻ പ്രതികാരംചെയ്യുമെന്ന്

അയാൾ ആക്രോശിച്ചു. നഗുൽനോവിനെ അയാൾ വധിക്കുമെന്ന് ശപഥംചെയ്തു. എന്നാൽ നഗുൽനോവ് അതെല്ലാം പുച്ഛിച്ചുതള്ളി. കുതിരവണ്ടി ടിറ്റോക്കിനെയും കൊണ്ടുപോയി.

## 10

**ര**ണ്ട് മൂന്ന് കുലാക്കുകൾക്കെതിരായി നടന്ന ആക്ഷനു ശേഷം റസ്മ്യോട്ട്ണോവും ഡേവിഡോവും വില്ലേജ് സോവിയറ്റിലേക്ക് പോയി. കർഷകസംഘത്തെ അവർ പിരിച്ചുവിട്ടു. വലിയൊരു വിപ്ലവം നടന്ന പ്രതീതിയായിരുന്നു അവിടെ. റസ്മ്യോട്ട്ണോവും ഡേവിഡോവും പിടിച്ചെടുത്ത വസ്തുക്കളെപ്പറ്റി വിശദമായി സംസാരിച്ചു. ഇരുവരും അവരുടെ പട്ടിക പരസ്പരം പരിശോധിച്ചു. അവർ ചില കാര്യങ്ങളിൽ പരസ്പരം ഏറ്റുമുട്ടി. അപ്പോഴാണ് നഗുൽനോവ് കടന്നുവന്നത്. അപ്പോൾ റസ്മ്യോട്ട്ണോവ് ഇങ്ങനെ പറഞ്ഞു: "ഇനി ഞാനൊന്നിനുമില്ല."

"എന്തുപറ്റി" നഗുൽനോവ് ചോദിച്ചു.

"ഇനിമുതൽ അന്യന്റെ സ്വത്ത് പിടിച്ചെടുക്കാൻ ഞാനില്ല.എനിക്ക് ഇന്നത്തെ അനുഭവംതന്നെ മതിയായി. നിങ്ങൾക്കൊക്കെ ഭ്രാന്ത് പിടിച്ചിരിക്കുന്നു"

"താനെന്താ കുടിച്ചിട്ടുണ്ടോ" റസ്മ്യോട്ട്ണോവിന്റെ മുഖത്ത് തറപ്പിച്ച് നോക്കി ഡേവിഡോവ് ചോദിച്ചു. എന്നാൽ റസ്മ്യോട്ട്ണോവ് ഉച്ചത്തിൽ വിളിച്ചുപറയാൻതുടങ്ങി, "ഞാനിതുവരെ നമ്മുടെ തീരുമാനമനുസരിച്ച് പ്രവർത്തിച്ചു. ഒരു തീരുമാനമെടുത്താൽ അത് തെറ്റായാലും ശരിയായാലും ഞാൻ പിൻമാറില്ല. അതുകൊണ്ടാണ് ഞാൻ ഇത്തരം പ്രവർത്തനത്തിന് കൂട്ടുനിന്നത്. എന്നാൽ പിഞ്ചു പൈതങ്ങളോടും പാവപ്പെട്ട സ്ത്രീകളോടും ഈ രീതിയൽ വർഗസമരം നടത്താൻ ഞാൻ പഠിച്ചിട്ടില്ല. പട്ടാളത്തിലായിരുന്നപ്പോൾ ഞാൻ കൊല ചെയ്തിട്ടുണ്ട്. അതൊക്കെ യുദ്ധത്തിന്റെ ഭാഗം. എന്നാൽ ഇമ്മാതിരി പണിചെയ്തിട്ടില്ല."

റസ്മ്യോട്ട്ണോവ് ഇത് പറഞ്ഞുകഴിയുമ്പോഴേക്കും അയാൾക്ക് വല്ലാത്തൊരു ശാന്തത കൈവന്നു. അയാൾ ഇങ്ങനെ തുടർന്നു:

"പ്രിയമുള്ളവരെ നമ്മൾ ആരാണ്. ഞാനാരാണ്, ആരാച്ചാരാണോ?, എനിക്ക് ഉരുക്കിന്റെ ഹൃദയമല്ല ഉള്ളത്. ഒരു കുലാക്കിന്റെ വീട്ടിൽ പതിനൊന്നു കുട്ടികളുണ്ടായിരുന്നു. അവരെല്ലാവരും കൂടി ആർത്തലച്ച് കരഞ്ഞപ്പോൾ എന്റെ ചങ്ക് മുറിയുന്നുണ്ടായിരുന്നു. അവിടെയുള്ള സ്ത്രീകൾ വാവിട്ട് കരയുകയായുന്നു. അവരെയെല്ലാം ഞങ്ങൾ തെരുവിലേക്ക് വലിച്ചിഴച്ചിട്ടു. ഇതാണോ വിപ്ലവം. എനിക്കത് സഹിക്കാനാവുന്നില്ല."

"ഹേ മനുഷ്യാ, നിങ്ങൾ വർഗവഞ്ചകനാണ്. ഒരു കാര്യം ചെയ്യ് വീട്ടിൽപോയി കരഞ്ഞിട്ട് വരൂ. മനസിന് ആശ്വാസം കിട്ടും. അതിന് റസ്മ്യോട്ട്ണോവ് മറുപടി പറഞ്ഞില്ല. അയാൾ മുഷ്ടിചുരുട്ടി അയാളുടെ കാലിന് തന്നെ ഇടിക്കുന്നുണ്ടായിരുന്നു. അപ്പോൾ ഡേവിഡോവ് മെല്ലെ

എഴുന്നേറ്റ് തന്റെ മുറിവേറ്റ മുഖം കൈകൊണ്ട് താങ്ങി ആൻഡ്രി റസ്മ്യോട്ണോവിനെ മെല്ലെ തലോടി. പിന്നെ ഒരു കൈകൊണ്ട് അയാളെ എഴുന്നേൽപ്പിച്ചു. എന്നിട്ട് അയാളുടെ കണ്ണുകളിലേക്ക് നോക്കിക്കൊണ്ടു പറഞ്ഞു:

"ആൻഡ്രി റസ്മ്യോട്ണോവ് നിങ്ങൾക്കവരോട് കരുണതോന്നുന്നു അല്ലേ. നിങ്ങളവരുടെ കുട്ടികളെപ്പറ്റി പറയുന്നു. എന്താണ് നമ്മുടെ കുട്ടികളെപ്പറ്റി പറയാത്തത്. എനിക്കും നിങ്ങൾക്കും കുട്ടികളില്ലേ. ഇവിടുത്തെ പാവപ്പെട്ട കൃഷിക്കാർക്ക് കുട്ടികളില്ലേ. കുലാക്കുകളായ ദുഷ്ടന്മാർ നമ്മുടെ എത്ര ആളുകളെ കൊലപ്പെടുത്തി. അവരുടെ മക്കളെല്ലാം അനാഥരായില്ലേ. ആ കുഞ്ഞുങ്ങളുടെ കരച്ചിൽകണ്ട് ആ ദുഷ്ടന്മാർ കരഞ്ഞോ. എന്റെ അച്ഛനെ അവർ ജോലിയിൽനിന്ന് പിരിച്ചുവിട്ടു. സമരം ചെയ്തതിന്. അതുകൊണ്ട് നിർത്തിയില്ല. അച്ഛനെ മനുഷ്യവാസമില്ലാത്ത സൈബീരിയയിലേക്ക് നാടുകടത്തി. ഞാനും അമ്മയും മൂന്ന് സഹോദരങ്ങളും എങ്ങനെയാണ് ജീവിച്ചതെന്നറിയണ്ടേ. നാല് മക്കളിൽ മൂത്തവനായ എനിക്ക് വെറും ഒമ്പത് വയസ്സ് പ്രായം. ഞങ്ങൾക്ക് ആഹാരമൊന്നുമുണ്ടായിരുന്നില്ല. ഞങ്ങൾ പട്ടിണികിടക്കാതിരിക്കാൻവേണ്ടി അമ്മ തെരുവിലിറങ്ങി ഞങ്ങളുടെ കുടിലിലേക്ക് അപരിചിതരെ കൊണ്ടുവരും. ഞങ്ങൾ ഒരു തുണികൊണ്ട് മറച്ച് ഏതെങ്കിലുമൊരു മൂലയിൽ ചുരുണ്ടുകൂടും. അമ്മയുടെ മുറിയിൽനിന്ന് മദ്യപിച്ച ആണുങ്ങളുടെ ശബ്ദമുയരും. അവർ കേൾക്കാതിരിക്കാൻവേണ്ടി ഞാൻ എന്റെ കൊച്ചനിയത്തിമാരുടെ വായപൊത്തും. കാരണം അവർക്കൊന്നുമറിയില്ല. അവർ ചോദിക്കും, "ആരാണ് അമ്മേ മുറിയിൽ." ആൻഡ്രി ഞാൻ പറയുന്നത് നിങ്ങൾ ശ്രദ്ധിക്കുന്നുണ്ടോ. ഞങ്ങൾ കുടിച്ച കണ്ണീരിന് കണക്കുണ്ടോ. ആരെങ്കിലും ഞങ്ങളുടെ കണ്ണീർ തുടച്ചോ. അമ്മ സമ്പാദിക്കുന്ന പണം എന്റെ കൈയിൽതരും. ഞാൻ മാർക്കറ്റിൽപോയി അപ്പംവാങ്ങിവരും. പറയൂ ആര് ആരോടാണ് ദയ കാണിക്കേണ്ടത്."

ഡേവിഡോവ് ഇതുവരെ തുറക്കാത്ത തന്റെ ദുരിതഭൂതകാലത്തിന്റെ വാതിൽ തുറന്നതോടെ ഒരു ശ്മശാനമൂകതയായിരുന്നു അവിടെ. ആൻഡ്രി മുഖം താഴ്ത്തിയിരുന്നു. ഡേവിഡോവ് അങ്ങോട്ടുമിങ്ങോട്ടും നടന്നു.

"നിങ്ങളൊരു പടുവിഡ്ഢിയാണ്. നിങ്ങൾ നമ്മുടെ പ്രവർത്തനത്തെ സംശയിക്കുന്നു. കുട്ടികളെപ്പറ്റിയും കരുണയെപ്പറ്റിയും സംസാരിക്കുന്നു. നമ്മുടെ ലക്ഷ്യം എന്താണെന്ന് അറിയില്ലെ. നമ്മൾ ആർക്കുവേണ്ടിയാണ് പ്രവർത്തിക്കുന്നത് എന്നറിയില്ലേ. വിവേകമുണ്ടെങ്കിൽ ഒന്നാലോചിച്ചു നോക്കൂ. കുലാക്കുകളുടെ കുട്ടികളെ ഓർത്ത് നിങ്ങൾ വേദനിക്കുന്നു. പക്ഷെ എന്തിനുവേണ്ടിയാണ് നാം ഇതൊക്കെ ചെയ്യുന്നത്. ഈ ലോകത്തിൽ ഒരാൾക്കും എന്നെപ്പോലുള്ള ഒരു ഭൂതകാലമുണ്ടാവരുത്. എന്റെ അമ്മയ്ക്കുവന്ന ഗതികേട് ഒരു സ്ത്രീക്കും ഉണ്ടാവാൻ പാടില്ല. എല്ലാവരും സന്തോഷത്തോടെ ജീവിക്കുന്ന ജീവിതം അതാണ് നമ്മളുടെ സ്വപ്നം. ഈ ഗ്രാമത്തിലെ സോവിയറ്റ് യൂണിയന്റെ പ്രതിനിധിയാണ് നിങ്ങൾ. നിങ്ങൾക്കാലോചിക്കാൻ കഴിവുണ്ട്. ബുദ്ധിയുണ്ട്. നാം കുടി

യിറക്കിയ കുലാക്കുകളെ ഈ നാട്ടിൽനിന്നോടിക്കും അതുകൊണ്ട് അവർ ചത്തുപോകുകയൊന്നുമില്ല. അവർക്ക് നമ്മളെപ്പോലെ അധ്വാനിച്ച് ജീവിക്കാം. നമ്മുടെ കുട്ടികൾ നല്ല മനുഷ്യരായി വളരും. നമ്മൾ പുതിയ ജീവിതം കെട്ടിപ്പടുക്കുന്നതോടെ അവരുടെ കുട്ടികൾക്കും നല്ല ജീവിതം കിട്ടും." ഇതും പറഞ്ഞ് ഡേവിഡോവ് ഒരു സിഗരറ്റ് എടുത്തുവലിച്ചു. അതിന്റെ പുക അയാൾ ആഞ്ഞുവലിച്ചു. വളരെനേരം കഴിഞ്ഞാണ് അത് പുറത്തേക്ക് വന്നത്.

ആൻഡ്രിയുടെ മുഖത്ത് അസാധാരണമായ ഭാവങ്ങൾ മിന്നിമറഞ്ഞു. പെട്ടെന്ന് ഒരു ഭ്രാന്തനെപ്പോലെ എല്ലാവരെയും പേടിപ്പിച്ചുകൊണ്ട് അയാൾ ചാടിയെണീറ്റു. ശക്തിയോടെ അയാൾ പുറത്തേക്ക് തുപ്പി. എന്നിട്ട് പറഞ്ഞു:

"എന്റെ സുഹൃത്തുക്കളേ, ഇങ്ങനെയാണോ നിങ്ങൾ വിപ്ലവം നടത്തുന്നത്. എന്നെ നിങ്ങൾ വിപ്ലവം പഠിപ്പിക്കുകയാണോ?. ആയിരക്കണക്കിന് പടുവൃദ്ധന്മാരെയും മുലപ്പാൽ മണം മാറാത്ത പൈതങ്ങളെയും പാവം പെണ്ണുങ്ങളെയും സ്വന്തം വീട്ടിൽനിന്ന് ഒരു സുപ്രഭാതത്തിൽ തെരുവിലിറക്കുന്നതാണോ വിപ്ലവം. ഞാനാണെങ്കിൽ അത് ചെയ്യില്ല. പകരം യന്ത്രത്തോക്കുകൊണ്ട് അവരെ വകവരുത്തും. അതാണ് ഇതിലും ഭേദം." ഇതു പറയുമ്പോൾ അയാളുടെ കണ്ണുകളിൽ തീ പാറിയിരുന്നു. ചുണ്ടുകൾ വിളറിയിരുന്നു.

'ഹേ മനുഷ്യാ, നിങ്ങൾക്ക് ഭ്രാന്താണ്. മുഴുഭ്രാന്ത്." ഡേവിഡോവ് പറഞ്ഞു. ആൻഡ്രി പിന്നീട് അലറുകയായിരുന്നു. "നിന്നെ ഞാൻ കൊല്ലുമെടാ പട്ടീ" ഇതും പറഞ്ഞ് അയാൾ അടുത്തു കണ്ട ഊരിയിട്ട ഒരു മേശയുടെ കാലെടുത്ത് നഗുൽനോവിന്റെ തലയെ ലക്ഷ്യമാക്കി ഓങ്ങി. അപ്പോഴേക്കും ഡേവിഡോവ് ആ മരക്കുറ്റി പിടിച്ചില്ലായിരുന്നുവെങ്കിൽ നഗുൽനോവിന്റെ കഥ കഴിഞ്ഞേനെ.

പിറ്റേദിവസം അവരെല്ലാവരും ഒരു സ്കൂളിൽ ഒത്തുകൂടി. അവിടെ സ്ഥലസൗകര്യം കമ്മിയായിരുന്നു. ധാരാളം സ്ത്രീകളും കുട്ടികളും അവിടെ തടിച്ചുകൂടിയിരുന്നു. പുരുഷന്മാരെല്ലാവരും വളരെ ശാന്തരായിരുന്നു. പലരും പുകവലിക്കുന്നു. അവിടേക്ക് വീങ്ങിയ മുഖവുമായി നഗുൽനോവ് കടന്നുവന്നു. ഡേവിഡോവും അവിടെ ഉണ്ടായിരുന്നു. നഗുൽനോവിന്റെ പരിക്കുപറ്റിയ മുഖം കണ്ട് പലരും എന്തൊക്കെയോ കശപിശ പറയുന്നുണ്ടായിരുന്നു. ഡേവിഡോവിന്റെയും നഗുൽനോവിന്റെയും പേരുകൾ പതിഞ്ഞസ്വരത്തിൽ കേട്ടു. പെൺകുട്ടികളെല്ലാം ആരാധനാഭാവത്തോടെ അവരെ നോക്കി. ചിലർ കളിയാക്കിച്ചിരിക്കുന്നുണ്ടോ എന്ന് സംശയം. അവർക്കിടയിൽ നതാലിയ എന്ന ഒരു സ്ത്രീ കാമക്കണ്ണുകളോടെ ഡേവിഡോവിനെ നോക്കി. അവൾ ഒരു വിധവയാണ്. അവൾ കുണുങ്ങിച്ചിരിക്കുന്നുണ്ടായിരുന്നു. ഡേവിഡോവിന്റെ നേരെ അവൾ ഒരു മന്ദഹാസമെറിഞ്ഞു. ഇതു കണ്ട് നീലത്താടിയുള്ള ഒരു വൃദ്ധൻ നതാലിയയെ വഴക്കുപറഞ്ഞു. അയാൾ പെണ്ണുങ്ങളുടെ നേരെനോക്കി ഒച്ചവെച്ചു. അവി

ടെയിരുന്ന ചെറുപ്പക്കാരികളെ അയാൾ ഉന്തിത്തള്ളി. അവരെല്ലാവരും ചേർന്ന് അയാളുടെ തലയ്ക്ക്നോക്കി നല്ല കിഴുക്ക് വെച്ചുകൊടുത്തു.

ഡേവിഡോവ് ആകെ പരവശനായിരുന്നു. അയാൾ നന്നായി വിയർക്കുന്നുണ്ട്. ആൾക്കൂട്ടത്തിൽനിന്ന് വല്ലാത്തൊരു ഗന്ധമായിരുന്നു. പെണ്ണുങ്ങളുടെ തലയിൽനിന്നായിരിക്കണം ഒരു പ്രത്യേകതരം എണ്ണ യുടെ രൂക്ഷഗന്ധം. പെൺകുട്ടികൾ പുത്തനുടുപ്പുകൾ ധരിച്ചിരുന്നു. ആകെക്കൂടി ഒരു ഉത്സവത്തിന്റെ പ്രതീതി. ആളുകൾ വീണ്ടും വന്നു കൊണ്ടിരുന്നു. ഒരു കല്യാണവീട്ടിലേക്ക് വരുന്ന ആഹ്ലാദത്തോടെയാണ് അവർ വന്നത്. വേദിയിൽ ഡേവിഡോവും നഗുൽനോവും ആൻഡ്രിയും ഇരിപ്പുറപ്പിച്ചിരുന്നു. യോഗത്തിൽ സംസാരിക്കാൻവേണ്ടി എഴുന്നേറ്റത് ആൻഡ്രിയാണ്. അയാൾ തന്റെ പ്രസംഗം കഴിഞ്ഞ ശേഷം ഡേവിഡോ വിനെ പ്രസംഗിക്കാൻ ക്ഷണിച്ചു. ഡേവിഡോവ് മുഖത്ത് പരിക്കുപറ്റിയ തിന്റെ കെട്ടുകൾ ഇടയ്ക്കിടെ തടവിക്കൊണ്ട് ഗംഭീരമായി പ്രസംഗിച്ചു. വലിയൊരു മഴപെയ്തതുപോലൊരു പ്രതീതി. വികാരോജ്ജ്വലമായിരുന്നു അയാളുടെ പ്രസംഗം. ആളുകളെല്ലാം അന്തംവിട്ടിരുന്നുപോയി. അയാ ളുടെ പ്രസംഗംകേട്ട് അയൽപക്കത്തെ ആളുകൾപോലും അവിടേക്കുവ ന്നു. അയാൾ പ്രസംഗം നിർത്തിയതോടെ കൈയടിയുടെ പൂരമായി. പ്രസംഗത്തിനു ശേഷം ആളുകൾ പല സംശയങ്ങളും ഉന്നയിച്ചു.

"നമ്മളെയെല്ലാം പൊതുസ്വത്താക്കുമോ?"

"കൃഷിഭൂമിയോടൊപ്പം കന്നുകാലികളെയും പൊതുസ്വത്താക്കുമോ?."

"ആരൊക്കെയാണ് നമ്മുടെ ശത്രുക്കൾ?"

"നമ്മൾ കുലാക്കുകളെ വഴിയിൽ വെച്ചു കണ്ടാൽ മിണ്ടാമോ?"

ഈ ചോദ്യങ്ങൾക്കെല്ലാം ഡേവിഡോവ് വിശദമായ മറുപടികൊടു ത്തു. നയപരമായ കാര്യങ്ങളിൽ നഗുൽനോവും ആൻഡ്രിയും അയാളെ സഹായിച്ചു. അതിനിടെ കൂട്ടുകൃഷിയുമായി ബന്ധപ്പെട്ട ഒരു പ്രമേയം സമ്മേളനത്തിൽ അവതരിപ്പിക്കപ്പെട്ടു. അതിനിടയിൽ കുറുക്കന്റെ തോലു കൊണ്ടുണ്ടാക്കിയ തൊപ്പിവെച്ച ഒരാൾ യോഗത്തിൽനിന്ന് എഴുന്നേറ്റു നിന്നു. അയാൾക്ക് ചില സംശയങ്ങളുണ്ട്. അത് പറയണം. അയാളുടെ തൊപ്പിയിലേക്ക് വെളിച്ചം വീണതുകൊണ്ട് അത് ചുവന്നു കാണാതാ യി. അപ്പോൾ അയാൾ സർക്കസിലെ കോമാളിയെപ്പോലെ തോന്നിപ്പി ച്ചു. അയാൾ പറയുകയാണ്:

"പ്രിയപ്പെട്ടവരെ ഞാനൊരു കൃഷിക്കാരനാണ്. കൂട്ടുകൃഷിയോട് എനിക്കിഷ്ടവുമാണ്. എന്നാൽ വളരെ ആലോചിച്ച് കൈകാര്യം ചെയ്യേണ്ട ഒരു വിഷയമാണിത്. എന്നാൽ എനിക്ക് തോന്നുന്നത് ഇവിടെ പ്രസംഗിച്ചവർക്കൊന്നുംതന്നെ കൃഷിയെപ്പറ്റി ഒരു ചുക്കുമറിയില്ല എന്നാ ണ്. ജീവിതത്തിൽ ഒരിക്കലെങ്കിലും ഇവരാരെങ്കിലും കലപ്പ പിടിച്ചിട്ടു ണ്ടോ. ഒരു മൺകട്ടയെങ്കിലും കൈകൊണ്ട് തൊട്ടിട്ടുണ്ടോ. ഒരു കാള യുടെ മുൻഭാഗമേതാണ് പിൻഭാഗമേതാണ് എന്ന് ഇവർക്ക് തിരിച്ചറി യാൻകഴിയുമെന്ന് എനിക്ക് തോന്നുന്നില്ല. സഖാവ് ലെനിന് ഇതിനെപ്പ

റ്റിയൊക്കെ അറിയാമായിരുന്നു. കൂട്ടുകൃഷിയിലേക്ക് ആളെ ചേർക്കേണ്ടത് എങ്ങനെയാണ്. പണക്കാരെയും നമുക്കിതിൽ ചേർത്തുകൂടെ. അവരെ യെന്തിന് നാം ഒഴിച്ചുനിർത്തണം. കുഴിമടിയൻമാരെ നമുക്ക് നാടുകട ത്താം. അല്ലാതെ എല്ലാവരെയും ഒന്നിച്ച് ചേർക്കാൻ നമുക്ക് കഴിയില്ല. സമ്പന്നർക്ക് അവരുടെ സംഘം. പവപ്പെട്ടവർക്ക് വേറെ. അല്ലാതെ എല്ലാ വർക്കും ഒന്നിച്ചൊരുസംഘം നടപ്പില്ല. അത് കാക്കക്കുട്ടികളെയും അര യന്നക്കുട്ടികളെയും കുയിലിന്റെ കുട്ടികളെയും ഒരുമിച്ചൊരു കൂട്ടിലിടും പോലെയാണ്."

ഇയാളുടെ പ്രസംഗംകേട്ട് പെൺകുട്ടികൾ ആട്ടാൻതുടങ്ങി. ആളു കൾ അയാളെ തെറിപറഞ്ഞു. പക്ഷെ അയാളുണ്ടോ വിടുന്നു. അയാൾ വീണ്ടും പ്രസംഗിക്കുകയാണ്

"നിങ്ങൾ സംഘത്തിലേക്ക് ആളുകളെ ചേർക്കുന്നത് ഒരു കൃഷി ക്കാരൻ കാളകളെ വാങ്ങുംപോലെയായിരിക്കണം. രണ്ട് കാളകളെ ഒരു നുകത്തിൽ കെട്ടുമ്പോൾ രണ്ടും ഒരുപോലെയായിരിക്കണം. അല്ലെങ്കിൽ പണി നടക്കില്ല. ശക്തിയുള്ള കാള മുന്നോട്ടുപോകും ശക്തിയില്ലാത്തത് നുകത്തിൽ തൂങ്ങിനിൽക്കും. അതുപോലെ പണിഅറിയുന്നവരെ മാത്രമേ സംഘത്തിൽചേർക്കാവു. അല്ലെങ്കിൽ കൂട്ടുകൃഷികൊണ്ട് ഒരു കാര്യവു മുണ്ടാവില്ല." അയാളുടെ പ്രസംഗം കേട്ട് ലുബിഷ്കിൻ അസ്വസ്ഥനാ യി. അയാൾ ഇങ്ങനെ പറഞ്ഞു:

"മനോഹരമായിരിക്കുന്നു ചങ്ങാതീ നിന്റെ കളമൊഴി. ഓ നീയൊരു പെണ്ണായിരുന്നെങ്കിലോ. കൈയോടെ ഞാൻ പിടിച്ച് വീട്ടിലേക്ക് കൊണ്ടു പോകുമായിരുന്നു. നിങ്ങൾക്ക് ഈ യോഗത്തെമുഴുവൻ മയക്കാൻ പറ്റി. നിങ്ങളൊരു കിന്നാരത്തുമ്പിതന്നെ." ഇതുകേട്ട് ആളുകൾ ചിരിച്ചുചിരിച്ചു മണ്ണ് കപ്പി. ലുബിഷ്കിന്റെ തമാശ ആളുകൾക്ക് നന്നായി രസിച്ചു. പെണ്ണു ങ്ങൾ ചിരി നിർത്തുന്നില്ല. വൃദ്ധന്മാർ തെറിപറയുന്നുണ്ടായിരുന്നു. ആകെ ക്കൂടി ബഹളമയം. ലുബിഷ്കിൻ എഴുന്നേറ്റു നിന്ന് പറഞ്ഞു:

"ഹേ മനുഷ്യാ, നിങ്ങൾ നന്നായി ആടുന്നുണ്ടെങ്കിലും നിങ്ങൾക്ക് പിറകിൽ താളമിടുന്ന ചിലരുണ്ടെന്ന് ഞങ്ങൾക്കറിയാം. നിങ്ങൾ ആ ചെറ്റ ഫ്രോളിന്റെ ആളല്ലെ. നിങ്ങളുടെ പൊറുതി അയാളുടെ കൂടെയല്ലെ? എന്നി ട്ടെന്തുപറ്റി. നിങ്ങൾ കൊടുക്കാനുള്ള കാശിന് ആ തെമ്മാടി നിങ്ങളുടെ യന്ത്രം പിടിച്ചെടുത്തില്ലെ. ആ തെമ്മാടിയെയും അവന്റെ ചങ്ങാതികളെ യുമാണ് ഞങ്ങളിപ്പോൾ കൈകാര്യംചെയ്യുന്നത്. എന്നിട്ടും നിങ്ങളുടെ കൂറ് അവനോട് തന്നെ. ഞങ്ങളെല്ലാം എന്തുമാത്രം തന്നെ സഹായിച്ചു. അതെല്ലാം മറന്നോ."

ലുബിഷ്കിൻ ഇത്രയും പറഞ്ഞതോടെ ആളുകൾ ബഹളമുണ്ടാ ക്കി. പലരും ദേഷ്യപ്പെട്ടു. ചിലർ കയ്യടിച്ചു. എതിർത്തവരും തുണച്ചവരും തമ്മിൽ തർക്കമായി. തർക്കം കയ്യേറ്റമായി. നേതാക്കൾ നിയന്ത്രിക്കാൻ പാടുപെട്ടു. അതിൽ പിന്നീട് നിക്കോളായി എന്നൊരാൾ എഴുന്നേറ്റുനിന്ന് പറഞ്ഞു:

"കൂട്ടുകൃഷിയിൽ ചേരേണ്ടവർക്ക് ചേരാം. പോകേണ്ടവർക്ക് പോകാം. ഞാനൊരു കൃഷിക്കാരനാണ്. എനിക്ക് എന്റേതായ അഭിപ്രായങ്ങളുണ്ട്."

അപ്പോൾ ഡേവിഡോവ് ചോദിച്ചു: "നിങ്ങൾ ആരാണ് ഹെ?"

"ഞാൻ ഒരു കൃഷിക്കാരൻ."

"കാര്യം വ്യക്തമായി പറയൂ. നിങ്ങൾ ആരുടെ ആളാണ്. സത്യം പറഞ്ഞോളണം."

"ഞാൻ ആരുടെയും ആളല്ല. ഞാൻ എന്റെ ആളാണ്. നിങ്ങളുടെ പോക്ക് എങ്ങോട്ടാണെന്ന് ഞാനൊന്ന് കാണട്ടെ. തോണിയിൽ കയറുന്നതിന് മുമ്പ് അത് അക്കരെയെത്തുമോയെന്ന് അറിയണമല്ലോ. ഞാൻ ബുദ്ധിയുള്ള ഒരു മൃഗമാണെന്ന് കരുതിക്കൊള്ളൂ. ബുദ്ധിയുള്ള മൃഗം ഒരിക്കലും അതിന്റെ ശത്രുവിന്റെ വായിൽ തലവെച്ച് കൊടുക്കില്ല." അയാൾ ഇത് പറഞ്ഞപ്പോൾ പലരും അയാളെ ചീത്തവിളിക്കാൻ തുടങ്ങി. പലരും അയാളെ ഒരു ചാരനാണെന്ന് സംശയിച്ചു. അയാളെ ചവിട്ടിപ്പുറത്താക്കാൻ ചിലർ ആവശ്യപ്പെട്ടു. അതിനിടയിൽത്തന്നെ അഖാട്കിനെ ചിലർ സംസാരിക്കാൻ നിർബന്ധിച്ചു. അയാളിങ്ങനെ പറഞ്ഞു;

"എന്റെ പ്രിയപ്പെട്ട സുഹൃത്തുക്കളെ ഞാൻ പറയുന്നത് നിങ്ങൾ ശ്രദ്ധിച്ച് കേൾക്കണം. എനിക്കൊരു സഹോദരനുണ്ട്, പ്യോട്ടർ എന്നാണ് അയാളുടെ പേര്. ഞങ്ങൾ വളരെ സ്നേഹത്തിലായിരുന്നു ജീവിച്ചത്. എന്നാൽ ഞങ്ങളുടെ കുടുംബത്തിൽ ഒരിക്കലും സമാധാനം ഉണ്ടായിരുന്നില്ല. പെണ്ണുങ്ങൾ തമ്മിൽ എപ്പോഴും വഴക്കും വക്കാണവുമായിരുന്നു. ഞാൻ നിങ്ങളോട് പറയുന്നതെന്തെന്നാൽ ഒരു കൂട്ടുകുടുംബത്തിൽ ഒരിക്കലും സമാധാനം ഉണ്ടാവുകയില്ല. അതുപോലെതന്നെയാണ് കൂട്ടുകൃഷിയുടെ കാര്യവും. വഴക്കൊഴിഞ്ഞ നേരമുണ്ടാവില്ല. ഇപ്പോൾ കാണുന്ന സ്നേഹമൊന്നും പിന്നെക്കാണില്ല. നമ്മൾ പണിതുടങ്ങിയാൽ കാണാം പണിമുടക്കും സമരവും. ഓരോരുത്തനും മറ്റുള്ളവനെ സംശയിക്കും. ഒരിക്കലും ഐക്യമുണ്ടാവില്ല. കൃഷിക്കളത്തിന് എപ്പോഴും പൊലീസ്കാവൽ ഉണ്ടായിരിക്കണം. ഇതിനെപ്പറ്റിയെല്ലാം നിങ്ങൾ ആലോചിച്ചിട്ടുണ്ടോ. പാടത്തെപ്പണി എന്നുപറഞ്ഞാൽ നിങ്ങൾക്കറിയുമോ. ഫാക്ടറിയിലെ ജോലി പോലെയല്ല അത്. അവിടെ പണി കഴിഞ്ഞാൽ നിങ്ങൾ ഫ്രീയാണ്. കൈയുംവീശി പാട്ടിന് പോകാം. എന്നാൽ ഒരു കൃഷിക്കാരന് എപ്പോഴും തന്റെ വിളവുകളെയും കന്നുകാലികളെയും കുഞ്ഞുകുട്ടികളെപ്പോലെ പോറ്റി വളർത്തണം."

"ചങ്ങാതീ നിങ്ങൾക്ക് ഫാക്ടറിയെപ്പറ്റി എന്തറിയാം. നിങ്ങൾ അതിന്റെ മുറ്റത്ത് പോയിട്ടുണ്ടോ?"

"ഞാൻ ഫാക്ടറിയിൽ പോവേണ്ട ആവശ്യമില്ല. എന്നാൽ ഇതു രണ്ടും തമ്മിലുള്ള വ്യത്യാസം എനിക്കറിയാം."

"എടോ തനിക്ക് ഒരു ചുക്കുമറിയില്ല. തൊഴിലാളികൾ എന്നുപറഞ്ഞാൽ ആരാണെന്നാ തന്റെ വിചാരം. താൻ ജീവിതത്തിൽ എന്തെ

ങ്കിലും യന്ത്രം കണ്ടിട്ടുണ്ടോ. കാളകളുടെയും കഴുതകളുടെയും വാലും പിടിച്ച് നടക്കുന്ന തന്നെപ്പോലുള്ള ഏഭ്യന്മാർ തൊഴിലാളികളെപ്പറ്റി അഭിപ്രായം പറയുന്നോ. ഇതൊക്കെ തൊഴിലാളിവർഗത്തിനെതിരെ കുലാക്കുകൾ നടത്തുന്ന കുപ്രചരണമാണ്."

"നിങ്ങൾ ഞാൻ പറയുന്നതിന് ഉത്തരം പറയണം. വൈകുന്നേരം ജോലികഴിഞ്ഞാൽ പിന്നെ നിങ്ങൾക്ക് എവിടെവേണമെങ്കിലും പോയ് തുലഞ്ഞുകൂടെ. ഞങ്ങൾക്കത് പറ്റുമോ. രാപകൽ നിങ്ങൾ പണിയെടുക്കണം. കാലിൽ നാരങ്ങാവലിപ്പത്തിലുള്ള പോള പൊന്തിയാലും ഞങ്ങൾ ചുട്ടവെയിലിൽ പണിയെടുക്കണം. രാത്രിയിൽ കാളകൾക്ക് തീറ്റകൊടുക്കണം, അവറ്റകളെ ചികിൽസിക്കണം. അങ്ങനെ എന്തെല്ലാം പണികൾ. നിങ്ങൾക്ക് ഇതുവല്ലതും അറിയണോ. പണിയെടുക്കാതെ പരാന്നഭോജികളായി ജീവിക്കുന്ന എത്ര ആളുകൾ നമ്മുടെ ഇടയിലുണ്ട്. എപ്പോഴും അടുപ്പിൻതിണ്ണയിൽ തലചായ്ച്ചുറങ്ങുന്ന ഒരാൾ അവൻ പാവപ്പെട്ടവനായതുകൊണ്ട് എല്ലുമുറിയെ അധ്വാനിക്കുന്ന ഒരു കുലാക്കിനെ അവൻ പണക്കാരനാണ് എന്ന കാരണത്താൽ വിമർശിക്കാനവകാശമില്ല. പണിയെടുക്കാതിരിക്കാനുള്ള ഒഴിവുകഴിവാണത്. ആസനത്തിൽ വെയിലേറ്റാലും എഴുന്നേൽക്കാത്ത കുഴിമടിയൻമാരെ എന്തിനുകൊള്ളും."

ഇത്തരം പ്രസംഗങ്ങളെല്ലാം ആളുകൾ ശ്രദ്ധയോടെ കേൾക്കുന്നുണ്ടായിരുന്നു. എല്ലാവരും അവരവരുടെ വാദഗതികൾ തുറന്നടിച്ചു പറഞ്ഞു. ആരും ആരെയും പേടിച്ചില്ല. ആരും ആർക്കുവേണ്ടിയും വാദിച്ചില്ല. പിന്നീട് സംസാരിച്ചത് ഒരു തൊപ്പിക്കാരൻ കൊസാക്കായിരുന്നു. അയാൾ ഇങ്ങനെ പറയാൻ തുടങ്ങി:

"സുഹൃത്തുക്കളെ എനിക്ക് കുറെ കൃഷിസ്ഥലമുണ്ട്. ഞാനതിൽ കൃഷിചെയ്തുവരുന്നു. ഒരു ജോഡിക്കാളകളും ഒരു കുതിരയും ഒരു പശുവും ഒരു ഭാര്യയും മൂന്നുമക്കളും ഉണ്ട്. എനിക്ക് ട്രാക്ടറോ മറ്റ് വാഹനങ്ങളോ ഒന്നുമില്ല. രാപകൽ ഞാൻ അധ്വാനിക്കുന്നു. ഗോതമ്പും ബാർളിയും ഓട്സും എന്റെ വയലിൽ വിളയുന്നുണ്ട്. ഇതുകൂടാതെ കോഴികളും ആടുകളുമുണ്ട്. ഇതെല്ലാം ഞാൻ അധ്വാനിച്ചുണ്ടാക്കിയതാണ്. എന്റെ അനുഭവം നിങ്ങൾക്ക് കേൾക്കണോ. ഞാനെത്ര അധ്വാനിച്ചിട്ടും എനിക്ക് വീട് നോക്കാൻ വളരെ കഷ്ടപ്പെടേണ്ടിവരുന്നു. ഇങ്ങനെയുള്ള ഞാൻ എന്റെ സമ്പാദ്യത്തിന്റെ ഒരുഭാഗം സർക്കാറിനുകൂടി ക്കൊടുത്താൽ എന്തായിരിക്കും സ്ഥിതി. ഒരു ഗതികെട്ട മനുഷ്യനാണ് ഞാൻ. നിങ്ങളുടെ കണ്ണിൽ ഞാനൊരു പണക്കാരനാണ്. എല്ലാക്കൊല്ലവും ഒരുപോലെ വിളവുണ്ടാവില്ല. വെള്ളപ്പൊക്കമോ വരൾച്ചയോ വന്നാൽ വിള നശിച്ചുപോകും. പിന്നെ ധാന്യത്തിന് തെണ്ടേണ്ടിവരും. എന്നെപ്പോലെയുള്ള ഒരുപാട് കൃഷിക്കാർ ഇവിടെയുണ്ട്. അടുത്തകാലത്തായി വിള വളരെ മോശം. എന്നെ നിങ്ങൾ കൂട്ടുകൃഷിയിൽനിന്നും ഒഴിവാക്കിനിർത്തുന്നത് എന്തിനാണ്."

ഇതുകേട്ട ലുബിഷ്കിൻ ശക്തമായ എതിർപ്പ് പ്രകടിപ്പിച്ചു

"പടുകിളവാ പറയൂ നിങ്ങളെന്തിനാണ് കൂട്ടുകൃഷിയെ എതിർക്കുന്നതെന്ന് എനിക്കറിയാം. നിങ്ങൾക്ക് നിങ്ങളുടെ കോഴിയും ആടും കാളയും പശുവും എല്ലാം ജീവനാണ്. പക്ഷെ അതിനുപുറത്ത് ഒരു ലോകമുണ്ടെന്ന് നിങ്ങൾക്കറിയില്ല. നിങ്ങൾക്ക് മനുഷ്യരെ കണ്ട് പരിചയമില്ല. അതെങ്ങനെ ഉണ്ടാവാനാണ്. പോത്തിന്റെയും കാളയുടെയും കൂടെയല്ലെ വാസം. നിങ്ങൾ ഒരു കാര്യം ചെയ്യണം, കൂട്ടുകൃഷിയിൽ ചേരുന്നില്ലെങ്കിൽ വേണ്ട. മറ്റുള്ളവരെ പിൻതിരിപ്പിക്കരുത്."

അയാളുടെ പ്രസംഗം കൂടിക്കഴിഞ്ഞതോടെ അവിടെയുണ്ടായിരുന്ന വിളക്കുകൾ കെടാൻ തുടങ്ങി. യോഗത്തിൽ ഒരു തീരുമാനം ഉണ്ടായില്ല. എന്നാൽ കുറച്ചുപേർ കൂട്ടുകൃഷിക്ക് അനുകൂലമമായി വോട്ടുചെയ്തു. പലർക്കും പലസംശയങ്ങളുമായിരുന്നു. എന്നാൽ വ്യക്തമായി അവർ കൂട്ടുകൃഷിയെ എതിർത്തതുമില്ല. ചിലർ ഡേവിഡോവിനെയും മറ്റു നേതാക്കളെയും ശക്തമായി വിമർശിച്ചു. പാവപ്പെട്ട കൃഷിക്കാരനെ ആർക്കും എങ്ങോട്ടും തെളിക്കാമെന്ന് കരുതേണ്ടെന്ന് ചിലർ പറഞ്ഞു. ഇത് അവർക്കൊരടിയായിരുന്നു. ഡേവിഡോവ് ഇങ്ങനെ പറഞ്ഞവരെ തെറി പറഞ്ഞു. അയാളുടെ നിയന്ത്രണം വിട്ടുപോയി. താൻ പാർട്ടിക്ക് വേണ്ടിയും തൊഴിലാളിവർഗത്തിന് വേണ്ടിയും രക്തസാക്ഷിയാവാൻ തയാറാണെന്ന് ഡേവിഡോവ് പറഞ്ഞു. അയാൾ യഥാർഥത്തിൽ അലറുകയായിരുന്നു. അയാളുടെ പ്രാണൻ പോകുന്നതുവരെ, ശരീരത്തിലെ അവസാനതുള്ളി രക്തംവരെ കമ്യൂണിസ്റ്റ് പാർട്ടിക്ക് വേണ്ടി ഒഴുക്കുമെന്ന് അയാൾ അലറിവിളിച്ചു. ഡേവിഡോവിന്റെ ക്ഷോഭം കണ്ടപ്പോൾ എല്ലാവരും നടുങ്ങിപ്പോയി. അവിടെവന്ന് പ്രസംഗിച്ചവർ പലരും കുലാക്കുകളുടെ ചാരന്മാരാണെന്ന് അഭിപ്രായമുണ്ടായി. കുറെയാളുകൾ കരുതിക്കൂട്ടി കുഴപ്പമുണ്ടാക്കാൻ വന്നതാണത്രെ. ഇത്തരത്തിൽ കുഴപ്പമുണ്ടാക്കുക എന്നത് ബൂർഷ്വാസിയുടെ വർഗതാൽപ്പര്യമാണല്ലോ. അർദ്ധരാത്രികഴിഞ്ഞാണ് യോഗമവസാനിച്ചത്. തീപാറിയ വാദപ്രതിവാദങ്ങളും ഉന്തും തള്ളും വരെ അവിടെ ഉണ്ടായിരുന്നു. ചിലർ തങ്ങളുടെ കുടിപ്പക തീർക്കാൻ സമ്മേളനത്തെ ഉപയോഗപ്പെടുത്തി. വഴിവക്കിൽ നിന്നുപോലും ആളുകൾ തമ്മിൽ തർക്കിക്കുകയും തെറിവിളിക്കുകയും ചെയ്തു. കൂട്ടുകൃഷിയെപ്പറ്റിയുള്ള ചർച്ച ലോകത്തെ പല കാര്യങ്ങളെപ്പറ്റിയുള്ള സംസാരമായി മാറി.

ഈ സമയം ഡെമിഡ് സ്കൂളിന്റെ പിൻവശത്തുള്ള ഒരു ബഞ്ചിന്റെ താഴെ കിടന്നുറങ്ങുകയായിരുന്നു. ചില പ്രായം ചെന്ന സ്ത്രീകളും ഉറങ്ങിപ്പോയി. അവരെയൊക്കെ നേതാക്കൾ വിളിച്ചുണർത്തിയിരുന്നു. സ്കൂളിലെ മുറിയിലാകെ സിഗററ്റ് കുറ്റികളും പുകയിലയും നിറഞ്ഞിരുന്നു. പലരും അവിടെ തുപ്പിയിരുന്നു. ചിലർ തങ്ങളുടെ ശത്രുതയുള്ളവരുടെ പേര് സ്കൂൾ ബോർഡിലും മറ്റും എഴുതിയിരുന്നു. അവരെ പട്ടിയെന്നും പന്നിയെന്നും വിശേഷിപ്പിച്ചിരുന്നു.

# 11

സമ്മേളനം കഴിഞ്ഞ് പലരും പലവഴിക്കും നടന്നു. നേരത്തെ യോഗത്തിൽവെച്ച് കൂട്ടുകൃഷിയെ വിമർശിച്ച് സംസാരിച്ച കൊസാക്കിന്റെ പേര് മെയിഡന്നിക്കോവ് എന്നായിരുന്നു. അയാൾ യഥാർഥത്തിൽ കൂട്ടുകൃഷിയെ വിമർശിച്ചതായിരുന്നില്ല. തന്റെ ജീവിതത്തിന്റെ പച്ചയായ അനുഭവങ്ങൾ ആളുകളുമായി പങ്കുവെക്കുകയായിരുന്നു. അയാൾ വീട്ടിലേക്ക് നടക്കുമ്പോളെല്ലാം ഭൂതകാല സംഭവങ്ങൾ അയാളുടെ മനസിലൂടെ കടന്നുപോയി. കാട്ടിലെ കരടിക്കൂട്ടങ്ങൾ പോലെ ഇരുണ്ട ആകാശത്തിൽനിന്ന് നക്ഷത്രങ്ങൾ അയാളെ നോക്കിച്ചിരിക്കുകയായിരുന്നു. രാത്രിയിൽ നല്ല തണുപ്പ്. തണുപ്പിൽ മരച്ചില്ലകൾ പിളർന്നുവീഴുന്നതിന്റെയും കാറ്റടിച്ച് ഇലകൾ ഉലയുന്നതിന്റെയും ശബ്ദംകേൾക്കാമായിരുന്നു. അയാൾ വീട്ടിലെത്തി ഉടൻതന്നെ പോയത് തൊഴുത്തിലേക്കാണ്. അവിടെ അയാളെയും കാത്ത് അയാളുടെ കാളകൾ നിൽക്കുന്നുണ്ടായിരുന്നു. അയാളെ കണ്ടപ്പോൾ അവ കരയാൻതുടങ്ങി. താൻ വരാൻ വൈകിയതുകൊണ്ട് അവർക്ക് ഭക്ഷണം കിട്ടിയില്ല. അയാൾ ഒരുപിടി വൈക്കോൽ എടുത്ത് കാളകൾക്ക് കൊടുത്തു. കാളകൾ ആർത്തിയോടെ വൈക്കോൽ തിന്നുന്നത് കണ്ട് അയാൾ നെടുവീർപ്പിട്ടു. കാളകളുടെ കഴുത്തിൽ തലോടി അയാൾ ഇങ്ങനെ പറഞ്ഞു: "എന്റെ ചങ്ങാതിമാരെ നാളിത്രയും നമ്മളൊരുമിച്ച് മണ്ണിൽ പണിയെടുത്ത് പട്ടിണികിടന്നു. ഒരു കൊസാക്കും ഒരു കാളയും തമ്മിൽ ഒരു വ്യത്യാസമെയുള്ളു. കാളയ്ക്ക് നാല് കാലും, കൊസാക്കിന് രണ്ടും. കൊസാക്ക് കാളയ്ക്ക് വേണ്ടിയും കാള കൊസാക്കിന് വേണ്ടിയുമാണ് ജീവിക്കുന്നത്. പക്ഷെ അനുഭവത്തിൽ യാതൊരു വ്യത്യാസവുമില്ല. നമ്മൾ പരസ്പരം പിരിയുകയാണ്. കൂട്ടുകൃഷി നമ്മെ തമ്മിൽ അകറ്റുകയാണ്. എന്താണ് നിങ്ങൾ തലകുലുക്കുന്നത്. കൂട്ടുകൃഷിയെപ്പറ്റി നിങ്ങൾ അറിഞ്ഞുകാണും അല്ലേ."

അയാൾ രണ്ട് കാളകൾക്കും മാറിമാറി മുത്തംകൊടുത്തു. അയാളുടെ കണ്ണുകൾ നിറഞ്ഞു. കാളകൾ അയാളുടെ പരുപരുത്ത കാലിൽ നക്കി. അയാളുടെ മനസ്സ് വർഷങ്ങൾക്കു പുറകിലേക്ക് സഞ്ചരിച്ചു. കൊച്ച് കുട്ടികളായിരുന്നപ്പോൾ അവർ യജമാനനെ കാണാഞ്ഞ് കരഞ്ഞപ്പോൾ അയാൾ അവരെയെടുത്ത് വീട്ടിനകത്തേക്ക് കൊണ്ടുപോന്നതും അവരെ ലാളിച്ചതുമെല്ലാം. എല്ലാ പ്രയാസങ്ങൾക്കിടയിലും അയാൾ തന്റെ കാളകളെ ലാളിച്ചിരുന്നു. കാളകളെ അതിന്റെ തള്ള പ്രസവിച്ചപ്പോൾ അയാളിൽ സന്തോഷം അലതല്ലി. ഒരു മകരമാസം കടുത്ത മഞ്ഞ് പെയ്യുമ്പോഴാണ് തന്റെ പശു ഒരു കാളക്കുഞ്ഞിനെ പ്രസവിച്ചത്. പശു നക്കിയാൽ കുട്ടി മരിച്ചുപോകുമെന്ന് പേടിച്ച് അയാൾ കുട്ടിയേയും എടുത്ത് വീട്ടിലേക്ക് ഓടിയതും പശു ബഹളം വെച്ചതുമെല്ലാം അയാൾ ഓർത്തുപോയി. അയാളുടെ ഭാര്യ അന്ന ഉറങ്ങാതെ പശുക്കുട്ടിക്ക് കാവലിരുന്നു. അയാളെ സംബന്ധിച്ചിടത്തോളം മക്കളായിരുന്നു ആ കാളകൾ.

അയാൾ തൊഴുത്തിൽനിന്നും വീട്ടിനകത്തേക്ക് കയറി. അയാൾക്ക് അന്ന് അത്താഴം കഴിക്കാൻ കഴിഞ്ഞില്ല. അയാൾ നേരെ കിടക്കാൻപോയി. എന്നാൽ ഉറങ്ങാൻപോയിട്ട് കണ്ണടയ്ക്കാൻപോലും അയാൾക്ക് കഴിഞ്ഞില്ല. തിരിഞ്ഞും മറിഞ്ഞും കിടന്ന് അയാൾ ഒരുവിധം പ്രഭാതമാക്കി. കട്ടിലിൽനിന്ന് എഴുന്നേറ്റ് അയാൾ നേരെ പോയത് തൊഴുത്തിലേക്ക് തന്നെയായിരുന്നു. അവിടെ ഒരു പശുക്കുട്ടി തണുത്ത് വിറച്ചിരുന്നു. അയാൾ അതിനെ എടുത്ത് വീട്ടിനകത്തേക്ക് ഓടി. ഒരു തനിയാവർത്തനംപോലെ ആയിരുന്നു അത്. അവിടെ ഉണ്ടായിരുന്ന തള്ളപ്പശു പ്രസവിച്ചതാണ് അത്. കുട്ടിയെയും വാരിയെടുത്ത് അയാൾ ഭാര്യയുടെ അടുത്തേക്ക് പോയി.അതിന്റെ തണുത്ത രോമത്തിൽ തടവിക്കൊണ്ട് അയാൾ പറഞ്ഞു:

“ആൺകുട്ടിയാണ്.”

അയാൾക്ക് വളരെ സന്തോഷം തോന്നി. അയാൾ അതിനെത്തന്നെ നോക്കിനിന്നു. അന്നുമുതൽ അയാൾ കാളക്കുട്ടിയെയും ഓമനിച്ച് വീട്ടിനകത്തിരുന്നു. അയാൾ ഭാവിയെപ്പറ്റി ചിന്തിച്ചു. തനിക്ക് ആകെയുള്ളത് ഈ കന്നുകാലികളാണ്. ജീവിക്കാൻ മറ്റൊരു മാർഗവുമില്ല. അവയെ കന്നുകാലികളായി കാണാൻ എങ്ങനെ കഴിയും. കൂട്ടുകൃഷി എന്ന പേരു പറഞ്ഞ് ഇവരെയൊക്കെ എങ്ങനെ കൈയൊഴിയാനാകും. കന്നുകാലികൾ അയാൾക്ക് സ്വത്തായിരുന്നില്ല, ജീവനായിരുന്നു. അതു പറിച്ചെടുക്കുമ്പോൾ ആർക്കാണ് വേദന തോന്നാത്തത്. അയാൾക്ക് ആട്ടിൻകുട്ടിയുമുണ്ടായിരുന്നു. അവയെ എല്ലാം വിട്ടുകൊടുത്താൽപ്പിന്നെ അയാൾ എങ്ങനെ ജീവിക്കും. തനിക്ക് ജീവനായ ഈ ഗ്രാമത്തിൽനിന്നുതന്നെ പോകേണ്ടിവരുമല്ലോ എന്നോർത്ത് അയാൾ വിഷമിച്ചു. പോകാതെ വേറെ വഴിയില്ല. ഏതെങ്കിലും ഖനികളിൽ ജോലിചെയ്യേണ്ടിവരും. പ്രഭാതമായപ്പോൾ അയാളൊന്ന് ഉറങ്ങിപ്പോയി. ഉറക്കത്തിൽ അയാൾ ദു:സ്വപ്നങ്ങൾ കണ്ടു. സകലരും തന്നെ കൈയൊഴിയുന്നതായി തോന്നി. ഉണർന്നപ്പോൾ അയാൾ ചിന്തിച്ചത് നാടുവിടുന്നതിനെപ്പറ്റിയാണ്. പ്രഭാതഭക്ഷണത്തിന് ശേഷം അയാൾ ഒരു പരാതി എഴുതിത്തയാറാക്കി. കൂട്ടുകൃഷിയോട് താൽപ്പര്യമില്ലായിരുന്നെങ്കിൽ പോലും നാടുവിടാനുള്ള ചിന്ത മനസിനെ വേട്ടയാടി. ഒരു പരീക്ഷണമെന്നോണം അയാൾ പാർട്ടിഗ്രൂപ്പിന് കത്തെഴുതി. അയാളുടെ മുഴുവൻ സ്വത്തുക്കളും കൂട്ടുകൃഷിസംഘത്തിന് കൊടുക്കാൻ അയാൾ തയാറാണെന്ന് എഴുതി. തന്നെ കൂട്ടുകൃഷി സംഘത്തിൽ ചേർക്കണമെന്ന് അയാൾ അഭ്യർഥിച്ചു.

അയാൾ ഭാര്യയുമായി എല്ലാ കാര്യങ്ങളും ചർച്ചചെയ്തു. അവൾ വിതുമ്പിക്കരയാൻ തുടങ്ങി. അയാൾ അവളെ സമാധാനിപ്പിച്ചു. അവർ ഒറ്റയ്ക്കല്ലെന്നും അവരെപ്പോലെ ഒരുപാട് കൊസാക്കുകൾ കൂട്ടുകൃഷി സംഘത്തിൽ ചേരുന്നുണ്ടെന്നും അയാൾ പറഞ്ഞു. എന്നാൽ അതുകൊണ്ടൊന്നും അവളുടെ കണ്ണീർ അടങ്ങിയില്ല. നാലുവയസായ അയാളുടെ മകനും കരയുകയാണ്. അയാൾ തൊഴുത്തിൽനിന്ന് കാളകളെയും പശുക്കളെയും അഴിച്ചിറക്കി. അവയും കരയുന്നുണ്ടായിരുന്നു. അയാൾക്ക്

സങ്കടം സഹിക്കാൻ കഴിഞ്ഞില്ല. അതയാൾ പുറത്ത് കാട്ടിയത് ക്രൂരതയായിട്ടാണ്. അയാൾ കന്നുകാലികളെ പതിവില്ലാത്തവിധം വടിയെടുത്തടിച്ചു. അവ ശക്തിയിൽ അമറാൻ തുടങ്ങി. കന്നുകാലുകളുടെ കരച്ചിലും അമറലും കേട്ട് അടുത്ത വീട്ടുകാരെല്ലാം എത്തിനോക്കി. അയാൾ കാലികളെയും കൊണ്ട് പുറത്തേക്കു നടന്നു. അവിടെ റോഡിൽ നിറയെ കാളകളുടെയും കുതിരകളുടെയും ആടുകളുടെയും ഒരു ഘോഷയാത്ര അയാൾ കണ്ടു. കൂട്ടുകൃഷിയിൽ ചേർന്നവർ കന്നുകാലികളെയും കൊണ്ട് വീട് വിട്ടിറങ്ങിയതാണ്. അക്കൂട്ടത്തിൽ ലുബിഷ്കിനെയും അയാൾ കണ്ടു. അയാളെ ഒരു പശുക്കുട്ടിയിട്ട് ഓടിക്കുകയാണ്. ലുബിഷ്കിൻ കൊസാക്കുകളെ ചിരിപ്പിക്കാൻ ഒരു ഫലിതം പറഞ്ഞു: "കന്നുകാലികളുടെയെല്ലാം വാല് നമുക്കിനി കൂട്ടിക്കെട്ടാം. കാരണം ഇവരെല്ലാം ഇന്നു മുതൽ കൂട്ടുകൃഷിയിലെ കന്നുകാലികളാണ്. വാലും കൂട്ടായിട്ടുതന്നെ ഇരിക്കുന്നതാണ് നല്ലത്."

ലുബിഷ്കിന്റെ മുഖത്ത് ഒരു കറുത്ത കലയുണ്ടായിരുന്നു. കൂട്ടുകൃഷിയെപ്പറ്റിപറഞ്ഞപ്പോൾ അയാളും ഭാര്യയും തമ്മിൽ ഒന്നുടക്കി. അവൾ കവിളിൽ മാന്തിയതാണ്. അതിനെത്തുടർന്ന് ഇരുവരും തമ്മിൽ പിടിയും വലിയുമായി. അവൾ കുലാക്കുകളുടെ ആളാണെന്നും വർഗശത്രുവാണെന്നും അയാൾ ആരോപിച്ചു. കുലാക്കുകളായ മുട്ടാളന്മാരുടെ കാമുകിയാണ് അവളെന്ന് അയാൾ പറഞ്ഞപ്പോൾ അയാൾക്ക് വീണ്ടും അവളുടെ അടികിട്ടി.

കൊസാക്കുകളെല്ലാം ചേർന്ന് ടിറ്റോക്കിന്റെ വീട്ടിലേക്കുപോയി. ആ വീട്ടുമുറ്റത്ത് അവരെല്ലാവരും ചേർന്ന ഒരു വലിയ തൊഴുത്ത് നിർമിച്ചു. ആ ഗ്രാമത്തിലെ ആദ്യത്തെ കൂട്ടുകൃഷിത്തൊഴുത്തായിരുന്നു അത്.

## 12

**മെ**യിഡന്നിക്കോവും ലുബിഷ്ക്കിനും കൂട്ടുകാരുമെല്ലാം ചേർന്ന് ടിറ്റോക്കിന്റെ കൃഷിഭൂമി കിളയ്ക്കാൻ തുടങ്ങി. ആദ്യത്തെ കൂട്ടുകൃഷിഭൂമിയിൽ ആഞ്ഞ് കൊത്തുകയായിരുന്നു അവർ. ധാരാളം ആളുകൾ ഇത് കാണാൻ വന്നിരുന്നു. കന്നുകാലികൾ തൊഴുത്തിൽ നിന്ന് കൂട്ടക്കരച്ചിൽ നടത്തി. അപ്പോൾ നഗുൽനോവും അവർക്കിടയിൽ ഉണ്ടായിരുന്നു. വളരെ ഉൽസാഹത്തോടെ അവർ ജോലിചെയ്തു. ടിറ്റോക്കിന്റെ കൃഷിഭൂമി ഇളക്കിമറിക്കുമ്പോൾ അവർക്ക് പ്രത്യേകമായ ഒരാനന്ദമുണ്ടായിരുന്നു. കൊസാക്കുകൾ പരസ്പരം കളിയാക്കിയും തമാശകൾ പൊട്ടിച്ചുമാണ് പണിയെടുത്തത്. പണിയെടുക്കുന്നതിനിടയിൽ അവർ ടിറ്റോക്കിനെ തെറിപറയുന്നുണ്ടായിരുന്നു. നഗുൽനോവ് ആകെ വിയർക്കുന്നുണ്ടായിരുന്നു. ചെറുതായി അധ്വാനിക്കുമ്പോഴേക്കും അയാൾ വിയർക്കുന്നു. ഇതും പറഞ്ഞ് കൊസാക്കുകൾ അയാളെ കളിയാക്കാൻ തുടങ്ങി. കാളച്ചന്തയിൽ പോയപോലെ അയാൾ ആ മുറ്റത്തുകൂടെ തലങ്ങും

വിലങ്ങും നടന്നു. കന്നുകാലികളുടെയെല്ലാം വാല് പിടിച്ച് കുലുക്കി. അപ്പോൾ ഉഷക്കോവും ആൻഡ്രിയും അവിടേക്ക് കടന്നുവന്നു. അവരുടെ മുഖത്തും സന്തോഷമുണ്ടായിരുന്നു. അവരെല്ലാവരും ഒന്നിച്ചുകൂടി അടുത്ത വർഗശത്രുവിന്റെ സ്വത്തുക്കൾ പിടിച്ചെടുക്കുന്നതിനെപ്പറ്റി ചർച്ചചെയ്തു. ദൃഢനിശ്ചയത്തോടുകൂടിയാണ് അവരെല്ലാവരും സംസാരിച്ചത്. വർഗശത്രുക്കളുടെ സ്വത്തു പിടിച്ചെടുക്കുന്ന കാര്യം പറയുമ്പോൾ ചിലരുടെ മുഖത്ത് അസാധാരണമായ ഭാവങ്ങൾ മിന്നിമറിഞ്ഞു. ചിലർ പല്ലിറുമ്പി. മറ്റ് ചിലർ നാവുകടിച്ചു. സ്വത്ത് പിടിച്ചെടുക്കാൻ കൂടുതൽ ചെറുപ്പക്കാരെ അണിനിരത്തണമെന്ന അഭിപ്രായം പൊന്തിവന്നു. കുലാക്കുകൾ തിരിച്ച് ആക്രമിച്ചാൽ അതിനെ എങ്ങനെ നേരിടണം എന്ന കാര്യവും അവർ സംസാരിച്ചു. കുലാക്കുകൾ ദുഷ്ടൻമാരും ചതിയൻമാരുമാണെന്നും അവർ തരം കിട്ടിയാൽ കൊസാക്കുകളെ കൊന്നൊടുക്കുമെന്നും ചിലർ പറഞ്ഞു. കൂട്ടുകൃഷി പ്രസ്ഥാനം വിജയിക്കണമെങ്കിൽ കൊസാക്കുകൾക്ക് ആയുധങ്ങൾ സംഘടിപ്പിക്കേണ്ടതുണ്ടെന്ന് നഗുൽനോവ് അഭിപ്രായപ്പെട്ടു. എല്ലാ വിപ്ലവത്തിന്റെയും പിറകിൽ ആയുധങ്ങൾക്ക് മഹത്തായ പങ്കുണ്ടായിരുന്നെന്ന് ചിലർ ചരിത്രത്തിൽനിന്ന് ഉദാഹരണങ്ങൾ ചൂണ്ടിക്കാട്ടിപ്പറഞ്ഞു.

അടുത്ത ഓപ്പറേഷന്റെ വിശദാംശങ്ങൾ കൊസാക്കുകൾ ചർച്ചചെയ്തു. ലെപ്ഷിനോവ് ആയിരുന്നു അവരുടെ ഉന്നം. അയാൾ ആ ഗ്രാമത്തിലെ ഒരു പ്രധാനപ്പെട്ട കുലാക്ക് ആയിരുന്നു. വളരെ ധനികനായിരുന്നു അയാളെന്ന് പറഞ്ഞു കേട്ടിരുന്നു. പണം പലിശയ്ക്ക് കൊടുത്താണ് അയാൾ ഇത്ര സമ്പന്നനായതത്രെ. പാവപ്പെട്ട കൊസാക്കുകളായിരുന്നു അയാളുടെ ഇര. അയാൾക്ക് അൽപ്പസ്വൽപ്പം മോഷണവുമുണ്ടായിരുന്നുവെന്ന് പറഞ്ഞുകേൾക്കുന്നുണ്ട്. കുതിരകളെ മോഷ്ടിക്കുക എന്നത് അയാൾക്കൊരു ഹോബിയായിരുന്നു. രാത്രിയിലാണ് അയാളുടെ സഞ്ചാരം. കരിമ്പടം പുതച്ച് കുതിരകളുള്ള വീട്ടിൽക്കയറി തഞ്ചത്തിൽ കുതിരകളെ അഴിച്ച് സ്ഥലംവിടുക അയാൾക്കൊരു രസം തന്നെയായിരുന്നു. കട്ടെടുത്ത കുതിരകളെ പട്ടണത്തിൽ കൊണ്ടുപോയി വിറ്റ് അയാൾ പണം ഉണ്ടാക്കി. പട്ടണത്തിൽനിന്ന് അയാളെ കാണാൻ പലരും അയാളുടെ വീട്ടിൽ വരാറുണ്ടായിരുന്നു. അയാൾ ഒരു പിടിച്ചുപറിക്കാരൻകൂടിയായിരുന്നു. അയാളുടെ സ്വത്തുക്കൾ പിടിച്ചെടുക്കുന്നത് കാണാൻ പലരും ആഗ്രഹിച്ചതാണ്. എന്നാൽ ആർക്കുമതിന് കഴിയുമായിരുന്നില്ല. അയാളുടെ സ്വത്തുക്കൾ പിടിച്ചെടുക്കുന്നതിനെപ്പറ്റി ചർച്ചചെയ്യുന്നുണ്ട് എന്നു കേട്ടപ്പോൾ ഒരുപാടാളുകൾ കൊസാക്കുകളുടെ കൂടെക്കൂടി. സ്ത്രീകൾക്ക് അയാളോട് പ്രത്യേക വെറുപ്പുണ്ടായിരുന്നു. കാരണം പല സ്ത്രീകളെയും അയാൾ ഉപദ്രവിച്ചിട്ടുണ്ട്. വളരെ ഉയരംകൂടിയ മനുഷ്യനായിരുന്നു അയാൾ. വൃദ്ധൻ. പക്ഷെ അയാളുടെ ശരീരത്തിന് നല്ല ബലമാണ്. എന്നാൽ അയാളോട് ചിലർക്ക് അനുഭാവമുണ്ട്. കാരണം അയാൾക്ക് ചില ശിങ്കിടികൾ ഉണ്ടായിരുന്നു. അയാളുടെ താളത്തിനനു

സരിച്ച് തുള്ളുന്നവർക്ക് അതിന്റെ ഗുണവുമുണ്ടായിരുന്നു. അയാൾ ശുദ്ധനായ ഒരു മനുഷ്യനാണെന്നും അയാളുടെ സ്വത്തുക്കളെല്ലാം അധ്വാനിച്ചുണ്ടാക്കിയതാണെന്നും ചിലർ അഭിപ്രായപ്പെട്ടു. എന്നാൽ മറ്റുചിലർ അയാളുടെ ക്രൂരതകൾ അക്കമിട്ട് നിരത്തി. കടം തിരിച്ചടയ്ക്കാൻ കഴിയാത്ത എത്രയോ പാവങ്ങളെ അയാൾ ഉപദ്രവിച്ചിട്ടുണ്ട്. വീട്ടിൽനിന്നും കുടിയിറക്കിയിട്ടുണ്ട്. പലരും ആത്മഹത്യചെയ്തിട്ടുമുണ്ട്.

ആളുകളുടെ സ്വത്തുക്കൾ പിടിച്ചെടുക്കുന്നതിൽ തൽപ്പരനായിരുന്നു ആ വൃദ്ധൻ. പാവപ്പെട്ടവരുടെ വികാരത്തെ അയാൾ മാനിച്ചില്ല. അയാൾ ഒരിക്കൽ ഒരു പള്ളിയിൽനിന്ന് മെഴുകുതിരി കട്ടുകൊണ്ടുപോയി. മറ്റൊരിക്കൽ ഒരു കല്യാണവീട്ടിൽനിന്ന് സ്വർണാഭരണങ്ങൾ മോഷ്ടിച്ചു. പക്ഷെ, അതിനൊന്നും തക്കതായ തെളിവില്ലായിരുന്നതുകൊണ്ട് അയാളെ ആരും ഒന്നും ചെയ്തില്ല. മാത്രമല്ല വലിയ പണക്കാരനായതുകൊണ്ടും അയാളോട് ഒരു പ്രത്യേകതരം ഭയം ആളുകൾക്കുണ്ടായിരുന്നു. മറ്റുള്ളവരുടെ ദു:ഖംകാണാൻ അയാൾക്ക് ഒരു പ്രത്യേക താൽപ്പര്യമായിരുന്നു. കടക്കാരെ കുടിയിറക്കുമ്പോൾ അയാളുടെ കണ്ണുകളിൽ ആഹ്ലാദത്തിന്റെ വേലിയേറ്റമുണ്ടായിരുന്നു. കുട്ടിക്കാലംമുതലേ അയാൾ ഒരു പെരുംകള്ളനായിരുന്നുവത്രെ. എന്നാൽ കൊമ്പൻ മീശക്കാരനായ അയാളെ എതിർക്കാൻ ആരും ധൈര്യപ്പെട്ടില്ല. അയാൾ ആളുകളുടെ ചോരകുടിക്കുന്നവനാണെന്ന് ആളുകൾ വിശ്വസിച്ചു.

എന്നാൽ ലെപ്ഷിനോവ് തന്റെ സ്വത്തുക്കൾ പിടിച്ചെടുക്കുന്നുണ്ട് എന്ന വാർത്ത മുൻകൂട്ടി അറിഞ്ഞിരുന്നു. കൊസാക്കുകളുടെ മനസിൽ ഈ ചിന്ത ഉണ്ടാകുന്നതിന് മുമ്പുതന്നെ അയാൾ അതിനെപ്പറ്റി ചിന്തിച്ചിരുന്നു. അങ്ങനെ തന്റെ സ്വത്തുക്കൾ മുമ്പെത്തന്നെ അയാൾ രഹസ്യകേന്ദ്രങ്ങളിലേക്ക് മാറ്റി. പലതും അകന്ന ബന്ധുക്കളുടെ അടുത്തേൽപ്പിച്ചു. അയാളുടെ വസ്ത്രങ്ങൾപോലും അയാൾ മാറ്റിക്കഴിഞ്ഞിരുന്നു.

കൊസാക്കുകൾ ലെപ്ഷിനോവിന്റെ അടുത്തേക്ക് പോയി. തങ്ങളുടെ ഉദ്ദേശ്യം തുറന്നടിച്ചു. താൻ ഒരു പരമഭക്തനാണെന്നും ജീവിതത്തിൽ ഇന്നുവരെ മോഷണം നടത്തിയിട്ടില്ലെന്നും അയാൾ ആണയിട്ടു. താൻ ആളുകൾക്ക് പണം പലിശയ്ക്ക് കൊടുത്തത് ഒരു തെറ്റല്ലെന്നും അത് അവരെ രക്ഷിക്കാൻവേണ്ടിയാണെന്നും അയാൾ വാദിച്ചു. മാത്രമല്ല പലിശപ്പണം അയാൾ സ്വന്തംകാര്യത്തിനുവേണ്ടിയല്ല പാവപ്പെട്ടവരെ സഹായിക്കാനാണ് ഉപയോഗിക്കുന്നതെന്നും അയാൾ പറഞ്ഞു. നല്ലവർക്ക് എന്നും കുരിശും മുൾക്കിരീടവും തന്നെയാണ് പ്രതിഫലം കിട്ടിയിട്ടുള്ളതെന്നും യേശുക്രിസ്തു അതിന്റെ ഒരു ഉദാഹരണം മാത്രമാണെന്നും അയാൾ പറഞ്ഞു. എന്നിട്ട് അയാൾ വിതുമ്പിക്കരയാൻ തുടങ്ങി. അതുകണ്ട് അയാളുടെ വീട്ടിൽ തടിച്ചുകൂടിയ പെണ്ണുങ്ങളും കരഞ്ഞു. എന്നാൽ ഇത്തരം കപടനാടകങ്ങൾകൊണ്ടും കള്ളക്കരച്ചിൽകൊണ്ടും തങ്ങളെ പറ്റിക്കാനാവില്ലെന്ന് കൊസാക്കുകൾ അയാളുടെ പുറത്ത് തടവിക്കൊണ്ട് പറഞ്ഞു. അയാൾ പാവങ്ങളെ ദ്രോഹിച്ചതിന്

ശിക്ഷ വാങ്ങുകയാണെന്ന് കൊസാക്കുകൾ അവിടത്തെ പെണ്ണുങ്ങളോട് പറഞ്ഞു. അവസാനം യാതൊരു രക്ഷയുമില്ലെന്ന് കണ്ടപ്പോൾ അയാൾ ഊമയായ തന്റെ മകനെയും കൂട്ടി പുറത്തിറങ്ങി. ആളുകൾ കരുതിയത് അയാൾ സ്ഥലംവിടുകയാണെന്നാണ്. പക്ഷെ തന്റെ ചുമലിലെ മുണ്ട് മുറ്റത്ത് വിരിച്ച് അയാൾ അവിടെ മുട്ടുകുത്തിനിന്ന് കുരിശ് വരച്ച് പ്രാർഥിക്കുകയായിരുന്നു. അപ്പോൾ അവിടെ കൂടിയിരുന്ന ചിലർ കരയാൻതുടങ്ങി. പാവപ്പെട്ട ഒരു വൃദ്ധനോട് ഇങ്ങനെ ചെയ്യുന്നത് പാപമാണെന്ന് പെണ്ണുങ്ങളെല്ലാം മുറുമുറുക്കാൻതുടങ്ങി. അയാളാകട്ടെ പ്രാർഥനയിൽ മുഴുകിയിരിക്കുകയാണ്. അൽപ്പസമയംകഴിഞ്ഞ് കണ്ണ് തുറന്ന് അയാൾ ആളുകളെ അഭിസംബോധനചെയ്തു;

"പ്രിയപ്പെട്ട ജനങ്ങളേ, ക്രിസ്ത്യാനികളേ, ഈ വൃദ്ധൻ ഇതാ നിങ്ങളോട് യാത്രചോദിക്കുന്നു. ഈശ്വരൻ നിങ്ങളെ അനുഗ്രഹിക്കും. ദൈവത്തിന്റെ നാമത്തിൽ ഞാൻ പറയുന്നു. നിങ്ങൾക്കെല്ലാം നന്മവരും. ഞാനിന്നുവരെ ഒരു കളവും ചെയ്തിട്ടില്ല. എന്റെ നെറ്റിയിലെ വിയർപ്പുകൊണ്ട് ഞാൻ എന്റെ അന്നം സമ്പാദിക്കുകയായിരുന്നു. അത് ദൈവഹിതമാണ്. *ബൈബിളിൽ* അങ്ങനെ പറഞ്ഞിട്ടുണ്ട്."

അയാളിത് പറഞ്ഞപ്പോൾ അവിടെ ഉണ്ടായിരുന്ന പെണ്ണുങ്ങൾ ആർത്തലച്ച് കരയാൻതുടങ്ങി. എന്നാൽ കൊസാക്കുകൾ അടങ്ങിയിരുന്നില്ല. പാവപ്പെട്ട മനുഷ്യരെ കണ്ണീര് കുടിപ്പിച്ച മനഃസാക്ഷിയില്ലാത്ത ചെകുത്താനാണ് അയാളെന്ന് അവർ വിളിച്ചുപറയുന്നുണ്ടായിരുന്നു. അയാളിനിയും അവിടെ നിന്നാൽ നിലത്തുകൂടെ വലിച്ചിഴക്കുമെന്നും ചവിട്ടി നട്ടെല്ല് പൊട്ടിക്കുമെന്നും അവർ ആക്രോശിച്ചു. അപ്പോൾ ആ വൃദ്ധന്റെ ഭാര്യ വീട് വിടാൻ തയാറായി ഇറങ്ങിവന്നു. അവളുടെ കൈയിൽ കുറെ കോഴിമുട്ടകൾ ഉണ്ടായിരുന്നു. എന്നാൽ കൊസാക്കുകൾ അത് പിടിച്ചുപറിച്ചു. അവൾ അവരെ തെറികൊണ്ട് അഭിഷേകം ചെയ്തു. അപ്പോഴാണ് അവൾ അവിടെ ഉണ്ടായിരുന്ന താറാവിന്റെ കാര്യം ഓർത്തത്. ഓടിച്ചെന്ന് അതിനെ കൈയിലെടുത്തു. എന്നാൽ കൊസാക്കുകൾ വിടുമോ. ആ താറാവ് വിപ്ലവത്തിന്റെ വസന്തകാലത്തിന് വേണ്ടി പുതിയ മുട്ടകൾ വിരിയിക്കേണ്ട താറാവാണെന്നും അത് കമ്യൂണിസ്റ്റ് താറാവാണെന്നും അവർ വിളംബരംചെയ്തു. ഒന്നു നീട്ടിത്തുപ്പിയാണ് ആ സ്ത്രീ അതിനോട് പ്രതികരിച്ചത്. താറാവും വലിയ ശബ്ദമുണ്ടാക്കി അതിനോട് പ്രതികരിച്ചു. അത് കണ്ട് കലിയിളകിയ ഒരു കൊസാക്ക് താറാവിന്റെ കഴുത്ത്പിടിച്ച് ഞെരിച്ചു, ആ മുറ്റത്ത് മുഴുവൻ പഞ്ഞിക്കെട്ട് വിതറിയപോലെ താറാവിന്റെ തൂവലുകൾ പരന്നുകിടന്നു. സ്ത്രീ താറാവിനെ വിടാൻ ഒരുക്കമുണ്ടായിരുന്നില്ല. അവരതിനെ നെഞ്ചോട് ചേർത്തുപിടിച്ചു. കൊസാക്കുകളുണ്ടോ പിന്നോട്ടുപോകുന്നു. അവരതിന്റെ കഴുത്തിൽ പിടിച്ചു. അങ്ങനെ പിടിവലിതുടങ്ങി. അവസാനം താറാവിന്റെ നീണ്ട കഴുത്ത് മുറിഞ്ഞുപോയി. താറാവിന്റെ തല മുറിഞ്ഞപ്പോൾ അതിന്റെ കഴുത്ത് പിടിച്ചിരുന്ന ഒരു കൊസാക്ക് വൃദ്ധൻ അവി

ടെ ചമ്രംപടിഞ്ഞിരുന്ന ഒരു തടിച്ചിത്തള്ളയുടെ മേൽ വന്നുവീണു. അവർ വൃദ്ധന്റെ കരണക്കുറ്റിക്കിട്ടൊന്ന് കൊടുത്തു. വൃദ്ധൻ താറാവുമുട്ട നിറച്ച ബാഗിന് മേലേക്ക് മറിഞ്ഞുവീണു. മുട്ട പൊട്ടി അയാളുടെ മുഖത്തേക്കൊഴുകി. അതു കണ്ട് ആളുകൾ കൂട്ടച്ചിരി. ഇതിനിടയിൽ വൃദ്ധൻ തന്റെ ഊമയായ മകനെയും കൊണ്ട് പുറത്തിറങ്ങിപ്പോയി. അയാളുടെ ഭാര്യ തലയറ്റ് കിടക്കുന്ന താറാവിനെ ലക്ഷ്യമാക്കി മുന്നോട്ടു കുതിച്ചു. പക്ഷെ അവർക്കതിനെ കിട്ടിയില്ല. അവിടെ പതുങ്ങിയിരുന്ന ഒരു കാട്ടുനായ താറാവിനെയും കടിച്ചെടുത്ത് ഓടിപ്പോയി. കുട്ടികളെല്ലാം കൂക്കിവിളിച്ചുകൊണ്ട് അതിന്റെ പിറകെ ഓടി. ഈ മഹാ നാടകീയരംഗങ്ങൾക്ക് സാക്ഷിയായിട്ടെന്നപോലെ തുറന്ന കണ്ണുകളോടെ താറാവിന്റെ തല അവിടെ കിടക്കുന്നുണ്ടായിരുന്നു. ആളുകൾ കൂട്ടംകൂടിനിന്ന് ചിരിച്ചു. ആ ചിരികേട്ട് വീട്ടുമുറ്റത്തെ പൂന്തോപ്പിലെ കുരുവിക്കുഞ്ഞുങ്ങൾ ഭയന്നുവിറച്ചു.

## 13

ഗ്രാമത്തിൽമുഴുവൻ ആളുകൾ സംസാരിക്കുന്നത് കൂട്ടുകൃഷിയെപ്പറ്റി മാത്രമായിരുന്നു. തെരുവുകളിലും ചന്തകളിലും കൃഷിയിടങ്ങളിലും ആളുകൾ കൂട്ടുകൃഷിയെ തുണച്ചും എതിർത്തും രാപ്പകൽ ചെലവഴിച്ചു. കിടപ്പറകളിൽപോലും ചർച്ചാവിഷയം ഇതുതന്നെയായിരുന്നു. ഗ്രിമ്യാക്കിയിൽ ആളുകൾ ഉറങ്ങിയിരുന്നില്ല. കുലാക്കുകൾ രാത്രികളിൽ വിളക്കണച്ചിരുന്നില്ല. കൊസാക്കുകൾ കൂട്ടംകൂടിനിന്നു. പലരുടെ കൈയിലും ആയുധങ്ങളുണ്ടായിരുന്നു.

ഡേവിഡോവും നഗുൽനോവും ആൻഡ്രിയും ദിവസങ്ങളോളം ഭാവികാര്യങ്ങളെപ്പറ്റി ചർച്ചചെയ്തുകൊണ്ടിരുന്നു. അവരുടെ മനസിൽ പല ആശങ്കകളും ഉണ്ടായിരുന്നു. എന്നാൽ ആൻഡ്രിയെ സംബന്ധിച്ചിടത്തോളം തന്റെ തീരുമാനം ദൃഢമായിരുന്നു. അയാൾ ഒരു സൈനികനേതാവിനെപ്പോലെ എല്ലാ ചുമതലകളും ഏറ്റെടുത്തു. പക്ഷെ നഗുൽനോവിന്റെ കാര്യം അങ്കലാപ്പിലായിരുന്നു. അയാൾ ഉറങ്ങാറില്ല. ശരീരമാകെ ചടച്ചിരുന്നു. പക്ഷെ അയാളുടെ മനസിലെ പ്രയാസങ്ങൾ പുറത്ത് കാണിക്കാതിരിക്കാൻ അയാൾ ശ്രമിച്ചു. ആൻഡ്രി അയാൾക്ക് ധൈര്യംപകരാൻ ആവോളം ശ്രമിച്ചു. ചിലപ്പോൾ ശാസിച്ചു. വിപ്ലവകാരിയുടെ ജീവിതം എങ്ങനെയായിരിക്കണമെന്ന് അയാൾ നഗുൽനോവിനെ പഠിപ്പിക്കാൻ പണിപ്പെട്ടു.

ഇതിന്റെയെല്ലാം ഫലമായി ഗ്രാമത്തിൽ കുറെ കൊസാക്കുകൾ കൂട്ടുകൃഷിയിൽ ചേർന്നു. എങ്കിലും അത് മൂന്നിലൊന്ന് മാത്രമായിരുന്നു. എല്ലാ ആഴ്ചകളിലും കൂട്ടുകൃഷി യോഗങ്ങൾനടന്നു. ഡേവിഡോവ് സംഘടനാകാര്യങ്ങളിൽ നല്ല ഉൽസാഹം കാണിച്ചു. അയാൾ പ്രവർത്തനങ്ങളെല്ലാം തന്നെ അതത് സമയത്ത് ജില്ലാകേന്ദ്രവുമായും അവിടത്തെ നേതാക്കളുമായും ചർച്ചചെയ്തു.

ഗ്രാമത്തിലെ കുലാക്കുകളെല്ലാം പേടിച്ചരണ്ട് ജീവിക്കുകയായിരുന്നു. കുടിയിറക്കപ്പെട്ട കുലാക്കുകൾ പുറത്തെവിടെയോ അലയുകയായിരുന്നു. ചിലർ ബന്ധുക്കളുടെ കൂടെ താമസിച്ചു. അവരുടെ കുട്ടികൾ വയറുനിറയ്ക്കാൻ വേണ്ടി ജോലിക്ക് പോകാൻ തുടങ്ങി. കുലാക്കുസ്ത്രീകൾ അടുത്തവീടുകളിൽ പലജോലികളും ചെയ്തു. സമ്പന്നരായി ജീവിച്ച പല കുലാക്ക് സ്ത്രീകൾക്കും ഇത് ഒരു വലിയ ദുരന്തമായിരുന്നു. അവർ തങ്ങളുടെ ഭർത്താക്കന്മാരെ ശപിച്ചു. കുലാക്കുകൾ തങ്ങളുടെ വിധിയെ ശപിച്ചു.

ഗ്രിമ്യാക്കിയിൽനിന്നും പുറത്താക്കപ്പെട്ട കുലാക്ക് പ്രമാണി ഫ്രോൾ തന്റെ ശിങ്കിടിയായ സാധുകൃഷിക്കാരൻ ബൊർഷ്ചോഫിന്റെ കൂടെ കഴിഞ്ഞു. ബൊർഷ്ചോഫിന്റെ പൊളിഞ്ഞ് പാളീസായ കുടിൽ കുലാക്കുൾക്ക് ഒരു ആശ്വാസകേന്ദ്രമായി മാറി. പലരും അവിടേക്ക് വന്നത് ആളുകളുടെ കണ്ണ് വെട്ടിച്ചായിരുന്നു. വൃദ്ധൻ ലെപ്ഷിനോവും അവിടെ എത്തിയിരുന്നു. പിൻതിരിപ്പന്മാരുടെ കേന്ദ്രമായി ഈ കുടിൽ മാറി. എന്നാൽ ഈ കുടിലിൽ പാവപ്പെട്ട കൃഷിക്കാരും താമസിച്ചു. കൂട്ടുകൃഷിയെ എതിർത്ത ആളുകളുടെ കൂടാരമായി അത് മാറി. കൊസാക്കുകൾക്ക് ഈ കുടിലിനെപ്പറ്റി അറിയാമായിരുന്നു. എന്നാൽ കുടിയിറക്കപ്പെട്ട കൊസാക്കുകളെ വീണ്ടും ഉപദ്രവിക്കാൻ അവർ തയാറായിരുന്നില്ല. അവരെ സംബന്ധിച്ചിടത്തോളം ഇനി കുടിയിറക്കേണ്ടവരുടെ കാര്യത്തിലായിരുന്നു ശ്രദ്ധ മുഴുവൻ.

ബോർഷ്ചോഫിന്റെ പൊളിഞ്ഞ കുടിലിൽ വേറെയും ചിലരുണ്ടായിരുന്നു. അതിൽ ഒരാളായിരുന്നു, വാസിലി. അയാൾ സൗമ്യനായൊരു മനുഷ്യനായിരുന്നു. ഉയരംകൂടി തലമൊട്ടയടിച്ച ഒരു പാവം കൃഷിക്കാരനായിരുന്നു അയാൾ. വേറൊരാൾ ഖൊപ്രോവ്. അയാൾ സാർ ചക്രവർത്തിയുടെ കീഴിൽ പട്ടാളക്കാരനായിരുന്നു. റഷ്യയിലെ ആഭ്യന്തരയുദ്ധകാലത്ത് അയാൾ വെള്ളപ്പട്ടാളത്തിൽനിന്നും മാറിനിന്നു. പക്ഷെ അതിനുശേഷവും അയാൾ സോവിയറ്റ്ഭരണത്തിനെതിരായിരുന്നു. കമ്യൂണിസ്റ്റ് വിരുദ്ധസൈന്യത്തെ അയാൾ പലനിലയ്ക്കും സഹായിച്ചു. യാക്കോവയും അയാളുടെ പുത്രനും വെള്ളപ്പട്ടാളത്തോട് കൂറുള്ളവരായിരുന്നു. ആ വീട്ടിൽ വേറെയും ചില ആളുകൾ ഉണ്ടായിരുന്നു. ഖൊപ്രോവ് സൈന്യത്തിലെ ഒരു കോർപ്പറൽ ആയിരുന്നു. ഖൊപ്രോവ് വളരെ പേടിച്ചായിരുന്നു ജീവിച്ചിരുന്നത്. കാരണം ആഭ്യന്തരയുദ്ധത്തിന് ശേഷം അയാൾ സോവിയറ്റ് യൂണിയന്റെയും ബോൾഷെവിക്കുകളുടെയും നോട്ടപ്പുള്ളിയായി മാറി. അപാരമായ കായികശക്തിയുണ്ടായിരുന്ന കരുത്തനായ മനുഷ്യനായിരുന്നു അയാൾ. കുതിരകളെ മെരുക്കാൻ അയാൾക്ക് അസാധാരണമായ കഴിവുണ്ടായിരുന്നു. എന്നാൽ അയാൾ ലെപ്ഷിനോവിനെ വല്ലാതെ പേടിച്ചു. തന്നെ ഒറ്റിക്കൊടുക്കരുതെന്നും തന്റെ ജീവൻ രക്ഷിക്കണമെന്നും അയാൾ ലെപ്ഷിനോവിനോട് അപേക്ഷിച്ചു. എന്നാൽ ലെപ്ഷിനോവ് അയാളെ ഒറ്റിക്കൊടുക്കില്ലെന്ന് ഉറപ്പുകൊടുത്തു. താനും

ഒരു ക്രിസ്ത്യാനിയാണെന്നും ക്രിസ്തുവിനെ ഒറ്റിക്കൊടുത്തപോലെ താൻ ഒരിക്കലും ചെയ്യില്ലെന്നും ലെപ്ഷിനോവ് അയാളോട് പറഞ്ഞു. ലെപ്ഷിനോവിന്റെ വാക്കുകൾ ഇതായിരുന്നു: "ഒരു ക്രിസ്ത്യാനി മറ്റൊരു ക്രിസ്ത്യാനിയെ ഒറ്റിക്കൊടുക്കാൻ പാടില്ല. എന്നെ കൊന്നാലും ഞാനത് ചെയ്യില്ല. നിങ്ങളെ ഒറ്റിക്കൊടുത്താൽ ഞാനൊരിക്കലും ഗതിപിടിക്കില്ല. ആരോടും ഞാൻ താങ്കളെപ്പറ്റി പറയില്ല. എന്നാൽ ചില സഹായം താങ്കളും എനിക്ക് ചെയ്യണം. ചിലർ യോഗങ്ങളിൽവെച്ച് എനിക്കെതിരെ പരാതി പറയും. അനാവശ്യമായി എന്നെ എതിർക്കും. അത് ചിലപ്പോൾ ഭരണാധികാരികളായിരിക്കും. ആരുതന്നെയായാലും ഇത്തരം സന്ദർഭത്തിൽ നിങ്ങൾ എന്നെ പിൻതുണയ്ക്കണം. എനിക്ക് വേണ്ടി വാദിക്കണം. അങ്ങനെ ചെയ്യുന്ന ആളാണ് നല്ല അയൽക്കാരൻ. നിങ്ങളെപ്പോലെതന്നെ നിങ്ങൾ അയൽക്കാരനെയും സ്നേഹിക്കണം. പിന്നെ കൃഷിപ്പണിയുടെ കാര്യത്തിലും നിങ്ങളുടെ സഹായം എനിക്കു വേണ്ടിവരും. എന്റെ മകൻ ഊമയാണെന്ന് നിങ്ങൾക്കറിയുമല്ലോ. അവന് കൃഷിപ്പണി ഒന്നും അറിയില്ല. കൃഷിപ്പണിക്ക് ആളെ നിർത്താൻ എന്റെ കൈയിൽ പണവുമില്ല."

അങ്ങനെ ചൊപ്രോവ് ലെപ്ഷിനോവിന്റെ പണിക്കാരനായി മാറി എന്നുപറഞ്ഞാൽ മതിയല്ലോ. ലെപ്ഷിനോവിന്റെ പാടത്ത് അയാൾ കിളയ്ക്കുകയും മറ്റും ചെയ്തു. പ്രഭാതംമുതൽ സന്ധ്യവരെ അയാൾ അത്യധ്വാനം ചെയ്തു. അയാളുടെ ഉരുക്കുപോലുള്ള ശരീരം വിയർത്തുകുളിക്കുന്നതുവരെ അധ്വാനിക്കും. അങ്ങനെ വർഷങ്ങൾ കഴിഞ്ഞു. ലെപ്ഷിനോവ് തന്നെ അടിമയാക്കിയിരിക്കുകയാണെന്ന് ചൊപ്രോവ് തിരിച്ചറിഞ്ഞു. തനിക്ക് മോചനം കിട്ടണമെങ്കിൽ 'അയൽക്കാരനെ' തട്ടേണ്ടിവരുമെന്ന് അയാളുടെ മനസ്സ് പറഞ്ഞു. യാക്കോവിന്റെ അമ്മ താമസിച്ചിരുന്ന ചായ്പിലാണ് പോളോട്സേവ് ഇപ്പോൾ താമസിക്കുന്നത്. അമ്മ അവരുടെ താമസം അടുപ്പിൻതിണ്ണയിലേക്ക് മാറ്റി. അവിടെ അവർക്ക് നല്ല ചൂട് കിട്ടും. പോളോവ്ട്സേവ് രാത്രിയിൽ സിഗരറ്റും വലിച്ച് വീട് മുഴുവൻ ചുറ്റിക്കറങ്ങും. അയാൾക്ക് തീരെ ഉറക്കമില്ലായിരുന്നു. ചിലപ്പോൾ അയാൾ വൈക്കോൽപ്പുരയിൽ പോയി കിടക്കും. അവിടെ അയാൾക്ക് പ്രിയപ്പെട്ട അയാളുടെ കുതിരയുണ്ടായിരുന്നു. കൊസാക്കുകൾ കാണാതെ അയാളതിനെ ഒളിപ്പിച്ചുനിർത്തിയതായിരുന്നു.അയാൾ അതിനോട് പലതും സംസാരിച്ചു. കുതിര അതിനോടെല്ലാം പ്രതികരിക്കും. എല്ലാവികാരങ്ങളും അമർത്തിപ്പിടിച്ച മനുഷ്യനെപ്പോലെയായിരുന്നു ആ കുതിര. അയാൾ അതിന്റെ കുഞ്ചിരോമത്തിൽ തടവും. അയാൾക്ക് സ്വന്തം മകനെപ്പോലെയായിരുന്നു ആ കുതിര. ഒരുദിവസം കൂരിരുട്ടുള്ള ഒരു രാത്രിയിൽ അയാൾ അതിനെ വൈക്കോൽപ്പുരയിൽനിന്നും അഴിച്ച് അതിന്റെ പുറത്തുകയറി സ്റ്റെപ്പികുന്നുകളിൽ മുഴുവൻ കറങ്ങി. കുതിര പേടിച്ച് വിറച്ചുപോയി. അത് കിതയ്ക്കുന്നുണ്ടായിരുന്നു. ശത്രുക്കൾ തന്നെ ഏതുനിമിഷവും പിടിച്ചുകൊണ്ടുപോകുമെന്ന് അത് ഭയപ്പെട്ടിരുന്നു.

അയാൾക്കും പേടിയായിരുന്നു. തന്നെ കൊസാക്കുകളുടെ കൈയിൽ കിട്ടിയാൽ കൊല്ലുമെന്നും അയാൾ ഭയപ്പെട്ടു. അയാൾ അത് യാക്കോവിനോട് പറഞ്ഞു. എന്നാൽ യാക്കോവ് അയാളോട് കൂട്ടുകൃഷിയിൽ ചേരാൻ നിർബന്ധിച്ചു. കൂട്ടുകൃഷിയിൽ ചേർന്നാൽ കൊസാക്കുകൾ ആക്രമിക്കില്ലെന്ന് അയാൾക്ക് ബോധ്യമായി. ഒരുദിവസം കൂട്ടുകൃഷിയോഗത്തിൽ യാക്കോവ് ഒരു ഗംഭീര പ്രസംഗം നടത്തി. കൂട്ടുകൃഷിയുടെ ഉദ്ദേശ്യലക്ഷ്യങ്ങൾ വിശദീകരിച്ചുകൊണ്ടുള്ള ആ ഉജ്ജ്വല പ്രസംഗം ഡേവിഡോവിനെ ആകർഷിച്ചു. അതിനെത്തുടർന്ന് ധാരാളമാളുകൾ അന്നുതന്നെ കൂട്ടുകൃഷിയിൽ ചേർന്നു. മുപ്പത്തൊന്ന് അപേക്ഷകളാണ് അന്ന് അവിടെ കിട്ടിയത്.

യാക്കോവിന് നന്നായി പ്രസംഗിക്കാനുള്ള കഴിവുണ്ടായിരുന്നു. അയാൾ കാര്യങ്ങൾ നന്നായി പഠിച്ചിരുന്നു. കുറച്ചുദിവസങ്ങൾക്ക് ശേഷം യാക്കോവ് ചില ഇടത്തരം കൃഷിക്കാരുമായി സംസാരിച്ചു. അവരെല്ലാവരും കൂട്ടുകൃഷിക്കെതിരായിരുന്നു. അവർക്ക് അതിന് അവരുടേതായ കാരണങ്ങളുമുണ്ടായിരുന്നു. അവരുമായി സംസാരിച്ചതിന് ശേഷം യാക്കോവിന്റെ മനസിൽ ഒരു മാറ്റം സംഭവിച്ചു. അയാൾ ഇങ്ങനെ പറഞ്ഞു:

“ഹേ മനുഷ്യാ, കൂട്ടുകൃഷിയിൽ ചേർന്നാൽ എനിക്കൊരുപക്ഷെ നല്ലകാര്യം ഉണ്ടായേക്കാം. ഞാനിപ്പോൾ കൂട്ടുകൃഷിയുടെ ആളായിപ്പോയി. പക്ഷെ നിങ്ങളെന്തിനാണ് കൂട്ടുകൃഷിയിൽ ചേർന്നത്. കൂട്ടുകൃഷിയിൽ ചേർന്നാലുണ്ടാകുന്നതിന്റെ ഭവിഷ്യത്ത് നിങ്ങൾ ആലോചിച്ചിട്ടുണ്ടോ. ഒരിക്കലും നിങ്ങൾക്ക് ജീവിതത്തിൽ മനസ്സമാധാനം ഉണ്ടാവില്ല” ഒരു സുപ്രഭാതത്തിൽ അയാളുടെ മനസ്സ് മാറുകയായിരുന്നു. പലരും പറഞ്ഞ കഥകൾ അയാൾ വിശ്വസിച്ചു. കൂട്ടുകൃഷിയിൽ ചേരുന്നവരുടെ ഭാര്യമാരും പൊതുസ്വത്താവുമെന്ന് അയാൾ വിശ്വസിച്ചു. തന്റെ സുഹൃത്ത് ഒരു അപകടത്തിൽപ്പെട്ടിരിക്കുകയാണെന്നും അയാളെ രക്ഷിക്കേണ്ടത് തന്റെ കടമയാണെന്നും അയാൾ വിശ്വസിച്ചു. കൂട്ടുകൃഷിക്കെതിരായി കുലാക്കുകളുടെ യൂണിയനെ ശക്തിപ്പെടുത്താൻ അയാൾ തീരുമാനിച്ചു.

അങ്ങനെ യാക്കോവ് ലൂക്കിച്ച് കുലാക്കുകളുടെ ആളായി മാറി. അയാൾ ധാരാളം കൊസാക്കുകളെ യൂണിയനിൽ ചേർത്തു-കുലാക്കുകളുടെ യൂണിയൻ. ക്രമേണ പൊളോവ്ട്സേവും യൂണിയനിൽ ചേർന്നു. അങ്ങനെയാണ് കുലാക്കുകൾ ശക്തിപ്പെടുന്നത്. ബൊർഷ്ചോഫിന്റെ വീട്ടിൽ ധാരാളം കുലാക്കുകൾ വരികയും പോവുകയും ചെയ്തു. ബോർഷ്ചോഫ് എല്ലാവരെയും സൽക്കരിച്ചു. ഫ്രോളിന്റെ മകൻ തിമോഫി വളരെ സജീവമായി ചർച്ചയിൽ പങ്കെടുത്തു. അയാൾ കൊസാക്കുകൾ ചെയ്ത ക്രൂരതകൾ വിവരിച്ചു. കൂട്ടുകൃഷി വളർന്നുവന്നാൽ നാട് നശിക്കുമെന്നും അയാൾ താക്കീത് നൽകി. നിരവധി പട്ടാളക്കാർ അവിടെ ഉണ്ടായിരുന്നു. അവരെല്ലാവരും തിമോഫിയുടെ വാക്കുകൾ ശ്രദ്ധയോടെ കേട്ടിരുന്നു. തിമോഫി ബോർഷ്ചോഫ് അടുപ്പിനടുത്തിരു

ന്നാണ് കാര്യങ്ങൾ വിശദീകരിച്ചത്. തിമോഫി സംസാരിച്ചുകൊണ്ടിരിക്കെ യാക്കോവ് ആ വീട്ടിലേക്ക് വന്നു. തിമോഫിക്ക് അയാളെ പേടിയായിരുന്നു. എന്നാൽ അയാളെ പേടിക്കേണ്ടതില്ലെന്നും അയാൾ മിത്രമാണെന്നും അച്ഛൻ പറഞ്ഞപ്പോൾ തിമോഫിക്ക് ആശ്വാസമായി. കമ്യൂണിസ്റ്റുകാർ രക്തദാഹികളാണെന്നും അവർ ശക്തിപ്പെട്ടാൽ ഭൂമിയിലെ മനുഷ്യജീവിതം തന്നെ അപകടത്തിലാവുമെന്നും തിമോഫി പറഞ്ഞു. കുലാക്കുകൾ ഒരു സൈന്യത്തെ സംഘടിപ്പിക്കണമെന്നും അങ്ങനെ വന്നാൽ താൻ ആ സൈന്യത്തെ ഉപയോഗിച്ച് കമ്യൂണിസ്റ്റുകാരെ വകവരുത്തുമെന്നും തിമോഫി ഉറപ്പു കൊടുത്തു. കമ്യൂണിസ്റ്റുകാർ വ്യക്തികളുടെ സ്വാതന്ത്ര്യത്തിന് എതിരാണെന്നും അവർ മനുഷ്യരെ യന്ത്രങ്ങളാക്കുമെന്നും ഇനിയും വൈകിയാൽ എല്ലാവർക്കും ആപത്താണെന്നും അയാൾ താക്കീത് നൽകി.അപ്പോൾ ഫ്രോൾ തിമോഫിയുടെ വാദങ്ങളെ പിൻതുണച്ചുകൊണ്ട് പറഞ്ഞു:

"ഈ പറഞ്ഞതെല്ലാം നൂറുശതമാനവും ശരിയാണ്. നമ്മുടെയെല്ലാം ജീവിതം അപകടത്തിലാണ്. അവരെന്നോട് ചെയ്ത ദുഷ്ടതക്കും മൃഗീയതക്കും കണക്കില്ല. ഞാനധ്വാനിച്ചുണ്ടാക്കിയ ധാന്യം മുഴുവൻ അവർ തട്ടിപ്പറിച്ചു. നമ്മളെല്ലാം എത്ര സന്തോഷത്തോടെയും സമാധാനത്തോടെയും ആയിരുന്നു ജീവിച്ചത്. എന്റെ കാലിലെ ചെരുപ്പുകൾപോലും ആ ചെറ്റകൾ കൊണ്ടുപോയി. എന്റെ അടിയുടുപ്പുകൾ കിട്ടിയത് വലിയ ഭാഗ്യമെന്ന് ഞാൻ കരുതുന്നു. അതുകൊണ്ട് സുഹൃത്തുക്കളേ, ജീവൻകൊടുത്തുകൊണ്ടും നാം പോരാടണം. കൂട്ടുകൃഷിക്കാർക്കെതിരെ യുദ്ധമെങ്കിൽ യുദ്ധം."

"ഞങ്ങളെന്തിനും തയാർ"

"ഇത് നമ്മുടെ ജീവന് വേണ്ടിയുള്ള യുദ്ധമാണ്."

"നമ്മുടെ ജീവന് വേണ്ടിമാത്രമല്ല."

"നാം അവസാനം വരെ പോരാടും"

"മരണം നമുക്ക് പുല്ലാണ്."

"നമ്മൾ ഒരിക്കലും മുട്ടുമടക്കരുത്."

"കമ്യൂണിസ്റ്റുകാരുടെ വയറുകുത്തിക്കീറി കുടൽമാല വലിച്ചിടണം."

"നമ്മുടെ മാത്രമല്ല ഭൂമിയിലെ മുഴുവൻ മനുഷ്യർക്കും വേണ്ടിയാണ് ഈ യുദ്ധം."

"ഇന്ന് അവരോടൊപ്പമുള്ള ആളുകളെല്ലാം സത്യം മനസിലാക്കും. സത്യം ജയിക്കും. സത്യമേ ജയിക്കൂ."

ഇങ്ങനെ അവിടെക്കൂടിയ എല്ലാവരും തന്നെ തങ്ങളുടെ മനസിൽ അമർത്തിവെച്ച ശക്തമായ വികാരങ്ങൾ പ്രകടിപ്പിച്ചു.

നാട്ടിലെങ്ങും കുഴപ്പങ്ങൾ കൂടിവരികയായിരുന്നു. യാക്കോവ് ആണ് അക്കാര്യം പറഞ്ഞത്. ജനങ്ങൾ മുഴുവൻ കൂട്ടുകൃഷിക്കാരോടൊപ്പമല്ലെന്നും കമ്യൂണിസ്റ്റുകാർക്കെതിരെ ജനങ്ങൾ കൈകാര്യം ചെയ്യുമെന്നും അയാൾ പറഞ്ഞു. പണ്ടും കമ്യൂണിസ്റ്റുകാരെ ജനങ്ങൾ നേരിട്ടിരുന്നു.

ജനങ്ങൾ എന്നുപറഞ്ഞാൽ കൊസാക്കുകൾതന്നെ. അവർ കമ്യൂണിസ്റ്റുകാരെ ചാക്കിൽക്കെട്ടി എറിയാറുണ്ടായിരുന്നെന്നും അയാൾ പറഞ്ഞു. പച്ചനുണയായിരുന്നു അയാൾ പറഞ്ഞതെല്ലാം. പക്ഷെ വളരെ സത്യസന്ധമായ വാർത്തയെന്ന പ്രതീതി അയാൾ സൃഷ്ടിച്ചു. വളരെ വികാരോജ്വലമായിട്ടാണ് അയാൾ വർണിച്ചത്. "കമ്യൂണിസ്റ്റുകാർ കൂട്ടുകൃഷി ഉണ്ടാക്കിയ സ്ഥലത്തെല്ലാം ദുരന്തങ്ങളാണ്. സുഹൃത്തുക്കളേ, വടക്കൻ പ്രദേശം മുഴുവൻ കലാപത്തിന്റെ പിടിയിലാണ്. ജനങ്ങൾ കമ്യൂണിസ്റ്റുകാർക്കെതിരെ ഇളകി മറിയുന്ന സമുദ്രംപോലെ ഉണർന്നെണീറ്റിരിക്കുന്നു. നാട്ടിലെ പെണ്ണുങ്ങളെ മുഴുവൻ അവർ പൊതുസ്വത്താക്കിയിരിക്കുന്നു. എന്നുവെച്ചാൽ പൊതുവേശ്യകളാക്കിയിരിക്കുന്നു. കമ്യൂണിസ്റ്റുകാരാണ് ഇതിന് നേതൃത്വം കൊടുക്കുന്നത്. അവർ ചെറുപ്പക്കാരികളായ സ്ത്രീകളെ വ്യഭിചരിക്കുന്നു. വസന്തകാലമായാൽ ഒരു മഹായുദ്ധം ഇതിനെച്ചൊല്ലി ഉണ്ടാകുമെന്നും എനിക്ക് വിവരം കിട്ടിയിരിക്കുന്നു. ഇതെല്ലാം തന്നോട് പറഞ്ഞത് ഒരു പട്ടാളക്കാരനാണ്. നിങ്ങൾക്ക് ഞാൻ പറഞ്ഞത് വിശ്വാസമായി കാണുമല്ലോ." ഈ പച്ചനുണ അവിടെക്കൂടിയിരുന്ന എല്ലാവരും വിശ്വസിച്ചു. അത്രയ്ക്ക് സ്വാഭാവികമായിട്ടാണ് അയാൾ അത് പറഞ്ഞത്.

"പ്രിയപ്പെട്ട യാക്കോവ്, കമ്യൂണിസ്റ്റുകാരെ മുഴുവൻ നമുക്ക് അമർച്ച ചെയ്യാൻ കഴിയില്ലെ."

"നമുക്ക് അവർക്കെതിരെ ഒരു വലിയസൈന്യത്തെ സംഘടിപ്പിക്കണം."

"ആരായിരിക്കും നമ്മുടെ നേതാവ്?"

"നമുക്ക് അവരെ നിഷ്പ്രയാസം തോൽപ്പിക്കാൻ കഴിയും. കാരണം അവർക്ക് ബുദ്ധി തീരെയില്ല."

"അതുകൊണ്ട് ഇന്നുമുതൽ നമുക്ക് വിശ്രമമില്ല."

ഇങ്ങനെ എല്ലാവരും ഒരൊറ്റ മനുഷ്യനെപ്പോലെ അവരുടെ വികാരങ്ങൾ തുറന്നുവിട്ടു.

"കൂടുതൽ ആളുകൾ നമ്മെ സഹായിക്കാനുണ്ടാകും. നല്ല ഉദ്യോഗസ്ഥന്മാർ. നല്ല പഠിപ്പും വിവരവുമുള്ളവർ. ഈ കൂട്ടുകൃഷിക്കാർക്ക് കാളയുടെ വാല് പിടിക്കാനല്ലാതെ യുദ്ധകാര്യങ്ങൾ വല്ലതും അറിയാമോ. ആ നെഗുൽനോവിനെത്തന്നെയെടുക്കൂ, മനുഷ്യരുടെ ചോരകുടിക്കുന്ന പിശാചാണ് അയാൾ. എന്നാൽ തോക്ക് പിടിക്കാൻപോലും അയാൾക്കറിയുമോ. നമുക്ക് നല്ല ഉദ്യോഗസ്ഥന്മാരുണ്ട്. യന്ത്രത്തോക്കുകളുണ്ട്. കമ്യൂണിസ്റ്റുകാരെ മുഴുവൻ ചുട്ടെരിച്ച് അവരുടെ ചാരം കലക്കിക്കുടിച്ചാലേ നമുക്ക് ഉറക്കം വരികയുള്ളു സുഹൃത്തുക്കളെ."യാക്കോവ് ലൂക്കിച്ച് ഇത് പറയുമ്പോൾ അടിമുടി വിറയ്ക്കുന്നുണ്ടായിരുന്നു. എല്ലാവരുടെയും മുഖത്ത് എന്തെന്നില്ലാത്ത ഒരു ആത്മവിശ്വാസം ഉണ്ടായിരുന്നു. എങ്കിലും അവർ ശാന്തരായിരുന്നു. തങ്ങൾക്ക് ചുറ്റും എന്തോ അപകടം പതിയിരിക്കുന്നുണ്ട് എന്ന ഒരു ഭീതി അവരെ വേട്ടയാടി. ആഹാരം കഴിക്കുമ്പോൾ പോലും അവരെല്ലാം ഏതോ ചിന്തയിൽ മുഴുകിയിരുന്നു. കമ്യൂണിസ്റ്റുകാരെ മുഴുവൻ പരാജയപ്പെടുത്തുന്നതിനെപ്പറ്റി അവർ മനസിൽ പലപല ചി

ത്രങ്ങൾ വരച്ചു. പലരും പതിവിൽക്കൂടുതൽ പുകവലിക്കുന്നുണ്ടായിരുന്നു.

ഖൊപ്രോവ് തന്റെ വലിയ കൊമ്പൻമീശ തടവിക്കൊണ്ട് ഇങ്ങനെ അഭിപ്രായപ്പെട്ടു."ഈ കൊസാക്കുകൾക്ക് ഇനി ഒരു യുദ്ധം ചെയ്യാനാവില്ല. അവർ ദുർബലരാണ്. പണ്ടൊരിക്കൽ അവരെ ഒരു പാഠം പഠിപ്പിച്ചത് അവർ മറന്നിട്ടില്ല. ഇനി അവർ തല ഉയർത്തില്ല. അതെനിക്ക് ഉറപ്പാണ്. തലയ്ക്ക് വെളിവില്ലാത്ത ഈ പൊട്ടന്മാരെ വകവരുത്തിയാലല്ലാതെ നമുക്ക് സമാധാനം കിട്ടില്ല. ക്യൂബക്കാർ നമ്മളെ സഹായിക്കുമോ ആവോ."

"ക്യൂബക്കാർ മുഴുവൻ നമ്മെ ആത്മാർഥമായി സഹായിക്കും. അല്ലെങ്കിൽ ക്യൂബ മുഴുവൻ നാം ചുട്ടുചാമ്പലാക്കും. ഇതിനൊന്നും യാതൊരു സംശയവുമില്ല. നമ്മൾ എത്രയുദ്ധം കണ്ടിരിക്കുന്നു. ശക്തനെന്ന് കരുതുന്നവൻ തകർന്ന് തരിപ്പണമാവുന്നത് നാം കണ്ടതല്ലേ." യാക്കോവാണ് ഇത് പറഞ്ഞത്.

"പക്ഷെ നിങ്ങൾ വിചാരിക്കുംപോലെ അത്ര എളുപ്പമല്ല അത്. യാക്കോവ്, എനിക്ക് ചിലകാര്യത്തിൽ സംശയമുണ്ട്. നിങ്ങൾ ആരെയോ ഒളിപ്പിക്കുന്നുണ്ടോ. പട്ടാളക്കാരെ നിങ്ങൾ അങ്ങനെ വിശ്വസിക്കരുത്. നിങ്ങൾ ആരെയാണ് ഭയപ്പെടുന്നത്. നിങ്ങളുടെ വൈക്കോൽപ്പുരയിലേക്ക് നിങ്ങൾ വെള്ളം കൊണ്ടുപോകുന്നത് ഞാൻ പലതവണ കണ്ടിട്ടുണ്ട്. ആരെയാണ് നിങ്ങൾ ഒളിപ്പിച്ചിരിക്കുന്നത്." ഖൊപ്രോവ് ഇത് പറയുമ്പോൾ വളരെ ദേഷ്യത്തിലായിരുന്നു. യാക്കോവാകട്ടെ പേടിച്ചരണ്ടുപോയി. അയാളുടെ മുഖമാകെ വിളറിവെളുത്തു. ആളുകൾക്കിടയിൽ ഭീതി പടർന്നു. യാക്കോവിന്റെ മുഖത്തെ ഭീതികണ്ട് ഖൊപ്രോവിന് വളരെ ആഹ്ലാദമുണ്ടായി. തന്റെ കൂടെ ആരും ഒളിച്ചുതാമസിക്കുന്നില്ലെന്ന് യാക്കോവ് പറഞ്ഞു. പിന്നെ വൈക്കോൽപ്പുരയിലേക്ക് കൊണ്ടുപോയത് വെള്ളമല്ലെന്നും കഞ്ഞിയായിരുന്നെന്നും അത് അവിടെയുള്ള മുള്ളൻപന്നിക്ക് കൊടുക്കാനായിരുന്നുവെന്നും അയാൾ തട്ടിവിട്ടു. എന്നാൽ കുതിരയെയും കഴുതയെയും മുള്ളൻപന്നിയെയും എനിക്ക് വേർതിരിച്ചറിയാൻ കഴിയുമെന്ന് ഖൊപ്രോവ് പറഞ്ഞു. അതിനെത്തുടർന്ന് അവിടെ ഒരു വലിയ അടിപിടി ഉണ്ടായി. ഖൊപ്രോവ്, ലെപ്ഷിനോവ് എന്നിവരെല്ലാവരും ശക്തമായ വാദപ്രതിവാദത്തിൽ മുഴുകി. പിന്നീടെല്ലാവരും വികാരഭരിതരായി. ഖൊപ്രോവ് ലെപ്ഷിനോവിന്റെ ചെകിട്ടത്തടിച്ചു. അയാളുടെ മുഖത്തുനിന്നും രക്തം വാർന്നൊഴുകി. മൂക്കിനാണ് ഇടികൊണ്ടത്. അയാളുടെ ശരീരംമുഴുവൻ രക്തം. ആളുകളെല്ലാം അമ്പരന്നു. തിമോഫി ഒരു തുണിയെടുത്ത് രക്തമെല്ലാം കഴുകി. ലെപ്ഷിനോവ് കട്ടിലിൽ തളർന്നു കിടന്നു മയങ്ങി.

ഇതെല്ലാം കണ്ട് യാക്കോവ് ലൂക്കിച്ച് നിശ്ശബ്ദനായിരുന്നു. അയാളുടെ മനസ്സ് തേങ്ങുന്നുണ്ടായിരുന്നു. അയാളാകെ വിയർത്ത് കുളിക്കുന്നുണ്ടായിരുന്നു. പലരും അവിടെനിന്നും പോയത് അയാൾ അറിഞ്ഞില്ല. അയാൾ തിമോഫിയെ തന്റെ കൂടെ വരാൻ ക്ഷണിച്ചു. തിമോഫി കുപ്പായമെടുത്തിട്ട് അയാളോടൊപ്പം ഇറങ്ങിനടന്നു. നടന്നുപോകുമ്പോൾ

തിമോഫി ചോദിച്ചു:

"നമ്മളെങ്ങോട്ടാണ് പോകുന്നത്?"

"അതൊക്കെ പിന്നെ പറയാം."

"അതു പറ്റില്ല."

"എന്നാൽ പറയാം, എന്റെ വീട്ടിലേയ്ക്ക്."

വില്ലേജ് സോവിയറ്റിനടുത്തുകൂടിയാണ് അവർ രണ്ടുപേരും നടന്നു നീങ്ങിയത്. കട്ടപിടിച്ച ഇരുട്ടിൽ ഒന്നും കാണാൻ വയ്യായിരുന്നു. ആ ഇരുട്ടിൽ തപ്പിത്തടഞ്ഞ് അവർ യാക്കോവ് ലൂക്കിച്ചിന്റെ വീട്ടിലെത്തി. അവർ വാതിലിൽ മുട്ടിയപ്പോൾ യാക്കോവിന്റെ മരുമകൾ വാതിൽ തുറന്നു കൊടുത്തു. ആ വീട്ടിൽ ഒരു ചെറിയ വിളക്ക് കത്തിക്കൊണ്ടിരുന്നു. ആകെ ഒരു ശ്മശാനമൂകത. മരുമകളുടെ മുഖത്തും ഒരു വിഷാദഭാവം നിഴലിച്ചിരുന്നു. യാക്കോവ് സൗമ്യമായ ശബ്ദത്തിൽ അവളോട് ചോദിച്ചു:

"അച്ഛനകത്തില്ലെ?"

"ഉവ്വ്."

അയാൾ അകത്തുകൂടെ നടന്ന് പിന്നിലത്തെ തളംകടന്ന് ചായിപ്പിന്റെ വാതിലിൽ മുട്ടിവിളിച്ചു.

"ആരാണ് വാതിലിൽമുട്ടുന്നത്?"

"ഞാനാണ്, യാക്കോവ്."

"അകത്തേക്ക് വന്നോളൂ."

ഒരു കരിമ്പടം പുതച്ച് കസേരയിൽ ഇരിക്കുകയായിരുന്നു പൊളോട്സേവ്. അയാളുടെ മേശമേൽ ഏതാനും തടിച്ചപുസ്തകങ്ങൾ ഉണ്ടായിരുന്നു. അയാൾ എന്തോ എഴുതിക്കൊണ്ടിരിക്കുകയായിരുന്നു. യാക്കോവ് അതിലേക്ക് നോക്കിയപ്പോൾ അയാൾ അത് പുസ്തകം കൊണ്ട് മറച്ചുവെച്ചു. എന്നിട്ട് ചോദിച്ചു:

"എന്തൊക്കെയാണ് സംഭവങ്ങൾ?"

"സംഗതികളെല്ലാം അവതാളത്തിലാണ്."

ഇതുകേട്ടപ്പോൾ പൊളോട്സേവ് ക്രോധത്തോടെ കസേരയിൽനിന്നും ചാടിയെണീറ്റു. മേശപ്പുറത്ത് മറച്ചുവെച്ചിരുന്ന കടലാസ് മടക്കി കീശയിലിട്ടു. കറുത്ത പുതപ്പ് നേരെയാക്കി അയാൾ ഇരയെക്കണ്ട വേട്ടമൃഗത്തെപ്പോലെ യാക്കോവിന് നേരെ നടന്നടുത്തു. അയാളുടെ കണ്ണും മുഖവും ചുവന്ന് തുടുത്തിരുന്നു. മുഖത്ത് കണ്ണിനു താഴെ നീലഞരമ്പുകൾ എഴുന്നുനിന്നു.

യാക്കോവ് നടന്നകാര്യങ്ങളെല്ലാം വിശദമായി പറഞ്ഞു. പൊളോട്സേവ് വർധിച്ച ആകാംക്ഷയോടെ അത് കേട്ടുകൊണ്ടിരുന്നു. എന്നാൽ അയാളുടെ കുഴിയിൽ വീണ കണ്ണുകളിൽ ഒരു വിശന്ന ചെന്നായയുടെ ഭാവമായിരുന്നു ഉണ്ടായിരുന്നത്. ആ നീലക്കണ്ണുകൾ യാക്കോവിനെ തുറിച്ച് നോക്കി. എന്നിട്ട് ദേഷ്യംകൊണ്ട് മുഷ്ടിചുരുട്ടി ചുമരിൽ രണ്ടുമൂന്ന് ഇടി ഇടിച്ചു. അയാളുടെ ചുണ്ടുകൾ വിറയ്ക്കുന്നുണ്ടായിരുന്നു. ആയാൾ യാക്കോവിന് നേരെ അലറി:

"എടാ വൃത്തികെട്ട തെമ്മാടി നീ എന്താണ് കരുതിയത്, നീ എന്നെ നശിപ്പിക്കുകയാണ് അല്ലെ. എന്റെ ജീവിതം നിനക്ക് തകർക്കണം അല്ലെ. നിന്നെപ്പോലെ ഒരു പടുവിഡ്ഢിയെ ഞാനെന്റെ ജീവിതത്തിൽ കണ്ടിട്ടില്ല. എന്റെ അഭിലാഷങ്ങളെല്ലാം നിനക്ക് അറിയാമായിരുന്നു. മനുഷ്യനായാൽ ജീവിതത്തിൽ ഒരു ലക്ഷ്യമുണ്ടായിരിക്കണം. വാക്കിന് വിലയുണ്ടായിരിക്കണം. നീയൊരു വൃത്തികെട്ട മൃഗമാണ്. നിന്റെ പേര് ഉച്ചരിക്കാൻപോലും എനിക്ക് അറപ്പാണ്."

ഈ വാക്കുകൾ യാക്കോവിനെ ആകെ തളർത്തി. അയാളുടെ മുഖം വിളറി. വർധിച്ച നിരാശയോടെ അയാൾ പറഞ്ഞു: "ഞാൻ നിസ്സഹായനാണ് പൊളോട്സേവ്."

"എടാ നായെ ആ ഖൊപ്രോവ് അവൻ എന്നെ ചതിച്ചു അല്ലേ. പറയെടാ നശിച്ചവനേ അവനിപ്പോൾ എവിടെയുണ്ട്. വേഗം പറഞ്ഞ് തുലയ്ക്ക്."

'ഞാനതൊരിക്കലും പറയില്ല. "

ഇതുപറയുമ്പോൾ അയാളുടെ കണ്ണുകൾ നിറയുന്നുണ്ടായിരുന്നു. കൈകൾ വിറയ്ക്കുന്നുണ്ടായിരുന്നു. വേട്ടമൃഗത്തിന്റെ കണ്ണിലേക്ക് കരുണയ്ക്കായി കരയുന്ന ഇരയെപ്പോലെ അയാൾ പൊളോവ്സേവിന്റെ കണ്ണുകളിലേക്ക് നോക്കി. അയാൾ ദേഷ്യംകൊണ്ട് വിറയ്ക്കുകയായിരുന്നു.

"നമുക്ക് എന്തെങ്കിലും ചെയ്തേപറ്റൂ. എന്റെ കൂടെ ഒരാൾകൂടിയുണ്ട്."

"ആരാണത്?"

"ഫ്രോളിന്റെ മകൻ തിമോഫി."

"എന്തിനാണ് അവൻ വന്നത്?"

അതിനുത്തരം യാക്കോവ് പറഞ്ഞില്ല. തിമോഫിയുടെ കണ്ണുകൾ വൃദ്ധന്റെ കണ്ണുകളിൽ ഉടക്കി. അവർക്ക് മൂന്നുപേർക്കും എല്ലാം മനസിലായി.

"കൂട്ടുകാരനെ വിശ്വസിക്കാമോ?"

"വിശ്വസിക്കാം."

എങ്കിലും വൃദ്ധന്റെ കണ്ണുകളിൽനിന്ന് ദേഷ്യം മാഞ്ഞുപോയിരുന്നില്ല. അയാൾ കിടക്കയ്ക്കടിയിൽനിന്ന് തുടച്ച് മിനുക്കിയ ഒരു കൈത്തോക്ക് എടുത്ത് തുറന്ന് കാണിച്ച് അതിൽ നിറയെ ബുള്ളറ്റുകൾ ഉണ്ടായിരുന്നു. അത് തിളങ്ങുന്നുണ്ടായിരുന്നു. അയാൾ സൈനികരംഗത്തെന്നപോലെ ആജ്ഞാപിച്ചു:

"നിങ്ങൾക്ക് ഭയമുണ്ടോ. ഇവിടെനിന്ന് വളരെ ദൂരമുണ്ടോ?"

"അധികം ദൂരമില്ല. അഞ്ചെട്ട് വീടുകൾ കഴിഞ്ഞിട്ടാണ്."

"വീട്ടിൽ ആരൊക്കെയുണ്ട്?"

"അവന്റെ ഭാര്യമാത്രമെയുള്ളു."

"തൊട്ടടുത്ത് വീടുണ്ടോ?"

"ഇല്ല തൊട്ടടുത്ത് പഴത്തോട്ടമാണ്."

"വില്ലജ് സോവിയറ്റ് അടുത്താണോ?"

"അല്ല അവിടെനിന്നും കുറെ പോകണം."

"എങ്കിൽ നടക്ക് നായ്ക്കളേ."

യാക്കോവ് കുപ്പായക്കുടുക്കുകൾ നേരെയാക്കി വിറകുപുരയിലേക്ക് കുതിച്ചു. അവിടെയുണ്ടായിരുന്ന കോടാലി കൈയിലെടുത്ത് വന്നു. പൊളോവ്ട്സേവ് തിമോഫിയുടെ ചുമലിൽപ്പിടിച്ചുകൊണ്ട് സ്വരം താഴ്ത്തി പറഞ്ഞു.

"ഞാൻ പറയുന്നത് കേട്ട് നടന്നോളണം. മറുത്തൊന്നും പറയരുത്. നിങ്ങൾ ഒരു നല്ല മനുഷ്യനാണെന്ന് എനിക്ക് തോന്നുന്നു. ഞാൻ പറയുന്നത് ശ്രദ്ധിക്കുക. വില്ലേജ് സോവിയറ്റിൽനിന്ന് വരുന്ന ആളാണ് നിങ്ങൾ ഇപ്പോൾ. അല്ലെങ്കിലും ആണ്. അയാൾക്ക് ഒരു കത്തുകൊടുക്കാനാണ് നിങ്ങൾ പോകുന്നത്. അയാൾ എങ്ങനെയെങ്കിലും വാതിൽ തുറക്കണം. എങ്കിൽ നാം രക്ഷപ്പെട്ടു. നിങ്ങളുടെ പേരെന്തെന്നായിരുന്നു..... മറന്നു പോയി. ങ്ഹാ തിമോഫി അല്ലേ. ആ ഖൊപ്രോവ് ഉണ്ടല്ലോ അവൻ കാട്ടുപോത്തിനെപ്പോലെയാണ്. അവന്റെ ഒരു ഇടികൊണ്ടാൽ പിന്നെ നീയില്ല. അതിന് അവന് അവസരംകൊടുക്കരുത്."

"അൽപ്പം സാഹസമുള്ളകാര്യമാണ്."

"ഒരൊറ്റ അക്ഷരം മിണ്ടരുത്, ഭീരു." ഇതും പറഞ്ഞ് അയാൾ യാക്കോവിന്റെ കൈയിൽനിന്ന് കോടാലി പിടിച്ചുവാങ്ങി. അത് അയാൾ അരയിൽ തിരുകി. തിമോഫി മൂർച്ചയേറിയ കോടാലിയിലേക്കുതന്നെ നോക്കിനിന്നു.

"നടക്കെടാ" പൊളോവ്ട്സേവ് അവരെയും നയിച്ച് നിരത്തിലൂടെ നടന്നു. വൃദ്ധനായിരുന്നുവെങ്കിലും അയാളോടൊപ്പം നടന്നടുക്കാൻ തിമോഫിയും യാക്കോവും പാടുപെട്ടു. ഒരു വലിയ പടയാളിയെപ്പോലെ യായിരുന്നു ആ വലിയ വൃദ്ധൻ നടന്നത്. തിമോഫി അയാളുടെ അടുത്തുകൂടെ നടക്കുമ്പോൾ വെറുമൊരു ചെറുപയ്യൻമാത്രം. കൂരിരുട്ടിലൂടെ അവർ ശത്രുവിനെ ലക്ഷ്യമാക്കി നടന്നു.

"യാതൊരു തെളിവും നാം കൊടുക്കരുത്. എല്ലാകാര്യങ്ങളും വളരെ ശ്രദ്ധിച്ച് ചെയ്യണം."

എല്ലാവരും ഒരാൾ നടക്കുന്ന വഴിയിലൂടെത്തന്നെ ശ്രദ്ധിച്ച് നടക്കണം. മൂന്നുപേരുടെയും കാലടിപ്പാടുകൾ കാണാതിരിക്കാൻവേണ്ടിയായിരുന്നു അത്. യാക്കോവിന്റെ ചങ്ക് ഇടിക്കുന്നുണ്ടായിരുന്നു. അയാൾ ആകെ കിതയ്ക്കുകയും വിയർക്കുകയും ചെയ്യുന്നുണ്ടായിരുന്നു. അയാൾ മനസിൽ ദൈവത്തെ വിളിച്ചു.

അവർ ശത്രുവിന്റെ വീടെത്തി. വാതിലിൽ മുട്ടാൻ വൃദ്ധൻ കൽപ്പിച്ചു. തിമോഫി വാതിലിൽ മുട്ടി. ആരും വാതിൽ തുറന്നില്ല. ഒരു നായ അപ്പോൾ കുരച്ചുകൊണ്ടിരുന്നു. യാക്കോവ് പേടിച്ചവശനായി. എന്താണ് സംഭവിക്കുക എന്ന് ആലോചിച്ച് ഭയംകൊണ്ട് അയാളുടെ പല്ലുകൾ തമ്മിൽ കൂട്ടിയിടിക്കുന്നുണ്ടായിരുന്നു.

# 14

**അ**ന്ന് വളരെയധികം മാനസിക സംഘർഷത്തോടുകൂടിയാണ് ഖൊപ്രോവ് വീട്ടിലെത്തിയത്.പലതും അലോചിച്ച് അയാളുടെ മനസ്സ് അസ്വസ്ഥമായിരുന്നു. ഭാര്യ നൽകിയ ആഹാരം അയാൾ തീർത്തും കഴിച്ചില്ല.

“എനിക്ക് ഒരു തണ്ണിമത്തൻ തരൂ മേരിയാ.”

“ഇന്നു നല്ലവണ്ണം മിനുങ്ങിയിട്ടുണ്ട് അല്ലേ?”

“ഇല്ല ഇന്നു മിനുങ്ങിയിട്ടില്ല. ഞാൻ പണ്ട് ചോറ്റുപട്ടാളത്തിൽ സേവനം ചെയ്തിരുന്നുവെന്ന് ഭരണാധികാരികളെ ഞാൻ അറിയിക്കും. എനിക്കിനി ഒളിച്ചുകളി വയ്യ.”

“എന്റെ ദൈവമേ ഞാൻ എന്താണ് ഈ കേൾക്കുന്നത്. ഈ മനുഷ്യനെ ഏതോ പിശാച് ബാധിച്ചിരിക്കുന്നു. അല്ലെങ്കിൽ ഇങ്ങനെയൊക്കെ പറയുമോ.”

ഇതുകേട്ട് തന്റെ മീശ പിരിച്ചുവെച്ച് ഖൊപ്രോവ് പൊട്ടിച്ചിരിച്ചു. എന്നിട്ട് ഒരു ഭ്രാന്തനെപ്പോലെ അയാൾ പറഞ്ഞു:

“നാളെ എനിക്ക് കഴിക്കാനായി ആഹാരം നീ തയാറാക്കിവെക്കണം. വഴിക്ക് വെച്ച് കഴിക്കാനാണ്. ഇനി നീയെന്നെ കാണുന്നത് ജയിലിൽ വെച്ചായിരിക്കും.”

അന്ന് രാത്രി അയാൾ ഭാര്യയോട് പലതും പറഞ്ഞുകൊണ്ടിരുന്നു. അവളുടെ കരച്ചിലുകളൊന്നും അയാൾ കേട്ടില്ല. അതിനയാൾ ചെവി കൊടുത്തില്ല. അയാൾ ഇങ്ങനെ പറഞ്ഞു:

“ആ നായിന്റെ മക്കൾ എന്നെ എന്തുചെയ്യുമെന്നാണ് നീ കരുതിയത്. അവർക്കെന്നെ കൊല്ലാൻ കഴിയുമോ. ഇല്ല. ആർക്കുമെന്നെ തൊടാൻ കഴിയില്ല. ഇനി ഞാൻ ആരുടെയും അടിമയായി ജീവിക്കില്ല. എനിക്കതിന്റെ ആവശ്യവുമില്ല. എന്തിനാണ് ഞാനിതൊക്കെ അനുഭവിക്കുന്നത്. കുറച്ചുകാലം ചോറ്റുപട്ടാളത്തിൽ പണിയെടുത്തതിനോ. അതൊരു മഹാപാതകമാണെങ്കിൽ അതിന്റെ ശിക്ഷവാങ്ങാൻ ഞാൻ തയാറാണ്. എന്റെ എല്ലാ അനുഭവങ്ങളും ഞാൻ മുട്ടുമടക്കി. ആ കള്ളത്തെമ്മാടികൾ എന്നോട് ചെയ്തതും എല്ലാം. പട്ടാളത്തിൽനിന്ന് രക്ഷപ്പെടാൻ ഞാൻ എത്രതവണ ശ്രമിച്ചതാണ്. അതെല്ലാം നിനക്കറിയാവുന്നതല്ലേ. ഞാൻ വിചാരണനേരിടാൻ തയാറാണ്. എനിക്ക് ഒരു മൃഗത്തെപ്പോലെ ജീവിക്കാൻ വയ്യ. എല്ലാ സത്യവും തുറന്നുപറഞ്ഞാൽ അവർ എന്നോട് കരുണകാണിക്കില്ല. ഒരാൾ ഒരു തെറ്റ് ചെയ്താൽ അതിന് ജീവിതകാലം മുഴുവൻ ശിക്ഷ അനുഭവിക്കുന്നതിനെക്കാൾ നല്ലത് ഒരിക്കൽ ശിക്ഷ ഏറ്റുവാങ്ങുന്നതാണ്. അതെത്ര വലിയ ശിക്ഷയായാലും അനുഭവിക്കുന്നതിന് ഒരു സുഖമുണ്ട്. ശിക്ഷ കഴിഞ്ഞാൽ ആശ്വാസമുണ്ടാകുമല്ലോ.ഞാൻ സ്വതന്ത്രനാകുമല്ലോ. ഞാനാരെയും കൊന്നിട്ടില്ല. അങ്ങനെ ചെയ്തിരുന്നുവെങ്കിൽ എനിക്ക് പേടിക്കേണ്ടിവരുമായിരുന്നു. കുറെ കൊസാക്കുകളെ ഞാൻ ചാട്ടവാറുകൊണ്ട് അടിച്ചിട്ടുണ്ട്. ആ തെമ്മാടികൾ അത് അർഹി

ക്കുന്നു. ചില കമ്യൂണിസ്റ്റുകാരെയും ഞാൻ കൈവെച്ചിട്ടുണ്ട്. എനിക്കന്ന് നല്ല വകതിരിവില്ലായിരുന്നു. ഒന്നും അറിഞ്ഞുകൊണ്ട് ചെയ്തതായിരുന്നില്ല. ലോകത്തെപ്പറ്റി എനിക്ക് നല്ല വിവരം ഉണ്ടായിരുന്നില്ല."

ഇങ്ങനെയൊക്കെ പറഞ്ഞ് അയാൾ ഉറങ്ങിപ്പോയി. അപ്പോഴാണ് വാതിലിൽ മുട്ടുകേട്ട് അയാൾ ഉണരുന്നത്. വളരെ വൈകിക്കിടന്നതുകൊണ്ട് രണ്ടുപേരും നല്ല ഉറക്കത്തിലായിരുന്നു. അപ്രതീക്ഷിതമായ മുട്ടുകേട്ട് അയാൾ എഴുന്നേറ്റിരുന്നു. വളരെ സാവധാനത്തിലാണ് അയാൾ ശ്വാസോച്ഛ്വാസം നടത്തിയത്. ഇതിനിടയിൽ അയാളുടെ ഭാര്യ വാതിലിലെ മുട്ടുകേട്ട് തപ്പിത്തടഞ്ഞെഴുന്നേറ്റു. ഉറക്കത്തിലെന്നപോലെ അവളിങ്ങനെ പറഞ്ഞു:

"ഏതു പിശാചുക്കളാണ് ഈ അസമയത്ത് വാതിലിൽ മുട്ടുന്നത്. ഈ അർധരാത്രിയിലും ഇനി യോഗത്തിന് പോകേണ്ടിവരുമോ. രാത്രി എന്നോ പകലെന്നോ ഇല്ല ഈ തെമ്മാടികൾക്ക്. സൈ്വരമായി വീട്ടിൽ പൊറുക്കാൻപോലും സമ്മതിക്കുകയില്ലെന്നോ." ഇതും പറഞ്ഞ് അവൾ തന്റെ മുടി വാരിക്കെട്ടി വാതിലിനടുത്തേക്കുപോയി.

"ആരാണ്?"

"ഇത് ഞാനാണ്, ഞാൻ സോവിയറ്റിൽ നിന്നാണ്." ഇതുവരെ കേൾക്കാത്ത ഒരു ചെറുപ്പക്കാരന്റെ സ്വരമാണല്ലോ എന്നോർത്ത് അവൾ ഭയപ്പെട്ടു.

"നിങ്ങൾക്ക് എന്താണ് വേണ്ടത്?"

"എന്റെ പേര് നിക്കോളായി. നിങ്ങൾക്കെന്നെ അറിയും. ഞാൻ വില്ലേജ് സോവിയറ്റിൽ നിന്ന് ഒരു കത്തുമായി വരികയാണ്. ചെയർമാന് നിങ്ങളെ അടിയന്തരമായി ഒന്ന് കാണണംപോലും"

"കത്ത് ജനവാതിലിലൂടെ അകത്തേക്കിട്ടോളൂ."

ഈ മറുപടി അപ്രതീക്ഷിതമായിരുന്നു. കോലായയിൽ നിൽക്കുന്നവർ എന്തു ചെയ്യണമെന്നറിയാതെ വിഷമിച്ചു. തിമോഫി ആകെ പ്രയാസപ്പെട്ടു. അപ്പോൾ വൃദ്ധൻ തിമോഫിയെ തറപ്പിച്ചൊന്നു നോക്കി. എന്നിട്ട് കൈ അയാളുടെ ചുമലിൽ മുറുക്കി എന്തോ സൂചനകൊടുത്തു. അപ്പോൾ തിമോഫി വിളിച്ചുപറഞ്ഞു:

"അകത്തേക്ക് ഇട്ടാൽപോരാ. നിങ്ങൾ ഈ കടലാസിൽ ഒപ്പിട്ടുതരണം."

അകത്ത് ഖൊപ്രോവിന്റെ സാന്നിധ്യം പുറത്തുള്ളവർ അറിഞ്ഞിരുന്നു. മേരിയ വാതിൽ തുറന്നു. ഖൊപ്രോവ് കട്ടിലിൽനിന്നും എഴുന്നേറ്റ് നിന്നു. അയാൾ വാതിലിനടുത്തേക്ക് നടന്നടുത്തു. എല്ലാം മിന്നൽവേഗതയിൽ നടന്നു.പൊളോവ്ട്സേവിന്റെ കൈയിലെ കോടാലിയുടെ താഴ് ഖൊപ്രോവിന്റെ തലയിൽ ആഞ്ഞുപതിച്ചു. ഇത് കണ്ട് അയാളുടെ ഭാര്യ തളർന്നുവീണുപോയി. പുറത്തുനിന്ന് പൊളോവ്ട്സേവ് ഇങ്ങനെ വിളിച്ചുപറഞ്ഞു:

"വാതിൽ അകത്തുനിന്ന് അടയ്ക്കൂ. ഇതും പറഞ്ഞ് അയാൾ അകത്തേക്ക് ചാടിക്കയറി. എല്ലാവരും ആ മുറിയിൽ ചാടിക്കയറിയതോടെ

മേരിന എഴുന്നേറ്റ് നിലവിളിക്കാൻ തുടങ്ങി. അവൾ ആകെ വിറയ്ക്കുന്നുണ്ടായിരുന്നു. ഇതിനിടയിൽ തിമോഫിയുടെ തല എവിടെയോ തട്ടി ചോരയൊഴുകി. പൊളോവ്ട്സേവ് മേരിനയെ ചുരുട്ടിമടക്കിയെടുത്ത് കിടക്കയിലേക്കെറിഞ്ഞു. എന്നിട്ട് ഒരു വലിയ തുണി അവളുടെ വായിൽ തിരുകി. അതിനുശേഷം അവളുടെ കൈകൾ രണ്ടും പിന്നിൽ കെട്ടി ഒരു അറവ് മൃഗത്തെ എന്നപോലെ അവളെ അയാൾ കൈകാര്യം ചെയ്തു. അവളുടെ ശരീരത്തിൽനിന്നും രൂക്ഷമായ ഒരു ഗന്ധം പുറത്തുവരുന്നതായി അയാൾക്കുതോന്നി. അവളുടെ നെഞ്ചിടിപ്പ് ഉയരുന്നതായി അയാൾക്ക് അനുഭവപ്പെട്ടു. അവളെ പിടിച്ചുവലിക്കുന്നതിനിടയിൽ അവളുടെ നഗ്നമായ മാറിടം അയാൾ കണ്ടു. തീക്ഷ്ണമായ ഒരു വികാരം അയാളുടെ ഞരമ്പുകളിൽ കത്തിപ്പടർന്നു. ഒരുനിമിഷം അയാൾ ഏതോ ഒരു ഉന്മാദാവസ്ഥയിലായി. അവളുടെ തുടുത്ത കവിളിന്റെയും ഓറഞ്ച് നിറമുള്ള സ്തനങ്ങളുടെയും ഗന്ധം അയാളുടെ സിരകളിൽ പടർന്നു പിടിച്ചു. അയാൾ ഒരു ഭ്രാന്തനെപ്പോലെ അവളുടെ ചുവന്ന വായ ശക്തിയോടെ തുറന്നു. അവൾ ആകെപ്പിടയുന്നുണ്ടായിരുന്നു. അയാൾ അവളുടെ അടിപ്പാവാട പറിച്ചുകീറി കാല് രണ്ടും ബലമായി ബന്ധിച്ചു. അതിനുശേഷം മറ്റൊരു തുണിയെടുത്ത് അവളെ തൂണിനോട് ചേർത്തുകെട്ടി. ഇതിനിടയിൽ പേടിച്ചരണ്ട ഖൊപ്രോവ് തളർന്നുകിടക്കുകയായിരുന്നു. അയാളുടെ തലയിൽനിന്ന് ചോര ഒലിക്കുന്നുണ്ടായിരുന്നു.

യാക്കോവ് ലൂക്കിച്ച് മങ്ങിക്കത്തിയ വിളക്കിന്റെ തിരി നീട്ടി. ഖൊപ്രോവ് നിലത്തുകിടന്ന് ഇഴയുന്നത് അയാൾ കണ്ടു. അയാളുടെ വിടർന്ന മാറ് നിറയെ ചോരയായിരുന്നു. അതൊഴുകി അയാളുടെ നാഭിയിലേക്ക് വീണു. യാക്കോവ് അത് കണ്ട് ആകെ വിഷണ്ണനായി. ബോധം കെട്ട് വീഴുമോ എന്നുപോലും അയാൾ സംശയിച്ചു. അയാളുടെ കൈകാലുകൾ മരവിച്ചിരുന്നു. അപ്പോൾ കോടാലി എടുത്തുകൊണ്ട് വരാൻ വൃദ്ധൻ ആജ്ഞാപിച്ചു. പിന്നെ കുറച്ച് വെള്ളം എടുത്ത് അവർ ഖൊപ്രോവിന്റെ ചോരയിൽ കുതിർന്ന മുഖത്തേക്കൊഴിച്ചു. അപ്പോൾ വൃദ്ധൻ ഖൊപ്രോവിന്റെ മാറിൽ തന്റെ വലതുകാൽ ചവിട്ടി അമർത്തിക്കൊണ്ട് അലറി:

"എടാ തന്തയില്ലാത്തവനെ നീ എല്ലാം വെളിപ്പെടുത്തും അല്ലേ. എടാ ദുഷ്ടാ നീയെന്തുകരുതി. നിന്റെ അന്ത്യം അടുത്തിരിക്കുന്നു." ഇതും പറഞ്ഞ് വൃദ്ധൻ ഖൊപ്രോവിന്റെ കരണത്ത് ആഞ്ഞൊരടികൊടുത്തു. അതുകൊണ്ട് അരിശം തീരാഞ്ഞിട്ട് അയാൾ ഇരയുടെ മുടി ചുറ്റിപ്പിടിച്ച് തറയിൽ ഇടിച്ചു. ഖൊപ്രോവ് നിലവിളിച്ചു. പ്രാണവേദനയോടെ അയാൾ ഏങ്ങി ഏങ്ങിക്കരഞ്ഞു. നിലത്തുനിന്നും അയാൾ എഴുന്നേൽക്കാൻ ശ്രമിച്ചു. അപ്പോൾ വൃദ്ധൻ അയാളുടെ നാഭിയിൽ ആഞ്ഞു തൊഴിച്ചു. അയാൾ മറിഞ്ഞു വീണു. പിന്നെയും ഉരുണ്ടുപിരണ്ട് അയാൾ യാക്കോവിന്റെ ഒരു കാലിൽ പിടിച്ച് എങ്ങനെയോ എഴുന്നേറ്റിരുന്നു. അപ്പോൾ വൃദ്ധൻ ആക്രോശിച്ചുകൊണ്ട് തന്റെ മഴുവിന് വേണ്ടി തിരഞ്ഞു. വെപ്രാളത്തിനിടയിൽ കോടാലി വൃദ്ധന്റെ ഉള്ളംകാലിൽ തട്ടിമുറിഞ്ഞ് ചോരയൊഴുകി.

അതൊന്നും അറിയാതെ വൃദ്ധൻ മഴു കൈയിലേന്തി അതിന്റെ വായ്ത്തല ഖൊപ്രോവിന്റെ ശിരസിന് ലക്ഷ്യമാക്കി ആഞ്ഞുവീശി. അയാൾ ഒരാർത്തനാദത്തോടെ നിലത്തുമറിഞ്ഞുവീണു. ആ വലിയ ശിരസ്സ് രണ്ടായി പിളർന്നുപോയിരുന്നോ. ആ മുറിയിൽ ഒന്നും വ്യക്തമായി കാണാൻ കഴിഞ്ഞില്ല. തളംകെട്ടിക്കിടന്ന രക്തത്തിൽ ഖൊപ്രോവ് നിശ്ച ലനായി കിടന്നു. എന്നെന്നേക്കുമായി അയാൾ നിശ്ചലനായി. അതിനു ശേഷം പൊളോട്സേവ് ഇങ്ങനെ വിളിച്ചു പറഞ്ഞു:

"എടാ മരമണ്ടന്മാരെ ആ പെണ്ണിനെ നോക്കിക്കൊള്ളണം. അവ ളോട് ചോദിക്കണം അയാൾ വല്ല വിവരവും ഇതിനകം കൊടുത്തിട്ടുണ്ടോ എന്നറിയണം."

ഇതും പറഞ്ഞ് പോളോവ്ട്സേവ് കട്ടിലിൽ ഇരുന്നു. തിമോഫി അവ ളുടെ മുടിപിടിച്ച് ചോദിച്ചു.

"നിന്റെ ചത്തുപോയ നായ ഇന്ന് ഇവിടെവന്നതിന് ശേഷം ആരു ടെയെങ്കിലും അടുത്ത് പോയോ. ആരോടെങ്കിലും വല്ല വിവരവും പറ ഞ്ഞതായി നിന്നോട് പറഞ്ഞോ."

വായിൽ തിരുകിയ തുണി തിമോഫി മെല്ലെ അയച്ചുകൊടുത്തിരു ന്നു. അവൾ ആകെ തണുത്തുപോയിരുന്നു. അവളുടെ നാവ് മരവിച്ചിരു ന്നു. ഇതുകണ്ട് തിമോഫിക്ക് ഭയംതോന്നി. അവളോട് ദയകാണിക്കുന്ന തിമോഫിയെ വൃദ്ധൻ ഒരു ചവിട്ടുചവിട്ടി. എന്നിട്ട് തന്റെ ഇരുമ്പുപോ ലുള്ള ചെറുവിരൽ അവളുടെ ചെവിക്കകത്ത് കുത്തിയിറക്കി. അവൾ നിലത്തുകിടന്ന് പുളയാൻതുടങ്ങി. അപ്പോഴും അവളുടെ നാവ് അനങ്ങി യിരുന്നില്ല. അപ്പോഴും അവ്യക്തമായ ഭാഷയിൽ അവളെന്തോ പറഞ്ഞി രുന്നു. അവൾ തലകൊണ്ട് വണങ്ങുന്നതായി കാണിച്ചു. ഒരു കുഞ്ഞി നെപ്പോലെ അവൾ യാചിക്കുന്നുണ്ടായിരുന്നു. പക്ഷെ ശബ്ദം പുറത്തു വന്നില്ല. യാക്കോവിന്റെ കണ്ണുകളിലേക്കുതന്നെ അവൾ നോക്കിയിരുന്നു. എത്രയോ രാത്രികളിൽ അയാൾ ആരുമറിയാതെ അവളോടൊപ്പം ശയി ച്ചിട്ടുണ്ട്. അവളുടെ വിറയ്ക്കുന്ന ചുണ്ടുകൾ അതെല്ലാം പറയുന്നപോലെ തോന്നി. അവൾ തന്റെ തളർന്ന കണ്ണുകൾകൊണ്ട് അയാളോട് ചോദിച്ചു:

"നിങ്ങളിതെല്ലാം എന്നോട് ചെയ്തല്ലോ."

അപ്പോൾ പൊളോട്സേവ് തന്റെ വലിയ കൈകൊണ്ട് അവളുടെ വായ അമർത്തിപ്പിടിച്ചു. അവളാകട്ടെ മൂകമായി അയാളോട് കരുണ യ്ക്കായി യാചിച്ചു. ചോരപുരണ്ട ചുണ്ടുകൾകൊണ്ട് അവൾ അയാളുടെ വലിയ വിരലുകളെ ചുംബിച്ചു. അപ്പോൾ അയാൾ ചോദിച്ചു നിന്റെ ഭർത്താവ് എവിടെയാണ് പോയിരുന്നത്. സത്യംപറയുന്നതാണ് നിനക്ക് നല്ലത്. ഇതും പറഞ്ഞ് അയാൾ മഴു വീണ്ടും കൈയിലെടുത്തു. ഇതു കണ്ട യാക്കോവ് വൃദ്ധന്റെ അരക്കെട്ടിൽ ചുറ്റിപ്പിടിച്ചു യാചിച്ചു. അവളെ എന്തും ചെയ്തോളൂ. പക്ഷെ കൊല്ലരുതെന്നുമാത്രം അയാൾ യാചിച്ചു. ഒരു പാവം പെണ്ണിനോട് ചെയ്യുന്നതിന് ഒരു പരിധിവേണമെന്ന് അയാൾ പറഞ്ഞു. അവളെല്ലാ സത്യവും തുറന്ന് പറയുമെന്നും അവളെ കൊല്ല

രുതെന്നും പറഞ്ഞ് യാക്കോവ് കരഞ്ഞു. അപ്പോൾ പൊളോട്സേവ് യാക്കോവിനെ ചവിട്ടിവീഴ്ത്തി, എന്നിട്ട് അലറി:

"എടാ എരണംകെട്ടവനേ നിനക്കവളോട് ദയയാണല്ലേ. ഈ പട്ടി നാളെ നമ്മെയെല്ലാം ഒറ്റിക്കൊടുക്കും. നമ്മുടെയെല്ലാം അന്ത്യമായിരിക്കും പിന്നെ. നമുക്ക് ജയിക്കണം. നമ്മളാണ് ജയിക്കേണ്ടത്. ഇപ്പോൾ നാം ഇവളോട് കരുണ കാണിച്ചാൽ അതിന്റെ ഫലം എന്തായിരിക്കും. നാളെ ഇവൾ നമ്മോട് കരുണകാണിക്കുമോ. ഇല്ല. അവൾ നമ്മോട് പ്രതികാരം ചെയ്യും. അതുമാത്രമേ ചെയ്യും. അതുകൊണ്ട് അവളുടെ മുഖത്ത് തുണി വിരിക്കുക. ഇന്നത്തെ രാത്രിയോടെ ഇവളുടെ ജീവിതം അവസാനിക്കുകയാണ്. യാക്കോവ് ഒരു പ്രതിമപോലെനിന്നു. അപ്പോൾ പൊളോവ്ട്സേവ് അവളുടെ അടുത്തേക്ക് നീങ്ങി. ഒരടിവസ്ത്രംമാത്രം ധരിച്ച് കിടക്കുന്ന അവളുടെ നഗ്നമായ ശരീരത്തിൽ വെളിച്ചംവീണ് ചുവന്നിരുന്നു. മുഴുമുഴുത്ത അവളുടെ മാറിടത്തിലേക്ക് ഒരിക്കൽക്കൂടി അയാൾ കണ്ണുകളയച്ചു. മുറിവേറ്റ് വീണുകിടക്കുന്ന മുയൽക്കുഞ്ഞിനെപ്പോലെ അവൾ നിശ്ചലയായിക്കിടന്നു. ഓറഞ്ചുനിറമുള്ള അവളുടെ നാഭിച്ചുഴി ഉയരുകയും താഴുകയും ചെയ്തു. നഗ്നമായ അവളുടെ സ്തനങ്ങൾക്കിടയിൽ വിയർപ്പുമുത്തുകൾ മിന്നിത്തിളങ്ങി. അവസാനമായി ഒന്നുകൂടി അവളെ ആർത്തിയോടെ നോക്കി അയാൾ തന്റെ കോടാലി അവളുടെ ശിരസിനെ ലക്ഷ്യമാക്കി വീശി. ഒരു പിടച്ചിൽമാത്രം. അവളുടെ ചോരയിൽ കുതിർന്ന ശരീരം കണ്ട് യാക്കോവ് മറിഞ്ഞുവീണു. ചോരയുടെ ചൂര് അയാളുടെ മൂക്കിലേക്ക് തുളച്ചുകയറി. അയാൾ ഛർദിക്കാൻ തുടങ്ങി.

കൃത്യം കഴിഞ്ഞ് വീടിന് പുറത്തേക്ക് ഇറങ്ങുമ്പോൾ പൊളോട്സേവ് ഒരു രക്തരക്ഷസിനെപ്പോലെ പലതരം ശബ്ദങ്ങൾ ഉണ്ടാക്കിക്കൊണ്ട് അതിവേഗത്തിൽ നടക്കാൻതുടങ്ങി. അയാൾക്ക് കുറച്ചുനേരത്തേക്ക് പരിസരബോധം നഷ്ടപ്പെട്ടിരുന്നു. ധൃതഗതിയിൽ നടക്കുന്നതിനിടയിൽ അയാളുടെ ചുണ്ടുകൾ മുൾവേലിയിൽ തട്ടി മുറിഞ്ഞത് അയാൾ അറിഞ്ഞില്ല. അയാൾ ഇടവഴിയിലൂടെ നടന്നുനീങ്ങി. അപ്പോഴേക്കും നേരം വെളുക്കാൻ തുടങ്ങിയിരുന്നു. തൊട്ടടുത്ത് ഒരു സ്കൂളിൽ കുറെ ആളുകൾ കൂട്ടംചേർന്ന് പാടുന്നതിന്റെയും ആടുന്നതിന്റെയും ബഹളം കേൾക്കാമായിരുന്നു. വയലിനിന്റെ മനോഹരമായ നാദംകേട്ട് അയാൾ സ്കൂളിലേക്ക് നടന്നു. സ്കൂളിൽ കുറെ ആളുകൾ തടിച്ചുകൂടിയിരുന്നു. ആളുകളെക്കണ്ടപ്പോൾ തിമോഫിക്ക് ആശ്വാസം തോന്നി. നൃത്തംവയ്ക്കുന്ന ജനക്കൂട്ടത്തിനിടയിലേക്ക് അയാൾ ആവേശത്തോടെ നടന്നടുത്തു. അപ്പോൾ അവിടെ ഉണ്ടായിരുന്ന ഒരു പെൺകുട്ടി തിമോഫിയുടെ കൈപിടിച്ച് നൃത്തംചെയ്യാൻ തുടങ്ങി. പെൺകുട്ടി അവളുടെ കൈയിലുണ്ടായിരുന്ന വയലിൻ അയാൾക്ക് നൽകി. എന്നാൽ അയാളുടെ കൈയിൽനിന്നും അതു താഴെ വീണുപോയി. അതെടുത്ത് അയാൾ വായിക്കാൻ ശ്രമിച്ചു. എന്നാൽ അയാളുടെ വിരലുകൾ അയാളെ അനുസരിച്ചില്ല. അയാളത് പെൺകുട്ടിക്ക് തിരിച്ചുനൽകി.

"തിമോഫി നിങ്ങൾക്കെന്തുപറ്റി?"

"എന്തോ എനിക്കിത് വായിക്കാൻ കഴിയുന്നില്ല ഇന്ന്."

"നിങ്ങൾ കുടിച്ചിട്ടുണ്ടോ?"

"ഓ ഇല്ല."

പെൺകുട്ടികൾ തിമോഫിയെ സംശയിച്ചു. അയാൾ നല്ലവണ്ണം കുടിച്ചിട്ടുണ്ടെന്ന് കരുതി. അവർ വീണ്ടും നൃത്തംതുടങ്ങി. അപ്പോൾ നല്ല മഞ്ഞുപെയ്യുന്നുണ്ടായിരുന്നു. കൂട്ടത്തിൽ ഒരു പെൺകുട്ടി ചടുലമായ രീതിയിൽ നൃത്തംചെയ്ത് ആളുകളെ ആകർഷിച്ചു. എന്നാൽ തിമോഫിക്ക് അതൊന്നും ആസ്വദിക്കാൻ കഴിഞ്ഞില്ല. അയാളുടെ മനസ്സ് മുഴുവൻ ആ രാത്രി നടന്ന സംഭവമായിരുന്നു. അയാൾ ആകെ തളർന്നിരുന്നു. ഭയത്തിൽനിന്നും മോചനംകിട്ടാൻ എന്നവണ്ണം അയാൾ ഒരു മദ്യപനെപ്പോലെതന്നെ അഭിനയിച്ചു. അയാൾ നൃത്തം ചെയ്തുകൊണ്ടിരിക്കുന്ന സുന്ദരിയായ പെൺകുട്ടിയുടെ കൈ പിടിച്ച് മെല്ലെ ആടാൻ തുടങ്ങി.

കൊലനടന്നശേഷം വീട്ടിലെത്തിയ യാക്കോവ് ഒരു പഴുത്ത ഇലകണക്കെ കിടക്കയിലേക്ക് ചരിഞ്ഞു. അയാൾ ഗാഢനിദ്രയിലേക്ക് വീണു. അത് ഗാഢനിദ്രയായിരുന്നോ? അല്ല. അയാൾ മൃതപ്രായനായിക്കഴിഞ്ഞിരുന്നു. മയക്കത്തിൽ അയാളുടെ വായിൽനിന്നും നുരയും പതയും വന്നുകൊണ്ടിരുന്നു. ദീനമായ ഒരു തേങ്ങൽ അയാളിൽനിന്നുയർന്നു. അപ്പോഴും പൊളോട്സേവ് എന്തൊക്കെയോ ശബ്ദമുണ്ടാക്കി ഉറങ്ങാതിരിക്കുകയായിരുന്നു. അയാൾ പാത്രത്തിൽ നിന്ന് വെള്ളമെടുത്ത് തന്റെ ശരീരത്തിലെ രക്തക്കറകളെല്ലാം കഴുകി. എന്നിട്ട് ഭാര്യയെ വിളിച്ചുണർത്തി ചോദിച്ചു:

"എടിയേ ഇവിടെ മദ്യം വല്ലതും ഇരിപ്പുണ്ടോ?."

"ഈ വെളുപ്പാൻകാലത്തോ? നിങ്ങൾ എവിടെപ്പോയിരുന്നു."

"നീ ഒന്നു നോക്ക് എനിക്കൊന്ന് ഉറങ്ങണം."

ഭാര്യ അയാൾക്ക് മദ്യക്കുപ്പി കൊണ്ടുവന്ന് കൊടുത്തു. അയാൾ അത് ആർത്തിയോടെ വലിച്ചുകുടിച്ചു. എന്നിട്ട് അകത്തുനിന്നും ഒരു പച്ചമുളക് കൊണ്ടുവന്ന് കടിച്ചു. പിന്നെ ഒരു സിഗററ്റ് കത്തിച്ച് വലിച്ച് തന്റെ നഗ്നമായ മാറിടം തടവിക്കൊണ്ട് അകത്തേക്കുപോയി. അയാൾക്ക് തണുക്കുന്നുണ്ടായിരുന്നു. അടുപ്പിൽ തീകൂട്ടി അയാൾ കൈകാലുകൾ ചൂടാക്കി. പുറത്ത് മഞ്ഞുവീഴ്ചയുടെ ശബ്ദം. യാക്കോവ് അതേ കിടപ്പായിരുന്നു. മരവിച്ച ജഡംപോലെ.

# 15

**ഡേ**വിഡോവ് വളരെ അസ്വസ്ഥനായിരുന്നു. പ്രശ്നങ്ങളുടെ ഘോഷയാത്ര അയാളുടെ മനസിനെ വേട്ടയാടി. രാത്രിയെന്നോ പകലെന്നോ ഇല്ലാതെ അയാൾ പുറത്തുമുഴുവൻ അലഞ്ഞുനടക്കും. കണക്കില്ലാതെ സിഗററ്റ് വലിക്കും. പത്രങ്ങൾ വായിച്ചും മനോരാജ്യങ്ങളിൽ

മുഴുകിയും ബാക്കി സമയം ചെലവഴിക്കും. അയാളുടെ മനസ്സ്മുഴുവൻ കൂട്ടുകൃഷിയായിരുന്നു. അയാൾക്ക് ഇത്തരം ചിന്തകളിൽനിന്ന് രക്ഷപ്പെടണമെന്നുണ്ടായിരുന്നു. എന്നാൽ അതിന് അയാൾക്ക് കഴിഞ്ഞില്ല. കൂട്ടിലടയ്ക്കപ്പെട്ട നരിയെപ്പോലെ അയാൾ രാത്രിയിൽ തന്റെ മുറിയിൽനിന്ന് അങ്ങോട്ടുമിങ്ങോട്ടും നടക്കും. ജീവിതത്തിൽ ഒരിക്കലും അയാൾ സ്വന്തം കാര്യത്തെപ്പറ്റി ഓർത്ത് വിഷമിച്ചിട്ടില്ല. തന്റെ സഖാക്കളെപ്പറ്റിയും അവരുടെ കുടുംബത്തെപ്പറ്റിയും ചിന്തിച്ച് എത്രയോ രാവുകൾ അയാൾ ഉറക്കമിളച്ചിട്ടുണ്ട്. തന്റെ ഗ്രാമത്തിൽ സുഖസമ്പൂർണമായ ഒരു ജീവിതം പടുത്തുയർത്താൻ എന്തുചെയ്യണം എന്നാണ് അയാൾ ഇപ്പോൾ ആലോചിക്കുന്നത്. പരമ്പരാഗതമായ കൃഷിരീതികൾ നവീകരിച്ചാൽ മാത്രമേ കൃഷി അഭിവൃദ്ധിപ്പെടുകയുള്ളൂ എന്ന് അയാൾക്ക് നല്ലപോലെ അറിയാം. എന്നാൽ അത് നടപ്പിലാക്കുക എന്നത് അത്ര എളുപ്പമല്ല. ഒരുപാട് കടമ്പകൾ കടക്കേണ്ടതുണ്ട്. പുതിയ പരിഷ്കാരങ്ങൾ ഏർപ്പെടുത്തുമ്പോൾ അതുമായി പൊരുത്തപ്പെടുക എന്നത് അത്ര നിസ്സാരകാര്യമല്ല. നല്ല ലക്ഷ്യത്തോടെ ഗുണകരമായ കാര്യങ്ങൾ നടപ്പിലാക്കുമ്പോൾ അതിനെ സുഹൃത്തുക്കൾ എതിർക്കുന്നത് വലിയ മനഃപ്രയാസമുണ്ടാക്കും.

തൊഴിലാളിവർഗത്തിന്റെയും കർഷകരുടെയും പുരോഗതിയാണ് തന്റെ ലക്ഷ്യം. എന്നാൽ വർഗസമരത്തിലൂടെ മാത്രമേ അത് സാധ്യമാവുകയുള്ളൂ. വർഗസമരം എന്നത് സങ്കീർണമായ ഒരു പ്രക്രിയയാണ്. അതിന്റെ ഗൗരവത്തെപ്പറ്റി അയാൾ വേണ്ടത്ര ചിന്തിച്ചിരുന്നില്ല. ഒരു സുപ്രഭാതത്തിൽ ഒരു ജീവിതരീതി ഉപേക്ഷിച്ച് മറ്റൊന്ന് സ്വീകരിക്കുക എന്നത് അത്ര എളുപ്പമല്ല. നൂറ്റാണ്ടുകളുടെ ശീലങ്ങൾ പെട്ടെന്ന് മാറ്റുന്ന പ്രവർത്തനമാണിത്. ഇത് പറയുന്നപോലെ അത്ര ലളിതമല്ല. കൃഷിക്കാരന് തന്റെ കൃഷിഭൂമിയോടും കന്നുകാലികളോടും ഉള്ള ബന്ധം വളരെ ആഴമാർന്നതാണ്. ഇതൊന്നുംതന്നെ ഗൗരവമായി പരിശോധിക്കാൻ അയാൾക്ക് കഴിഞ്ഞിട്ടില്ല. മനുഷ്യർക്ക് പലതരത്തിലുള്ള ബന്ധങ്ങളാണ് ഉള്ളത്. പലതരം അഭിരുചികൾ, ആഭിമുഖ്യങ്ങൾ, വിശ്വാസങ്ങൾ, ആചാരങ്ങൾ, ശീലങ്ങൾ. ആളുകളുടെ മനസിന്റെ താളവും ക്രമവും ക്രമരാഹിത്യവും പഠിക്കാനുള്ള താക്കോൽ ഏതാണെന്ന് അയാൾക്ക് അറിയില്ല. ഇന്നലെവരെ കടുത്ത ദൈവവിശ്വാസിയായിരുന്നവൻ ഒരു സുപ്രഭാതത്തിൽ നിരീശ്വരവാദിയാകുന്നില്ല. എന്നാൽ ഇന്നലെ വരെ കടുത്ത നിരീശ്വരവാദിയായിരുന്നവൻ ഒരു സുപ്രഭാതത്തിൽ ഈശ്വരവിശ്വാസിയാകുന്നില്ല. ഇന്നലെവരെ ചുവപ്പുപടയാളിയായിരുന്ന ടിറ്റോക്ക് ഇന്ന് കുലാക്കായി മാറി. അവൻ ഇന്ന് കൂട്ടുകൃഷിയുടെ ശത്രുവാണ്. ഗ്രിമ്യാക്കിയിലെ ജനങ്ങളെ എല്ലാം ഡേവിഡോവ് അറിയുമെങ്കിലും അവരുടെ മനസ്സ് മനസിലാക്കാൻ കഴിയുന്നില്ല. വളരെ വിചിത്രമായ രീതിയിലാണ് ആളുകൾ പെരുമാറുന്നത്. അനുനിമിഷം മാറിവരുകയാണ് ആളുകൾ. ലോകവും മാറുകയാണ്. ഈ മാറ്റത്തിന്റെ സൂചിയെ നിയന്ത്രിക്കുന്നത് എന്താണെന്ന് അയാളറിയുന്നില്ല.

ഖൊപ്രോവും ഭാര്യയും വധിക്കപ്പെട്ടതോടെ അയാളുടെ മനസിൽ പല സംശയങ്ങളും ഉടലെടുത്തു. എന്തൊക്കെയോ നിഗൂഢതകൾ നില നിൽക്കുന്നുണ്ട്. തനിക്ക് മനസിലാവാത്ത എന്തൊക്കെയോ കാര്യങ്ങൾ നാട്ടിൽ നടക്കുന്നുണ്ട്. കൂട്ടുകൃഷിയുമായി ഈ വധത്തിന് വ്യക്തമായ ബന്ധമുണ്ട്. ഖൊപ്രോവും ഭാര്യയും ക്രൂരമായിട്ടാണ് വധിക്കപ്പെട്ടത്. ആരാണ് അവരെ കൊന്നതെന്ന് മനസിലായിട്ടില്ല. പലർക്കും പല ഊഹാ പോഹങ്ങളാണുള്ളത്. ഖൊപ്രോവ് ഒരു പാവപ്പെട്ട കൃഷിക്കാരനായിരു ന്നു. പണ്ടയാൾ വെള്ളപ്പട്ടാളത്തെ സേവിച്ചിരുന്നു എന്നത് ശരിതന്നെ. സമൂഹത്തോട് അയാൾക്ക് ഒരു അലസമായ മനോഭാവമായിരുന്നു. ചിലർ പറയുന്നത് കവർച്ചക്കാരാണ് ഖൊപ്രോവിനെ വധിച്ചതെന്നാണ്. എന്നാൽ ഈ വാർത്തയ്ക്ക് അടിസ്ഥാനമില്ല. കാരണം കൊലനടന്ന വീട്ടിൽനിന്ന് ഒന്നും കവർച്ചചെയ്യപ്പെട്ടിട്ടില്ല. മാത്രമല്ല ഖൊപ്രോവിന്റെ വീട്ടിൽ കൊള്ള ചെയ്യാൻ പറ്റിയ മുതലുമില്ല. ചിലപ്പോൾ ലൈംഗികതയുമായി ബന്ധ പ്പെട്ട വിഷയമായിരിക്കാം ഇത്. കൊസാക്കുകൾക്കിടയിൽ ആണും പെണ്ണും തമ്മിൽ ഉള്ള രഹസ്യബന്ധം പരസ്യമായ ഒരു യാഥാർഥ്യമാണ്. പല ആണുങ്ങളും അവരുടെ ഭാര്യമാർ അറിഞ്ഞുകൊണ്ടും അറിയാതെയും പരസ്ത്രീകളുമായി ബന്ധം പുലർത്തുന്നു. പല ഭാര്യമാർക്കും കള്ളക്കാ മുകൻമാർ ഉണ്ടായിരിക്കും. ഇതിന്റെ പേരിൽ പലപ്പോഴും നാട്ടിൽ വഴക്കും വക്കാണവും കൊലപാതകങ്ങളും നടന്നിട്ടുണ്ട്. രാഷ്ട്രീയമായ പല സം ഘട്ടനങ്ങളിലും വർഗപരമായ ഏറ്റുമുട്ടലുകളിലും ഇത്തരത്തിലുള്ള സ്ത്രീ പുരുഷ ബന്ധങ്ങൾ വലിയ പങ്കുവഹിച്ചിട്ടുണ്ട്. കുലാക്കുകൾ ആരെങ്കി ലുമായിരിക്കും ഖൊപ്രോവിനെ വധിച്ചത് എന്നാണ് പൊതുവിൽ ആളു കൾ വിശ്വസിച്ചത്. നഗുൽനോവ് ഇതിനെപ്പറ്റി ഇങ്ങനെ പറഞ്ഞു:

"സ്വന്തം വർഗക്കാർ തന്നെയാണ് ഖൊപ്രോവിനെ തട്ടിയത്. ആ വർഗത്തെ, നശിച്ച കുലാക്കുകളെ ഈ ഗ്രാമത്തിൽനിന്ന് വേരോടെ പിഴു തെറിയണം. എങ്കിലേ നാട്ടിൽ സമാധാനമുണ്ടാവുകയുള്ളൂ."

റസ്മ്യോട്ണോവ് ഇത് കേട്ട് തന്റെ അഭിപ്രായം തുറന്നടിച്ചു:

"കുലാക്കുകളെ നാട്ടിൽനിന്ന് വേരോടെ പിഴുതെറിയണം. കാരണം അവർ കൂട്ടുകൃഷിയെ തകർക്കുകയാണ്. കൃഷിക്കാർക്കിടയിൽ അവർ അവരുടെ പ്രവർത്തനം ശക്തിപ്പെടുത്തുകയാണ്. പക്ഷെ എനിക്ക് തോന്നുന്നത് ഖൊപ്രോവിനെ വധിച്ചതിന് കൂട്ടുകൃഷിയുമായി ബന്ധമൊ ന്നുമില്ല എന്നാണ്. ഈ കൊലപാതകത്തിന് പിന്നിൽ പെണ്ണുമായുള്ള ബന്ധത്തിന് വലിയ പങ്കുണ്ടെന്നാണ് എനിക്ക് തോന്നുന്നത്. ഖൊപ്രോവ് ലെപ്ഷിനോവിന്റെ അടിമയായിരുന്നു എന്നുള്ളത് നമുക്കെല്ലാം അറിയാ വുന്നതാണ്. എന്നാൽ ഒരാൾ ഇത്രമാത്രം അടിമയാവേണ്ടതുണ്ടോ. ഒന്നു കിൽ യജമാനൻ വളരെ ധനികനായിരിക്കണം. എന്നാൽ നമുക്കറിയാം ലെപ്ഷിനോവിന്റെ കൂടെ കഴിഞ്ഞതുകൊണ്ട് ഖൊപ്രോവിന് വലിയ കാര്യമൊന്നും ഉണ്ടായിരുന്നില്ല എന്നാണ്. അപ്പോൾ എന്തോ ചിലത് ചീഞ്ഞുനാറുന്നുണ്ട്. അയാൾക്കൊരുപക്ഷേ ആരുടെയെങ്കിലും ഭാര്യയു മായി ജാരബന്ധമുണ്ടായിരിക്കണം."

ഖൊപ്രോവിന്റെ വധത്തെപ്പറ്റി പൊലീസ് അന്വേഷണം നടത്തി. ചോദ്യം ചെയ്യേണ്ടവരെയെല്ലാം ചോദ്യം ചെയ്തു. ലെപ്ഷിനോവിനെയും ബന്ധുക്കളെയും നാട്ടുകാരെയും എല്ലാം ചോദ്യംചെയ്തു. എന്നാൽ പൊലീസിന് കൊലപാതകികളെക്കുറിച്ചോ അവരുടെ ഉദ്ദേശ്യത്തെക്കുറിച്ചോ യാതൊരു വിവരവും കിട്ടിയില്ല. ഇതിനെ തുടർന്ന് ഗ്രാമത്തിലെ കൂട്ടുകൃഷിക്കാരുടെ യോഗം നടന്നു. അതിൽ ധാരാളം ആളുകൾ പങ്കെടുത്തു. ഗ്രാമത്തിൽനിന്ന് കുലാക്കുകളെ മുഴുവൻ കുടുംബത്തോടെ നാടുകടത്താൻ തീരുമാനമായി. വടക്കൻ കോക്കസസ് പ്രദേശത്തേക്ക് നാടുകടത്താനായിരുന്നു കൂട്ടുകൃഷിക്കാർ തീരുമാനിച്ചത്. കൂട്ടുകൃഷിയുടെ നേതൃസ്ഥാനത്തേക്ക് യാക്കോവ് ലൂക്കിച്ചും തിരഞ്ഞെടുക്കപ്പെട്ടു. വേറെയും പലരും നേതൃത്വത്തിലേക്ക് വന്നു. ഡേവിഡോവ് അതിലൊരാളായിരുന്നു. ആളുകൾക്ക് അയാളോട് നല്ല അനുഭാവമായിരുന്നു. ഡേവിഡോവിന് പൊതുസമ്മതി മറ്റാരെക്കാളും ഉണ്ടായിരുന്നു. അയാളെ കൂട്ടുകൃഷിയുടെ മാനേജ്മെന്റ് ബോഡിലെ ചെയർമാനായി നിയോഗിക്കാൻ ആലോചനയുണ്ടായി. കൃഷിക്കാരുടെ താൽപ്പര്യങ്ങൾ സംരക്ഷിക്കാൻ കൂട്ടുകൃഷിപ്രസ്ഥാനം വളർത്താനും പറ്റിയ നേതാവാണ് ഡേവിഡോവ് എന്ന് ആളുകൾ വിശ്വസിച്ചു. അങ്ങനെ വിശ്വസിക്കാൻ ന്യായങ്ങളുമുണ്ടായിരുന്നു. അതിലേറ്റവും പ്രധാനം ഡേവിഡോവിന്റെ സ്വഭാവങ്ങളും പെരുമാറ്റരീതികളുമാണ്. കൂട്ടുകൃഷിപ്രസ്ഥാനത്തിന് പറ്റിയ ഒരു പേരു വേണം. യോഗം ഇതിനെപ്പറ്റി വളരെനേരം ചർച്ചചെയ്തു. അപ്പോൾ റസ്മ്യോട്ണോവ് തന്റെ അഭിപ്രായം പറഞ്ഞു:

"സഖാക്കളെ നമുക്ക് ഒരു നല്ല പേര് വേണം. ഈ കൊസാക്ക് എന്ന പേര് നമുക്ക് ഇനിവേണ്ട. അതൊരു നെറികെട്ട പേരാണ്. വഷളൻപേര്. പണ്ട് ഈ നാട്ടിലെ അമ്മമാർ കുട്ടികൾ നിർത്താതെ കരയുമ്പോൾ അവരെ പേടിപ്പിക്കാൻ 'അതാ കൊസാക്ക് വരുന്നു, കൊസാക്ക് വരുന്നു, കരഞ്ഞാൽ അവർ പിടിച്ചുകൊണ്ടുപോകും' എന്ന് പറയുമായിരുന്നു. അതുകൊണ്ട് നമുക്കിനി ഈ പേര് വേണ്ട. സോഷ്യലിസത്തിന് വേണ്ടിയാണ് നാം പോരാടുന്നത്. സോഷ്യലിസം കടന്ന് പടിപടിയായി നാം കമ്യൂണിസത്തിലേക്കെത്തും. ഈ ലക്ഷ്യത്തിനുവേണ്ടി നമ്മെ നയിച്ച ഈ കൂട്ടുകൃഷിപ്രസ്ഥാനത്തിന്റെ ജീവാത്മാവും പരമാത്മാവുമായിരുന്ന സഖാവ് സ്റ്റാലിന്റെ പേര് ഞാനിവിടെ നിർദേശിക്കുകയാണ്."

സഖാവ് സ്റ്റാലിൻ എന്നുകേട്ടതോടെ യോഗത്തിൽ ഒരു പുതിയ ചലനംതന്നെയുണ്ടായി. പലരുടെയും കണ്ണുകളിൽ പുതിയ ഒരു തിളക്കം ചിലരുടെ കണ്ണിൽ കണ്ണീർ നിറഞ്ഞു. ആൻഡ്രി ആവേശഭരിതനായി. അയാൾ ഉച്ചത്തിൽ വിളിച്ചുപറഞ്ഞു:

"റഷ്യയുടെ മഹാനായ നേതാവും ജനങ്ങളുടെ കണ്ണിലുണ്ണിയും തൊഴിലാളിവർഗത്തിന്റെ മുത്തുമായ സഖാവ് ജോസഫ് സ്റ്റാലിൻ നീണാൾ വാഴട്ടെ."

ഇതോടെ ആളുകൾ കൈയടിക്കാൻ തുടങ്ങി. യോഗത്തിൽ പുതിയൊരാവേശം ഇരച്ചുകയറി. റസ്മ്യോട്ട്ണോവ് പ്രസംഗം തുടർന്നു:

“പ്രിയ സഖാക്കളെ നാം സ്റ്റാലിനെ ഓർക്കുന്നു. എന്തുകൊണ്ട്? മനുഷ്യമോചനത്തിനുവേണ്ടിയാണ് അദ്ദേഹം പോരാടിയത്. അതുകൊണ്ട് സ്റ്റാലിന്റെ പേരിലൂടെ നമ്മുടെ കൂട്ടുകൃഷിസ്ഥാപനം അറിയപ്പെടണം. ഒരിക്കൽ ഞാൻ സ്റ്റാലിനെ കണ്ടു. അതിന്റെ ഓർമകൾ ഇന്നും എന്റെ മനസിൽ പച്ചപിടിച്ചുനിൽക്കുന്നു. റഷ്യയെ രക്ഷിക്കാൻവേണ്ടി ഞങ്ങൾ യുദ്ധക്കളത്തിൽ ശത്രുവിന്റെ പോർവിമാനങ്ങളെ വെടിവെച്ച് വീഴ്ത്തിക്കൊണ്ടിരുന്നപ്പോൾ ഒരുദിവസം ഞാൻ സ്റ്റാലിനെ കണ്ടു. അതെ അതൊരു ദിവസം തന്നെയായിരുന്നു. എന്റെ ജീവിതത്തിലെ ഏറ്റവും മറക്കാനാവാത്ത ദിനം. ഞാനാ മഹാനായ സഖാവിന്റെ പ്രസംഗംകേട്ടു. പ്രിയ സഖാക്കളെ നമ്മെപ്പോലെ തന്നെ ഒരു സാധാരണക്കാരന്റെ വേഷം ധരിച്ച് സാധാരണക്കാരിൽ സാധാരണക്കാരനായ സ്റ്റാലിന്റെ പ്രസംഗം കേൾക്കേണ്ടത് തന്നെയായിരുന്നു. ഗംഭീരമായ പ്രസംഗം. ആ പ്രസംഗം കേട്ടാണ്, അതിന്റെ ഊർജമുൾക്കൊണ്ടാണ് ഞങ്ങൾ ശത്രുവിനെതിരെ പടനയിച്ചത്. ഹാ സ്റ്റാലിൻ, മഹാനായ സ്റ്റാലിൻ.”

അയാൾ പ്രസംഗം തുടർന്നുകൊണ്ടേയിരുന്നു. അപ്പോൾ പലരും അദ്ദേഹത്തെ പ്രസംഗം ചുരുക്കാൻ പ്രേരിപ്പിച്ചു. എന്നാൽ കൂട്ടുകൃഷിസ്ഥാപനത്തിന് സ്റ്റാലിന്റെ പേര് കൊടുക്കുന്നതിൽ പലർക്കും യോജിപ്പുണ്ടായിരുന്നില്ല. കാരണം സ്റ്റാലിന്റെ പേര് കൊടുത്തുകഴിഞ്ഞാൽപ്പിന്നെ ഒരു സ്ഥാപനം തകർന്നുപോകാൻ പാടില്ല. അങ്ങനെ വന്നാൽ അത് സോവിയറ്റ് ഗവൺമെന്റിനോട് തന്നെ ചെയ്യുന്ന അനീതിയായിരിക്കും. എന്നാൽ സ്റ്റാലിന്റെ പേരിനേക്കാൾ ഉചിതമായ ഒരു പേര് വേറെയുണ്ടെന്ന് ആരും പറഞ്ഞില്ല. കാരണം സ്റ്റാലിനായിരുന്നു അന്നത്തെ താരം. സ്റ്റാലിന്റെ പേര് കേൾക്കുമ്പോൾതന്നെ കുലാക്കുകൾ നടുങ്ങും. തൊഴിലാളികളും കൃഷിക്കാരും ആവേശഭരിതരാവും. അതുകൊണ്ട് സ്റ്റാലിനെ എതിർക്കാൻ ആരും മുന്നോട്ടു വന്നില്ല. സ്റ്റാലിനെ എതിർത്താൽ അതിനർഥം ഒരാൾ കമ്യൂണിസത്തെ എതിർക്കുക എന്നാണ്. സ്റ്റാലിനെ നിന്ദിച്ചാൽ അതിനർഥം പാർട്ടിയെ നിന്ദിക്കുകയെന്നാണ്. സ്റ്റാലിനെതിരെ കൈ പൊക്കുക എന്നുപറഞ്ഞാൽ അതിനർഥം വർഗശത്രുക്കൾക്ക് കൈകൊടുക്കുക എന്നാണ്. അങ്ങനെ ആ യോഗത്തിൽ വെച്ച് സഖാവ് സ്റ്റാലിന്റെ പേര് അംഗീകരിക്കപ്പെട്ടു. സർവസമ്മതനായ സ്റ്റാലിൻ അങ്ങനെ ജ്വലിച്ചുനിന്നു.

## 16

**ഡേ**വിഡോവും നഗുൽനോവും ഒരേ വീട്ടിൽ വളരെ സജീവമായ സംവാദങ്ങളിലേർപ്പെട്ടുകൊണ്ട് അങ്ങനെ കഴിഞ്ഞു. ഡേവിഡോവ് ഒരു മരക്കട്ടിലിലാണ് കിടന്നുറങ്ങിയത്. വീട്ടിൽ ഒരു മുറിയിൽ കുട്ടികളില്ലാത്ത ഒരു വിധവയായിരുന്നു താമസിച്ചിരുന്നത്. ആ വീട്ടിൽ വലിയ സൗകര്യങ്ങളൊന്നും ഉണ്ടായിരുന്നില്ല. എന്നാൽ ഒരു വീട്ടിലെ ഏറ്റവും വലിയ

സൗകര്യം എന്നുപറയുന്നത് ആ വീട്ടിലെ അംഗങ്ങളുടെ മനസാണ്. നഗുൽനോവിന്റെ ഭാര്യ ഒരു നല്ല സ്ത്രീയായിരുന്നു. അവർ നല്ല സ്നേഹത്തോടെയാണ് ഡേവിഡോവിനോട് പെരുമാറിയിരുന്നത്. എന്നാൽ നഗുൽനോവ് അയാളുടെ ഭാര്യയെ തള്ളിപ്പറഞ്ഞു. അവൾ തിമോഫിയുടെ വെപ്പാട്ടിയാണെന്ന് നഗുൽനോവ് പറഞ്ഞതോടെ ഡേവിഡോവ് സംശയത്തോട് കൂടിയാണ് അവളെ കണ്ടത്. അയാൾക്ക് എങ്ങനെയെങ്കിലും അവിടെനിന്ന് രക്ഷപ്പെടണമെന്ന് തോന്നി. അവരുടെ പെരുമാറ്റങ്ങളെല്ലാം അയാൾ സംശയത്തോടെ വീക്ഷിച്ചു. അവളുടെ മുഖംകണ്ടാൽ ഒരു പക്ഷിയുടെ മുട്ടയാണെന്ന് തോന്നും, അവൾക്ക് പത്തിരുപത്തഞ്ച് വയസ്സ് പ്രായംകാണും. നീണ്ട് കറുത്ത കണ്ണുകളായിരുന്നു അവൾക്ക്. വെണ്ണക്കല്ലിൽ കൊത്തിയപോലെ മെലിഞ്ഞ് ചന്തമാർന്ന ഉടൽ. ഒരു സിനിമയിലെ മാദകസുന്ദരിയെപ്പോലെ തോന്നിപ്പിച്ചു അവൾ. ഏതൊരു പുരുഷനേയും വശീകരിക്കുന്നതായിരുന്നു അവളുടെ വില്ലുപോലെ ഉയർന്നുനിന്ന പുരികങ്ങൾ. അവളുടെ കണ്ണിൽ നോക്കിയാൽ അവൾ പുരുഷന്മാരെ തന്റെ കിടപ്പറയിലേക്ക് ക്ഷണിക്കാൻ കാത്തിരിക്കുകയാണ് എന്ന് തോന്നും. ചുണ്ടുകളിൽ സദാ തത്തിക്കളിക്കുന്ന മന്ദഹാസം. പല്ലുകൾ മുല്ലപ്പൂമൊട്ടുകൾ പോലെ. അവളുടെ നിറഞ്ഞ മാറിടം തുള്ളിത്തുളുമ്പുന്നത് അയാൾ നോക്കിനിന്നു. സ്തനങ്ങൾ മുയൽക്കുഞ്ഞുങ്ങളെപ്പോലെ തുള്ളിക്കളിച്ചു. അവ പുരുഷന്റെ ആലിംഗനത്തിനായി കൊതിക്കുന്നുണ്ടെന്ന് തോന്നും. പുരുഷന്റെ ലാളനയ്ക്കായി കൊതിക്കുന്നതെന്ന് തോന്നുന്ന അവളുടെ സ്തനങ്ങളിലേക്ക് ഡേവിഡോവ് ഒളികണ്ണിട്ട് നോക്കി. അവൾ ഒരു മാദകയക്ഷിയാണെന്ന് അയാൾക്ക് തോന്നി. ഒരു പ്രഭാതത്തിൽ അവളുടെ നിറഞ്ഞമാറിടം ഡേവിഡോവ് കാണാനിടയായി. അവൾ വസ്ത്രം മാറുകയായിരുന്നു. അയാളുടെ ഹൃദയം പടപടാ മിടിക്കുവാൻ തുടങ്ങി. അയാളുടെ നാസിക ചുവന്നു.

ഒരുദിവസം അവൾ അയാളോട് ചോദിച്ചു:

"എന്താണ് എപ്പോഴുമൊരു മൗനം." അതും പറഞ്ഞ് അവൾ കുണുങ്ങിച്ചിരിക്കാൻ തുടങ്ങി. അവളുടെ അഴകാർന്ന ഉടൽ അയാൾ നീലക്കണ്ണാടിയിൽ കണ്ടു. അവൾ അയാളോട് പറഞ്ഞു:

"ഞാൻ ഒരു സുന്ദരിയാണ് അല്ലേ." അപ്പോൾ അയാൾ പറഞ്ഞു:

"നീ ഏതൊരു പുരുഷനു മുന്നിലും ഉളുപ്പില്ലാതെ ഉടുപ്പഴിച്ചുകൊടുക്കുന്നവളാണ്."

അത് കേട്ടതോടെ അവൾ ഇങ്ങനെ പറഞ്ഞു:

"അതെ എനിക്കതിനൊരു മടിയുമില്ല. പക്ഷെ പുരുഷൻ എന്റേതാവണം. എന്നെ ലാളിക്കണം. എന്റെ അനുഭൂതിയിൽ എന്നോടൊപ്പം ലയിക്കണം. അപ്പോഴേ അയാൾ എന്റെ പുരുഷനാകൂ. നിങ്ങളെ എനിക്കിഷ്ടമാണ്. നിങ്ങൾ ഒരു കൊഴുത്ത കാളക്കുട്ടനാണ്. എന്റെ കുട്ടൻ." ഇതും പറഞ്ഞ് അവൾ അയാളെ ആലിംഗനം ചെയ്തു. പേടിച്ച് ഡേവിഡോവ് അവളുടെ കൈകൾ തട്ടിമാറ്റി.

പ്രഭാതഭക്ഷണത്തിനുശേഷം ഡേവിഡോവ് നഗുൽനോവിനോട് പറഞ്ഞു:

"എനിക്ക് നിങ്ങളുടെ ഭാര്യയുടെ പെരുമാറ്റം ഇഷ്ടമല്ല."

"എല്ലാവരുടെയും പെരുമാറ്റം നമുക്കിഷ്ടമാവണമെന്നില്ല. മാത്രമല്ല എന്റെ ഭാര്യയുടെ പെരുമാറ്റം നിങ്ങൾ ശ്രദ്ധിക്കേണ്ട കാര്യവുമില്ല."

"പക്ഷെ എനിക്കതു ശ്രദ്ധിക്കേണ്ടതുണ്ട്. ഞാനിന്ന് ഇവിടെ നിന്ന് പോവുകയാണ്. ഇനിയും ഇവിടെനിന്നാൽ ഞാനൊരുപക്ഷെ മോശക്കാരനായിപ്പോകും. അവൾ തിമോഫിയുടെ കൂടെ അന്തിയുറങ്ങാറുണ്ടെന്ന് നിങ്ങൾതന്നെയാണ് എന്നോടു പറഞ്ഞത്."

"ഞാൻ അവളെ കൊല്ലണമെന്നാണോ."

"ഒരിക്കലും അല്ല. അവളെ മാറ്റിയെടുക്കണം. ഞാനൊരു കമ്യൂണിസ്റ്റാണ്. എനിക്ക് എന്റേതായ ഒരു സദാചാരബോധമുണ്ട്. അവൾ എന്റെ ഭാര്യയായിരുന്നെങ്കിൽ ഇതിനകം ഞാൻ അവളെ പടിക്ക് പുറത്താക്കുമായിരുന്നു. നിങ്ങൾ അവളുടെ എല്ലാ കേളികളേയും പ്രോത്സാഹിപ്പിക്കുകയാണ്. എനിക്കു തോന്നുന്നത് നിങ്ങൾക്ക് അതൊരു രസമാണെന്നാണ്. അവൾ രാത്രിയിൽ പലപ്പോഴും ഇവിടെ ഉണ്ടാവാറില്ല. അതെനിക്ക് നന്നായറിയാം. ഇതിൽകൂടുതലൊന്നും ഞാൻ പറയുന്നില്ല. ഇനിയെല്ലാം നിങ്ങളുടെ ഇഷ്ടം."

"നിങ്ങൾ വിവാഹം കഴിച്ചിട്ടുണ്ടോ?"

"ഇല്ല. നിങ്ങളുടെ ദാമ്പത്യം കണ്ടതോടെ എനിക്ക് എന്റെ മോഹവും അസ്തമിച്ചു"

"നിങ്ങൾ സ്ത്രീയെ കാണുന്നത് സ്വകാര്യസ്വത്തായിട്ടാണ്."

"വിഡ്ഢിത്തം പറയരുത് ഒരു അരാജകവാദിയാണ് നിങ്ങൾ. കുടുംബം എന്നാൽ എന്താണെന്ന് നിങ്ങൾക്കറിയില്ല. സ്വകാര്യസ്വത്തിന്റെ കാര്യം നിങ്ങൾ എന്നോട് പറയണ്ട. സദാചാരം ലംഘിക്കാനുള്ള ലൈസൻസായിട്ടാണ് നിങ്ങളത് പറയുന്നത്. കുത്തഴിഞ്ഞ ജീവിതമാണ് നിങ്ങൾ നയിക്കുന്നത്. ഞാനിക്കാര്യം പാർട്ടിയോഗത്തിൽ റിപ്പോർട്ട് ചെയ്യും. ഇവിടത്തെ ആളുകളും നിങ്ങളെ കാണുന്നത് ഉന്നതനായ ഒരു നേതാവായിട്ടാണ്. നിങ്ങൾ മാതൃകാപരമായ ജീവിതം നയിക്കണം. ഈ ജീവിതം ഇങ്ങനെ തുടർന്നാൽ ആളുകൾ നിങ്ങളെ അനുകരിക്കും."

"നിങ്ങൾ പറഞ്ഞരീതിയിലാണെങ്കിൽ അവളെ ഞാൻ കൊല്ലണം."

"ഗൗരവമായ കാര്യങ്ങൾ പറയുമ്പോൾ തമാശ പറയുന്ന ചിലരുണ്ട്. അത് അവരുടെ കഴിവുകേട് മറച്ചുവെക്കാനാണ്."

"എന്റെ സുഹൃത്തേ തമാശ പറയുകയല്ല. നിങ്ങൾ പറഞ്ഞ കാര്യം ഗൗരവമുള്ളതാണ്. പക്ഷെ നിങ്ങൾ എന്നെ മനസിലാക്കണം. എന്റെ നിസ്സഹായാവസ്ഥ അറിയണം. ഞാൻ അനുഭവിക്കുന്ന വിഷമങ്ങൾ കാണണം. ഒരു വിവാഹം കഴിച്ചാൽ നിങ്ങളും ചിലതൊക്കെ മനസിലാക്കും. എനിക്കവളെ ജീവനാണ്. അല്ലായിരുന്നെങ്കിൽ അവളെ ഞാൻ നിങ്ങൾ പറഞ്ഞപോലെ പുറത്താക്കുമായിരുന്നു."

നിരത്തിലൂടെ നടന്നുകൊണ്ടാണ് അവർ സംസാരിച്ചത്. ഡേവിഡോവ് പറഞ്ഞു:

"എനിക്ക് ഓസ്ത്രോവ്ണോവിനെ കാണണം. വളരെ പ്രധാനപ്പെട്ട കാര്യങ്ങൾ അയാളുമായി സംസാരിക്കാനുണ്ട്. അയാൾ വീട്ടിലുണ്ടാവും. അയാൾ നമ്മുടെ കൂട്ടുകൃഷിസ്ഥാപനത്തിന്റെ മാനേജരാകാൻ പറ്റിയ ആളാണ്."

"നിങ്ങൾ അസംബന്ധം പറയരുത്" ദേഷ്യത്തോടെ അയാൾ പറഞ്ഞു.

"നിങ്ങൾ അങ്ങനെ പറയും. എനിക്കതിൽ അത്ഭുതമില്ല. എനിക്കയാളെ വിശ്വാസമാണ്."

"അയാൾ ഒരു വൃത്തികെട്ട നായയാണ്. തന്തയില്ലാത്തവൻ. അയാളെ കൂട്ടുകൃഷിയിൽനിന്നും ചവിട്ടിപ്പുറത്താക്കണം. ആളുകളെ പറ്റിച്ച് പണമുണ്ടാക്കുന്ന മനുഷ്യനാണയാൾ. അസ്സൽ കുലാക്ക്. ഇങ്ങനെയുള്ള ആളെയാണോ മാനേജരാക്കുന്നത്?"

"ആ മനുഷ്യൻ ശുദ്ധനായ ഒരു കൃഷിക്കാരനാണ്. അയാളെപ്പറ്റിയുള്ള നിങ്ങളുടെ ആരോപണം അടിസ്ഥാനമില്ലാത്തതാണ്."

"അയാൾ കുലാക്കുകളുടെ ചാരനാണ്. വൃത്തികെട്ട തെമ്മാടി."

ഇരുവരും തമ്മിൽ വളരെ ശക്തമായ വാദപ്രതിവാദം തുടർന്നു. ഇരുവരും അവരവരുടെതായ വാദമുഖങ്ങളിൽ ഉറച്ചുനിന്നു.

# 17

**ശൈ**ത്യകാലം. ഭൂതലമാകെ മഞ്ഞ് മൂടിയിരുന്നു. വൃക്ഷങ്ങളും ചെടികളും എല്ലാം മഞ്ഞിൽ മരവിച്ച് കിടന്നു. സൂര്യപ്രകാശം ഭൂമിയിലേക്ക് വരുന്നേയില്ല. സൂര്യനെ മറച്ചുവെക്കുന്ന മഞ്ഞ്. കാറ്റേറ്റ് മഞ്ഞുകണങ്ങൾ മരച്ചില്ലകളിൽനിന്നും മഴപോലെ പെയ്യുന്നു. ഭൂമിയെ മുഴുവൻ മൂടുന്ന കൊടും മഞ്ഞ്. തണ്ണിമത്തൻ കണക്കെ ഐസ്കട്ടകൾ ഭൂമിയിലേക്ക് പതിക്കുന്നു. ആളുകളെല്ലാം വീട്ടിൽതന്നെ കഴിയുകയാണ്. ഉഴുതുമറിച്ച പുതുമണ്ണിൽ അരുവികൾ ഒഴുകിയെത്തുന്നു. പാടത്തിന്റെ അരികിലെ അരുവിയുടെ തീരത്ത് പോപ്ലാർ മരങ്ങൾ നിരനിരയായി നിൽക്കുന്നുണ്ടായിരുന്നു. രജതശിൽപ്പങ്ങൾപോലെ മനോഹരമായിരുന്നു ആ ദൃശ്യം. മുത്തുക്കുട ചൂടിയപോലുള്ള അവയുടെ ചില്ലകളിൽ മഞ്ഞ് പെയ്തുകൊണ്ടേയിരുന്നു. വീടുകളിൽനിന്ന് ഉയരുന്ന പുകപടലം കൂടിയായപ്പോൾ മനോഹരമായ ദൃശ്യമായിരുന്നു അത്. വൈക്കോൽക്കൂനകളിൽ ചില പക്ഷികൾ കൂട്ടംകൂടിനിന്നിരുന്നു. വരണ്ട കാറ്റ് ഭൂമിയിൽ ചുഴറ്റി അടിച്ചപ്പോൾ പക്ഷികൾ ചിറകടിച്ചു പറന്നുപോയി.

കുട്ടികൾ തണുത്തു വിറച്ച് വീട്ടിനുള്ളിൽതന്നെ കഴിയുകയാണ്. പശുക്കുട്ടികൾ തണുപ്പ് സഹിക്കാൻ കഴിയാതെ കരയുന്നു. തണുപ്പിൽനിന്നും രക്ഷനേടാൻ അവർക്ക് ധാരാളം ആഹാരം വേണം. സ്ത്രീകൾ തണുത്ത് വിറച്ചുകൊണ്ട് മരവിച്ച വൈക്കോൽ അവയ്ക്ക് കൊടുക്കും.

ആട്ടിൻകുട്ടികളെ എടുത്ത് അടുപ്പിൻ തിണ്ണയിൽ കൊണ്ടുപോയി ചൂടാക്കും. പ്രഭാതമായാൽ ആട്ടിൻകൂട്ടിൽനിന്ന് കറന്നെടുത്ത പാലിന്റെ ഊഷ്മള ഗന്ധം അന്തരീക്ഷം നിറയും. പകലെന്നോ രാത്രിയെന്നോ ഇല്ലാത്ത മഞ്ഞുവീഴ്ച. പാതിരാത്രിയായാൽ ഭൂമിയിൽ കനത്ത നിശ്ശബ്ദത ഭീമാകാരമായ മഞ്ഞുപാത്രംപോലെ അന്തരീക്ഷത്തെ മൂടും. ആകാശത്ത് നക്ഷത്രങ്ങൾ വിളർച്ചയോടെ പ്രകാശിക്കും. ശ്മശാനമൂകതപോലെ ഭൂമിയെ ആകെ മരവിപ്പ് ബാധിച്ചിരിക്കുന്നു. നീലനിറമാർന്ന സ്റ്റെപ്പികുന്നുകളിൽ മഞ്ഞ് പുതപ്പിന് മേൽ ചവിട്ടിക്കൊണ്ട് വിശന്ന ചെന്നായ്ക്കൾ അലഞ്ഞ് നടക്കുന്നു. അവയുടെ കാൽനഖം കൊണ്ട് മഞ്ഞ്പുതപ്പിനുമേൽ തിളങ്ങുന്ന അടയാളങ്ങൾ കാണാം. അതു കണ്ടാൽ മരതക രത്നങ്ങളുടെ മനോഹരമായ മാലയാണെന്ന് തോന്നും. പശുവിന്റെ പാൽ അതിന്റെ മുലകളിൽനിന്നും ചുരന്ന് ഇറങ്ങുന്നതുപോലെ ഹിമവാഹിനി മണ്ണിലേക്ക് ഒഴുകുന്നു. അതു കണ്ടാൽ ഒരു കറുത്ത സുന്ദരിയുടെ മുലകളിലേക്ക് ആരോ പാൽ ഒഴിക്കുന്നതായി തോന്നും. രാത്രിയിൽ പെൺകുതിരകളുടെ കരച്ചിൽ കേൾക്കാം. അവയ്ക്ക് തണുപ്പ് തീരെ സഹിക്കാൻ വയ്യ. ഇന്ദ്രനീലനിറമാർന്ന ആകാശം. അതിന്റെ സ്നിഗ്ധ നിശ്ശബ്ദമായ പ്രഭാതോദയങ്ങൾ.

മുത്തുക്കുട ചൂടിയ ആകാശം.

വീടുകളിൽനിന്നും ഉയരുന്ന അഗ്നിജ്വാലകളുടെ അരുണപ്രകാശം. നദീതീരങ്ങളിൽ ഹിമപ്പക്ഷികളുടെ കൂജനം.

പ്രഭാതമാവുന്നതിന് മുമ്പുതന്നെ യാക്കോവ് വീട്ടിലുള്ളവരെയെല്ലാം വിളിച്ചുണർത്തി. അവർ തണുത്തുവിറയ്ക്കുന്നുണ്ടായിരുന്നു. യാക്കോവിന്റെ മകൻ സെമ്യോൺ തന്റെ തണുത്ത കൈ അടുപ്പിൻ തിണ്ണയിൽവെച്ച് ചൂടാക്കി. യാക്കോവിന് പത്തിരുപതോളം ആടുകളുണ്ട്. അതിൽ ചെമ്മരിയാടുകളും കോലാടുകളുമുണ്ട്. അടുത്ത് പ്രസവിച്ചവരും ഗർഭവതികളുമുണ്ട്. ആടുകളെന്നാൽ അവർക്ക് ജീവനാണ്. മക്കളെപ്പോലെയാണ്. അവരുടെ ഓരോ ചലനവും യാക്കോവിനും മകനും മനസിലാകും. അവരുടെ കരച്ചിലിന്റെ അർഥം അവർക്കറിയാം. എന്നാൽ ഭക്ഷണത്തിനുവേണ്ടി ആടുകളെ കൊല്ലുന്നതിൽ അവർക്ക് വിഷമമുണ്ടായിരുന്നില്ല. അത് ദൈവം അവർക്ക് കൊടുത്ത അധികാരമാണെന്നും അവർ വിശ്വസിച്ചു. ആടുകളെ ദൈവത്തിന് പോലും ആഹാരമാക്കാവുന്നതാണെന്ന് അവർ കരുതി. യാക്കോവ് രണ്ടുമൂന്ന് ആടുകളെ മാറ്റിക്കെട്ടി. പിന്നീട് ഓരോന്നിനേയും പ്രത്യേകം മലർത്തിക്കിടത്തി മൂർച്ചയേറിയ തന്റെ കത്തികൊണ്ട് അറുത്തു. നിലത്തുമുഴുവൻ രക്തത്തിന്റെ ഒരു പ്രളയം.

യാക്കോവ് ലൂക്കിച്ചിന്റെ മനസിൽ കമ്യൂണിസ്റ്റ് വിരോധം ഇരച്ചുകയറിയിരുന്നു. കമ്യൂണിസ്റ്റുകാരും തൊഴിലാളികളും ആട്ടിറച്ചി തിന്നുന്നത് അയാൾക്ക് സഹിക്കാൻ കഴിയുമായിരുന്നില്ല. തനിക്ക് ഒരു പണക്കാരനാകാൻ കഴിയാത്തത് കമ്യൂണിസ്റ്റുകാർ ഉള്ളതുകൊണ്ടാണെന്ന് അയാൾ വിശ്വസിച്ചു. അയാളുടെ കണ്ണിൽ സോവിയറ്റ് ഗവൺമെന്റാണ് അയാളെ ചതിച്ചത്. അധ്വാനിച്ച് ധനികനാകാൻ ഗവൺമെന്റ് അയാളെ അനുവദി

ക്കുന്നില്ല എന്നാണ് അയാൾ കരുതുന്നത്. അതുകൊണ്ടാണ് അയാൾ സോവിയറ്റ് ഗവൺമെന്റിന്റെയും കമ്യൂണിസ്റ്റുകാരുടെയും ശത്രുവായത്. പണമാണ് അയാൾക്കെല്ലാം. ഭൂമിയിൽ സുഖമായി ജീവിക്കണമെങ്കിൽ പണം വേണം. ആദമിനെ വിലക്കപ്പെട്ട കനി പ്രലോഭിപ്പിച്ചപോലെയാണ് യാക്കോവിനെ ധനമോഹം പിടികൂടിയത്. റഷ്യയിൽ വിപ്ലവം നടക്കുന്നതിന് മുമ്പ് അയാൾ കുറെ പണം സമ്പാദിച്ചിരുന്നു. മകനെ സൈനികസ്കൂളിൽ ചേർക്കണമെന്നായിരുന്നു അയാളുടെ മോഹം. ഒരു യന്ത്രത്തിന്റെ ചക്ക് വാങ്ങണമെന്നും അയാൾ ആഗ്രഹിച്ചു. അതിനുവേണ്ടി അയാൾ വളരെയധികം അധ്വാനിച്ചിരുന്നു. രണ്ടുമുന്ന് തൊഴിലാളികളെ തനിക്ക് കീഴിൽനിർത്തി പണിയെടുപ്പിച്ച് ഒരു ചെറുമുതലാളിയാവണം. എന്നിട്ട് നാട്ടിലൂടെ തലയുയർത്തി ഞെളിഞ്ഞ് നടക്കണം. ആളുകൾ തന്നെക്കാണുമ്പോൾ 'അതാ മുതലാളി പോകുന്നു' എന്ന് പറയണം. അവർ അയാളെ കാണുമ്പോൾ ഭവ്യതയോടെ നിൽക്കണം. പണം കൈയിലുണ്ടെങ്കിൽ പെണ്ണുങ്ങൾ അയാളുടെ കൂടെ വരും. അയാളുടെ അഭിലാഷങ്ങളെല്ലാം പൂവണിഞ്ഞു. അതെല്ലാം ഓർത്ത് അയാളുടെ ഹൃദയം ആനന്ദനർത്തനം ചെയ്തിരുന്നു. അങ്ങനെ പിശുക്കി അയാൾ കുറെ പണം സമ്പാദിച്ചു വെച്ചു. എവിടെയെല്ലാം ഏതെല്ലാം ഭൂമി വാങ്ങിക്കൂട്ടണമെന്ന് അയാൾ പ്ലാൻചെയ്തു. കാട്ടിൽ ഏകാന്തവും ശാന്തവുമായ ഒരു തോട്ടം വാങ്ങണം. എന്നിട്ടവിടെ വലിയ ഒരു ബംഗ്ലാവ് പണിയണം. രഹസ്യവും മനോഹരവുമായ മുറികളുള്ള ബംഗ്ലാവ്. അതിന്റെ മട്ടുപ്പാവിൽ ചെടികൾ വെച്ചുപിടിപ്പിക്കണം. ഒരു രാജാവിനെപ്പോലെ മിന്നുന്ന വസ്ത്രങ്ങൾ ധരിച്ചും വിലകൂടിയ ആഭരണങ്ങൾ ധരിച്ചും ആ മട്ടുപ്പാവിലൂടെ തനിക്ക് ഉലാത്തണം.

തന്റെ മകൻ ഭാവിയിൽ ഒരു കേണലായിത്തീരണം എന്നാണ് അയാൾ മോഹിച്ചത്. എന്നിട്ട് അവൻ ഉന്നതകുലജാതയായ ഒരു സുന്ദരിയെ വിവാഹം കഴിക്കണം. ആളുകളെല്ലാം തന്റെ മരുമകളെക്കണ്ട് അമ്പരന്നു നിൽക്കണം. അവരോടൊപ്പം തനിക്ക് കാറിൽക്കയറി സഞ്ചരിക്കണം. ആളുകളെല്ലാം കാറുകാണുമ്പോൾ അൽഭുതത്തോടെ വഴി മാറിനിൽക്കണം. അങ്ങനെ സ്വപ്നങ്ങളുടെ ഒരു കൊട്ടാരംതന്നെ യാക്കോവ് പണിതു. പക്ഷെ തന്റെ സ്വപ്ന ഭവനം ഒരു ചീട്ടുകൊട്ടാരം പോലെ തകർന്നടിഞ്ഞു. അയാളുടെ മോഹങ്ങളെല്ലാം എരിഞ്ഞടങ്ങി. എല്ലാം തകർത്തത് കമ്യൂണിസമാണ്. പക്ഷെ അയാൾ ഗവൺമെന്റിന്റെ കണ്ണ് വെട്ടിച്ച് ആരും കാണാതെ തന്റെ സ്വത്ത് മുഴുവൻ വിറ്റു. ഭൂമിയെല്ലാം ദൂരെയുള്ള ആളുകൾക്ക് വിറ്റഴിച്ചു. അങ്ങനെ തന്റെ അളവറ്റ സമ്പത്ത് വിറ്റ് സ്വർണനാണയമാക്കി ഒരു തോൽസഞ്ചിയിലിട്ട് ആരുമറിയാതെ മണ്ണിൽകുഴിച്ചിട്ടു. എന്നിട്ട് അയാൾ ഒരു സാധുകൃഷിക്കാരനെപ്പോലെ ജീവിച്ചു. അയാൾ കാത്തിരിക്കുകയായിരുന്നു. ആ കാത്തിരിപ്പിനിടയിലൂടെ വിപ്ലവങ്ങളും മഹായുദ്ധങ്ങളും കടന്നുപോയി. സ്റ്റെപ്പിയിലെ നീലനിറമാർന്ന പുൽപ്പരപ്പിലൂടെ സൈനികനിര കടന്നുപോയി. എത്രയോ യുദ്ധങ്ങൾക്ക് അയാൾ സാക്ഷ്യംവഹിച്ചു. പക്ഷെ ഒന്നും അയാളെ ഉല

ച്ചില്ല. കൊടുങ്കാറ്റിൽ ഉലയാത്ത ഓക്ക് വൃക്ഷത്തെപ്പോലെ പ്രളയം ബാധിക്കാത്ത പർവതത്തെപ്പോലെ അയാൾ നിന്നു. ഒന്നിനും അയാളുടെ ധനമോഹത്തെ കെടുത്താനായില്ല.

അയാൾ ഓർത്തു. എത്ര കൊടുങ്കാറ്റുകൾ തന്നെ കടന്നുപോയി. എത്ര അഗ്നിപർവതങ്ങൾ. എല്ലാറ്റിനെയും താൻ അതിജീവിച്ചു. പക്ഷെ തന്റെ മോഹങ്ങൾ പൂവണിഞ്ഞില്ല. ജീവിതത്തോടുതന്നെ അയാൾക്കിപ്പോൾ വെറുപ്പുതോന്നുന്നു. സ്ത്രീകളുമായി രമിക്കാനുമുള്ള അയാളുടെ അദമ്യമായ മോഹം നശിച്ചുപോയി. അയാൾക്ക് ജീവിതത്തിന്റെ സുഖം അനുഭവിക്കാൻ കഴിഞ്ഞില്ല, അവിഹിതവേഴ്ചകളിലൂടെ ആനന്ദമനുഭവിക്കാനുള്ള മോഹത്തിന്റെ മസ്തകത്തിലാണ് വിപ്ലവം എന്ന സിംഹം അതിന്റെ കനത്ത പ്രഹരമേൽപ്പിച്ചത്. അങ്ങനെയാണ് അയാൾക്ക് പൊളോവ്ട്സേവ് പ്രിയങ്കരനായിത്തീർന്നത്. ഭാര്യയെക്കാൾ പ്രിയങ്കരൻ, മകനെക്കാൾ പ്രിയങ്കരൻ. അങ്ങനെ മുങ്ങിച്ചാകുന്നവന്റെ അവസാനത്തെ കച്ചിത്തുരുമ്പായി അയാൾക്കുമുമ്പിൽ പൊളോവ്ട്സേവ് നിൽക്കുന്നു. ഇപ്പോൾ അയാൾ ഗ്രിമ്യാക്കിയിലെ കൂട്ടുകൃഷിസ്ഥാപനത്തിന്റെ നേതാവാണ്. സോവിയറ്റ് ഗവൺമെന്റിനെ സേവിക്കുന്നതിനേക്കാൾ നല്ലത് പൊളോവ്ട്സേവിന്റെ കാവൽനായയ്ക്ക് ആട്ടിൻചോര നൽകുന്നതാണ്. പൊളോവ്ട്സേവ് ഒരു ഗംഭീരമനുഷ്യനാണ്. അയാളുടെ നായക്ക് ആട്ടിറച്ചി എറിഞ്ഞുകൊടുക്കണം. പൊളോവ്ട്സേവ് ആണ് ശരി. ഒറ്റ ആടിനെയും ഇനി നിലനിർത്താൻ പാടില്ല. താൻ വളർത്തിയ തന്റെ ആടുകൾ അവയെ കൂട്ടുകൃഷിക്ക് കൊടുക്കാൻ പറ്റില്ല. കന്നുകാലികളെ മുഴുൻ വെട്ടിത്തറയ്ക്കണം. അപ്പോൾ സോവിയറ്റ് ഗവൺമെന്റിന്റെ കൂട്ടുകൃഷിപദ്ധതി പൊളിയും. കന്നുകാലികൾ നശിച്ചാൽ കമ്യൂണിസ്റ്റുകാർ നശിക്കും. കൃഷിനശിക്കും. കൃഷിനശിച്ചാൽ രാജ്യത്ത് ക്ഷാമം പടർന്നുപിടിക്കും. ക്ഷാമം പടർന്നുകയറിയാൽ സോവിയറ്റ് ഗവൺമെന്റ് നിലംപരിശാകും അപ്പോൾ അമേരിക്കയും മറ്റുരാജ്യങ്ങളും തങ്ങൾക്ക് നല്ല കന്നുകാലികളെ ഇറക്കുമതി ചെയ്തുതരും.

"പ്രിയ യാക്കോവ്, പെൺ കുതിരകളെ നമുക്ക് ഉപേക്ഷിക്കേണ്ടിവരും. അതുകൊണ്ട് നമുക്ക് കാര്യമുണ്ടാവും. നമ്മൾ പെൺകുതിരകളെ ഇറക്കിയാൽ ഒന്നിനും സമയമുണ്ടാവില്ല. കുതിരകൾ പൊതു സ്വത്തായിത്തന്നെ കിടക്കട്ടെ. നമ്മൾ കൂട്ടുകൃഷിസ്ഥാപനങ്ങൾ പിടിച്ചെടുക്കുമ്പോൾ ഈ കുതിരകളെ എല്ലാംതന്നെ നമുക്ക് അഴിച്ചെടുക്കാം. കുതിരകളെല്ലാം ഇവിടെത്തന്നെ ഉണ്ടായിരിക്കുമല്ലോ. എങ്ങനെയുണ്ടെന്റെ ബുദ്ധി." പൊളോട്സേവിന്റെ ബുദ്ധിപൂർവമായ ഈ വാക്കുകൾ കേട്ട് യാക്കോവിന് അത്ഭുതമായി. അക്ഷരാർഥത്തിൽ ബുദ്ധിരാക്ഷസനായിരുന്നു. ഇതുപോലുള്ള ബുദ്ധിരാക്ഷസന്മാരുണ്ടെങ്കിൽ തന്റെ മോഹങ്ങൾ പൂവണിയാൻ പ്രയാസമുണ്ടാവുകയില്ലെന്ന് ഓർത്ത് യാക്കോവിന് ആശ്വാസമായി.

ആട്ടിറച്ചിത്തൊലി പൊളിക്കുകയായിരുന്നു പൊളോവ്ട്സേവും സെമിയോണും. യാക്കോവ് അത് നോക്കിക്കൊണ്ടിരിക്കുന്നു. ആടിന്റെ

തൊലി വെളുത്ത് പ്രകാശിച്ചു. നല്ല മേനിയുള്ള ആടായിരുന്നതിനാൽ അതിന് തൊലിവെളുക്കുന്നത് ഒരു സുഖമാണെന്ന് അയാൾക്കറിയാമായിരുന്നു. യാക്കോവ് അതിലേക്കുതന്നെ നോക്കിനിന്നു. ഒരു കറുത്ത ആടിന്റെ തല അവിടെ കിടന്നിരുന്നു. അതിന്റെ കണ്ണുകൾ അയാളെത്തന്നെ തുറിച്ചുനോക്കുന്നതായി അയാൾക്ക് തോന്നി. ആട്ടിറച്ചി അയാൾക്കിഷ്ടമായിരുന്നെങ്കിലും അതിന്റെ കണ്ണുകൾ കാണുന്നത് അയാളിൽ അസ്വസ്ഥതയുണ്ടാക്കി. അപ്പോൾ പൊളോവ്ട്സേവ് ഉറക്കെച്ചിരിച്ചു. അയാളുടെ കൈകളിൽ നിറയെ ആട്ടിൻചോര. ആട്ടിൻചോര പുരണ്ട കൈകൾകൊണ്ട് അയാൾ ഒരു സിഗററ്റ് എടുത്ത് കത്തിച്ച് വലിക്കാൻതുടങ്ങി. അയാൾ എന്തൊക്കെയോ പിറുപിറുക്കുന്നുണ്ടായിരുന്നു. ആട്ടിൻചോരയാണ് അയാളുടെ ആരോഗ്യരഹസ്യമെന്നും അയാൾ യാക്കോവിനോട് പറഞ്ഞു. ആട്ടിൻതോൽ മുഴുവൻ ഒരു സ്ഥലത്ത് വാരിക്കൂട്ടിയതിന് ശേഷം അവരൊന്നിച്ച് പ്രഭാതഭക്ഷണം കഴിച്ചു. അവിടത്തെ പെണ്ണുങ്ങൾ ആടിന്റെ വാലുകളെല്ലാം എടുത്ത് കത്തിച്ചു. അതിന്റെ ചുവന്ന അഗ്നിജ്വാലകൾ ഉയരുന്നതുനോക്കി യാക്കോവ് നെടുവീർപ്പിട്ടു. അന്ന് പകൽമുഴുവൻ പൊളോവ്ട്സേവ് പുറത്തിറങ്ങാതെ തന്റെ മുറിയിൽ തന്നെ കിടന്നു. വൈകിട്ട് അവരെല്ലാവരും ചേർന്ന് ആടിന്റെ സൂപ്പും ആട്ടിറച്ചി പൊരിച്ചതും തിന്നു. അതിന്റെ കൂടെ അവർ നല്ല വാറ്റുമദ്യവും കഴിച്ചിരുന്നു. ആ സമയത്ത് ഡേവിഡോവ് അങ്ങോട്ട് കയറിവന്നു. സെമിയോൺ അയാളെ സ്വീകരിച്ചിരുത്തി. ഡേവിഡോവ് വന്നുകയറിയപ്പോൾ യാക്കോവിന്റെ മുഖം വിളറിയിരുന്നു. ഡേവിഡോവ് തന്റെ ബൂട്സിൽനിന്ന് മഞ്ഞ്കട്ടകൾ ഉച്ചത്തിൽ ചവിട്ടിക്കുടയുന്നത് കേൾക്കാമായിരുന്നു. വളരെ വേഗത്തിലാണ് അയാൾ നടന്നുവന്നത്. അയാളുടെ ഓരോ ചലനത്തിനും ചടുലതയുണ്ടായിരുന്നു.

അപ്പോൾ യാക്കോവ് ലൂക്കിച്ച് ഇങ്ങനെ മനസുകൊണ്ട് പറഞ്ഞു. ഈ തന്തയില്ലാത്തവൻ എന്തിനാണ് ഇങ്ങോട്ട് കയറിവന്നത്. വൃത്തികെട്ട അഹങ്കാരിയാണിവൻ. ഇവന്റെ മുഖംകണ്ടാൽ തോന്നും ഇവനാണ് ഈ ലോകം സൃഷ്ടിച്ചതെന്ന്. ഇവന്റെ തന്തയുടെ വീട്ടിലേക്കാണ് കയറിവരുന്നത് എന്ന് തോന്നും ഈ പട്ടിയുടെ നടത്തം കണ്ടാൽ. ഈ തെമ്മാടി ഇപ്പോൾ വലിഞ്ഞുകേറി വന്നത് എന്നെ പിടിച്ചുകൊണ്ടുപോകാൻ ആണ്. ഈ രാക്ഷസൻ ഞങ്ങൾ നടത്തിയ കൊലപാതകം തെളിയിക്കാനാണ് വന്നത്.

“നമുക്ക് അകത്തിരുന്ന് സംസാരിക്കാം.” യാക്കോവ് ലൂക്കിച്ചാണ് ഇത് പറഞ്ഞത്. അയാൾ ആകെ പേടിച്ച് വിരണ്ടുപോയിരുന്നു. യാക്കോവിന്റെ കാലുകൾ വിറയ്ക്കുന്നുണ്ടായിരുന്നു. നാവ് മരവിക്കുന്നതുപോലെ തോന്നി. ശരീരംമുഴുവൻ തണുപ്പ് ബാധിച്ചു. അയാൾ ഒരു കുറ്റവാളിയെപ്പോലെ പരുങ്ങുന്നുണ്ടായിരുന്നു.

“നമസ്കാരം സുഹൃത്തുക്കളെ” ഡേവിഡോവ് അവരെ അഭിവാദ്യംചെയ്തു.

"നമസ്കാരം സഖാവ് ഡേവിഡോവ്" . യാക്കോവ് ലൂക്കിച്ചിന്റെ ഭാര്യയാണ് അയാളെ പ്രത്യഭിവാദ്യം ചെയ്തത്.

"എന്തൊരു മഞ്ഞാണ്?"

"ശരിയാണ്. ഇതുപോലെ ഒരു മഞ്ഞുവീഴ്ച ഉണ്ടായിട്ടില്ല."

"ഇങ്ങനെ മഞ്ഞ് വീണാൽ മനുഷ്യർ ചത്തുപോകും."

"നിങ്ങളുടെ കുപ്പായത്തിലാകെ മഞ്ഞാണല്ലോ."

'ഈ പട്ടി എന്തിനാണിങ്ങനെ വിറയ്ക്കുന്നത്'. യാക്കോവിന്റെ ഭാവം കണ്ടപ്പോൾ ഡേവിഡോവ് ഇങ്ങനെ മനസിൽ വിചാരിച്ചു.

'ഈ കഴുവേറിയുടെ മോൻ എന്നെപ്പറ്റിയാണല്ലോ ചിന്തിക്കുന്നത്'

'ഈ തന്തയില്ലാത്തവൻ ഞാൻ മനസിൽ വിചാരിച്ചത് മരത്തിൽ കണ്ടിരിക്കുന്നു.'

'ഈ പട്ടിയുടെ മോൻ എന്നെ ഇപ്പോൾ തന്നെ പൊക്കിക്കൊണ്ട് പോകും. ഏതോചെറ്റകൾ ഇയാളോട് എല്ലാ വിവരങ്ങളും പറഞ്ഞിട്ടുണ്ടാവും.' യാക്കോവ് ലൂക്കിച്ച് ഇങ്ങനെ മനസിൽ വിചാരിച്ചു. അയാൾ ആകെ വിയർത്ത് കുളിച്ചിരുന്നു. എന്താണ് പറയേണ്ടത് എന്ന് അയാൾക്കറിയില്ലായിരുന്നു. അയാളുടെ നരച്ചമീശയിലും താടിയിലും വിയർപ്പുണ്ടായിരുന്നു.

"ഞാൻ ഇവിടെ വന്നത് കുറച്ച് സംസാരിക്കാനാണ്" ഡേവിഡോവ് പറഞ്ഞു.

ഇത് കേട്ടതോടെ യാക്കോവിന്റെ ഭയം വർധിച്ചു. ഉടൻതന്നെ കൊലപാതകത്തിന്റെ കാര്യം അയാൾ പറയുമെന്ന് യാക്കോവ് ഊഹിച്ചു.

"പ്രിയപ്പെട്ട യാക്കോവ്, നിങ്ങളുടെ അന്നത്തെ പ്രസംഗം ഗംഭീരമായിരുന്നു. അതിലെ ഓരോ വാക്കും എനിക്കിപ്പോഴും ഓർക്കാൻ കഴിയുന്നുണ്ട്. വളരെ കാര്യമാത്രപ്രസക്തമായിരുന്നു നിങ്ങളുടെ പ്രസംഗം. കൂട്ടുകൃഷി വികസിക്കാൻ അധികം യന്ത്രങ്ങളൊന്നും വേണ്ട എന്നു നിങ്ങൾ പറഞ്ഞത് തീർത്തും ശരിയാണ്. പക്ഷെ സംഘടനയെപ്പറ്റി നിങ്ങൾ പറഞ്ഞ പലകാര്യങ്ങളോടും എനിക്ക് വിയോജിപ്പുണ്ട്. ഞാൻ എന്റെ അഭിപ്രായങ്ങൾ തുറന്നുപറയുന്ന കൂട്ടത്തിലാണ്. അത് ഏത് മറ്റവനായാലും ഞാൻപറയും. പക്ഷെ അതു പറഞ്ഞുകഴിഞ്ഞാൽ തീർന്നു. ഒന്നും മനസിൽ കൊണ്ടുനടക്കാറില്ല. ഞാൻ പറയുന്നത് നിങ്ങൾക്ക് മനസിലാവുമെന്ന് തോന്നുന്നു. ഞാനിപ്പോൾ വന്നത് എന്തിനാണെന്നറിയാമോ. നിങ്ങളെ ഞങ്ങൾക്ക് വേണം. കൂട്ടുകൃഷിയെപ്പറ്റി നിങ്ങൾ ഒരുപാട് പഠിച്ചിട്ടുണ്ട്. അതിന്റെ എല്ലാ വശങ്ങളും നിങ്ങൾ പറഞ്ഞുകഴിഞ്ഞു. അതുകൊണ്ട് തന്നെ കൂട്ടുകൃഷിസംഘത്തിന്റെ മാനേജരാകാൻ പറ്റിയ ആളാണ് നിങ്ങൾ."

"പ്രിയപ്പെട്ട അതിഥി സഖാവെ, ഇതാ ഈ ചുടുചായ കുടിക്കൂ. നിങ്ങൾക്ക് ആട്ടിൻസൂപ്പ് വേണമെങ്കിൽ ഇപ്പോൾതന്നെ കഴിക്കാം. ഇവിടെ ആട്ടിറച്ചി വേവിച്ച് വെച്ചിട്ടുണ്ട്. അത് നിങ്ങളെ കാത്തിരിക്കുകയാണ്. പിന്നെ ഇവിടെ നല്ല തണ്ണിമത്തൻ ഇരിപ്പുണ്ട്. അത് ഉപ്പുചേർത്ത് കഴിക്കാൻ നല്ല രസമാണ്. നിങ്ങളെപ്പോലുള്ള അതിഥി ഉണ്ടെങ്കിൽ ഞങ്ങ

ലെപ്പോലെയുള്ള വീട്ടുകാർക്ക് എന്നും സന്തോഷമായിരിക്കും."

ഇതുപറയുമ്പോൾ യാക്കോവ് ആകെ ആഹ്ലാദംകൊണ്ട് വീർപ്പുമുട്ടുന്നുണ്ടായിരുന്നു. അയാളുടെ നെഞ്ചിൽനിന്ന് ഭാരം കൂടിയ എന്തോ ഒന്ന് എടുത്തുമാറ്റിയ പോലെയുള്ള ആശ്വാസമായിരുന്നു. അയാൾ പറഞ്ഞു:

'കൃഷിയെപ്പറ്റി എനിക്ക് ചിലത് അറിയാമെന്ന് നിങ്ങൾ പറഞ്ഞത് ശരിയാണ്. ഒന്നുംതന്നെ ഞാൻ വായിച്ചുപഠിച്ചതല്ല. അനുഭവത്തിൽനിന്നും പറഞ്ഞതാണ്. കൃഷിയാണ് എന്റെ ജീവിതം. കൃഷി നന്നാവണം. എങ്കിലേ നാട് നന്നാവൂ. കൃഷി അറിയുന്നവൻ സംസ്കാരമുള്ളവനാണ്. കൃഷി അറിയാത്തവൻ ഭൂമിക്ക് ഭാരമാണ്. എന്നാൽ പുതിയകാലത്തിനനുസരിച്ച് കൃഷിരീതി മാറണം. ചില പോത്തുപോലുള്ള കൃഷിക്കാരുണ്ട്. അവരുടെ പഴഞ്ചൻ കൃഷിരീതി കാണുമ്പോൾ എനിക്ക് ഛർദിക്കാൻതോന്നും. അവർ മണ്ണിനെ വേദനിപ്പിക്കാതെ ഉഴുതുമറിക്കുകയാണെന്ന് തോന്നും. എനിക്കിതൊന്നും പിടിക്കില്ല. എനിക്ക് നല്ല കർഷകനുള്ള സമ്മാനം കിട്ടിയിട്ടുണ്ട്. അതിന്റെ സർട്ടിഫിക്കറ്റ് ഇവിടെയുണ്ട്. ഞാനത് അകത്തു വെച്ചിരിക്കുകയാണ്. നിങ്ങൾക്ക് അതുകാണാം." ഇതും പറഞ്ഞ് യാക്കോവ് സെമിയോണിനെ ഇടംകണ്ണിട്ട് നോക്കി. അയാൾ എന്തോ ഒരു അടയാളം കാണിച്ചു. ഉടൻതന്നെ യാക്കോവ് അതിഥിയെ തന്റെ സ്വീകരണമുറിയിലേക്ക് നയിച്ചു. സെമിയോൺ പൊള്ളോവ്സേവ് താമസിക്കുന്ന ചായ്പ്മുറി അടച്ചിടാനായി നടന്നുനീങ്ങി. മുറിയിലേക്ക് നോക്കിയപ്പോൾ സെമിയോൺ അമ്പരന്നുപോയി. അതിനുശേഷം തൊട്ടടുത്തുള്ള മുറിയുടെ വാതിലിന്റെ അടുത്ത് പൊള്ളോവ്സേവ് നിൽക്കുന്നത് കണ്ടു. അയാൾ ഒളിച്ചുനിൽക്കുകയായിരുന്നു. സെമിയോണിനോട് പുറത്തേക്കുപോവാൻ അയാൾ സൂചനനൽകി. അതിനുശേഷം കാട്ടുപോത്തിന്റെ ചെവിപോലുള്ള തന്റെ വികൃതമായ ചെവി വാതിലിനോട് ചേർത്തുവെച്ചു.

"വൃത്തികെട്ട നായിന്റെമോനെ" അയാൾ പിറുപിറുത്തു

മുറിയിൽനിറയെ മഞ്ഞിന്റെ പൊടികൾ ഉണ്ടായിരുന്നു. ധാന്യത്തിന്റെ ഉമികൾ പലയിടത്തും ചിതറിക്കിടക്കുന്നു. വാതിലിനടുത്ത് ഒരു വലിയ ചാക്കിൽ ഗോതമ്പ് കിടക്കുന്നു. അകത്ത് നിന്ന് സംസാരിക്കുന്നതെല്ലാം പൊള്ളോവ്സേവ് കേൾക്കുന്നുണ്ട്. അപ്പോൾ സമയം സന്ധ്യയായിരുന്നു. സൂര്യന്റെ ചുവന്നവെളിച്ചം മുറിക്കകത്തേക്ക് അരിച്ചുകയറിയിരുന്നു. പൊള്ളോവ്സേവിന്റെ മുഖത്ത് ചുവന്നവെട്ടം വീണിരുന്നു. അയാളുടെ മുഖത്തെ ക്രോധഭാവത്തിന് അത് മാറ്റുകൂട്ടി. ശത്രു തന്നിൽനിന്ന് അധികം ദൂരെയല്ല. ഒരു വാതിലാണ് ശത്രുവിനെ തന്നിൽനിന്ന് വേർതിരിക്കുന്നത്. പൊള്ളോവ്സേവിന്റെ കാലുകൾ വിറകൊള്ളുകയായിരുന്നു.

"ഒറ്റച്ചവിട്ടിന് ഈ പന്നിയുടെ മോന്റെ കഥ ഞാൻ കഴിക്കും. അവന്റെ ഒരു ഭാവവും ഒരു സംസാരവും. എന്തോ ഇപ്പോൾ എനിക്കു വയ്യ. ഇവനെ പേപ്പട്ടിയെ എന്നപോലെ അടച്ചുകൊല്ലണം. എന്നിട്ട് തേരിൽ കെട്ടിത്തൂക്കണം. ദൈവമേ പിന്നീടായാലും എനിക്കതിന് ശക്തിതരേണമേ."

പൊളോവ്ട്സേവ് ദേഷ്യംകൊണ്ട് വിറയ്ക്കുകയായിരുന്നു. അയാൾ കൈചുരുട്ടി തന്റെ മാംസളമായ മാറിൽ ഇടിച്ചു. അയാളുടെ നഖംകൊണ്ട് ഇടതുകൈവെള്ള മുറിഞ്ഞ് ചോരവന്നത് അയാൾ കണ്ടില്ല. ശത്രുവിനോടുള്ള വൈരാഗ്യം അയാൾ സ്വന്തം ശരീരത്തിൽത്തന്നെ പ്രകടിപ്പിക്കുകയായിരുന്നു. ഈ സമയത്ത് തൊട്ടടുത്ത മുറിയിൽ ഗൗരവമായ സംഭാഷണം നടക്കുകയായിരുന്നു.

യാക്കോവ് ഇങ്ങനെ പറഞ്ഞു:“ഞാൻ ഒരുകാര്യം പറയട്ടെ സുഹൃത്തേ. നമുക്ക് നമ്മുടെ കാലഹരണപ്പെട്ട കൃഷിരീതി മാറ്റണം. പുതിയ ഇനം വിത്തുകൾ വേണം. എങ്കിലേ കൂട്ടുകൃഷികൊണ്ട് കാര്യമുണ്ടാവൂ. ഇന്നത്തെനില തുടർന്നാൽ കർഷകർ പട്ടിണികിടന്ന് ചാവും. ഇന്നിപ്പോൾ കൊയ്ത്ത് കഴിഞ്ഞാൽ എന്താണു സ്ഥിതി. വിതച്ച വിത്തിനുപോലും തികയില്ല. ഇങ്ങനെ കൃഷിചെയ്തിട്ട് എന്തുകാര്യം. എന്നാൽ എന്റെ കൃഷിയിടം നിങ്ങൾ കണ്ടിട്ടുണ്ടോ. നിങ്ങളതൊന്ന് കാണണം. അപ്പോഴാണ് കൃഷി എന്തെന്ന് നിങ്ങൾക്ക് മനസിലാവുക. വളർന്ന് പന്തലിച്ച് നിൽക്കുന്ന എന്റെ നെൽവയലുകൾ കണ്ടാൽ നിങ്ങൾക്ക് ഞാൻ പറയുന്നതിന്റെ പൊരുൾ മനസിലാകും. നിങ്ങളുടെ കൈപ്പത്തിയേക്കാൾ ഉയരമുള്ള കതിർക്കുലകളാണ് എന്റെ നെൽവയലുകളിൽ കൊഴുത്ത ചെറുപ്പക്കാരിപ്പെണ്ണുങ്ങളെപ്പോലെ വിളഞ്ഞുനിൽക്കുന്നത്. അത് കൊയ്തെടുത്ത് ഞാനെന്റെ കുതിരപ്പുറത്ത് കയറിവരുന്നത് നിങ്ങൾ കണ്ടിരുന്നെങ്കിൽ എന്ന് ഞാൻ ആശിച്ചുപോവുകയാണ്. എന്തുകൊണ്ടാണ് എനിക്കതിന് സാധിച്ചത്. വയലിൽ വന്നുവീഴുന്ന മഞ്ഞിന്റെ അരുവിയിലെ ജലം ഞാൻ വയലിൽതന്നെ കെട്ടിനിർത്തും. പുറത്തുപോകാനനുവദിക്കില്ല. നമ്മുടെ പൊട്ടന്മാരായ കൃഷിക്കാർ എന്താണ് ചെയ്യുന്നത്. അവർ സൂര്യകാന്തിച്ചെടികൾ വേരോടെ പിഴുതെടുത്തുകൊണ്ടുപോകുന്നു. അവരത് ഉണക്കിക്കത്തിക്കുന്നു. എന്നാൽ ഏറ്റവും നല്ല വിറക്, ഉണക്കിയ ചാണകമാണെന്ന് ഈ തന്തയില്ലാത്ത പട്ടികൾക്ക് അറിയുകയില്ല. ഈ സൂര്യകാന്തിച്ചെടികൾ ഇങ്ങനെ വിളഞ്ഞ് നിൽക്കുന്നതുകൊണ്ടാണ് വയലിലേക്ക് ശക്തിയായി കാറ്റടിക്കാത്തത്. വയലിൽ കാറ്റടിച്ചാൽ മഞ്ഞുകഷ്ണങ്ങളെല്ലാം പറന്നുപോകും. അങ്ങനെ സംഭവിച്ചാൽ വയലിൽ വെള്ളംനിൽക്കില്ല. വസന്തകാലത്ത് മണ്ണിൽ ഹിമം കെട്ടിക്കിടന്നാലെ മണ്ണിന് ഗുണമുണ്ടാവൂ. സൂര്യകാന്തിച്ചെടികളെല്ലാം പിഴുതെടുത്തതുകൊണ്ട് ഈ ചെറ്റകളുടെ എല്ലാം മണ്ണ് എന്തിന് കൊള്ളും. മച്ചിപ്പശുക്കളെപ്പോലെയാണ് ഇവരുടെ വയൽ. ഇത്തരത്തിൽ കൃഷിചെയ്യുന്നതുകൊണ്ട് ആർക്കും ഒരു ഗുണവുമില്ല.”

“എത്ര ശാസ്ത്രീയമായ കാര്യങ്ങളാണ് നിങ്ങൾ പറഞ്ഞത്.”

“സഖാവ് ഡേവിഡോവെ, നല്ല കൃഷിക്കാരനുള്ള സർട്ടിഫിക്കറ്റ് ഞാൻ പിൻവാതിലിലൂടെ വാങ്ങിയതല്ല. സർക്കാറിന് എന്റെ കൃഷിരീതി എന്തെന്ന് ശരിക്ക് അറിയാം. കൃഷിവിദഗ്ധന്മാർക്ക് എന്റെ കൃഷിരീതിയിൽ നല്ല മതിപ്പാണ്. ചില കാർഷികവിദഗ്ധരുടെ ഗ്രന്ഥങ്ങൾ ഞാൻ

വായിച്ചിട്ടുണ്ട്. അതിൽ പറഞ്ഞിരിക്കുന്ന ഒരു കാര്യം വളരെ ശരിയാണ്. അതെന്താണെന്നോ. മഞ്ഞ് വീണാൽ നെല്ല് നശിക്കുമെന്ന് പറയുന്നത് തെറ്റാണെന്ന്. നെല്ലിന്റെ മുളയെയും തായ്മണിയെയും കൂട്ടിയോജിപ്പിക്കുന്ന മെഴുകാണ് ഹിമം. എത്ര ശരിയാണ് ഇതൊക്കെ."

"ഇതുവളരെ പുതിയ ഒരറിവാണ്."

"ഈ അറിവ് നമ്മൾ നാടുമുഴുവൻപ്രചരിപ്പിക്കണം. കൃഷിയെ സംബന്ധിച്ച് പല അശാസ്ത്രീയധാരണകളും ഇവിടെ നിലനിൽക്കുന്നുണ്ട്. ഇത്തരം പുതിയ കാര്യങ്ങൾ പഠിക്കുമ്പോഴേ നമ്മൾ മുന്നോട്ട് പോകൂ. ഞാൻ ഒരുദിവസം നെൽവിത്ത് മാന്തിയെടുത്ത് പരിശോധിച്ചുനോക്കി. വിത്തിന്റെ വേരിലെ ചെറിയനാരുകൾ ഞാൻ കണ്ടു. അത് മണ്ണിൽനിന്ന് ജലാംശം വലിച്ചെടുത്തുകൊണ്ടാണ് വളരുന്നത്. ആ മൃദുവായ വേരുകളെല്ലാം പൊട്ടിപ്പോയിരുന്നു. നെല്ലിന്റെ മുളയ്ക്ക് സ്വയം ജലാംശം വലിച്ചെടുക്കാൻ കഴിയില്ല. നാരുകൾ മുഖേനയാണ് അത് വെള്ളംവലിച്ചെടുക്കുന്നത്. നാരുകൾ പൊട്ടുന്നത് മനുഷ്യന്റെ ഞരമ്പുകൾ മുറിക്കുന്നതുപോലെയാണ്. മഞ്ഞുകണങ്ങൾ ഇല്ലാത്തതുകൊണ്ടാണ് ഇങ്ങനെ നാരുകൾ നശിച്ചുപോകുന്നത്."

"യാക്കോവ് ലൂക്കിച്ച് നിങ്ങൾ പറഞ്ഞതെല്ലാം ശരിയാണ്. നമുക്ക് ഇത്തരം അറിവുകൾ കൃഷിക്കാർക്കിടയിൽ പ്രചരിപ്പിക്കണം. നിങ്ങളുടെ അടുത്തുള്ള ഗ്രന്ഥങ്ങൾ എനിക്ക് പ്രയോജനപ്പെടും. "

'നിനക്ക് അതുകൊണ്ട് പ്രയോജനമുണ്ടാവുകയില്ല. പട്ടിയുടെ മോനെ നീ ചെവിയേൽ നുള്ളിക്കോ. നിന്റെ കഥ ഞാൻ ഉടനെത്തന്നെ കഴിക്കുന്നുണ്ട്' പൊളോട്സേവ് മനസിൽ മന്ത്രിച്ചു.

"അപ്പോൾ മണ്ണിൽ ഹിമം നിലനിർത്തേണ്ടത് എങ്ങനെയാണെന്ന് നമുക്കു നോക്കാം. അതിന് തടകൾ ഉണ്ടാക്കണം. അതായത് ചുള്ളിക്കമ്പുകൾ കൂട്ടി നമുക്ക് തടകൾ ഉണ്ടാക്കാം. മഴക്കാലമായാൽ പുഴകൾ കവിഞ്ഞൊഴുകും. അപ്പോൾ ഭൂമിയിലെ മേൽമണ്ണ് ഒഴുകിപ്പോകും. മേൽമണ്ണാണ് കൃഷിയുടെ പോഷകം. അതു നശിച്ചാൽ കൃഷിയില്ല. അതുകൊണ്ട് നമുക്ക് മേൽമണ്ണ് സംരക്ഷിക്കാൻവേണ്ടി പരിശ്രമിക്കേണ്ടതുണ്ട്.

"അതുവളരെ പ്രധാനപ്പെട്ടതാണ്. എന്നാൽ നമുക്ക് കന്നുകാലികളെ സംരക്ഷിക്കേണ്ടതുണ്ട്. തണുപ്പുകൊണ്ട് കന്നുകാലികൾക്ക് പല രോഗങ്ങളും വരുന്നു. ഇത് തടയണം. കാലിത്തൊഴുത്ത് ചൂടാക്കി സംരക്ഷിക്കുന്നതിനെക്കുറിച്ച് നമുക്ക് ഗൗരവമായി ആലോചിക്കണം."

"കാലിത്തൊഴുത്തുകൾ വൃത്തിയായി ശാസ്ത്രീയമായി സംരക്ഷിക്കേണ്ടതുണ്ട്. അതിനകത്ത് ചൂട് നിലനിൽക്കണം. അതിനാദ്യം വേണ്ടത് തൊഴുത്തിന്റെ അഴികൾക്കിടയിലൂടെ കാറ്റ് കടക്കുന്നത് തടയുക എന്നതാണ്. അതിനെന്തുചെയ്യണം. അഴികൾ കളിമണ്ണുകൊണ്ടോ ചാണകം കൊണ്ടോ അടയ്ക്കണം."

"അതെ, അതുപോലെ എത്രയോകാര്യങ്ങൾ ചെയ്യാനുണ്ട്. ഉദാഹരണമായി നമ്മുടെ വിത്തുകൾ പലതരത്തിൽ നശിച്ചുപോകുന്നു. അത് കേടുകൂടാതെ സംരക്ഷിക്കണം."

ഇങ്ങനെ വളരെ ഗൗരവമായ വിഷയങ്ങൾ മുറിയിൽ ചർച്ചചെയ്യുകയായിരുന്നു. ഡേവിഡോവ് വലിയ വലിയ വിഷയങ്ങൾ പറയുന്നത് കേട്ട് പൊളോവ്ട്സേവ് കൂട്ടിലടയ്ക്കപ്പെട്ട സിംഹത്തെപ്പോലെ എരിപിരികൊണ്ടു. അയാൾ തന്റെ കൈ ഉയർത്തിയപ്പോൾ അവിടെ ഉണ്ടായിരുന്ന മൺപാത്രത്തിൽ തട്ടിപ്പോയി. പാത്രം നിലത്തുവീണ് ഉടഞ്ഞു.

"എന്താണ് ഒരു ശബ്ദം."

"പൂച്ചയോ മറ്റോ ആയിരിക്കും. മുറിയിൽ നിറയെ പൂച്ചകളും എലികളും ഉണ്ട്. ചൂട് കിട്ടാൻവേണ്ടി അടുപ്പിൻതിണ്ണയിലും മറ്റും അവ ചുരുണ്ടുകിടക്കും."

ഇതിനിടയിൽ യാക്കോവ് ഡേവിഡോവിനെ തന്റെ ധാന്യപ്പുര കാണിച്ചുകൊടുത്തു. ധാന്യമണികൾ സൂക്ഷിക്കേണ്ടത് എങ്ങനെയാണെന്ന് അയാൾ വിശദീകരിച്ചു. അതിനിടയിൽ പൊളോവ്ട്സേവ് പുറത്തേക്ക് കടന്നു. എത്രയോ നേരമായി അയാൾ ഒരു മൂലയിൽ പൂച്ചയെപ്പോലെ പതുങ്ങിനിൽക്കുന്നു. കൃഷിയെപ്പറ്റിയുള്ള ഗ്രന്ഥങ്ങൾ യാക്കോവിൽനിന്നും വാങ്ങി പുറത്തേക്കു നടന്നുപോവുമ്പോൾ ഡേവിഡോവ് മനസിൽ മന്ത്രിച്ചു:

'ഇയാൾ ഒരു ബുദ്ധിരാക്ഷസൻ തന്നെ. ഇയാളുടെ സഹായത്തോടെ ഞാൻ ഈ ഗ്രാമം മുഴുവൻ കാർഷികവിപ്ലവം നടത്തും. ഹരിതവിപ്ലവം. ഇതിലൂടെ യഥാർഥ കമ്യൂണിസം സ്ഥാപിക്കും. ഇയാൾ ഒരു പുലിതന്നെയാണ്. എന്തൊരറിവാണ്. മണ്ണിനെക്കുറിച്ചും വിളവിനെക്കുറിച്ചും വിത്തിനെക്കുറിച്ചും കന്നുകാലികളെക്കുറിച്ചും ഇയാൾക്കുള്ള അറിവ് അപാരംതന്നെ. ഇങ്ങനെയുള്ള വ്യക്തികളോട് ചിലർ വിദ്വേഷം വെച്ചുപുലർത്തുന്നത് എന്തിനാണെന്നറിയില്ല. യാക്കോവ് ഈ നാടിന്റെ പുത്രനാണ്. കൂട്ടുകൃഷിസ്ഥാപനത്തിന്റെ താത്വിക ആചാര്യനാണ്.' ഇങ്ങനെ ഓരോന്ന് ചിന്തിച്ച് ഡേവിഡോവ് വില്ലേജ് സോവിയറ്റിലേക്ക് നടന്നുനീങ്ങി.

# 18

**യാ**ക്കോവ് ലൂക്കിച്ച് കന്നുകാലികളെ തറച്ചുകൊണ്ട് നടത്തിയ പ്രതിവിപ്ലവ പദ്ധതി പലരും പിൻതുടരാൻ തുടങ്ങി. ഗ്രാമത്തിലെ പല കുലാക്കുകളും രാത്രി എഴുന്നേറ്റ് കന്നുകാലികളെ കൂട്ടക്കശാപ്പ് ചെയ്തു. ഗ്രാമത്തിൽനിന്ന് അർധരാത്രിയിൽ സാധുമൃഗങ്ങളുടെ ദീനമായ നിലവിളി ഉയർന്നുകേൾക്കാമായിരുന്നു. കൂട്ടുകൃഷിയോടുള്ള എതിർപ്പാണ് ഈ കൂട്ടക്കരച്ചിലായി മാറിയത്. കൂടുതൽ കൂടുതൽ ആളുകൾ കന്നുകാലികളെ കശാപ്പുചെയ്തു തുടങ്ങി. കാളകൾ ചെമ്മരിയാടുകൾ കോലാടുകൾ പശുക്കൾ കുതിരകൾ എന്നിവയെല്ലാം യാതൊരു ദയാദാക്ഷിണ്യവുമില്ലാതെ കൊലചെയ്യപ്പെട്ടു. വിത്ത് കാളകളെപ്പോലും ക്രൂരമായി കൊലചെയ്തു. കൂട്ടുകൃഷിയിൽ ചേർന്നവരും ചേരാത്തവരും ഇക്കാര്യത്തിൽ ഒന്നായിരുന്നു. പലരും കൂട്ടുകൃഷിയിൽ ചേർന്നെങ്കിലും മന

സുകൊണ്ട് അതിനെതിരായിരുന്നു. വേറെചിലർ ഒരു മുൻകരുതലെന്ന നിലയിലാണ് കന്നുകാലികളെ കശാപ്പുചെയ്തത്. ഗർഭിണികളായ പശുക്കളെയെല്ലാം ക്രൂരമായി കശാപ്പുചെയ്യുമ്പോൾ കൃഷിക്കാർ മനസുകൊണ്ട് കൂട്ടുകൃഷി പ്രസ്ഥാനത്തെയും സോവിയറ്റ് സർക്കാരിനെയും കമ്യൂണിസ്റ്റ് പാർട്ടിയെയും ശപിക്കുകയായിരുന്നു. അങ്ങനെ രണ്ടുമൂന്ന് രാത്രികൾകൊണ്ട് ആ ഗ്രാമത്തിലെ കന്നുകാലികളുടെ പകുതിയോളം ചത്തൊടുങ്ങി. മൃഗങ്ങളുടെ കുടൽമാലകളും മാംസവും കൊണ്ട് ദുർഗന്ധപൂരിതമായിരുന്നു ആ ഗ്രാമത്തിലെ അന്തരീക്ഷം. തെരുവുപട്ടികൾ പശുക്കളുടെ കുടൽമാലകൾ പൊതുനിരത്തിൽ കടിച്ചുവലിക്കുന്നുണ്ടായിരുന്നു.

"വെട്ട് വെട്ട് ആഞ്ഞുവെട്ട്."

"അറുക്ക്, കണ്ണും ചിമ്മി അറുക്ക്. ഇനി ഈ പശുക്കൾ നമുക്കുള്ളതല്ല."

"നമ്മൾ കൂട്ടുകൃഷിയിൽ ചേർന്നാൽ നമുക്കൊന്നും കിട്ടില്ല."

"കൂട്ടുകൃഷി മുടിഞ്ഞുപോകട്ടെ."

"ഇങ്ങനെ ഗ്രാമവാസികൾ കൂട്ടുകൃഷി പ്രസ്ഥാനത്തെ ശപിച്ചുകൊണ്ട് കന്നുകാലികളെ കൊന്നൊടുക്കാൻ തുടങ്ങി. കൊന്നശേഷം അവർ മാംസങ്ങൾ മദ്യത്തിന്റെ കൂടെ തിന്ന് വയറുനിറച്ചു. ബാക്കിയുള്ള മാംസം അവർ മണ്ണിൽ കുഴിച്ചുമൂടി. പലർക്കും പലതരം അസുഖങ്ങളുമുണ്ടായി. കടകളിൽനിന്ന് ധാരാളം മുളകും മസാലയും ആളുകൾ വാങ്ങിക്കൊണ്ടുപോയി. ഗ്രാമത്തിലെ ഭക്ഷണമേശകൾ പൊരിച്ച ഇറച്ചികൊണ്ട് നിറഞ്ഞു. മൂക്ക് മുട്ടെ ഇറച്ചിതിന്നതുകൊണ്ട് പലരും അമ്പലക്കാളകളെപ്പോലെ ചീർത്തുതടിച്ചു. ചെറിയ പശുക്കുട്ടികളെപ്പോലും കശാപ്പുചെയ്തു. സ്ത്രീകളും പുരുഷന്മാരും ഒന്നിച്ചുചേർന്നാണ് മൃഗങ്ങളെ ഇങ്ങനെ കശാപ്പുചെയ്തത്. ഗ്രാമത്തിലെ കൃഷിക്കാരനെന്ന നിലയിൽ ചുക്കാർ പശുക്കളെ കൊല്ലുന്നതിൽ മികവുകാട്ടി. പലരും പശുക്കുട്ടികളെയും ആടിനെയും അറുത്ത് തൊലിയുരിഞ്ഞ് കമ്പിൽ കെട്ടിത്തൂക്കി അതിന് കീഴെ തീക്കനൽ കൂട്ടി. അങ്ങനെ വേവിച്ചമാംസം ഓരോരുത്തരും മൂർച്ചയുള്ള കത്തികൊണ്ട് അരിഞ്ഞെടുത്ത് വാറ്റുമദ്യത്തോടൊപ്പം കഴിച്ചു. പലരും ലഹരിമൂത്ത് തീക്കനലിന് ചുറ്റും നൃത്തം ചെയ്യുന്നുണ്ടായിരുന്നു. പശുവിറച്ചി തിന്നുതിന്നു ചുക്കാറിന്റെ വയറുവീർത്തു. അയാൾക്ക് ഗുരുതരമായ രോഗം പിടിപെട്ടു. വയറിളക്കംകൊണ്ട് അയാൾക്ക് ഒരു കുറ്റിക്കാട്ടിൽതന്നെ പകൽമുഴുവൻ കഴിയേണ്ടിവന്നു.

ഒരുദിവസം ചുക്കാർ രാവിലെത്തന്നെ എഴുന്നേറ്റ് കുറ്റിക്കാട്ടിലേക്ക് പോയി. അയാൾ തന്റെ തൊപ്പി ഒരു മരക്കൊമ്പിൽ തൂക്കിയിട്ടു. ഒരു കുട്ടി വന്ന് ആ തൊപ്പി എടുത്തുകൊണ്ടുപോയി. അത് അയാൾ കാണുന്നുണ്ടായിരുന്നു. അയാൾക്കാവട്ടെ അവിടെനിന്നും അനങ്ങാൻ കഴിഞ്ഞില്ല. വളരെനേരം കഴിഞ്ഞ് അയാൾ ആകെത്തളർന്ന് വീട്ടിലേക്ക് നടന്നു. എന്നാൽ വീടെത്തും മുമ്പേ അയാൾക്ക് വീണ്ടും വയറിളകി. അയാൾ കുറ്റിക്കാട്ടിലേക്ക് തന്നെ ഓടി.

ഗ്രാമത്തിൽ കന്നുകാലിക്കശാപ്പ് ഒരു ആൾക്കൂട്ടഭ്രാന്തുപോലെ പടർന്നുപിടിച്ചു. നരഭോജികളായ കിരാതന്മാരെപ്പോലെ കൊസാക്കുകളും കുലാക്കുകളും പാതിരാവിൽ ഉന്മാദ നൃത്തംചെയ്യാൻ തുടങ്ങി. അന്തരീക്ഷം മാംസഗന്ധംകൊണ്ട് നിറഞ്ഞു. കാട്ടുനായ്ക്കൾ വീടിന്റെ പിന്നാമ്പുറങ്ങളിൽനിന്ന് അളിഞ്ഞ മാംസക്കഷ്ണങ്ങൾ കടിച്ചുതിന്നു. പശുക്കളെ കൊന്നു തള്ളിയതുകൊണ്ട് ആർക്കും ഒരു പ്രയാസവും തോന്നിയില്ല. ആളുകളുടെ കണ്ണിൽ ഒരുതരം പ്രതികാരഭാവമായിരുന്നു.

റസ്മ്യോട്ണോവ് ഡേവിഡോവിനെ കാണാനെത്തി. അപ്പോൾ ഡേവിഡോവ് ശാന്തനായി ഇരിക്കുകയായിരുന്നു.

“എന്താണ് ഒരു ഇരിപ്പ്?”

“ഞാൻ ഒരു പ്രധാനപ്പെട്ട പുസ്തകം വായിക്കുകയായിരുന്നു. നീ ഇത് വായിക്കണം. തകർപ്പൻ പുസ്തകമാണ്.”

“ഇതുവല്ല നോവലോ മറ്റോ ആണോ.”

“നോവലുകളും കഥകളും വായിക്കാൻ ഞാനെന്താ നിന്നെപ്പോലെ കഴുതയാണോ.” ഇതും പറഞ്ഞ് ഡേവിഡോവ് റസ്മ്യോട്ണോവിനെ കസേരയിൽ ഇരുത്തി. എന്നിട്ട് തന്റെ കൈയിലെ മഞ്ഞ ച്ചട്ടയുള്ള പുസ്തകം അയാൾക്ക് വായിക്കാൻ കൊടുത്തു. എന്നിട്ടുപറഞ്ഞു:

“എടാ പഹയാ പത്തു നോവൽ ഈ പുസ്തകത്തോളം വരില്ല. ഞങ്ങളുടെ പാർട്ടിയിലെ ഒരു പ്രധാനപ്പെട്ട സഖാവ് എഴുതിയതാണിത്. ഇത് കമ്യൂണിസ്റ്റുകാർ വായിക്കേണ്ട പുസ്തകമാണ്. സോപ്പുകൊണ്ട് കഴുകി പൗഡർപൂശിയതിനുശേഷം മാത്രമേ നമ്മുടെ കൈ ഈ പുസ്തകത്തിൽ വെക്കാൻ പാടുള്ളൂ. ഞാനീ പുസ്തകം വായിക്കാൻ തുടങ്ങിയതോടെ ഊണുംമറന്നു. എനിക്കിനി ഉറക്കം വേണമെന്നില്ലാതായി. വിശപ്പും ദാഹവും എന്നെ വിട്ടുപോയി.” ഇതും പറഞ്ഞ് ഡേവിഡോവ് അകത്തേക്ക് പോയി. അപ്പോൾ റസ്മ്യോട്ണോവ് വിളിച്ചുപറഞ്ഞു:

“സഖാവ് ഡേവിഡോവ് നിങ്ങൾ ഞാൻ പറയുന്നതിന്ന് ചെവികൊടുക്കൂ.”

അപ്പോൾ ഡേവിഡോവ് അകത്തുനിന്നും ഒരു മൺപാത്രത്തിൽ സൂപ്പ് കൊണ്ടുവന്ന് കഴിക്കാൻ തുടങ്ങി. ഒരു റൊട്ടിക്കഷണം സൂപ്പിൽമുക്കി അയാൾ ചവച്ചരയ്ക്കാൻ തുടങ്ങി. കാളസൂപ്പായിരുന്നു അത്. അതിന്റെ മഞ്ഞനിറമാർന്ന കൊഴുപ്പ് അയാളുടെ മീശരോമങ്ങളിൽ പറ്റിപ്പിടിച്ച് തിളങ്ങി.

“കാളസൂപ്പാണോ ഇത്” റസ്മ്യോട്ണോവ് ഉച്ചത്തിൽ ചോദിച്ചു.

അതെയെന്ന് ഡേവിഡോവ് ആംഗ്യം കാണിച്ചു. അയാളുടെ വായ നിറയെ റൊട്ടിയും സൂപ്പുമായിരുന്നു.

“കാളയിറച്ചി എവിടെനിന്നു കിട്ടി.”

“എവിടുന്നാണെന്നൊന്നും എനിക്കറിയില്ല.”

“ഓഹോ അപ്പോൾ ഒന്നും അറിഞ്ഞില്ല.”

“എന്തറിയാൻ?”

"ഈ ഗ്രാമത്തിലെ ഒറ്റ നാൽക്കാലിപോലും ഇനി ബാക്കിയില്ല."

"എന്തു സംഭവിച്ചു?"

"എല്ലാറ്റിനേയും അറുത്തു."

"ആര്?"

"ഇനിയുമറിഞ്ഞില്ലേ."

"ചെലയ്ക്കാതെ കാര്യം പറയ്."

"ആ രക്തപ്പിശാചുക്കൾ." ഒരു മഹത്തായ പ്രസ്ഥാനം നിങ്ങൾ വളർത്തിയെടുക്കുകയാണല്ലോ. എന്നാൽ നിങ്ങളുടെ കൂട്ടത്തിൽപ്പെട്ട വർതന്നെ കൃഷിക്കാരുടെ ഭാവി തുലയ്ക്കുകയാണ്. കന്നുകാലികളെ മുഴുവൻ അവർ കൊന്നൊടുക്കി. അതിൽ പലരും കൂട്ടുകൃഷിയുടെ ആളു കളുമാണ്. ഇതെന്തൊരു മറിമായം. എല്ലാറ്റിനും ഭ്രാന്ത് പിടിച്ചിരിക്കുന്നു. ഒന്നുകിൽ അവരുടെ തലയിൽ തളം വയ്ക്കണം. അല്ലെങ്കിൽ ചങ്ങല യ്ക്കിടണം. ഇങ്ങനെ ഒരു നാടുണ്ടോ. ഒരു മനുഷ്യന് ഭ്രാന്തുവരാം. എന്നാൽ ഒരു ഗ്രാമത്തിന് മുഴുവൻ ഭ്രാന്ത് വരുമോ?"

"നിങ്ങൾ ഒരു വലിയ നേതാവിനെപ്പോലെ സംസാരിക്കുന്നു" ഒരു കഷണം റൊട്ടി സൂപ്പിൽമുക്കിക്കൊണ്ട് ഡേവിഡോവ് ഇങ്ങനെ പറഞ്ഞു

"ഏത് തന്തയില്ലാത്തവരാണ് ഇപ്പണി ചെയ്യുന്നത്."

"ആര് ചെയ്യുന്നു എന്നല്ല. എന്തുചെയ്യുന്നു എന്നാണ് പ്രധാനം." ഗ്രാമത്തിൽ നടക്കുന്ന കാര്യങ്ങളെല്ലാം റസ്മ്യോട്ണോവ് ഡേവിഡോ വിനെ അറിയിച്ചു. ഡേവിഡോവിന്റെ മുഖത്തെ രക്തപ്രസാദമെല്ലാം പോ യി. അയാളുടെ കണ്ണുകളിൽ നിരാശ കനത്തു. ചുണ്ടുകൾ വിവർണമാ യി. കണ്ണുകൾക്ക് കീഴെ ചുളിവുകൾ വലുതാവാൻ തുടങ്ങി. ഉടൻതന്നെ അയാൾ ഇങ്ങനെ പറഞ്ഞു:

"ഒരുനിമിഷം ഇവിടെ നിൽക്കാതെ പോകൂ. നഗുൽനോവിനെ വിവ രമറിയിക്കണം. ഉടൻതന്നെ യോഗം വിളിച്ചുചേർക്കണം."

"എന്തിന്?"

"എന്തു വിഡ്ഢിത്തമാണ് ചോദിക്കുന്നത്. കന്നുകാലികളെ കൊല്ലു ന്നത് നമുക്ക് നിരോധിക്കണം. അത്തരക്കാരെ പുറത്താക്കണം. കേസു കൊടുത്ത് ജയിലിലാക്കണം. അതിനിടക്ക് ഒരു കാര്യം പറയാൻ വിട്ടു പോയി. എനിക്കിന്ന് ചില സമ്മാനങ്ങൾ കിട്ടി."

"ഡേവിഡോവിന്റെ കണ്ണുകളിൽ പുതിയൊരു മിന്നലാട്ടം. അയാൾ ആഹ്ലാദത്തോടെ തനിക്കുകിട്ടിയ സമ്മാനം അതിഥിയെ കാണിച്ചുകൊ ടുത്തു.

"ഇത് ലെനിൻഗ്രാഡിൽനിന്നു ലഭിച്ചതാണ്." ഇതും പറഞ്ഞ് അയാൾ അതിലെ സാധനങ്ങൾ ഓരോന്ന് ഓരോന്ന് എടുത്ത് പറഞ്ഞു:

"ഇത് ബിസ്കറ്റ്.പുസ്തകങ്ങൾ.മരത്തിൽ കടഞ്ഞെടുത്ത പൈപ്പ്.സിഗരറ്റ്പാക്കറ്റ്.പേന.................."

എന്റെ പ്രിയപ്പെട്ട സഖാക്കൾ എനിക്ക് അയച്ചുതന്നതാണ്. അവ രെന്നെ ഇന്നും സ്നേഹിക്കുന്നു. മോനെ നീ ഈ സിഗരറ്റ് വലിച്ചിട്ടു

ണ്ടോ, മോസ്കോവിൽ ഉണ്ടാക്കിയതാണ്. ഇതൊന്ന് കത്തിച്ച് വലിച്ചു നോക്കണം. എന്റെ കൂട്ടുകാർക്ക് എന്നെ വലിയ ഇഷ്ടമാണ്. അവർ എനിക്ക് ഒരെഴുത്തും അയച്ചിട്ടുണ്ട്."

ഡേവിഡോവ് ഇത് പറയുമ്പോൾ അയാളുടെ കണ്ണുകളിൽ ആനന്ദത്തിന്റെ തിരയിളക്കം ഉണ്ടായിരുന്നു. ഇത്ര ആഹ്ലാദവാനായി അയാളൊരിക്കലും ഡേവിഡോവിനെ കണ്ടിട്ടില്ല. നിഗൂഢമായ ഒരാവേശം ഡേവിഡോവിൽ ഉണ്ടായതായി ആൻഡ്രി മനസിലാക്കി. അത് ആൻഡ്രിയേയും ബാധിച്ചിരുന്നു. അയാൾ മനസിൽ പറഞ്ഞു: 'വളരെ നന്നായി. നിങ്ങൾ ആളൊരു പുലിയാണ്. അതുകൊണ്ടാണ് നിങ്ങൾക്കിതൊക്കെ കിട്ടിയത്.'

"നിങ്ങൾക്കറിയുമോ സുഹൃത്തെ, ഞാനൊരൊറ്റത്തടിയാണ്. ഭാര്യയില്ല. കുട്ടികളില്ല. ഒറ്റയ്ക്ക് ഈ മരവിച്ചഗ്രാമത്തിൽ കഴിയുന്നു. അങ്ങനെ കഴിയുന്ന എനിക്ക് സുഹൃത്തുക്കളുടെ എഴുത്തും സമ്മാനങ്ങളും കിട്ടുക എത്ര ആഹ്ലാദകരമാണ്. നോക്കൂ, ഇതാണ് സുഹൃത്തുക്കൾ. ഇങ്ങനെയുള്ള സുഹൃത്തുക്കൾ ഉണ്ടെങ്കിൽ എന്തിനാണ് ഭാര്യയും കുട്ടികളും." ഇതുപറയുമ്പോൾ ഡേവിഡോവിന്റെ കൈകൾ സന്തോഷംകൊണ്ട് ചെറുതായി വിറയ്ക്കുന്നുണ്ടായിരുന്നു. അയാൾ ഒരു സിഗററ്റുകൂടിയെടുത്ത് കത്തിച്ച് വലിച്ച് അതിന്റെ പുക വായുവിലേക്ക് വലിച്ചൂതി. പിന്നെ ഒരു പുകയെടുത്ത് വലിച്ച് ചുരുളുകളാക്കി പുറത്ത് വിട്ടു. നീലനിറമാർന്ന ആ പുകച്ചുരുളുകൾക്കിടയിലൂടെ അയാൾ തന്റെ ഭൂതകാലത്തിലേക്ക് മനസ്സ് പായിച്ചു.. അപ്പോൾ ആൻഡ്രിയും അയാളുടെ നിശ്ശബ്ദതയും പങ്കുചേർന്നു.പക്ഷെ ഡേവിഡോവിന്റെ മനസ്സ് നിശ്ശബ്ദമായിരുന്നില്ല. അത് തേനീച്ചകളെപ്പോലെ എവിടെയൊക്കെയോ പറന്നടുത്തു.

കുറച്ച് നിമിഷങ്ങൾക്ക് ശേഷം ആൻഡ്രി റസ്മ്യോട്ണോവ് ആണ് നിശ്ശബ്ദത ഭഞ്ജിച്ചത്. "സഖാവെ പിന്നെ താമസമൊക്കെ എങ്ങനെ നിങ്ങൾക്ക് സൗകര്യങ്ങൾ എല്ലാമില്ലേ?"

"സുഖംതന്നെ."

"വസ്ത്രങ്ങൾ അലക്കിത്തരാൻ ആളുണ്ടോ?"

"അതെല്ലാം ഞാൻ സ്വയം ചെയ്യുന്നു."

"അതെന്താ നിങ്ങൾക്ക് അത് എന്റെ അമ്മയെ ഏൽപ്പിച്ചുകൂടെ?"

"എനിക്കത് സ്വയം ചെയ്യുന്നതാണ് ഇഷ്ടം."

"കുളിയോ? ഇവിടെ ചൂടുവെള്ളം കിട്ടുന്നില്ലേ?"

"ഇവിടെ വന്നതിന് ശേഷം ഞാൻ തീരെ കുളിച്ചിട്ടില്ല."

"എന്തുപറ്റി."

"സോപ്പ് കിട്ടാനില്ല. പിന്നെ കുളി എനിക്കത്ര പ്രധാനപ്പെട്ട കാര്യമല്ല. വിപ്ലവപ്രവർത്തനമാണ് പ്രധാനം."

"അതുമാത്രം പോര. നമുക്ക് കുളിയെയും വിപ്ലവത്തെയും തമ്മിൽ കൂട്ടിച്ചേർക്കണം. നിങ്ങൾ ഇന്നുതന്നെ വസ്ത്രങ്ങളെല്ലാമെടുത്ത് എന്റെ അമ്മയ്ക്ക് കൊടുക്കൂ. ഇതിലൊന്നും ഒരു പ്രയാസവും വേണ്ട."

"പ്രിയ സഖാവെ, താങ്കളുടെ സൗമനസ്യത്തിന് നന്ദി. ഇത്രയും

കാര്യങ്ങൾ നിങ്ങൾ എനിക്കു വേണ്ടി ചെയ്യാൻ സന്നദ്ധനായല്ലോ അതാണ് പ്രധാനം. മനുഷ്യന് ഇത്തരം കാര്യങ്ങളിൽ സംതൃപ്തിയുണ്ടാകാൻ ഇത് ധാരാളം മതി. നമ്മളെല്ലാം ജീവിക്കുന്നത് സ്വന്തം കാര്യംമാത്രം പൂർത്തീകരിക്കാനല്ല. സമൂഹത്തിന്റെ പ്രശ്നങ്ങളാണ് നമുക്ക് പ്രധാനം. കൂട്ടായ ഒരു ജീവിതം,കൂട്ടായ ഒരു മനസ്സ്. അത് വളർത്തിയെടുക്കുക. അതിനർത്ഥം സ്വന്തം കാര്യങ്ങൾ അവഗണിക്കണം എന്നല്ല. സഖാവ് ഇപ്പോൾ പോകൂ. എന്നിട്ട് മറ്റുസഖാക്കളെയെല്ലാം വിളിച്ചുചേർക്കുക."

റസ്മ്യോട്ക്ണോവ് അവിടെ നിന്നും വേഗംപോയി. ഡേവിഡോവ് ആ പോക്ക് നോക്കിനിന്നു. അയാൾ പോയശേഷം തന്റെ സമ്മാനപ്പൊതി അകത്തുകൊണ്ടുപോയി വെച്ചു. ഷെൽഫിൽനിന്ന് കോട്ട് എടുത്ത് ധരിച്ചു. എന്നിട്ട് മുടി ചീകിവെച്ചു. തന്റെ മുറിയുടെ വാതിൽ ചാരി അയാൾ വേഗംപുറത്തേക്കു നടന്നു. പൊതുനിരത്തിലൂടെ പോകുമ്പോൾ അയാളെ പിന്നിൽനിന്നും നഗുൽനോവ് വിളിച്ചു.നഗുൽനോവിനെ കാണണമെന്ന് അയാൾ ആഗ്രഹിച്ചതായിരുന്നു. നഗുൽനോവ് അയാളുടെ കൈ പിടിച്ചുകൊണ്ട് പറഞ്ഞു:

"പ്രിയ സഖാവെ, ഇവിടെ എന്താണ് നടക്കുന്നതെന്ന് നിങ്ങൾക്ക് അറിയുമോ."

"എന്താണ്?"

"കൊസാക്കുകളും കുലാക്കുകളും കന്നുകാലികളെ മുഴുവൻ കശാപ്പ് ചെയ്യുകയാണ്."

"എനിക്ക് വിവരംകിട്ടി. എന്തിനാണ് ഇവർ ഇങ്ങനെ ചെയ്യുന്നത്?"

"സ്വത്ത് കൈവിടാൻ പേടി."

"എന്താണിത്ര ഭീതി."

"സ്വകാര്യ സ്വത്ത് എന്നുപറഞ്ഞാൽ നമ്മൾ വിചാരിക്കുന്നപോലെയല്ല."

അവരിരുവരും നടന്ന് നഗുൽനോവിന്റെ വീട്ടിലെത്തി. ഭാര്യ ഭർത്താവിനെയും കാത്തിരിക്കുകയായിരുന്നു. ഗ്രാമത്തിൽ നടക്കുന്ന കാര്യങ്ങൾ അവളിലും ഭീതിയുണ്ടാക്കിയിരുന്നു. അവളോട് അകത്തു പോയിരിക്കാൻ നഗുൽനോവ് പറഞ്ഞു. തങ്ങൾക്ക് വളരെ ഗൗരവമേറിയ കാര്യങ്ങൾ സംസാരിക്കാനുണ്ടെന്നും അവളവിടെനിന്നാൽ സംസാരം നടക്കില്ലെന്നും നഗുൽനോവ് പറഞ്ഞു. അത് കേട്ടപാതി അവൾ അവിടെനിന്നും പോയി.

നഗുൽനോവിന്റെ ഭാര്യ വളരെ പ്രയാസത്തിലായിരുന്നു. അവളുടെ കൂട്ടുകാരായ പല കുലാക്കുകളും കുടുംബത്തോടൊപ്പം നാടുവിട്ടിരുന്നു. അതെല്ലാം അവൾക്ക് വളരെ വിഷമമുണ്ടാക്കിയിരുന്നു. കാരണം അവളെ സംബന്ധിച്ചിടത്തോളം കൂട്ടുകാരുമായുള്ള ബന്ധം വലിയ കാര്യമായിരുന്നു. തിമോഫി നാട് വിട്ടത് അവളെ തെല്ലൊന്നുമല്ല വിഷമിപ്പിച്ചത്. അവളെ സംബന്ധിച്ചിടത്തോളം അതൊരു കനത്ത ആഘാതമായിരുന്നു. തിമോഫി അവൾക്ക് ജീവനായിരുന്നു. അയാളുടെ സാമീപ്യം അവൾ കൊതിച്ചിരുന്നു. അത് അവളെ ഉൻമേഷവതിയാക്കി. അവളുടെ അനുഭൂ

തികളെ അയാൾ ഉണർത്തിയിരുന്നു. അയാൾ നാട് വിടുന്നദിവസം അവൾ വിതുമ്പിക്കരഞ്ഞു. അന്നുമുഴുവൻ അവൾ അയാളെപ്പറ്റിത്തന്നെ ചിന്തിച്ചുകൊണ്ടിരുന്നു. അയാളോടൊപ്പം കഴിഞ്ഞനാളുകൾ -സുഖകരമായ ഒരു കാലഘട്ടം-മാഞ്ഞുപോയി. ജീവിതത്തിന്റെ യൗവനമായിരുന്നു അത്. തിമോഫി അവൾക്ക് നൽകിയത് ഒരു മുഴുവൻ യൗവനമായിരുന്നു. അമർന്നുകത്തിയ വികാരത്തിന്റെ വിളക്കിനെയാണ് അയാൾ സ്പർശിച്ചത്. അയാളതിന്റെ തിരിനീട്ടി. ജ്വലിക്കുന്ന നാളമായി അവളിലെ അനുഭൂതികൾ ഉണർന്നു. അന്ന് ഒരു സന്ധ്യക്കാണ് ഗ്രാമത്തിലെ കുലാക്കുകൾ കിട്ടിയ സ്വത്തുക്കൾ മുഴുവൻ മാറോടുചേർത്ത് നാടുവിട്ടത്. ഉറ്റവരെ മാറോടുചേർത്ത് അവർ നാട് വിടുമ്പോൾ കൂട്ടക്കരച്ചിലായിരുന്നു. നഗുൽനോവിന്റെ ഭാര്യ അപ്പോൾ ഒരു ഭ്രാന്തിയെപ്പോലെ ആർത്തലയ്ക്കുകയും നിലത്തുവീണ് പുളയുകയും ചെയ്തു. തിമോഫിക്ക് അവളെ വേർപിരിയുക എന്നത് പ്രയാസമുള്ള കാര്യമായിരുന്നു. അയാൾ അവളുടെ അടുത്തേക്ക് പുറപ്പെട്ടതായിരുന്നു. പക്ഷെ അയാളുടെ അച്ഛൻ അതിനനുവദിച്ചില്ല. അങ്ങനെ സ്വയം ശപിച്ചും വിധിയെ ശപിച്ചും കമ്യൂണിസ്റ്റുകാരെ ശപിച്ചും അയാൾ മനസില്ലാ മനസോടെ ആ ഗ്രാമം വിട്ടു.

നഗുൽനോവിന്റെ ഭാര്യ ല്യൂഷ്കയ്ക്ക് തിമോഫിയെക്കുറിച്ചുള്ള മധുരമായ ഓർമകൾ തികട്ടിത്തികട്ടി വരികയായിരുന്നു. മാദകഭരിതമായ വസന്തകാല രാവുകളിൽ അയാൾ അവളുടെ മൃദുലമായ ചെവിയിൽ മന്ത്രിച്ച പ്രണയോഷ്മളമായ വാക്കുകൾ, തന്റെ ആർദ്രമായ ചുണ്ടുകളിൽ അയാൾ നൽകിയ പ്രണയമുദ്രകൾ, ലാളനകൾ, തീവ്രമായ ആശ്ലേഷങ്ങൾ, ഒന്നും അവൾക്ക് മറക്കാൻ കഴിയുമായിരുന്നില്ല. തന്റെ അഭിലാഷങ്ങൾക്ക് തീ പിടിപ്പിച്ച മദയൗവനം മറഞ്ഞുപോയി. ആ സുന്ദരവദനം അകന്നുപോയി. വാക്കുകൾ സ്മൃതിപഥത്തിൽനിന്ന് വേറിടുകയാണോ. സുന്ദരിയായ ഒരു യുവതിയുടെ മനസ്സ് കീഴടക്കിയ കള്ളക്കാമുകൻ അവളെ വിഷാദത്തിന്റെ ശ്മശാനത്തിലേക്ക് വലിച്ചെറിഞ്ഞുകൊണ്ടാണ് അകന്നുപോയത്. ആ വിഷാദാഗ്നിയുടെ നീല ജ്വാലകൾ അവളുടെ മോഹത്തെ ദഹിപ്പിച്ചുകഴിഞ്ഞു. 'ല്യൂഷ്കാ എന്റെ പെണ്ണേ,നീ ഏതൊരു രാജകുമാരിയെക്കാളും മനോഹരിയാണ്. നിനക്ക് ആഭരണങ്ങൾ വേണമെന്നില്ല. വസ്ത്രങ്ങൾതന്നെ വേണമെന്നില്ല. പൂർണ നഗ്നയായ ഈ മാംസളഭൂമിയുടെ ഓമനമകളാണു നീ. കവികൾ വാഴ്ത്തിയ മാദകറാണിമാർ നിന്നെക്കണ്ടിരുന്നെങ്കിൽ ലജ്ജിച്ചു തലതാഴ്ത്തുമായിരുന്നു' ഇങ്ങനെ പറഞ്ഞു ഇനി എന്നാണ് ആരാണ് അവളെ പ്രണയപൂർവം പുണരുന്നത്.. ഇനിയാരാണ് അവളുടെ വിഷാദഗ്രസ്തമായ മനസിൽ സ്നേഹത്തിന്റെ കുളിർ മഞ്ഞ് വീഴ്ത്തുന്നത്. ആരാണ് അവളുടെ ചുണ്ടുകളിൽ മധുരാധരങ്ങളുടെ അമൃത ചുംബനം വർഷിക്കുന്നത്. പ്രണയവചനങ്ങളോട് തുന്നിച്ചേർത്ത നീലക്കമ്പളം കൊണ്ട് ഇനി ആരാണ് അവളുടെ തുളുമ്പുന്ന ഉടൽ മൂടുന്നത്. ആരാണ് കൊച്ചുകൊച്ചു കുത്തുവാക്കുകൾകൊണ്ട് അവളുടെ മുഖത്തെ ചുവപ്പിക്കുന്നത്. ഏതു രാത്രി

യാണ് അവളുടെ ഉന്മാദഭരിതമായ ഹൃദയത്തെ മാലാഖമാരോട് അടുപ്പിക്കുന്നത്. ഏതു നിലാവാണ് അവളുടെ ഹൃദയത്തിൽ പൂർണനഗ്നമായ വികാരങ്ങൾ ഉണർത്തുന്നത്. മണിവിളക്ക് കെട്ടുപോയി. ഇരുട്ടിന്റെ ഗർത്തത്തിൽ മോഹങ്ങളുടെ മണികുംഭങ്ങളിൽ വീണുടഞ്ഞുപോയി. ഇനി ഒന്നും അവശേഷിക്കുന്നില്ല. ഈ ലോകം മുഴുവൻ അവൾക്കന്യമായി. ജീവിതം അവൾക്ക് കൈവിട്ടുപോയി. ഭർത്താവിനോട് അവൾക്ക് അസാധാരണമായ ഒരകൽച്ചവന്നു. അന്നും, തിമോഫി അവിടെനിന്നും പോകുന്ന ദിവസം അവളുടെ ഭർത്താവ് മക്കാർ അവളോടിങ്ങനെ പറഞ്ഞു:

"നിനക്ക് വേണ്ടി ഒരുപാട് അപമാനം സഹിച്ചു ഞാൻ. ഒരു വിവാഹം കഴിച്ചുപോയതുകൊണ്ട് മനുഷ്യന് ഇത്രമാത്രം വേദന അഭിമുഖീകരിക്കേണ്ടതുണ്ടോ. കുറച്ചുദിവസം കഴിഞ്ഞാൽ നിനക്കിവിടെനിന്ന് പോകാം. നിന്റെ എല്ലാം എടുത്തുകൊള്ളൂ. നിനക്ക് ആ തിമോഫിയുമായി രഹസ്യബന്ധമുള്ള വിവരം എനിക്കറിയാമെന്നത് നിനക്കറിയാമല്ലോ. എനിക്കറിയാമായിരുന്നിട്ടും നീ എന്നെ വളരെ വേദനിപ്പിച്ചില്ലേ. കൂട്ടുകൃഷിക്കാർ വർഗബോധമുള്ളവരാണ്. അവർ കണ്ടുനിൽക്കെ നീ അവന്റെ പേര് വിളിച്ച് ആർത്തലച്ചത് എന്നെ എത്രമാത്രം വേദനിപ്പിച്ചുവെന്ന് നിനക്കറിയുമോ. ഇത്രയേറെ ക്രൂരയാവാൻ ഒരു സ്ത്രീക്ക് കഴിയുമോ. ഞാൻ എന്തുമാത്രം വേദന തിന്നു. അപമാനത്തിന്റെ ചുണ്ണാമ്പ് ചൂളയിലേക്ക് നീ എന്റെ കരൾ കടിച്ചുതുപ്പിയെറിഞ്ഞില്ലേ. നിന്നെപ്പോലുള്ള ഒരു എരണംകെട്ട പെണ്ണിന്റെ കൂടെക്കഴിഞ്ഞാൽ ലോകവിപ്ലവം നടന്നു കാണാൻ എനിക്ക് കഴിയില്ല. ലോകത്ത് കമ്യൂണിസം വരുന്നത് കാണാൻ എനിക്ക് കഴിയില്ല. നിന്റെ കൂടെക്കഴിഞ്ഞാൽ എന്റെ കാലിൽ ചങ്ങലയിടേണ്ടിവരും. അതുകൊണ്ട് നീ എന്നെ ഉപേക്ഷിക്കണം."

ഭർത്താവിന്റെ വാക്കുകൾ അവളെ വല്ലാതെ സ്പർശിച്ചു. എന്നാൽ സാധാരണപെണ്ണുങ്ങൾ ചെയ്യുന്നതുപോലെ അവൾ കഴിഞ്ഞതെല്ലാം മറക്കുന്നുവെന്നും പുതിയൊരു ജീവിതം തുടങ്ങുന്നുവെന്നുമുള്ള പൊള്ളയായ വാക്കുകൾ അയാളോട് പറഞ്ഞില്ല. കപടമായ കരച്ചിൽ നടത്തിയില്ല. മറിച്ച് ഹൃദയം തുറന്ന് തന്റെ മാനസികാവസ്ഥ അയാളുമായി പങ്കുവെച്ചു. അവളുടെ പേരിൽ ഡേവിഡോവ് നഗുൽനോവിനെ പലവുരു ശാസിച്ചതാണ്. ഉപദേശിച്ചതാണ്. അവൾ ഒരു യക്ഷിയാണെന്നും അയാളുടെ ജീവനുംകൊണ്ടേ അവൾ ഈ ഭൂമിയിൽനിന്നും പോകൂ എന്നും ഡേവിഡോവ് പറഞ്ഞു. അപ്പോൾ നഗുൽനോവ് ഇങ്ങനെ പ്രതികരിച്ചു:

"എന്റെ പ്രിയ സഖാവെ ഞങ്ങളുടെ ജീവിതത്തെപ്പറ്റി എല്ലാം നിങ്ങൾക്കറിയാം. ഒന്നും ഞാനും മറച്ചുവെച്ചിട്ടില്ല. എന്തുകൊണ്ടാണ് അവളെ ഞാൻ ഇപ്പോഴും ചവിട്ടിപ്പുറത്താക്കാത്തതെന്ന് നിങ്ങൾക്കുമറിയാം. ഞാനൊന്ന് ചോദിക്കട്ടെ ഒരു ആടിന് വാലുകൊണ്ടെന്തുകാര്യം."

"ആടിന്റെ വാലോ" ഡേവിഡോവ് ചോദിച്ചു.

"അതെ ഞാൻ ചോദിക്കുകയാണ്. ദൈവം ആടിന് വാല് കൊടുത്തിരിക്കുന്നു. കുതിരയ്ക്കും നായക്കും വാലുകൊണ്ട് ഈച്ചകളെ

എങ്കിലും അകറ്റാൻ കഴിയും. എന്നാൽ ആടിന് തന്റെ വാലുകൊണ്ട് ഒരു കാര്യവുമില്ല. ഇതുപോലെതന്നെയാണ് എന്റെ കഥയും. വളരെ പരിതാപകരമാണ് എന്റെ അവസ്ഥ സുഹൃത്തെ. താങ്കളോട് ഞാൻ ഹൃദയം തുറന്നു പറയുകയാണ്. താങ്കൾക്ക് കാര്യങ്ങൾ മനസിലാകും"

"തുറന്നു പറയും എന്ന് പറഞ്ഞാൽ പോരാ, പറയ്" ഡേവിഡോവ് ദേഷ്യത്തോടെ പറഞ്ഞു.

"എന്റെ ഭാര്യ എനിക്കിന്നൊരു സങ്കീർണമായ പ്രശ്നമാണ്. നിങ്ങൾക്കറിയാമല്ലോ, ലോകത്ത് മുഴുവൻ കമ്യൂണിസം വന്ന് കാണുക എന്നുള്ളതാണ് എന്റെ ജീവിതത്തിലെ ഏറ്റവും വലിയ മോഹം. എന്റെ ജീവിതം കമ്യൂണിസത്തിനുവേണ്ടി ഉഴിഞ്ഞുവെച്ചതാണ്. എങ്കിലും ഞാനൊരു മനുഷ്യനാണ്. ഒരു പുരുഷനാണ്. എനിക്ക് എന്റേതായ വികാരങ്ങളുണ്ട്. ആ വികാരങ്ങളെല്ലാം അമർത്തിവെച്ചിട്ട് എനിക്ക് ഒരു കമ്യൂണിസ്റ്റ് ആകണമെന്നില്ല. കമ്യൂണിസമെന്നാൽ അത് മനുഷ്യന്റെ വികാരത്തിനെതിരായ ഒന്നാണെന്നും എനിക്കഭിപ്രായമില്ല. മറിച്ച് മനുഷ്യന്റെ വികാരങ്ങളെ ഏറ്റവും കൂടുതൽ മാനിക്കുന്നതാണ് കമ്യൂണിസം എന്നാണ് എന്റെ അഭിപ്രായം. എനിക്ക് എന്റെ ഭാര്യ ഒരു വെറും പെണ്ണാണ്. അവളെ ശുദ്ധീകരിച്ച് മറ്റെന്തെങ്കിലും ആക്കണമെന്ന് എനിക്ക് മോഹമില്ല. അവൾ എനിക്ക് ഒരു പെണ്ണാണ്. പെണ്ണെന്നുപറഞ്ഞാൽ പുരുഷനെപ്പോലെതന്നെ വികാരങ്ങളുള്ള പെണ്ണ്. അവളിലെ പെണ്ണിന്റെ വികാരമെല്ലാം അരിച്ചെടുത്ത് അവളെ മറ്റൊന്നാക്കണം എന്നു ഞാൻ കരുതുന്നില്ല. അതുകൊണ്ട് തന്നെ അവളുടെ വികാരങ്ങളെ ഞാൻ പേടിക്കുന്നില്ല. ഞാൻ അവളോട് പറഞ്ഞിട്ടുണ്ട് നീ എന്റെ കൂടെ വരുമ്പോൾ എങ്ങനെയായിരുന്നുവോ അതുപോലെതന്നെ നിനക്ക് ജീവിക്കാം. എനിക്കുവേണ്ടി നീ നിന്നെ മറ്റൊരാളാക്കേണ്ടതില്ല. കാരണം നീ എന്റെ കൂടെ വന്നതോടെ ഞാൻ മറ്റൊരാളാവുന്നില്ല. അപ്പോൾ നമുക്കിടയിൽ തുല്യതയുണ്ട്. പെണ്ണേ, മനുഷ്യന് ഒരിക്കലും വേറൊരു മനുഷ്യനാവാൻ കഴിയില്ല. നിന്റെ ആനന്ദത്തിനൊന്നും ഞാൻ എതിരുനിൽക്കുകയില്ല. പക്ഷെ ഈ ആനന്ദം ഒരിക്കലും നിനക്ക് ഭാരമാവരുത്. നിന്റെ ആരോഗ്യത്തിന് ഭാരമാവരുത്. പ്രിയപ്പെട്ട ഡേവിഡോവ് ഞാൻ പറഞ്ഞതിൽ എന്താണ് തെറ്റ് എന്ന് നിങ്ങൾ എനിക്ക് പറഞ്ഞുതരണം. നിങ്ങൾ പറയുന്നത് അവളെ ഒരു വീട്ടുമൃഗത്തെപ്പോലെ ഞാൻ മെരുക്കിയെടുക്കണമെന്നാണോ. എന്നിട്ട് എന്റെ അഭിലാഷത്തിനനുസരിച്ച് അവളെ പാകപ്പെടുത്തണം എന്നാണോ. അവൾക്ക് പകരം ഞാനാണ് അവളെപ്പോലെ നിങ്ങൾ പറയുന്ന രീതിയിൽ വഴി തെറ്റിനടക്കുന്നതെങ്കിൽ നിങ്ങൾ എന്തു പറയുമായിരുന്നു. ഈ ഗ്രാമത്തിൽ സ്വന്തം ഭാര്യമാരെ പറ്റിച്ച് അന്യന്റെ ഭാര്യമാരുമായി കിടപ്പറ പങ്കിടുന്ന എത്രയോ പുരുഷന്മാരുണ്ട്. അവരെയെല്ലാം വീട്ടിൽനിന്ന് പുറത്താക്കണമെന്ന് അവരുടെ ഭാര്യമാരോട് നിങ്ങൾ പറയുമോ. അഥവാ അങ്ങനെ പറഞ്ഞാൽ ഈ ഗ്രാമത്തിൽ എത്ര ഭാര്യാഭർത്താക്കന്മാർ അവശേഷിക്കും. നിങ്ങൾ എന്റെ തെറ്റ് കണ്ടുപിടി

ക്കുന്നു. എന്നാൽ നിങ്ങളറിയാതെ നിങ്ങളിൽ കടന്നുകൂടിയ ഒരു തെറ്റുണ്ട്. അതായത് നിങ്ങൾ ആണുങ്ങളുടെ പക്ഷത്ത് നിൽക്കുന്നു. ആണിനെ മറികടക്കുന്ന പെണ്ണിനെ നിങ്ങൾക്ക് സഹിക്കാനാവുന്നില്ല. പക്ഷെ പെണ്ണിനെ മറികടക്കുന്ന ആണിനെപ്പറ്റി നിങ്ങൾക്ക് വേവലാതി കാണുന്നില്ല. നിങ്ങൾക്ക് വിശാലമായ ഒരു ചിന്തയില്ല. അവളെ തല്ലിക്കൊല്ലാൻ എനിക്ക് കഴിയില്ല. എന്റെ ചിന്ത എന്റെ കുടുംബത്തെപ്പറ്റിയല്ല. ഞാൻ ചിന്തിക്കുന്നത് ലോകം മുഴുവൻ ഒരൊറ്റ കുടുംബമായി മാറുന്നതിനെക്കുറിച്ചാണ്. അതൊരുപക്ഷെ വെറുമൊരു സ്വപ്നമായേക്കാം. അങ്ങനെയെങ്കിൽ കമ്യൂണിസവും വെറുമൊരു സ്വപ്നമല്ലെ. പക്ഷെ ഡേവിഡോവ്, ഒരു വലിയ സ്വപ്നമില്ലെങ്കിൽ പിന്നെന്തു ജീവിതം. മനുഷ്യജീവിതത്തിന്റെ അടിത്തറ സ്വപ്നത്തിന്റെ കുമിളകളാണ്. എന്റെ സ്ഥാനത്ത് നിങ്ങളായിരുന്നെങ്കിൽ എന്തുചെയ്യുമായിരുന്നു. ഒരുപക്ഷെ നിങ്ങൾ അവളെ വേദനിപ്പിക്കും. അവളുടെ വികാരങ്ങൾക്ക് വിലക്ക് കൽപ്പിക്കും. അവളുടെ വിചാരങ്ങൾക്ക് വിലങ്ങിടും. എന്നിട്ടും അവളെ മെരുക്കാൻ കഴിയില്ലെങ്കിൽ അവളെ ചവിട്ടിപ്പുറത്താക്കും. അതുമല്ലെങ്കിൽ അവളെ കൊല്ലും. ഇതൊക്കെയല്ലെ ഈ നാട്ടിലെ കുലാക്കുകളും മറ്റും കാലാകാലങ്ങളായി ചെയ്തുകൊണ്ടിരിക്കുന്നത്. അപ്പോൾ നമ്മളും അവരും തമ്മിൽ എന്തു വ്യത്യാസം. ഭർത്താവ് എന്നുപറഞ്ഞാൽ എന്റെ അഭിപ്രായത്തിൽ ഒരു സർവാധിപതിയല്ല. എല്ലാത്തരം സ്വേച്ഛാധിപത്യത്തിനും നമ്മൾ എതിരാവണം. കുടുംബം എന്റെ സാമ്രാജ്യമല്ല. ഭാര്യ എന്റെ സ്വത്തുമല്ല. നമുക്ക് സാമ്രാജ്യങ്ങളില്ല. അതിർത്തികളില്ലാത്ത സ്നേഹത്തിന്റെ രാജകുമാരൻമാരാണ് നമ്മൾ. സ്നേഹമാണ് നമ്മുടെ കിരീടം. എല്ലാ അതിർത്തികളും മാഞ്ഞുപോകുന്ന ലോകമാണ് നമ്മുടെ ലക്ഷ്യം. നമ്മുടെ ലോകത്തിൽ കറുത്തവനും വെളുത്തവനും ഇല്ല. കറുത്തവൻ മോശക്കാരനും വെളുത്തവൻ ഉന്നതനും ആണ് എന്ന് ഞാൻ കരുതുന്നില്ല. കറുത്തവൻ വെളുത്തവൻ മഞ്ഞനിറമുള്ളവൻ എന്നിങ്ങനെ മനുഷ്യർ വേർതിരിഞ്ഞുനിൽക്കുന്ന ഒരു ലോകത്താണ് നാം ജീവിക്കുന്നത്. കറുത്തവനും വെളുത്തവനും മഞ്ഞനിറമുള്ളവനും പരസ്പരം വിവാഹം കഴിച്ച് നിറഭേദമില്ലാത്ത ഒരു സ്നേഹസാമ്രാജ്യം നമുക്ക് പണിതുയർത്തണം. മതിലുകളില്ലാത്ത ഒരു ലോകം. അഹന്തയും അധികാരവും അധീശത്വവും അടിമത്തവും അപകർഷതാബോധവും ഇല്ലാത്ത മനുഷ്യൻ മനുഷ്യനെ സ്നേഹിക്കുന്ന ലോകം. അന്യന്റെ വാക്കുകൾ സംഗീതം പോലെ ആസ്വദിക്കുന്ന ലോകം. ഒലിവ് ഇലകളുടെ നിറമുള്ള സുന്ദരമുഖങ്ങളുള്ള മനുഷ്യരുടെ ലോകം. നിങ്ങൾക്കറിയുമോ സഖാവെ കുട്ടിക്കാലം മുതൽ ഞാൻ കാണുന്ന സ്വപ്നമാണിത്. ഇതൊരുപക്ഷെ വെറുമൊരു ഭ്രാന്തന്റെ സ്വപ്നമായിരിക്കാം. പക്ഷെ ഈ ഭ്രാന്തിന് അതിന്റേതായ സൗന്ദര്യമുണ്ട് മഹത്വമുണ്ട്."

"പ്രിയപ്പെട്ട സുഹൃത്തെ നിങ്ങളുടേത് ഒരു ഭ്രാന്തൻ സ്വപ്നംതന്നെയാണ്. അതിവിചിത്രമാണ് നിങ്ങളുടെ ചിന്തകൾ. ലോകത്തെപ്പറ്റി

നിങ്ങൾ പറഞ്ഞത് ഒരുപക്ഷെ ശരിയായിരിക്കാം. വർണവിവേചനവും വർഗവിവേചനവും അവസാനിക്കേണ്ടതുണ്ട്. പക്ഷെ കുടുംബത്തെപ്പറ്റി നിങ്ങൾ പറയുന്ന കാര്യങ്ങളോട് എനിക്കൊട്ടും യോജിക്കാൻ കഴിയുന്നില്ല. ഒരു കാര്യം ഞാൻ ഉറപ്പിച്ച് പറയുന്നു. നമുക്കൊരിക്കലും നിങ്ങളുടെ വീട്ടിൽ ഒരുമിച്ച് താമസിക്കാൻ കഴിയുകയില്ല."

ഇതും പറഞ്ഞ് ഡേവിഡോവ് തന്റെ ബാഗുമെടുത്ത് ശാന്തനായി ഇറങ്ങിപ്പോയി. അയാൾ പോയത് കൂട്ടുകൃഷിസംഘത്തിലെ അംഗമായ ഫിലിമൊണോവിന്റെ വീട്ടിലേക്കാണ്. ആ വീട് വരെ നഗുൽനോവും അയാളെ അനുഗമിച്ചു. യാത്രയ്ക്കിടയിൽ അവർ കൃഷിയെപ്പറ്റിയും മറ്റുമാണ് സംസാരിച്ചത്. കുടുംബജീവിതകാര്യങ്ങളിൽ അവർക്ക് ഒരിക്കലും യോജിക്കാൻ കഴിഞ്ഞിരുന്നില്ല. കാരണം പരസ്പരവിരുദ്ധമായ അഭിപ്രായങ്ങളാണ് രണ്ടുപേരും ഇക്കാര്യത്തിൽ വെച്ചുപുലർത്തിയത്. എന്നാൽ നഗുൽനോവ് ഊർജ്ജസ്വലതയോടെ നാട്ടുകാര്യങ്ങൾ സംസാരിച്ചു. കുലാക്കുകളും കൊസാക്കുകളും കന്നുകാലികളെ കശാപ്പ് ചെയ്യുന്നതിനെക്കുറിച്ചും പന്നിമാംസം തിന്ന് പലർക്കും രോഗം പിടിച്ചതിനെപ്പറ്റിയും നഗുൽനോവ് വിശദമായി പറഞ്ഞു. അയാളുടെ അഭിപ്രായത്തിൽ ഇതത്ര നിസ്സാരമായ കാര്യമല്ല. കന്നുകാലികളെ കൂട്ടക്കശാപ്പുചെയ്യുന്നത് നിയമംമൂലം നിരോധിക്കണമെന്നും കന്നുകാലികളെ ഇങ്ങനെ കൊല്ലുന്നവരെ വെടിവെച്ച് കൊല്ലണമെന്നും അയാൾ അഭിപ്രായപ്പെട്ടു.

"എന്താണ് നിങ്ങൾ പറഞ്ഞത്.?"

"അതെ, വെടിവെച്ച് കൊല്ലുകതന്നെ." അയാൾ തുടർന്നു.

"അതിനുവേണ്ടി ഒരു നിയമം നിർമിക്കണം. കാണേണ്ടവരെയെല്ലാം കാണണം. അപേക്ഷ തയാറാക്കണം. ആളുകളെ സംഘടിപ്പിക്കണം. കുറെ ആളുകളെ വെടിവെച്ച് കൊന്നാൽ മറ്റുള്ളവർക്ക് അതൊരു പാഠമായിരിക്കും. അവരതിൽനിന്ന് പിന്നെ പിന്മാറും. അത് തീർച്ചയാണ്. ഇക്കാര്യത്തിൽ നമ്മൾ സംശയിച്ചുനിൽക്കാൻ പാടില്ല."

ഡേവിഡോവ് ഇതിനുത്തരം പറഞ്ഞില്ല. പെട്ടെന്ന് അയാൾക്കതിന് മറുപടിപറയാൻ ഉണ്ടായിരുന്നില്ല. കുറെ ആലോചിച്ചശേഷം അയാൾ ഇങ്ങനെ പറഞ്ഞു:

"നിങ്ങൾ പറയുന്നത് ശരിയല്ല എന്ന് എനിക്കറിയാം. എന്നാൽ അതിനെപ്പറ്റി വിശദമായി പഠിക്കേണ്ടതുണ്ട്. എന്നാൽ ഇപ്പോഴത്തെ നിലയ്ക്ക് നിങ്ങൾ പറയുന്നത് അപ്രായോഗികമാണ്. കന്നുകാലികളെ അനാവശ്യമായി കശാപ്പുചെയ്യുന്നവരെ ജയിലിലിടുന്നതാണ് നല്ലത്. അതുമല്ലെങ്കിൽ നാട് കടത്താം. വേണമെങ്കിൽ അവരുടെ സ്വത്തുക്കൾ കണ്ടെടുക്കാം. നിങ്ങൾ അതിരുവിട്ടു സംസാരിക്കുന്നു. തൊട്ടതിനും പിടിച്ചതിനും കൊല്ലുക എന്നത് നമ്മുടെ നയമല്ല. അത് ഒരു എടുത്തുചാട്ടമാണ്. അത് വിവേകമല്ല. ഭ്രാന്താണ്."

"എന്തെങ്കിലും പ്രധാനപ്പെട്ട കാര്യം പറഞ്ഞാൽ അതിനെയെല്ലാം ഭ്രാന്ത് എന്ന് പറയുന്നത് കഴിവുകേടുകൊണ്ടാണ്. ഞാനൊന്ന് ചോദി

ക്കട്ടെ നിങ്ങൾ എന്നെ കൂട്ടുകൃഷിയിൽ ചേർക്കാൻ ശ്രമിക്കുന്നു. ഞാനെന്റെ കന്നുകാലികളെയെല്ലാം ഒരു സുപ്രഭാതത്തിൽ കശാപ്പ് ചെയ്യുന്നു. പിന്നെ എങ്ങനെയാണ് നിങ്ങൾ കൃഷിനടത്തുക."

ഈ സമയം മക്കാർ ഡേവിഡോവിന്റെ ചുമലിൽ കൈവെച്ച് സഹതാപത്തോടെ സൗമ്യമായി പറഞ്ഞു:

"എന്റെ പ്രിയ സുഹൃത്തെ, നിങ്ങൾ ഒരു ആനമണ്ടനാണ്. നിങ്ങൾക്ക് എവിടുന്നാണ് ഈ തല കിട്ടിയത്. കന്നുകാലികളെ കൊന്നു തീർത്താൽപ്പിന്നെ എന്തു കൃഷി. ഒന്നോരണ്ടോ കൊല്ലം ഒരാളെ ജയിലിലിട്ടാൽ ഇത്തരം തെമ്മാടിത്തം അവസാനിക്കുമെന്ന് നിങ്ങൾ കരുതുന്നുണ്ടോ. അവർക്ക് കൂട്ടുകൃഷിയിൽ ചേർന്ന് ഇവിടെ കഴിയുന്നതിനേക്കാൾ സുഖമാണ് ജയിലിലെ താമസം. എന്റെയും അഭിപ്രായത്തിൽ തട്ടിക്കളയുകയാണ് വേണ്ടത്. ഇത്തരത്തിലുള്ള കഴുവേറി മക്കളെ ഭൂമിയിൽ ജീവിക്കാൻ അനുവദിക്കരുത്. ജീവനിൽ പേടിയുണ്ടെങ്കിലേ അവരിത് അവസാനിപ്പിക്കൂ."

ഇതിനോട് നഗുൽനോവിന്റെ പ്രതികരണം ഇതായിരുന്നു:

"അവർ കന്നുകാലികളെ മുഴുവൻ നശിപ്പിക്കും. ഇത് നിർണായകമായ സമയമാണ്. നമ്മുടെ ഗ്രാമം രണ്ടായി പിളർന്ന് യുദ്ധംചെയ്യുകയാണ്. നിങ്ങൾക്ക് ഇതിന്റെ ഗൗരവം മനസിലായിട്ടില്ല. ശത്രുവർഗം മുമ്പെന്നത്തേക്കാൾ കരുത്താർജിച്ചിരിക്കുന്നു. റോമാ നഗരം കത്തിയെരിയുമ്പോൾ വീണ വായിക്കുന്ന നീറോചക്രവർത്തി നിങ്ങളുടെ മുമ്പിൽ തോറ്റുപോകും. നിങ്ങളുടെ സ്വഭാവം അതാണ്. നിങ്ങൾക്ക് ലോകംമുഴുവൻ കമ്യൂണിസം നടപ്പാക്കണമെന്ന് യാതൊരു വിചാരവുമില്ല. അത്തരം ചിന്തകൾ നിങ്ങളെ തീരെ അലട്ടുന്നില്ല. നമ്മളെ മുഴുവൻ ശത്രുവർഗം വലയം ചെയ്തിരിക്കുകയാണ്. തൊഴിലാളിവർഗത്തെ നശിപ്പിക്കുകയാണ് അവരുടെ ലക്ഷ്യം. ലോകത്ത് മുഴുവൻ മർദിതവർഗങ്ങളെ അവർ എണ്ണയിലിട്ട് പൊരിക്കുകയാണ്. കറുത്ത വർഗക്കാരെ കുഴിച്ചുമൂടുകയാണ്. ചൈനയിലെ സഖാക്കളെ തകർത്ത് തരിപ്പണമാക്കി. എന്നിട്ടും നിങ്ങൾക്ക് മുതലാളിവർഗത്തോട് കരുണയാണ്. ഇത് വളരെ ലജ്ജാകരമാണ്. ഇതിലും ലജ്ജാകരമായി യാതൊന്നില്ല. എന്റെ രക്തം തിളച്ചുമറിയുകയാണ്. ലോകത്തെവിടെയായിരുന്നാലും പണിയെടുക്കുന്നവർ ഒന്നായിരിക്കണം, ഒന്നാകണം, അതാണ് വർഗബോധം. ലോകത്തിലെ വാർത്തകൾ കേട്ട് എനിക്ക് ഉറക്കം നഷ്ടപ്പെട്ടിരിക്കുന്നു. പക്ഷെ നിങ്ങളെ അതൊന്നും ബാധിക്കുന്നില്ലെന്ന് അറിയുമ്പോൾ മനസ്സ് മുറിയുകയാണ്. നിങ്ങൾക്ക് വിശാലമായ ഒരു കാഴ്ചയില്ല. ലോകത്തെവിടെയായിരുന്നാലും കഷ്ടപ്പെടുന്നവർ ഒന്നാണ്. മർദിതർ ഒന്നാണ്. ചൂഷിതർ ഒന്നാണ്. അക്രമത്തിനും അനീതിക്കും എതിരാവുന്നവർ ഒന്നാണ്. വേദനിക്കുന്നവർ ഒന്നാണ്. തിരസ്കൃതർ ഒന്നാണ്. നിന്ദിതർ ഒന്നാണ്. പീഡിതർ ഒന്നാണ്. പക്ഷെ നിങ്ങളെ സംബന്ധിച്ചിടത്തോളം ഇതൊന്നും ഒരു പ്രശ്നമല്ല. കാരണം നിങ്ങൾക്ക് വർഗബോധമില്ല."

ഇത് കേട്ടപ്പോൾ ഡേവിഡോവിന് ശരീരം മുഴുവൻ ചൊറിഞ്ഞ് കയറുമ്പോലെ തോന്നി. അയാൾ പറഞ്ഞു:

"നിങ്ങൾ പറയുന്നതൊന്നും എനിക്ക് മനസിലാവുന്നില്ല.എനിക്കിതൊന്നും മനസിലാവുന്നില്ലെന്നോ. എന്റെ സഖാവെ നിങ്ങൾ ഒരു മായാലോകത്താണ്. എനിക്കിതൊക്കെ മനസിലാകും. തീർച്ചയായും. നിങ്ങൾക്ക് മാത്രമേ കാര്യങ്ങൾ മനസിലാകൂ എന്ന് കരുതുന്നത് അഹന്തയാണ്. കാരണം നിങ്ങൾക്ക് യഥാർഥത്തിൽ നിങ്ങളെപ്പറ്റിമാത്രമേ അറിയൂ. മറ്റുള്ളവർക്ക് എന്തറിയാം എന്ന് നിങ്ങൾ ചിന്തിച്ചിട്ടില്ല. അവർക്ക് ഒന്നുമറിയില്ല എന്ന മുൻധാരണയാണ് നിങ്ങളെ നയിക്കുന്നത്. മുൻധാരണ എന്നു പറഞ്ഞാൽ അന്ധവിശ്വാസമാണ്. അന്ധവിശ്വാസി വിവേകം നഷ്ടപ്പെട്ടവനാണ്. എന്നുവെച്ചാൽ തലയ്ക്കു വെളിവില്ലാത്തവൻ. അതായത് ഭ്രാന്തൻ. നിങ്ങൾക്ക് ഭ്രാന്താണ്, മുഴുഭ്രാന്ത്. ഒരു മുഴുഭ്രാന്തൻ മറ്റുള്ളവരെ വിലയിരുത്താൻ പ്രാപ്തനല്ല. നിങ്ങൾക്ക് നിങ്ങളുടെ ഭ്രാന്ത് മാറിക്കാണാൻ ഞാൻ ആഗ്രഹിക്കുന്നു. നിങ്ങൾ കരുതുന്നത് തോക്കെടുത്ത് വർഗശത്രുക്കളുടെ നെഞ്ചിന് നേരെ നിറയൊഴിച്ചുകഴിഞ്ഞാൽ കമ്യൂണിസം വന്നു എന്നാണ്. ഇതിലും വലിയ ഭ്രാന്ത് എന്താണുള്ളത്. ഒരു ലോകത്തെ നശിപ്പിക്കുന്ന പ്രവർത്തനത്തെയല്ല വിപ്ലവം എന്നുപറയുന്നത്. മറിച്ച് ഒരു ലോകം സൃഷ്ടിക്കുന്ന പ്രവർത്തനമാണത്. ഒരു മനുഷ്യനെ കൊല്ലാൻ പ്രത്യേകിച്ചൊരു കഴിവ് വേണ്ട. കഴിവ്കേട് മതി. അതിന് വിവേകം വേണ്ട. ഭ്രാന്ത് മതി. അതു ചെയ്യാൻ ഒരു ഭ്രാന്തൻ ധാരാളം മതിയെന്നർഥം. ഇത്രയും കാലം നിങ്ങൾ ചെയ്തത് ഇത്തരം ഭ്രാന്തൻ പ്രവർത്തനമാണ്."

"അപ്പോൾ നിങ്ങൾ ചെയ്തതോ?"

"അതെ അങ്ങനെ ചോദിക്ക്. എന്താണ് ചെയ്തത് എന്ന് ചോദിക്ക്. അതൊരു ചോദ്യമാണ്. ചെയ്യുന്ന കാര്യങ്ങളെപ്പറ്റിയുള്ള ശ്രദ്ധ. ആ ശ്രദ്ധയാണ് നിങ്ങൾക്കില്ലാത്തത്. നിങ്ങളുടെ അജണ്ടയിൽ ഒരു കാര്യമേയുള്ളൂ. കൊല്ലുക. അതായത് കണ്ണിന് പകരം കണ്ണ്. നിങ്ങളുടെ ഈ ചിന്താഗതികൊണ്ടാണ് നിങ്ങളുടെ ഭാര്യ വഴിതെറ്റിപ്പോയത്."

"നിങ്ങളെന്റെ ക്ഷമ പരീക്ഷിക്കുകയാണ്."

"അതിന്റെ സാഹചര്യം നിങ്ങളാണ് സൃഷ്ടിച്ചത്."

"നിങ്ങളെന്നെ അപമാനിക്കുകയാണ്."

"അത് നിങ്ങൾ അങ്ങനെ ചിന്തിക്കുന്നതുകൊണ്ടാണ്."

"നിങ്ങൾ ചെയ്യുന്നകാര്യമാണ് ഞാൻ പറഞ്ഞത്."

"നിങ്ങൾക്ക് അങ്ങനെ തോന്നിയെങ്കിൽ ഞാനതിന്റെ ഉത്തരവാദിത്തം ഏറ്റെടുക്കുന്നു."

"അങ്ങനെ പറഞ്ഞതുകൊണ്ടായില്ല."

"പിന്നെ എങ്ങനെ പറയണം?"

"പറഞ്ഞ വാക്ക് പിൻവലിക്കണം."

"നിർബന്ധമാണോ?"

"ആണെങ്കിൽ..."

"ആണെങ്കിൽ എന്നല്ല. നിങ്ങൾക്ക് ആത്മാർഥതയുണ്ടെങ്കിൽ എന്നാണ്."

"എങ്കിൽ ഞാൻ പിൻവലിക്കുന്നു. എന്നാലെങ്കിലും നിങ്ങൾക്ക് സമാധാനം വരട്ടെ. നമുക്കൊരുമിച്ച് പ്രവർത്തിക്കണം."

"ഞാനതിന് ശ്രമിച്ചുകൊണ്ടിരിക്കുകയാണ്."

"ഇനിയും ശ്രമിക്കണം. എല്ലാവരെയും പറഞ്ഞ് ബോധ്യപ്പെടുത്തണം. എല്ലാവരെയും വെടിവയ്ക്കാനല്ല, ബോധ്യപ്പെടുത്താനാണ് പ്രയാസം."

"ഇന്നലെവരെ ഞാൻ ചെയ്തത് അതാണ്. ഓരോ വീട്ടിലും കയറി ഞാൻ കാര്യങ്ങൾ പറഞ്ഞ് മനസിലാക്കി. അവർ കാര്യങ്ങളെല്ലാം സമ്മതിച്ചു. എന്നിട്ടെന്താണുണ്ടായത്. എല്ലാകാര്യങ്ങളും പറഞ്ഞ് ബോധ്യപ്പെടുത്തി പുറത്തേക്കുപോകുമ്പോൾതന്നെ കേൾക്കും പശുവിന്റെ അലർച്ച. വീടിന്റെ പിന്നിൽനിന്ന് പശുവിനെ കശാപ്പുചെയ്യുകയാണ്. അതെന്തൊരു മനുഷ്യർ. എത്രപറഞ്ഞാലും എന്തുപറഞ്ഞാലും കാര്യങ്ങൾ മനസിലാകുന്നില്ലേ. അതല്ലെങ്കിൽ കാര്യങ്ങൾ മനസിലായിട്ടും മറ്റൊന്ന് പ്രവർത്തിക്കുക. ഇതെന്തൊരുതരം രോഗമാണ്. ഇത് രോഗമാണോ."

ഡേവിഡോവ് അയാൾ പറയുന്നത് സശ്രദ്ധം കേട്ടുകൊണ്ടിരുന്നു. അയാൾ തുടർന്നു:

"ഇതിനൊക്കെ കാരണം എന്താണെന്ന് എനിക്ക് മനസിലാവാഞ്ഞിട്ടല്ല. മനസിലായിട്ടും മനസിലാക്കാൻ കഴിയാത്ത ഒരുതരം രോഗം. അതിന് ഭ്രാന്തെന്നോ അല്ലെങ്കിൽ മറ്റെന്തെങ്കിലും രോഗമെന്നോ വിളിക്കാം. അതിന്റെ ഉറവിടം സ്വത്താണ്. പണമാണ്. സ്വകാര്യസ്വത്ത്. സ്വന്തം പണം, അത് നേടിയെടുക്കുക എന്നത് മനുഷ്യനെ ചെകുത്താനാക്കുന്നു. എത്രയോ മണിക്കൂറുകൾ ഞാൻ വീടുകളിൽ കയറി സംസാരിക്കുന്നു. എന്തിനെപ്പറ്റി?. മനുഷ്യനന്മയെപ്പറ്റി. മനുഷ്യസ്നേഹത്തെപ്പറ്റി. അതായത് സോഷ്യലിസവും കമ്യൂണിസവും സ്ഥാപിക്കുന്നതിനെപ്പറ്റി. ഇതൊക്കെ പറയുമ്പോൾ ആളുകൾ കണ്ണുമിഴിച്ച് കേൾക്കും. തലയാട്ടും. പുഞ്ചിരിക്കും. പക്ഷെ ഞൊടിയിടയിൽ മാറും. അതാണ് ഞാൻ പറഞ്ഞത്. ആളുകളോട് സംസാരിച്ചിട്ട് കാര്യമില്ല. അടികിട്ടണം. നല്ല അടി. അല്ലെങ്കിൽ രക്തം പൊടിയണം. നന്നായി. ഒരാൾക്ക് ഒരു രോഗംവന്ന് എന്നുകരുതുക. രോഗത്തെപ്പറ്റി അയാളെ പറഞ്ഞ് മനസിലാക്കിയാൽ രോഗം മാറുമോ. ഇല്ല. രോഗം വരുന്നതിനുമുമ്പാണെങ്കിൽ ഒരുപക്ഷെ കഴിഞ്ഞേക്കാം. രോഗത്തിന് പരിഹാരം മനസിലാക്കിക്കൽ അല്ല. ചികിത്സയാണ് വേണ്ടത്. അതായത് മരുന്നുകൊടുക്കണം. നല്ല അടി ഉത്തമമായ മരുന്നാണ്. നല്ലചികിത്സ തലമണ്ടയ്ക്കൊന്ന് കിട്ടിയാൽ ഏതു മണ്ടനും അൽപ്പം വെളിവുണ്ടാവും. അങ്ങനെ തലമണ്ടയ്ക്ക് ഒന്ന് കൊടുത്തിട്ട് വേണമെങ്കിൽ അവരെ ഉപദേശിക്കാം. എങ്കിൽ ആ ഉപദേശത്തിന് വിലയുണ്ടാവും. അതല്ലാതെ അവർക്ക് ഒരു സ്റ്റഡിക്ലാസ് കൊടുത്തിട്ട് മനസ്സ് മാറ്റിക്കാൻ കഴിയില്ല. ദൈവം തമ്പുരാൻ വിചാരിച്ചാൽപോലും കഴിയില്ല."

"നിങ്ങൾ പറയുന്നത് ശരിയാണ്. ചിലർക്ക് അടികിട്ടിയാൽ മാറും. എന്നാൽ എല്ലാവരുടെയും കാര്യത്തിൽ അത് ശരിയാവണമെന്നില്ല." ഡേവിഡോവ് ഇത് പറഞ്ഞ് മുറ്റത്തേക്കു നടക്കാൻ തുടങ്ങി. നഗുൽനോവും അയാളെ പിൻതുടർന്നു. അപ്പോൾ പുറത്ത് നന്നായി മഞ്ഞ് പെയ്യുന്നുണ്ടായിരുന്നു. തണുത്ത കാറ്റേറ്റ് തോപ്പിലെ മരച്ചില്ലകൾ ഉലയുന്നത് കേൾക്കാമായിരുന്നു. നല്ല ഇരുട്ടായിരുന്നു അപ്പോൾ. അവരിരുവരും പൊതുനിരത്തിലേക്ക് നടന്നു. നിരത്തിലൂടെ സ്കൂളിലേക്കാണ് അവർ പോയത്. അവിടെ കൊസാക്കുകൾ കാത്തിരിക്കുന്നുണ്ടായിരുന്നു. ധാരാളം ആളുകൾ അവിടെ സംബന്ധിച്ചിരുന്നു. ഗ്രാമത്തിൽ മുഴുവൻ കന്നുകാലികൾ കൊലചെയ്യപ്പെടുന്നതിനെപ്പറ്റി ആളുകൾ ആശങ്ക പങ്കുവെച്ചു. എങ്ങനെയെങ്കിലും ഇതവസാനിപ്പിക്കണം. അല്ലെങ്കിൽ വലിയ ദുരന്തംതന്നെ സംഭവിക്കും. കമ്യൂണിസ്റ്റ് പാർട്ടി ഇതിനകം ഈ വിഷയം ഗൗരവമായിത്തന്നെ ചർച്ച ചെയ്തു. മാത്രമല്ല, ഇതുസംബന്ധിച്ച് ചില തീരുമാനങ്ങളും എടുത്തു. ആ തീരുമാനങ്ങൾ റസ്മ്യോട്ട്ണോവ് സമ്മേളനത്തിൽ വിശദീകരിച്ചു. നയപരമായ കാര്യങ്ങൾ ഡേവിഡോവും വിശദീകരിച്ചു. അദ്ദേഹം പറഞ്ഞു:

"പ്രിയസുഹൃത്തുക്കളെ നമ്മുടെ ഗ്രാമത്തിൽ ഒരു കൂട്ടഭ്രാന്ത് പടർന്നുപിടിച്ചിരിക്കുകയാണ്. ലോകത്തിലെവിടെയും ഇല്ലാത്തൊരു ഭ്രാന്ത്. നമ്മളൊക്കെ മനസിലാക്കിയിരുന്നത് സ്വന്തം വളർത്തുമൃഗങ്ങളോട് അൽപ്പം സ്നേഹം നമുക്കൊക്കെ ഉണ്ടാവും എന്നാണ്. എന്നാൽ എന്താണിവിടെ നടക്കുന്നത്. കന്നുകാലികളെ മുഴുവൻ കണ്ണിൽച്ചോരയില്ലാതെ വെട്ടിത്തറയ്ക്കുകയാണ്. സ്വന്തംകുട്ടികളോടാണ് ഇവരൊക്കെ യുദ്ധം ചെയ്യുന്നത്. ഇങ്ങനെയുള്ള ആളുകളെ നമുക്കൊരിക്കലും കൂട്ടുകൃഷിയിൽ ചേർക്കാൻപറ്റില്ല. ഇതിലും ഭേദം നമ്മളൊക്കെ ആത്മഹത്യ ചെയ്യുന്നതാണ്. കുലാക്കുകൾ കൂട്ടുകൃഷിയെ നശിപ്പിക്കാൻവേണ്ടി നടത്തുന്ന പ്രവർത്തനത്തിന്റെ ഭാഗമാണിത്. കാലാകാലങ്ങളായി ഇവിടത്തെ പാവപ്പെട്ട കൃഷിക്കാരുടെ ചോരകുടിച്ച ദുഷ്ടവർഗം നമ്മെ എതിർക്കുകയാണ്. ഈ കാര്യം നമ്മുടെ നാട്ടുകാർക്ക് മനസിലാവുന്നില്ല എന്നത് വളരെ വിഷമകരമാണ്. ഇവിടത്തെ ഓരോ ഗ്രാമവാസിയും അവന്റെ കുഞ്ഞുങ്ങളെപ്പോലെതന്നെ വളർത്തുമൃഗങ്ങളെയും ലാളിക്കുന്നു എന്നുള്ളത് ഒരു സത്യമാണ്. എന്നാൽ എന്താണ് നാമിപ്പോൾ കാണുന്നത്. കൂട്ടുകൃഷിയോടുള്ള എതിർപ്പ് സ്വന്തം ജീവിതത്തോടുള്ള എതിർപ്പായി മാറിക്കഴിഞ്ഞിരിക്കുന്നു. മഹത്തായ ലക്ഷ്യത്തിനുവേണ്ടി നാം പറയുന്ന കാര്യങ്ങൾക്ക് പലരും പുല്ലിന്റെ വിലപോലും കൽപ്പിക്കുന്നില്ല. എന്നാൽ ദുഷ്ടലക്ഷ്യം വെച്ച് കുലാക്കുകൾ പറയുന്ന കാര്യം ആളുകൾ അനുസരിക്കുന്നു. അത് നിറവേറ്റുന്നു. നാളെ സ്വന്തംവീടിന് തീ വയ്ക്കാൻ കുലാക്കുകൾ പറഞ്ഞാലും അത് ജനങ്ങൾ അനുസരിക്കും എന്ന മട്ടായിരിക്കുന്നു. ഇത്തരമൊരു ഭീകരമായ അവസ്ഥ ഇന്നുവരെ ഇവിടെ ഉണ്ടായിട്ടില്ല. നമുക്ക് ഈ ഒരവസ്ഥയെ മറികടക്കണം. ഈ ഗ്രാമത്തെ രക്ഷിക്കണം. അങ്ങനെ സ്വയം രക്ഷിക്കണം. അത് ചർച്ചചെയ്യാൻ വേണ്ടി

യാണ് നാമിവിടെ കൂടിയിരിക്കുന്നത്."

ഡേവിഡോവിന്റെ ദീർഘമായ പ്രസംഗം വളരെ ശാന്തമായാണ് ആളുകൾ ശ്രവിച്ചത്. പലരും എന്തൊക്കെയോ പിറുപിറുക്കുന്നുണ്ടായിരുന്നു. കാരണം കന്നുകാലികളെ കൊലചെയ്ത പലരും ആ യോഗത്തിൽ പങ്കെടുത്തിരുന്നു. അവരെല്ലാം വളരെയേറെ കുറ്റബോധം പ്രകടിപ്പിച്ചു. സ്വന്തം കന്നുകാലികളെ കശാപ്പ്ചെയ്തത് സ്വമനസാലെ ആയിരുന്നില്ല. കുലാക്കുകൾ അവരെ തെറ്റിദ്ധരിപ്പിക്കുകയായിരുന്നു. കൂട്ടുകൃഷി വളർന്നുവന്നാൽ സ്വത്തുക്കളെല്ലാം നഷ്ടപ്പെടുമെന്നും ഭാര്യ പൊതുസ്വത്താകുമെന്നും കുഞ്ഞുങ്ങൾ നഷ്ടപ്പെടുമെന്നും കൃഷിക്കാരെ കുലാക്കുകൾ തെറ്റിദ്ധരിപ്പിച്ചിരുന്നു. ശുദ്ധഹൃദയരും പാവങ്ങളുമായ കൃഷിക്കാർ അത് വിശ്വസിച്ചു. യഥാർത്ഥത്തിൽ വളരെ വേദനയോടെയാണ് അവർ സ്വന്തം കന്നുകാലികളെ വെട്ടിത്തറച്ചത്. പല പാവപ്പെട്ട കൃഷിക്കാരെയും സ്വാധീനിക്കാൻ കുലാക്കുകൾ ചില തന്ത്രങ്ങൾ പ്രയോഗിച്ചു. അതിലൊന്ന് കൃഷിക്കാരുടെ ഭാര്യമാരെ സ്വാധീനിക്കുക എന്നതായിരുന്നു. ഭർത്താക്കന്മാരോട് കുലാക്കുകൾ ഒന്നും മിണ്ടിയില്ല. അവരറിയാതെ അവരുടെ ഭാര്യമാരെ പലതും തെറ്റിദ്ധരിപ്പിച്ചു. അങ്ങനെ തെറ്റിദ്ധരിപ്പിക്കപ്പെട്ട ഭാര്യമാർ ഭർത്താക്കന്മാരോട് ആവശ്യപ്പെട്ടതനുസരിച്ചാണ് കൂടുതൽ മൃഗഹത്യകളും അവിടെ നടന്നത്.

"അത് ശരിയാണ്. എന്റെ ഭാര്യ നിർബന്ധിച്ചില്ലായിരുന്നെങ്കിൽ ഞാനും ഇത്തരത്തിൽ കന്നുകാലികളെ കശാപ്പുചെയ്യില്ലായിരുന്നു." ലുബിഷ്കിൻ വളരെ വ്യസനത്തോടെ പറഞ്ഞു.

"അതെ, നിന്റെ ഭാര്യ അത് ചെയ്യും. അതെനിക്കറിയാം. നീ കൂട്ടുകൃഷിയിൽ ചേർന്നിട്ടും നിനക്കത് ചെയ്യേണ്ടിവന്നല്ലോ." ലുബിഷ്കിന്റെ ഒരയൽവാസിയായ വൃദ്ധനാണത് പറഞ്ഞത്.

"കാരണവരേ എന്തുചെയ്യാം, അങ്ങനെയൊക്കെ സംഭവിച്ചുപോയി."

"സുഹൃത്തെ, നിങ്ങൾ നിങ്ങളുടെ പ്രിയപ്പെട്ട കന്നുകാലികളെ കൊന്നുകളഞ്ഞല്ലോ." ഉഷക്കോവ് ആണ് ഇത് പറഞ്ഞത്.

"ഞാൻ പറഞ്ഞില്ലേ അങ്ങനെയൊക്കെ സംഭവിച്ചുപോയെന്ന്. ദുരിതകാലം എന്നു പറഞ്ഞാൽ ഇതാണ്. നമ്മളെന്ത് ചെയ്യരുതെന്ന് വിചാരിക്കുന്നുവോ അത് ചെയ്തുപോവും. എന്നിൽ ഏതോ ചെകുത്താൻ കൂടിയിരിക്കുന്നു. അല്ലാതെ ഞാനെന്തുപറയാൻ.

"ശരിക്കും ഞാനത് കേട്ടതാണ്. അർധരാത്രിയിൽ നിങ്ങളുടെ തൊഴുത്തിൽ എന്തൊക്കെയോ ശബ്ദം...പിന്നെ കാളയുടെ ശബ്ദവും മറ്റും."

"പ്രിയപ്പെട്ട സുഹൃത്തെ ശവത്തിൽ കുത്തരുത്." ലുബിഷ്കിന്റെ അയൽവാസിയായ വൃദ്ധൻ പറഞ്ഞു.

"കാരണവരേ നിങ്ങൾ ഇതിലെന്തിനാണിത്ര വിഷമിക്കുന്നത്." ഉഷക്കോവ് പറഞ്ഞു.

"വ്യസനമുണ്ട് കുട്ടീ, ഞങ്ങളൊക്കെ എങ്ങനെയാണ് ജീവിച്ചത്"

ഇങ്ങനെ പരസ്പരം കുറ്റം പറഞ്ഞും സഹതപിച്ചും അവർ കുറെ

കാര്യങ്ങൾ സംസാരിച്ചു. പുറത്ത് ഏറെ കുത്തുവാക്കുകൾ പറയുമെങ്കിലും പരസ്പരം കളിയാക്കുമെങ്കിലും അവരെയെല്ലാം എന്തോ ഒരു അദൃശ്യശക്തി ബന്ധിപ്പിച്ചിരുന്നു. അത് അവരുടെ ഹൃദയബന്ധംതന്നെയായിരുന്നു. ഇതെല്ലാം നടക്കുന്ന യോഗത്തിൽ എല്ലാവരും വളരെ ശാന്തരായിട്ടാണ് കാണപ്പെട്ടത്. യോഗമവസാനിക്കുമ്പോഴേക്കും സന്ധ്യയായിരുന്നു. തണുത്തകാറ്റ് വീശിയടിക്കുന്നുണ്ടായിരുന്നു. പുഴയിൽനിന്നുമടിക്കുന്ന തണുത്ത കാറ്റ്. വെൺചാമരം വീശുന്ന പോപ്ലാർ മരങ്ങളെ തഴുകിവരുന്ന കാറ്റ്. കൂരാക്കൂരിരുട്ടിൽ വെളിച്ചത്തിനുപകരം പ്രകൃതിയുടെ സാന്നിധ്യം അറിയിക്കുന്ന കാറ്റ്. നന്നായി മഞ്ഞ് പെയ്യുന്നുണ്ടായിരുന്നു. ശിശിരകാലത്തിന്റെ വിളവ് പോലെ മുഴുത്തുതുടുത്ത മഞ്ഞിൻകണങ്ങൾ ഗ്രാമത്തിലെ വയലുകളിലും കുമിഞ്ഞുകൂടി.

## 19

**അ**ന്നത്തെ സമ്മേളനം കഴിഞ്ഞു. ഡേവിഡോവും റസ്മ്യോട്ട്ണോവും കൂടി നടന്നു. കടുത്ത മഞ്ഞുവീഴ്ചയായിരുന്നു അപ്പോൾ. വീടുകളിൽനിന്ന് കൊച്ചുവിളക്കുകൾ കത്തിക്കൊണ്ടിരുന്നു. കന്നുകാലികൾ വിശന്നുകരയുന്നുണ്ടായിരുന്നു. യാക്കോവ് കൃഷിയെപ്പറ്റിപ്പറഞ്ഞ കാര്യങ്ങളാണ് ഡേവിഡോവ് ചിന്തിച്ചുകൊണ്ടിരുന്നത്. ഇത്രയും കാലം ഡേവിഡോവ് കരുതിയത് മഞ്ഞുകഷ്ണങ്ങൾ കൃഷിയെ നശിപ്പിക്കുമെന്നാണ്. എന്നാൽ ഇപ്പോഴാണ് മനസിലായത് മഞ്ഞുകഷണങ്ങൾ കൃഷിക്ക് അനുഗ്രഹമാണെന്ന്. എന്നാൽ ധാരാളം മഞ്ഞ് വീണിട്ടും വയലുകളിൽ വളരെക്കുറച്ചേ അവശേഷിക്കുന്നുള്ളൂ. കാരണം കാറ്റടിക്കുമ്പോൾ അത് പറന്നുപോകും. എന്നാൽ കാട്ടുചെടികൾ കാറ്റിനെ തടഞ്ഞുനിർത്തും. പക്ഷെ മനുഷ്യർ അതിനു അനുവദിക്കേണ്ടേ. അവർ ഈ ചെടികളെല്ലാം വെട്ടിനശിപ്പിക്കും. ഇങ്ങനെയെല്ലാം ചിന്തിച്ച് ഡേവിഡോവിന്റെ മനസ്സ് വിഷമിക്കാൻ തുടങ്ങി.

നടക്കുന്നതിനിടയ്ൽ റസ്മ്യോട്ട്ണോവ് പറഞ്ഞു:

"നമുക്ക് കൂട്ടുകൃഷി സംഘത്തിന്റെ തൊഴുത്തിൽക്കയറി കുതിരകളെ ഒന്ന് കാണാം."

"അങ്ങനെയാവാം."

അവർ രണ്ടുപേരുംകൂടി കൂട്ടുകൃഷിസംഘത്തിന്റെ പറമ്പിലേക്ക് കയറി. അവിടെ ഒരു വിളക്ക് കത്തുന്നുണ്ടായിരുന്നു. കുറെ കൊസാക്കുകൾ അവിടെ കാവൽനിൽക്കുന്നുണ്ടായിരുന്നു.

"ഇന്ന് ആർക്കാണ് ഡ്യൂട്ടി" റസ്മ്യോട്ട്ണോവ് ചോദിച്ചു. മെയിഡന്നിക്കോവാണ് ഇന്നുരാത്രി കാവൽ കിടക്കുന്നത്."

"പിന്നെ എന്തിനാണ് നിങ്ങളെല്ലാം ഇവിടെ തടിച്ചുകൂടിനിൽക്കുന്നത്" ഡേവിഡോവ് ചോദിച്ചു.

"അങ്ങനെ പ്രത്യേകിച്ചൊന്നുമില്ല സഖാവെ, നിങ്ങളെയെല്ലാം ഒന്ന് കണ്ട് സംസാരിച്ചിട്ട് പിരിയാം എന്നുകരുതി."

"കുതിരകൾക്ക് കൊടുക്കാനുള്ള വൈക്കോലെല്ലാം എത്തിച്ചോ?"

"ഇല്ല. ഇപ്പോൾ തന്നെ ഏർപ്പാട് ചെയ്യാം."

"ഞങ്ങളിപ്പോൾ ലായം വൃത്തിയാക്കിയതേയുള്ളൂ. മണല് വിതറി അവിടെയെല്ലാം കുതിരയ്ക്ക് കിടക്കാൻ പാകത്തിൽ സൗകര്യം ചെയ്തിട്ടുണ്ട്. രാത്രി തണുത്ത് വിറയ്ക്കരുതല്ലോ."

അവരെല്ലാവരും കുതിരകളുടെ ലായത്തിനടുത്തേക്ക് നടന്നു. വളരെ സമാധാനത്തോടെ കിടക്കുന്ന കുതിരകളുടെ അടുത്തേക്ക് അവരെല്ലാവരുംകൂടി നടന്നടുത്തപ്പോൾ കുതിരകൾ ഒന്നു ഭയപ്പെട്ടു. അവരെ എന്തെങ്കിലും ചെയ്യുമോ എന്ന ഭീതി അവ പ്രകടിപ്പിച്ചു. വളരെ പെട്ടന്നുതന്നെ കുതിരകൾ ചടപടാ എന്നെഴുന്നേറ്റു. കുതിരക്കുളമ്പുകൾ ലായത്തറയിൽ ചവിട്ടിയ ശബ്ദംകേട്ട് അവരെല്ലാം തന്നെ പരിഭ്രമിച്ചു. അവിടെ കൂടിയിരുന്നവരെല്ലാം തങ്ങളെ പോറ്റിവളർത്തുന്നവരാണെന്നും കുതിരകൾക്ക് തോന്നിയിരിക്കണം. അവ ശാന്തമായി. തങ്ങളുടെ രക്ഷാകർത്താക്കളുടെ സാന്നിധ്യം കുതിരകൾക്ക് ആശ്വാസകരമായി തോന്നി. രക്ഷാകർത്താക്കൾ അവയുടെ കുഞ്ചിരോമങ്ങളിൽ തടവി അവർക്ക് വൈക്കോൽ കൊടുത്തു. അപ്പോൾ ഡേവിഡോവ് ചോദിച്ചു;

"നിങ്ങളെല്ലാവരും ഇവിടെ കൂടിയിരിക്കുന്നതെന്തിനാണെന്ന് പറഞ്ഞില്ല." അപ്പോൾ ഒരാൾ പറഞ്ഞു:

"എന്തിനാണ് ഞങ്ങളെല്ലാവരും ഇവിടെ വന്നതെന്നോ. പറയാം ഞങ്ങളെന്നും രാത്രിയിൽവരും. കാരണം ഞങ്ങളുടെ കുതിരകൾ ഇവിടെയുണ്ട്. അവയ്ക്ക് തീറ്റകൊടുക്കേണ്ട സമയമായാൽ ഞങ്ങൾക്ക് വീട്ടിൽ ഇരിക്കപ്പൊറുതിയില്ല. നിങ്ങൾ ഒരുപക്ഷേ പറയും സ്വകാര്യസ്വത്തിനോടുള്ള ഭ്രമമാണെന്ന്. പക്ഷെ ഇവർ ഞങ്ങൾക്ക് സ്വത്തും പണവും ഒന്നുമല്ല. കൂടപ്പിറപ്പുകളാണ്. കൂടപ്പിറപ്പുകൾ. ഇവരെ കണ്ടില്ലെങ്കിൽ ഞങ്ങൾക്ക് ഉറങ്ങാൻ കഴിയില്ല. ഇവയ്ക്കൊക്കെ തീറ്റ കൊടുത്താലും ഞങ്ങളുടെ കൈകൊണ്ട് ഒരുപിടി പുല്ലുവാരിക്കൊടുത്താലെ വീട്ടിൽപോയി ഒരു പിടി ചോറ് ഞങ്ങൾക്ക് കഴിക്കാൻ കഴിയൂ. പിന്നെ ഗർഭിണികളായ കുതിരകൾ ഇവിടെയുണ്ട്. അതിന്റെ വയറൊന്ന് ഉഴിഞ്ഞുനോക്കിയില്ലെങ്കിൽ ഞങ്ങൾക്ക് വിഷമമാണ്. നിങ്ങൾക്ക് ഒരുപക്ഷെ ഇതൊക്കെ അനാവശ്യമായി തോന്നും. ഒരു നിലയ്ക്ക് അത് അനാവശ്യവുമാണ്. കാരണം കൂട്ടുകൃഷി സംഘത്തിന് ഒരു സ്വത്ത് വിട്ടുകൊടുത്താൽപ്പിന്നെ അത് നമ്മുടെ സ്വകാര്യസ്വത്തല്ല. പക്ഷെ എന്തുചെയ്യാം. ഞങ്ങൾ ഇവറ്റകളെയൊക്കെ അങ്ങനെയാണ് വളർത്തിയത്. ഞങ്ങളുടെ കുടുംബത്തിലെ അംഗങ്ങളെപ്പോലെയാണിവർ."

കൃഷിക്കാരന്റെ ഈ വാക്കുകൾ കേട്ടപ്പോൾ ഡേവിഡോവിന്റെ മനസ്സ് ഒന്നിളകി. എങ്കിലും അയാൾ ഒരു നേതാവിന്റെ ഗൗരവത്തോടെ പറഞ്ഞു:

"ശരി ഇനി നിങ്ങൾക്കെല്ലാം പോകാം. കൂട്ടുകൃഷി സ്ഥാപനത്തിന്റെ നിയമാവലി അനുസരിച്ച് രാത്രി കാവൽകിടക്കുന്ന ആളും അയാളെ സഹായിക്കുന്നവരും അല്ലാതെ മറ്റൊരാളും ഇവിടെ നിൽക്കാൻ പാടില്ല.

ആട്ടെ നിങ്ങൾ കുതിരകൾക്ക് വൈക്കോൽ ശരിക്കും കൊടുക്കുന്നുണ്ടോ?"

"നന്നായി കൊടുക്കുന്നുണ്ട്. അവ തീറ്റ നിർത്തുന്നതുവരെ കൊടുക്കും. അതുമാത്രമല്ല അവർക്ക് കിടക്കാൻ നല്ല വിരിയും ഇട്ടിട്ടുണ്ട്."

അപ്പോൾ ഒരു കൃഷിക്കാരൻ യാക്കോവിനെ കുറ്റപ്പെടുത്തിക്കൊണ്ട് സംസാരിച്ചു. യാക്കോവിന് കുതിരകളെപ്പറ്റി ഒന്നുമറിയില്ലെന്നും അയാൾ അനാവശ്യമായി കുതിരകളുടെ കാര്യത്തിൽ ഇടപെടുകയാണെന്നും കൃഷിക്കാരൻ പറഞ്ഞു. ഡേവിഡോവ് ചില ചെടികൾ ലായത്തിൽ വിരിക്കണം എന്ന് പറഞ്ഞത്രെ. എന്നാൽ അതിന്റെ ആവശ്യമില്ലെന്നും യാക്കോവിന് ഇത്തരംകാര്യങ്ങൾ അറിയില്ലെന്നും കൃഷിക്കാരൻ പറഞ്ഞു. അപ്പോൾ ഡേവിഡോവ് ഇക്കാര്യത്തിൽ ഒരു തീരുമാനം പറഞ്ഞു.

"യാക്കോവിന് ചിലകാര്യങ്ങൾ അറിയില്ല. അയാളോട് ഞാൻ കാര്യങ്ങൾ പറയാം."

കൃഷിക്കാർ വേറെയും പല പരാതികളും പറഞ്ഞു. വൈക്കോൽ അനാവശ്യമായി ഉപയോഗിക്കുന്നതിനെപ്പറ്റിയും കന്നുകാലികളെ വളർത്തുന്നതിനെപ്പറ്റിയും മറ്റും. കൃഷികാര്യങ്ങളിൽ തങ്ങൾക്കുള്ള അറിവ് കൃഷിക്കാർ പ്രകടിപ്പിക്കുന്നുണ്ടായിരുന്നു. ഇതിനിടയിൽ ഡേവിഡോവ് അദ്ദേഹത്തിന് ലെനിൻഗ്രാദിൽനിന്നും ലഭിച്ച സിഗരറ്റ് കൃഷിക്കാർക്കുകൊടുത്തു. തന്റെ കൂട്ടുകാർ അയച്ചുതന്ന സാധനങ്ങൾ മുഴുവൻ അയാൾ കൃഷിക്കാർക്ക് കാണിച്ചുകൊടുത്തു. അപ്പോൾ അദ്ദേഹത്തിന്റെ മുഖം അഭിമാനം കൊണ്ട് വികസിക്കുന്നുണ്ടായിരുന്നു. കൃഷിക്കാരോട് അയാൾ വീട്ടുകാര്യങ്ങൾ അന്വേഷിച്ചു. അപ്പോൾ ലെപ്ഷിനോവ് ഇങ്ങനെ മറുപടി പറഞ്ഞു.

"ഞങ്ങളുടെ വീട്ടുകാർക്ക് സുഖംതന്നെയാണ്. കൂട്ടുകൃഷിയിൽ ചേർന്ന ശേഷം ഞങ്ങൾക്ക് യാതൊരു പ്രയാസവും ഉണ്ടായിട്ടില്ല. എന്നാൽ ചില കൃഷിക്കാർ അവരുടെ കന്നുകാലികളെ കൊലചെയ്യുന്നത് കാണുമ്പോൾ ഞങ്ങൾക്ക് പ്രയാസം തോന്നും. കാരണം കന്നുകാലികൾ അവനവന്റേതായാലും അന്യന്റേതായാലും അവയെ കശാപ്പുചെയ്യുന്നത് കാണുമ്പോൾ ഒരു പ്രയാസമാണ്. കന്നുകാലികൾ ഞങ്ങളുടെ ജീവിതത്തിന്റെ ഭാഗമാണ്."

കർഷകരുടെ യോഗം കഴിഞ്ഞ് എല്ലാവരും യാത്രയായി. ഡേവിഡോവും റസ്മ്യോട്ണോവും കൃഷിക്കാര്യങ്ങൾ സംസാരിച്ച് നടന്നു. അവരങ്ങനെ നടന്നുപോകുമ്പോൾ വഴിയരികിൽ ഒരുവീട് കണ്ടു. ലൂക്കയുടെ വീടായിരുന്നു അത്. അയാൾ കൂട്ടുകൃഷിയിൽ ചേർന്നിരുന്നില്ല. ഒരു ഇടത്തരം കൃഷിക്കാരനായിരുന്നു അയാൾ. അയാളുടെ വീട്ചൂണ്ടി റസ്മ്യോട്ണോവ് പറഞ്ഞു:

"ഡേവിഡോവ്, ഇതാണ് ലൂക്കയുടെ വീട്. അതാ നിൽക്കുന്നു ലൂക്ക!"

"എന്താ ലൂക്കാ എന്തൊക്കെയുണ്ട് വിശേഷം.

നിന്റെ കൈയിലെന്താണ് ലൂക്കാ."

ലൂക്കാ ഒന്നും മിണ്ടിയില്ല.

അപ്പോൾ ഡേവിഡോവ് പറഞ്ഞു

"ലൂക്കാ നിന്റെ കൈയിലുള്ളത് ഇങ്ങുതരൂ. അല്ലെങ്കിൽ നിന്നെ ഞാൻ കാച്ചിക്കളയും."

ലൂക്കയുടെ കൈയിൽ ഒരു കത്തിയുണ്ടായിരുന്നു. അയാൾ ഒരു കടുത്ത പ്രവൃത്തി ചെയ്യാൻ കാത്തിരിക്കുകയായിരുന്നു. ഒരുപക്ഷെ ഡേവിഡോവിനെ കൊല്ലാനായിരിക്കാം അയാളുടെ പദ്ധതി. അപ്പോൾ ആൻഡ്രി അവരുടെ സംസാരം കേട്ട് ഓടിവന്നു. അയാൾ സമർഥനായ ഒരു നായാട്ടുകാരനാണ്. അയാൾ ലൂക്കയുടെ കൈയിൽനിന്നും കത്തി പിടിച്ചുവാങ്ങി. ഇതിനിടയിൽ ഒരു മൽപ്പിടുത്തം തന്നെ നടന്നിരുന്നു. കരുത്തനായ ആൻഡ്രി ലൂക്കോയെ മലർത്തിത്തള്ളിയിട്ട് കത്തി കൈക്കലാക്കി. അപ്പോൾ ലൂക്ക പറഞ്ഞു:

" പ്രിയസുഹൃത്തുക്കളെ, എന്റെ ലക്ഷ്യം നിങ്ങളായിരുന്നില്ല. നിങ്ങളായിരുന്നു എന്റെ ലക്ഷ്യമെങ്കിൽ ഞാനതുചെയ്തേനെ. നിങ്ങളത് മനസിലാക്കണം. സുഹൃത്തുക്കളെ നിങ്ങളെന്റെ വീട്ടിലേക്ക് വരൂ, അല്ലെങ്കിൽ എന്റെ വീട്ടുമുറ്റംവരെ വരൂ."

"എന്തിനാണ്?"

"കാര്യം പറയൂ."

"നിങ്ങൾ എന്റെ വീട്ടുമുറ്റംവരെ വന്നാൽ നിങ്ങൾക്ക് കാര്യം മനസിലാകും. ഞാനെന്തിനാണ് കത്തിയുമായി ഇവിടെ കാത്തുനിന്നതെന്ന് നിങ്ങളറിയണം. അപ്പോൾ നിങ്ങളുടെ എല്ലാ സംശയവും മാറും."

"എങ്കിൽ നമുക്ക് പോയി നോക്കാം."

"ശരി എന്തായാലും കാര്യമറിയണമല്ലോ."

"എങ്ങോട്ടാണ് നടക്കേണ്ടത്?"

"ഇതാ ഇങ്ങോട്ട്."

അവിടെ കയ്യാലക്കടുത്ത് ഒരു സ്റ്റൂളിൻമേൽ വിളക്ക് കത്തുന്നുണ്ട്. അവിടം മുഴുവൻ വൈക്കോലും ചാണകവും. കയ്യാലയ്ക്കു സമീപം സുന്ദരിയായ ഒരു സ്ത്രീ സുന്ദരമായ തന്റെ മുഖത്തെ വിടർന്ന പുരികങ്ങളുമായി പരിഭ്രമത്തോടെ ഇരിക്കുന്നു. അത് ലൂക്കയുടെ ഭാര്യയായിരുന്നു. അവളുടെ അടുത്ത് കുറെ പാത്രങ്ങളും പാത്രങ്ങളിൽ വെള്ളവുമുണ്ട്. അവളുടെ അടുത്ത് ഒരു മുള്ളൻപന്നിയും. അത് കാടികുടിക്കുകയായിരുന്നു. പെട്ടെന്ന് കയറിവന്ന അതിഥികളെ കണ്ടപ്പോൾ ലൂക്കയുടെ ഭാര്യ പേടിച്ചുപോയി.

"നിങ്ങൾക്കിപ്പോൾ കാര്യം മനസിലായോ?"

"മനസിലായില്ല. കാര്യം പറയൂ."

മുള്ളൻപന്നിയെ ചൂണ്ടി ലൂക്ക ഇങ്ങനെ പറഞ്ഞു:

"ഞങ്ങളിതിനെ കശാപ്പുചെയ്യാൻ ഒരുങ്ങുകയായിരുന്നു. അതിനെ കൊല്ലുന്നതിനുമുമ്പ് ഇവൾ തീറ്റകൊടുത്തു. അതെ, അതാണ് അതിന്റെ രീതി. അവസാനത്തെ അത്താഴം. അത് കഴിച്ചുകൊണ്ടിരിക്കുമ്പോഴാണ്

പുറത്തുനിന്ന് ശബ്ദം കേട്ടത്. ഇവൾ എന്നോട് പറഞ്ഞു ആരാണെന്ന് പോയിനോക്കാൻ. അങ്ങനെയാണ് ഞാൻ അറവ്കത്തിയുമായി ഇവിടേക്ക് വന്നത്. അപ്പോഴാണ് അപരിചിതർ ആരാണെന്ന് മനസിലായത്. ഇപ്പോൾ നിങ്ങൾക്ക് കാര്യങ്ങളെല്ലാം മനസിലായല്ലോ. അല്ലാതെ നിങ്ങളെ കൊല്ലാനായിരുന്നെങ്കിൽ നിങ്ങളുടെ മുന്നിൽ വന്ന് നിൽക്കുമായിരുന്നോ." ഇതും പറഞ്ഞ് ലൂക്ക തന്റെ ഭാര്യയോട് അവിടെനിന്നും കടന്നുപോകാൻ ആജ്ഞാപിച്ചു. അയാൾ അവളെ വഴക്കുപറയുന്നുണ്ടായിരുന്നു. അപ്പോൾ റസ്മ്യോട്ണോവ് ഇങ്ങനെ പറഞ്ഞു:

"അരുത്, ഈ പാവം മൃഗത്തെ കൊല്ലരുത്. ഞങ്ങൾ ഇതുവരെ ചർച്ച ചെയ്തത് ഇതിനെപ്പറ്റിയായിരുന്നു. ഇവിടത്തെ ആളുകൾ യാതൊരു കാരുണ്യവുമില്ലാതെ സ്വന്തം വീട്ടുമൃഗങ്ങളെ കശാപ്പുചെയ്യുന്നു."

"ഇല്ല, ഞാനിനി ഇതിനെ കൊല്ലുന്നില്ല."

അങ്ങനെ അവർ പിരിഞ്ഞു. അപ്പോൾ ഡേവിഡോവ് ആൻഡ്രിയെ നോക്കി പറഞ്ഞു:

"ആഹാ ആഹാ കൂട്ടുകൃഷിസംഘത്തിന്റെ ചെയർമാനെ ഇയാൾ രക്ഷിച്ചു. അക്രമിയെ ഒരു മൽപ്പിടുത്തത്തിലൂടെ കീഴടക്കി. താനൊരു പുലിതന്നെയാണ്. ആ ഹ ഹ ഹാ."

അപ്പോൾ റസ്മ്യോട്ണോവ് ഇങ്ങനെ പറഞ്ഞു:

"താങ്കൾ ഒരു മഹാ വീരൻതന്നെ. ഒരു മുള്ളൻപന്നിയുടെ ജീവൻ രക്ഷിക്കാൻ താങ്കൾക്ക് കഴിഞ്ഞുവല്ലോ."

# 20

ഗ്രീമ്യാക്കിലോഗിലെ കൂട്ടുകൃഷിക്കാർ വീണ്ടും യോഗം ചേർന്നു. കൂട്ടുകൃഷി സംഘത്തിലെ എല്ലാവരുടെയും കന്നുകാലികളെ പൊതുസ്വത്താക്കാൻ യോഗം തീരുമാനിച്ചു. കാളകളെയും പശുക്കളെയും കുതിരകളെയും പന്നികളെയും എന്നുവേണ്ട കോഴി താറാവ് തുടങ്ങിയ പക്ഷികളെയും കൂട്ടുകൃഷി സംഘം ഏറ്റെടുക്കാൻ തന്നെ തീരുമാനിച്ചു.

എന്നാൽ ഡേവിഡോവിന് ചില അഭിപ്രായ വ്യത്യാസങ്ങൾ ഉണ്ടായിരുന്നു. എല്ലാ മൃഗങ്ങളെയും പിടിച്ചെടുക്കുന്നതിന് അയാൾ എതിരായിരുന്നു. വീട്ടിലെ പക്ഷികളെ കൂട്ടുകൃഷിസംഘം ഏറ്റെടുക്കേണ്ടതില്ലെന്ന അഭിപ്രായമായിരുന്നു അയാൾക്കുണ്ടായിരുന്നത്. എന്നാൽ വീട്ട്പക്ഷികളെ കൂട്ടുകൃഷിസംഘം ഏറ്റെടുക്കുന്നില്ലെങ്കിൽ കൃഷിക്കാർ അവയെയും കശാപ്പ് ചെയ്യുമെന്ന് നഗുൽനോവ് അഭിപ്രായപ്പെട്ടു. പക്ഷികൾ കൊലചെയ്യപ്പെട്ടാൽ അത് കൃഷിയെ ദ്രോഹകരമായി ബാധിക്കുമെന്ന നഗുൽനോവിന്റെ അഭിപ്രായത്തെ പലരും പിൻതുണച്ചു. അവസാനം ഡേവിഡോവും നഗുൽനോവിന്റെ അഭിപ്രായം ശരിവെച്ചു.

എന്നാൽ മൃഗങ്ങളെ കൂട്ടക്കശാപ്പ് ചെയ്യുന്നതിനെതിരെ യോഗം പ്രമേയം പാസാക്കി. ഈ വിഷയത്തിൽ ഒരു പ്രചാരണം തന്നെ നടത്താൻ യോഗം തീരുമാനമെടുത്തു.

എല്ലാ കൃഷിക്കാരും ഈ പ്രചാരണപ്രവർത്തനങ്ങളിൽ പങ്കുകൊള്ളണം. അവർ എല്ലാ വീട്ടിലും പോയി കുലാക്കുകളെയും കൃഷിക്കാരെയും ബോധവൽക്കരിക്കണം. ഇങ്ങനെ പ്രചാരണം നടത്തുന്നതിന്റെ റിപ്പോർട്ട് യോഗത്തിൽ അവതരിപ്പിക്കണം. അത് യോഗം ചർച്ചചെയ്യും. ആ ചർച്ചയുടെ അടിസ്ഥാനത്തിലായിരിക്കും ഭാവി നടപടികൾ സ്വീകരിക്കുക.

ഇത്തരം നീക്കങ്ങളുടെയെല്ലാം ഫലമായി വളരെയേറെ മാറ്റങ്ങൾ ഉണ്ടാവുമെന്ന് നഗുൽനോവ് പറഞ്ഞു. ശക്തമായ പ്രചാരണ പ്രവർത്തനത്തിലൂടെയും ബോധവൽക്കരണത്തിലൂടെയും മാത്രമേ കൂട്ടുകൃഷിപ്പസ്ഥാനം വിജയിക്കുകയുള്ളുവെന്ന് അയാൾ പറഞ്ഞു.

യോഗം വലിയ വിജയമായിരുന്നു. പലതരം പ്രമേയങ്ങൾ അതിൽ അവതരിപ്പിക്കപ്പെട്ടു. അതിലൊന്ന് നല്ല കൃഷിക്കാരെ മുഴുവൻ കൂട്ടുകൃഷി സംഘത്തിൽ ചേർക്കണമെന്നുള്ളതായിരുന്നു. മാത്രമല്ല എല്ലാത്തരം കന്നുകാലികളെയും കോഴി താറാവ് എന്നിവയെയും കൂട്ടുകൃഷിസംഘത്തിൽ ചേർക്കണമെന്നുള്ള പ്രമേയത്തിന് മുഴുവൻ ആളുകളുടെയും പിൻതുണ ലഭിച്ചു. എന്നാൽ ചില സ്ത്രീകൾ മുറുമുറുക്കുകയുണ്ടായി. കോഴിയെയും താറാവിനെയും പിടിച്ചെടുക്കുന്നത് അവർക്കിഷ്ടമായിരുന്നില്ല. എന്നാൽ അവസാനം അവരും പ്രമേയത്തോട് യോജിച്ചു. ഇക്കാര്യത്തിൽ ഏറ്റവും കൂടുതൽ അധ്വാനിച്ചത് നഗുൽനോവ് ആയിരുന്നു. അയാൾ കൃഷിക്കാരെ മുഴുവൻ കൈയിലെടുക്കുന്ന രീതിയിൽ ആണ് പ്രസംഗിച്ചത്. കത്തിക്കാളുന്ന അയാളുടെ പ്രസംഗം ഇങ്ങനെയായിരുന്നു:

"പ്രിയപ്പെട്ട സഖാക്കളേ, സുഹൃത്തുക്കളേ, നാരീരത്നങ്ങളേ, നമ്മുടെ കൂട്ടുകൃഷി ഈ നാടിന്റെ മുഖഛായ മാറ്റും. നമ്മുടെ നാട് ഒരു പുനർജന്മത്തിലേക്ക് പ്രവേശിക്കുകയാണ്. ഇവിടെ കോഴിയും താറാവുമൊന്നും നമുക്ക് വിലങ്ങ് തടിയാവരുത്. കോഴികളും താറാവുകളുമെല്ലാം ഇനിമേൽ നമ്മെപ്പോലെ തന്നെ കൂട്ടുകൃഷിയിലെ അംഗങ്ങളാണ്. ഇനി മുതൽ അവർ ഒരു പുതിയ ജീവിതത്തിലേക്ക് കടക്കുകയാണ്. ഇനി മേൽ അവർ നമ്മുടെ വീടുകളിൽ കിടന്ന് കഷ്ടപ്പെടരുത്. അവരുടെ ജീവനും സ്വത്തിനും സുരക്ഷിതത്വം വേണം. വസന്തകാലമായാൽ നമ്മൾ മുട്ട വിരിയിക്കുന്ന ഒരു യന്ത്രം വരുത്തും. നൂറുകണക്കിന് മുട്ടകളെ ഒരേ സമയം വിരിക്കുന്ന യന്ത്രം. നഗരങ്ങളിലെല്ലാം അത്തരം യന്ത്രമുണ്ട്. അത്തരമൊരു യന്ത്രം നാം വാങ്ങിയാൽ നമുക്ക് ധാരാളം കോഴിയും താറാവുമുണ്ടാവും. നമ്മളാണ് അവയെ പോറ്റുന്നതെങ്കിലും അതെല്ലാം ഈ ഗ്രാമത്തിന്റേതാണ്. എന്നുവെച്ചാൽ എല്ലാവരുടേതുമാണ്. ഓരോരുത്തരും എല്ലാവർക്കും വേണ്ടിയും എല്ലാവരും ഓരോരുത്തനും വേണ്ടിയും ജീവിക്കുന്ന ഒരു ലോകം നമുക്ക് പടുത്തുയർത്തണം. ഓരോരുത്തനും അവനവന്റെ കഴിവിനനുസരിച്ച് അധ്വാനിക്കുകയും അധ്വാനത്തിനനുസരിച്ച് പ്രതിഫലം പറ്റുകയും ചെയ്യുന്ന ലോകം. ആ ലോകത്തിലൂടെ മാത്രമേ ഓരോരുത്തനും അവനവന്റെ കഴിവിനനുസരിച്ച് അധ്വാനിക്കുകയും ആവശ്യത്തിനനുസരിച്ച് പ്രതിഫലം പറ്റുകയും ചെയ്യുന്ന മറ്റൊരു

പുതിയ ലോകത്തിലേക്ക് പ്രവേശിക്കാൻ കഴിയുകയുള്ളൂ. നിങ്ങളൊന്ന് ആലോചിച്ചുനോക്കുക. എന്റെ പ്രിയപ്പെട്ട സഹോദരിമാരെ, കോഴികളും താറാവുകളും സ്വകാര്യ സ്വത്ത് ഉടമാ വ്യവസ്ഥ ഇഷ്ടപ്പെടുന്നില്ല. നിങ്ങൾ നിങ്ങളുടെ വീട്ടിലെ കോഴിയെയും താറാവിനെയും കൂട്ടിൽനിന്നും പുറത്താക്കിനോക്കുക. അവർ ഉടൻ തന്നെ അടുത്ത വീടുകളിലേക്ക് പോവുന്നത് കാണാം. മാത്രമല്ല സ്വകാര്യമായി അവരെ വളർത്തിയാൽ അത് നിങ്ങളുടെ ധാന്യങ്ങളെല്ലാം തിന്നുതീർക്കും. നിങ്ങളുടെ പച്ചക്കറിത്തോട്ടം നശിപ്പിക്കും. കോഴികൾ എവിടെയെങ്കിലും പോയി മുട്ടയിടും. അത് നിങ്ങൾക്ക് കിട്ടുകയുമില്ല. കാടൻപൂച്ചയോ കുറുക്കനോ നിങ്ങളുടെ കോഴികളെ തിന്നുതീർക്കും. ഇങ്ങനെ ഒരു പാട് നാശനഷ്ടങ്ങളുണ്ടാക്കും. നിങ്ങൾ നെഞ്ചിൽ കൈവെച്ച് പറയൂ നിങ്ങൾക്ക് ധാരാളം കോഴികളെ നഷ്ടപ്പെട്ടില്ലെ. എല്ലായ്പ്പോഴും കോഴികളുടെ പിറകെ നടക്കാൻ നിങ്ങൾക്ക് കഴിയുമോ. അവ നിങ്ങളുടെ വീടും പരിസരവും വൃത്തികേടാക്കാറില്ലേ. എന്നാൽ കൂട്ടുകൃഷി സംഘത്തിലാവുമ്പോൾ അതിനെല്ലാം അറുതിവരും. നല്ല തീറ്റകിട്ടും. ചികിത്സ കിട്ടും. സുരക്ഷിതത്വമുണ്ടാവും. ഇവിടെ കോഴിക്കും താറാവിനും ഒരു പുതുജീവിതം തുടങ്ങുകയാണ്. കോഴികളെയും താറാവിനെയും നോക്കാൻ പ്രത്യേകം പരിശീലനം ലഭിച്ച ആളുണ്ടാവും. അവർ നിങ്ങളുടെ കോഴികളെ ഇവിടെ പൊന്നുപോലെ നോക്കും. അതുകൊണ്ട് നിങ്ങളെല്ലാവരും സഹകരിക്കണം."

നഗുൽനോവിന്റെ പ്രസംഗം കേട്ട് അവിടെ കൂടിയിരുന്ന സ്ത്രീകൾ അടക്കം പറയുകയും ചിരിക്കുകയും ചെയ്തു. ഒടുവിൽ അവരെല്ലാവരും പ്രമേയത്തിന് അനുകൂലമായി കൈപൊക്കി. അങ്ങനെ സന്തോഷപൂർവം യോഗം പിരിഞ്ഞു.

യോഗാനന്തരം കൃഷിക്കാർ പ്രചാരണത്തിനിറങ്ങി. ഓരോ വീട്ടിലും അവർ കയറിയിറങ്ങി. അങ്ങനെ അവർ നടന്നുകൊണ്ടിരിക്കെ ചുക്കാർ മുത്തപ്പന്റെ വീട് കണ്ടു. നഗുൽനോവും ഡേവിഡോവും അങ്ങോട്ട് കയറി. നഗുൽനോവ് പറഞ്ഞു.

"ഇതാണ് മുത്തപ്പന്റെ വീട്. അയാൾ നല്ലൊരു മനുഷ്യനാണ്. കന്നുകാലികളെ കൊല്ലുന്നതിന് അയാൾ എതിരാണ്."

അവർ അവിടെ ചെല്ലുമ്പോൾ ചുക്കാർ കട്ടിലിൽ കിടക്കുകയാണ്. അയാൾക്ക് എന്തോ അസുഖമുള്ളതുപോലെ തോന്നി. അയാളുടെ വയറിന് മുകളിൽ രണ്ട് മരുന്ന് കുപ്പികൾ വയറിനോട് ചേർത്ത് കെട്ടിവെച്ചിരുന്നു. അയാളുടെ കാലുകൾ വിറയ്ക്കുന്നുണ്ടായിരുന്നു. വേദനകൊണ്ട് അയാൾ നിലവിളിക്കുന്നു. ഒരു വലിയ മൺപാത്രവും അയാളുടെ വയറിനുമേൽ കമത്തിവെച്ചിരുന്നു. തടിച്ചുരുണ്ട അയാളുടെ ഭാര്യ സമീപത്തിരിക്കുകയാണ്. മറ്റൊരു സ്ത്രീകൂടി അവിടെ ഉണ്ടായിരുന്നു. അവർ ഗർഭം അലസിപ്പിക്കുന്നതിലും പ്രസവമെടുക്കുന്നതിലും പേരുകേട്ട ഒരു സ്ത്രീയായിരുന്നു. വളരെ ഊർജസ്വലതയുള്ളവൾ. അവർ ചുക്കാറിനെ ചികിൽസിക്കുകയായിരുന്നു.

"നമസ്കാരം ചുക്കാർ കാരണവരെ. എന്തുപറ്റി, എന്താണസുഖം?"

"വല്ലാത്ത വയറുവേദന." ചുക്കാർ വളരെ വിഷമിച്ചുകൊണ്ട് പറഞ്ഞു. അയാൾ വല്ലാതെ കിതയ്ക്കുന്നുണ്ടായിരുന്നു. ഡേവിഡോവിനെയും മറ്റും കണ്ടതോടെ അയാൾ വികാരാധീനനായി. കരയാൻ തുടങ്ങി.

"അയ്യോ............ എന്റെ വയറു വേദനിക്കുന്നേ...........സഹിക്കാൻ വയ്യേ..............എന്നെ രക്ഷിക്കണേ.............."

"കരയാതിരിക്കൂ എല്ലാം സുഖമാകും." അയാളെ ചികിത്സിച്ചുകൊണ്ടിരുന്ന സ്ത്രീ പറഞ്ഞു. എന്നാൽ ചുക്കാർ കരഞ്ഞുകൊണ്ടേയിരുന്നു.

"കരയേണ്ട എല്ലാം സുഖമാകും" ആ സ്ത്രീ വീണ്ടും സമാധാനിപ്പിച്ചു.

എന്നാൽ ചുക്കാർ ഉച്ചത്തിൽ കരയാൻ തുടങ്ങി. ക്രമേണ അയാൾ അലറാൻ തുടങ്ങി. അപ്പോൾ ആ വയറ്റാട്ടി അയാളുടെ കൈ രണ്ടും പിടിച്ചുവെച്ചു. ദേഷ്യം പിടിച്ച ചുക്കാർ അവളുടെ വയറിനിട്ട് ഒരു ചവിട്ടു കൊടുത്തു. അപ്പോൾ അയാളുടെ ഭാര്യ അയാളെ പിടിച്ചുവയ്ക്കാൻ ശ്രമിച്ചു. അവൾക്കും കിട്ടി ഒരു ചവിട്ട്. ആ സ്ത്രീ നിലത്ത് മറിഞ്ഞുവീണു. ഇതിനിടയിൽ പാത്രങ്ങളും കുപ്പികളും നിലത്തുവീണ് പൊട്ടിച്ചിതറി. ചുക്കാർ കിതയ്ക്കുന്നുണ്ടായിരുന്നു. അപ്പോഴാണ് ഡേവിഡോവ് ആ വൃദ്ധന്റെ വയറിലേക്കും നീലനിറം പൂണ്ട പൊക്കിളിലേക്കും നോക്കിയത്. ഡേവിഡോവിന് ചിരിവന്നു. ഡേവിഡോവിന്റെ ചുണ്ടത്തെ ചിരികണ്ട് ചുക്കാർ മുത്തപ്പന് ഭ്രാന്തിളകിയതുപോലെയായി. അയാൾ കുട്ടികളെപ്പോലെ കരയാൻതുടങ്ങി.

ഇതിനിടയിൽ ആ വയറ്റാട്ടി സ്ത്രീ ചുക്കാറിനെ ശപിക്കുന്നുണ്ടായിരുന്നു. അവർ കുപ്പിക്കഷ്ണങ്ങളും മറ്റും അടിച്ചുവാരി. അവർക്ക് വല്ലാതെ വേദനിക്കുന്നുണ്ടായിരുന്നു. അവർ വയറ് തടവിക്കൊണ്ടിരുന്നു. നല്ല ചവിട്ടാണ് അവർക്ക് കിട്ടിയത്. എന്നാൽ അവർക്കതിലും വിഷമം അവരുടെ പാത്രങ്ങളും മറ്റും പൊട്ടിയതുകൊണ്ടായിരുന്നു. അവർ ഉച്ചത്തിൽ കരയാൻതുടങ്ങി.

"ഈ മുടിഞ്ഞ കിളവൻ എന്റെ പാത്രം പൊട്ടിച്ചേ............"

"കടന്നുപോടീ മൂധേവീ, നിന്റെ കൊടല് ഞാനെടുക്കും." നീയെന്നെ കൊല്ലാൻനോക്കുകയാണോ. നിന്റെ ഒരു മരുന്നും മന്ത്രവും നീ ഇവിടുന്ന് പോയില്ലെങ്കിൽ ഞാൻ നിന്നെ കൊന്നുകുഴിച്ചിടും. പോ. വൃത്തികെട്ടവളെ." ഇതുകേട്ട് ഉടനെ ആ സ്ത്രീ അവിടെനിന്നും പോയി. അപ്പോൾ നഗുൽനോവ് ചോദിച്ചു:

"കാരണവരേ എന്താണുണ്ടായത്?"

"എന്റെ കുട്ടികളെ, കുറെദിവസമായി ഞാനാകെ ചത്തതിനൊക്കുമേ ജീവിച്ചിരിക്കിലും എന്ന അവസ്ഥയിലാണ്. എന്റെ വയറിളകി ആകെ തകരാറിലായി. ഞാനെന്റെ അടിവസ്ത്രം ഇതുവരെ ഇട്ടിട്ടില്ല. പറമ്പിലെ കുറ്റിക്കാട്ടിൽത്തന്നെ രാവും പകലും കഴിച്ചുകൂട്ടുകയാണ്. എന്റെ വയറിനെന്തോ വലിയ കുഴപ്പം സംഭവിച്ചിരിക്കുന്നു."

"ആഹഹാ അപ്പോൾ അതാണ് കാര്യം."

“എന്താ ചിരിക്കുന്നത്?”

“ചിരിക്കാതെ എന്തുചെയ്യും. വയറുനിറയെ ഇറച്ചിയല്ലേ.”

“അതെ അല്ലാതെന്തു ചെയ്യും.”

“വിവരമില്ലാത്ത കിളവാ, അവനവന്റെ വയറിനനുസരിച്ചേ തിന്നാവൂ. തീറ്റ എന്നുപറഞ്ഞാൽത്തന്നെ ഇങ്ങനെ ഒരു തീറ്റയുണ്ടോ. നിങ്ങൾ ഇതുവരെ ഇറച്ചി തിന്നിട്ടില്ലേ ജീവിതത്തിൽ. നിങ്ങളെപ്പോലുള്ള മനുഷ്യരെ ഈ നാട്ടിൽനിന്നുതന്നെ കെട്ടുകെട്ടിക്കണം. ഈ സാധുമൃഗങ്ങളെ കൊന്നുതിന്നാൻ നിങ്ങൾക്ക് യാതൊരു മടിയുമില്ലല്ലോ” വളരെ ദേഷ്യത്തോടെയാണ് മക്കാർ ഇത് പറഞ്ഞത്.

“എന്ത് ചെയ്യാൻ മോനെ, എന്റെ പൊന്നുമോനെ, മക്കാറെ. എന്റെ പെണ്ണുംപിള്ള അവളാണിതിനൊക്കെ കാരണം. പെണ്ണുങ്ങൾ വീട്ടിൽ സൈ്വര്യം തരില്ല എന്നുവെച്ചാൽ എന്തുചെയ്യും. ഞാൻ പറയുന്നത് എന്റെ കുട്ടി ശ്രദ്ധിച്ചുകേൾക്കണം. നിങ്ങളെല്ലാം എനിക്ക് പ്രിയപ്പെട്ടവരാണ്. സുഹൃത്തുക്കളാണ്. സഖാക്കളാണ്. എന്നെ നിങ്ങൾ ഒരന്യനായി കാണരുത്. ഞാൻ നിങ്ങളുടെ കൂട്ടത്തിൽതന്നെ പെട്ടവനാണ്. ഇവളൊരുത്തിയുടെ വാക്കുകേട്ടാണ് ഞാനിതൊക്കെ ചെയ്തത്. അതിന്റെ ഫലവും എനിക്ക് കിട്ടി. കൊന്നാൽ പാപം തിന്നാൽ തീരില്ലെന്ന് എനിക്ക് ഇപ്പോൾ മനസിലായി. ഞാൻ നിങ്ങളുടെ കൂട്ടുകൃഷി സംഘത്തിൽ ചേരാൻ ആഗ്രഹിക്കുന്നു.”

“ഈ വയസനോട് എന്തുപറയാനാണ്” ഇതും പറഞ്ഞ് നഗുൽനോവ് ഡേവിഡോവിന്റെ ചെവിട്ടിൽ എന്തോ പറഞ്ഞു. ഡേവിഡോവ് വൃദ്ധനെ സമാധാനിപ്പിച്ചു. അയാൾ എന്തോ മരുന്നും പറഞ്ഞുകൊടുത്തു.

“ഈ മരുന്ന് ഫലിക്കുമോ മകനെ.”

“ഫലിക്കും, പട്ടാളത്തിലായിരുന്നപ്പോൾ എനിക്കനുഭവമുണ്ട്.”

“എന്തെല്ലാം മരുന്ന് ഞാൻ പ്രയോഗിച്ചു. ഒന്നും ഫലിച്ചില്ല.”

“നിങ്ങൾ ഞാൻ പറഞ്ഞതുപോലെ തോക്ക് വൃത്തിയാക്കാൻ ഉപയോഗിക്കുന്ന എണ്ണ കുടിക്കൂ. അതിലൽപ്പം ഉപ്പും ചേർക്കണം.”

പിറ്റേന്ന് ചുക്കാർ നാട്ടിലിറങ്ങി ആളുകളോടെല്ലാം തന്റെ ഗതികേട് പറഞ്ഞുകൊടുത്തു. കന്നുകാലികളെ കൊന്നുതിന്നുന്നത് പാപമാണെന്നും അതിന്റെ ശിക്ഷയാണ് തനിക്ക് കിട്ടിയതെന്നും അയാൾ വിശ്വസിച്ചു. ഡേവിഡോവും നഗുൽനോവും തന്നെ വന്നുകണ്ട വിവരം അയാൾ നാട്ടുകാരോട് പറഞ്ഞു. കൃഷിയെപ്പറ്റി പഠിക്കാനാണ് അവരെല്ലാം വന്നതെന്ന് അയാൾ നാട്ടുകാരെ ധരിപ്പിച്ചു. എന്നിട്ടയാൾ ഇങ്ങനെ പറഞ്ഞു:

“എനിക്ക് ചെറിയൊരസുഖം വന്നു. ഇതു കേട്ടപാടെ കൂട്ടുകൃഷിയുടെ ആളുകൾ എന്നെ തെരഞ്ഞുവന്നു. കാരണം ഈ നാട്ടിൽ കൂട്ടുകൃഷി പ്രസ്ഥാനം പച്ചപിടിക്കണമെങ്കിൽ എന്റെ സഹായം വേണമെന്ന് അവർക്ക് നന്നായറിയാം. എന്നിൽനിന്നും കൃഷിയെപ്പറ്റി പലകാര്യങ്ങളും പഠിക്കാനാണ് അവർ വന്നത്. അവർ ഇങ്ങനെയാണ് പറഞ്ഞത്, ‘പ്രിയപ്പെട്ട മുത്തപ്പാ, നിങ്ങൾക്ക് അസുഖമാണ് എന്ന് കേട്ടതോടെ ഇരിക്കപ്പൊറുതിയില്ല ഞങ്ങൾക്ക്. കാരണം നിങ്ങളില്ലെങ്കിൽ ഇവിടെ കൂട്ടുകൃ

ഷിയില്ല. കൂട്ടുകൃഷിയില്ലെങ്കിൽ ഈ ഗ്രാമംതന്നെയില്ല.' ഇതും പറഞ്ഞ് കൂട്ടുകൃഷിക്കാർ പ്രയാസപ്പെടാൻ തുടങ്ങി. അവർ പറഞ്ഞത് ശരിയാണ്. അവർക്ക് കൃഷിയിൽ ഉപദേശം നൽകാൻ മറ്റാരാണ് ഈ നാട്ടിൽ ഉള്ളത്. ഞാൻ ചത്താൽ അവരാകെ അവതാളത്തിലാകും. ദൈവമാണെ സത്യം. ഞാനീപ്പറഞ്ഞത് നേരാണ്. എപ്പോഴും ഇവിടത്തെ പാർട്ടിയിൽ പല പ്രശ്നങ്ങളും വരുമ്പോൾ അവർ എന്റെ അടുത്ത് വരും. എന്തിനാണ്. ഉപദേശം കിട്ടാൻ. ഞാൻ പറയുന്ന കാര്യങ്ങൾ അവർ കേൾക്കും. കേട്ടില്ലെങ്കിൽ അവർ കുഴയും. ഈ നാട്ടിലെ ചെറുപ്പക്കാരല്ലെ. അവർക്ക് പലകാര്യങ്ങളും അറിയില്ല. എന്നെപ്പോലുള്ള അനുഭവവും അറിവുമുള്ള ആളുകൾ വേണ്ടേ അവരെ സഹായിക്കാൻ. അതുകൊണ്ട് ഞാൻ എന്റെ അഭിപ്രായം പറയും. അതനുസരിച്ച് അവർ പ്രവർത്തിക്കും."

ഇതും പറഞ്ഞ് ചുക്കാർ മുത്തപ്പൻ തന്റെ കഥ കേൾക്കുന്ന ആളുകളുടെ മുഖത്തുനോക്കി ചിരിച്ചുകൊണ്ട് അഭിമാനപൂർവം അടുത്ത കേൾവിക്കാരുടെ അടുത്തേക്ക് നടന്നുനീങ്ങി.

# 21

**കൂ**ട്ടുകൃഷിക്കാരുടെ പ്രവർത്തനഫലമായി ഗ്രാമത്തിലെ കന്നുകാലി കശാപ്പ് നിന്നു. കൃഷിക്കാരുടെയും കുലാക്കുകളുടെയും വീടുകളിൽനിന്ന് കന്നുകാലികളെയും കോഴികളെയും മറ്റും കൂട്ടുകൃഷി സ്ഥാപനത്തിലേക്ക് കൊണ്ടുവന്നു. വീടുകളിൽനിന്നും കന്നുകാലികളെയും മറ്റും കൊണ്ടുവരുമ്പോൾ ചെറിയ ബഹളമൊക്കെ ഉണ്ടായി. പ്രായമായവരും കുട്ടികളും നിലവിളിക്കാൻ തുടങ്ങി.

ആകെ ഇരുന്നൂറോളം കൃഷിക്കാർ കൂട്ടുകൃഷി സംഘത്തിലുണ്ടായിരുന്നു. അവരെല്ലാംതന്നെ ഒത്തൊരുമിച്ച് പ്രവർത്തിക്കാൻ തുടങ്ങി. കുലാക്കുകളുടെ സ്വത്തുക്കൾ പലതും ഇതിനകം പിടിച്ചെടുത്തിരുന്നു. പുതപ്പുകൾ, ബൂട്ടുകൾ, ഉടുവസ്ത്രങ്ങൾ, തലയിണകൾ, മെത്തകൾ, കട്ടിലുകൾ എന്നിവയെല്ലാം കുലാക്കുകളിൽനിന്നും പിടിച്ചെടുത്തു. ഈ സാധനങ്ങളെല്ലാം പാവപ്പെട്ടവർക്ക് വിതരണം ചെയ്തു. ഇതിന്റെ ഉത്തരവാദിത്വം യാക്കോവിനായിരുന്നു.

യാക്കോവ് അതെല്ലാം തരംതിരിച്ച് ആളുകൾക്ക് കൊടുത്തു. നല്ല നല്ല വസ്ത്രങ്ങളും ബൂട്ടുകളും ഷർട്ടുകളും വാങ്ങാൻ ഗ്രാമത്തിലെ പാവപ്പെട്ടവർ തള്ളിക്കയറി. വളരെ ആവേശത്തോടുകൂടിയാണ് ആളുകൾ വന്നുകൊണ്ടിരുന്നത്. കുലാക്കുകളുടെ കോട്ടും ബൂട്ടും മറ്റും അണിഞ്ഞ് പാവപ്പെട്ടവരുടെ കുട്ടികൾ തെരുവിലൂടെ നടക്കുന്നുണ്ടായിരുന്നു. അവരുടെ മുഖത്ത് വളരെ സന്തോഷമായിരുന്നു. വൃദ്ധന്മാർ കുലാക്കുകളുടെ കോട്ടിട്ട് പീടികയിൽപോയി. കുട്ടികൾ പരസ്പരം നോക്കുകയും തങ്ങളുടെ വസ്ത്രത്തിൽ അഭിമാനംകൊള്ളുകയും ചെയ്തു. ചെറുപ്പക്കാർ പുതിയ വസ്ത്രങ്ങൾ ധരിച്ച് പെണ്ണുങ്ങൾ കാണെ വലിയ ഗമയിൽനട

ന്നു. അതുകണ്ട് പെൺകുട്ടികൾ ചിരിച്ചു. വൃദ്ധന്മാരുടെ മുഖത്തും വല്ലാത്തൊരു ആനന്ദമായിരുന്നു. വിലകൂടിയ തൊപ്പികൾ ധരിച്ച് അവർ തങ്ങളുടെ നരച്ച മുടി മറച്ചുവെച്ചു. യാക്കോവ് ഓരോരുത്തർക്കും ആവശ്യമുള്ള വസ്ത്രങ്ങൾ കൊടുത്തു. എന്നിട്ടും ഗ്രാമത്തിലെ കൃഷിക്കാരുടെ ആവശ്യത്തിന്ന് തികഞ്ഞില്ല. ഇതിനിടയിൽ ലുബിഷ്കിനും വന്നു. യാക്കോവ് അയാൾക്ക് വേണ്ടുന്ന വസ്ത്രങ്ങൾ തിരഞ്ഞെടുത്തുകൊടുത്തു.

എന്നാൽ ലുബിഷ്കിന് ആകെ ഒരു അങ്കലാപ്പായിരുന്നു. എന്തു തെരഞ്ഞെടുക്കണം എന്ന കാര്യത്തിൽ ആശങ്കയായിരുന്നു. അയാൾ തുണികളെല്ലാമെടുത്ത് മണത്തുനോക്കുകയും കടിച്ചുനോക്കുകയും ചെയ്തു. അപ്പോൾ ആളുകൾ അയാളോട് പറഞ്ഞു:

'ഈ കോട്ട് നിങ്ങൾക്ക് നന്നായി ചേരും."

"അതെ ഇത് നിങ്ങൾക്ക് നന്നായിഇണങ്ങും."

"ഈ തൊപ്പി നിങ്ങൾ തലയിൽവെച്ചാൽ നല്ല ഗമയുണ്ടാവും."

"അല്ല ഈ ചുവന്ന കോട്ടാണ് നിങ്ങൾക്ക് പറ്റിയത്."

"അതല്ല, ഈ നീലയാണ് നല്ലത്."

"ഏയ് അതിട്ടിട്ട് ഒരു സുഖവുമില്ല."

"ഈ കറുത്തകോട്ടാണ് നിങ്ങൾക്ക് പറ്റിയത്. "

"വേണ്ട അത് പഴയതാണ്. കുറച്ചുകൂടി നല്ലത് നോക്കിക്കോളു."

"ഇത്തരത്തിലുള്ള അഭിപ്രായങ്ങളെല്ലാം കേട്ട് ലുബിഷ്കിൻ ആകെ പരുങ്ങി. കറുത്ത് കരിക്കട്ടപോലെയുള്ള അയാൾക്ക് പല വസ്ത്രങ്ങളും ഇണങ്ങുന്നുണ്ടായിരുന്നില്ല. എന്നാൽ തനിക്ക് ഇണങ്ങാത്ത വസ്ത്രങ്ങളോടായിരുന്നു അയാൾക്ക് കൂടുതൽ ആർത്തി. അവയൊന്നും തനിക്ക് ഇണങ്ങുന്നില്ലെന്ന് കണ്ടപ്പോൾ അയാൾക്ക് കൂടുതൽ വിഷമമായി. അയാൾ ആകെ ആർത്തിമൂത്ത് ഭ്രാന്തനായി. ആന കരിമ്പിൻതോട്ടത്തിൽ കടന്നപോലെ എല്ലാവസ്ത്രങ്ങളും അയാൾ വലിച്ചു വാരിയിട്ടു. അയാളുടെ ആക്രാന്തം കണ്ട് ആളുകൾ അടക്കിച്ചിരിക്കാൻ തുടങ്ങി. മണിക്കൂറുകളോളം അയാൾ തെരഞ്ഞുകൊണ്ടേയിരുന്നു. എത്ര തെരഞ്ഞിട്ടും അയാൾക്ക് പറ്റിയ വസ്ത്രങ്ങൾ കിട്ടിയില്ല. അപ്പോൾ അയാളുടെ മുഖത്ത് വല്ലാത്ത നിരാശയായിരുന്നു. തെരഞ്ഞ് തെരഞ്ഞ് അയാളുടെ കൈകൾ തളർന്നു. അവസാനം അയാൾ യാക്കോവിനോട് ഇങ്ങനെ പറഞ്ഞു:

"സുഹൃത്തെ, എനിക്ക് പറ്റിയത് ഇവിടെയില്ല. ഞാൻ നാളെവന്ന് എടുത്തുകൊള്ളാം."

എന്നാൽ ഒരു കർഷകൻ ഒരു ബൂട്ടും ഒരു കോട്ടും അയാൾക്ക് എടുത്തുകൊടുത്തു. തൽക്കാലത്തെ സന്തോഷത്തിന് അയാൾ അതും ധരിച്ച് ഇറങ്ങിനടന്നു. പുതുവസ്ത്രത്തിൽ വഴിയെ കണ്ട അയാളെ നോക്കി ആളുകൾ ചിരിച്ചു. അവരിങ്ങനെ പറഞ്ഞു

"പുതിയ വസ്ത്രങ്ങളാണല്ലോ."

"അതെ വളരെ നന്നായിട്ടുണ്ടല്ലോ."

"ഇപ്പോൾ വളരെ പ്രായം കുറഞ്ഞിരിക്കുന്നു."

“എന്താ ചങ്ങാതീ വിശേഷം? ആകെയൊന്ന് മിനുങ്ങിയിട്ടുണ്ടല്ലോ.”

“പുതിയ ഉടുപ്പിൽ നിങ്ങളെകാണാൻ നല്ല ചന്തമുണ്ട്.”

ഇതെല്ലാം കേട്ട് അയാൾക്ക് സന്തോഷമായി. താൻ ഒരു പുതുമണവാളനായി മാറിയെന്ന് അയാൾക്ക് തോന്നി. കൊറ്റിയെപ്പോലെ നീലാകാശത്തിലൂടെ പാറിപ്പറന്ന് പോകാൻ അയാളുടെ മനസ്സ് തുടിച്ചു. അയാൾ ആകാശത്തേക്ക് നോക്കി. അവിടെ ചുവന്ന സൂര്യകിരണങ്ങൾ മേഘശകലങ്ങളെ ചെഞ്ചായം പൂശുന്നുണ്ടായിരുന്നു. ആ കിരണങ്ങൾ അയാളുടെ മുഖത്ത് പതിഞ്ഞു. കറുത്ത മുഖത്ത് ചുവന്ന രശ്മികളേറ്റ് അയാളുടെ മുഖം തിളങ്ങി.

ഗ്രാമത്തിലെ പെണ്ണുങ്ങൾക്കെല്ലാം പുതിയ ഉടുപ്പുകൾ കിട്ടിയതോടെ ഏറെ സന്തോഷമായി. ഉഷക്കോവിന്റെ ഭാര്യക്ക് മനോഹരമായ ഒരു പാവാടകിട്ടി. അത് ടിറ്റോക്കിന്റെ ഭാര്യയുടേതായിരുന്നു. കൂട്ടുകൃഷിക്കാർ അത് പിടിച്ചെടുത്തതുകൊണ്ട് ഇപ്പോൾ ആ പാവാട ഉഷക്കോവിന്റെ ഭാര്യക്ക് കിട്ടി. അതു ധരിച്ചപ്പോൾ അവൾക്ക് പത്തുവയസ്സ് കുറഞ്ഞപോലെ തോന്നി. അവളൊരു രാജകുമാരിയെപ്പോലെയിരിക്കുന്നു എന്ന് പലരും പറയാൻ തുടങ്ങി. ചെറുപ്പക്കാർ ഒരു പുതിയ പെണ്ണിനെ കണ്ടിട്ടെന്നപോലെ അവളെനോക്കി പുഞ്ചിരിച്ചു. താനെത്രമാത്രം സുന്ദരിയാണെന്ന് ആലോചിച്ച് അവൾ ആഹ്ലാദിച്ചു. ജീവിതത്തിൽ ഇന്നുവരെ ഇതുപോലൊരു വസ്ത്രംധരിച്ച് നാലാളുകളുടെ മുമ്പിലൂടെ നടന്നുപോകാൻ അവൾക്ക് കഴിഞ്ഞിട്ടില്ല. പലപ്പോഴും കീറിയ വസ്ത്രങ്ങൾ തുന്നിയാണ് അവൾ ധരിച്ചിരുന്നത്. ബ്ലൗസുകൾ നരച്ചാൽ അത് പുതിയ കളറിൽമുക്കി ധരിക്കും. അങ്ങനെ ഇരിക്കുമ്പോഴാണ് കൂട്ടുകൃഷിസ്ഥാപനത്തിൽനിന്നും നല്ല ഉടുപ്പുകൾ കിട്ടിയത്. വലിയ പെട്ടിതുറന്ന് പളപളാമിന്നുന്ന വസ്ത്രങ്ങൾ യാക്കോവ് അവളുടെ മുന്നിൽ ഇട്ടുകൊടുത്തു. കീറിപ്പഴകിയ വസ്ത്രങ്ങൾ ധരിച്ച് ശീലിച്ച അവളുടെ കണ്ണ് പുതുവസ്ത്രങ്ങൾ കണ്ടപ്പോൾ മഞ്ഞളിച്ചുപോയി. നിത്യദാരിദ്ര്യത്തിലാണ് അവൾ വളർന്നത്. ഒരൊറ്റ വസ്ത്രംമാത്രം ധരിച്ച് അവൾ മാസങ്ങളോളം ജീവിച്ചിട്ടുണ്ട്. അവളുടെ കുഞ്ഞുങ്ങൾക്ക് വസ്ത്രമേ ഉണ്ടായിരുന്നില്ല. കീറത്തുണികളിൽ പൊതിഞ്ഞാണ് അവരെ വളർത്തിയത്. മഴക്കാലത്ത് അവൾ ബ്ലൗസ് അലക്കുമ്പോൾ ധരിക്കാൻ മറുതുണിയുണ്ടായിരുന്നില്ല. ബ്ലൗസ് ഉണങ്ങുന്നതുവരെ അവൾ നഗ്നയായി അകത്തെ മൂലയിൽ കഴിച്ചുകൂട്ടും. അങ്ങനെയുള്ള അവൾക്ക് ആ പുതിയ വസ്ത്രങ്ങൾ കണ്ടപ്പോൾ അതെടുക്കാൻ തന്നെ പ്രയാസംതോന്നി. അവൾ പറഞ്ഞു:

“വളരെ സന്തോഷം, പക്ഷെ എനിക്ക് ഇതൊക്കെ എടുക്കാൻ വിഷമം തോന്നുന്നു. ഞാനിവിടെ വന്നത് എനിക്ക് ഉടുപ്പെടുക്കാനല്ല. എന്റെ കുട്ടികൾക്ക് വല്ലതും വേണം. അവർ ഇനി എന്നെപ്പോലെ ജീവിക്കാൻ പാടില്ല.” ഇതും പറഞ്ഞ് അവൾ പെട്ടിയിൽ നിന്ന് കുട്ടികളുടെ വസ്ത്രങ്ങൾ തെരഞ്ഞെടുക്കാൻ തുടങ്ങി. ഡേവിഡോവ് അവളുടെ മുഖത്തേക്ക് നോക്കി. അവളുടെ വാക്കുകൾ അയാളെ വല്ലാതെ സ്പർശിച്ചു. അയാൾ ചോദിച്ചു:

"സഹോദരീ നിങ്ങൾക്ക് എത്രകുട്ടികളുണ്ട്?"

"ഏഴ്."

"എവിടെയാണ് കുട്ടികളുടെ ഉടുപ്പുകൾ?" ഡേവിഡോവ് യാക്കോവിനോട് ചോദിച്ചു.

"ഇതാ ഇവിടെയുണ്ട്."

"ഈ സഹോദരിക്ക് വേണ്ടുന്നതെല്ലാം കൊടുക്കൂ. ഏഴ് കുട്ടികളുടെ അമ്മയാണവർ."

"ഇതാ ഇതെല്ലാം അവർക്കുള്ളതാണ്" ഉഷക്കോവിന്റെ ഭാര്യ വസ്ത്രങ്ങളെല്ലാം എടുത്ത് കെട്ടുമ്പോൾ അവളുടെ ഭർത്താവ് അവിടെ പതുങ്ങിനിൽക്കുന്നുണ്ടായിരുന്നു. ഡേവിഡോവ് അവളുടെ മേൽ ചൊരിയുന്ന കാരുണ്യം കണ്ട് അവളുടെ കണ്ണുകൾ നിറഞ്ഞൊഴുകാൻ തുടങ്ങി. ഉഷക്കോവ് ഈ രംഗം കണ്ടു നിൽക്കാതെ ആളുകൾക്കിടയിലൂടെ നടന്നുനീങ്ങി. അയാളുടെ കണ്ണുകളും നിറയുന്നുണ്ടായിരുന്നു. ഭൂതകാലം അയാളുടെ മനോരഥത്തിലൂടെ മാഞ്ഞ് മറഞ്ഞുപോയി. അയാളുടെ കണ്ണുകളിൽ നിന്നും മുത്തുമണികൾപോലെ കണ്ണീർക്കണങ്ങൾ അടർന്നു വീണു.

സന്ധ്യക്കാണ് ചുക്കാർ മുത്തപ്പൻ കൂട്ടുകൃഷി ഓഫീസിലേക്ക് കുതിച്ചെത്തിയത്. ഓഫീസിൽനിന്നും കൃഷിക്കാർക്ക് വസ്ത്രങ്ങൾ വിതരണം ചെയ്യുന്നു എന്ന വാർത്തകേട്ടാണ് അയാൾ ഓടിയെത്തിയത്. അപ്പോൾ ഡേവിഡോവ് അയാളെ സ്വീകരിച്ചു.

"മുത്തപ്പന് സുഖം തന്നെയല്ലേ?"

"സുഖം തന്നെ."

"എനിക്കും വേണം ഉടുപ്പുകൾ."

"ഈ കടലാസിൽ ഒപ്പിടൂ."

"ഇയാൾക്കെന്തിനാണ് ഉടുപ്പ്." പശുക്കുട്ടിയെ കൊന്നുതിന്നതിനോ?" നഗുൽനോവിന്റെ പരിഹാസശരം വൃദ്ധന്റെ നെഞ്ചിൽതന്നെ കൊണ്ടു. അപ്പോൾ വൃദ്ധൻ പറഞ്ഞു:

"എന്റെ കുട്ടീ, അങ്ങനെയൊന്നും പറയരുത്. എല്ലാകാര്യങ്ങളും ഞാൻ പറഞ്ഞതല്ലേ. നിങ്ങൾക്കെല്ലാം അറിയാമല്ലോ ടിറ്റോക്കിന്റെ സ്വത്ത് പിടിച്ചെടുക്കാൻ ഞാനും കൂടെ വന്നില്ലേ. അപ്പോൾ കിട്ടിയ അടിയുടെ അടയാളം ഇപ്പോഴും എന്റെ തലയിലുണ്ട്. മാത്രമല്ല, ആ വൃത്തികെട്ട ചെന്നായ എന്റെ കോട്ട് പറിച്ചുകീറിയില്ലേ. മാത്രമോ ഞാൻ സോവിയറ്റ് ഗവൺമെന്റിന് വേണ്ടി എത്ര കഷ്ടപ്പാട് സഹിച്ചു. പഴയ കാര്യങ്ങളൊന്നും മറന്നുപോകരുത്. നടന്നുവന്ന വഴികൾ മറക്കരുത്. എന്നെപ്പോലുള്ളവരുടെ ചോരയും നീരുമാണ് ഈ പ്രസ്ഥാനം. നേട്ടങ്ങളുടെ തിളക്കങ്ങൾക്കടിയിൽ ഞങ്ങളെപ്പോലുള്ളവരുടെ ചോരപ്പാടുകളുണ്ട്. അതിനെ നോക്കി പരിഹസിക്കരുത്. അന്ന് ടിറ്റോക്ക് എന്റെ തല അടിച്ചുപൊളിക്കുമ്പോൾ ഇതുപോലെ ജീവിച്ചിരിക്കുമെന്ന് കരുതിയില്ല. അന്നും തലപൊട്ടി ചോരയൊഴുകുമ്പോൾ ഇതുപോലുള്ള വസ്ത്രങ്ങൾ പ്രതിഫലമായി കിട്ടണമെന്ന് മോഹിച്ചിട്ടുമില്ല."

"പിന്നെ എന്തിനാണിങ്ങനെ ഓടിവന്നത്' മക്കാറാണിത് പറഞ്ഞത്. ഇത് കേട്ടപ്പോൾ ചുക്കാർ മുത്തപ്പന് വളരെ പ്രയാസമായി. അയാൾ പറഞ്ഞു;

"എന്റെ കുട്ടീ, ഞാനിന്നൊരു വൃദ്ധനാണെന്ന് നിനക്കറിയില്ലെ. ടിറ്റോക്കും അയാളുടെ ഭാര്യയും എന്നോട് കാണിച്ചത്. സഖാവ് ഡേവിഡോവ്, നിങ്ങളിതെല്ലാം കണ്ടതല്ലേ."

ഡേവിഡോവ് ഒന്നും മിണ്ടിയില്ല.

"ഡേവിഡോവ് നിങ്ങൾക്കോർമയില്ലേ."

"ഓ അതൊന്നും എനിക്കോർമ്മയില്ല."

"എന്റെ കർത്താവേ ഞാനെന്താണീ കേൾക്കുന്നത്. ടിറ്റോക്കും ഭാര്യയും ചെന്നായയെപ്പോലുള്ള അവരുടെ വളർത്തുനായയെ എന്റെ മേലേക്ക് അഴിച്ചുവിട്ടത് ഓർമയില്ലെന്നോ. ഞാനും ആ നായയുംകൂടി ഇരുട്ടിൽ കെട്ടിമറിഞ്ഞതും അവനെന്നെ മാന്തിക്കീറിയതും ഓർമയില്ലെന്നോ. ഒരു സിംഹത്തെപ്പോലെ ഭയങ്കരനായിരുന്നു ആ നായ. അതൊരു സാധാരണ നായ ആയിരുന്നെങ്കിൽ ഞാനവനെ നിലത്തടിച്ച് കൊന്നേനെ."

"നായയോ ഏത് നായ എപ്പോൾ?"

"എന്റെ മക്കാറേ നീ എന്നെ ഇങ്ങനെ മക്കാറാക്കരുത്. നിനക്കന്ന് എന്തൊരു വെപ്രാളമായിരുന്നു. നിനക്കതൊന്നും ഓർമയില്ലാതല്ല. നീ കരുതിക്കൂട്ടി അങ്ങനെ പറയുകയാണ്. എന്റെ മേൽ ആ നായ ചാടിവീണപ്പോൾ എന്റെ കരളുറപ്പ് ഒന്നുകൊണ്ട് മാത്രമാണ് ഞാൻ പിടിച്ചുനിന്നത്. നിന്റെ മേലായിരുന്നു അവൻ ചാടിവീണിരുന്നതെങ്കിൽ നീ അപ്പോൾതന്നെ പേടിച്ച് ചത്തേനെ. അന്നത്തെ ഓരോ സംഭവവും ഒരു സിനിമയിലെന്നപോലെ എനിക്കോർമയുണ്ട്. നായ എന്റെ മേൽ ചാടിയില്ലായിരുന്നു എങ്കിൽ ടിറ്റോക്ക് ഇന്നില്ല. ഞാൻ ജയിലിലുമായേനെ."

"എന്തെങ്കിലും എടുത്തുകൊടുത്ത് ശല്യം ഒഴിവാക്ക്" നഗുൽനോവ് പറഞ്ഞു.

നഗുൽനോവ് പറഞ്ഞത് ചുക്കാർ കേട്ടില്ല. അയാൾ ആവേശത്തോടെ വീണ്ടും പറയുകയാണ്!

"നിങ്ങൾക്കൊക്കെ ഓർമയുണ്ടോ ചെറുപ്പത്തിൽ എന്റെ ഈ കൈകൊണ്ട് ഞാനൊരു വക കളിച്ചതാണ്. നിങ്ങൾക്കൊന്നും അത് ഊഹിക്കാൻ തന്നെ കഴിയില്ല. "

"നിങ്ങളുടെ വായാടിത്തം നിർത്തണം. ഇനിയും ഞങ്ങൾക്കിത് കേൾക്കാനാവില്ല. ഒരു പശുക്കുട്ടിയെ അറുത്തുതന്നാൽ അത് മുഴുവനും നിങ്ങൾ വിഴുങ്ങില്ലേ. തിന്നാനല്ലാതെ നിങ്ങളെ എന്തിന് കൊള്ളും."

ഇത്തരം വാക്കുകൾ ചുക്കാർ മുത്തപ്പൻ കാര്യമായി എടുത്തില്ല. കാരണം അതിലെല്ലാം അയാൾ രസം കണ്ടെത്തിയിരുന്നു. ഒരു തമാശ ആസ്വദിക്കുന്ന മട്ടിൽ അയാൾ അത് കേട്ട് ചിരിച്ചു. എന്നിട്ട് പെട്ടിയിൽ നിന്നും ചെമ്മരിയാട്ടിൻ തോലുകൊണ്ടുള്ള ഒരു കോട്ട് പരതിയെടുത്തു. അയാൾ അത് കുടഞ്ഞ് ധരിച്ചു. എന്നിട്ട് നാടകത്തിലെ ഒരു നായക

കഥാപാത്രത്തെപ്പോലെ അങ്ങോട്ടുമിങ്ങോട്ടും നടന്ന് ഇങ്ങനെ പറഞ്ഞു:

"കണ്ടോളിൻ കൂട്ടരേ, എങ്ങനെയുണ്ട് എന്റെ ഒരു സ്റ്റൈൽ. ഈ കോട്ടിന് പിറകിൽ എന്റെ ചോരയുടെയും വിയർപ്പിന്റെയും കഥയുണ്ട്. അതെന്താണെന്ന് നിങ്ങൾക്കറിയാമോ. ഇല്ലെങ്കിൽ ഞാൻ പറയാം. നമ്മുടെ കൂട്ടുകൃഷി സംഘത്തിലേക്ക് ടിറ്റോക്കിന്റെ സ്വത്ത് പിടിച്ചെടുക്കാൻ വേണ്ടി അയാളുടെ വീട്ടിൽ പോയപ്പോൾ എന്തു സംഭവിച്ചു എന്ന് നിങ്ങൾക്കറിയുമോ. ടിറ്റോക്ക് വലിയൊരു ഇരുമ്പുപാരയുമായി ഡേവിഡോവിന്റെ നേർക്കുവന്നു. ആലോചിച്ചുനിൽക്കാൻ നേരമില്ല. ഞാൻ എന്തും വരട്ടെയെന്ന് കരുതി മുന്നോട്ട് ചാടി. ടിറ്റോക്കിന്റെ കൈയിൽനിന്നും ആ ഇരുമ്പുപാര പിടിച്ചെടുത്തു. അന്നു ഞാൻ ഒരു നിമിഷം ശങ്കിച്ചു നിന്നിരുന്നുവെങ്കിൽ ഇന്ന് ഈ ഡേവിഡ് ഇല്ല."

"നിങ്ങളുടെ നേർക്ക് ഒരു പട്ടി കുരച്ച് ചാടിയെന്നും ആ പട്ടി നിങ്ങളുടെ ചെവി കടിച്ചുകീറിയെന്നും ചിലർ പറയുന്നുണ്ടല്ലോ" ഒരു കൃഷിക്കാരൻ ഇങ്ങനെ പറഞ്ഞു:

"മനുഷ്യരുടെ ഇടയിലും ചില പട്ടികളുണ്ട്. അവർ സത്യത്തിന്റെ നാവ് കടിച്ചെടുക്കാൻ പണിപ്പെടും. അതുകൊണ്ട് അത്തരക്കാരുടെ അഭിപ്രായത്തെ ഞാൻ മാനിക്കുന്നില്ല." തന്നെ അധിക്ഷേപിച്ചവർക്കെതിരെ ചുക്കാർ മുത്തപ്പൻ ഇങ്ങനെ പ്രതികരിച്ചപ്പോൾ അത് കേട്ടവരെല്ലാം പരുങ്ങിയിരുന്നുപോയി.

## 22

**ഗ്രി**മ്യാക്കിലോഗ് ഗ്രാമത്തിന്റെ തൊട്ടടുത്ത് പച്ചപ്പട്ട് പുതച്ച സ്റ്റെപ്പി കുന്നിൻനിരകളാണ്. ആ മലരണിക്കാടുകൾ നിറഞ്ഞ സ്റ്റെപ്പികുന്നിൻ പുറത്തുനിന്ന് നോക്കിയാൽ അതിമനോഹരമായ താഴ്വാരം കാണാം. ഇടതൂർന്ന മരങ്ങൾ നിറഞ്ഞ താഴ്വാരം. അതിനുമപ്പുറം സോവിയറ്റ് യൂണിയന്റെ തലസ്ഥാനമാണ്. വൈദ്യുതാലിംഗനത്തിൽ ജ്വലിച്ചു നിൽക്കുന്ന തലസ്ഥാന നഗരം. അമ്പരചുംബികളായ ഗോപുരങ്ങൾ നീല വൈദ്യുത പ്രഭയിൽ കുളിച്ചുനിൽക്കുന്നു. പൗർണമിയുടെയും ആകാശ സീമയിലെ താരഹാരങ്ങളുടെയും പാലൊളിപ്രഭയെ നിഷ്പ്രഭമാക്കുന്ന വൈദ്യുതിയുടെ മനംമയക്കുന്ന ശോഭ. നഗരത്തെ മുഴുവൻ പൊന്നിൽകുളിപ്പിച്ചു നിർത്തുന്ന വൈദ്യുതിയുടെ കണ്ണഞ്ചിപ്പിക്കുന്ന പ്രകാശ പൂർണിമ.

സ്റ്റെപ്പികുന്നിൻ മുകളിൽനിന്നും നോക്കിയാൽ മോസ്കോ നഗരം കാണാം. ലോകത്തിന് മുന്നിൽ തലയുയർത്തിനിൽക്കുന്ന മോസ്കോ. ലോകത്തിന്റെ ശ്രദ്ധാകേന്ദ്രമായ മോസ്കോ. മനോഹരമായ മോസ്കോ നഗരം. ചീറിപ്പായുന്ന വാഹനങ്ങൾ. ഈ നഗരത്തിലാണ് ക്രംലിൻ കൊട്ടാരം സ്ഥിതിചെയ്യുന്നത്. അതിനു പിറകിലാണ് മഹാനായ ലെനിന്റെ ശവകുടീരം. വാനിൽ ഉയർന്നുപറക്കുന്ന ചെങ്കൊടിക്ക് കീഴെ ലെനിൻ

അന്ത്യവിശ്രമം കൊള്ളുകയാണ്. ചുവന്ന വൈദ്യുതപ്രഭയിൽ ജ്വലിക്കുന്ന ലെനിന്റെ ശവകുടീരം, അതിനുമുകളിൽ പാറിപ്പറക്കുന്ന ചെങ്കൊടി. അതിന്റെ തുടുപ്പാർന്ന ഞൊറികൾ കാറ്റിൽ ഉലയുന്നത് കാണാൻ ബഹു രസമാണ്. വിപ്ലവത്തിന്റെ ചെന്തീജ്വാലപോലെ ഈ ചെങ്കൊടി പാറിപ്പറക്കുന്നു. ലോകമെങ്ങുമുള്ള മർദിത ജനതയുടെ ആത്മസ്പന്ദനം ഏറ്റുവാങ്ങും പോലെ ചെങ്കൊടി കാറ്റിൽ ഉയർന്നു പറക്കുന്നു. അല്ല, അത് നിത്യവും പ്രപഞ്ചവുമൊത്ത് നൃത്തംചെയ്യുകയാണ്.

അടുത്തകാലത്താണ് സോവിയറ്റുകളുടെ മഹാസമ്മേളനത്തിൽ പങ്കെടുക്കാൻ വേണ്ടി മെയിഡന്നിക്കോവ് മോസ്കോവിലെത്തിയത്. അയാൾ ലെനിന്റെ ശവകുടീരം സന്ദർശിച്ചു. അതിനുമുകളിൽ ആകാശത്തേക്ക് പാറിപ്പറക്കാൻ വെമ്പുന്ന ചെങ്കൊടിയിലേക്ക് അയാൾ കണ്ണിമവെട്ടാതെ നോക്കി. അയാളുടെ മനസ്സ് ശാന്തമായി. അയാൾ തന്റെ തലയിൽനിന്നും തൊപ്പി ഊരി ചെങ്കൊടിയെ നമിച്ചു. ലെനിനെ നമിച്ചു. വളരെനേരം അയാൾ കണ്ണടച്ചുനിന്നു.

നിശ്ശബ്ദമായ രാത്രി. ഗ്രിമ്യാക്കിലോഗ് ഗ്രാമം മുഴുവൻ മഞ്ഞിൽ കുളിച്ചുനിന്നു. ഇന്ദ്രനീല രത്നങ്ങൾ പതിച്ച ആകാശം. ആകാശസീമയിൽ താരവൃന്ദത്തിന്റെ ദീപപ്രഭ ഗ്രാമത്തെ മുഴുവൻ പൊന്നിൽകുളിപ്പിച്ചു. ഗ്രാമസീമയിൽ പോപ്ലാർ മരങ്ങൾ വെൺകൊറ്റക്കുടകൾപോലെ തലയുയർത്തിനിന്നു. സ്റ്റെപ്പിമലനിരകളിൽനിന്നും നദീതീരങ്ങളിലേക്ക് ഒഴുകിവരുന്ന കാട്ടാറുകളുടെ കളകളാരവം. സ്റ്റെപ്പികുന്നുകളിലെ കാട്ടുപൊയ്കകളിൽ നക്ഷത്രക്കൂട്ടങ്ങളുടെ മോഹനനൃത്തം. അങ്ങനെ ശ്രദ്ധിച്ച് നോക്കിയാൽ നിശ്ശബ്ദരാത്രി സംഗീതസാന്ദ്രമാണെന്ന് കാണാം. സ്റ്റെപ്പികുന്നുകൾക്ക് കീഴെയുള്ള മരച്ചില്ലകളിലെ ഇലകളിൽ മുയലുകൾ കടിക്കുന്ന ശബ്ദം. പോപ്ലാർ മരച്ചില്ലകളിൽനിന്നും തുറന്നൊഴുകുന്ന മരനീര് നിലാവിൽ തിളങ്ങിക്കൊണ്ടിരുന്നു. മരച്ചില്ലകളിൽനിന്നും അടർന്ന് വീഴുന്ന മഞ്ഞിൻകണങ്ങൾ. തളിരിലകളിൽ മഞ്ഞ് വീഴുമ്പോൾ ആ കുളിരിലകൾ മർമരം പൊഴിക്കുന്നു. കൊച്ചുവാഴക്കൂമ്പുകൾ ഈറനണിഞ്ഞ് അർധനഗ്നാംഗികളായി കൂമ്പിനിൽക്കുന്നു. രാത്രിയുടെ മനോഹാരിത ശബ്ദഭരിതമെങ്കിലും സാന്ദ്രനിശ്ശബ്ദത.

പ്രഭാതമാവുമ്പോൾ ഇളംകാറ്റടിക്കും. വെൺചാമരം വീശുന്നകാറ്റ്. ഈ കാറ്റേറ്റാണ് ഗ്രിമ്യാക്കിലോഗ് ഉണരുന്നത്. ഈ കാറ്റേറ്റ് ഗ്രിമ്യാക്കിലോഗിലെ പോപ്ലാർ മരച്ചില്ലകൾ ഉലയുന്നു. നദീമുഖങ്ങളിൽ സ്വർണനിറമാർന്ന നാടോടിപ്പക്ഷികൾ നിരനിരയായിനിൽക്കുന്നു. അവ കൂട്ടംകൂട്ടമായേ സഞ്ചരിക്കുകയുള്ളൂ. സ്വർണനിറമാർന്ന അവയുടെ തൂവലുകളിൽ വൈഡൂര്യ രത്നങ്ങൾപോലെ മഞ്ഞുകണങ്ങൾ മുദ്രചാർത്തിയിട്ടുണ്ടാവും. പശുക്കുട്ടികൾ മുലപ്പാൽ കുടിക്കാൻ വേണ്ടി നിലവിളിക്കുന്നു. താറാക്കൂട്ടങ്ങൾ പുറത്തിറങ്ങി നടക്കാൻവേണ്ടി ശബ്ദമുണ്ടാക്കുന്നു. സൂര്യന്റെ അരുണകിരണങ്ങൾ അർധനഗ്നാംഗിയായ ഗ്രാമത്തെ തൊട്ടുണർത്തുകയായി.

ഗ്രിമ്യാക്കിലോഗിൽ ഉറങ്ങാതെ നിൽക്കുന്ന ഒരു മനുഷ്യനുണ്ട്. അയാളുടെ പേരാണ് മെയിഡന്നിക്കോവ്. രാത്രിയിൽ പുകയില കൂട്ടി മുറുക്കി അയാൾ ഉറങ്ങാതിരിക്കും. രാത്രിയുടെയും ഭൂമിയുടെയും കാവൽക്കാരനെപ്പോലെ ഈയൊരൊറ്റ മനുഷ്യൻ ചിന്താഭാരം കൊണ്ട് പെരുത്ത ശിരസ്സുമായി ഒറ്റ ഇരിപ്പാണ്.

നേരം പാതിരാത്രിയായി. അയാൾ ഗ്രിമ്യാക്കിലോഗിലാണെങ്കിലും അയാളുടെ മനസ്സ് മോസ്കോവിലാണ്. ലോകമെങ്ങുമുള്ള മർദിത ജനതയ്ക്കുവേണ്ടി ത്രസിക്കുന്ന ചെങ്കൊടി പാറുന്ന മോസ്കോ നഗരം. അവിടെയാണ് അയാളുടെ ഹൃദയം. ചെങ്കൊടിയിൽ തിളങ്ങിനിൽക്കുന്ന നക്ഷത്ര ചിഹ്നത്തിലാണ് അയാളുടെ മനസ്സ് മുഴുവൻ. ലോകത്തെ മോചിപ്പിക്കാനുള്ള ചിഹ്നമാണത്. അതൊരു ചിഹ്നമല്ല. ലോകമെങ്ങുമുള്ള പണിയെടുക്കുന്നവരുടെ സ്വപ്നങ്ങൾ അരുണനിറമാർന്ന് പ്രകാശിക്കുകയാണ്. അയാളുടെ ഓർമകൾ ഭൂതകാലത്തിലേക്ക് ചിറകടിച്ച് പറന്നുപോയി. ഓർമകളുടെ താഴ്വാരത്ത്നിന്നും അയാളുടെ അമ്മ തന്നോട് പറയുകയാണ്:

"മോനെ, മെയിഡന്നിക്കോവെ കരയരുത്. നിന്നെപ്പോലെ ആയിരങ്ങൾ ലോകത്ത് കരയുന്നുണ്ട്. നമ്മളെപ്പോലെ ദരിദ്രരാണ് അവരും. നമ്മളെപ്പോലെ പട്ടിണികൊണ്ട് പുളയുന്നവരാണ് അവരും. കണ്ണീർകൊണ്ട് ഇതൊന്നും അവസാനിക്കില്ല. ഈ ദാരിദ്ര്യവും കഷ്ടപ്പാടും ദൈവംതമ്പുരാൻ ഇറങ്ങിവന്ന് അവസാനിപ്പിക്കുകയുമില്ല. കരയരുത്. കരഞ്ഞാൽ ഈ കണ്ണീർ മുഴുവൻ മഞ്ഞ് കണങ്ങളായി മാറും. അത് മുഴുവൻ ഒഴുകി പാവപ്പെട്ടവരുടെ കൃഷിയിടങ്ങളിലെത്തും. കൃഷി നശിക്കും. പുഴകളിൽ മഞ്ഞ് ഒഴുകിയെത്തി പുഴകവിഞ്ഞൊഴുകും. മഞ്ഞിനകത്തെ ഉപ്പ് വയലുകളിൽ ഊറിക്കൂടും. നാട്ടിൽ ക്ഷാമം പടർന്നുപിടിക്കും. അതുകൊണ്ട് നമ്മെപ്പോലുള്ള ദരിദ്രർ കരയാൻ പാടുള്ളതല്ല. കരച്ചിൽ ദുഃഖത്തിന് മേൽ ഒഴുക്കുന്ന എണ്ണയാണ്. അത് ദുഖത്തെ ആളിക്കത്തിക്കുകയേയുള്ളു. മോനെ നീ കരയാതിരിക്കുക. നമുക്ക് മനുഷ്യരുടെ കണ്ണുനീർ തുടക്കണം."

"അമ്മേ നമ്മളെല്ലാം ദരിദ്രരാണ്."

"ദരിദ്രരാണ് മോനെ."

"നമ്മൾ എന്തുചെയ്യും?"

"നമ്മൾ എന്തെങ്കിലും ചെയ്യണം."

"എന്തു ചെയ്യാൻ?"

"ലോകത്തു നിന്ന് ദരിദ്രന്റെ കണ്ണുനീർ തുടച്ചുമാറ്റണം. നീ വലുതാവുമ്പോൾ അതിനു ശ്രമിക്കണം."

ഓർമകളുടെ ചെപ്പിൽനിന്നും വേദനയുടെ ചുവന്ന മുത്തുകൾ അയാൾ പുറത്തെടുത്തു. വേദനമാത്രം തിന്നു ജീവിച്ച ശൈശവം. അയാളുടെ കുടുംബം ഒരു കൊസാക്ക് കുടുംബമായിരുന്നു. ഡോണിലെ കൊസാക്ക്കുടുംബം. ഇന്നയാൾ കൂട്ടുകൃഷിയിൽ ചേർന്നിരിക്കുന്നു. എത്രയെത്രയോ രാത്രികളിൽ, വിജനമായ രാത്രിയുടെ യാമപഥങ്ങളിൽ,

അയാൾ ആലോചിച്ചിരുന്നിട്ടുണ്ട്. അയാളുടെ അച്ഛൻ ഒരു പട്ടാളക്കാരനായിരുന്നു. പട്ടാളത്തിലായിരുന്നപ്പോൾ അയാളുടെ അച്ഛൻ എത്രയോ തൊഴിലാളികളെ മർദിച്ചിട്ടുണ്ട്. പണിമുടക്കിയതിന് എത്രയോ തൊഴിലാളികളെ കൊലചെയ്തിട്ടുണ്ട്. മുതലാളിമാർക്ക് വേണ്ടിയാണ് അയാളിതെല്ലാം ചെയ്തത്. അച്ഛൻ മരിച്ചു. മകൻ അച്ഛന്റെ എതിർദിശയിൽ വളർന്നു. അയാൾ സോവിയറ്റ് ഭരണത്തിന് അനുകൂലമായി പ്രവർത്തിച്ചു. മുതലാളിമാർക്കെതിരായി. അയാളുടെ സ്വപ്നം ലോകത്ത് നിന്നും ദരിദ്രന്റെ കണ്ണീര് തുടച്ചുമാറ്റുക എന്നതായിരുന്നു.

അയാൾക്ക് ദൈവത്തിൽ വിശ്വാസമില്ല. മനുഷ്യന്റെ ദുരിതവും കഷ്ടപ്പാടുകളും ഇല്ലാതാക്കാൻ ഒരു ദൈവവും ഇറങ്ങിവരുമെന്ന് അയാൾ വിശ്വസിക്കുന്നില്ല. ഒരു വിപ്ലവത്തിലൂടെ മാത്രമേ അത് സാധ്യമാവൂ. വിപ്ലവം സാധ്യമാവണമെങ്കിൽ കമ്യൂണിസ്റ്റ്പാർട്ടി വളരണം. അതാണ് അയാളുടെ സ്വപ്നം. ഈ സ്വപ്നം പൂവണിയാൻ വേണ്ടിയാണ് അയാൾ കൂട്ടുകൃഷിയിൽ ചേർന്നത്. അധ്വാനിക്കുന്ന മനുഷ്യർക്ക് സ്വകാര്യ സ്വത്തിനോട് മോഹമുണ്ടാവാൻ പാടില്ല. അങ്ങനെയുള്ളവർ കമ്യൂണിസ്റ്റുകാരല്ല. സോവിയറ്റ് യൂണിയൻ നിലനിൽക്കണം. വളർന്നുവികസിക്കണം. അയാൾ തന്റെ കന്നുകാലികളെയെല്ലാം കൂട്ടുകൃഷി സംഘത്തിന് കൊടുത്തു. എല്ലാം തന്റെ ഉറച്ച വിശ്വാസത്തിന്റെ ഭാഗമായിട്ടാണ്. പക്ഷെ കന്നുകാലികളെയെല്ലാം വിട്ടുകൊടുത്തതോടെ എന്തോ ഒരു അസ്വസ്ഥത. ഒരു ഏകാന്തത. രാത്രിയിൽ അയാൾക്ക് ഉറക്കം കിട്ടുന്നില്ല. കൂട്ടുകൃഷിയിൽ അയാൾ അംഗമാണെങ്കിലും കൂട്ടുകൃഷി സ്ഥാപനം അയാളിൽനിന്നും അന്യമാണെന്ന ഒരു തോന്നൽ.

നിത്യാ ധ്വാനിയായിരുന്നു അയാൾ. രാത്രിയെന്നോ പകലെന്നോ ഇല്ലാതെ അയാൾ അധ്വാനിച്ചു. അയാൾക്ക് കാളകളും കുതിരകളും പശുക്കളും ആടുകളും എല്ലാമുണ്ട്. രാവിലെ എഴുന്നേറ്റ് അവയ്ക്കെല്ലാം തീറ്റ കൊടുക്കും. പശുക്കളെയും ആടുകളെയും കറക്കും. അവയെ കുളിപ്പിച്ച് കെട്ടും. പുല്ലാഞ്ഞിക്കാട്ടിൽ കൊണ്ടുപോയി തീറ്റിക്കും. വൈക്കോലും പുല്ലും ശേഖരിക്കും. രാത്രിയിൽ പശുക്കൾക്ക് വേണ്ടുന്നതെല്ലാം ചെയ്യും. രാത്രിയിൽ പലതവണ തൊഴുത്തിൽ പോയിനോക്കും. കന്നുകാലികളുടെ സന്തോഷമാണ് അയാളുടെ സന്തോഷം. അങ്ങനെ അയാളുടെ ജീവിതത്തിൽ പതിഞ്ഞ ബന്ധുത്വത്തിന്റെ മുദ്രകളായിരുന്നു അവ. ഇന്ന് കാലിത്തൊഴുത്ത് ഒഴിഞ്ഞുകിടക്കുന്നു. തൊഴുത്തിൽനിന്ന് അപ്രത്യക്ഷരായ പശുക്കുട്ടികൾ കരയുന്നു. കാലിത്തൊഴുത്തിൽ ഇല്ലാത്ത ആടുകൾ അയാളെ നോക്കുന്നു.

വല്ലപ്പോഴും ഒരാശ്വാസം കിട്ടുന്നത് കൂട്ടുകൃഷിയുടെ തൊഴുത്തിൽ പോകുമ്പോഴാണ്. അവിടെ ചില്ലറ പണിയുണ്ടാവും. അയാളുടെ ഭാര്യ ഇപ്പോൾ വളരെ ദുഃഖിതയാണ്. തുറന്നിട്ട ജനവാതിലിലൂടെ അയാളുടെ ഭാര്യ ഒഴിഞ്ഞ തൊഴുത്തിലേക്ക് നോക്കി നെടുവീർപ്പിടും. അയാൾക്ക് അവളുടെ ദുഃഖം കാണാൻ വയ്യ. അതുകൊണ്ട് നേരം പുലരും മുമ്പേ അയാൾ വീട്ടിൽ നിന്നും ഇറങ്ങുന്നു.

രാത്രിയിൽ ഉറക്കമില്ലാതെ അയാൾ അങ്ങോട്ടുമിങ്ങോട്ടും നടക്കുന്നു. ഭാര്യ ഉറക്കമാണ്. തന്റെ കുഞ്ഞുമകൾ അമ്മയുടെ നെഞ്ചിൽചേർന്ന് കിടക്കുന്നു. അവളുടെ ചുണ്ടുകളിൽ സ്വപ്നങ്ങൾ നൃത്തം ചെയ്യുന്നു. അവൾക്കിതൊന്നും അറിയില്ല. അവൾ ജീവിതം തുടങ്ങുകയാണ്. അവൾക്ക് കണ്ണീരിന്റെ കഥയില്ല. അതുകൊണ്ട് വലിയ സ്വപ്നങ്ങളുമില്ല. വലിയ സ്വപ്നങ്ങൾ ഇല്ലാത്തതുകൊണ്ട് വലിയ ദുഃഖങ്ങളുമില്ല. നേരം പുലർന്നാൽ അവൾക്ക് മഞ്ഞുകണങ്ങൾ കളിക്കൂട്ടുകാരാണ്. ചെടികളും പൂക്കളും എല്ലാം അവളുടെ കളിക്കൂട്ടുകാർ. എന്നാൽ അയാളുടെ മനസ്സ് ഏകാന്തതയിൽ നരകിക്കുകയാണ്. മുൾവലയിൽ കുടുങ്ങിയ മുയൽകുഞ്ഞിനെപ്പോലെ അയാളുടെ ഹൃദയം പിടയുകയാണ്. ഈ ലോകത്തിലെ മനുഷ്യന്റെ ഏകാന്തത എന്ന ശാപത്തെ എങ്ങനെ അതിജീവിക്കാൻ കഴിയും. അതാണ് അയാളുടെ ചിന്ത. സ്വന്തം വീട്ടുമൃഗങ്ങളെ എല്ലാം നഷ്ടപ്പെട്ട് ഞാൻ കൂട്ടുകൃഷിയിലെ അംഗമാണ്. പക്ഷേ കൂട്ടുകൃഷി എന്നിൽ അംഗമല്ല. സ്വന്തം കന്നുകാലികളെ ഒരന്യനെപ്പോലെ ശുശ്രൂഷിക്കേണ്ടിവരിക. അവ തന്നെനോക്കി ഇപ്പോൾ കരയുന്നില്ല. തല കുലുക്കുന്നില്ല. തന്നെക്കാണുമ്പോൾ യാതൊരു വികാരവും പ്രകടിപ്പിക്കുന്നില്ല. എങ്കിലും അയാൾക്ക് അവരെ സ്നേഹിക്കാതിരിക്കാൻ കഴിയുന്നില്ല. അയാൾ കൂട്ടുകൃഷിയിലെ അംഗമാണ്. ആ നിലയ്ക്ക് അയാൾക്കിപ്പോൾ സ്വന്തമായി കന്നുകാലികളില്ല. എന്നാൽ എല്ലാ കന്നുകാലികളിലും അയാൾക്ക് അവകാശമുണ്ട്. എന്നിട്ടും അയാൾ അയാളുടെ കന്നുകാലികൾ എന്ന് വിചാരിക്കുന്നു. അയാൾ വിട്ടുകൊടുത്ത കന്നുകാലികളോട് അയാൾ പ്രത്യേക താൽപ്പര്യം കാണിക്കുന്നു. അവയ്ക്ക് നല്ല വൈക്കോൽ തെരഞ്ഞ് കൊടുക്കുന്നു. മറ്റ് കന്നുകാലികളോട് താൽപ്പര്യം കാണിക്കുന്നില്ല. അവിടെ പണിക്കുവരുന്ന പലരും ഇങ്ങനെതന്നെ ചെയ്യുന്നു. എന്നാൽ ആരും കന്നുകാലികളെ പൊതുസ്വത്തായി കാണുന്നില്ല.

ഒരുദിവസം കുഷെങ്കോവ് എന്ന കൃഷിക്കാരനായിരുന്നു കൂട്ടുകൃഷി സ്ഥാപനത്തിൽ ഡ്യൂട്ടി. കുതിരകളെ മുഴുവൻ പുറത്തുകൊണ്ടുപോയി കുളിപ്പിക്കുകയെന്നത് അയാളുടെ ഡ്യൂട്ടിയായിരുന്നു. എന്നാൽ അയാൾ ആ പണിക്ക് നിയോഗിച്ചത് ഒരു പയ്യനെയായിരുന്നു. പയ്യൻ കുതിരകളെ കൊണ്ടുപോയി കുറെ അവിടെ ചുറ്റിക്കറങ്ങിയശേഷം തിരിച്ചുപോന്നു. ഇതു മനസിലാക്കിയ കുഷെങ്കോവ് പയ്യനെ വഴക്ക് പറഞ്ഞു:

“നീ ഇന്ന് കുതിരകളെ കുളിപ്പിച്ചില്ല?”

“ഓ വെള്ളം കുടിപ്പിച്ചിട്ടുണ്ട്.”

“അത് മാത്രം പോര കുളിപ്പിക്കണം.”

“ഓ കുളിച്ച് ഇവറ്റകളൊക്കെ ഓഫീസിൽ പോവുകയല്ലേ.”

“അതുപോര ചെയ്യുന്ന പണി നന്നായി ചെയ്യണം.”

ഈ വിഷയത്തെച്ചൊല്ലി ഇരുവരും തമ്മിൽ തർക്കിച്ചു. അതു പലരും അറിഞ്ഞു.കൂട്ടുകൃഷി സംഘത്തിൽ അത് ചർച്ചയായി. പലർക്കും കൂട്ടുകൃഷിസംഘത്തിന്റെ നടത്തിപ്പിൽ തൃപ്തിയില്ലായിരുന്നു. കോഴികളും

താറാവുകളും ചത്തൊടുങ്ങി. പലതരം രോഗങ്ങൾ കാരണമാണ് ചത്തത്. ആളുകൾ ഇതെല്ലാം ചർച്ചചെയ്യാൻ തുടങ്ങി.

"അവനവന്റെ വീട്ടിലായിരുന്നെങ്കിൽ ഇത് സംഭവിക്കില്ലായിരുന്നു."

"കൂട്ടുസ്വത്തായിരുന്നതുകൊണ്ട് ആർക്കും ഒരാത്മാർഥതയുമില്ല."

''തന്റേതല്ലല്ലോ തന്റേതല്ലല്ലോ എന്ന് എല്ലാവരും വിചാരിക്കും."

"അതെ അതാണ് കാര്യം."

തന്റെ സ്വപ്നങ്ങളെല്ലാം ചീട്ടുകൊട്ടാരം പോലെ തകരുകയാണോ എന്നായിരുന്നു മെയിഡന്നിക്കോവിന്റെ ആശങ്ക. എങ്കിലും അയാൾ കമ്യൂണിസത്തെ മുറുകെപിടിച്ച് വർഗബോധമില്ലാത്ത തൊഴിലാളികളെ ശപിച്ചു. അയാളുടെ മനസ്സ് ഇങ്ങനെ പറഞ്ഞു.

"പുതിയ സ്വപ്നങ്ങളില്ലാത്ത തൊഴിലാളികളേ നിങ്ങൾ തൊഴിലാളികളാണോ. നിങ്ങൾ തൊഴിലാളികളാണെങ്കിൽ മുതലാളിമാരുടെ കാല് നക്കി ജീവിക്കാനല്ല കൊതിക്കേണ്ടത്. മറിച്ച് സ്വന്തം രാജ്യത്ത് സോഷ്യലിസം സ്ഥാപിക്കാനാണ്. നിങ്ങൾക്ക് വിപ്ലവം നടത്താൻ ആഗ്രഹമില്ലേ. നിങ്ങൾക്ക് ഒരു നല്ല ലോകം പടുത്തുയർത്താൻ മോഹമില്ലേ. നിങ്ങൾക്ക് തെറ്റി. നിങ്ങൾക്ക് നിങ്ങളുടെ ഭാവിയെപ്പറ്റി യാതൊരു പ്രതീക്ഷയുമില്ല. സോവിയറ്റ് യൂണിയനിൽ എത്ര കഷ്ടപ്പെട്ടിട്ടാണ് ഞങ്ങൾ വിപ്ലവം നടത്തിയത്. എത്ര ആളുകൾ അതിനുവേണ്ടി രക്തസാക്ഷികളായി. അതൊന്നും നിങ്ങൾ കാണുന്നില്ലേ. നിങ്ങൾ കരുതുന്നത് മുതലാളിത്തം എല്ലാകാലത്തും നിങ്ങൾക്ക് ആശ്രയമാവും എന്നാണോ. നിങ്ങളുടെ അധ്വാനത്തിനും മുതലാളിമാർ പ്രതിഫലം തരുന്നു എന്നാണോ നിങ്ങൾ കരുതുന്നത്. എന്നാൽ വിഡ്ഢികളേ നിങ്ങൾക്ക് തെറ്റിപ്പോയി. നിങ്ങളുടെ അധ്വാനത്തിന്റെ പകുതിയും മുതലാളിമാർ ചൂഷണം ചെയ്യുകയാണ്. അങ്ങനെ ചൂഷണം ചെയ്യുന്ന നിങ്ങളുടെ അധ്വാനശക്തി ഉപയോഗിച്ചാണ് മുതലാളിമാർ ലാഭം കുന്നുകൂട്ടുന്നത്. എന്നിട്ടും മുതലാളിമാരുടെ മുമ്പിൽ നിങ്ങൾ ഓഛാനിച്ചു നിൽക്കുന്നു. മനസുകൊണ്ട് അടിമകളാണ് നിങ്ങൾ. നിങ്ങളെ ഓർത്ത് ഞാൻ ലജ്ജിക്കുന്നു."

തൊഴിലാളികളെ മനസാ ശകാരിച്ചുകൊണ്ട് മെയിഡന്നിക്കോവ് കട്ടിലിൽ തിരിഞ്ഞും മറിഞ്ഞും കിടന്നു. അവസാനം അയാൾ ഉറങ്ങിപ്പോയി. ഉറക്കത്തിൽ അയാളുടെ സ്വപ്നം പുതിയൊരു ലോകമായിരുന്നു. ആരുമാരെയും നിയന്ത്രിക്കാത്ത പുതിയൊരു ലോകം. ആരും ആരുടെയും മേൽ ആധിപത്യം സ്ഥാപിക്കാത്ത ലോകം. ആ ലോകം മഞ്ഞണിഞ്ഞ സ്റ്റെപ്പിമലനിരപോലെ അയാളുടെ മനസിൽ വിടർന്നുനിന്നു.

പ്രഭാതമായപ്പോൾ അയാൾ ഉണർന്ന് സ്റ്റെപ്പിമലനിരകളിലേക്ക് പോയി. അവിടെനിന്നും കൂട്ടുകൃഷി സംഘത്തിലെ കോഴികൾ കൂവുന്ന ശബ്ദം കേട്ടു. കോഴികളുടെ കൂവൽ കേട്ട അയാൾ സ്വയം പറഞ്ഞു:

"ഹായ്, പുതിയ വസന്തത്തിന്റെ കൂവൽ. ഗ്രാമം മുഴുവൻ ഈ കൂവൽ കേട്ട് ഉണരട്ടെ, പഴയ ജീർണമായ ലോകം തകരുന്നതിന്റെ നാന്ദിയാണിത്." പരിവർത്തനത്തിന്റെ കാഹളം. പക്ഷേ എന്നിട്ടും എന്തോ ഒരു

ഏകാന്തത, എന്താണെന്നറിയില്ല. മനസിൽ ഒരു വിങ്ങൽ. കൂട്ടത്തിലുള്ള ആരൊക്കെയോ കൈവിട്ടപോലെ.

പ്രഭാത ഭക്ഷണത്തിനുശേഷം അയാൾ കൂട്ടുകൃഷിസ്ഥാപനത്തിലേക്ക് പോയി. ബെസ്ക് ലെബ്നേവ് അവിടെയുണ്ടായിരുന്നു. അയാൾ മെയിഡന്നിക്കോവിനെ നോക്കി ഇങ്ങനെ പറഞ്ഞു:

"എന്താണാവോ ഈ എഴുന്നെള്ളത്തിന്റെ ഉദ്ദേശ്യം?"

"കാരണവരേ, നിങ്ങളുടെയൊക്കെ സുഖവിവരം അന്വേഷിക്കാൻ വന്നതാ. എങ്ങനെ കഴിയുന്നു?"

"എങ്ങനെ കഴിയാൻ."

"എന്തുപറ്റി?"

ഇനിയെന്തുപറ്റാൻ എല്ലാം നഷ്ടപ്പെട്ടില്ലേ."

"അതെന്താ അങ്ങനെ പറയുന്നത്?"

"ഈ കോഴികളോടൊത്തുള്ള ജീവിതം എനിക്കു മടുത്തു."

"ഇതു രസമുള്ള കാര്യമല്ലേ."

"അങ്ങനെയാണെങ്കിൽ നിങ്ങൾ ഇവിടെ കഴിഞ്ഞുകൊള്ളൂ. ഈ നശിച്ചകോഴികളെക്കൊണ്ട് ഞാൻ തുലഞ്ഞു. എപ്പോഴും പരസ്പരം അങ്കത്തിലാണ്. ഒരു നേരവും വെറുതെ ഇരിക്കുകയില്ല. പരസ്പരം പോരടിക്കുക. ചേരിതിരിഞ്ഞ് പോരടിക്കുക. അതാണിവരുടെ ഹോബി; പെൺകോഴികൾ പൂവൻമാരുടെ പിറകെ പായുകയാണ്. എന്റെ ദൈവമേ, ഇതുപോലൊരു വർഗം. ഈ കോഴികളെ എന്തിനാണ് ദൈവം സൃഷ്ടിച്ചത്."

"കോഴികൾ സ്നേഹമുള്ളവരാണ് കാരണവരേ."

"നല്ല സ്നേഹം. ഇവറ്റകളുടെ കൊത്തുകൊണ്ട് എന്റെ മേലാകെ വേദനിക്കുന്നു. ഞാനിന്ന്തന്നെ രാജിക്കത്ത് കൊടുക്കാൻ പോകുകയാ. മറ്റേതെങ്കിലും ജോലിചെയ്യുന്നതാണ് എനിക്ക് നല്ലത്. ഞാൻ കോഴികളുടെ സൈന്യാധിപനാവാൻ ആഗ്രഹിക്കുന്നില്ല. ഇപ്പോൾ എന്നെ എന്റെ വീട്ടുകാരൊക്കെ വിളിക്കുന്നത്, 'കോഴിമുത്തപ്പൻ' എന്നാണ്. ഛെ, എന്തൊരു അപമാനം. ഇതിനാണോ ഞാൻ കൂട്ടുകൃഷി സംഘത്തിൽ ചേർന്നത്. ഇതുവരെ ഞാൻ അന്തസ്സായിട്ടാണ് ജീവിച്ചത്. ഈ അവസാനകാലത്ത് 'കോഴിമുത്തപ്പൻ' എന്നപേര് എന്റെ മേൽ വീണല്ലോ. എന്റെ ദൈവമേ, ഇതിനുമാത്രം ഞാനെന്തു തെറ്റുചെയ്തു."

"സാരമില്ല മുത്തപ്പാ, ഇതൊക്കെ എന്തിനുകാര്യമാക്കുന്നു."

"കാര്യമാക്കാതെന്തുചെയ്യും. കുട്ടികൾ മാത്രമല്ല. ചില പെണ്ണുങ്ങളും എന്നെ കളിയാക്കാൻ തുടങ്ങിയിരിക്കുന്നു."

ഇന്നലെ ഞാൻ ഇങ്ങോട്ടുവരുമ്പോൾ ഒരുത്തി, ഒരു ചെറുപ്പക്കാരിപ്പെണ്ണ് ഹൊ, അവളുടെ വെളുത്ത പൊക്കിൾക്കൊടി പുറത്തുകാണിച്ചുംകൊണ്ട് എന്നെ നോക്കി ചിരിക്കുവാ. എന്നിട്ടവൾ പറഞ്ഞു, 'മുത്തപ്പാ നിങ്ങൾക്ക് നല്ല പണിയാ കിട്ടിയത്, കോഴികളോടൊപ്പം സുഖമായി കഴിയാലോ. നല്ല പൂവൻകോഴികളുടെ കൂടെകഴിയാൻ എനിക്ക് എന്തൊരു

മോഹമാണെന്നോ. മുത്തപ്പാ പൂവൻകോഴികളുടെ എണ്ണം കുറവാണെന്ന് കേട്ടു. അതിപ്പോ മുത്തപ്പന് കോളായി. പെൺകോഴികളുടെ കാര്യംനോക്കിയാലോ. അവറ്റകളെക്കൊണ്ട് മുട്ടയിടീക്കാൻ പുറത്ത് കയറാല്ലോ. ഹായ് മുത്തപ്പാ.............."

ഇങ്ങനെ മുത്തപ്പൻ തന്റെ പരാധീനതകൾ വിശദമായി അവതരിപ്പിച്ചു. അപ്പോൾ കോഴികൾ തമ്മിൽ കൂട്ടുകൃഷി സംഘത്തിന്റെ പറമ്പിൽനിന്ന് അങ്കംവെട്ടുന്നത് കണ്ടു. ഒരു പെൺകോഴിയുടെ കാര്യമാണെന്ന് തോന്നുന്നു. രണ്ടു പൂവന്മാർതമ്മിൽ അങ്കത്തിലാണ്. ചെറിയ പൂവന്റെ തലയിൽനിന്നും ചോരവരുന്നുണ്ടായിരുന്നു. ഇതുകണ്ട് വൃദ്ധൻ അവറ്റകളെ ഓടിച്ചു. അയാൾ കോഴികളെ വഴക്കുപറയുന്നുണ്ടായിരുന്നു.

നേരം പുലർച്ചയാവുമ്പോഴേക്കും കൃഷിക്കാർ കൂട്ടുകൃഷിസംഘത്തിന്റെ ആപ്പീസിൽ വന്നുകൊണ്ടിരുന്നു. ഡേവിഡോവ് എങ്ങോട്ടോ പോകാനുള്ള പുറപ്പാടിലായിരുന്നു. അയാൾ കുതിരപ്പുറത്താണ് പോകുന്നത്. അയാൾക്ക് കയറാനുള്ള കുതിര അവിടെ കാത്തുനിൽപ്പുണ്ടായിരുന്നു. അതിന്റെ മേലാസകലം മഞ്ഞ് വീണിരുന്നു. കൃഷിക്കാരെല്ലാം തന്നെ കൂട്ടുകൃഷിസംഘത്തിലെ കുതിരകളെയും കാളകളെയും നോക്കിക്കൊണ്ടിരിക്കുകയായിരുന്നു. ചിലർ മൃഗങ്ങളുടെ മേനി തടവുന്നുണ്ടായിരുന്നു. ചിലർ കുതിരകളെ കുളിപ്പിക്കുന്നുണ്ടായിരുന്നു. അങ്ങനെ ആകെ ഒരു ബഹളം തന്നെയായിരുന്നു അവിടെ.

യാക്കോവ് അവിടെയിരുന്ന് എന്തോ എഴുതുകയായിരുന്നു. അയാളുടെ ശരീരം വളരെ ക്ഷീണിച്ചിരുന്നു. കവിളൊട്ടി കണ്ണ് കുഴിഞ്ഞ് ആകെ കോലംകെട്ടിരുന്നു അയാൾ. ധാരാളം കൃഷിക്കാർ അവിടെ കൂട്ടംകൂടിനിന്നിരുന്നു. കൃഷിയെപ്പറ്റിയും കന്നുകാലികളെപ്പറ്റിയും ചർച്ചചെയ്തുകൊണ്ടിരിക്കുകയായിരുന്നു അയാൾ. അവരുടെ മുഖത്ത് എന്തെന്നില്ലാത്ത ഒരാശങ്ക നിഴലിച്ചിരുന്നു. കൂട്ടുകൃഷിയുടെ ഭാവിയെപ്പറ്റി ഓർത്തായിരുന്നു അവരുടെ ആശങ്ക മുഴുവൻ. റസ്മ്യോട്ട്ണോവ് അവർക്കിടയിൽ ഉണ്ടായിരുന്നു. അയാൾ ഗ്രാമത്തിലെ കൃഷിക്കാരുടെ വിശേഷങ്ങൾ വിശദീകരിക്കുന്നുണ്ടായിരുന്നു. ചില കൃഷിക്കാർ കൂട്ടുകൃഷി സ്ഥാപനത്തിൽവന്ന് ധിക്കാരപരമായി പെരുമാറുന്നതിനെപ്പറ്റി അയാൾ പറഞ്ഞു. ചില സ്ത്രീകൾ അവർ വിട്ടുകൊടുത്ത കോഴികളെയും താറാവുകളെയും കൂട്ടുകൃഷി സ്ഥാപനം നന്നായി നോക്കുന്നില്ലെന്ന് പരാതി പറഞ്ഞു.

പലതരം കള്ളക്കഥകളും കുപ്രചാരണങ്ങളും കൃഷിക്കാർക്കിടയിൽ പരന്നിരുന്നു. അതിലൊന്ന് പ്രായമായ സ്ത്രീകൾ കൂട്ടുകൃഷി സ്ഥാപനത്തിലെ മുട്ടകൾക്കുമേൽ അടയിരിക്കണം എന്നതായിരുന്നു. മുട്ടവിരിയിക്കുന്ന യന്ത്രം വാങ്ങുന്നതുവരെ യന്ത്രത്തിന്റെ പണി കിളവികൾ ചെയ്യണമെന്ന് ആരോ ചിലർ പ്രചരിപ്പിച്ചിരുന്നു. ഇത് കേട്ട് പരിഭ്രാന്തരായി ചില വൃദ്ധകൾ കൂട്ടുകൃഷിസ്ഥാപനത്തിൽവന്ന് ബഹളമുണ്ടാക്കി. മുട്ടകളുടെ മേൽ അടയിരുന്ന് അവർക്ക് ശീലമില്ലെന്നും അത്തരം പ്രവർത്തനം നടത്താൻ തങ്ങൾക്കാവില്ലെന്നും പറഞ്ഞ് അവർ ബഹള

മുണ്ടാക്കി. ചിലർ മറ്റുചില പ്രചാരണങ്ങളിൽ കുടുങ്ങി. അതിലൊന്ന് കൂട്ടുകൃഷി സ്ഥാപനത്തിലെ കോഴിക്കുഞ്ഞുങ്ങളെയും മറ്റും പുറത്തേക്ക് കയറ്റുമതി ചെയ്യുന്നു എന്നതായിരുന്നു. തങ്ങളുടെ കോഴിക്കുഞ്ഞുങ്ങളെയും താറാവുകളെയും കയറ്റുമതി ചെയ്യാൻ തങ്ങൾ അനുവദിക്കില്ലെന്ന് പറഞ്ഞായിരുന്നു ബഹളം. മറ്റൊരു പ്രചാരണം ഗ്രാമത്തിലെ മുത്തശ്ശികളെയെല്ലാം കൂട്ടുകൃഷിസ്ഥാപനം ഏറ്റെടുക്കും എന്നതായിരുന്നു. കിളവികൾ കൂട്ടുകൃഷി സ്ഥാപനത്തിലെ ജോലികൾ ചെയ്യേണ്ടിവരും. കന്നുകാലികൾക്കും പക്ഷികൾക്കും അവർ കാവൽനിൽക്കേണ്ടിവരും. അതിന് അവർ തയാറായില്ലെങ്കിൽ അവരെയും കയറ്റുമതി ചെയ്യും. ഇതെല്ലാം കേട്ട് അവിടെയെത്തിയ ഗ്രാമമുത്തശ്ശിമാർ ഡേവിഡോവിനെയും മറ്റും വഴക്കുപറഞ്ഞു. തങ്ങൾ കന്നുകാലികളോ താറാവുകളോ അല്ലെന്നും തങ്ങളെ കയറ്റുമതി ചെയ്യാൻ അനുവദിക്കില്ലെന്നും നാട്ടിലെ മുത്തശ്ശിമാരെയൊക്കെ സംഘടിപ്പിച്ച് തങ്ങൾ സമരം ചെയ്യുമെന്നും അവർ പറഞ്ഞു. വളരെ പരിഭ്രാന്തരായിരുന്നു അവർ. ജീവൻ കൊടുത്തും തങ്ങൾ പ്രായമായവരുടെ അവകാശങ്ങൾ സംരക്ഷിക്കുമെന്നും മുത്തശ്ശിമാരെ തൊട്ടുകളിച്ചാൽ അക്കളി തീക്കളിയാണെന്നും അവർ പറഞ്ഞു. മുത്തശ്ശിമാരില്ലെങ്കിൽ കൂട്ടുകൃഷി പ്രസ്ഥാനം തകർന്നു തരിപ്പണമാകുമെന്നും തങ്ങളില്ലെങ്കിൽ ഗ്രാമംതന്നെയില്ലെന്നും മുത്തശ്ശിമാരിലാണ് നാടിന്റെ ആത്മാവ് കുടികൊള്ളുന്നതെന്നും അവർ വാദിച്ചു. അപ്പോൾ അവരുടെ വാദങ്ങളെല്ലാം ശ്രദ്ധിച്ചുകേട്ട ഡേവിഡോവ് അതെല്ലാം വർഗശത്രുക്കൾ പ്രചരിപ്പിക്കുന്ന നുണയാണെന്നും അവരെ ബോധ്യപ്പെടുത്താൻ ശ്രമിച്ചു. വർഗശത്രുക്കൾ ഇത്തരം നുണകൾ ഇനിയും പ്രചരിപ്പിക്കുമെന്നും അത്തരം പ്രചാരണങ്ങളെ കരുതിയിരിക്കണമെന്നും അയാളവരെ ധരിപ്പിച്ചു.

ഇതെല്ലാം കേട്ട് നഗുൽനോവ് അസ്വസ്ഥനാവുന്നുണ്ടായിരുന്നു. കുപ്രചാരണങ്ങൾ നടത്തുന്നവരെ കണ്ടുപിടിക്കാനും അവരെ ശിക്ഷിക്കാനും പ്രത്യേക പദ്ധതിതന്നെ ആവിഷ്കരിക്കണമെന്ന് അയാൾ അഭിപ്രായപ്പെട്ടു. നുണപ്രചാരണം നടത്തുന്നവരുടെ തല വെട്ടണം എന്നാണ് അയാൾ പറഞ്ഞത്. അപ്പോൾ അയാളുടെ അഭിപ്രായത്തോട് അവിടെ കൂടിയ ആളുകൾ യോജിച്ചു.

ഇതെല്ലാം വളരെ ശ്രദ്ധയോടെ കേട്ട് ഡേവിഡോവ് അവിടെ ഇരിക്കുന്നുണ്ടായിരുന്നു. അയാൾ പറഞ്ഞു:

“നുണപ്രചാരണങ്ങൾ നടത്തുകയെന്നത് വർഗശത്രുവിന്റെ അടവാണ്. അത് വളരെ പഴയതും ജീർണിച്ചതുമായ അടവാണ്. എന്നാൽ അതിനെ നിസ്സാരമായി കാണാൻ പറ്റില്ല. അത്തരക്കാരെ കണ്ടുപിടിച്ച് തക്കതായ ശിക്ഷകൊടുക്കണം.” അപ്പോൾ നഗുൽനോവ് ഇങ്ങനെ പറഞ്ഞു;

“നമ്മുടെ ചില പ്രവർത്തനങ്ങൾ തെറ്റിപ്പോയി.”

“നിങ്ങൾ ഉദ്ദേശിക്കുന്നതെന്താണ്” നഗുൽനോവ് ചോദിച്ചു

“അതായത് നമ്മൾ വലിയകാര്യങ്ങളിൽ ശ്രദ്ധിക്കാതെ നിസ്സാരകാര്യങ്ങളിൽ ശ്രദ്ധിച്ചു. കൂട്ടുകൃഷി വളരണമെങ്കിൽ നല്ലയിനം വിത്ത്

വേണം. നന്നായി കൃഷിചെയ്യണം. ട്രാക്ടറുകൾ വേണം. നല്ല വളം വേണം. കീടനാശിനിവേണം. വിതയന്ത്രങ്ങൾ വേണം. ഇത്തരം പ്രധാനപ്പെട്ട ഒരുപാട് കാര്യങ്ങൾ നമ്മൾ ആലോചിക്കുന്നതിന് പകരം കോഴികളെപ്പറ്റിയും താറാവുകളെപ്പറ്റിയും നമ്മൾ അനാവശ്യമായി ചിന്തിച്ചു. അതാണ് ഞാൻ പറയുന്നത്. സ്വയം വിമർശനം വേണം. ശത്രുവിനെ ജയിക്കണമെങ്കിൽ നാം നമ്മുടെ കുറ്റങ്ങൾ മനസിലാക്കണം. സ്വയം തിരുത്തണം. സ്വയം തിരുത്താത്തവർക്ക് ശത്രുവിനെ ജയിക്കാൻ കഴിയില്ല."

"കോഴികളെയും താറാവുകളെയും പറ്റി നമ്മൾ സ്വീകരിച്ച നിലപാടിൽ എവിടെയാണ് തെറ്റുപറ്റിയത്" ഡേവിഡോവ് ചോദിച്ചു. അപ്പോൾ നഗുൽനോവ് പറഞ്ഞു:

"കോഴികളെയും താറാവുകളെയും പറ്റിയല്ല നമ്മളിപ്പോൾ ചർച്ച ചെയ്യേണ്ടത്. "

"പിന്നെയെന്താണ് നമ്മൾ ചർച്ചചെയ്യേണ്ടത്?"

"നമ്മൾ പ്രധാനപ്പെട്ടകാര്യമാണ് ചർച്ചചെയ്യേണ്ടത്."

"എന്താണ് പ്രധാന കാര്യം?"

"കൂട്ടുകൃഷി സംഘത്തെ ശക്തിപ്പെടുത്തണം. വിളകളും യന്ത്രങ്ങളും കൊണ്ടുവരണം. പിന്നെ മറ്റൊരു പ്രധാനപ്പെട്ട കാര്യംകൂടിയുണ്ട്. നമ്മുടേത് കൂട്ടുകൃഷിസംഘമാണ്. കമ്യൂൺ അല്ല. രണ്ടും തമ്മിൽ വ്യത്യാസമുണ്ട്. എല്ലാ സ്വകാര്യസ്വത്തും ഒറ്റയടിക്ക് പിടിച്ചെടുക്കാൻ പാടില്ല. അങ്ങനെ ചെയ്യുന്നതിനെയാണ് ഇടതുപക്ഷപാളിച്ച എന്നുപറയുന്നത്. ഇതിനുത്തരവാദി ഡേവിഡോവാണ്. അതിനെപ്പറ്റി നിങ്ങൾ ഗൗരവമായി ചിന്തിക്കണം. ഇടതുപക്ഷ പാളിച്ച എന്നുപറഞ്ഞാൽ അത്ര നിസ്സാരമല്ല. വിവേകമില്ലാതെ എടുത്തുചാടലാണത്. അതിന്റെ ഫലമാണ് ഇവിടത്തെ ജനങ്ങൾ അനുഭവിക്കുന്നത്. കന്നുകാലികളെ കൂട്ടക്കശാപ്പ്ചെയ്തതിന് നമ്മൾ ആളുകളെ പഴിക്കുന്നു. പക്ഷെ യഥാർഥത്തിൽ നമ്മളാണ് അതിനുത്തരവാദി. ഒരു സുപ്രഭാതത്തിൽ സ്വകാര്യ സ്വത്ത് അവസാനിപ്പിക്കാൻ പറ്റില്ല. ഞാൻ പറയുന്നത് നമ്മൾ കോഴികളെയും താറാവുകളെയും കൃഷിക്കാർക്ക് തിരിച്ചുനൽകണം എന്നാണ്. എന്നിട്ട് നാം നമ്മുടെ തെറ്റ് ജനങ്ങളോട് തുറന്ന് പറയണം. നിങ്ങളാരും അതിന് തയ്യാറാവുന്നില്ലെങ്കിൽ ഞാനത് ചെയ്യും" നഗുൽനോവ് ഇത് പറഞ്ഞതോടെ ആളുകളെല്ലാം സ്തംഭിച്ച് നിന്നു. ഡേവിഡോവിന് ആകെ ഒരങ്കലാപ്പായി. നഗുൽനോവ് പറയുന്ന കാര്യങ്ങളെ എതിർക്കാൻ അയാൾക്ക് കഴിഞ്ഞില്ല. ശത്രുക്കൾ പ്രചരിപ്പിക്കുന്ന നുണകളെ മറികടക്കണമെന്നും അവരുടെ ലക്ഷ്യം കൂട്ടുകൃഷി പ്രസ്ഥാനത്തെ നശിപ്പിക്കലാണെന്നും പറഞ്ഞ് അയാൾ അകത്തേക്ക് പോയി.

"നമുക്കും ചില തെറ്റുകൾ പറ്റി." കൃഷിക്കാർ പരസ്പരം പറയാൻ തുടങ്ങി. അപ്പോൾ റസ്മ്യോട്ട്ണോവ് പറഞ്ഞു:

"നമുക്ക് പറ്റിയ തെറ്റുകളെപ്പറ്റി ഡേവിഡോവ് ബോധവാനാണെന്ന് തോന്നുന്നു."

ഡേവിഡോവും ചില കൃഷിക്കാരും തമ്മിൽ എന്തോ ചില കാര്യങ്ങൾ പറയുന്നുണ്ടായിരുന്നു. അയാളുടെ മുഖത്ത് പതിവില്ലാത്ത ഗൗരവം ഉണ്ടായിരുന്നു. അയാൾ ഇങ്ങനെ പറഞ്ഞു:

"ആരും തന്നെ പരിഭ്രാന്തരാകരുത്. എല്ലാകാര്യങ്ങളും നമുക്ക് ശരിയാക്കാം" ഇതും പറഞ്ഞ് അയാൾ പുറത്തേക്ക് ഇറങ്ങിപ്പോയി.

കൂട്ടുകൃഷി സ്ഥാപനത്തിലെ പറമ്പിൽ കോഴികളുടെയും താറാവുകളുടെയും ഉൽസവം തന്നെയായിരുന്നു. ഒരു മഹാസമ്മേളനത്തിൽ പങ്കെടുക്കുന്ന പ്രതിനിധികളെപ്പോലെ അവർ ഉൽസാഹത്തോടെ അവിടമാകെ ചുറ്റിക്കറങ്ങി. കോഴികളെ നോക്കാൻ ഒരു വൃദ്ധനെയാണ് ചുമതലപ്പെടുത്തിയത്. അയാളുടെ കൈയിൽ ഒരു വടിയുണ്ടായിരുന്നു. അയാൾ കോഴികളെയും താറാവുകളെയും നിയന്ത്രിച്ചു. ഒരു ജനക്കൂട്ടത്തെനയിക്കുന്ന രാഷ്ട്രീയ നേതാവിന്റെ ഭാവമായിരുന്നു അയാളുടെ മുഖത്ത്. അയാൾ കോഴികൾക്ക് പ്രത്യേകം പ്രത്യേകം നിർദേശങ്ങൾ കൊടുക്കുന്നുണ്ടായിരുന്നു.

താറാക്കൂട്ടങ്ങൾ പറമ്പിലൂടെ അടിവെച്ചടിവെച്ച് നീങ്ങുന്നതുകാണാൻ ബഹുരസമാണ്. നദിയൊഴുകുംപോലെയാണ് അവ മുന്നോട്ട് നീങ്ങുന്നത്. താറാക്കൂട്ടങ്ങൾ ചിറകടിക്കുന്നതും കൊക്കുരുമ്മുന്നതും നല്ല കാഴ്ചയാണ്. അവയുടെ കുറുകുറുശബ്ദം അവിടമാകെ ഉയർന്നു. താറാക്കൂട്ടങ്ങളെയും കോഴികളെയും കാണാൻ ധാരാളം ആളുകൾ അവിടെ കൂടിയിരുന്നു.

റസ്മ്യോട്ട്ണോവ് അവിടെ നിൽക്കുന്നുണ്ടായിരുന്നു. അപ്പോൾ ഒരാൾക്കൂട്ടം അയാളുടെ ശ്രദ്ധയിൽപ്പെട്ടു. കുറെ കോഴികൾക്ക് സമീപം ആളുകൾ തടിച്ചുകൂടിയിരിക്കുകയാണ്.

"ചുവപ്പുകോഴി ജയിക്കും."

"അല്ലല്ല വെള്ളപ്പൂവൻ ജയിക്കും."

"നമുക്ക് കാണാം."

"കാണാനൊന്നുമില്ല. എവിടെയും ജയിക്കുന്നത് ചുവപ്പന്മാരാണ്."

"അവനെ കൊത്തിക്കീറ്."

"ആ വെള്ളപ്പൂവന്റെ തല തകരട്ടെ."

"ചുവപ്പന്റെ കുടലിനിട്ട് കൊത്ത്."

കോഴിയങ്കം കാണുകയാണ് ആളുകൾ. നിലത്തുമുഴുവൻ കോഴികളുടെ തൂവലുകൾ പരന്നുകിടക്കുന്നു. കൊത്തുകൊണ്ട് കോഴികൾ തളർന്ന് അവശരായി. കുറച്ച്സമയം കഴിഞ്ഞ് കോഴികൾ വീണ്ടും അങ്കം തുടർന്നു.

ഒരു ചുവന്നകോഴിയും വെള്ളക്കോഴിയും തമ്മിലാണ് അങ്കം. ചുവപ്പ് കോഴി ആരോമൽ ചേകവരെപ്പോലെ അങ്കക്കലി പൂണ്ട് നിൽക്കുകയാണ്. ചുക്കാർ മുത്തപ്പൻ ചുവപ്പ്കോഴിയെ പ്രോത്സാഹിപ്പിക്കുകയാണ്. ചുവപ്പുകോഴി ജയിച്ചുകാണുക എന്നത് അയാളുടെ ഒരു വികാരമാണ്.

അയാൾ ചുവപ്പുകോഴിക്ക് വേണ്ടി പലരുമായി പന്തയം വെച്ചിട്ടുണ്ട്. അയാൾ ഇങ്ങനെ പറഞ്ഞു:

"ചുവന്ന ചാത്തൻകോഴി ജയിക്കും. അവന് വേണ്ടി ഞാൻ പന്തയം വയ്ക്കുന്നു." ഇത് കേട്ട് ഒരു കൃഷിക്കാരൻ പറഞ്ഞു.

"ഈ അങ്കത്തിൽ വെള്ളപ്പൂവനേ ജയിക്കൂ."

കോഴികളുടെ പേരിൽ രണ്ട്പേരും തമ്മിൽ വലിയ വാദപ്രതിവാദമായി.

"ചുവപ്പൻ ജയിച്ചില്ലെങ്കിൽ ഞാനീ നാടുവിട്ടുപോകും."

"എങ്കിൽ ചുക്കാർമുത്തപ്പാ വേഗം ഒരുങ്ങിക്കോ."

"വെള്ളക്കോഴി ജയിക്കുമെന്ന് കരുതണ്ട. ചെമ്പടയോട് യുദ്ധം ചെയ്താൽ വെള്ളക്കാർ ജയിക്കില്ല."

"വെള്ളക്കാരാണ് എവിടെയും ജയിക്കുന്നത്."

"അതു പഴയകാലം. ഇന്നു കാലം മാറി. വെളുത്ത തൊലിയുള്ളവർക്ക് ഇനി വിജയമില്ല. അവർ ചൂഷകരാണ്." ഇങ്ങനെ ഇരുവരും തമ്മിൽ തർക്കംപറഞ്ഞ് ബഹളമാക്കിയപ്പോൾ നഗുൽനോവ് അവിടേക്ക് വന്നു. അയാൾ കോഴികളെ മുഴുവൻ വടിയെടുത്ത് ഓടിച്ചു. എന്നിട്ട് ഉച്ചത്തിൽ ഇങ്ങനെ പറഞ്ഞു:

"ആർക്കാണ് ഇവിടെ അങ്കക്കലി മൂത്തത്. നിങ്ങളൊക്കെ കൃഷിക്കാരല്ലേ. കോഴിയങ്കം കണ്ട് രസിക്കാൻ നിങ്ങളാരാ പ്രഭുക്കൻമാരോ. പറമ്പിലും പാടത്തുമെല്ലാം ധാരാളം പണികിടക്കുന്നു. എന്നിട്ട് അവിടെക്കൊന്ന് തിരിഞ്ഞ് നോക്കുകപോലും ചെയ്യാതെ നിങ്ങളിവിടെ കോഴികളുടെ പിറകെനടക്കുകയാണ്. ഉടൻതന്നെ ഇവിടെനിന്നും കോഴികളെ പിടിച്ച് വീട്ടിലേക്കു തന്നെ കൊണ്ടുപോകാൻ സ്ത്രീകളോട് പറയണം."

"അപ്പോൾ ഈ കൂട്ടുകൃഷിവേണ്ടേ."

"ഓ കോഴികൾക്ക് കൂട്ടുകൃഷിയിൽ പ്രവേശിക്കാനുള്ള വർഗബോധം ഇല്ലായിരിക്കും. അതുകൊണ്ടാണല്ലോ കോഴികൾ വിഭാഗീയ സമരം നടത്തുന്നത്. "

"കോഴികൾക്ക് സത്യസന്ധതയുണ്ട്. അവർ മനസിലുള്ള വിദ്വേഷം പുറത്ത് കാണിക്കുന്നുണ്ട്. ആ നിലയ്ക്ക് അവർ മനുഷ്യരെക്കാൾ ഭേദമാണ്."

ഇങ്ങനെ കൃഷിക്കാർ കോഴി അങ്കത്തെപ്പറ്റി അവർക്കുള്ള അഭിപ്രായങ്ങൾ തുറന്നടിച്ചു. അപ്പോൾ നഗുൽനോവ് പറഞ്ഞു:

"പരസ്പരം പോരടിക്കുമ്പോൾ അത് നോക്കിനിന്ന് രസിക്കുന്നവർ വർഗബോധമുള്ള കമ്യൂണിസ്റ്റുകാരല്ല. കമ്യൂണിസ്റ്റുകാർ ചൂഷകൻമാർക്കെതിരായ യുദ്ധത്തെ മാത്രമേ പിൻതുണയ്ക്കുന്നുള്ളു. തൊഴിലാളികളും കൃഷിക്കാരും എന്നുവേണ്ട സാധാരണജനങ്ങൾ ആരുംതന്നെ പരസ്പരം പോരടിക്കാൻ പാടുള്ളതല്ല. ജനങ്ങൾക്കിടയിൽ ചേരിതിരിവുണ്ടാക്കുവാൻ ഭരണവർഗം എല്ലാ അടവുകളും പ്രയോഗിക്കും. അപ്പോൾ അതിനെതിരെ നമ്മൾ ജാഗ്രതയോടെയിരിക്കണം." ഇതും പറഞ്ഞ് നഗുൽനോവ് പുറത്തേക്ക് നടന്നുപോയി.

# 23

**കൂ**ട്ടുകൃഷി സ്ഥാപനത്തിന്റെ പ്രവർത്തനം വിലയിരുത്താൻ വേണ്ടി ജില്ലാകമ്മിറ്റി ഓഫീസിൽ ഒരു പ്രത്യേകയോഗം ചേർന്നു. ജില്ലാകമ്മിറ്റി സെക്രട്ടറിയും ഡേവിഡോവും തിരക്കിട്ട ചർച്ചകൾ നടത്തി. കൂട്ടുകൃഷി യുടെ പ്രവർത്തനം വിലയിരുത്തുക. ഗ്രാമീണർക്കിടയിൽ കൂട്ടുകൃഷിക്ക് വേണ്ടി പ്രചാരണം നടത്തുക എന്നിവയൊക്കെയായിരുന്നു യോഗത്തിന്റെ പ്രധാന അജണ്ട. കുലാക്കുകൾ കൃഷിക്കാരോട് കാണിക്കുന്ന അനീതി കളെക്കുറിച്ചും അവർ കൂട്ടുകൃഷിക്കെതിരായി നടത്തുന്ന നുണക്കഥക ളെക്കുറിച്ചും യോഗം ചർച്ചചെയ്തു. ജില്ലാസെക്രട്ടറി വളരെ ഗൗരവത്തി ലായിരുന്നു. അയാൾ പറഞ്ഞു:

“നിങ്ങളെല്ലാം ഒരു കാര്യം മനസിലാക്കൂ. വളരെയേറെ തിരക്കുള്ള മനുഷ്യനാണ് ഞാൻ. അതുകൊണ്ട് നിങ്ങൾ വേഗം കാര്യങ്ങൾ പറയ ണം. ഗ്രാമത്തിലെ മുഴുവൻ കൃഷിക്കാരും കൂട്ടുകൃഷിയിൽ ചേർന്നോ?”

“ധാരാളം ആളുകൾ കൂട്ടുകൃഷിയിൽ ചേർന്നുകഴിഞ്ഞു. പക്ഷെ ഇനിയും കുറെയാളുകൾ ചേരാനുണ്ട്” ഡേവിഡോവ് കാര്യങ്ങൾ വ്യക്തമാക്കി.

“ഞാൻ പറയുന്നത് നിങ്ങൾ ശ്രദ്ധിച്ചുകേൾക്കണം. വളരെ ഉത്തര വാദിത്വമുള്ള ജോലിയാണ് നിങ്ങളിപ്പോൾ ഏറ്റെടുത്തിരിക്കുന്നത്. എടു ത്തുചാട്ടം അരുത്. കുറെയേറെ എടുത്തുചാട്ടം സംഭവിച്ചുകഴിഞ്ഞു. കുലാ ക്കുകളെ നേരിടുന്നതിന് മുമ്പ് നിങ്ങൾ കൃഷിക്കാരെ കൂടുതൽ സംഘടി പ്പിക്കണമായിരുന്നു. ഇതിനെക്കുറിച്ചൊക്കെ നേരത്തെ പറഞ്ഞമാതിരി നല്ലയിനം വിത്തുകൾ ശേഖരിക്കണം. ജില്ലാകമ്മിറ്റി ഇത് സംബന്ധിച്ച നിർദേശവും നിങ്ങൾക്ക് തന്നതായിരുന്നു. പക്ഷേ നിങ്ങളതൊന്നും ചെയ്തില്ല. ഈ യോഗത്തിൽ ഞാൻ നിങ്ങളിൽ പലരെയും വിമർശിക്കേ ണ്ടതാണ്. എന്നാൽ എനിക്ക് സമയം കുറവാണ്. പക്ഷെ നഗുൽനോവി നെപ്പറ്റി പറയാതിരിക്കാൻ കഴിയില്ല. ഡേവിഡോവിന്റെ പക്കലും തെറ്റു കളുണ്ട്. നിങ്ങൾ കാര്യങ്ങളെ നിസ്സാരമായിട്ടാണ് കണ്ടത്. നിങ്ങളെന്താണ് മനസിലാക്കിയത്. കൂട്ടുകൃഷിസ്ഥാപനമെന്നു പറഞ്ഞാൽ കളിക്കാനുള്ള സ്ഥലമാണോ. കൃഷിക്കാരുടെ ജീവിതം കൊണ്ടാണ് നാം കളിക്കുന്നത്. നമ്മുടെ ശക്തിയാണ് കൃഷിക്കാർ. പുതിയൊരു ലോകം കെട്ടിപ്പടുക്കാൻ വായിൽ നാക്ക് മാത്രംപോര. പ്രവർത്തനമാണ് വേണ്ടത്. പ്രയോഗത്തിന്റെ ദർശനമാണ് കമ്യൂണിസം. ഇനിയെങ്കിലും നിങ്ങൾ കാര്യങ്ങൾ ഗൗരവ ത്തോടെ കാണണം. നേതാക്കൾ എന്നോടാണ് കാര്യങ്ങൾ ചോദിക്കുക. എന്റെ തലയിൽ ഇപ്പോൾ തന്നെ ഒരുപാട് ഭാരമുണ്ട്.” ജില്ലാസെക്രട്ടറി നൽകിയ ഈ ശാസന നന്നായി ഏറ്റു.

കൃഷിക്കാർ വളരെ ഗൗരവത്തോടുകൂടി കാര്യങ്ങൾ വിശകലനം ചെയ്തു. കൂട്ടുകൃഷി സംഘത്തിലെ സജീവപ്രവർത്തകരുടെ യോഗമാ യിരുന്നു അത്.

ഡേവിഡോവ് വിശദീകരണം നൽകി: “ഗ്രാമത്തിൽമുഴുവൻ കുലാ

ക്കുകളും കൃഷിക്കാരും കന്നുകാലികളെ കൂട്ടക്കശാപ്പ് ചെയ്യുകയായിരുന്നു. ഞങ്ങൾ ഇതിനെതിരെ വ്യാപകമായ പ്രചാരണപ്രവർത്തനങ്ങൾ നടത്തി. വീടുകളായ വീടുകളെല്ലാം ഞങ്ങൾ കയറിയിറങ്ങി. കൃഷിക്കാരെക്കണ്ട് കാര്യങ്ങൾ ബോധ്യപ്പെടുത്തി. എല്ലാ കന്നുകാലികളെയും പക്ഷികളെയും ഞങ്ങൾ ഏറ്റെടുത്തു. ഇങ്ങനെ ചെയ്തില്ലായിരുന്നുവെങ്കിൽ എല്ലാറ്റിനെയും അവർ നശിപ്പിക്കുമായിരുന്നു. എന്നാൽ പിന്നീടാലോചിച്ചപ്പോൾ ചിലകാര്യങ്ങളിൽ പാളിച്ചപറ്റിയെന്ന് മനസിലായി. കോഴികളെ തിരിച്ച് ഏൽപ്പിക്കാൻ നിർദേശം കൊടുത്തിട്ടുണ്ട്."

അപ്പോൾ ജില്ലാ സെക്രട്ടറി ഇങ്ങനെ ചോദിച്ചു:

"എന്തിനാണ് ഇങ്ങനെ നിർദേശം കൊടുത്തത്?"

"എല്ലാറ്റിനെയും ഒറ്റയടിക്ക് സ്വകാര്യസ്വത്താക്കുന്നത് ശരിയല്ല എന്ന് തോന്നി."

"കാരണം?"

"ഇത് കൂട്ടുകൃഷിയാണല്ലോ. കമ്യൂൺ അല്ലല്ലോ. മാത്രമല്ല എല്ലാ സ്വത്തുക്കളും ഒറ്റയടിക്ക് പിടിച്ചെടുത്ത് കഴിഞ്ഞാൽ കൃഷിക്കാരുടെ മനസ്സ് വേദനിക്കും. പക്ഷികളും കന്നുകാലികളും കൃഷിക്കാരെ സംബന്ധിച്ചിടത്തോളം വെറും സ്വത്തല്ല. അവർക്ക് അവയോട് ഒരു പ്രത്യേകതരം വൈകാരിക ബന്ധമുണ്ട്."

"അത് ശരിയായില്ലെന്നാണ് എനിക്ക് പറയാനുള്ളത്. കാരണം നമ്മൾ ഒരു തീരുമാനം എടുത്താൽപിന്നെ അതിൽ ഉറച്ച് നിൽക്കണം. അല്ലെങ്കിൽ തീരുമാനമെടുക്കുമ്പോൾ ശരിക്ക് ആലോചിക്കണം. ആട്ടെ ഇനി ഭാവികാര്യങ്ങൾ ശ്രദ്ധിക്കുക. കൂട്ടുകൃഷി നൂറുശതമാനമാക്കണം. യന്ത്രങ്ങൾ സംഘടിപ്പിക്കണം. വിത്തും വളവും വേണം."

"അതിന്റെ നീക്കങ്ങൾ നടത്തുന്നുണ്ട്."

"പക്ഷെ ഒച്ചിന്റെ വേഗതയിലാണെന്നുമാത്രം, അല്ലേ. നിങ്ങൾക്ക് വേണ്ട സ്റ്റഡിക്ലാസ് തരാൻ ഒരു സംഘത്തെ ഞാനിങ്ങോട്ട് അയക്കുന്നുണ്ട്."

"അത് വളരെ നന്നാവും."

"ആ ഖൊപ്രോവിനെയും അയാളുടെ ഭാര്യയെയും കൊന്നതാരാണ്?"

"അത് കുലാക്കുകളാണ്"

"അങ്ങനെ പൊലീസ് പറഞ്ഞോ?"

"പൊലീസുകാരെ എന്തിനു കൊള്ളാം. അവർ കുലാക്കുകളുടെ ആളുകളാണ്. കുലാക്കുകളാണ് കൊല ചെയ്തത്."

"എന്തിന്?"

"കൂട്ടുകൃഷിയെ തകർക്കാൻ."

"എല്ലാം നിങ്ങൾക്ക് തോന്നിയപോലെ പറയുന്നു. എന്നിട്ട് കുലാക്കുകളെ ഞങ്ങളുടെ തലയിലേക്കാക്കുന്നു."

"നിങ്ങളാണ് അവരെ നാട് കടത്തേണ്ടത്. എന്താണത് ചെയ്യാത്തത്."

"അതിന് ഞങ്ങളുടെ കൈയിൽ വണ്ടിയില്ല. അവരെ കയറ്റി അയക്കാനാണ് ഞങ്ങൾ ശ്രമിക്കുന്നത്. "

ഇതും പറഞ്ഞ് സെക്രട്ടറി ഗൗരവത്തോടെ ഇരുന്നു. അയാൾ ഒരു കടലാസിൽ എന്തോ എഴുതുന്നുണ്ടായിരുന്നു.

# 24

**ഗ്രി**മ്യാക്കിലോഗിൽ കൂട്ടുകൃഷിപ്രവർത്തനം ഉത്സാഹത്തോടെ നടക്കുകയാണ്. വസന്തകാലമാണ്. ആയിരത്തിലധികം ഏക്കർ ഭൂമി ഉഴുതുമറിക്കുകയാണ്. ഇതിനകം കുലാക്കുകളും മറ്റു കൊസാക്കുകാരും ആയിരത്തിഅഞ്ഞൂറിലേറെ ഏക്കർ ഭൂമി ഉഴുതുമറിച്ചിരുന്നു. ഉഴുതു മറിച്ച മണ്ണിൽ അവർ കൃഷിയിറക്കുകയും ചെയ്തിരുന്നു. ഗോതമ്പും ബാർലിയും ഓട്സും സൂര്യകാന്തിയും മൈദയും എന്നുവേണ്ട ധാരാളം വിളകൾ കൊണ്ട് പ്രശസ്തമാണ് ഗ്രിമ്യാക്കിഗ്രാമം. ഇത്തവണ കൂട്ടുകൃഷി സംഘത്തിന്റെ പ്രവർത്തനം ഊർജിതമാക്കിയതോടെ ഗ്രിമ്യാക്കിഗ്രാമത്തിൽ എന്തെന്നില്ലാത്ത ആവേശത്തിമർപ്പായിരുന്നു. ഉഴുതുമറിച്ച കന്നിമണ്ണിൽ നിന്നുയർന്ന മാദകഗന്ധം ഗ്രാമീണരിൽ പുതിയൊരു ചൈതന്യം പകർന്നു. എവിടെനോക്കിയാലും കൃഷിക്കാർ പണിത്തിരക്കിലാണ്. കാർഷിക കാര്യങ്ങളെ കുറിച്ച് സംസാരിക്കാൻ ഗ്രിമ്യാക്കി ഗ്രാമത്തിൽ കൂട്ടുകൃഷി സംഘത്തിന്റെ യോഗം ചേർന്നു. എല്ലാ അംഗങ്ങളും സജീവമായി ചർച്ചയിൽ പങ്കെടുത്തു. വിത്തുകൾ ശേഖരിക്കുക, കാർഷികോപകരണങ്ങൾ സംഘടിപ്പിക്കുക, നല്ല വളങ്ങളും കന്നുകാലികൾക്കുള്ള തീറ്റയും സംഘടിപ്പിക്കുക തുടങ്ങി ഒട്ടേറെ വിഷയങ്ങൾ അവർ ചർച്ച ചെയ്തു. അപ്പോൾ ഡേവിഡോവ് ഇങ്ങനെ പറഞ്ഞു:

"യാക്കോവ് ലൂക്കിച്ച് കൃഷിയെപ്പറ്റി നല്ല അറിവുള്ള ആളാണ്. അയാളുടെ അഭിപ്രായത്തിൽ മൂന്ന് പൂഡ് ഗോതമ്പാണ് ഒരു ഏക്കർ ഭൂമിയിൽ വിതയ്ക്കേണ്ടത്."

"കൂ.....കൂയ്....മൂന്ന് പൂഡ് ഗോതമ്പോ."

"എന്തൊരു അറിവ്."

"ഇത്രയധികം ഗോതമ്പ് വിതയ്ക്കാൻ പറ്റില്ല."

"അധികമായാൽ അമൃതും വിഷം."

"ഈ അസംബന്ധം ആരാണ് പറഞ്ഞത്."

"ഏതായാലും തലയ്ക്ക് വെളിവുള്ള ആരും പറയില്ല."

"ഇത് കേട്ടാൽ നാട്ടുകാർ ചിരിക്കും."

"ചിരിക്കുകയല്ല. അവർ നമ്മളെ തൊഴിക്കും."

"രണ്ടോ മൂന്നോ പൂഡ് ഗോതമ്പ് ധാരാളം മതിയാകും. അല്ലെങ്കിൽ നമ്മൾ ഇവിടെയുള്ള മൈതാനങ്ങളെല്ലാം ഉഴുത് മറിക്കേണ്ടിവരും."

"മൈതാനങ്ങൾ കൃഷിയിടമാക്കാനോ. നിങ്ങൾക്കും തലയ്ക്ക് വെളിവില്ലേ?."

"അല്ല, ഞാൻ മൈതാനം ഉഴിതുമറിക്കാൻ പറഞ്ഞതല്ല."

"പ്രിയപ്പെട്ട സുഹൃത്തുക്കളെ ബഹളമുണ്ടാക്കാതിരിക്കൂ. ഭ്രാന്തന്മാരെ പോലെ പെരുമാറാതിരിക്കൂ. " ലുബിഷ്കിൻ ആണ് ഇങ്ങനെ പറഞ്ഞത്.

“അതെ അതാണ് ശരി. വെറുതെ ബഹളംവെച്ചിട്ട് കാര്യമില്ല.”

“കാര്യങ്ങൾ ശാന്തമായിരുന്ന് ആലോചിക്കണം.” ഇങ്ങനെ ചർച്ച നീണ്ടുപോയി. പതിവില്ലാത്ത രീതിയിൽ ഒച്ചവെച്ചുകൊണ്ടായിരുന്നു ആളുകൾ സംസാരിച്ചത്. ഇതെല്ലാം കേട്ട് ഡേവിഡോവ് ഇങ്ങനെ അലറി.

“നിങ്ങൾക്കാർക്കും സ്വബോധമില്ലേ. എല്ലാവരുംകൂടി സംസാരിച്ചാൽ ആർക്കെങ്കിലും എന്തെങ്കിലും മനസിലാവുമോ. ഇത് കൃഷിക്കാരുടെ യോഗമാണ്. അച്ചടക്കംവേണം. ഒരു ജനാധിപത്യ രീതിവേണം. ഒരാൾ സംസാരിക്കുമ്പോൾ അയാൾ പറഞ്ഞ് തീരുന്നതുവരെ ക്ഷമിച്ചിരിക്കണം. ഇടക്ക് കയറി പറയലല്ല. എങ്ങനെയാണ് യോഗത്തിൽ സംസാരിക്കേണ്ടത് എന്നതിനെപ്പറ്റി നമ്മൾ പഠിക്കേണ്ടത് തൊഴിലാളിവർഗത്തിൽനിന്നുമാണ്. തൊഴിലാളിവർഗത്തിന് അതറിയാം. അവരുടെ വ്യവസായ ശാലകളിൽ നിങ്ങൾ പോയി നോക്കണം. ഒരാൾ സംസാരിക്കുമ്പോൾ അതിനോട് നമുക്ക് വിയോജിപ്പുണ്ടാവും. എന്നാൽ അത് പ്രകടിപ്പിക്കാൻ അയാൾ സംസാരിക്കുമ്പോഴല്ല നാം ശ്രമിക്കേണ്ടത്. നമുക്ക് സംസാരിക്കാൻ അവസരം വരുമ്പോഴാണ് നമ്മൾ അഭിപ്രായം പ്രകടിപ്പിക്കേണ്ടത്. ഇതാണ് വർഗബോധമുള്ള തൊഴിലാളികൾ പിൻതുടരേണ്ട ജനാധിപത്യരീതി.”

“ഇനിയാരെങ്കിലും ഒരാൾ സംസാരിക്കുമ്പോൾ ഇടയ്ക്കുകയറി പറഞ്ഞാൽ അയാളുടെ തല ഞാൻ അടിച്ചുപൊളിക്കും. അതോടെ അയാളുടെ കഥ കഴിയുകയും ചെയ്യും.” ഒരു വലിയ മരക്കഷണമെടുത്ത് ഉയർത്തിപ്പിടിച്ചുകൊണ്ട് ലുബിഷ്കിൻ ഇങ്ങനെ പറഞ്ഞപ്പോൾ ഉഷക്കോവിന്റെ പ്രതികരണമിതായിരുന്നു:

“അങ്ങനെയാണെങ്കിൽ ഞങ്ങളുടെയെല്ലാം കഥ കഴിഞ്ഞതുതന്നെ.” ഇത് കേട്ട് കൃഷിക്കാരെല്ലാം ചിരിക്കാൻ തുടങ്ങി. ഏതായാലും ഇനി ബഹളം വെച്ചിട്ട് കാര്യമില്ലെന്നും വിവേകത്തോടെ പ്രവർത്തിക്കുകയാണ് നല്ലതെന്നും കൃഷിക്കാർ ചിന്തിക്കാൻ തുടങ്ങി.

അപ്പോൾ യാക്കോവ് ലൂക്കിച്ച് എഴുന്നേറ്റ്നിന്ന് സംസാരിക്കാൻ തുടങ്ങി.

“എന്തെങ്കിലും ഒരു കാര്യം കേൾക്കുമ്പോഴേക്കും ശരിയായി ആലോചിക്കാതെ എടുത്തുചാടി അഭിപ്രായം പറയുക എന്നത് നിങ്ങളുടെ ഒരു ശീലമായിരിക്കുന്നു. ഏക്കറിന് മൂന്ന് പൂഡ് ഗോതമ്പ് എന്നുപറഞ്ഞതിൽ എന്താണ് തെറ്റ്. ഞാനാണ് ഈ നിർദേശം മുന്നോട്ട് വെച്ചത്. അതെന്തുകൊണ്ടാണെന്ന് ഞാൻ വിശദീകരിക്കാം. മൂന്ന് പൂഡ് ഗോതമ്പ് നമ്മുടെ കൈയിൽ കിട്ടിയാൽ അതിൽകുറെ പതിരുണ്ടായിരിക്കും. വിത്തിൽനിന്നും പതിര് മാറ്റിക്കഴിഞ്ഞാൽ അതിൽ നിങ്ങൾ പറഞ്ഞ ധാന്യമേ ഉണ്ടായിരിക്കൂ. ഇപ്പോൾ കാര്യം പിടികിട്ടിയോ. കുറച്ച് വിത്ത് അധികം വന്നാൽതന്നെ അത് വെറുതെയാവില്ല. കോഴികൾക്കും താറാവുകൾക്കും കാലികൾക്കും കൊടുത്തുകൂടെ.”

യാക്കോവിന്റെ ഈ അഭിപ്രായം ശരിയാണ് എന്ന് കൃഷിക്കാർക്ക് ബോധ്യപ്പെട്ടു. അങ്ങനെ വിത്തിന്റെ കാര്യത്തിൽ ഒരു തീരുമാനമായി.

എന്നാൽ മണ്ണ് ഉഴുതുമറിക്കേണ്ടതിനെപ്പറ്റി ചർച്ചചെയ്തപ്പോൾ വീണ്ടും അഭിപ്രായവ്യത്യാസം ഉയർന്നുവന്നു. ഡേവിഡോവിന് കൃത്യമായ ഉത്തരമില്ലായിരുന്നുവെങ്കിലും അയാൾ തന്റെ അഭിപ്രായം ഇങ്ങനെ പ്രകടിപ്പിച്ചു.

"മണ്ണ് എത്രപ്രാവശ്യം ഉഴുതുമറിക്കണം എന്ന കാര്യം മുൻകൂട്ടി പറയാൻ പാടില്ല. കാലാവസ്ഥാ വ്യതിയാനത്തിനനുസരിച്ചിരിക്കും അത്. കാലാവസ്ഥാ മാറ്റം നമുക്ക് പ്രവചിക്കാൻ കഴിയില്ല."

ഡേവിഡോവ് ഇത് പറഞ്ഞപ്പോൾ ഒരു കൃഷിക്കാരൻ ബഹളം വെക്കാൻ തുടങ്ങി. അയാൾ പറഞ്ഞു:

"നിങ്ങൾക്ക് മണ്ണിനെപ്പറ്റി എന്തറിയാം. മഞ്ഞ് ഉരുകുന്നതെപ്പോഴാണ്. മഞ്ഞ് ഉരുകുമ്പോൾ മണ്ണിന് എന്തുസംഭവിക്കുന്നു. ഈ വക കാര്യങ്ങളെല്ലാം നിങ്ങൾക്കറിയുമോ. പുസ്തകം വായിക്കുന്നതുപോലെയല്ല അത്. മണ്ണിൽ പണിയെടുത്ത് ശീലംവേണം. മണ്ണിന്റെ മനസ്സ് അറിയണം."

"നിങ്ങളുടെ അഭിപ്രായം പറയൂ" ഡേവിഡോവ് പറഞ്ഞു.

"എന്റെ അഭിപ്രായം ഇതാണ്. ഈ വക കാര്യങ്ങളിൽ ആദ്യമേ ഒരു തീരുമാനമെടുത്ത് കടലാസിൽ എഴുതിവെക്കരുത്. മണ്ണ് ഉഴുതുമറിക്കേണ്ട സമയം വരുമ്പോൾ നിങ്ങൾ മണ്ണിലേക്കിറങ്ങുക. മണ്ണ് നിങ്ങളോട് പറയും എന്തുചെയ്യണമെന്ന്."

"അപ്പോൾ നിങ്ങൾ ആസൂത്രണത്തിനെതിരാണോ,"

"ഞാൻ ആസൂത്രണത്തിന് എതിരല്ല. എന്നാൽ എല്ലാ കാര്യവും മുൻകൂട്ടി തീരുമാനിക്കാം എന്നുകരുതുന്നത് വിഡ്ഢിത്തമാണ്."

"പക്ഷേ ചിലകാര്യങ്ങളിൽ ഒരു ധാരണയുണ്ടായിരിക്കണം. കൃഷിക്കാർ നിലമുഴുതുമറിക്കുമ്പോൾ അവരുടെ ജോലിക്ക് ഒരു തോത് നിശ്ചയിക്കണം. ചെയ്യുന്ന പണിയ്ക്കനുസരിച്ചായിരിക്കണം കൂലി. ചെറിയ കാളയുള്ളവനും വലിയ കാളയുള്ളവനും എങ്ങനെ കൂലി നിശ്ചയിക്കും. രണ്ട് കൂട്ടർക്കും ഒരേ കൂലി കൊടുക്കാൻ പറ്റുമോ. അതുപോലെതന്നെ നനവും പതവുമുള്ള മണ്ണിൽ പണിയെടുക്കുന്നതും വരണ്ടഭൂമിയിൽ പണിയെടുക്കുന്നതും ഒരുപോലെയാണോ. വേറെയും പ്രശ്നങ്ങൾ ഉണ്ട്. താഴെത്തട്ടിലുള്ള മണ്ണിൽ പണിയെടുക്കുന്നതും കുന്നിൻമുകളിൽ പണിയെടുക്കുന്നതും ഒരുപോലെയാണോ. ഇതൊക്കെ കണക്കിലെടുത്തുകൊണ്ടായിരിക്കണം കൂലിനിശ്ചയിക്കേണ്ടത്. കരുത്തനായ ഒരു കാളയെ ഒരുമണിക്കൂർകൊണ്ട് പണിയെടുപ്പിക്കുന്ന കൃഷിക്കാരന്റെ കൂലിയും ഉണങ്ങിചാകാറായ കാളയെകൊണ്ട് ഒരു മണിക്കൂർ പണിയെടുപ്പിക്കുന്ന കൃഷിക്കാരനും എങ്ങനെ കൂലി നിശ്ചയിക്കും."

അപ്പോൾ ഉഷക്കോവ് പറഞ്ഞു:

"പ്രിയപ്പെട്ട സുഹൃത്തുക്കളെ ഇക്കാര്യത്തിലെല്ലാം നമുക്ക് വ്യക്തമായ ധാരണയുണ്ടാകണം. കന്നുകാലികൾക്ക് നല്ല ആഹാരം കൊടുക്കണം. ബാർളിയും മറ്റും കൊടുത്ത് കന്നുകാലികൾക്ക് ആരോഗ്യം വർധിപ്പിക്കണം. എന്നാൽ നികുതികൊടുത്ത്കൊടുത്ത് നമ്മുടെ കൈയിൽ ഒരുമണി ധാന്യംപോലും ഇല്ലാതായി."

"നമ്മളിപ്പോൾ കന്നുകാലികളുടെ കാര്യമല്ല തീരുമാനിക്കേണ്ടത്. ദിവസക്കൂലിയുടെ കാര്യമാണ്. പതമുള്ള ഭൂമിയിൽ കൂലിയെത്ര. കലപ്പ ഉപയോഗിച്ച് പണിയെടുക്കുന്നവന് എത്ര തുടങ്ങിയ കാര്യങ്ങൾ."

"വിതയന്ത്രത്തിന്റെ കാര്യവും തീരുമാനിക്കണം"

"അതെ വിതയന്ത്രവും പലതരമുണ്ട്. ഏഴ് പല്ലുള്ള വിതയന്ത്രവുമുണ്ട്. ഇരുപത് പല്ലുള്ള വിതയന്ത്രവുമുണ്ട്." അതുവരെ അനങ്ങാപ്പാറ പോലെയിരുന്ന ഡെമിഡ് പറഞ്ഞു:

"നമുക്ക് മണ്ണ് ഉഴുതുമറിക്കണം. വിതയ്ക്കണം, കൊയ്യണം."

"അതിനെന്തുചെയ്യണം?"

"അതിന് അത് തന്നെചെയ്യണം. അല്ലാതെ മറ്റൊന്നും ചെയ്തിട്ട് കാര്യമില്ല. നമ്മള് കൊയ്യും വയലെല്ലാം നമ്മുടെതാകും പൈങ്കിളിയേ." ഡെമിഡ് ഇങ്ങനെ പറഞ്ഞപ്പോൾ എല്ലാവരും കൂടി ചിരിച്ചു. അപ്പോൾ ചുക്കാർമുത്തപ്പൻ ഡെമിഡിനുവേണ്ടി വക്കാലത്ത് പറയാൻ തുടങ്ങി. "സഖാവ് ഡേവിഡോവ് ഞാൻ പറയുന്നത് ശ്രദ്ധിച്ച് കേൾക്കണം. ഈ ഡെമിഡ് ഒരു മിണ്ടാപ്പൂതമാണ്. ഒരു അയ്യോ പാവം. ഇങ്ങനെ ഒരു മനുഷ്യനെ ഈ നാട്ടിൽ വേറെകാണുകയില്ല. ഇയാൾ ജീവിതത്തിൽ കുറച്ചേ സംസാരിച്ചിട്ടുള്ളൂ. അതുകൊണ്ട് എന്തുണ്ടായി?. ഇയാളുടെ ഭാര്യ മറ്റൊരുത്തന്റെ കൂടെ ഒളിച്ചോടിപ്പോയി. ഇയാൾക്ക് സംസാരിക്കാൻ എന്തോ ഒരു മടിയുണ്ട്. അതല്ല. ചിലപ്പോൾ തലയ്ക്ക് എന്തോ തകരാറായിരിക്കും. കുട്ടിക്കാലം മുതൽക്കേ ഇങ്ങനെയാണ്. ഉടുപ്പൊന്നുമിടാതെ ഓടി നടക്കും. ഒരു മന്ദബുദ്ധിയുടെ സ്വഭാവം. എന്നാൽ അവന് കാര്യങ്ങളൊക്കെ മനസിലാകും. ഒരിക്കൽ പള്ളിയിൽവെച്ച് അച്ചൻ അയാളോട് ചോദിച്ചു 'കുഞ്ഞാടെ നീ മോഷണം നടത്തിയിട്ടുണ്ടോ, കുഞ്ഞാടെ നീ പരസ്ത്രീകളെ പ്രാപിച്ചിട്ടുണ്ടോ, പുകവലിച്ചിട്ടുണ്ടോ' ഒരു മറുപടിയുമില്ല. അതുകൊണ്ട് അച്ചൻ ഇയാളോട് പറഞ്ഞു 'കുഞ്ഞാടെ ഇനി നീ പള്ളിയിൽ വരണമെന്നില്ല."

"ഇതിനൊരവസാനമില്ലേ" സമ്മേളനത്തിൽനിന്ന് ഒരാൾ ഉച്ചത്തിൽ വിളിച്ച് ചോദിച്ചപ്പോൾ അവിടെ കൂട്ടച്ചിരി ഉയർന്നു.

"ഇതാ ഈ ഒരൊറ്റകാര്യം കൂടി പറഞ്ഞ് നിർത്താം. അച്ചന് ഒരു വല്ലാത്ത സംശയം പിടികൂടിയിരുന്നു. അച്ചന്റെ സങ്കൽപ്പമിതായിരുന്നു, ഈ മിണ്ടാപ്പൂച്ച ഏതോ കലം ഉടച്ചിരിക്കും. അർധരാത്രിയിൽ ഇയാൾ എഴുന്നേറ്റ് നടന്നിരിക്കും. അങ്ങനെ നടന്നുനടന്ന് അയാൾ ഭർത്താവില്ലാത്ത ഏതോ ഒരു സുന്ദരിയുടെ വീടിന്റെ വാതിലിൽ മെല്ലെ മുട്ടിയിരിക്കും. അവനെയും കാത്തിരിക്കുന്ന ആ ഏകാകിനി വാതിൽ മെല്ലെതുറന്നിരിക്കും. പിന്നെ ഈ മിണ്ടാപ്രാണി വിലക്കപ്പെട്ട കനി തിന്നിരിക്കും. ഹോ അങ്ങനെയാണെങ്കിൽ ഇവൻ ചെയ്തത് ദൈവത്തിന് നിരക്കാത്തതല്ലേ."

"എന്റെ പൊന്ന് മുത്തപ്പാ. ഇതൊന്ന് നിർത്തിത്തരാമോ." ഡേവിഡോവ് അസ്വസ്ഥതയോടെ പറഞ്ഞു. അപ്പോൾ ചുക്കാർ ചിരിച്ചുകൊണ്ട് പറഞ്ഞു:

"ഇതാ ഞാൻ അവസാനിപ്പിക്കുകയാണ്. ഈ പാവം ഒരു തെറ്റും ചെയ്തിട്ടില്ല. ഇവൻ അയൽക്കാരന്റെ വീട്ടിൽപോയി സ്ത്രീയെ പ്രാപിച്ചു എന്നുള്ളതെല്ലാം അച്ചന്റെ മനസിൽ ഉള്ളതായിരിക്കാം. ഇവന് സ്വന്ത മായി ഒന്നുമില്ല. ഭാര്യപോയിട്ട് കഴുതപോലുമില്ല. ഇവൻ ജീവിതത്തിൽ ഒരു കഴുതയെ കണ്ടിട്ടുണ്ടോ എന്ന് സംശയമാണ്."

"മുത്തപ്പാ നിർത്തുന്നതാണ് നല്ലത്. അല്ലെങ്കിൽ നിങ്ങളെ ഞാൻ ഇവിടുന്ന് ഓടിക്കും" നഗുൽനോവ് ഭീഷണിപ്പെടുത്തി.

"ഓ.......ഇപ്പോൾ നീ ഞാൻ പ്രസംഗിക്കുന്നതിനെപ്പറ്റി വിഷമിക്കുന്നു. കഴിഞ്ഞവർഷം മെയ്ദിനത്തിൽ നീ ഒരുദിവസംമുഴുവൻ പ്രസംഗിച്ചതോർമയില്ലേ. അന്ന് ലോകവിപ്ലവത്തെപ്പറ്റി പ്രസംഗിച്ച് നീ നേരം വെളുപ്പിച്ചു. അന്ന് മെയ്ദിനമായിരുന്നതുകൊണ്ട് ഞങ്ങളത് സഹിച്ചു. അപ്പോൾ ഇന്ന് ഞാനൊരു രസകരമായ കഥ പറഞ്ഞത് സഹിക്കേണ്ടേ."

"ഈ മുത്തപ്പനെക്കൊണ്ട് നമ്മൾ വലഞ്ഞു."

"ചുക്കാർമുത്തപ്പൻ പറയുന്ന കഥയ്ക്കും ഒരു രസമില്ലേ. ഡെമിഡ് പാലിക്കുന്ന നിശ്ശബ്ദത തനി സ്വർണമാണ്. മൗനം വിദ്വാന് ഭൂഷണം" ചുക്കാർ മുത്തപ്പൻ പിൻവാങ്ങി. അപ്പോൾ ഡേവിഡോവ് ഗൗരവത്തിൽ ചോദിച്ചു:

"ദിവസക്കൂലിയുടെ തോത് നിശ്ചയിക്കുന്നതിനെപ്പറ്റി നിങ്ങൾ എന്തു പറയുന്നു."

"എനിക്ക് ഒന്നും പറയാനില്ല. അതൊക്കെ നിങ്ങൾ നിശ്ചയിച്ചാൽ മതി."

"കൊഴു കൊണ്ട് നിലം ഉഴുതുമറിക്കുന്നവൻ രണ്ടരേക്കറിൽ പണിയെടുക്കണം" ഒരു കൃഷിക്കാരൻ അഭിപ്രായപ്പെട്ടു.

"ഇത് അസംബന്ധമാണ്."

"ഇത് അൽപ്പം കൂടിപ്പോയി."

"കൊഴുവിന് ഒരേക്കർ മതി."

ഈ വിഷയത്തിൽ കൃഷിക്കാർ പരസ്പരം ചേരിതിരിഞ്ഞ് വാദിച്ചു. അവസാനം ഒരു തീരുമാനമായി. വിതയന്ത്രത്തിന്റെ കാര്യത്തിലും കൃഷിക്കാർ ഒരു തീരുമാനത്തിലെത്തി.

കർഷകരുടെ മുഖത്ത് എന്തെന്നില്ലാത്ത ഒരു ആത്മവിശ്വാസം കളിയാടി. ഒത്തൊരുമിച്ച് പ്രവർത്തിച്ചാൽ ഗ്രാമത്തിൽ പൊന്നുവിളയിക്കാമെന്നും എല്ലാ കഷ്ടപ്പാടുകളും അവസാനിക്കുമെന്നും അവർ പ്രത്യാശ പ്രകടിപ്പിച്ചു. നല്ലയിനം വിത്തുകൾ ശേഖരിക്കാനും അവർ തീരുമാനിച്ചു. അതുപോലെതന്നെ കന്നുകാലികൾക്ക് നല്ല തീറ്റനൽകാൻ അവർ പരിപാടിയിട്ടു. അവസാനം ഡേവിഡോവ് എഴുന്നേറ്റ്നിന്ന് പ്രസംഗിക്കാൻ തുടങ്ങി: "സുഹൃത്തുക്കളെ, സഖാക്കളെ ഇനിയൊരുകാര്യം കൂടി നമുക്ക് ആലോചിക്കാനുണ്ട്. അതായത് നമ്മുടെ പറമ്പിൽ നാം എന്തുവിതയ്ക്കണം. ഇതിനെപ്പറ്റി ആലോചിക്കാൻ നമുക്ക് ഒരു കൃഷിവിദഗ്ധനെ ആവശ്യമാണ്. കൃഷിയെപ്പറ്റി ശാസ്ത്രീയമായ അറിവുള്ള ആൾക്കുമാത്രമേ ഒരു കൃഷി വിദഗ്ധനാവാൻ കഴിയുകയുള്ളൂ. എന്നുവെച്ചാൽ ഉള്ളംകൈ

യിലെ നെല്ലിക്കപോലെ മണ്ണിനെ അറിയുന്ന ആൾ കൃഷിവിദഗ്ധൻ എന്നാൽ പുസ്തകംവായിച്ച് പഠിച്ചവൻ എന്നല്ല. കൃഷിയെപ്പറ്റി ആഴത്തിൽ പഠിച്ചവൻ എന്നാണർഥം. ഇന്നീ ഗ്രാമത്തിലെ തൊണ്ണൂറ്റി ഒമ്പത് ശത മാനം കൃഷിക്കാരും കൂട്ടുകൃഷിയിൽ ചേർന്നിരിക്കുന്നു. ഈ ഗ്രാമത്തിൽ ഇനി ഐശ്വര്യം വിളയണം. വസന്തമായാൽ കന്നിമണ്ണ് നമുക്ക് ഉഴുത് മറിച്ചിടണം. അതിൽനിന്ന് സ്വർണവർണമാർന്ന ധാന്യമണികൾ നമുക്ക് ലഭിക്കും. വസന്തദേവതയുടെ നൃത്തോൽസവമായിരിക്കും ഇനി നാം കാണാൻ പോകുന്നത്. വസന്തദേവതയുടെ ആ മധുരോൽസവത്തിൽ മനം മറന്ന് ഈ ഗ്രാമമാകെ കുളിരണിയണം. ഈ ഗ്രാമോൽസവത്തിന്റെ ലഹരിയിൽ പ്രകൃതി മുഴുവൻ ആഹ്ലാദിക്കണം." ഡേവിഡോവിന്റെ പ്രസംഗം അവസാനിച്ചശേഷം യോഗം പിരിഞ്ഞു. നഗുൽനോവും ഡേവി ഡോവും ഒരുമിച്ച് പുറത്തേക്കു നടന്നു. അവർ വില്ലേജ് സോവിയറ്റിന്റെ ഓഫീസിലേക്കാണ് പോയത്. അവിടെ അവരെ കാത്ത് അരോഗദൃഢ ഗാത്രനായ ഒരു ചെറുപ്പക്കാരൻ നിൽക്കുന്നുണ്ടായിരുന്നു. അയാൾ ഡേവി ഡോവിനെയും നഗുൽനോവിനെയും അഭിവാദനം ചെയ്തു.

"താങ്കൾ................."

"ഞാൻ ഗ്രൂപ്പ്സെക്രട്ടറിയാണ്, ഇത് കൂട്ടുകൃഷിസംഘം ചെയർമാൻ."

"എനിക്ക് നിങ്ങളെ രണ്ടുപേരെയും അറിയാം. ഞാൻ മേഖലാക മ്മിറ്റി അംഗമാണ്. ഓയിൽമില്ലിലെ പ്രസ് ഓപ്പറേറ്ററാണ്."

ചെറുപ്പക്കാരൻ ഡേവിഡോവിനെയും നഗുൽനോവിനെയും ഹസ്ത ദാനം ചെയ്തു. അയാളുടെ ശരീരത്തിൽനിന്ന് എണ്ണയുടെ മനംമയക്കുന്ന സുഗന്ധം പടരുന്നുണ്ടായിരുന്നു.

# 25

**വ**ളരെ മനോഹരമായ വസ്ത്രങ്ങൾ ധരിച്ച് തലയിൽ ഒരു ക്യൂബൻ തൊപ്പിവെച്ച് ഉയരം കുറഞ്ഞ ഒരു മനുഷ്യൻ ഡേവിഡോവിന്റെ അടുത്ത് നിൽക്കുന്നുണ്ടായിരുന്നു. നല്ല ആരോഗ്യമുണ്ടായിരുന്നു അയാൾക്ക്. പരന്ന ശരീരമായിരുന്നു. കാരിരുമ്പിന്റെ കരുത്താണ് അയാളുടെ കാലുകൾക്ക്. വിലപിടിപ്പുള്ള ബൂട്ടുകളാണ് അയാൾ ധരിച്ചിരുന്നത്. ഡേവിഡോവിന്റെ കൂടെയുണ്ടായിരുന്ന ചെറുപ്പക്കാരൻ അയാളെ പരിചയപ്പെടുത്തി.

"ഇദ്ദേഹം ഞങ്ങളുടെ പ്രചാരണ സംഘത്തിന്റെ ലീഡറാണ്. പേര് കോൺഡ്രാറ്റ്ക്കൊ." ഇതുകേട്ട് ഡേവിഡോവ് പുഞ്ചിരിപൊഴിച്ചു. അപ്പോൾ ചെറുപ്പക്കാരൻ പറഞ്ഞു:

"ഞങ്ങൾ അയാളെ പോത്തൻ എന്നാണ് വിളിക്കാറ്. നമ്മുടെ ഒക്കെ അച്ഛന്റെ അച്ഛന്റെയൊക്കെ പ്രായമുണ്ടയാൾക്ക്."

"ഇത് കേട്ട് ആ വൃദ്ധന്റെ മുഖം മങ്ങി. തന്റെ നല്ലനിറമുള്ള പല്ലു കൾ പുറത്തുകാട്ടി മന്ദഹസിച്ചുകൊണ്ട് ഇങ്ങനെ പറഞ്ഞു:

"ഇവിടെയും സാക്ഷാൽ സോവിയറ്റ്യൂണിയന്റെ ഭരണം തന്നെയല്ലേ. ഇവിടെ എല്ലാവർക്കും സുഖംതന്നെയായിരിക്കുമല്ലേ?."

"സുഖംതന്നെ സഖാവെ."

"ശരി നമുക്ക് അകത്തോട്ട് പോകാം. നമ്മുടെ ആളുകൾ അകത്തിരിപ്പുണ്ട്. ഞാനാണ് അവരുടെയൊക്കെ നേതാവ്. പിന്നെ എനിക്ക് നിങ്ങളുമായി കുറെ കാര്യങ്ങൾ ചർച്ചചെയ്യാനുണ്ട്. എന്നെ ചിലർ പോത്തൻ എന്നു വിളിച്ചേക്കും. അതു നിങ്ങൾ കണക്കാക്കേണ്ടതില്ല. വർഗശത്രുക്കളുടെ പ്രചാരണമാണത്. വർഗവഞ്ചകന്മാരും ബൂർഷ്വാസികളും പിൻതിരിപ്പന്മാരും അഞ്ചാംപത്തികളും അവരുടെ ശിങ്കിടികളും പെറ്റി ബൂർഷ്വാസികളും അവരുടെ ദല്ലാളന്മാരും എന്നെ അങ്ങനെയാണ് വിളിക്കാറ്." വൃദ്ധൻ തന്റെ മുഴങ്ങുന്ന ശബ്ദത്തിൽ പറഞ്ഞു

"താങ്കൾ ഇതുവരെ എവിടെയായിരുന്നു" ഡേവിഡോവ് ചോദിച്ചു.

"ഞാൻ പത്തിരുപത് വർഷമായി റഷ്യയിൽതന്നെയായിരുന്നു. തെക്കും വടക്കുമായി പലയിടത്തും ഞാൻ ജോലിചെയ്തു. അവസാനം ചെമ്പടയിൽ ചേർന്നു. സോവിയറ്റ് സൈന്യത്തെ ശക്തിപ്പെടുത്തുന്നതിൽ ഞാൻ വലിയ പങ്ക് വഹിച്ചിട്ടുണ്ട്." ഒരു സങ്കരഭാഷയിലാണ് അയാൾ സംസാരിച്ചത്. കറുത്ത കൊമ്പൻ മീശയായിരുന്നു അയാൾക്കുണ്ടായിരുന്നത്. ആഭ്യന്തരയുദ്ധകാലത്ത് പ്രതിവിപ്ലവ സൈന്യത്തോട് ഏറ്റുമുട്ടുന്നതിൽ അയാൾ വലിയ പങ്ക് വഹിച്ചു.

യുദ്ധത്തിന് ശേഷം അയാൾ ഒരു സെക്യൂരിറ്റി ഉദ്യോഗസ്ഥനായി ജോലിചെയ്തു. ഇതിനുശേഷം അദ്ദേഹത്തെ പാർട്ടിപ്രവർത്തനത്തിന് നിയോഗിച്ചു. സൈന്യത്തിൽനിന്ന് പിരിഞ്ഞശേഷം അയാൾ വളരെയേറെ തടിച്ചു. സൈന്യത്തിലായിരുന്നപ്പോൾ അയാൾ വലിയ വിടുവായത്തം പറയുമായിരുന്നു. താൻ ഒറ്റയ്ക്ക് നിന്ന് വെള്ളപ്പട്ടാളത്തെ തുരത്തിയതിന്റെയും മറ്റും കഥകൾ പറഞ്ഞ് അയാൾ സഹപ്രവർത്തകരെ ബുദ്ധിമുട്ടിക്കുമായിരുന്നു. തനിക്ക് ഒരുപാട് ബഹുമതിമുദ്രകൾ കിട്ടിയിട്ടുണ്ടെന്നും തന്നെ ഉയർന്ന രാഷ്ട്രീയ നേതാക്കൾ ആദരിച്ചിട്ടുണ്ടെന്നും അയാൾ തട്ടിവിടുമായിരുന്നു. അയാളുടെ മുഖത്ത് ചുവന്ന ഞരമ്പുകൾ പൊന്തിനിന്നിരുന്നു. മുടിമുഴുവൻ വെളുത്തിരുന്നു. പക്ഷെ അയാളുടെ ആരോഗ്യത്തിന്ന് കാര്യമായ മാറ്റമൊന്നും വന്നിരുന്നില്ല. കാരിരുമ്പിന്റെ കരുത്തായിരുന്നു അയാൾക്ക്. അയാളുടെ അച്ഛൻ നൂറു വയസുവരെ ജീവിച്ചിരുന്നു. തനിക്ക് നൂറ്റമ്പത് വയസുവരെ ജീവിച്ചിരിക്കാൻ കഴിയുമെന്ന് അയാൾ പറഞ്ഞിരുന്നു. അയാളെ ആരെങ്കിലും വൃദ്ധനെന്ന് വിളിച്ചാൽ അയാൾക്ക് വളരെയധികം വിഷമമുണ്ടാകുമായിരുന്നു. അയാൾ സോവിയറ്റിലേക്കാണ് നടന്നിരുന്നത്. വഴിയിൽ കണ്ടവരോടെല്ലാം അയാൾ കൈ ഉയർത്തി ലോഗ്യം പറഞ്ഞു. താൻ ഇവിടെവന്നത് കൂട്ടുകൃഷിയെപ്പറ്റി പഠിക്കാനാണെന്നും ഈ ഗ്രാമത്തിന്റെ പുരോഗതിയാണ് തന്റെ ലക്ഷ്യമെന്നും അയാൾ ആളുകളോട് പറഞ്ഞു.

പ്രചാരണസംഘത്തിൽ വേറെയും ആളുകൾ ഉണ്ടായിരുന്നു. ജില്ലാ

കമ്മിറ്റി പ്രവർത്തകനും കൃഷിവിദഗ്ധരും അതിൽ ഉണ്ടായിരുന്നു. ഇതിനിടയിൽ വൃദ്ധൻ തന്റെ കുതിരകൾക്ക് തീറ്റകൊടുക്കാൻ വേണ്ട ഏർപ്പാടുകൾ ചെയ്യാൻ ഡേവിഡോവിനോട് പറഞ്ഞു. അപ്പോൾ ഡേവിഡോവ് ഇങ്ങനെ പ്രതികരിച്ചു:

"ഇവിടെ തീറ്റയൊന്നുമില്ല." ഡേവിഡോവ് ഇത് പറഞ്ഞതോടെ വൃദ്ധന് വിഷമമായി.

"എന്തുപറ്റി ഇവിടെ ക്ഷാമമമായോ?"

"ക്ഷാമംകൊണ്ടല്ല. വിതയ്ക്കാനുള്ള വിത്ത്മാത്രമേ ഉള്ളൂ."

"എന്താ ധാന്യത്തിന് ക്ഷാമമുണ്ടോ?"

"അതുകൊണ്ടല്ല. കൂടുതൽ കൃഷിഭൂമിയിൽ വിതയ്ക്കണം."

"അതിപ്പോൾ വലിയ പ്രശ്നമായല്ലോ."

"അതൊന്നുമില്ല ഇത് തുടക്കത്തിലേ പ്രശ്നമാണ്."

"ഡേവിഡോവ് അൽപ്പം അസ്വസ്ഥനായിരുന്നു. ഒരു കുതിരയ്ക്ക് തീറ്റകൊടുക്കാൻ പറഞ്ഞപ്പോൾ താൻ ഇങ്ങനെ പറയേണ്ടിയില്ലായിരുന്നുവെന്ന് അയാൾക്ക് തോന്നി. അയാളുടെ മനസ്സ് ഇങ്ങനെ പറഞ്ഞു:

'ഞാനൊരു സ്വാർഥനായ ബൂർഷ്വാസിയായോ.'

"താങ്കൾ എന്താണ് ചിന്തിക്കുന്നത്."

"ഏയ് ഒന്നുമില്ല. ഓരോരോ കാര്യങ്ങൾ വെറുതെ ആലോചിച്ചുപോയതാണ്." അപ്പോൾ വൃദ്ധൻ വീണ്ടും ചോദിച്ചു:

"അൽപ്പം ബാർളി കിട്ടുമോ?"

"ഒരു മണിപോലുമില്ല."

"ഹോ മഹാ കഷ്ടംതന്നെ."

"വൃദ്ധൻ സംശയത്തോടെ ഡേവിഡോവിനെ വീണ്ടും നോക്കിയപ്പോൾ ഡേവിഡോവ് പറഞ്ഞു.

"സത്യമായിട്ടും ഇവിടെ ഒന്നുമില്ല."

"എന്തായിരുന്നാലും നിങ്ങൾ ആളൊരു കരുത്തൻതന്നെ."

"അതെന്താണ് അങ്ങനെ പറഞ്ഞത്?"

"പറയുന്നതിനെല്ലാം ഒരുറപ്പുണ്ട്. അതായത് പാറപോലുള്ള ഉറപ്പ്."

"താങ്കൾ എന്തോ മനസിൽവെച്ച് പറയുന്നപോലെ."

"ഒന്നുമില്ല. കഠിനമായ ഉറപ്പ് മനുഷ്യഹൃദയത്തിന് പറ്റിയതല്ല. എന്തിന്റെ പേരിലായാലും."

ഡേവിഡോവ് സ്വയം ലജ്ജിതനായിരുന്നു. വൃദ്ധന്റെ വാക്കുകൾ അയാളെ അസ്വസ്ഥനാക്കിയിരുന്നു. തനിക്കെന്തുപറ്റി എന്ന് അയാൾ ചിന്തിച്ചു. കൂട്ടുകൃഷിസംഘത്തിന്റെ മുഴുവൻ ഭാരം തന്റെ തലയിലാണല്ലോ എന്നയാൾ ചിന്തിച്ചിരിക്കണം. അടുത്തകാലത്തായി അമിതമായ ഒരു ഉത്തരവാദിത്വബോധം അയാളെ പിടികൂടിയിരുന്നു. ഒരു കുതിരയ്ക്ക് അൽപ്പം തീറ്റവേണമെന്ന് പറഞ്ഞപ്പോൾ ഒരുമണിപോലും ഇല്ലെന്നാണ് താൻ പറഞ്ഞത് എന്ന് ചിന്തിച്ച് അയാൾ ലജ്ജിച്ചു. തനിക്ക് വന്നിട്ടുള്ള മാറ്റങ്ങളെപ്പറ്റി അയാൾ ബോധവാനായിരുന്നു. പക്ഷേ അയാൾ അതിൽ നിന്ന് മോചിതനായിരുന്നില്ല.

വൃദ്ധൻ ഡേവിഡോവിനോട് കൂട്ടുകൃഷിയെ സംബന്ധിച്ച റിപ്പോർട്ട് സമർപ്പിക്കാൻ പറഞ്ഞു. ഡേവിഡോവ് അത് സമർപ്പിച്ചു. അപ്പോൾ കോൺഡ്രാറ്റ്കൊ പറഞ്ഞു:

“ശരി, ഇനി ഏതായാലും നമുക്ക് ചില ധാരണയിലെത്താം. കാര്യങ്ങളെല്ലാം ഏകദേശം നന്നായി പോകുന്നുണ്ട്. ഞങ്ങൾ ഏതായാലും പോകുകയാണ്. ഇനി ഇവിടെ നിൽക്കേണ്ടകാര്യമൊന്നുമില്ല. വേഗം വിത്തുകൾ സംഘടിപ്പിക്കുക. കൃഷിക്കാരെ മുഴുവൻ കാര്യങ്ങൾ പറഞ്ഞ് ബോധ്യപ്പെടുത്തുക. അവരോടൊപ്പം നിൽക്കുക. അവരെ വിശ്വസിക്കുക. അവരെ സ്നേഹിക്കുക. ജനങ്ങൾക്കിടയിൽ പ്രവർത്തിക്കുക.”

വൃദ്ധന്റെ സംസാരമെല്ലാം ഡേവിഡോവ് വളരെ ശ്രദ്ധയോടെ കേട്ടു. അയാളുടെ ചില ഭാഷാശൈലികൾ ഡേവിഡോവിന് മനസിലാകുമായിരുന്നില്ല. എന്നാൽ വിത്തിനെക്കുറിച്ചും മറ്റും അയാൾ പറഞ്ഞ കാര്യങ്ങൾ ശരിയാണെന്ന് ഡേവിഡോവിന് തോന്നി. അയാൾക്ക് കാർഷിക കാര്യങ്ങളിൽ നല്ല അനുഭവവും പരിചയവും അറിവുമുണ്ടെന്ന് വ്യക്തമായി. കൃഷിക്കാരോട് എങ്ങനെ പെരുമാറണം എന്ന കാര്യത്തിലും അയാൾക്ക് നല്ല ധാരണയുണ്ടായിരുന്നു. ഒരുപാട് ഗ്രാമങ്ങളിൽ പ്രചാരണപ്രവർത്തനങ്ങളിൽ പങ്കെടുത്ത് പരിചയം നേടിയ ആളായിരുന്നു അയാൾ.

കോൺഡ്രാറ്റ്കോവിന്റെ പെരുമാറ്റം ഡേവിഡോവിനെ വല്ലാതെ ആകർഷിച്ചു. വൃദ്ധനായിരുന്നെങ്കിലും അയാളുടെ മുഖത്ത് അസാധാരണമായ തേജസുണ്ടായിരുന്നു. ജീവിതത്തിൽ ഒരിക്കലും ഡേവിഡോവ് ഇങ്ങനെ ഒരു മനുഷ്യനെക്കണ്ടിട്ടില്ല. ഇയാൾ വൃദ്ധനാണോ യുവാവാണോ മനുഷ്യനാണോ ചെകുത്താനാണോ എന്ന് പറയാൻ കഴിയില്ല. എന്നാൽ അയാളുടെ സ്വഭാവത്തിൽ കാര്യമായ ഒരു സവിശേഷതയുണ്ടായിരുന്നു. അയാൾ ഞങ്ങളുടെ കാര്യത്തിൽ വലിയ താൽപ്പര്യമെടുക്കുന്നില്ല. എന്നാൽ ആരെങ്കിലും അയാളെ എതിർക്കുകയാണെങ്കിൽ വളരെ നയത്തിൽ അയാൾ അത് കൈകാര്യംചെയ്യും. തന്റെ ഹിതം ജയിക്കണം. മറ്റുള്ളവരെല്ലാം തനിക്ക് കീഴിൽ നിൽക്കണം. ഇതാണ് അയാളുടെ കാഴ്ചപ്പാട്.

അതിവിചിത്രമായ സ്വഭാവമായിരുന്നു കോൺഡ്രാറ്റ്കൊവിന്റേത്. ഗ്രിമ്യാക്കി ഗ്രാമത്തിൽനിന്നും പോവുമ്പോൾ അയാൾ പറഞ്ഞു:

“ജനങ്ങളെ വിശ്വാസത്തിലെടുക്കണം. ഇത് അത്ര നിസ്സാരമല്ല. ജനങ്ങളിൽനിന്നും ഒന്നും മറച്ചുപിടിക്കേണ്ടതില്ല. ജനങ്ങളിൽനിന്നും എന്തെങ്കിലും നമ്മൾ മറച്ചുപിടിക്കുകയാണെങ്കിൽ അതിന്റെ പ്രത്യാഘാതം ഗുരുതരമായിരിക്കും. ജനങ്ങൾക്ക് നമ്മളെ വിശ്വാസമുണ്ടാവണമെങ്കിൽ നമ്മുടെ പെരുമാറ്റം സുതാര്യമായിരിക്കണം. അതായത് ജനങ്ങൾക്കും നമുക്കുമിടയിൽ മതിലുകൾ ഉണ്ടാവാൻ പാടില്ല എന്നർഥം. ജനങ്ങളെ മുഴുവൻ നന്നാക്കാനും അവരെ മാറ്റിയെടുക്കാനും പ്രത്യേകമായ ഒരു കഴിവ് നമുക്കുണ്ടെന്ന അഹങ്കാരം പാടില്ല. ജനങ്ങളുടെ രക്ഷാകർത്താക്കളാണ് നമ്മളെന്ന് കരുതരുത്. മറിച്ച് നാം ജനങ്ങളുടെ സേവകരാണ്

എന്ന ബോധമാണുണ്ടാകേണ്ടത്. അതൊരുകുറച്ചിലാണെന്ന് കരുതരുത്. നമ്മൾ ജനങ്ങളുടെ കാവൽക്കാരാണ്. നമ്മൾ അവരെപ്പോലെ തന്നെയാണ് എന്നു നാം കരുതുമ്പോൾ ജനങ്ങൾക്ക് നമ്മളോടുള്ള സ്നേഹം കൂടുകയേയുള്ളൂ. ”

അയാൾ വളരെ ഗൗരവത്തോടെയാണ് ഇത് പറഞ്ഞത്. പോവുന്നതിന് മുമ്പ് ഡേവിഡോവിനെ വിളിച്ച് അയാൾ പറഞ്ഞു:

“എന്റെ കുട്ടികൾ എല്ലുമുറിയെ പണിയെടുക്കും. എന്നാൽ നിങ്ങൾ അവരുടെ കൂടെ നിൽക്കണം. എന്ത് കാര്യമുണ്ടായാലും എന്നെ അറിയിക്കണം. ഒരു വിവരവും എന്നിൽനിന്നും മറച്ചുപിടിക്കരുത്.”

ഇതും പറഞ്ഞ് അയാൾ വണ്ടിയിൽ കയറിയിരുന്നു. തന്റെ തടിയൻ ശരീരം വണ്ടിയിൽ കയറ്റാൻ അയാൾ വളരെ പാടുപെടുന്നുണ്ടായിരുന്നു. പുഞ്ചിരിച്ചുകൊണ്ട് അയാൾ യാത്ര പറഞ്ഞു:

അയാൾ പോവുന്നത് കണ്ടപ്പോൾ റസ്മ്യോട്ണോവ് പറഞ്ഞു:

“സാധാരണഗതിയിൽ തടിയൻമാർക്ക് ബുദ്ധി കുറയും. അവർ തിന്ന് വയറുവീർപ്പിക്കാനാണ് തങ്ങളുടെ ഊർജം മുഴുവൻ ചെലവഴിക്കാറ്. പക്ഷേ ഇയാൾക്ക് നല്ല ബുദ്ധിയും കാര്യശേഷിയുമുണ്ട്. ഒരു ട്രാക്ടറിന്റെ ശക്തി ഇയാൾക്കുണ്ട്. ആനയെപ്പോലുള്ള ഒരു മനുഷ്യൻ.” റസ്മ്യോട്ണോവ് ഇത് പറയുമ്പോൾ മക്കാർ ഉച്ചഭാവത്തിൽ ഇങ്ങനെ പറഞ്ഞു:

“തന്റെ ഈ സൊള്ളുപറച്ചിൽ കുറച്ച് അധികമായിപ്പോകുന്നു.”

# 26

**യാ**ക്കോവ് ലൂക്കിച്ച് കൂട്ടുകൃഷിസംഘത്തിന്റെ വിശ്വസ്തനെന്ന നിലയിൽ പ്രവർത്തിച്ചുകൊണ്ട് പ്രതിവിപ്ലവ പരിപാടികൾ ആസൂത്രണം ചെയ്യുകയായിരുന്നു. പൊളോവ്ട്സേവിന്റെ നിർദേശങ്ങൾക്കനുസരിച്ചാണ് അയാൾ പ്രവർത്തിച്ചത്. ഇരുവരും ഒന്നിച്ച് താമസിച്ചുകൊണ്ട് വസന്തകാലത്ത് കലാപം നടത്താൻ വേണ്ട ആലോചനയിൽ മുഴുകി. രാത്രിയിൽ ഉറക്കമില്ലാതെ പൊളോവ്ട്സേവ് തന്റെ മുറിയിലിരുന്ന് കലാപത്തിനുവേണ്ട പ്ലാനുകൾ രൂപപ്പെടുത്തി. ഗ്രാമത്തിന്റെ സമ്പൂർണഭൂപടം അയാൾ വരച്ചുണ്ടാക്കിയിരുന്നു. എഴുതുകയും വായിക്കുകയും ചെയ്തുകൊണ്ടയാൾ ദിനരാത്രങ്ങൾ തള്ളിനീക്കി. അയാൾ എന്തൊക്കെയോ മന്ത്രിക്കുന്നുണ്ടായിരുന്നു. ഒരു ബുദ്ധിരാക്ഷസനെപ്പോലെ അയാൾ തന്റെ നരച്ച തലമുടി തടവിക്കൊണ്ട് ഗാഢമായി ചിന്തിച്ചുകൊണ്ടിരിക്കും. യാക്കോവ് പലതവണ വിളിച്ചാലും അയാൾ അറിയുകയില്ല. ധ്യാനിച്ചുകൊണ്ടിരിക്കുന്ന ഒരു സന്യാസിയെപ്പോലെയാണ് അയാളുടെ ഇരിപ്പ്. അയാളെ യാക്കോവ് എന്നല്ല, ആരും വിളിച്ചുണർത്തുന്നത് അയാൾക്കിഷ്ടമല്ല. അതയാളുടെ ഏകാഗ്രതയെ ഭഞ്ജിക്കും. അയാളുടെ കണ്ണുകൾ അപ്പോൾ ജ്വലിക്കും. അതുകൊണ്ട് യാക്കോവ് വളരെ ശ്രദ്ധിച്ചുമാത്രമേ അയാളുടെ അടുത്ത് വരുമായിരുന്നുള്ളൂ.

പൊളോവ്ട്സേവിന്റെ ചാരനായിട്ടാണ് യാക്കോവ് കൂട്ടുകൃഷിയിൽ പ്രവർത്തിച്ചിരുന്നത്. കൂട്ടുകൃഷി സ്ഥാപനത്തിലും ഗ്രാമത്തിലും നടക്കുന്ന കാര്യങ്ങൾ അയാൾ സശ്രദ്ധം പൊളോവ്ട്സേവിനെ അറിയിക്കും. വ്യക്തികളെപ്പറ്റിയും കുടുംബങ്ങളെപ്പറ്റിയും അയാൾ റിപ്പോർട്ട് നൽകും. ഇതെല്ലാം സൂക്ഷ്മമായി പൊളോവ്ട്സേവ് കേട്ട് പ്രധാനപ്പെട്ട കാര്യങ്ങൾ എഴുതിവയ്ക്കും. അയാളുടെ മനസ്സ് ചിലപ്പോൾ അസ്വസ്ഥമായ ചിന്തകളാൽ കലങ്ങിമറിയും.

ഗ്രാമത്തിൽനിന്നും കുലാക്കുകളെ നാടുകടത്തിയെന്ന വാർത്ത അയാളുടെ ഹൃദയത്തെ വേദനിപ്പിച്ചു. അയാൾ കോപംകൊണ്ടു വിറച്ചു. ഭ്രാന്തൻ ചെന്നായയെപ്പോലെ അയാൾ കലികൊണ്ടു. കലികയറിയ പൊളോട്സേവ് പറഞ്ഞു;

"ദുഷ്ടന്മാർ ഞങ്ങളെ ഇല്ലാതാക്കുകയാണ്. ജീവിതത്തെ വേരോടെ പറിച്ചെറിയുകയാണ്. ഇരകളാക്കുകയാണ്. അവരെ മുഴുവൻ തകർക്കണം. കൊന്നുകുഴിച്ചുമൂടണം. അരിഞ്ഞരിഞ്ഞ് അവരെ ഞാൻ ഈ ഭൂമുഖത്തുനിന്നും നിർമാർജനം ചെയ്യും."

ഇതും പറഞ്ഞ് അയാൾ മുറിക്കുള്ളിൽ തലങ്ങും വിലങ്ങും നടന്നു. ഇതെല്ലാം ശ്രദ്ധിച്ചുകൊണ്ട് യാക്കോവ് ദൂരെ മാറിനിൽക്കുന്നുണ്ടായിരുന്നു. ദേഷ്യംകൊണ്ട് പൊളോട്സേവ് തന്റെ മാറത്ത് ഇടിക്കുകയും ചെയ്യുന്നുണ്ടായിരുന്നു. ഇരുകൈകളും ശിരസ്സിൽ ഇടിച്ചുകൊണ്ട് അയാൾ തളർന്നു മുട്ടുകാലിൽ ഇരിക്കുന്നത് കാണാമായിരുന്നു. ആ ഇരിപ്പിൽ ആയാൾ ദൈവത്തോട് പ്രാർഥിച്ചു:

"കരുണാമയനായ ദൈവമേ, സർവശക്തനായ തമ്പുരാനേ, നീ യിതു കാണുന്നില്ലേ. കണ്ടിട്ടും കാണാതെ നടിക്കുകയാണോ. കരുണ കാണിക്കൂ ജഗന്നാഥാ. ദുഷ്ടന്മാരെ നിഗ്രഹിക്കൂ. നീതിമാനായ സർവേശ്വരാ, ദുഷ്ടരെ നിഗ്രഹിക്കാൻ ഞങ്ങൾക്കു കരുത്തുതരൂ. ഈ പ്രാർഥന കേൾക്കൂ, നാഥാ"............

ഈ രംഗം കണ്ട് യാക്കോവ് ആകെ സ്തംഭിച്ചുപോയി. അയാളുടെ മനസ്സും കലങ്ങിമറിഞ്ഞിരുന്നു. പൊളോവ്ട്സേവിനെപ്പോലെ ആത്മസമർപ്പണമുള്ള മറ്റൊരാൾ ഈ ഭൂമുഖത്തില്ലെന്ന് അയാൾ വിശ്വസിച്ചു. അയാൾ വാതിലിന്റെ താക്കോൽ പഴുതിലൂടെ രാത്രിയിൽ പൊളോവ്ട്സേവിനെ ശ്രദ്ധിക്കും. അപ്പോൾ, അയാൾ പല്ലുകടിച്ചുകൊണ്ട് ശബ്ദം പുറത്തു കേൾപ്പിക്കാതെ പലതും പറഞ്ഞുകൊണ്ടിരിക്കും. അയാൾ ചിലപ്പോൾ വിതുമ്പിക്കരയുന്നത് കേൾക്കാമായിരുന്നു. കൂട്ടുകൃഷിക്കാരെ മുഴുവൻ നശിപ്പിക്കാതെ അയാൾക്ക് ഉറക്കമില്ലെന്ന നിലയിലായിരുന്നു. രാത്രിമുഴുവൻ അയാൾ കിടക്കയിൽനിന്ന് ഞരങ്ങുകയും മൂളുകയും ഒറ്റയ്ക്ക് സംസാരിക്കുകയും തർക്കിക്കുകയും ചെയ്യുന്നത് കേൾക്കാമായിരുന്നു. അങ്ങനെയിരിക്കെ ഒരു നാൾ ഒരാൾ ആ ഭവനത്തിൽവന്ന് വാതിലിൽ മുട്ടി.

"ആരാണ്?"

"വാതിൽ തുറക്കൂ."

"ആരാണെന്നല്ലേ ചോദിച്ചത്?"

"അലക്സാണ്ടറെ കാണാൻ വന്നതാണ്."

"ആ പേരിൽ ഇവിടെയൊരാൾ ഇല്ല. പണ്ട് മാസിഡോണിയയിൽ ജീവിച്ചിരുന്നുവെന്ന് കേട്ടിട്ടുണ്ട്."

" ഞാൻ ഇവിടെ താമസിക്കുന്ന അലക്സാണ്ടറെ കാണാൻ വന്നതാണ്."

"അങ്ങനെയൊരാൾ ഇവിടെയില്ലെന്ന് പറഞ്ഞില്ലേ" യാക്കോവ് കോപത്തോടെ പറഞ്ഞു:

" ചോർണിയിൽ നിന്നുമാണ് വരുന്നത്. അദ്ദേഹത്തിന് കൊടുക്കാൻ ഒരു കെട്ടുമായി വന്നതാണ് "

ആഗതൻ ഇങ്ങനെ പറഞ്ഞപ്പോൾ യാക്കോവ് പതുക്കെ വാതിൽതുറന്നു. വാതിൽപോലും അറിയാതെയാണ് അയാൾ വാതിൽ തുറന്നത്. അപ്പോൾ പൊളോവ്ട്സേവ് മുറിക്കുള്ളിൽനിന്നും പുറത്ത് വന്ന് ആഗതനെ കൂട്ടിക്കൊണ്ടുപോയി. എന്നിട്ട് വാതിൽ അടച്ചു സാക്ഷയിട്ടു. യാക്കോവ് പുറത്തുനിന്ന് പരുങ്ങുകയായിരുന്നു. അവരിരുവരും മുറിക്കുള്ളിൽനിന്നും പതിഞ്ഞസ്വരത്തിൽ എന്തൊക്കെയോ സംസാരിക്കുകയായിരുന്നു. മണിക്കൂറുകളോളം അയാളങ്ങനെ സംസാരിച്ചു. കുതിരപ്പുറത്തായിരുന്നു അയാൾ വന്നത്. യാക്കോവിന്റെ മകൻ ആഗതന്റെ കുതിരയെ ശുശ്രൂഷിച്ചു. അതിനയാൾ വൈക്കോലും വെള്ളവും കൊടുത്തു. അതിന്റെ പുറത്തെ പൊടിയും മഞ്ഞുമെല്ലാം തുടച്ചു ശുദ്ധമാക്കി.

തുടർന്ന് നിരന്തരം രഹസ്യദൂതന്മാർ ആ ഭവനത്തിൽ എത്തിക്കൊണ്ടിരുന്നു. അർധരാത്രികഴിഞ്ഞാണ് അവരെല്ലാം എത്തുക. വളരെ ദൂരത്തുനിന്നും വരുന്ന പൊളോവ്ട്സേവിന്റെ വിശ്വസ്തരായിരുന്നു അവരെല്ലാം.

യാക്കോവിന് രഹസ്യദൂതന്മാരെക്കുറിച്ച് ഒന്നും അറിയില്ലായിരുന്നു. ഒന്നും സഹവാസി പറഞ്ഞതുമില്ല. എല്ലാം നിഗൂഢമായിരുന്നു. യാക്കോവ് പതിവുപോലെ കൂട്ടുകൃഷി സ്ഥാപനത്തിലേക്ക് പോകും. അതിഭീകരമായ ഒരു ജീവിതമാണ് താൻ നയിക്കുന്നതെന്ന് അയാൾക്കറിയാമായിരുന്നു. വഞ്ചനാപരമായ ജീവിതം. കൂട്ടുകൃഷിസ്ഥാപനത്തിന്റെ വിശ്വസ്തനെന്ന നിലയിൽ പ്രവർത്തിച്ചുകൊണ്ട് അതിനെ നശിപ്പിക്കാൻ ശ്രമിക്കുന്ന ആളുടെ അനുചരനാവുക. അയാൾക്ക് വിവരങ്ങൾ ചോർത്തിക്കൊടുക്കുക. ഡേവിഡോവും നഗുൽനോവും മറ്റു സഖാക്കളുമായി ചേർന്നിരുന്ന് കൂട്ടുകൃഷികാര്യങ്ങൾ സംസാരിക്കും. വളരെ വിദഗ്ധനായ ഒരു നടനെപ്പോലെ, തനിമയോടെ അയാൾ അവിടെ കാര്യങ്ങൾ സംസാരിക്കും. മുഖം വളരെ ശാന്തമായിരിക്കും. എന്നാൽ മനസ്സ് അലകടൽപോലെയാണ്. എല്ലാജോലികളും അയാളവിടെചെയ്യും. ധാന്യവിളകളുടെ വിത്തുകൾ സംഭരിക്കുക, കന്നുകാലികളെ നോക്കുക, തൊഴുത്ത് ശുചിയാക്കുക, എന്നുവേണ്ട എല്ലാ കാര്യങ്ങളും അയാൾ ചെയ്യും. ജോലിചെയ്യുമ്പോൾ അയാൾ ഒരു പ്രത്യേകതരം മനുഷ്യനാണ്. ആത്മാർഥമായ ജോലി എന്നുപറഞ്ഞാൽ പോര ഓരോ ജോലിയും അറിഞ്ഞുകൊണ്ട്

യുക്തിയുക്തമായി ചെയ്യുന്ന രീതിയായിരുന്നു അയാളുടേത്. കുതിരകളെയും പശുക്കളെയും മറ്റും പരിചരിക്കുമ്പോൾ അവയുമായി അയാൾ സംസാരിക്കും. മനുഷ്യരെപ്പോലെയാണ് മൃഗങ്ങളെ അയാൾ കരുതിയത്.

തന്റെ പ്രവർത്തനത്തിന്റെ ആർജവം കൊണ്ട് കൂട്ടുകൃഷി സ്ഥാപനത്തിലെ ചാരനാണ് താനെന്ന കാര്യംപോലും അയാൾ മറന്നുപോയി. കൂട്ടുകൃഷി സ്ഥാപനത്തിലെ എല്ലാകാര്യങ്ങളിലും അയാളുടെ മനസ്സ് മുഴുകിപ്പോയിരുന്നു. അത്രമാത്രം നിർമലവും സമർപ്പിതവുമായിരുന്നു അയാളുടെ പ്രവർത്തനം. വൈകുന്നേരങ്ങളിൽ ഗ്രാമീണരുടെ കാര്യങ്ങളിലെല്ലാം അയാൾ ഇടപെട്ടു. അവർക്കുവേണ്ടതെല്ലാം ചെയ്തുകൊടുത്തു. അവിടെയൊന്നും അയാൾ ചാരനായിരുന്നില്ല. അതെല്ലാം തന്നെ തന്റെ വ്യക്തിപരമായ നേട്ടത്തിന് വേണ്ടിയായിരുന്നില്ല. ഗ്രാമീണരുടെ സുഖദുഖങ്ങളിൽ അയാൾ പങ്കാളിയായി. അവരുടെ വേദനകൾ പങ്കിട്ടു. താൻ ചാരനായി പ്രവർത്തിക്കുന്നതിനെക്കുറിച്ച് ഓർത്ത് അയാൾ ദുഖിച്ചിരുന്നു. എന്തെന്നില്ലാത്ത ഭീതി അയാളുടെ മനസിനെ വേട്ടയാടി. എന്നാൽ തന്റെ പ്രവർത്തനങ്ങൾ ഒരു പരിധിവരെ അയാൾക്കാശ്വാസം നൽകി. രാത്രിയാവുമ്പോൾ അയാൾ വീട്ടിലേക്ക് മടങ്ങും. അപ്പോൾ അയാളുടെ മനസ്സ് ഇങ്ങനെ മന്ത്രിച്ചു:

"ഞാൻ ചെയ്യുന്നത് ഒരിക്കലും ശരിയല്ല. പക്ഷെ എന്തുചെയ്യും."

വീട്ടിലെത്തുമ്പോൾ മലമുകളിൽ കാവൽനിൽക്കുന്ന കഴുകനെപ്പോലെ പൊളോവ്ട്സേവ് അയാളെ കാത്തിരിക്കുന്നുണ്ടാവും. അയാളുടെ രൂപവും ഭാവവും ഓർക്കുമ്പോൾ തന്നെ യാക്കോവിന് പേടിതോന്നും. കൈകാലുകൾ ആകെ തളരും. വീട്ടിലെത്തിയാൽ ഭക്ഷണം കഴിക്കുന്നതിന് മുമ്പുതന്നെ പൊളോട്സേവ് സിഗരറ്റ് വലിച്ചുകൊണ്ട് ഇങ്ങനെ പറയും:

"സുഹൃത്തെ, കാര്യങ്ങൾ പറയൂ."

യാക്കോവ് എല്ലാം വിവരിക്കും. കൂട്ടുകൃഷിസ്ഥാപനത്തിൽ നടക്കുന്ന പ്രവർത്തനങ്ങളെല്ലാം അയാൾ വിശദമായി പറയുന്നത് കേട്ട് പൊളോവ്ട്സേവ് എരിപിരികൊള്ളും. കുലാക്കുകളുടെ സ്വത്തുക്കൾ പിടിച്ചെടുത്തതും അത് കൃഷിക്കാർക്കിടയിൽ വിതരണം ചെയ്തതും കേൾക്കുമ്പോൾ പൊളോവ്ട്സേവ് ഒരു ഭ്രാന്തനെപ്പോലെ അലറും:

"അറുക്കും ഞാനവരെ. എല്ലാറ്റിനേയും ഞാനറുത്തുമുറിക്കും. വസന്തകാലം വരട്ടെ. കൂട്ടുകൃഷിക്കാരെല്ലാം തന്നെ ചത്തുമലച്ചുകിടക്കുന്നത് കാണാം. അവരെ മുഴുവൻ ഞാൻ ഒരൊറ്റക്കുഴിയിൽ അടക്കംചെയ്യും. അതുവരെ എനിക്കു വിശ്രമമില്ല. ഇത് സത്യം."

"പ്രിയപ്പെട്ട സുഹൃത്തെ, ഞാനവരുടെയെല്ലാം പേര് എഴുതി തയാറാക്കിയിട്ടുണ്ട്."

"ഉവ്വോ?"

"ഉവ്വ്."

"ആ വിവരം താങ്ങളുടെ കൈയിലുണ്ടോ?"

"അതെ എന്റെ കൈയിൽതന്നെയുണ്ട്."

"അതെനിക്കുതരൂ."

അയാൾ ആ പേരുവിവരങ്ങളെല്ലാം മറ്റൊരു കടലാസിലേക്ക് പകർത്തിയെടുത്തു. കൂട്ടുകൃഷിസ്ഥാപനത്തിലെ പ്രധാനപ്പെട്ട നേതാക്കൾ, ഉദ്യോഗസ്ഥർ, പ്രവർത്തകർ, കൃഷിക്കാർ ഇവരുടെയെല്ലാം വിവരങ്ങൾ അയാൾ ആർത്തിയോടെ എഴുതിയെടുത്തു. ഓരോ ആളിന്റെ നേരെയും ഗുണനചിഹ്നമിട്ടുകൊണ്ട് അയാൾ പൊട്ടിച്ചിരിച്ചു.

അത്താഴം കഴിച്ച ശേഷം അയാൾ യാക്കോവുമായി വളരെനേരം സംസാരിച്ചു. പിറ്റേ ദിവസം ചെയ്യേണ്ട കാര്യങ്ങൾ വിശദമായി അയാളെ ധരിപ്പിച്ചു.

അങ്ങനെ അയാളുടെ നിർദേശമനുസരിച്ച് യാക്കോവ് ഒരു നേതാവിനെ വിളിച്ച് പുഴക്കരയിലേക്ക് മണൽകൊണ്ടുവരാൻ നിയോഗിച്ചു. ഒരു വണ്ടിയും കുറെയാളുകളും പുഴക്കരയിലെത്തി അവിടെനിന്നും മണൽ വാരി വണ്ടിയിൽ കയറ്റി. ആ മണൽ കൂട്ടുകൃഷിസ്ഥാപനത്തിൽ ഇറക്കി. യാക്കോവ് തന്നെ അവിടെയുള്ള തൊഴുത്തുകളെല്ലാം വൃത്തിയാക്കി. എന്നിട്ട് തൊഴുത്തിൽ മണൽവിരിച്ചു. ഈ പ്രവർത്തനങ്ങളെല്ലാം കണ്ട് അവിടെയുണ്ടായിരുന്നവരുടെ മനസിൽ യാക്കോവിനെക്കുറിച്ചുള്ള മതിപ്പ് വർധിച്ചു. അപ്പോഴാണ് ഡേവിഡോവ് അങ്ങോട്ട് വന്നത്;

"ഓ ഇവിടെ എന്താണ് പണി. എന്താണ് ഇവിടെ മണൽ വിരിക്കുന്നത്."

ഡെമിഡാണ് അതിനുത്തരം പറഞ്ഞത്.

" കന്നുകാലികൾക്ക് കിടക്കാൻവേണ്ടി മണൽ വിരിക്കുകയാണ്."

"അതെന്തിന്?"

ഡെമിഡ് ഒന്നും മിണ്ടിയില്ല.

"ചോദിച്ചത് കേട്ടില്ലേ?"

"കന്നുകാലികൾക്ക് കിടക്കാൻ."

"ആരു പറഞ്ഞിട്ടാണ് ചെയ്തത്?"

"മാനേജർ പറഞ്ഞിട്ട്."

"ഓ നല്ല കാര്യമായിരിക്കും. മണൽ വിരിച്ചാൽ മൃഗങ്ങൾക്ക് കിടക്കാൻ സുഖമുണ്ടാകുമെന്നാണോ. ഒരു പക്ഷേ ചില മൃഗങ്ങൾക്ക് അത് ഗുണം ചെയ്തേക്കാം. എന്നാൽ കാളകൾക്ക് അത് നന്നല്ല. ഇതിനൊക്കെ മൃഗഡോക്ടർമാരുടെ ഉപദേശം തേടുന്നതാണ് നല്ലത്. നിങ്ങളൊന്നും തന്നെ അത്തരം കാര്യങ്ങൾ ശ്രദ്ധിക്കുന്നില്ല. എന്നാലും ഒരു കാര്യം പറഞ്ഞല്ലേ പറ്റൂ. ഇപ്പോൾ തൊഴുത്തിലേക്ക് നോക്കുമ്പോൾ തന്നെ ഒരു സുഖമുണ്ട്. നല്ല ഭംഗിയുണ്ട്. നല്ല പഞ്ചാരമണൽ."

ഡെമിഡ് മറുപടിയൊന്നും പറഞ്ഞില്ല. അയാൾ നേരെ വൈക്കോൽ പുരയുടെ അടുത്തേക്ക് പോയി. ഡെമിഡ് പോയതിനുശേഷം ഡേവിഡോവ് വൈക്കോൽപ്പുരയാകെ നടന്നുകണ്ടു. അയാൾക്ക് യഥാർഥത്തിൽ ഈ പ്രവൃത്തിയോട് വളരെ നല്ല പ്രതികരണമായിരുന്നു മനസിലുണ്ടായിരുന്നത്. പക്ഷെ അത് മുഴുവൻ പുറത്ത് പ്രകടിപ്പിക്കാൻ അയാളുടെ

അഹംഭാവം അനുവദിച്ചില്ല. എങ്കിലും തികഞ്ഞ സംതൃപ്തിയോടെയും സന്തോഷത്തോടെയും അയാൾ ആഹാരം കഴിക്കാൻ പോയി.

എന്നാൽ സന്ധ്യയ്ക്ക് ലൂബിഷ്കിൻ വളരെ ദേഷ്യത്തോടെ കൂട്ടുകൃഷി സ്ഥാപനത്തിലെത്തി ഇങ്ങനെ ചോദിച്ചു;

“ആരാണിവിടെ മണലിടാൻ പറഞ്ഞത്. കാളകൾക്ക് കിടക്കാൻ വൈക്കോലാണ് ഏറ്റവും നല്ലതെന്ന് അറിയില്ലെ.”

“നിങ്ങൾ പറയുന്നത് ശരിയാണ്” ഡേവിഡോവ് പറഞ്ഞു.

“എന്തൊരു വൃത്തികേടാണിത്. എന്തൊരു ഭ്രാന്ത്. ലോകത്തേതെങ്കിലും മനുഷ്യൻ ഇങ്ങനെ ചെയ്യുമോ. നിങ്ങളെന്താണ് സഖാവെ ഒന്നും മിണ്ടാത്തത്. നിങ്ങളും ഇതംഗീകരിക്കുകയാണോ. നിങ്ങളുടെ തലയ്ക്കും വെളിവ് നഷ്ടപ്പെട്ടോ.”

“ലൂബിഷ്കിൻ, നിങ്ങൾ ദേഷ്യപ്പെടരുത്. ഇത് വൃത്തിക്ക് വേണ്ടി ചെയ്തതാണ്. ശുചിത്വത്തിനുവേണ്ടി ചെയ്തതാണ്. ഇതിനെ കുറ്റം പറയാനാവില്ല. തൊഴുത്ത് എപ്പോഴും വൃത്തിയായിരിക്കണം. മൃഗങ്ങൾക്ക് രോഗമുണ്ടാകാതിരിക്കാൻ വേണ്ടിയാണിത്.”

“എന്തു വൃത്തി, എന്തു ശുചിത്വം. കാളകൾ എങ്ങനെയാണ് കിടക്കുക ഇവിടെ. മഞ്ഞുകാലത്തെ തണുത്തരാവിൽ പാവം കാളകൾക്ക് ചൂട് കിട്ടണമെങ്കിൽ വൈക്കോൽ തന്നെവേണം. നിങ്ങൾ രാത്രിയിൽ ഈ മണലിലൊന്ന് കിടന്നുനോക്ക്. തണുത്ത് വിറയ്ക്കും.”

“എനിക്ക് ഇതിനെപ്പറ്റി മറിച്ചൊന്നും പറയാനില്ല. നിങ്ങളെല്ലാം പഴഞ്ചന്മാരാണ്. നിങ്ങളെല്ലാം പിൻതുടരുന്നത് പഴയ ശീലങ്ങളാണ്. അത് മാറ്റാൻ നിങ്ങൾ ശ്രമിക്കുന്നില്ല. പുതിയ രീതിയിൽ കന്നുകാലികളെ വളർത്താൻ നിങ്ങൾ പഠിക്കണം. അതിന് ശാസ്ത്രീയമായ അറിവ് വേണം.”

“ഓ ശാസ്ത്രീയമായ അറിവ്. ശുദ്ധ അസംബന്ധത്തിന്റെ പേരാണോ അത്.” ലുബിഷ്കിൻ തന്റെ തൊപ്പി ബൂട്ടിൽ അടിച്ചുകൊണ്ട് ദേഷ്യം കൊണ്ട് ചെറിപ്പഴംപോലെ ചുവന്നുതുടുത്ത മുഖവുമായി അവിടെനിന്നും ഇറങ്ങിപ്പോയി.

പിറ്റേന്ന് പ്രഭാതമായപ്പോൾ കണ്ട കാഴ്ച ദയനീയമായിരുന്നു. തൊഴുത്തിൽ ഉണ്ടായിരുന്ന കാളകളെല്ലാം തന്നെ എഴുന്നേൽക്കാൻ വയ്യാതെ കഷ്ടപ്പെട്ടു. തൊഴുത്തിലെ മണലിൽ മുഴുവൻ കാളകളുടെ മൂത്രം. അത് പുറത്തേക്ക് ഒലിച്ചുപോയിരുന്നില്ല. മഞ്ഞിൽ കുഴഞ്ഞ മണലിൽ മൂത്രം നിറഞ്ഞുനിന്നു. കാളകളുടെ കാൽമുട്ട് മണലിൽ ഉരസ്സി മുറിഞ്ഞിരുന്നു. പല കാളകളുടെയും വാലുകൾ പൊട്ടിപ്പോയിരുന്നു. തണുത്ത് വിറച്ച് പല കാളകളും രോഗബാധിതരായി എഴുന്നേൽക്കാൻ വയ്യാതെ നിലവിളിച്ചു.

ഇതിനെല്ലാം കാരണം പൊളോവ്ട്സേവ് ആയിരുന്നു. അയാളുടെ നിർദേശപ്രകാരമാണ് യാക്കോവ് ഇത് ചെയ്തത്. ഡേവിഡോവും കരുതി അത് ശരിയായിരിക്കുമെന്ന്. യാക്കോവിന് ഇനി കൂട്ടുകൃഷിസ്ഥാപനത്തിലെ മാനേജരായി ഇരിക്കാൻ പറ്റുമെന്ന് തോന്നുന്നില്ല. യാക്കോവിനോട് പൊളോവ്ട്സേവ് ആണ് ഇങ്ങനെ ചെയ്യാൻ പറഞ്ഞത്. കൂട്ടുകൃഷി

സ്ഥാപനത്തിലെ കാളകളെ കൊല്ലാനുള്ള പദ്ധതിയായിരുന്നു അത്. ഒറ്റ നോട്ടത്തിൽ ഏതൊരാളും യാക്കോവിന്റെ പ്രവൃത്തി അംഗീകരിക്കും. തൊഴുത്ത് വൃത്തിയാക്കാൻ വേണ്ടിയാണെന്ന് ആരും കരുതും. എന്നാൽ കുതിരകൾ നശിക്കുന്നത് പൊളോവ്ട്സേവിന് ഇഷ്ടമായിരുന്നില്ല. കാരണം കുതിരകളെ അയാൾക്ക് വേണം. കലാപം നടത്താൻ അയാൾക്ക് അതാവശ്യമാണ്. പൊളോവ്ട്സേവിന്റെ നിർദ്ദേശം യാക്കോവ് അക്ഷരാർഥത്തിൽ നടപ്പാക്കുകയായിരുന്നു.

ഡേവിഡോവ് കാലത്തുതന്നെ യാക്കോവിനെ തന്റെ ഓഫീസിലേക്ക് വിളിപ്പിച്ചു. വാതിൽ അടച്ച് മുഖത്ത്നോക്കാതെ ഡേവിഡോവ് ചോദിച്ചു;

"നിങ്ങൾക്കെന്താണ് പറയാനുള്ളത്?"

"എനിക്കൊരു തെറ്റ് പറ്റിപ്പോയി. എന്റെ പ്രിയസഖാവെ. എന്നെ നിങ്ങൾ ശിക്ഷിച്ചുകൊള്ളൂ. ഞാൻ ചെയ്ത തെറ്റിന്റെ പേരിൽ എന്റെ തല തെറിച്ച് പോകട്ടെ എന്നാണ് ഞാൻ വിചാരിക്കുന്നത്. അത്രമാത്രം വേദനയുണ്ടെനിക്ക്."

ഇത് കേട്ട് ഡേവിഡോവ് ആകെ തളർന്നുപോയി. എന്നാൽ ഇത് കരുതിക്കൂട്ടിയാണെന്ന് അയാൾക്ക് സംശയമുണ്ടായി. ഉടൻതന്നെ അയാൾ യാക്കോവിന്റെ മുഖത്തുനോക്കി ചോദിച്ചു:

"എന്താണിത് വൃത്തികെട്ട പന്നി. നിങ്ങൾ കൂട്ടുകൃഷിസ്ഥാപനത്തെ അട്ടിമറിക്കുകയാണോ. നിങ്ങൾക്ക് ഇതറിയാമായിരുന്നില്ലെ. നിങ്ങൾക്കിതറിയാമായിരുന്നില്ലെ എന്നാണ് ചോദിച്ചത്."

"ദൈവത്തെ സാക്ഷിയാക്കി ഞാൻ പറയുന്നു, എനിക്കതറിയുമായിരുന്നില്ല."

"പന്നീ, ദൈവത്തിന്റെ പേരിൽ കള്ളസാക്ഷി പറയുന്നോ. ഇത്രയും പഴക്കവും തഴക്കവുമുള്ള കൃഷിക്കാരനായിട്ട് ഇതൊന്നും നിങ്ങൾക്കറിയില്ലെന്ന് പറഞ്ഞാൽ അത് വിശ്വസിക്കാൻ മാത്രം ഒരു വിഡ്ഢിയാണ് ഞാനെന്ന് വിചാരിച്ചോ."

യാക്കോവ് ലൂക്കിച്ചിന് പിന്നെ ഒന്നും പറയാനുണ്ടായിരുന്നില്ല. അയാൾ പൊട്ടിക്കരയുകയായിരുന്നു.

"കരച്ചിൽകൊണ്ട് കാര്യമില്ല. നിങ്ങളുത്തരം പറഞ്ഞേ പറ്റൂ."

"തൊഴുത്ത് വൃത്തിയാക്കാനേ ഞാനുദ്ദേശിച്ചുള്ളൂ. ഇങ്ങനെയൊക്കെ സംഭവിക്കുമെന്ന് കരുതിയിരുന്നില്ല."

"നിങ്ങൾ പോകൂ. ഇനി നിങ്ങളുടെ ജോലി ഉഷക്കോവിനെ ഏൽപ്പിക്കുകയാണ്. ക്രൂരമായ ഈ പ്രവൃത്തിയുടെ പേരിൽ നിങ്ങളെ ഞങ്ങൾ വിചാരണചെയ്യും."

"അയ്യോ സഖാവേ..."

"പുറത്ത് പോകാനാണ് പറഞ്ഞത്."

യാക്കോവ് ലൂക്കിച്ച് ഒന്നും മിണ്ടാതെ പോയി. അയാൾ പോയതിനുശേഷം ഡേവിഡോവ് ഗൗരവത്തോടെ ആലോചനയിൽ മുഴുകി. തനിക്ക് തെറ്റുപറ്റിയോ എന്ന് അയാൾക്ക് സംശയമുണ്ടായി. യാക്കോവ് ബോധ

പൂർവം ചെയ്തതായിരിക്കില്ല എന്നയാൾക്ക് തോന്നി. അട്ടിമറിപ്രവർത്തനം നടത്താൻ മാത്രം ഒരു വർഗവഞ്ചകനാണ് യാക്കോവ് എന്ന് വിശ്വസിക്കാൻ ഡേവിഡോവിന് പ്രയാസം തോന്നി. എന്നാൽ പലരും മുമ്പേതന്നെ യാക്കോവിനെക്കുറിച്ച് സൂചനകൾ നൽകിയിരുന്നു എന്ന കാര്യവും അയാളോർത്തു. യാക്കോവ് ഒരു കുലാക്കാണെന്ന് പലരും പറഞ്ഞിരുന്നു. അയാൾ ഒരു കുലാക്കിനെപ്പോലെയാണ് ജീവിച്ചിരുന്നത് എന്ന കാര്യം അയാളോർത്തു. ധനിക കൃഷിക്കാരനായിരുന്ന യാക്കോവ് ഒരു പ്രത്യേക സാഹചര്യത്തിൽ കൃഷി നശിച്ചതുകൊണ്ട് ഇടത്തരം കൃഷിക്കാരനായി മാറിയതാണ്. എങ്കിലും ഇപ്പോൾ ചെയ്തത് കരുതിക്കൂട്ടിയാണ് എന്ന് വിശ്വസിക്കാൻ ഡേവിഡോവിന് കഴിഞ്ഞില്ല. അയാൾ കുറ്റക്കാരനല്ലെന്ന നിഗമനത്തിലാണ് അയാൾ അവസാനമെത്തിയത്. ഒരുപക്ഷെ നല്ല ഉദ്ദേശ്യത്തോടുകൂടി ചെയ്തതായിരിക്കാം. ഒരു പുതിയ പരീക്ഷണം നടത്തി തൊഴുത്ത് വൃത്തിയാക്കാനുള്ള ആവേശത്തിനിടയിൽ പറ്റിയതാവാം. ഒരു ചാരനാണ് അയാളെങ്കിൽ എന്തിനാണ് ഇത്ര മാത്രം അയാൾ അധ്വാനിക്കുന്നത്. മാത്രമല്ല തൊഴുത്തിൽ മണൽവിരിച്ചപ്പോൾ അയാളുടെ കാളകൾക്കും പരിക്കുപറ്റിയിട്ടുണ്ടല്ലോ. ശുദ്ധനും വിശ്വസ്തനുമായ ഒരു കൃഷിക്കാരനാണ് യാക്കോവ്. ഇത് ഒരു കൈപ്പിഴവ് മാത്രമായിരിക്കും. ഇങ്ങനെയെല്ലാം ചിന്തിച്ച് ഡേവിഡോവ് യാക്കോവിന് അനുകൂലമായി തീരുമാനത്തിലെത്താൻ തുടങ്ങി.

കൂട്ടുകൃഷിസ്ഥാപനത്തിലെ തൊഴുത്തുകൾ നിർമിച്ചത് യാക്കോവിന്റെ പ്ലാൻ അനുസരിച്ചാണ്. മൃഗങ്ങൾക്ക് ചൂട് ലഭിക്കാൻ പറ്റിയ രീതിയിലാണ് അതിന്റെ നിർമാണം. മാത്രമല്ല അയാൾ ധാരാളം വൈക്കോൽ കാളകൾക്ക് വേണ്ടി സൂക്ഷിച്ചിരുന്നു. ഒരിക്കൽ കുതിരകൾക്ക് അസുഖം വന്നപ്പോൾ അയാൾ ഉറങ്ങാതെ അവയെ പരിചരിച്ച കാര്യവും ഡേവിഡോവ് ഓർത്തു. മൃഗങ്ങൾക്ക് രോഗം വന്നാൽ ചെയ്യേണ്ട കാര്യങ്ങളെക്കുറിച്ച് യാക്കോവിന് നന്നായി അറിയാമായിരുന്നു. അയാൾ ഒരൊന്നാന്തരം മൃഗ വൈദ്യനായിരുന്നു. ചില ചെടികളുടെ നീര് പിഴിഞ്ഞ് അയാൾ കുതിരകൾക്ക് കൊടുത്തതെല്ലാം ഡേവിഡോവ് ഓർത്തെടുത്തു. അതുപോലെതന്നെ കുതിരകളുമായി ബന്ധപ്പെട്ട പല കാര്യങ്ങളിലും യാക്കോവ് മുൻകൈ എടുത്തിട്ടുണ്ട്. കുതിരകളുടെ കാര്യത്തിൽ മറ്റാർക്കും തന്നെ അത്ര ശ്രദ്ധയുണ്ടായിരുന്നില്ല. പല അവസരങ്ങളിലും ഡേവിഡോവിന് ഇത് ബോധ്യപ്പെട്ടതാണ്. ഇത്രയും സത്യസന്ധനും വിശ്വസ്തനുമായ ഒരാളെ ചെറിയൊരു കൈപ്പിഴവിന്റെ പേരിൽ ക്രൂരമായി ശാസിച്ചതിൽ ഡേവിഡോവിന് വളരെയേറെ വിഷമമുണ്ടായി. കുറ്റബോധം കൊണ്ട് അയാളുടെ മനസ്സ് വേദനിച്ചു. മനസിൽ മുള്ളുകുത്തിയ അനുഭവം. തന്റെ പെരുമാറ്റം അയാളെ വല്ലാതെ വേദനിപ്പിച്ചിരിക്കുമോ. ചെറിയ ഒരു തെറ്റിന്റെ പേരിൽ ഒരു സഖാവിനെ ഇങ്ങനെ സംശയിക്കാൻ പാടുണ്ടായിരുന്നില്ല എന്നയാൾക്കു തോന്നി. ഇതിന്റെയെല്ലാം പേരിൽ

താനാണ് യഥാർഥത്തിൽ വിചാരണചെയ്യപ്പെടേണ്ടത് എന്നാണ് ഡേവിഡോവ് ചിന്തിച്ചത്. അസ്വസ്ഥനായി അയാൾ തന്റെ മുറിവിട്ട് പോയി.

യാക്കോവ് ലൂക്കിച്ച് കൂട്ടുകൃഷി സ്ഥാപനത്തിലെ കണക്കെഴുത്തുകാരുമായി സംസാരിച്ചിരിക്കുകയായിരുന്നു. അയാളുടെ കൈയിൽ ഒരു കൂട്ടം താക്കോൽ ഉണ്ടായിരുന്നു. അയാൾ ആകെ ക്ഷുഭിതനായിരുന്നു.

"ഹേ യാക്കോവ്, നിങ്ങളാ താക്കോലുകൾ തിരിച്ചുകൊടുക്കേണ്ട. താങ്കൾക്ക് ജോലിയിൽ തുടരാം. പക്ഷേ ഇത്തരം സംഭവങ്ങൾ ഇനിയും ആവർത്തിച്ചാൽ എന്തു സംഭവിക്കുമെന്ന് താങ്കൾക്ക് അറിയാമല്ലോ. നിങ്ങൾ ഉടൻ തന്നെപോയി മൃഗവൈദ്യനെ കൂട്ടിക്കൊണ്ടുവരണം. രോഗം ബാധിച്ച കാളകൾ ഇന്ന് പണിക്കുപോകേണ്ടതില്ല. നിങ്ങളിക്കാര്യം ബന്ധപ്പെട്ടവരോട് പറയണം."

കൂട്ടുകൃഷിസ്ഥാപനത്തെ തകർക്കാനുള്ള യാക്കോവിന്റെ ശ്രമം പാളിപ്പോയി. എന്നാൽ ആ ശ്രമം നടത്തുന്നതിൽ അയാൾ വീഴ്ച വരുത്തിയില്ല. പൊളോവ്ട്സേവ് അതിനുശേഷം യാക്കോവിന് പുതിയ നിർദേശങ്ങളൊന്നും നൽകിയില്ല. അയാൾക്ക് മറ്റുകാര്യങ്ങളിൽ ശ്രദ്ധിക്കാനുണ്ടായിരുന്നു. വേറൊരാൾ അയാളെ കാണാൻ വന്നിരുന്നു. സാധാരണ ആഗതർ വരുമ്പോലെ കുതിരപ്പുറത്തായിരുന്നു അയാളും വന്നിരുന്നത്. അയാൾ പൊളോവ്ട്സേവിന്റെ കിടപ്പുമുറിയിൽ വന്നിരുന്ന് എന്തൊക്കെയോ രഹസ്യങ്ങൾ കൈമാറി. രാത്രിമുഴുവൻ ഉറക്കമിളച്ചിരുന്ന് അവർ സംസാരിച്ചു. പ്രഭാതമായപ്പോൾ പൊളോവ്ട്സേവിന്റെ മുഖത്ത് അശേഷം ക്ഷീണമുണ്ടായിരുന്നില്ല. മറിച്ച് അയാൾ കൂടുതൽ ഊർജസ്വലനും ഉൻമേഷവാനുമായി കാണപ്പെട്ടു. ഇതുകണ്ട് യാക്കോവ് അൽഭുതപ്പെട്ടു. പ്രഭാതത്തിൽ പൊളോവ്ട്സേവ് തന്റെ അതിഥിയെ യാക്കോവിന് പരിചയപ്പെടുത്തി.

"എന്റെ പ്രിയ സുഹൃത്തെ, ഇയാൾ നമ്മുടെ ആളാണ്. എനിക്കു വേണ്ടപ്പെട്ട സഖാവ്. സമരസഖാവ് എന്നുതന്നെ പറയാം. ഇയാൾ സൈന്യത്തിൽ സേവനം അനുഷ്ഠിച്ച ആളാണ്. ഇയാൾക്ക് യാതൊരു കുറവും വരാതെ നോക്കണം. യാക്കോവിനെ പൊളോവ്ട്സേവ് തിരിച്ചും പരിചയപ്പെടുത്തി."

"സഖാവെ, ഇയാൾ കൂട്ടുകൃഷി സംഘത്തിന്റെ മാനേജരാണ്. അതായത് സോവിയറ്റിന്റെ ഒരു ഉദ്യോഗസ്ഥൻ."

ആഗതൻ യാക്കോവ് ലൂക്കിച്ചിനെ ഹസ്തദാനം ചെയ്തു. അയാൾക്ക് ഏകദേശം മുപ്പത് വയസ്സ് പ്രായമുണ്ടാകും. മെലിഞ്ഞശരീരം. മുഖത്ത് ഒരു ഇളം മഞ്ഞനിറം. കറുത്ത് പനംകുലപോലുള്ള അയാളുടെ മുടി. അയാളുടെ കോട്ടിന്റെ മുകളിലേക്ക് ചിതറിക്കിടന്നിരുന്നു. വിടർന്ന് വിശാലമായ ചുണ്ടുകളിൽ മന്ദഹാസം സ്ഫുരിക്കുന്നുണ്ടായിരുന്നു. ഇടത് കണ്ണിൽ പരുക്ക് പറ്റിയതിന്റെ ഒരടയാളമുണ്ടായിരുന്നു. യുദ്ധരംഗത്ത് നിന്ന് ചില്ലുപാളികൾ കൊണ്ടതിന്റെ പരുക്കായിരുന്നു അത്. ശരത്കാലത്തെ ഇലകൾ കണക്കെ ശുഷ്കിച്ചതായിരുന്നു കണ്ണുകൾക്ക്

താഴെയുള്ള തൊലി. എന്നാൽ അയാളുടെ ഊർജസ്വലതയെയും ഉൻമേഷത്തെയും ഇതൊന്നുംതന്നെ ബാധിച്ചിരുന്നില്ല. കൂമ്പിയ അയാളുടെ ഒരു കണ്ണ് അടയ്ക്കുമ്പോൾ അസാധാരണമായ ഒരു ഭാവം അയാളുടെ മുഖത്ത് നിഴലിക്കുന്നുണ്ടായിരുന്നു. ഊർജസ്വലനായ ആ യുവാവിന്റെ പൊട്ടിച്ചിരി കേൾക്കാൻ നല്ല രസമായിരുന്നു. അയഞ്ഞ വസ്ത്രങ്ങളാണ് അയാൾ ധരിച്ചിരുന്നത്. അയാളുടെ യൗവനത്തെയോ അതിന്റെ സൗന്ദര്യത്തെയോ മറച്ച് വയ്ക്കാൻ ആ വസ്ത്രങ്ങൾക്ക് കഴിഞ്ഞില്ല.

എന്തുകൊണ്ടോ അന്ന് പൊളോട്സേവ് വളരെ സന്തോഷവാനായിരുന്നു. വളരെ ഹൃദയാലുവായിട്ടാണ് അയാൾ പെരുമാറിയത്. സാധാരണ യാക്കോവിനോട് വളരെ കർക്കശമായിട്ടാണ് അയാൾ സംസാരിച്ചിരുന്നത്. എന്നാൽ അന്ന് പതിവിന് വിപരീതമായി അയാൾ ഇങ്ങനെ പറഞ്ഞു;

"ലെഫ്ടനന്റ് ലറ്റ്യേവ്സ്കി കുറച്ചു കാലത്തേയ്ക്ക് നമ്മുടെ കൂടെ താമസിക്കും. അതായത് നിങ്ങളുടെ കൂടെ. രാത്രിയായാൽ ഞാൻ പോകും. ഇദ്ദേഹത്തിന് വേണ്ടതെല്ലാം താങ്കൾ ചെയ്തുകൊടുക്കണം. എന്നെപ്പോലെതന്നെ ഇദ്ദേഹത്തെയും കണക്കാക്കണം." തന്റെ ഞരമ്പുകൾ എഴുന്ന് നിൽക്കുന്ന കൈകൾ യാക്കോവിന്റെ കാലിൽ വെച്ചുകൊണ്ട് അയാൾ പറഞ്ഞു. "നാം പ്രവർത്തനം തുടങ്ങിക്കഴിഞ്ഞു. ഇനി ഉടൻതന്നെ ഇതിന്റെയെല്ലാം ഫലമുണ്ടാകും. കൊസാക്കുകളെയെല്ലാം വിവരമറിയിക്കണം. ശരി ഇനി നിങ്ങൾ പോയിക്കൊള്ളൂ. ഞങ്ങൾക്കിനിയും കുറെ കാര്യങ്ങൾ സംസാരിക്കാനുണ്ട്.

യാക്കോവ് ലൂക്കിച്ച് ആകെ ആശങ്കാകുലനായി. എന്തുകൊണ്ടാണ് പൊളോവ്ട്സേവ് പെട്ടെന്ന് ഗ്രാമത്തിൽനിന്നും പോകുന്നത്. അയാൾക്ക് അതിനുത്തരം ലഭിക്കണമായിരുന്നു. എന്താണ് പെട്ടെന്ന് സംഭവിച്ചത്. യാക്കോവ് അവരുടെ സംസാരം ഒളിച്ചുനിന്ന് കേൾക്കാൻ ശ്രമിച്ചു. ചായ്പ്പ്മുറിയിൽനിന്ന് അയാൾ വാതിലിന്റെ വിടവിനടുത്ത് ചെവി ചേർത്ത് വെച്ചു. അപ്പോൾ അവ്യക്തമായ ആ സംസാരം അയാൾ കേട്ടു;

ലറ്റ്യേവ്സ്കി; ബിക്കാഡറോവുമായി നിങ്ങൾ ബന്ധപ്പെടണം. അതത് സമയത്ത് നിങ്ങൾ എന്താണ് ചെയ്യേണ്ടതെന്ന് നിങ്ങളെ അറിയിക്കും.....നമ്മുടെ സമയം വരും.............നമ്മൾ പരാജയപ്പെടരുത്..............

പൊളോട്സേവ്: ശ്ശ് ശ്ശ്..........

ലെറ്റ്യേവ്സ്കി: ഇല്ല ആരും നമ്മളെ ശ്രദ്ധിക്കില്ല.

പൊളോട്സേവ:ഒന്നും ഉറപ്പിക്കേണ്ട. നമ്മളെപ്പോഴും ജാഗ്രതയോടെയിരിക്കണം.

ലെറ്റ്യേവ്സ്കി: നാം പരാജയപ്പെടില്ല..............തീർച്ചയാണ്.........അഫ്ഗാനിസ്ഥാൻ.............നമുക്ക് മുന്നോട്ട് പോകാം.

പൊളോട്സേവ്: എന്നാൽ പണം..........

ലെറ്റ്യേവ്സ്കി: ഞാൻ പറയുന്നത് ശ്രദ്ധിച്ച്കേൾക്കുക.............നമുക്ക് അതിർത്തികടന്നുപോകണം. കാവൽക്കാരുടെ കാര്യം ഞാനേറ്റു. അതിലൊട്ടും പേടിക്കേണ്ട. കേണലിനെ എനിക്കറിയാം. ഞാനവരുമായി

സംസാരിക്കും...........എല്ലാ സഹായവും ഞാൻ വാങ്ങും......യാതൊരപ കടവും സംഭവിക്കില്ല. പണം മാത്രമല്ല. എല്ലാ സഹായവും ലഭിക്കും.

അവരുടെ സംസാരം വളരെ പതുക്കെയായിരുന്നു. യാക്കോവിന് അവർ പറഞ്ഞതിന്റെയൊന്നും അർഥം മനസിലായില്ല. അയാൾ നിരാശ നായി കൂട്ടുകൃഷിസ്ഥാപനത്തിലേക്ക്പോയി. അവിടത്തെ ബോർഡിലെ അക്ഷരങ്ങളിലേക്ക് അയാൾ കണ്ണോടിച്ചു. 'മാനേജ്മെന്റ് ഓഫീസ് സ്റ്റാലിൻ കൂട്ടുകൃഷിസംഘം ഗ്രിമ്യാക്കിലോഗ്' ഈ സ്ഥാപനം പണ്ട് ടിറ്റോ ക്കിന്റെതായിരുന്നു. അയാളുടെ മനസിൽ എന്തെന്നില്ലാത്ത ആകുലത കൾ ഉയർന്നു. പൊളോവ്ട്സേവും സുഹൃത്തും തമ്മിലുള്ള സംസാരം അയാളോർത്തു. "നാം ഉടൻ ആരംഭിക്കും അതെ എന്തെങ്കിലുമൊക്കെ സംഭവിക്കണം. അല്ലെങ്കിൽ ഈ നശിച്ച കൂട്ടുകൃഷിസംഘത്തിലെ കാള കളുടെ ഗതിയായിരിക്കും എനിക്കും."

അന്ന് രാത്രി പൊളോവ്ട്സേവ് യാത്രയ്ക്കുള്ള ഏർപ്പാടുകൾ ചെയ്തു. വളരെക്കാലമായി തൊഴുത്തിൽകെട്ടിയിട്ട അയാളുടെ കുതിര വളരെ ആഹ്ലാദവാനായിരുന്നു. പൊളോവ്ട്സേവിനെ പുറത്തുകയറ്റി വളരെ ഊർജസ്വലതയോടെ ആ കുതിര കുളമ്പടിച്ച് കടന്നുപോകുന്ന തിന്റെ ശബ്ദം യാക്കോവിന്റെ ചെവിയിൽ മുഴങ്ങി.

പുതിയ അതിഥി വളരെ ഊർജസ്വലനായിരുന്നു. യാതൊരുവിധ കൃത്രിമത്തവും ഔപചാരികതയും ഇല്ലാത്ത വ്യക്തിത്വം. എന്താണ് അയാളുടെ ജോലിയെന്നോ. യാക്കോവ് ലൂക്കിച്ചിന്റെ വീടിന് ചുറ്റും നട ക്കുക. അയാൾ എപ്പോഴും മന്ദഹസിച്ചുകൊണ്ടിരിക്കും. ചെറുപ്പക്കാരിക ളോട് തമാശപറയുന്നതിലും അവരെ ചിരിപ്പിക്കുന്നതിലും അയാൾക്ക് ഒരു പ്രത്യേകതരം കഴിവുണ്ടായിരുന്നു. യാക്കോവിന്റെ അമ്മയ്ക്ക് സിഗ രറ്റിന്റെ പുക തീരെ ഇഷ്ടമില്ല. എന്നാൽ അതൊന്നും നമ്മുടെ അതി ഥിക്ക് തീരെ പ്രശ്നമില്ല. വീട്ടിൽ വരുന്നവർ അയാളെ കാണുന്നതി ലൊന്നും അയാൾക്ക് പേടിയുണ്ടായിരുന്നില്ല. യാക്കോവ് അയാൾക്ക് പല തവണ മുന്നറിയിപ്പ് നൽകിയിട്ടുണ്ട്. ആളുകൾക്ക് പിടുത്തം കൊടുക്ക രുത് എന്ന് യാക്കോവ് അയാളെ ഉപദേശിച്ചു. എന്നാൽ നമ്മുടെ അതി ഥിക്ക് അതൊന്നും വലിയ കാര്യമായിരുന്നില്ല. അയാൾ ഇങ്ങനെ പറയും

"എന്റെ സുഹൃത്തെ, എനിക്കതിലൊന്നും വലിയ ഭയമില്ല. ഇത് കണ്ടോ, ഇതെന്റെ പാസ്സ് ആണ്. ഇതെന്റെ കൈയിൽ ഉള്ളിടത്തോളം കാലം ഒന്നിനെയും ഭയപ്പെടേണ്ടതില്ല." അതും പറഞ്ഞുകൊണ്ട് അയാൾ തന്റെ പോക്കറ്റിൽനിന്നും ഒരു റിവോൾവർ പുറത്തെടുത്തു. അയാളുടെ ചുണ്ടിൽ ഒരു ചെറുചിരിയുണ്ടായിരുന്നു.

അതിഥിയുടെ അതിരുകവിഞ്ഞ ആത്മവിശ്വാസം യാക്കോവിനെ അസ്വസ്ഥനാക്കി. അങ്ങനെയിരിക്കെയാണ് ഒരുദിവസം യാക്കോവ് രാത്രി ഓഫീസിൽനിന്നും വരികയായിരുന്നു. വീട്ടിലെ ഇടനാഴിയിൽനിന്നും ഒരു പിടിവലിയുടെയും മറ്റും ശബ്ദം അയാൾകേട്ടു. പിഞ്ഞാണമുടയുന്നപോ ലെയുള്ള ഒരു പെണ്ണിന്റെ ചിരി. ഇരുട്ടായിരുന്നതിനാൽ അയാൾക്ക് ആളെ

നമസിലായിരുന്നില്ല. അയാൾ തീപ്പെട്ടിക്കൊള്ളിയുരച്ചു. അപ്പോഴയാൾ കണ്ടത് തന്റെ അതിഥിയും ചെറിപ്പഴംപോലെ ചുവന്ന തന്റെ സ്വന്തം മരുമകളും തമ്മിൽ കൊഞ്ചിക്കുഴയുന്നതാണ്. കൊഞ്ചിക്കുഴയുക മാത്ര മായിരുന്നില്ല. അവർ നിലത്ത്കിടക്കുകയായിരുന്നു. പുറത്ത് ശബ്ദംകേ ട്ടപ്പോൾ അവൾ മേലോട്ട് വലിച്ചുകയറ്റിയ തന്റെ പാവാട വലിച്ചുതാഴ്ത്തി. അഴിഞ്ഞുലഞ്ഞ മുടി വാരിക്കെട്ടി. യാക്കോവ് ഒരു നിമിഷം സ്തംഭിച്ചു പോയി. എന്നാൽ അതിഥി അയാളെ പിൻതുടർന്നുകൊണ്ട് വന്നു. പുഞ്ചി രിച്ചുകൊണ്ട് അയാൾ പറഞ്ഞു:

"സുഹൃത്തെ, ആരോടും പറയരുത്. ഇതിലൊന്നും വലിയ കാര്യമില്ല. ഒരു കാര്യവുമില്ലാത്തതുകൊണ്ട് തന്നെ എന്റെ മകന്റെ വിലപ്പെട്ട സമയം എന്തിന് നഷ്ടപ്പെടുത്തണം. നമ്മളൊക്കെ പട്ടാളക്കാരല്ലേ. നിങ്ങൾക്കുമ റിയാമല്ലോ അതൊക്കെ. ചുവന്ന് തുടുത്ത നിലംകണ്ടാൽ നമ്മളൊക്കെ വിത്തുവിതയ്ക്കും. അതു തെറ്റാണോ. ഇതാ ഒരു സിഗരറ്റ് വലിക്കൂ. നിങ്ങളും അവളെയൊന്ന് ട്രൈചെയ്തിരിക്കും അല്ലേ. കൊച്ചുകള്ളാ."

യാക്കോവ് ലൂക്കിച്ച് എന്ത് പറയണമെന്നറിയാതെ നിന്നുപോയി. അയാൾ അതിഥി നൽകിയ സിഗരറ്റ് വലിച്ചുതീർത്തു. അതിനിടയിൽ അയാൾ ഒന്നും സംസാരിച്ചില്ല. അയാൾക്കൊന്നും സംസാരിക്കാനുണ്ടാ യിരുന്നില്ല. അയാൾ എല്ലാ വികാരങ്ങളും അമർത്തിവെച്ച ഒരു മനുഷ്യ നായി മാറിക്കഴിഞ്ഞിരുന്നു. അപ്പോൾ അതിഥി പറഞ്ഞു:

"നിങ്ങൾക്ക് ആരെങ്കിലും ഒരു സഹായം ചെയ്താൽ നന്ദിപറയ ണം. അല്ലെങ്കിൽ അത് മോശമാണ്. നിങ്ങളൊരു പെരട്ടക്കിഴവൻ തന്നെ. നിങ്ങളെങ്ങനെ കൂട്ടുകൃഷിസംഘത്തിന്റെ മാനേജരായി. ഹോ മഹാ കഷ്ടംതന്നെ."

ഇതു കേട്ട് യാക്കോവ് ലൂക്കിച്ച് ചിന്തിക്കാൻ തുടങ്ങി.

എന്തൊരു വൃത്തികെട്ട പിശാചാണ് ഇയാൾ. ഇങ്ങനെയുള്ള ഒരാൾ എങ്ങനെയാണപ്പാ എന്റെ വീട്ടിൽ താമസിക്കുന്നത്.

യാക്കോവിന്റെ മകൻ സെമ്യോണിന്റെ ഭാര്യയുമായിട്ടാണ് തന്റെ അതിഥി ലെറ്റ്യേവ്സ്കി കളിച്ചത്. തന്റെ മകനോട് കാര്യങ്ങളൊന്നും പറ യരുതെന്ന് യാക്കോവ് മനസിൽ ഉറപ്പിച്ചു. സെമ്യോൺ മൃഗവൈദ്യനെ കാണാൻവേണ്ടി പുറത്ത് പോയതായിരുന്നു. യാക്കോവ് സെമ്യോണിന്റെ ഭാര്യയെ ജീനിക്കെട്ടിന്റെ തോൽവാറുകൊണ്ട് നന്നായി പ്രഹരിച്ചു. അവ ളുടെ അരയ്ക്ക് താഴെയായിരുന്നു അയാൾ അടിച്ചത്. പുറത്ത് പരുക്കു കളൊന്നും ഉണ്ടായിരുന്നില്ല. ഇതൊന്നും സെമ്യോൺ അറിഞ്ഞിരുന്നില്ല. രാത്രി വീട്ടിൽവന്ന സെമ്യോണിനെ പതിവുപോലെതന്നെ ഭാര്യ സ്വീക രിച്ച് ആഹാരം കൊടുത്തു. എന്നാൽ അവളുടെ ഉള്ളിൽ എന്തെന്നില്ലാ ത്തൊരു ഭീതിയുണ്ടായിരുന്നു. അകന്നുമാറിനിന്ന അവളോട് അയാൾ ചോദിച്ചു.

"എന്താണ് നീ മാറിനിൽക്കുന്നത്."

"എനിക്ക് നല്ല സുഖമില്ല."

"അസുഖമാണെങ്കിൽ വല്ല മരുന്നും കഴിച്ചുകൂടെ" യാക്കോവാണ് ഇത് പറഞ്ഞത്.

"സാരമില്ല ഇത് താനെ മാറിക്കൊള്ളും". അവൾ ഉദാസീനഭാവത്തിൽ പറഞ്ഞു.

ലെറ്റ്യേവ്സ്കിക്ക് ധാരാളം കത്തുകൾ വന്നുകൊണ്ടിരുന്നു. രഹസ്യസന്ദേശങ്ങളടങ്ങിയ കത്തുകളായിരുന്നു അത്. വായിച്ചശേഷം അതെല്ലാം അയാൾ കത്തിച്ചുകളഞ്ഞു. കഴിഞ്ഞ സംഭവത്തിനുശേഷം യാക്കോവിന്റെ മരുമകളുമായുള്ള രഹസ്യബന്ധം അയാൾ ഉപേക്ഷിച്ചു. പകരം അയാൾ രാത്രിയിൽ കുടിക്കാൻ തുടങ്ങി. യാക്കോവിനോടും സെമ്യോണിനോടും പറഞ്ഞാണ് അയാൾ മദ്യം വരുത്തിയത്. മദ്യം കഴിച്ചാൽ അയാൾപിന്നെ രാഷ്ട്രീയമാണ് പറയുക. അയാൾക്ക് അയാളുടേതായ ഒരു ശൈലിയുണ്ട്. എല്ലാകാര്യങ്ങളും അയാൾ വിശകലനം ചെയ്യും. ഒരുദിവസം നല്ല ലഹരിയിൽ അയാൾ യാക്കോവിനെ ചായ്പ്പിലേക്ക് വിളിച്ചുകൊണ്ടുപോയി കുറച്ച് വോട്ക കൊടുത്തു സൽക്കരിച്ചു. എന്നിട്ട് ഒരു കുറുക്കന്റെ ഭാവത്തിൽ അയാൾ യാക്കോവിനോട് ചോദിച്ചു:

"ഈ കൂട്ടുകൃഷിയെന്ന ഏർപ്പാട് നമുക്ക് അട്ടിമറിച്ചുകൂടെ?"

"അതിന്റെ കാര്യം."

"എന്താണ് നിങ്ങളുടെ ലക്ഷ്യം?"

"നിങ്ങൾ ചോദിക്കുന്നത് മനസിലായില്ല."

"നിങ്ങൾക്ക് അവിടെ എന്താണ് പണി. നിങ്ങൾ ഒരു വലിയ അട്ടിമറിക്കാരനാണ് അല്ലേ. എല്ലാം എനിക്ക് അറിയാം. കുതിരകളെയെല്ലാം വിഷംകൊടുത്ത് കൊല്ലുന്ന പരിപാടിയാണ് അല്ലേ. കൂട്ടുകൃഷിയുടെ ആളായി നടന്ന് എല്ലാം നശിപ്പിക്കുകയാണല്ലേ. നിങ്ങളെല്ലാം തകർക്കും."

"എന്നോട് പറഞ്ഞത് ഇനിമേലാൽ കുതിരകളെ തൊടരുത് എന്നാണ്." യാക്കോവ് പറഞ്ഞു.

ലെറ്റ്യേവ്സ്കി നൽകിയ വോട്കയ്ക്ക് നല്ല വീര്യമുണ്ടായിരുന്നു. മാത്രമല്ല വളരെക്കാലമായി യാക്കോവ് മദ്യം തൊടാറേയില്ലായിരുന്നു. അതുകൊണ്ട് യാക്കോവിന്റെ സൽക്കാരം നന്നായി ഏശി. യാക്കോവ് എല്ലാ രഹസ്യങ്ങളുടെയും കെട്ടുകൾ അഴിക്കാൻ തുടങ്ങി. കൂട്ടുകൃഷിയുമായി ബന്ധപ്പെട്ട എല്ലാ കാര്യങ്ങളും അയാൾ വെളിപ്പെടുത്താൻ തുടങ്ങി. അതേസമയം തന്നെ തന്റെ ധർമസങ്കടങ്ങളും മനഃപ്രയാസങ്ങളും അയാൾ ലെറ്റ്യേവ്സ്കിയുമായി പങ്കിട്ടു. എന്നാൽ കൂടുതൽ സംസാരിക്കാൻ യാക്കോവിനെ അയാൾ അനുവദിച്ചില്ല. യാക്കോവിന്റെ ഗ്ലാസിൽ വീണ്ടും വീണ്ടും വോട്ക നിറഞ്ഞു.

"ഏത് കലികാലത്തിലാണ് നമ്മൾ തമ്മിൽ കണ്ടുമുട്ടിയത്. ഏത് പിശാചായിരിക്കും നമ്മളെ അതിന് പ്രേരിപ്പിച്ചത്. എന്റെയും പൊളോവ്ട്സേവിന്റെയും ജീവിതം ഒരു നഗര തീർത്ഥാടനമാണ്. ഏത് നിമിഷവും ഞങ്ങൾക്ക് അപകടം സംഭവിക്കാം. മരണം ഞങ്ങളെ ലക്ഷ്യമിട്ടിരിക്കുന്നു. ഞങ്ങൾക്ക് ചുറ്റും മരണം അതിന്റെ ഭീമൻ വല വിരിച്ചിരിക്കുന്നു.

അതെ, അത് സുനിശ്ചിതമാണ്. പക്ഷെ അതിന് മുമ്പ് ഞങ്ങൾക്ക് വിജയിക്കണം. എടോ കിഴവാ തനിക്ക് എന്തെങ്കിലും അറിയുമോ?. വിജയിക്കാനുള്ള സാധ്യതകൾ കുറഞ്ഞ് കുറഞ്ഞ് വരികയാണ്. എന്നുവെച്ചാൽ വളരെ കുറവാണ് എന്നർഥം. നമ്മുടെ കമ്യൂണിസ്റ്റുകാർ പറയുന്നതുപോലെ നഷ്ടപ്പെടാൻ ഒന്നുമില്ല. വിലങ്ങുകളല്ലാതെ. അതെ ഞങ്ങൾക്കുമൊന്നും നഷ്ടപ്പെടാനില്ല. പക്ഷെ നിങ്ങൾക്ക് ഒരുപാട് നഷ്ടംവരും. നിങ്ങൾ വെറുമൊരു അറവുമൃഗമാണ്. അല്ലെങ്കിൽ ബലിമൃഗം. എടോ വയസ്സൻ കോമാളി തനിക്ക് അടുത്തൊന്നും മരണമില്ലെടോ. ഈ കൂട്ടുകൃഷി എന്നൊക്കെ പറയുന്നത് തന്നെപ്പോലുള്ള വയസ്സന്മാരുടെ ഏർപ്പാടാണ്. വട്ടന്മാരായ കുറെ വയസ്സന്മാർ വിചാരിച്ചാൽ സോഷ്യലിസമുണ്ടാവുമോ? ഒരിക്കലുമില്ല. വയസ്സന്മാർക്ക് രാത്രിയിൽ ഉറക്കം കുറയും. പിന്നെ അവർക്ക് ഒരുപാട് ഏകാന്തതകളും ദുഖങ്ങളുമൊക്കെ ഉണ്ടാകും. അപ്പോൾ അവർ സോഷ്യലിസത്തെക്കുറിച്ച് ചിന്തിക്കും. അങ്ങനെയല്ലേ കിളവാ താനൊക്കെ സോഷ്യലിസ്റ്റായത്. ചെളിക്കുണ്ടിലെ തവളയാണ് നിങ്ങൾ. ഒരു കാര്യം ഉറപ്പാണ്. ഒരു കലാപം ഇവിടെ ഉണ്ടാവും. തനിക്ക് വേണമെങ്കിൽ എങ്ങോട്ടെങ്കിലും ഓടിരക്ഷപ്പെടാം. എടോ പെരട്ടക്കിളവാ തന്നെ ആരെങ്കിലും പിടിച്ച് ജയിലിലിടുന്നതിന് മുമ്പ് രക്ഷപ്പെട്ടോളൂ. നിന്നെ ചിലപ്പോൾ നാട് കടത്തിയേക്കാം. കമ്യൂണിസം ഉണ്ടാകുന്നതിനുമുമ്പേ തന്റെ കഥകഴിയും. തന്നെ ഏതെങ്കിലും അജ്ഞാത ദ്വീപിലേക്ക് നാടുകടത്തും. താൻ അവിടെക്കിടന്ന് ചത്ത് നാറും. നിനക്കറിയുമോ വിഡ്ഢിക്കിളവാ ഞാനെങ്ങനെ ഒരു കമ്യൂണിസ്റ്റ് വിരുദ്ധനായെന്ന്. ഞാൻ പണ്ട് വളരെ സമ്പന്നനായ ഒരു പ്രഭുവായിരുന്നു. ആയിരക്കണക്കിനേക്കർ കൃഷിഭൂമിയും വനഭൂമിയും എനിക്കുണ്ടായിരുന്നു. എന്നുവെച്ചാൽ പതിനാലായിരം ഏക്കർ ഭൂമി. സോഷ്യലിസ്റ്റ് വിപ്ലവം വന്നതോടെ എല്ലാം പോയി. വലിയൊരു ആഘാതമായിരുന്നു എനിക്കത്. അഷ്ടിക്കുപോലും ഗതിയില്ലാതായി. എല്ലാം അവർ പിടിച്ചെടുത്തു. നാടുവിടേണ്ട ഗതിയായിരുന്നു. അന്നന്ന് പണിയെടുത്ത് ആഹാരം കഴിക്കേണ്ടുന്ന അവസ്ഥവന്നു. എടോ കിളവാ ഇനി താനാരാണെന്ന് പറയൂ. താനൊരു കൃഷിക്കാരൻ. എന്നുവെച്ചാൽ കർഷക തൊഴിലാളി. അത്തരമൊരു തൊഴിലാളി എന്നുപറഞ്ഞാൽ ചാണകത്തിലെ പുഴുവാണ്. അന്നന്നത്തെ ആഹാരത്തിനുവേണ്ടി ജോലിചെയ്യുന്നവൻ. നായിന്റെ മക്കളാണ് നിങ്ങൾ. എല്ലാ കൊസാക്കുകളും നായിന്റെ മക്കളാണ്. നിങ്ങൾ കുറെപ്പേർ ആഭ്യന്തരവിപ്ലവകാലത്തുതന്നെ ചത്തുതീർന്നതാണ്."

യാക്കോവ് ലൂക്കിച്ച് ഇതെല്ലാം ശ്രദ്ധയോടെ കേട്ടു. അയാൾ ഇങ്ങനെ പ്രതിവചിച്ചു.

"ഞങ്ങളെ അവർ വല്ലാതെ ദ്രോഹിക്കുകയാണ്. ഞങ്ങളുടെ ജീവൻ അപകടത്തിലാണ്. നികുതികൊടുത്തുകൊടുത്ത് ഞങ്ങളുടെ നടുവൊടിഞ്ഞു. ഞങ്ങളുടെ സമ്പത്തെല്ലാം അവർ തട്ടിപ്പറിച്ചെടുക്കുകയാണ്. ഈ കമ്യൂ

ണിസ്റ്റുകാർ ജീവിക്കാൻ അനുവദിക്കുന്നില്ല. ഞങ്ങൾക്ക് ഒരു പട്ടിയുടെ സ്വാതന്ത്ര്യംപോലുമില്ല. വല്ലാത്തൊരു ഗതികേടാണ് എനിക്ക് വന്നുപെട്ടത്."

"നിങ്ങൾ മാത്രമല്ല ഇങ്ങനെ കഷ്ടപ്പെടുന്നത്. നികുതികൊടുത്ത് കൊടുത്ത് ലോകത്തിലെ എല്ലാവരുടേയും മുതുകൊടിയുകയാണ്. നിങ്ങൾ കൊടുക്കുന്നതിനെക്കാൾ നികുതി ഞങ്ങൾ കൊടുത്തിട്ടുണ്ട്."

"അതൊരിക്കലുമുണ്ടാവില്ല."

"തീർച്ചയായും ഉണ്ട്."

"നിങ്ങൾക്ക് അതൊക്കെ എങ്ങനെ അറിയാം. ഈ ഗ്രാമത്തിൽ നിന്നും പുറത്ത് പോയിട്ടുണ്ടോ നിങ്ങൾ."

"ഞാൻ പലയിടത്തും പോയിട്ടുണ്ട്. എനിക്കതൊക്കെ നല്ലവണ്ണമറിയാം."

"അപ്പോൾ നിങ്ങൾ ഇവിടുത്തുകാരനല്ലെ?"

"അല്ലെങ്കിൽ...."

"അല്ല ഞാൻ ചോദിച്ചതാണ്." ഇങ്ങനെ ഇരുവരും തമ്മിൽ കുറേ നേരം സംസാരിച്ചു.

യാക്കോവ് ലൂക്കിച്ച് സെമ്യോണിനെ പുറത്തേക്കയച്ചു. വോട്ക വാങ്ങാൻ വേണ്ടിയാണ് അയച്ചത്. അവിടെ ഉണ്ടായിരുന്നതെല്ലാം തീർന്നു. യാക്കോവ് മുറ്റത്തേക്ക് നടന്നു. അവിടെയിരുന്ന് മണിക്കൂറുകളോളം അയാൾ ചിന്തിക്കാൻ തുടങ്ങി. അയാൾ മനസിൽ ഇങ്ങനെ പറഞ്ഞു:

'ആ പിശാച് നശിച്ചുപോകട്ടെ. അയാളുടെ വാക്കുകൾ കേട്ടാൽ തലതകർന്നുപോകും. എന്താണ് അയാളുടെ ലക്ഷ്യം. അയാളെന്നെ പരീക്ഷിക്കുകയാണോ. തന്നെ അയാളുടെ ആളാണോ എന്ന് പരീക്ഷിക്കുകയായിരിക്കാം. എന്തായിരുന്നാലും പൊളോട്സേവ് വരുമ്പോൾ കാര്യങ്ങൾ വ്യക്തമാക്കണം. അല്ലെങ്കിൽ രണ്ടുപേരുംകൂടി എന്നെ തട്ടും. ഖൊപ്രോവിനെ തട്ടിയതുപോലെ. തനിക്ക് വോട്ക തന്ന് തന്നിലുള്ളതെല്ലാം ചൂഴ്ന്നെടുത്ത് തന്നെക്കൊല്ലാനുള്ള പദ്ധതി ആവിഷ്ക്കരിക്കുകയാണോ. മദ്യം അധികം കഴിച്ചാൽ ആരായാലും കുറെകാര്യങ്ങൾ പറഞ്ഞുപോകും. ആ നശിച്ച പൊളോട്സേവുമായി കൂടേണ്ടിയിരുന്നില്ല. ഇതിലും നല്ലത് കൂട്ടുകൃഷിതന്നെയായിരുന്നു. കൂട്ടുകൃഷി സ്ഥാപനം താനെയങ്ങ് പൊളിയുമായിരുന്നു. അപ്പോൾ അവർതന്നെ പിൻവാങ്ങുമായിരുന്നു. അങ്ങനെയാണെങ്കിൽ തനിക്ക് സാധാരണപോലെ ജീവിച്ച് പോകാമായിരുന്നു. ഇതൊരു വലിയ കഷ്ടമായിപ്പോയി. ഈ കശ്മലന്മാർ തന്നെ എന്തു ചെയ്യുമെന്ന് ആർക്കറിയാം. എന്തായാലും ഒരു കാര്യം ഉറപ്പാണ്. ഈ ദുഷ്ടന്മാരുടെ കൂടെക്കൂടിയാൽ എനിക്ക് വലിയ ആയുസ്സുണ്ടാവില്ല. എന്തായിരുന്നാലും ഇനിയിപ്പോൾ ഒരു രക്ഷയുമില്ല. എല്ലാവഴികളും അടഞ്ഞുകഴിഞ്ഞു. കൂട്ടുകൃഷി സ്ഥാപനം തനിക്ക് നരകമാണ്. അതേപോലെതന്നെ നരകമാണ് ഈ ദുഷ്ടന്മാരുമൊത്തുള്ള ജീവിതവും. ഉലക്കകൊണ്ട് മൂങ്ങയെ അടിച്ചാലും മൂങ്ങയെ ഉലക്കമേൽ അടിച്ചാലും ഫലമൊന്നുതന്നെ. മൂങ്ങയ്ക്ക് ജീവനുണ്ടാവില്ല."

യാക്കോവ് മുറ്റത്തെ വൈക്കോലിൽ ഇരുന്നാണ് തന്റെ ജീവിതത്തെപ്പറ്റി ആലോചിച്ച് പ്രയാസപ്പെട്ടത്. പുറത്ത് നല്ല ശീതക്കാറ്റ് അടിയ്ക്കുന്നുണ്ടായിരുന്നു. കാറ്റിൽപ്പെട്ട് വൈക്കോലിന്റെ ഇഴകൾ പറക്കാൻ തുടങ്ങി. നന്നായി മഞ്ഞ് പെയ്യുന്നുണ്ടായിരുന്നു. ദുരന്തത്തിന്റെ ലക്ഷണം പോലെ ആ ശീതക്കാറ്റ് യാക്കോവിനെ അസ്വസ്ഥനാക്കി. ഒരു ചുഴലിക്കാറ്റായിരുന്നു അത്. കാറ്റിൽ മരങ്ങളുടെ ചില്ലകൾ പിളർന്നുവീഴാൻ തുടങ്ങി. കുറ്റിക്കാടുകളിൽനിന്നും കാട്ടുനായ്ക്കളുടെ ഓരിയിടൽ കേൾക്കാമായിരുന്നു. എലികൾ വൈക്കോൽ കൂനയ്ക്കുള്ളിൽനിന്നും പുറത്ത്ചാടി നിലവിളിച്ചോടാൻതുടങ്ങി. അവ യാക്കോവിന്റെ കാലുകളിലൂടെയാണ് ഓടിയത്. പുറത്തുനിന്നും ഏതൊക്കെയോ മൃഗങ്ങളുടെ കരച്ചിലുകൾ കേൾക്കാമായിരുന്നു. മെല്ലെ കാറ്റ് അടങ്ങി. എന്നിട്ടും ശൈത്യം കുറഞ്ഞിരുന്നില്ല. യാക്കോവ് ലൂക്കിച്ചിന്റെ കണ്ണുകളിൽ സുഷുപ്തിയുടെ ആർദ്രമായ സ്പർശനമുണ്ടായി. അയാൾ ഏതോ ഒരു വിസ്മയലോകത്തിലേക്ക് വഴുതിവീണു. അയാൾ തന്റെ ഉറക്കച്ചടവാർന്ന കണ്ണുകളോടെ ആകാശത്തേക്ക്നോക്കി. താരഹാരം ആകാശത്തെ മനോഹരമാക്കിയിരുന്നു. സ്റ്റെപ്പിക്കുന്നുകളിൽനിന്നും ഇറങ്ങിവരുന്ന സുഗന്ധം നിറഞ്ഞ ഇളംകാറ്റ് അയാളെ നിദ്രയുടെ ലോകത്തിലേക്ക് നയിച്ചു.

അർധരാത്രിയായതോടെ പുറത്തുനിന്നും പൊളോട്സേവിന്റെ ദൂതൻ യാക്കോവിന്റെ അടുത്തെത്തി ഒരു കത്ത് കൊടുത്തു. കവറിനുമുകളിൽ അടിയന്തരമായത് എന്ന് എഴുതിവെച്ചിരുന്നു. യാക്കോവ് ലൂക്കിച്ച് ആ കത്ത് ലെറ്റ്യേവ്സ്കിക്ക് കൊടുത്തു. ലെറ്റ്യേവ്സ്കി ആ കത്ത് ഇങ്ങനെ വായിച്ചു:

"പ്രിയ സൈനികന്,

വസന്തകാലമായാൽ വിത തുടങ്ങും. അതിനായി വിത്ത് സംഘടിപ്പിക്കണം. കൂട്ടുകൃഷിക്കാർ ആണ് ഈ വിത്തുകൾ നൽകുന്നത്. ഈ വിത്തുകളെല്ലാം വിദേശത്തേക്ക് പോകുന്നതാണ്. കൂട്ടുകൃഷിക്കാർക്ക് ഇതിന്റെ യാതൊരു ഗുണവും കിട്ടില്ല. അവർ പട്ടിണികിടന്ന് ചാവും. അവർ ഇരകളാക്കപ്പെടും. സോവിയറ്റ് ഗവൺന്റെ തകരാൻപോകുന്ന ഒരു കപ്പലാണ്. അതുകൊണ്ടുതന്നെ അവസാനമണി ധാന്യം വരെ അവർ വിറ്റ് തുലയ്ക്കും. അതുകൊണ്ട് നിങ്ങളീ വിവരമെല്ലാം കൃഷിക്കാർക്കിടയിൽ പ്രചരിപ്പിക്കണം. അതിനായി ഞാൻ താങ്കളെ നിയോഗിക്കുന്നു. ഈ കത്ത് നിങ്ങൾ യാക്കോവിനെ വായിച്ച് കേൾപ്പിക്കണം. കൃഷിക്കാരിൽനിന്നും കമ്യൂണിസ്റ്റുകാർ വിത്ത് ശേഖരിക്കുന്നത് എന്തുവിലകൊടുത്തും തടയണം." പിറ്റേന്ന് പ്രഭാതമായപ്പോൾ യാക്കോവ് ലൂക്കിച്ച് കൂട്ടുകൃഷി ഓഫീസിലേക്ക് പോവാതെ തന്റെ രഹസ്യ സംഘത്തിൽപെട്ടവരെകാണാൻ വേണ്ടി യാത്രപുറപ്പെട്ടു.

# 27

ഗ്രിമ്യാക്കിലോഗ് ഗ്രാമത്തിൽ കൂട്ടുകൃഷി പ്രവർത്തനങ്ങൾ തകൃതിയായി നടക്കുകയായിരുന്നു. വസന്തകാലത്ത് വിത തുടങ്ങും. അതിനുവേണ്ടുന്ന വിത്തുകൾ സംഘടിപ്പിക്കാനുള്ള പ്രവർത്തനങ്ങൾ തുടങ്ങിക്കഴിഞ്ഞു. മൂന്നംഗങ്ങളുള്ള ഒരു പ്രത്യേക സംഘം അതിനായി നിയോഗിക്കപ്പെട്ടിരുന്നു. ആൾപ്പാർപ്പില്ലാത്ത ഒരു ധനികകുലാക്കിന്റെ ഭവനമായിരുന്നു ഇതിന്റെ പ്രവർത്തന കേന്ദ്രം. കാർഷികപ്രവർത്തനങ്ങൾക്ക് യാക്കോവ് ലൂക്കിച്ച് എല്ലാ നിർദേശങ്ങളും നൽകി. ഗ്രാമത്തിലെ കൃഷി വിദഗ്ധനെന്ന നിലയിൽ അയാളുടെ ഉപദേശനിർദേശങ്ങൾ കൃഷിക്കാർ സ്വീകരിച്ചു. പുതിയ കൃഷിസമ്പ്രദായത്തെക്കുറിച്ചും പഴയ കൃഷിസമ്പ്രദായത്തെക്കുറിച്ചും അയാൾ വിശദീകരിച്ചു. കൃഷിക്കാരുടെ സംശയങ്ങളെല്ലാം തീർത്തുകൊടുത്തു. കൂട്ടുകൃഷി ഭവനത്തിൽ ലഭിച്ച വിത്തുകളെല്ലാം യാക്കോവ് പരിശോധിച്ച് തരംതിരിച്ചു. അദ്ദേഹം പകൽമുഴുവൻ ഇതിനായി വിനിയോഗിച്ചു. മാത്രമല്ല ഗ്രാമവാസികളുടെ കന്നുകാലികളെയും അയാൾ ശുശ്രൂഷിച്ചു. രോഗബാധിതരായ കന്നുകാലികൾക്ക് മരുന്നുകൊടുത്തു. അദ്ദേഹം ഒരിക്കലും ഇതിന് പ്രതിഫലം വാങ്ങിയിരുന്നില്ല. കന്നുകാലികളെ ചികിത്സിക്കുക എന്നത് അയാളുടെ ജീവിതത്തിന്റെ ഭാഗമായിരുന്നു. എന്നാൽ കൃഷിക്കാരുടെ വീട്ടിൽ ഇരുന്ന് വീട്ടുകാരോടൊപ്പം അയാൾ ആഹാരം കഴിക്കും. ചിലപ്പോൾ അവർ നൽകുന്ന പൊരിച്ച ഉരുളക്കിഴങ്ങും പാലും മറ്റും ഒരു പാത്രത്തിൽ കൊണ്ടുവരും. അതയാൾ തന്റെ സഹപ്രവർത്തകർക്ക് കൊടുക്കും. അതയാൾക്ക് വളരെ സന്തോഷകരമായ പ്രവൃത്തിയായിരുന്നു. സഹപ്രവർത്തകരുടെ വിശ്വാസവും സ്നേഹവും ആർജിക്കുന്നതിൽ ഒരു പ്രത്യേക കഴിവ് അയാൾക്കുണ്ടായിരുന്നു.

വസന്തകാലത്തെ പ്രവർത്തനങ്ങൾക്കായി ഒരുപാട് കൃഷിക്കാർ സംഘടിതമായി മുന്നിട്ടിറങ്ങി. എന്നാൽ ഗ്രാമത്തിൽ കൂട്ടുകൃഷി സംഘത്തിനെതിരായ പ്രവർത്തനങ്ങൾ തുടങ്ങിക്കഴിഞ്ഞിരുന്നു. അതുകൊണ്ടുതന്നെ ധാരാളം തടസങ്ങൾ അവർക്ക് നേരിടേണ്ടിവന്നിരുന്നു. സ്വതന്ത്രരായ കൃഷിക്കാർ കൂട്ടുകൃഷി സംഘത്തിന്റെ പ്രവർത്തനങ്ങളെ എതിർത്തു. ധാന്യങ്ങൾ ശേഖരിക്കുന്നത് കൃഷിക്കാർക്കുവേണ്ടി അല്ലെന്നും വിദേശ രാജ്യങ്ങളിലേക്ക് ഒളിച്ചുകടത്താനാണെന്നും അവർ പ്രചരിപ്പിച്ചു. മാത്രമല്ല, ഇനിമുതൽ റഷ്യയിൽ എവിടേയും കൃഷിയുണ്ടാവുകയില്ലെന്നും യുദ്ധം ഉടനടി പൊട്ടിപ്പുറപ്പെടുമെന്നും ഉള്ള പ്രചാരണങ്ങൾ തുടങ്ങിക്കഴിഞ്ഞിരുന്നു. ഇത്തരം പ്രചാരണങ്ങളെ നേരിടാൻ കൂട്ടുകൃഷി സംഘക്കാർ അത്യധ്വാനം ചെയ്തു.

നഗുൽനോവ് ആണ് കൂട്ടുകൃഷി സംഘത്തിന്റെ പ്രവർത്തനങ്ങളെ നിയന്ത്രിച്ചത്. അയാൾ ഗ്രാമത്തിലുടനീളം യോഗങ്ങൾ വിളിച്ച് ചേർത്ത് കുപ്രചാരണങ്ങളെക്കുറിച്ച് വിശദീകരിച്ചു. കൂട്ടുകൃഷി സംഘത്തിന്റെ

പ്രവർത്തനങ്ങൾ അയാൾ സമഗ്രമായി വിവരിച്ചു. കിംവദന്തികളെ തള്ളിക്കളയാൻ അയാൾ കൃഷിക്കാരോട് അഭ്യർഥിച്ചു. സോവിയറ്റ് യൂണിയനെതിരായി കുപ്രചാരണങ്ങൾ നടത്തുന്നവർക്ക് കഠിനമായ ശിക്ഷ നൽകുമെന്ന് അയാൾ കൃഷിക്കാരെ ധരിപ്പിച്ചു.

കാര്യങ്ങൾ ഇങ്ങനെയൊക്കെയായിരുന്നെങ്കിലും കൊസാക്ക് കൃഷിക്കാർ കൂട്ടുകൃഷി സംഘക്കാരോട് യോജിക്കാൻ തയാറായില്ല. അവരെ പേടിച്ച് കൊസാക്കുകൾ നേരം വെളുക്കുന്നതിന് മുമ്പുതന്നെ വീട്ടിൽനിന്നിറങ്ങി കാട്ടിലേക്കും സ്റ്റെപ്പിക്കുന്നുകളിലേക്കും പോകും. വിറകുകളും പഴങ്ങളും ശേഖരിക്കുക എന്നതായിരുന്നു അവരുടെ പ്രധാനജോലി. എന്നാൽ യാഥാർഥത്തിൽ കൂട്ടുകൃഷിക്കാരിൽനിന്നും രക്ഷപ്പെടാനാണ് അവർ പോകുന്നത്. കൂട്ടുകൃഷിക്കാരുടെ കണ്ണിൽപെട്ടാൽ അവർക്ക് ധാന്യങ്ങൾ കൊടുക്കേണ്ടിവരും. അതുകൊണ്ട് കൊസാക്ക് കൃഷിക്കാരിൽ വലിയൊരു വിഭാഗം വീടുകളിൽ നിൽക്കാതെ പുറത്തുപോകും. സ്ത്രീകൾ മുമ്പ് കൂട്ടുകൃഷി യോഗങ്ങളിൽ പങ്കെടുത്തിരുന്നു. എന്നാലിപ്പോൾ അവർ അതിന് പോകാൻ തയാറാകുന്നില്ല. ആരെങ്കിലും കൂട്ടുകൃഷി സ്ഥാപനത്തിൽനിന്നും എന്തെങ്കിലും കാര്യത്തിന് വന്നാൽ ഗൃഹനാഥൻ പുറത്ത് പോയിരിക്കുകയാണെന്ന് പറഞ്ഞ് അവർ ഒഴിഞ്ഞുമാറും.

അങ്ങനെ ധാന്യശേഖരണം ഒരു പ്രതിസന്ധിയിലായി. പ്രചാരണ സംഘത്തിൽനിന്ന് നേതാക്കൾ കൃഷിക്കാരോട് വിത്തിന് വേണ്ടി ചോദിക്കുമ്പോൾ വിത്തില്ലെന്ന് പറഞ്ഞ് കൃഷിക്കാർ ഒഴിഞ്ഞ് മാറുന്നു;

"ധാന്യം കൊണ്ടുവന്നിട്ടുണ്ടോ?"

"കൊണ്ടുവന്നിട്ടില്ല."

"എന്തുകൊണ്ട്?"

"വീട്ടിൽ വിത്തില്ല."

"എന്തുപറ്റി?"

"കുറച്ച് വിത്തേ ഉണ്ടായിരുന്നുള്ളൂ. അത് സർക്കാറിന് നികുതിയായി കൊടുത്തു. അവസാനം പട്ടിണിയായപ്പോൾ വിത്തിന് വെച്ചത് അടുപ്പത്തിട്ടു."

"അപ്പോൾ ഇനി കൃഷിവേണ്ടേ?"

"വേണമെന്നുണ്ട്."

"എന്നിട്ടെന്തുപറ്റി?"

"വിചാരിച്ചതുകൊണ്ടുമാത്രമായില്ലല്ലോ. ഞങ്ങൾ നിസ്സഹായരാണ്. ഒരു മണി ധാന്യം കിട്ടാൻ നിവൃത്തിയില്ല."

പലകൃഷിക്കാരും പറഞ്ഞത് സർക്കാറിന് ധാന്യം കൊടുത്ത് തകർന്നു എന്നാണ്. സർക്കാർ, വിത്തിന് വെച്ച ധാന്യം കൊണ്ടുപോയി എന്നാണ് ചിലർ പറഞ്ഞത്. എന്നാൽ ഡേവിഡോവും കൂട്ടുകാരും പഴയ കണക്കുകൾ പരിശോധിച്ചു. അപ്പോൾ പ്രചാരണങ്ങൾ പലതും തെറ്റാണെന്ന് തെളിഞ്ഞു. പലരും പറഞ്ഞത് കള്ളക്കണക്കായിരുന്നു. അങ്ങനെ കൂട്ടുകൃഷി നേതാക്കൾ ഗ്രാമത്തിൽ ഉണ്ടാക്കിയ മൊത്തം ധാന്യത്തിന്റെ

കണക്കെടുത്തു. എന്നാൽ കൃഷിക്കാരിൽ പലരും ശരിയായ കണക്കുകളെ വിശ്വസിച്ചില്ല. അവർ കുലാക്കുകളുടെ കൂടെ നിന്നു. എന്നാൽ മറ്റു ചിലർ കൂട്ടുകൃഷിക്കാരോട് കുറേക്കൂടി അനുഭാവപൂർവം പെരുമാറി. അവരിങ്ങനെ പറഞ്ഞു:

"ഞങ്ങളുടെ പക്കൽ കുറച്ച് ധാന്യമുണ്ട്. പക്ഷേ എന്തുചെയ്യും. അത് വീട് പുലർത്താൻപോലും തികയുകയില്ല."

അവസാനം കമ്യൂണിസ്റ്റ്പാർട്ടിയുടെ പ്രത്യേക യോഗംചേർന്ന് കൃഷിക്കാരുടെ വീട് പരിശോധിക്കണമെന്ന് നിർദേശിക്കപ്പെട്ടു. എന്നാൽ ഡേവിഡോവും കൂട്ടരും ഈ നിർദേശത്തെ എതിർത്തു. അവസാനം വീട് പരിശോധനാ നിർദേശത്തെ ഭൂരിപക്ഷം എതിർത്തു.

കൂട്ടുകൃഷി സംഘം എല്ലാ തടസ്സങ്ങളെയും മറികടന്ന് വിത്ത് ശേഖരണവുമായി മുന്നോട്ടുപോയി. കുറേ വിത്തുകൾ അവർ ശേഖരിച്ചു. രണ്ട് വണ്ടികളിലായിട്ടാണ് വിത്ത് കൂട്ടുകൃഷിയുടെ കളപ്പുരയിൽ എത്തിച്ചത്. കൂട്ടുകൃഷി നേതാക്കൾ അതെല്ലാം അളന്നു. അവർ പ്രതീക്ഷിച്ച അളവിൽ ധാന്യം അവർക്ക് കിട്ടിയില്ല. കൂട്ടുകൃഷി സ്ഥാപനത്തിൽവെച്ച് യാക്കോവിന്റെ മകൻ സെമ്യോണും ഉഷക്കോവും തമ്മിൽ ചില കശപിശയുണ്ടായി. കൂട്ടുകൃഷി സംഘക്കാർ അവിടെയെത്തിയ ധാന്യം അളക്കുന്ന തിരക്കായിരുന്നു. ഉഷക്കോവും ധാന്യം തൂക്കിനോക്കുകയായിരുന്നു. അതിനിടയിലാണ് സെമ്യോൺ നാല് ചാക്ക് ധാന്യം കളപ്പുരയിലേക്ക് കെട്ടഴിച്ച് ചെരിഞ്ഞത്. എന്നാൽ അഞ്ചാമത്തെ ചാക്കിന്റെ കെട്ടഴിക്കാൻ തുടങ്ങിയപ്പോൾ ഉഷക്കോവ് തടഞ്ഞു. അയാൾ സെമ്യോണിന്റെ മേൽ ചാടിവീണു. എന്നിട്ട് പറഞ്ഞു:

"തന്റെ തന്തയുടെ വിത്താണോ ഇത്."

"ആണെങ്കിൽ എന്താ?"

ഉഷക്കോവ് ദേഷ്യംകൊണ്ട് വിറയ്ക്കുന്നുണ്ടായിരുന്നു. അയാളോട് സെമ്യോൺ ഇങ്ങനെ പറഞ്ഞു:

"കോങ്കണ്ണനായ തനിക്ക് ധാന്യങ്ങളെ തിരിച്ചറിയാൻ കഴിയുമോ?."

"കോങ്കണ്ണനാണെങ്കിലും എനിക്കതിനൊക്കെ കഴിയും. എന്നാൽ നീ കാട്ട് കള്ളനാണ്. നീയും കള്ളൻ നിന്റെ തന്തയും കള്ളൻ. ഇതാണോടാ പന്നീടെമോനെ വിത്ത്. "

ഉഷക്കോവ് ചാക്കിൽനിന്നും ഒരു പിടിവാരി സെമ്യോണിന്റെ നേരെ നീട്ടി.

"എടാ പട്ടീ, ഈ മണ്ണും ചെളിയും ആണോ നിന്റെ ധാന്യം. ഇത് ഞാൻ ഇന്ന് തന്നെ റിപ്പോർട്ട് ചെയ്യും."

"അരുത് അങ്ങനെ ചെയ്യരുത്." സെമ്യോൺ ആകെ പേടിച്ചിരുന്നു. അയാൾ പറഞ്ഞു:

"ഒരുപക്ഷെ എനിക്ക് ചാക്ക് തെറ്റിപ്പോയതാകാം. ഞാൻ ഇത് മാറ്റിക്കൊണ്ടുവരാം. നിങ്ങളിതാരോടും പറഞ്ഞ് കുളമാക്കരുത്."

ഉഷക്കോവ് ഒന്നും പ്രതികരിച്ചില്ല. അപ്പോൾ സെമ്യോൺ ഇങ്ങനെ പ്രതികരിച്ചു:

"സഖാവെ എന്നെ സഹായിക്കൂ."

"നിനക്ക് മനസ്സാക്ഷിയില്ല. നീ നിന്റെ ഇഷ്ടംപോലെ ചെയ്യ്. നീ വെറുമൊരു കാട്ടുപോത്താണ്."

വളരെ കഷ്ടപ്പെട്ട് സെമ്യോൺ മണ്ണും ചെളിയും നിറഞ്ഞ ചാക്ക് പൊക്കിയെടുത്ത് പുറത്തുപോയി.

പിറ്റേന്ന് കൂട്ടുകൃഷി സ്ഥാപനത്തിൽ ആരും വിത്തുകൊണ്ടുവന്നില്ല. പാർട്ടി വീണ്ടും യോഗം ചേർന്നു. കൃഷിക്കാരുടെ വീട്കയറി വിത്ത് പരിശോധിക്കാൻതന്നെ അവസാനം തീരുമാനിച്ചു. ഡേവിഡോവ് സ്ഥലത്തില്ലായിരുന്നു. അത്യാവശ്യത്തിന് വിത്ത്കിട്ടാൻവേണ്ടി അയാൾ ജില്ലാകേന്ദ്രത്തിലേക്ക് പോയതായിരുന്നു. വരൾച്ചവന്നാൽ സാധാരണ ഗോതമ്പ് നശിച്ചുപോകും. എന്നാൽ മുന്തിയ ഇനം ഗോതമ്പ് വരൾച്ചക്കാലത്തും നശിക്കില്ല. ഒരു പരീക്ഷണാടിസ്ഥാനത്തിൽ അത്തരം ഗോതമ്പ് മുമ്പ് ഗ്രാമത്തിൽ കൃഷി ചെയ്തിരുന്നു. അതിന് നല്ല ഫലവുമുണ്ടായിരുന്നു. യാക്കോവ് പുതിയ ഇനം വിത്ത് വിതയ്ക്കേണ്ടതിനെപ്പറ്റി സംസാരിച്ചു. ഡേവിഡോവും പുതിയ വിത്തിന് അനുകൂലമായിരുന്നു. ശാസ്ത്രീയമായ കൃഷിരീതിയെക്കുറിച്ച് ഡേവിഡോവ് ധാരാളം വായിച്ചുപഠിച്ചു. അങ്ങനെ കൃഷി ഗവേഷണകേന്ദ്രത്തിൽപോയി വിത്ത് വാങ്ങാമെന്ന് അയാൾ തീരുമാനിച്ചു.

ഇതിനിടയിൽ കൂട്ടുകൃഷി സംഘക്കാർ ഗ്രാമത്തിലെ വീടുകൾ കയറിയിറങ്ങി. എന്നാൽ ഫലം നിരാശാജനകമായിരുന്നു. കൃഷിക്കാർ ഇങ്ങനെ പറഞ്ഞു:

"ഞങ്ങളുടെ കൈയിൽ ഒരുമണി ധാന്യംപോലുമില്ല. "

"പിന്നെ വിത്ത്കിട്ടാൻ എന്ത് ചെയ്യും?"

"വിത്ത് സർക്കാർ തരട്ടെ."

"അതിന് നിങ്ങൾ സർക്കാറിനെ ചുമതലപ്പെടുത്തിയിട്ടുണ്ടോ?"

"ഞങ്ങളെല്ലാം ഉള്ളത് സ്റ്റേറ്റിന് കൊടുത്തു."

"എത്ര കൊടുത്തു?"

"നൂറ്റിമുപ്പത്."

"ബാക്കി എവിടെപ്പോയി?"

"ബാക്കി ഞങ്ങൾ തിന്നു."

"കള്ളം പറയുകയാണ് താൻ. ഇത്രയൊക്കെ തിന്നാൻ താൻ ആനയാണോ. ഇത്രയും തിന്നാൽ തന്റെ വയറ് പൊട്ടിപ്പോവുകയില്ലേ. മര്യാദക്ക് ബാക്കി ധാന്യം കൊണ്ടുവരണം. ഒന്നുമിങ്ങോട്ട് പറയേണ്ട. പറഞ്ഞതുപോലെ ചെയ്തില്ലെങ്കിൽ ഇനി താൻ കൂട്ടുകൃഷിസംഘത്തിൽ ഉണ്ടാവില്ല."

"എന്നെ നിങ്ങൾ പുറത്താക്കുമായിരിക്കും. പുറത്താക്കിയാൽ എനിക്കൊരു പുല്ലുമില്ല. നിങ്ങൾക്ക് തരാൻ എന്റെ കൈയിൽ ധാന്യമില്ല. ദൈവത്തെ സാക്ഷിനിർത്തി പറയുകയാണ് ഞാൻ. നിങ്ങൾക്കുതരാൻ

എന്റെ കൈയിൽ ഒന്നുമില്ല. സർക്കാറിനോട് പറഞ്ഞ് പലിശയ്ക്ക് വിത്ത് തരാൻ പറയൂ."

"സർക്കാറിനെ മുടിച്ച് ശീലമായിപ്പോയി അല്ലേ. സോവിയറ്റ് സർക്കാർ നിങ്ങൾക്ക് പണിയായുധങ്ങൾ വാങ്ങാൻ പണം കടംതന്നില്ലേ. അത് നിങ്ങൾ തിരിച്ചടച്ചില്ലല്ലോ. ആ പണമെല്ലാം കീശയിലാക്കി നിങ്ങളിനി വിത്തും സർക്കാറിൽനിന്നും മുതലാക്കാൻ നോക്കുകയാണ് അല്ലേ."

"പണിയായുധങ്ങൾ ഇപ്പോൾതന്നെ കൂട്ടുകൃഷിസ്ഥാപനത്തിലുണ്ട ല്ലോ. ഞങ്ങളുടെ കൈയിലുള്ളതെല്ലാം നിങ്ങൾക്ക് തന്നില്ലേ. ഞാൻ അവ യൊന്നും എനിക്കുവേണ്ടി ഉപയോഗിച്ചില്ലല്ലോ. പിന്നെ നിങ്ങൾ പറയു ന്നതിൽ എന്താണ് കാര്യം."

"വിത്ത് കൊണ്ടുവരുന്നതാണ് നല്ലത്. അല്ലെങ്കിൽ അപകടകരമാ ണ്. താൻ ഒരു പെരുംകള്ളനാണ്. വിത്തുകൊണ്ടുവന്നില്ലെങ്കിൽ അതിന്റെ ഫലം അനുഭവിക്കേണ്ടിവരും. താനൊരു പെരും കള്ളനാണ്."

"എന്നെ കുറ്റപ്പെടുത്തിയതുകൊണ്ടൊന്നും വലിയ കാര്യമില്ല."

കൃഷിക്കാരെ കൂട്ടുകൃഷി സംഘനേതാക്കൾ ഭീഷണിപ്പെടുത്തി നോക്കി. പക്ഷെ യാതൊരു ഗുണവും ഉണ്ടായില്ല. കൂട്ടുകൃഷിസംഘത്തി നെതിരായവർ തങ്ങളുടെ നിലപാടിൽനിന്നും വ്യതിചലിച്ചില്ല. നഗുൽനോ വിനും ഡേവിഡോവിനും ഇക്കാര്യത്തിൽ ഒന്നും ചെയ്യാനുണ്ടായിരുന്നി ല്ല. അവരുടെ ശ്രമങ്ങളെല്ലാം പാഴായി.

കൂട്ടുകൃഷിക്കാരെല്ലാം ഓഫീസിന്റെ പുറത്തുനിന്നാണ് സംസാരി ച്ചത്. അതിനുശേഷം അവർ പുറത്തേക്ക്പോയി. അവർപോയതിന് ശേഷം സ്വതന്ത്ര കൃഷിക്കാരനായ ഗ്രിഗറിബെന്നിക് ഓഫീസിലേക്ക് വന്നു. നാട്ടിലെ സംഭവവികാസങ്ങളെല്ലാം അയാൾ ശരിക്കും മനസിലാക്കിയി ട്ടുണ്ട്. അയാളുടെ മുഖത്ത് ഒരു വിജയഭാവം ഉണ്ടായിരുന്നു. ആത്മവി ശ്വാസം നിറഞ്ഞ മന്ദഹാസം അയാളുടെ മുഖത്ത് പടർന്നു. അപ്പോഴ വിടെ നഗുൽനോവ് ഉണ്ടായിരുന്നു. നഗുൽനോവ് പറഞ്ഞു:

"ഗ്രിഗറിബെന്നിക് ഇരിക്കൂ."

"നന്ദിയുണ്ട്" തന്റെ കാലുകൾ വിടർത്തിവെച്ചുകൊണ്ട് ബെന്നിക് ഇരുന്നു.

"ഗ്രിഗറി താങ്കൾ എന്തുകൊണ്ടാണ് ധാന്യം തരാത്തത്?"

"അതിന്റെ ആവശ്യമെന്താണ്?"

"കൂട്ടുകൃഷിസംഘത്തിന് അതിന്റേതായ നിയമങ്ങളുണ്ട്. ഗ്രാമ ത്തിലെ കൃഷിക്കാരും സ്വതന്ത്രകൃഷിക്കാരുമായ ആളുകളെല്ലാം തന്നെ തങ്ങളുടെ വിത്ത് സംഘത്തിന് നൽകണം. അത് നിയമമാണ്. നിങ്ങ ളുടെ അടുത്ത് വിത്തില്ലേ?"

"തീർച്ചയായും ഉണ്ട്."

നഗുൽനോവ് ഗ്രാമത്തിലെ കൃഷിക്കാരുടെ സ്വത്ത് സംബന്ധിച്ച പട്ടിക പരിശോധിച്ചു. ഗ്രിഗറിക്ക് പതിനഞ്ചേക്കർ ഭൂമി ഉണ്ട് എന്ന് പട്ടിക യിൽ പറയുന്നുണ്ടായിരുന്നു.

"നിങ്ങൾക്ക് പതിനഞ്ചേക്കർ കൃഷിസ്ഥലമില്ലേ?"

"ഉണ്ട്."

"നിങ്ങൾ അവിടെ ആവശ്യത്തിന് വിത്ത് വിതയ്ക്കുന്നില്ലേ?"

"ശരിയാണ്. ആവശ്യത്തിന് വിതയ്ക്കുന്നുണ്ട്. നല്ല തങ്കംപോലുള്ള വിത്ത്."

"അപ്പോൾ ഇതൊക്കെ ശരിയാണ്. നിങ്ങൾ ഒരു പുലിതന്നെയാണ്. നാളെത്തന്നെ നിങ്ങൾ വിത്ത് കൂട്ടുകൃഷികേന്ദ്രത്തിലെത്തിക്കണം. നിങ്ങൾ ഒരു സ്വതന്ത്രകൃഷിക്കാരനായതുകൊണ്ട് നിങ്ങളുടെ ധാന്യം വേറെവയ്ക്കാം. നിങ്ങളുടെ ധാന്യച്ചാക്കിന്മേൽ മുദ്രവെച്ച് നിങ്ങൾക്ക് രശീതി വാങ്ങാം. വസന്തകാലമായാൽ നിങ്ങൾക്ക് നിങ്ങളുടെ ധാന്യം തിരിച്ചുകിട്ടും. പല കൃഷിക്കാർക്കും വിത്ത് സൂക്ഷിക്കാൻ പറ്റുന്നില്ല. അവ രത് തിന്നുതീർക്കുകയാണ്."

"ദയവുചെയ്ത് സഖാവ് നഗുൽനോവ്, താങ്കൾ സംസാരം നിർത്തൂ. ഇനി ഇതൊന്നും വിലപ്പോവില്ല. ഞാൻ നിങ്ങൾക്ക് ധാന്യം തരുന്നില്ല."

"എന്തുകൊണ്ടാണെന്ന് പറയൂ. എനിക്കത് കേൾക്കണം."

"ഞാൻ പറയാം. എനിക്ക് വിത്ത് സൂക്ഷിക്കാനറിയാം. ഞാനെന്റെ വിത്ത് നിങ്ങൾക്ക് തന്നാൽ വസന്തകാലമാവുമ്പോഴേക്കും നിങ്ങളുടെ അടുത്ത് ഒഴിഞ്ഞ ചാക്കുപോലുമുണ്ടാവില്ല. ഞങ്ങൾക്ക് കാര്യങ്ങളൊക്കെ മനസിലായിരിക്കുന്നു. എല്ലാകാലത്തും ആളുകളെ വിഡ്ഢികളാക്കാൻ പറ്റില്ല."

"അപ്പോൾ നിങ്ങൾക്ക് സോവിയറ്റ് ഗവൺമെന്റിനെ വിശ്വാസമി ല്ലെന്നോ ഞങ്ങളേയും നിങ്ങൾക്ക് വിശ്വാസമില്ല അല്ലേ?"

"നിങ്ങളെ എങ്ങനെ വിശ്വസിക്കാൻ പറ്റും. നുണ മാത്രമേ നിങ്ങൾ പറയുകയുള്ളൂ."

"എന്ന് ആരാണ് പറഞ്ഞത്. ഞങ്ങൾ എന്ത് നുണയാണ് പറ ഞ്ഞത്?." നഗുൽനോവ് ദേഷ്യംകൊണ്ട് വിറയ്ക്കുന്നുണ്ടായിരുന്നു.

ഗ്രിഗറിയാവട്ടെ ഒട്ടും കൂസാതെയാണ് സംസാരിക്കുന്നത്. അയാ ളുടെ മുഖത്ത് എന്തെന്നില്ലാത്ത ആത്മവിശ്വാസം നിഴലിച്ചിരുന്നു. ചുണ്ടു കളിൽ മന്ദഹാസം വിടർന്നിരുന്നു. എന്നാൽ അയാളുടെ സംസാരത്തിൽ രൂക്ഷമായ ദേഷ്യവും പ്രതിഷേധവും ഉണ്ടായിരുന്നു.

അയാൾ പറഞ്ഞു: "ഞങ്ങളുടെ ധാന്യങ്ങളെല്ലാം നിങ്ങൾ ശേഖ രിച്ച് വിദേശത്തേക്ക് കടത്തുകയാണ്. എന്നിട്ട് ആ പണം കൊണ്ട് നിങ്ങൾ കാറും ബംഗ്ലാവും വാങ്ങൂ. പിന്നെ നിങ്ങളുടെ പാർട്ടി നേതാക്കൾ മുടിമു റിച്ച സുന്ദരികളുമായി വിനോദയാത്രയ്ക്ക് പോകും. അതല്ലേ സത്യം. എന്തിനാണ് നിങ്ങൾ ഞങ്ങളോട് ധാന്യം ചോദിക്കുന്നത് എന്ന് എനിക്കും നന്നായി അറിയാം. അതാണ് ഞാൻ പറഞ്ഞത്. അതാണ് നിങ്ങളുടെ സോഷ്യലിസം."

"ഗ്രിഗറിയുടെ തലയ്ക്ക് വെളിവില്ലാതായിരിക്കുന്നു."

"നിങ്ങളുടെ തലയ്ക്കിട്ട് ആരെങ്കിലും ഒന്ന് പൊട്ടിച്ചാൽ നിങ്ങൾക്കും

ബുദ്ധി നഷ്ടപ്പെടുമോ. ഞാനിവിടെ ചാക്ക് കണക്കിന് ധാന്യം കൊണ്ടു വരണം അല്ലേ. എന്റെ മക്കൾ ചത്താലും വേണ്ടില്ല ഇവിടെ ധാന്യം കിട്ടണം."

"വൃത്തികെട്ട പന്നീ, നീ മിണ്ടരുത്" നഗുൽനോവ് കോപംകൊണ്ട് വിറയ്ക്കുന്നുണ്ടായിരുന്നു.

ദേഷ്യംപിടിച്ച നഗുൽനോവിന്റെ കൈ മഷിക്കുപ്പിയിൽ തട്ടിമറിഞ്ഞു. മുറിമുഴുവൻ മഷി പരന്നു. അത് ഗ്രിഗറിയുടെ കുപ്പായത്തിലുമായി. അയാൾ എഴുന്നേറ്റു. അയാളുടെ ചുണ്ടുകൾ വിറയ്ക്കുന്നുണ്ടായിരുന്നു. വർധിച്ച കോപത്തോടെ അയാൾ അട്ടഹസിച്ചു:

"എന്നോടല്ല നിങ്ങൾ മിണ്ടാതിരിക്കാൻ പറയേണ്ടത്. നിങ്ങളുടെ വീര്യം നിങ്ങളുടെ ഭാര്യയുടെ അടുത്ത് കാണിക്കൂ. ഞാൻ നിങ്ങളുടെ ഭാര്യയല്ല. ഇത് കാലം മാറി. ഞാൻ ഒരു മണി ധാന്യംപോലും നിങ്ങൾക്ക് തരില്ല. നിങ്ങൾപോയി തുലയ്."

ഇത് കേട്ടതോടെ നഗുൽനോവ് കൈ ചുരുട്ടി അയാളുടെ മുഖത്തേക്ക് ഒന്ന് വീശാൻ ഒരുങ്ങിയതായിരുന്നു. പക്ഷേ അയാൾ സ്വയം നിയന്ത്രിച്ചു.

"ഞങ്ങൾപോയി തുലയാനോ. എന്താടാ പറയുന്നത്. താനൊരു മൂരാച്ചിയാണ്. സോഷ്യലിസത്തെ തെറിപറയുന്നോ എടാ കാട്ടുപന്നീ. നാളെത്തന്നെ ധാന്യം കൊണ്ടുവരണം. അല്ലെങ്കിൽ തന്നെ ഞാൻ ഇവിടെ നിന്നും കെട്ടുകെട്ടിക്കും. മര്യാദ പഠിപ്പിക്കാൻ അതെ മാർഗമുള്ളൂ."

"എന്നെ നിങ്ങൾ എന്തുചെയ്താലും ഞാൻ നിങ്ങൾക്ക് ധാന്യം തരില്ല. ഒറ്റമണി ധാന്യവും തരില്ല."

"എങ്കിൽ അതെഴുതിത്താ."

"കുറച്ച് കാത്തിരിക്കേണ്ടി വരും."

"ഇപ്പോളെഴുതിത്തരാനാണ് പറഞ്ഞത്."

ഗ്രിഗറി വാതിലിനടുത്തേയ്ക്ക് പോയി. കടുത്ത ദേഷ്യം കൊണ്ട് അയാൾ ആകെ ഉലയുന്നുണ്ടായിരുന്നു. വാതിൽക്കൽ തിരിഞ്ഞുനിന്ന് പറഞ്ഞു;

"ഞാൻ വീട്ടിൽ എത്തിയിട്ട് എന്താണ് ചെയ്യാൻ പോകുന്നതെന്നറിയാമോ. ധാന്യം മുഴുവൻ പന്നികൾക്ക് തിന്നാൻ കൊടുക്കും. കൃഷിക്കാരുടെ രക്തമൂറ്റിക്കുടിക്കുന്ന നിങ്ങൾക്ക് തരുന്നതിനേക്കാൾ നല്ലത് പന്നികൾക്ക് കൊടുക്കുന്നതാണ്."

ഇത് കേട്ടതോടെ നഗുൽനോവിന് നിയന്ത്രിക്കാനായില്ല.അയാൾ തന്റെ പോക്കറ്റിൽനിന്നും റിവോൾവർ എടുത്ത് നഗുൽനോവിന് നേരെ ചാടി. തോക്കിന്റെ ചാട്ടകൊണ്ട് ഗ്രിഗറിയുടെ തലയ്ക്ക് അടിച്ചു. ഗ്രിഗറി നിലത്തേക്ക് മറിഞ്ഞുവീണു. തലയിൽനിന്നും രക്തം കുടുകുടാ ഒഴുകി. നഗുൽനോവിന് നിയന്ത്രണം നഷ്ടപ്പെട്ടിരുന്നു. വീണ് കിടക്കുന്ന ഗ്രിഗറിയുടെ ശരീരത്തെ അയാൾ ചവിട്ടിക്കുഴച്ചു. കരയിൽ പിടിച്ചിട്ട മീൻപോലെ ഗ്രിഗറി ശ്വാസത്തിന് വേണ്ടി പണിപ്പെടുകയായിരുന്നു.

അയാൾ എങ്ങനെയോ ചുമർ പിടിച്ച് എഴുന്നേറ്റ് നിന്നു. അയാളുടെ ശിരസ്സിൽനിന്നും ചോര ഒഴുകിക്കൊണ്ടിരുന്നു. അയാൾ അത് ഷർട്ടിന്റെ കൈകൊണ്ട് തുടച്ചു. ഈ സമയം നഗുൽനോവ് മേശപ്പുറത്തെ കൂജയിൽനിന്നും വെള്ളം വലിച്ച് കുടിക്കുകയായിരുന്നു. അയാൾ ഗ്രിഗറിയെ ഇടംകണ്ണിട്ട് നോക്കി. എന്നിട്ട് അയാളുടെ അടുത്തേക്ക് നീങ്ങി. ഗ്രിഗറിയുടെ കൈ കടന്നുപിടിച്ച് നഗുൽനോവ് മേശയുടെ അടുത്തേക്ക് വലിച്ചുകൊണ്ടുപോയി. കൈയിൽ പേന കൊടുത്തിട്ട് പറഞ്ഞു

"എഴുതെടാ പന്നീ."

"ഞാനെഴുതാം. എന്നാൽ ഞാൻ ഇതിനെപ്പറ്റി റിപ്പോർട്ട് ചെയ്യും. ആളെ തല്ലാനും കൊല്ലാനും നിങ്ങൾക്ക് സോവിയറ്റ് സർക്കാർ അധികാരം തന്നിട്ടുണ്ടോ എന്നെനിക്കറിയണം. നിങ്ങൾക്ക് വേണ്ട ശിക്ഷ പാർട്ടി തന്നുകൊള്ളും. കർക്കശമായ സ്വരത്തിലാണ് ഗ്രിഗറി ഇത് പറഞ്ഞത്. ഈ സമയത്തെല്ലാം നഗുൽനോവിന്റെ റിവോൾവർ ഗ്രിഗറിയുടെ ശിരസ്സിനെ ഉന്നം പിടിച്ച് നിന്നിരുന്നു."

"അപ്പോൾ തനിക്ക് സോവിയറ്റ് ഗവൺമെന്റിനെപ്പറ്റിയും പാർട്ടിയെപ്പറ്റിയും ഓർക്കാൻ കഴിയും അല്ലേ മൂരാച്ചീ. തന്നെ വിചാരണ ചെയ്യാൻ കോടതിയുടെയൊന്നും ആവശ്യം എനിക്കില്ല. ഇവിടെ ഞാൻ തന്നെയാണ് കോടതി. ഈ പ്രമാണത്തിൽ എഴുതി ഒപ്പിട്ടില്ലെങ്കിൽ ഒരു നായയെ എന്നപോലെ തന്നെ ഞാൻ വെടിവെച്ച് കൊല്ലും. അതിന്റെ പേരിൽ പത്ത് വർഷം ജയിലിൽകിടന്നാലും വേണ്ടില്ല. എന്നാലും സോവിയറ്റ് സർക്കാറിനെപ്പറ്റി പുലഭ്യം പറയാൻ തന്നെ ഞാൻ വിടില്ല. എഴുത് വേഗമെഴുത്. സോവിയറ്റ് സർക്കാറിനെതിരെ പറഞ്ഞ വാക്കുകൾ പിൻവലിക്കുന്നു എന്ന് എഴുതൂ പട്ടീ. പാർട്ടീ എന്നും സോവിയറ്റ് സർക്കാർ എന്നും വലിയ അക്ഷരത്തിൽ എഴുതണം. ഞാനൊരു മൂരാച്ചിയാണെന്നും മാപ്പ് ചോദിക്കുന്നു എന്നും എഴുതണം."

"അത് ഞാൻ എഴുതില്ല. നിങ്ങളെന്നെ എന്തു ചെയ്താലും അതു മാത്രം ഞാൻ എഴുതില്ല."

"എഴുതാതെ ഒക്കത്തില്ലല്ലോ പട്ടീ. താൻ എന്തുകരുതി. വെള്ളപട്ടാളക്കാരുടെ കൈയിൽനിന്ന് പരുക്ക് പറ്റുകയും രോഗിയാവുകയും ചെയ്തവനാണ് ഞാൻ. തന്റെ അസഭ്യവാക്കുകൾകേട്ട് വെറുതെ വിടുമെന്നാണോ കരുതിയത്. സോവിയറ്റ് സർക്കാറിനെ ചെളിവാരിയെറിയുന്നത് കേട്ട് തനിയ്ക്ക് ഒരു ഉമ്മ തരുമെന്ന് കരുതിയോ. എടാ ചെറ്റേ എഴുത്."

ഗ്രിഗറി മനസ്സില്ലാ മനസ്സോടെ എഴുതാൻ തുടങ്ങി. അപ്പോഴും നഗുൽനോവിന്റെ കൈ റിവോൾവറിന്റെ കാഞ്ചിയിൽതന്നെയായിരുന്നു. എഴുതേണ്ട വാക്കുകൾ അയാൾ പറഞ്ഞുകൊടുത്തു.

"ഞാൻ ഒരു മൂരാച്ചിയാണെങ്കിലും ഇനിമുതൽ ഇപ്പണി ചെയ്യില്ല. പാവപ്പെട്ടവർക്ക് വേണ്ടി പ്രവർത്തിക്കുന്ന സോവിയറ്റ് സർക്കാറിനെതിരെ മനസാ വാചാ കർമണാ ഒന്നും ചെയ്യില്ല. സർക്കാറിനെ ഞാൻ പുലഭ്യം പറയുകയില്ല. അതിന്റെ പ്രവർത്തനത്തിന് തടസ്സം നിൽക്കുകയില്ല.

ലോകവിപ്ലവത്തിന് വേണ്ടി ഞാൻ കാത്തിരിക്കും. ഇനി ഞാൻ ധാന്യം പൂഴ്ത്തിവയ്ക്കുകയില്ല. നാളെത്തന്നെ ഞാൻ അതായത് ആയിരത്തിത്തൊള്ളായിരത്തി മുപ്പത് മാർച്ച് മൂന്നിന് ധാന്യം കൂട്ടുകൃഷികേന്ദ്രത്തിലെത്തിക്കും.......................”

അപ്പോൾ കുറേ കൂട്ടുകൃഷി സംഘക്കാർ ഓഫീസിലേക്ക് കടന്നുവന്നു. അവരോട് പുറത്ത് നിൽക്കാൻ നഗുൽനോവ് കൽപ്പിച്ചു. ഗ്രിഗറിയുടെ ശിരസ്സിൽനിന്നുമുള്ള രക്തത്തിന്റെ ഒഴുക്ക് നിന്നിരുന്നു. പ്രമാണപത്രത്തിൽ ഒപ്പുവെച്ചശേഷം അയാൾ എഴുന്നേറ്റ്നിന്ന് പറഞ്ഞു:

“നിങ്ങൾ ഇതിന് സമാധാനം പറയേണ്ടിവരും. ഇന്നല്ലെങ്കിൽ നാളെ.”

“നാളെ വിത്ത് കൊണ്ടുവന്നില്ലെങ്കിൽ നീ ഈ ഭൂമിയിൽ ഉണ്ടാവില്ല.”

ഗ്രിഗറി എഴുതി ഒപ്പിട്ട കടലാസ് നഗുൽനോവ് പോക്കറ്റിലിട്ടു. അയാൾ തോക്ക് മേശപ്പുറത്ത് വെച്ചു. അന്ന് രാത്രിമുഴുവൻ അയാൾ ഓഫീസിൽ ജോലിചെയ്തു. ധാന്യം വിട്ടുകൊടുക്കാൻ തയാറാവാത്ത മൂന്ന് കൃഷിക്കാരെ അയാൾ ഒരു മുറിയിൽ കെട്ടിയിട്ടു. എന്നിട്ട് അവർക്ക് കാവലിരുന്നു. പാതിരാത്രിയായപ്പോൾ തളർച്ചകൊണ്ട് അയാൾ ഉറങ്ങിപ്പോയി. ഉറക്കത്തിൽ അയാൾ ഒരു വലിയ സ്വപ്നം കണ്ടു. ഗ്രാമം മുഴുവൻ ഒരു ഉൽസവലഹരിയിൽ ആറാടുന്നു. ജനങ്ങളെല്ലാം മനോഹരമായ വസ്ത്രങ്ങൾ ധരിച്ച് ആർത്തുല്ലസിക്കുകയാണ്. ശരത്കാലത്ത് മഞ്ഞുരുകി വെള്ളപ്പൊക്കമുണ്ടാകുംപോലെ ജനങ്ങൾ സ്റ്റെപ്പിത്താഴ്വരയിൽ ഒഴുകിനിറയുന്നതായി അവർ സ്വപ്നം കണ്ടു. ജനങ്ങൾക്കിടയിലൂടെ ചുവന്ന യൂണിഫോം ധരിച്ച് കുതിരപ്പട്ടാളക്കാർ നടക്കുന്നുണ്ടായിരുന്നു. വെള്ളയും ചുവപ്പും ഓറഞ്ചും നിറമുള്ള കുതിരകൾ കുളമ്പടിച്ച് കുതിക്കുന്നുണ്ടായിരുന്നു. അവരുടെ കുളമ്പടി ഇടിമുഴക്കം പോലെ ഉയർന്നു കേട്ടു. അവരുടെ കൂട്ടത്തിൽ ഒരു ബാന്റ് സംഘമുണ്ടായിരുന്നു. ആ സംഘം ഉച്ചത്തിൽ സാർവദേശീയ ഗാനം പാടി. ആ പാട്ട്കേട്ട് നഗുൽനോവ് വിതുമ്പിക്കരയാൻ തുടങ്ങി. മിന്നൽപിണർപോലെ ഒരു വൈകാരികാനുഭൂതി അയാളുടെ മനസിൽ ഉണർന്നു. അയാളുടെ തൊട്ടടുത്തുതന്നെ രക്തസാക്ഷികളായ പല സഖാക്കളുമുണ്ടായിരുന്നു. അയാൾ മരിച്ചുപോയ തന്റെ സഖാക്കളെ ഉച്ചത്തിൽ വിളിച്ചു. അവരാരും വിളികേട്ടില്ല. ക്രമേണ അവർ അകന്നകന്ന് വാനിലേക്കുയർന്നു. നക്ഷത്രങ്ങൾ നിറഞ്ഞ ആകാശത്തേക്ക് അവർ പൊങ്ങിപ്പോയി. തന്റെ പല സുഹൃത്തുക്കളെയും അയാൾ സ്വപ്നത്തിൽ കണ്ടു. അവരെല്ലാവരും തന്നെ സോവിയറ്റ് സൈന്യത്തിൽ പ്രവർത്തിച്ചവരായിരുന്നു. മരിച്ച സഖാക്കളെല്ലാംതന്നെ പുഞ്ചിരിക്കുന്നുണ്ടായിരുന്നു. പക്ഷെ അവരാരുംതന്നെ ഒന്നും സംസാരിച്ചില്ല. മരിച്ചവരുടെ കുതിരകൾ തങ്ങളുടെ യജമാനൻമാരേയും വഹിച്ച് കഴുത്ത് മേലോട്ട് വളച്ച് ആകാശത്തേക്ക് ചിറക് വിരിച്ച് പറന്നുപോയി.

വസന്താരംഭത്തിൽ കുന്നുകളിൽനിന്ന് ഉയരുന്ന സംഗീതം അയാൾകേട്ടു. എന്നാൽ കാറ്റടിച്ചിട്ട് ഇളകുന്ന വാതിലിന്റെ കരച്ചിലായി

രുന്നു അത്. അത് സ്വപ്നത്തിൽ സംഗീതമായി തോന്നിയതാണ്. കാറ്റടിച്ച് കൂട്ടുകൃഷി ഓഫീസിന്റെ മേൽപ്പുര ഇളകുന്ന ശബ്ദം കുതിരക്കുഴമ്പടിയായി തോന്നി. നേരം വെളുത്തിട്ടും നഗുൽനോവ് ഉറങ്ങുകയായിരുന്നു. കാലത്ത് റസ്മ്യോട്ട്ണോവ് ആപ്പീസിൽ എത്തിയപ്പോൾ ഉറക്കത്തിൽ മന്ദഹസിക്കുന്ന നഗുൽനോവിനെ കണ്ടു. നഗുൽനോവിന്റെ ഓറഞ്ച് നിറമുള്ള കവിളിൽ പ്രക്ഷുബ്ധമായ ഒരു കാലത്തിന്റെ മന്ദസ്മിതമുണ്ടായിരുന്നു. അയാളുടെ കൺപുരികങ്ങൾ വില്ലുപോലെ വളഞ്ഞിരുന്നു. റസ്മ്യോട്ട്ണോവ് അയാളെ ഉറക്കത്തിൽനിന്നും ഉണർത്തി.

"നിങ്ങൾ ഗ്രിഗറിയെ മർദിച്ച് അവശനാക്കിയിട്ട് സ്വപ്നം കണ്ട് ഉറങ്ങുകയാണോ. ഗ്രിഗറി ഇന്ന് കാലത്ത് ഇവിടെ വിത്ത് കൊണ്ടുവന്നു. അയാൾ പൊലീസിൽ പരാതി കൊടുക്കാൻ വേണ്ടിപോയിരിക്കുകയാണ്. നിങ്ങളെന്തെല്ലാമാണ് അയാളോട് ചെയ്തത്. ഡേവിഡോവ് തിരിച്ചുവന്നാൽ നിങ്ങൾ സമാധാനം പറയേണ്ടിവരും."

"എന്റെ ചങ്ങാതീ, ഞാനിന്നലെ മനോഹരമായൊരു സ്വപ്നം കണ്ടു. ഒരിക്കലും കാണാത്തൊരു സ്വപ്നം."

"എനിക്ക് സ്വപ്നത്തെപ്പറ്റി ഒന്നും അറിയേണ്ട. ഗ്രിഗറിയെപ്പറ്റിയാണ് അറിയേണ്ടത്."

"എനിക്ക് ആ പേ പിടിച്ച നായയെപ്പറ്റി ഓർക്കുന്നതുപോലും ഇഷ്ടമല്ല. അയാൾ ധാന്യം കൊണ്ടുവന്നോ. അത് ഏതായാലും നന്നായി. ഞാൻ കൈവെച്ച ഒരു മൂരാച്ചിയും നേരെവരാതെ പോയിട്ടില്ല. ഇതൊരു കുറ്റമാണോ. ഇങ്ങനെയല്ലാതെ അവരെ എങ്ങനെ നേരെയാക്കും. അയാൾ എന്തെല്ലാം പുലഭ്യമാണ് പറഞ്ഞത്. അത് വെച്ച്നോക്കുമ്പോൾ ഞാൻ കൊടുത്തത് കുറഞ്ഞുപോയി എന്നാണ് എനിക്കിപ്പോൾ തോന്നുന്നത്. അയാളുടെ നാവ് പിഴുതെടുക്കേണ്ടതായിരുന്നു. കൈയും കാലും അടിച്ചൊടിക്കേണ്ടതായിരുന്നു. ഞാനതൊന്നും ചെയ്തില്ലല്ലോ. ആ പന്നി എല്ലാകാലത്തും നമുക്കെതിരായിരുന്നു. അയാൾ ലോകവിപ്ലവത്തിനെതിരാണ്. കമ്യൂണിസ്റ്റ് സർക്കാറിനെതിരെ അയാൾ എന്തെല്ലാം പറഞ്ഞെന്നോ. അയാളുടെ പല്ല് മുഴുവൻ അടിച്ചുകൊഴിക്കേണ്ടതായിരുന്നു."

"പക്ഷേ നിങ്ങൾ അയാളെ മർദിക്കേണ്ടിയിരുന്നില്ല."

"എനിക്കിപ്പോൾ തോന്നുന്നത് അയാളെ തട്ടിക്കളയേണ്ടിയിരുന്നു എന്നാണ്. ഇത്തരം മൂരാച്ചികളെ ജീവിക്കാൻ വിട്ടുകൂട." അയാളെ കൊല്ലാതിരുന്നതിൽ ഞാനിപ്പോൾ ദുഖിക്കുന്നു."

"നിങ്ങൾ ഒരു വിഡ്ഢിതന്നെയാണ്. ഭ്രാന്തനായ ഒരു മനുഷ്യനോട് നിങ്ങൾ ഭ്രാന്തനെപ്പോലെതന്നെ പ്രതികരിക്കുന്നു. ശുദ്ധഅസംബന്ധമാണിത്. ഡേവിഡോവ് വന്നാൽ നിങ്ങളിതിന് മറുപടിപറയേണ്ടിവരും"

"ഡേവിഡോവ് വരട്ടെ, അയാൾക്ക് കാര്യങ്ങളെല്ലാം മനസിലാകും. നിങ്ങൾ മണ്ണും ചാണകവുമല്ലാത്ത ഒരു കോലമാണ്. നിങ്ങൾക്കിതൊന്നും മനസിലാവുകയില്ല."

"അതെ, നിങ്ങൾ രണ്ടും നല്ലവണ്ണം ചേരും." ഇതും പറഞ്ഞ് റസ്മ്യോ

ട്ണോവ് മേശമേൽ കൈകൊണ്ട് കൊട്ടി. നഗുൽനോവിന്റെ നെറ്റിയിലും കൊട്ടി. എന്നിട്ട് പറഞ്ഞു. "ഒരു വ്യത്യാസവുമില്ല."

നഗുൽനോവിന് ദേഷ്യംവന്നു. തന്റെ രോമക്കുപ്പായം ധരിച്ചുകൊണ്ട് അയാൾ പറഞ്ഞു:

"നിങ്ങളുടെ ധാരണ വലിയ ബുദ്ധിമാനെന്നാണ്. ആ മുറിക്കകത്ത് അറസ്റ്റ്ചെയ്ത ആളുകളെയെല്ലാം വിട്ടയക്കൂ. അവരോട് ധാന്യം കൊണ്ടു വരാൻപറയൂ. ഇല്ലെങ്കിൽ അവരെ വീണ്ടും അറസ്റ്റുചെയ്യൂ."

മുറിക്കകത്ത് അറസ്റ്റുചെയ്ത ആളുകളുണ്ടെന്ന വിവരം അറിഞ്ഞ് റെസ്മ്യോട്ണോവിന് അദ്ഭുതമായി. ഗോതമ്പും ബാർളിയും സർക്കാർ വക ഫയലുകളും സൂക്ഷിക്കുന്ന മുറിയായിരുന്നു അത്. റെസ്മ്യോട്ണോവ് ആ മുറിയുടെ വാതിൽതുറന്നുനോക്കിയപ്പോൾ കണ്ടത് മൂന്ന് കൃഷിക്കാരെ അവിടെ ബന്ധനസ്ഥരാക്കിയതാണ്. രാത്രിയിലും ഭക്ഷണം കഴിക്കുമ്പോഴും കെട്ടഴിച്ചുവിടും. രാത്രിയിൽ വെറും നിലത്താണ് അവർ കിടന്നുറങ്ങിയത്. റെസ്മ്യോട്ണോവ് വാതിൽ തുറന്നപ്പോൾ അവർ എഴുന്നേറ്റ്നിന്നു.

മൂന്നുപേരാണ് അതിനകത്ത് ഉണ്ടായിരുന്നത്. അതിലൊരാൾ വൃദ്ധനായിരുന്നു. റസ്മ്യോട്ണോവ് അവരുടെ കൈയിലെ കെട്ടുകളഴിച്ചുകളഞ്ഞു. റെസ്മ്യോട്ണോവിനോട് അവർ കുറ്റസമ്മതം നടത്തി. തങ്ങളെ വെറുതെ വിടണമെന്നും വിട്ടയച്ചാൽ ഞങ്ങൾ ധാന്യം കൊണ്ടുതരുമെന്നും അവർ പറഞ്ഞു. എന്നാൽ റെസ്മ്യോട്ണോവ് കർക്കശ സ്വരത്തിൽ ഇങ്ങനെ പറഞ്ഞു:

"ആദ്യമേ ഇതങ്ങ് ചെയ്താൽ പോരായിരുന്നോ. നിങ്ങളൊക്കെ കൂട്ടുകൃഷിക്കാരല്ലെ. വിത്ത് പൂഴ്ത്തിവയ്ക്കാൻ നിങ്ങൾക്കെങ്ങനെ മനസു വന്നു."

"ഏതായാലും തെറ്റ് പറ്റിപ്പോയി. ഞങ്ങളെ വിട്ടയക്കുക."

റെസ്മ്യോട്ണോവ് ഒരു നിമിഷം മാറിനിന്ന് ചിന്തിച്ചു അവസാനം നഗുൽനോവ് ആണ് ശരി എന്ന് തോന്നുന്നു. കർക്കശമായ നിലപാടെടുത്താൽ ചിലകാര്യങ്ങൾ വിജയിക്കും. ഇവിടേയും അതാണ് കാണുന്നത്.

## 28

**പു**തിയ ഇനം വിത്തിന് വേണ്ടി ജില്ലാകൃഷികേന്ദ്രത്തിലേക്ക്പോയ ഡേവിഡോവ് തിരിച്ചുവന്നു. അയാളുടെ മുഖത്ത് എന്തെന്നില്ലാത്ത ഉത്സാഹവും ആവേശവും അലതല്ലുന്നുണ്ടായിരുന്നു. അയാൾ ഭക്ഷണം കഴിച്ചുകൊണ്ടിരിക്കെ നഗുൽനോവ് ഗ്രിഗറിയെ മർദിക്കുകയും മൂന്ന് കൃഷിക്കാരെ പൂട്ടിയിടുകയും ചെയ്തതിനെപ്പറ്റി വിവരം ലഭിച്ചു. ഗ്രാമമെങ്ങും ആ വാർത്ത പരന്നിരുന്നു. പെട്ടന്ന് ആഹാരം കഴിച്ച് ഡേവിഡോവ് മാനേജ്മെന്റ് ഓഫീസിലേക്ക്പോയി. അവിടെ എത്തിയപ്പോൾ തനിക്ക് ലഭിച്ച വിവരമെല്ലാം ശരിയാണെന്ന് മനസിലായി. എന്നാൽ നഗുൽനോവിന്റെ പ്രവൃത്തിയെക്കുറിച്ച് പലരും പല രീതിയിലാണ് പ്രതികരിച്ചത്. ചിലർ

അയാളെ പിൻതുണച്ചു. യാക്കോവ് ലൂക്കിച്ച് ഒന്നും മിണ്ടിയില്ല. എന്നാൽ അപ്പോൾ അവിടേക്ക് കയറിവന്ന നഗുൽനോവ് സാധാരണപോലെതന്നെ ഡേവിഡോവിനെ അഭിവാദനം ചെയ്തു. ഡേവിഡോവ് ചോദിച്ചു:

"എന്താണ് ഇവിടെ നടക്കുന്നത്?."

"നിങ്ങൾക്കെല്ലാം മനസിലായില്ലേ, എന്നിട്ടും ചോദ്യം ഒഴിവാക്കിക്കൂടെ."

"അക്രമമാർഗത്തിലൂടെയാണോ വിത്ത് ശേഖരിക്കുന്നത്?"

"വിത്ത് ശേഖരിക്കാൻ വേണ്ടിയല്ല അയാളെ പ്രഹരിച്ചത്. അയാൾ സോവിയറ്റ് സർക്കാറിനെയും കമ്യൂണിസ്റ്റുകാരെയും അധിക്ഷേപിച്ചതിനാണ്."

"എന്തായിരുന്നാലും ചെയ്തത് മോശമായിപ്പോയി. രാഷ്ട്രീയമായി അത് തെറ്റാണ്. എന്തുകൊണ്ട് നിങ്ങൾ അതാലോചിച്ചില്ല."

"ആലോചിക്കാൻ സമയമുണ്ടായിരുന്നില്ല."

"അതല്ല അതിന്റെ ഉത്തരം. കമ്യൂണിസ്റ്റുപാർട്ടിയേയും സോവിയറ്റ് ഗവൺമെന്റിനെയും ഒരാൾ അധിക്ഷേപിച്ച് സംസാരിച്ചാൽ അയാളെ അറസ്റ്റുചെയ്യണം. അയാളെ മർദിച്ചത് ശരിയായില്ല. അത് കമ്യൂണിസ്റ്റുകാർക്ക് പറ്റിയ പണിയല്ല. ഇനി പാർട്ടിയോഗം ചേർന്ന് അതിനെപ്പറ്റി ചർച്ചചെയ്യും. ജനങ്ങൾക്കിടയിൽ വലിയ അപമാനമാണ് നിങ്ങൾ വരുത്തിയത്. ഒരിക്കലും അതിനെ അംഗീകരിക്കാൻപറ്റില്ല. മേൽകമ്മിറ്റിയുടെ അനുവാദത്തിനുവേണ്ടി കാത്തുനിൽക്കാതെ ഞാനത് യോഗത്തിൽ ചർച്ചചെയ്യും. അങ്ങനെ ചെയ്തില്ലെങ്കിൽ മറ്റ് കൃഷിക്കാർ ധരിക്കും ഞാനും നിങ്ങളുടെ കൂടെയാണെന്ന്. ഒരിക്കലും അങ്ങനെ സംഭവിക്കാൻ പാടില്ല. നിങ്ങളുടെ പ്രവൃത്തിയെ ഞാൻ അധിക്ഷേപിക്കുന്നു. ഒരു കമ്യൂണിസ്റ്റുകാരനാണ് എന്ന കാര്യം നിങ്ങൾ മറന്നു. കൂലിപട്ടാളക്കാരെപ്പോലെയാണ് നിങ്ങൾ പെരുമാറിയത്. എനിക്കത് കേട്ടിട്ട് ജ്വലിക്കുന്നുണ്ട് കോപം."

നഗുൽനോവ് ഒരിഞ്ചുപോലും താണുകൊടുക്കാനോ പിന്നോട്ട്പോകാനോ തയ്യാറായിരുന്നില്ല. അയാൾ ഉടുമ്പിനെപ്പോലെ തന്റെ നിലപാടിൽ ഉറച്ചുനിന്നു. ഡേവിഡോവ് കമ്യൂണിസത്തിന്റെ പേരിൽ വളരെയേറെ അയാളോട് തർക്കിച്ചു. രാഷ്ട്രീയമായി അത് ശരിയല്ലെന്നാണ് ഡേവിഡോവ് പറഞ്ഞത്. എന്നാൽ നഗുൽനോവിന്റെ വിശദീകരണം ഇതായിരുന്നു;

"എനിക്ക് അയാളെ ശരിയായ രീതിയിൽ അടിക്കാൻ പറ്റിയില്ല എന്ന ദു:ഖമേയുള്ളൂ. അയാളുടെ ധിക്കാരവും പുലഭ്യം പറച്ചിലും അത്രമാത്രം ഭീകരമായിരുന്നു. നിങ്ങളുടെ വേദാന്തമൊന്നും എനിക്ക് കേൾക്കേണ്ട. ഞാനൊരു പാർട്ടി ഭടനാണ്. പാർട്ടിയെ അധിക്ഷേപിക്കുന്നവനെ വയറു നിറയെ ആഹാരം കൊടുത്ത് പറഞ്ഞയക്കാൻ ഒരു മൂരാച്ചിയല്ല ഞാൻ. പാർട്ടിയെ നശിപ്പിക്കാൻ ശ്രമിക്കുന്ന പെരുച്ചാഴികളെ അടിച്ചുതന്നെ കൊല്ലണം."

"അവിടെയാണ് നിങ്ങൾക്ക് തെറ്റുപറ്റിയത്. ഈ ഗ്രിഗറിബെന്നിക്ക് നമ്മളിൽപെട്ട ആളാണ്. നിങ്ങൾ അയാളെ അടിക്കരുതായിരുന്നു. എന്താ

യിരുന്നാലും നിങ്ങൾ കുറച്ചാലോചിക്കൂ. സമാധാനപരമായി ആലോചിച്ചാൽ നിങ്ങൾക്ക് കാര്യങ്ങൾ മനസിലാകും. അപ്പോൾ ഞാൻ പറയുന്നതിൽ കാര്യമുണ്ടെന്ന് മനസിലാകും. എന്നിട്ട് വൈകുന്നേരത്തെ യോഗത്തിന് വരൂ."

വൈകുന്നേരമായപ്പോൾ നഗുൽനോവ് ഓഫീസ് മുറിയിലേക്ക് കടന്നുവന്നു. അയാളുടെ മുഖത്ത് വിഷാദം അലതല്ലുന്നുണ്ടായിരുന്നു. ഡേവിഡോവ് അയാളോട് ചോദിച്ചു:

"ഞാൻ പറഞ്ഞതിനെപ്പറ്റി സമാധാനമായി ആലോചിച്ചോ."

"ആലോചിച്ചു."

"ഇപ്പോൾ എന്തുതോന്നുന്നു?"

"ആ നായിന്റെ മോനെ എനിക്ക് ശരിക്കും അടിക്കാൻ പറ്റിയില്ല അതാണെന്റെ ദു:ഖം."

യോഗം ചേർന്ന് നഗുൽനോവിന്റെ പ്രവർത്തനത്തെപ്പറ്റി വിശദമായി ചർച്ചചെയ്തു. ഭൂരിപക്ഷം ആളുകളും നഗുൽനോവിനെ എതിർത്തു. അവർ ഡേവിഡോവിനെ പിൻതുണച്ചു.

യോഗം കഴിഞ്ഞ് നഗുൽനോവ് സിഗരറ്റ് കത്തിക്കുകയായിരുന്നു. അപ്പോൾ ഡേവിഡോവ് സഹാനുഭൂതിയോടെ നഗുൽനോവിനെ നോക്കിപ്പറഞ്ഞു:

"എന്നോട് നിങ്ങൾ പിണങ്ങരുത്."

"എനിക്ക് പിണക്കമില്ല"

"നിങ്ങളിപ്പോൾ ചുവപ്പ് സൈനികനല്ല. കാലമെല്ലാം മാറിപ്പോയിരിക്കുന്നു. ആളുകളെ ഭീഷണിപ്പെടുത്തിയും മർദിച്ചും കാര്യം നേടാൻ പറ്റില്ല എന്ന് മനസിലാക്കണം. ഇത് മാറിയ കാലമാണ്. നമ്മൾ ജനങ്ങളുടെ ഇടയിൽ പ്രവർത്തിക്കുന്നവരാണ്. ജനങ്ങളെ അനുസരണ പഠിപ്പിക്കേണ്ടവരല്ല. നമുക്ക് ദേഷ്യമുണ്ടെങ്കിൽ അത് തീർക്കാനുള്ള ഉപകരണമല്ല ജനങ്ങൾ. ജനങ്ങളോട് വളരെ നന്നായി പെരുമാറൂ. അപ്പോൾ നമുക്ക് നേട്ടങ്ങൾ ഉണ്ടാകും. നമ്മുടെ എല്ലാ പരാജയങ്ങളും ജനങ്ങളോട് പറയൂ. അപ്പോൾ നമുക്ക് വിജയ സാധ്യത തുറക്കും. നിങ്ങൾ പുതിയ തലമുറയെ നോക്കൂ. അവർ എങ്ങനെയാണ് ജനങ്ങളോട് പെരുമാറുന്നത് എന്ന് നോക്കൂ. ഇന്നത്തെ ചെറുപ്പക്കാർ നന്നായി പണിയെടുക്കുന്നുണ്ട്. വെറുതെ പണിയെടുക്കുകയല്ല. ജനങ്ങളുടെ മനസ്സ് അറിഞ്ഞ് പ്രവർത്തിക്കുകയാണ്."

നഗുൽനോവിന് പുതിയ പല ചെറുപ്പക്കാരോടും അസൂയയായിരുന്നു. ഡേവിഡോവ് അവരെ പ്രശംസിച്ചു പറഞ്ഞപ്പോൾ അത് അയാൾക്ക് ഇഷ്ടപ്പെട്ടില്ല. എന്നാൽ ഡേവിഡോവ് നേരെ മറിച്ചായിരുന്നു. അയാൾ എല്ലാവരിൽനിന്നും കാര്യങ്ങൾ പഠിക്കാൻ തയ്യാറായിരുന്നു.

നഗുൽനോവ് കൂടുതൽ ഒന്നും പറയാൻ തയ്യാറായിരുന്നില്ല. പിറ്റേന്ന് തന്നെ അയാൾ കൂട്ടുകൃഷിസംഘത്തിന് വേണ്ടി ധാന്യങ്ങൾ പിരിക്കാൻപോയി.

നഗുൽനോവ് ചെറുപ്പക്കാരായ കൂട്ടുകൃഷിസംഘം പ്രവർത്തകരോടൊപ്പമാണ് ധാന്യശേഖരണത്തിനായിപോയത്. അവരോടൊത്തുള്ള സഞ്ചാരവും പ്രവർത്തനവും നഗുൽനോവിന് വളരെ ഉന്മേഷം നൽകി. അയാൾ പകൽമുഴുവൻ ഊർജസ്വലനായി കാണപ്പെട്ടു.

നഗുൽനോവും കൂട്ടുകാരും ആദ്യം ചെന്നുകയറിയത് ലെബിനോവിന്റെ ഭവനത്തിലായിരുന്നു. ആ സമയം വീട്ടുകാരൊന്നിച്ച് പ്രഭാതഭക്ഷണം കഴിക്കുകയായിരുന്നു. മക്കളും ഭാര്യയും അമ്മായി അമ്മയും ഒരുമിച്ച് ലെബനോവ് ഭക്ഷണം കഴിക്കുന്ന സമയത്ത് കൊച്ചുകുട്ടികളെല്ലാം അയാളുടെ ചുറ്റും കൂടി.

"നമസ്കാരം കാരണവരെ," നഗുൽനോവ് ഗൃഹനാഥനെ അഭിവാദനം ചെയ്തു.

"നമസ്കാരം" ഗൃഹനാഥൻ പുഞ്ചിരിച്ചുകൊണ്ട് പ്രത്യഭിവാദ്യം ചെയ്തു.

തുടർന്ന് ഗൃഹനാഥനും കൂട്ടുകൃഷിസംഘക്കാരും തമ്മിൽ വളരെയേറെ നേരം സംസാരിച്ചിരുന്നു. വീട്ടുകാര്യങ്ങളും നാട്ടുകാര്യങ്ങളും അവർ ചർച്ചചെയ്തു. അതിഥി വളരെ ഊർജസ്വലനായിരുന്നു. അയാളുടെ പെൺമക്കൾ അയാളോടൊപ്പമിരുന്ന് തമാശകൾ പറയുകയായിരുന്നു. ലെബനോവ് നഗുൽനോവിനെ പ്രാതൽ കഴിക്കാൻ ക്ഷണിച്ചു. എന്നാൽ അയാൾ ആ ക്ഷണം സ്നേഹപൂർവം നിരസിച്ചു. ലെബനോവിന്റെ ഭാര്യ മന്ദഹാസത്തോടെ അവരെയെല്ലാം സ്വീകരിച്ചിരുത്തി. കൂട്ടുകൃഷി സംഘത്തിൽപെട്ട നെയ്ദ്യോനോവ് എന്ന ചെറുപ്പക്കാരൻ ഗൃഹനാഥനോടൊപ്പം ഭക്ഷണം കഴിക്കാൻ ഇരുന്നു. ഡേവിഡോവിന് ഏറ്റവും ഇഷ്ടപ്പെട്ട മാതൃകാ യുവാവായിരുന്നു അയാൾ. അയാളെക്കുറിച്ച് പറയുമ്പോളെല്ലാം ഡേവിഡോവിന് ആയിരം നാവായിരുന്നു. അയാൾ യുവകോമളനായ ഒരു രസികനായിരുന്നു. അയാളുടെ മുഖത്ത് എന്തെന്നില്ലാത്ത ഒരാകർഷകത്വമുണ്ടായിരുന്നു. അയാളുടെ പൂച്ചക്കണ്ണുകളിൽ എപ്പോഴും ചിരിവിടർന്നുനിന്നിരുന്നു. ചിരിക്കുന്ന കണ്ണുകളായിരുന്നു അയാൾക്ക്. ഗൃഹനാഥന്റെ പെൺമക്കളിൽ ഒരാൾ അയാളുടെ മടിയിൽ വിരിക്കാൻ ഒരു ടൗവൽ കൊണ്ടുവന്നു. അപ്പോൾ ഗൃഹനാഥൻ ചിരിച്ചുകൊണ്ട് നഗുൽനോവിനോട് പറഞ്ഞു:

"എന്റെ പ്രിയ സഖാവെ, നിങ്ങളീ കാഴ്ചകണ്ടോ. എന്റെ മകൾക്ക് ഈ ചെറുപ്പക്കാരനെ അങ്ങുപിടിച്ചു എന്ന് തോന്നുന്നു. എനിക്ക് ജീവിതത്തിൽ ഇതുവരെ ഇവൾ ഒരു ടൗവൽ കൊണ്ടുതന്നിട്ടില്ല. പക്ഷെ ആവശ്യപ്പെടാതെ തന്നെ ഈ ചെറുപ്പക്കാരന് അത് കിട്ടി. ഇനി ജീവിതത്തിൽ ഒരു ഭാര്യയെ വേണമെന്ന് തോന്നുമ്പോൾ എന്റെ അനുവാദമില്ലാതെ തന്നെ ഈ ചെറുപ്പക്കാരന് ഇവളെയങ്ങ് കൊണ്ടുപോകാം."

അച്ഛന്റെ വാക്കുകൾകേട്ട് പെൺകുട്ടി ലജ്ജകൊണ്ട് ചുവന്നുപോയി. അവൾ അവിടെനിന്നും എഴുന്നേറ്റ് മാറിനിന്നു. അപ്പോൾ നെയ്ദ്യോനോവ് എന്ന ചെറുപ്പക്കാരൻ ഇങ്ങനെ പ്രതികരിച്ചു.

"പക്ഷെ എനിക്ക് തോന്നുന്നത് എന്നെപ്പോലെ ഒരു ചെറുപ്പക്കാരനെ ഇവൾ ഇഷ്ടപ്പെടുകയില്ല എന്നാണ്. കാരണം എന്റെ മുഖം നിറയെ കലകളുണ്ട്. നേരമിരുട്ടിയാൽ മാത്രമേ ഞാൻ സുന്ദരനാവൂ. അപ്പോൾ എന്റെ മുഖത്തെ കലകൾ ആരും കാണില്ല."

ഇത് കേട്ട് എല്ലാവരും ചിരിച്ചു. ആഹാരപദാർഥങ്ങൾകൊണ്ട് മേശ നിറഞ്ഞു. എല്ലാവരും ആഹാരം കഴിക്കുന്നതിന്റെ തിരക്കിലായിരുന്നു. സ്പൂണുകൾ പാത്രങ്ങളിൽ ചെന്ന് മുട്ടുന്നതിന്റെ ശബ്ദം ഉയർന്നു കേൾക്കാമായിരുന്നു. കുറേനേരം ആരും ഒന്നും സംസാരിച്ചില്ല. അപ്പോൾ ഗൃഹനാഥ ഇങ്ങനെ പറഞ്ഞു:

"എന്താ ഒരൊച്ചയും അനക്കവും ഇല്ലാത്തത്?"

"അതെ, പള്ളിയിൽ പോയതുപോലെ."

"പള്ളിയിലാണെങ്കിലും ചിലപ്പോൾ ഒച്ചയുണ്ടാവും."

ഗൃഹനാഥ പാത്രങ്ങളെല്ലാം എടുത്തുകൊണ്ടുപോയി അകത്തുവെച്ചു. പിന്നെ അവർ മേശയെല്ലാം വൃത്തിയാക്കി. ഗൃഹനാഥൻ ഒരു സിഗരറ്റ് എടുത്ത് വലിക്കാൻ തുടങ്ങി. സമയമേറെ കഴിഞ്ഞിട്ടും കൂട്ടുകൃഷിക്കാർ വിത്തിന്റെ കാര്യം പറഞ്ഞില്ല. അതോർത്ത് നഗുൽനോവ് ആശങ്കപ്പെടാൻ തുടങ്ങി. ഇങ്ങനെപോയാൽ ശരിയാവില്ലെന്ന് അയാൾ ചിന്തിക്കാൻ തുടങ്ങി. പക്ഷെ ആ വീട്ടുകാരെ അങ്ങനെ എളുപ്പത്തിൽ സ്വാധീനിക്കാൻ കഴിയില്ലെന്ന് അയാൾക്ക് അറിയാമായിരുന്നു. ആ ഗ്രാമത്തിലെ പേരുകേട്ട കുടുംബങ്ങളിലൊന്നാണത്. ഭീഷണികൊണ്ടൊന്നും ഒരു കാര്യവുമില്ല. ഗൃഹനാഥൻ ഒരിക്കൽ ചെമ്പടയിൽ സൈനികസേവനം അനുഷ്ഠിച്ചിട്ടുണ്ട്. അയാൾ നല്ലവനായ ഒരു കൊസാക്കാണ്. എന്നാൽ നല്ല ധനികനാണ് അയാൾ. നല്ലൊരു തറവാടിയുമാണ്. അതുകൊണ്ടുതന്നെ അയാൾ എളുപ്പത്തിൽ ധാന്യം തരികയില്ല എന്ന് നഗുൽനോവിന് അറിയാമായിരുന്നു. നല്ല മഞ്ഞുകാലത്ത് അൽപ്പം മഞ്ഞ്ചോദിച്ചാൽപോലും കൊടുക്കാത്ത പ്രകൃതക്കാരനാണ് അയാൾ.

അപ്പോൾ വീട്ടുകാരിൽ ഒരാൾ ഒരു കഥപറയാൻ തുടങ്ങി. ഒരു പള്ളിയിൽ നടന്ന കഥയാണ്:

"ഒരു കുർബാന നടക്കുകയായിരുന്നു പള്ളിയിൽ. ആളുകൾ ധാരാളമുണ്ട്. പാട്ടും ആട്ടവുമെല്ലാമുണ്ട്. പള്ളിമുറ്റത്ത് കുട്ടികൾ കളിക്കുന്നു. അപ്പോഴാണ് ഞങ്ങളുടെ ഗ്രാമത്തിലെ ഒരു പശുക്കുട്ടി പള്ളിക്കടുത്ത്നിന്ന് പുല്ല്തിന്നുകൊണ്ടിരുന്നത്. നല്ല വികൃതിയുള്ള പശുക്കുട്ടിയായിരുന്നു അത്. കുട്ടികളെല്ലാം അതിന്റെ ചുറ്റുംകൂടി ഒച്ചവെച്ചു. പശുക്കുട്ടിക്ക് ദേഷ്യംവന്നു. അത് കുട്ടികളെ ഓടിച്ചു. അങ്ങനെ അത് ഓടി പള്ളിമുറ്റത്തെത്തി. അവിടെ ധാരാളം ആളുകൾ ഉണ്ടായിരുന്നു. പശുക്കുട്ടി വിട്ടില്ല. അത് അതിന്റെ മുമ്പേ ഓടിയ ഒരു ബാലന്റെ പുറത്ത് കുത്തി. കുത്തുകൊണ്ട ബാലൻ ഒരു വൃദ്ധയുടെ കാലിലേക്ക് വീണു. അപ്പോൾ ആ സ്ത്രീ നിലവിളിക്കാൻ തുടങ്ങി. നിലവിളികേട്ട് അവരുടെ ഭർത്താവ് രംഗത്തെത്തി. അയാൾ ബാലനെ നന്നായി മർദിച്ചു. അതുകൊണ്ടും അരി

ശംതീരാതെ അയാൾ അവനെ തെറിവിളിക്കാൻ തുടങ്ങി. അപ്പോൾ പശുക്കുട്ടി ആ വൃദ്ധന്റെ നേരെ ചാടിവീണു. അപ്പോൾ ആളുകൾ ആകെ ബഹളംവെച്ചു. പള്ളിക്കകത്ത് പ്രാർഥന നടത്തിക്കൊണ്ടിരുന്നവർ ബഹളംകേട്ട് ഓടിവന്നു.

എന്താണവിടെ ബഹളം.

ഇങ്ങനെ കഥപറയുന്ന ആൾ കഥയിൽ ലയിച്ച് കഥതുടരുകയാണ്. അയാൾ പലകാര്യങ്ങളും അഭിനയിച്ച് കാണിക്കുന്നുണ്ടായിരുന്നു. അയാളുടെ അഭിനയം കണ്ട് എല്ലാവരും പൊട്ടിച്ചിരിക്കാൻതുടങ്ങി. അയാൾ കഥ ഇങ്ങനെ തുടർന്നു;

"ആ പശുക്കുട്ടി ഭയങ്കരവികൃതിയായിരുന്നു. അപ്പോൾ പള്ളിയിലെ ഒരു ചെറുപ്പക്കാരൻ പുറത്ത് ഭ്രാന്തൻനായയുടെ ശല്യമുണ്ടെന്ന് പറഞ്ഞു. അയാളുടെ അഭിപ്രായംകേട്ട് ഒരു സ്ത്രീ നിലവിളിക്കാൻ തുടങ്ങി. അവൾക്ക് ഭ്രാന്തൻനായ എന്ന് കേട്ടാൽതന്നെ പേടിയാണ്. അവളുടെ ബഹളം കേട്ട് ആളുകൾ മുന്നോട്ട് ഓടാൻ തുടങ്ങി. പള്ളിക്കകത്തെ ആളുകൾ കരുതിയത് പള്ളിയിൽ ഭ്രാന്തൻ നായ കയറിയെന്നാണ്. ആളുകൾ ഓടെടാ ഓട്ടം. തിക്കിലും തിരക്കിനുമിടയിൽപെട്ട് മെഴുകുതിരികൾ മറിഞ്ഞുവീണു. പള്ളിയുടെ അകം നിറയെ പുകയും ഇരുട്ടും. അപ്പോൾ സ്ത്രീകൾ ഉച്ചത്തിൽ നിലവിളിക്കാൻ തുടങ്ങി. എല്ലാവരും ഓടാൻതുടങ്ങി. എന്നാൽ ഇരുട്ടായതിനാൽ വാതിലെവിടെയാണെന്ന് അറിയുമായിരുന്നില്ല. തിരക്കിൽപെട്ട് പള്ളിയിലെ നേർച്ചപ്പണം നിലത്ത് മറിഞ്ഞുവീണു. അപ്പോൾ ആളുകൾ 'കള്ളൻ കള്ളൻ' എന്നുവിളിച്ചുപറയാൻ തുടങ്ങി. ആ സമയം അൾത്താരയുടെ അടുത്ത് ഉണ്ടായിരുന്ന ഒരു സ്ത്രീയുടെ തലയ്ക്ക് വേറൊരാൾ ഒരടികൊടുത്തു. സ്ത്രീ കരയാൻ തുടങ്ങി. ആളുകളെല്ലാം ബഹളംകൂട്ടി. "

അയാളുടെ കഥകേട്ട് ആളുകളെല്ലാം ചിരിക്കാൻ തുടങ്ങി. അപ്പോൾ ഒരു മൽസരമെന്നോണം വേറൊരാൾ ഒരു കഥപറയാൻ തുടങ്ങി. കഥ ഇതായിരുന്നു:

"ഞങ്ങളുടെ നാട്ടിൽ പണ്ട് ഒരു കുതിരക്കള്ളൻ ഉണ്ടായിരുന്നു. ചെക്കോവ് എന്നായിരുന്നു അയാളുടെ പേര്. അയാൾ എവിടെയെങ്കിലും ചെന്ന് കുതിരയെ മോഷ്ടിച്ചിരിക്കും. ആർക്കുമയാളെ പിടിക്കാൻ കഴിഞ്ഞില്ല. " അയാൾ കഥ പറഞ്ഞ്പറഞ്ഞ് ആളുകളെ ചിരിപ്പിക്കാൻ തുടങ്ങി. കഥയുടെ അവസാനം ദുരന്തമായിരുന്നു. കുതിരക്കള്ളൻ പിടിക്കപ്പെട്ടു. അയാളുടെ കഥകേട്ട് പെൺകുട്ടികളെല്ലാം കരയാൻതുടങ്ങി. ഗൃഹനാഥനും കരയാൻതുടങ്ങി. കഥ ശരിക്ക് കേൾക്കാൻ കഴിയാത്ത വൃദ്ധകൾപോലും മറ്റുള്ളവർ കരയുന്നതുകണ്ട് കരയാൻ തുടങ്ങി.

വീട്ടിലെ ചെറുപ്പക്കാർ വീണ്ടും വീണ്ടും കഥപറയാൻ താൽപ്പര്യം കാണിച്ചു. അതിലൊരാൾ ഒരു കഥപറയാൻ തുടങ്ങി. കഥയിതാണ്;

ഇന്ന് രാവിലെ ഞാൻ പത്രംവായിക്കുകയായിരുന്നു. അപ്പോഴാണ് ആ വാർത്തകണ്ട് ഞാൻ സ്തംഭിച്ചുപോയത്.

എന്തായിരുന്നു ആ വാർത്ത.

മുതലാളിത്ത രാജ്യങ്ങളിൽ ജനങ്ങളെ വല്ലാതെ പീഡിപ്പിക്കുന്നു. റൊമാനിയയിൽ കലാപം നടക്കുന്നു. അവിടെ കൃഷിക്കാർ ജന്മിമാരുടെ ഭൂമി പിടിച്ചെടുക്കുകയാണ്. പിടിച്ചെടുത്ത ഭൂമിയെല്ലാം കൃഷിക്കാർക്കിടയിൽ വിതരണം ചെയ്യും എന്നായിരുന്നു പ്രചാരണം.

അവിടെ എന്താണ് നടക്കുന്നത്.

"അവിടെ ഞാൻ വർഷങ്ങളോളം പട്ടാളത്തിൽ പ്രവർത്തിച്ചിരുന്നു. അവിടെ കമ്യൂണിസ്റ്റ് ഭരണത്തിനുവേണ്ടി കൃഷിക്കാർ പോരാടുകയാണ്. എന്നാൽ പ്രതിവിപ്ലവകാരികൾ കലാപകാരികളെ പിടികൂടി അവരുടെ കണ്ണുകൾ ചൂഴ്ന്നെടുത്തു. മുടിമുഴുവൻ പിഴുതെടുത്തു. മാത്രമല്ല നഖങ്ങൾ പച്ചയോടെ പറിച്ചെടുത്ത് ചൂടാക്കിയ സൂചി കൈവിരലിൽ കുത്തിക്കയറ്റി."

"ഓ എന്തൊരു ക്രൂരത?"

"പച്ചയോടെ നഖം പറിച്ചെടുക്കുകയോ!"

"ഓ അവിടെ സൂചികയറ്റുകയോ!"

'അതെ സൂചികയറ്റുക."

"എന്തൊരു ക്രൂരതയാണത്!"

"സൂചി കയറ്റുകമാത്രമല്ല. തടവുകാരുടെ കണ്ണുകളും മൂക്കും ചെത്തിക്കളയും. പക്ഷെ രക്തം വാർന്ന് മരിക്കാറായിട്ടും അവർ 'കമ്യൂണിസം നീണാൾ വാഴട്ടെ' എന്ന് ഉച്ചത്തിൽ പറഞ്ഞുകൊണ്ടിരുന്നു. അവസാനം തടവുകാരെ മുഴുവൻ തീയിലേക്ക് വലിച്ചെറിഞ്ഞു."

"ഹോ ഈ വാർത്തകേട്ട് ഞാനാകെ തകർന്നുപോകുന്നു. എന്തൊരു ദുഷ്ടന്മാരാണവർ."

"നിങ്ങൾ മനസിലാക്കണം. കൂടെ പ്രവർത്തിക്കുന്ന സഖാക്കളെ ഒറ്റുകൊടുക്കാത്തതുകൊണ്ടാണ് അവർക്ക് ഈ ദുരന്തമുണ്ടായത്. അവസാന ശ്വാസംവരെ അവരിങ്ങനെ പറഞ്ഞുകൊണ്ടിരുന്നു. 'കമ്യൂണിസം നീണാൾവാഴട്ടെ, തൊഴിലാളിവർഗ വിപ്ലവം വിജയിക്കട്ടെ.'

"ഹോ എന്തൊരു ധീരത, എന്തൊരു ത്യാഗം. കൂടെയുള്ളവരെ ഒറ്റിക്കൊടുക്കാതെ അന്തസ്സായി മരിക്കുക. സുഹൃത്തുക്കളെ ചതിക്കാതിരിക്കുക. ഇതൊക്കെത്തന്നെയാണ് ബൈബിളിലും പറഞ്ഞിട്ടുള്ളത്. സുഹൃത്തുക്കൾക്കുവേണ്ടി ജീവൻപോലും ത്യജിക്കാനാണ് വേദപുസ്തകം പറയുന്നത്."

"കഥ തീർന്നില്ല. പിടിക്കപ്പെട്ടവരിൽ ഒരാളെ പുലരുവോളം മർദിച്ചു. പക്ഷെ അയാൾ ഒരു വിവരവും പറഞ്ഞില്ല. പ്രഭാതമായപ്പോൾ വീണ്ടും മർദനം തുടങ്ങി. മർദനം സഹിക്കാൻ വയ്യാതാവുമ്പോൾ തടവുകാരന് ബോധംകെടും. അപ്പോൾ അയാളുടെ മുഖത്ത് വെള്ളം തളിച്ച് അയാളെ ഉണർത്തി വീണ്ടും മർദിക്കും. എന്നാൽ അയാളിൽനിന്ന് ഒരു വിവരവും തനിക്ക് കിട്ടില്ലെന്ന് അവർക്ക് മനസിലായി. അങ്ങനെ അവർ അയാളുടെ അമ്മയെപിടിച്ച് തടവിലിട്ടു. അമ്മ മകനെകണ്ടു. അവരുടെ മുന്നിലിട്ട് അവനെ വീണ്ടും വീണ്ടും മർദിച്ചു. അവൻ വിവരങ്ങൾ പറ

ഞ്ഞില്ലെങ്കിൽ നായ്ക്കൾക്കെറിഞ്ഞുകൊടുക്കുമെന്ന് പറഞ്ഞു. അമ്മ മർദ നമേറ്റ് അവശനായ മകനെ കെട്ടിപ്പിടിച്ചു ചുംബിച്ചു."

കഥകേട്ട് പെൺകിടാങ്ങൾ വീണ്ടും കരയാൻ തുടങ്ങി. ഗൃഹനാഥ ഏങ്ങി ഏങ്ങിക്കരയുകയായിരുന്നു. അവർ ഇടയ്ക്കിടയ്ക്ക് മുഖം തുട യ്ക്കുന്നുണ്ടായിരുന്നു. അവർ കരഞ്ഞുകൊണ്ട് ഇങ്ങനെ പറഞ്ഞു:

"ഇത്രയും ക്രൂരത മനുഷ്യന്മാർ ചെയ്യുമോ. ഒരമ്മയ്ക്ക് ഇതൊക്കെ കണ്ടുനിൽക്കാൻ കഴിയുമോ. എന്റെ ദൈവമേ."

കഥകേട്ട് ഗൃഹനാഥൻ ആകെ സ്തംഭിച്ചുപോയി. അയാൾ ഒരു സിഗ രറ്റെടുത്ത് വലിയ്ക്കാൻതുടങ്ങി. എന്നാൽ നഗുൽനോവ് മാത്രം ശാന്ത നായിരിക്കുകയായിരുന്നു. അയാൾ കഥ ഇങ്ങനെ തുടർന്നു:

'പൊന്നുമകനെ, എനിക്ക് നിന്റെ ജീവനാണ് വലുത്. അവർ പറയു ന്നത് കേൾക്ക്'.' ആ അമ്മ മർദനമേറ്റ് അവശനായ മകനോട് പറഞ്ഞു എന്നാൽ അവന്റെ മറുപടി ഇതായിരുന്നു:

"ഒരിക്കലുമില്ല അമ്മേ. ഒരിക്കലും ഞാൻ എന്റെ സഖാക്കളെ ഒറ്റി ക്കൊടുക്കുകയില്ല. അങ്ങനെ ജീവിക്കുന്നതിനേക്കാൾ നല്ലത് മരിക്കുന്ന താണ്. വഞ്ചകനായ ഒരു മകന്റെ അമ്മയായി നിങ്ങൾ അറിയപ്പെടരുത്. എന്നെ ഒന്നു ചുംബിക്കൂ. അപ്പോൾ എനിക്ക് അഭിമാനത്തോടെയും സന്തോഷത്തോടെയും മരിക്കാൻ കഴിയും."

"അങ്ങനെ ആ യുവാവ് മർദനമേറ്റ് മരിച്ചു." എന്തെന്നില്ലാത്ത വൈകാ രികമായ ആവേശത്തോടെ യുവാവ് കഥപറഞ്ഞ് അവസാനിപ്പിച്ചു. അപ്പോ ഴേക്കും എല്ലാവരും നിശ്ചലരായിപ്പോയി. പെൺകുട്ടികളുടെ കണ്ണുകൾ നിറയുന്നുണ്ടായിരുന്നു. ഗൃഹനാഥയുടെ കണ്ണിൽനിന്നും കണ്ണീർ കുടു കുടാ ഒഴുകുന്നുണ്ടായിരുന്നു. അവർ ഗദ്ഗദത്തോടെ ചോദിച്ചു:

"ആ യുവാവിന് എത്ര വയസ്സ് പ്രായമുണ്ടായിരുന്നു?"

"വെറും പതിനേഴ് വയസ്സ്." തൊഴിലാളി വർഗത്തിന്റെ ധീരനായ പടനായകനായിരുന്നു അയാൾ. പക്ഷെ മർദിതരായ ജനലക്ഷങ്ങൾക്കു വേണ്ടി അയാൾ രക്തസാക്ഷിയായി. മനുഷ്യൻ മനുഷ്യനെ ചൂഷണം ചെയ്യുന്ന വ്യവസ്ഥ അവസാനിപ്പിക്കാൻവേണ്ടി അയാൾ ജീവത്യാഗം ചെയ്തു. അയാളുടെ ജീവിതം ഏറ്റവും വലിയ പാഠപുസ്തകമായി. നമു ക്കുമാത്രമല്ല. വരാനിരിക്കുന്ന തലമുറയ്ക്കും. മുതലാളിത്തത്തിന്റെ കൊടും ചൂഷണം അവസാനിപ്പിച്ച് തൊഴിലാളികളുടെയും കൃഷിക്കാരു ടെയും അധികാരം നിലനിർത്താൻവേണ്ടി അയാൾ പോരാടി. നമ്മുടെ ലക്ഷ്യവും അതായിരിക്കണം. ആ ലക്ഷ്യം പൂവണിയാൻവേണ്ടി നമുക്കീ ഗ്രാമത്തിൽ കൂട്ടുകൃഷി പ്രസ്ഥാനത്തെ വളർത്തണം. എന്നാൽ നമ്മുടെ കൃഷിക്കാർക്ക് പല തെറ്റിദ്ധാരണകളുമുണ്ട്. ഈ തെറ്റിദ്ധാരണ വളർത്തു ന്നത് മുതലാളി വർഗവും അവരുടെ ചോറ്റുപട്ടാളക്കാരുമാണ്. നമ്മളൊ രിക്കലും കൂട്ടുകൃഷി പ്രസ്ഥാനത്തെ തകർക്കാൻ കൂട്ടുനിൽക്കരുത്. നമ്മ ളെല്ലാം ഒന്നിച്ച് നിൽക്കണം. കൂട്ടുകൃഷി പ്രസ്ഥാനത്തിന് വേണ്ടി വിത്തുകൾ നൽകണം. അതിലൂടെ മാത്രമേ നമുക്ക് ഒരു നല്ല ഭാവി ഉണ്ടാവുകയുള്ളൂ."

"അതു ശരിയാണ്. പക്ഷെ അതിന് എന്റെ കൈയിൽ വിത്തില്ലല്ലോ?"

ഗൃഹനാഥൻ ഇങ്ങനെ പറയുമ്പോഴേക്കും അയാളുടെ ഭാര്യ അയാളെ രൂക്ഷമായൊന്നു നോക്കി. എന്നിട്ട് അവർ ഇങ്ങനെ പറഞ്ഞു

"ഇനി അതൊന്നും പറഞ്ഞാൽ പറ്റില്ല. ലോകത്തിൽ നടക്കുന്ന കാര്യങ്ങൾ നിങ്ങൾക്കിപ്പോൾ മനസിലായില്ലേ. അകത്തുപോയി ധാന്യം ചാക്കിലാക്കി അവർക്ക് കൊടുക്കൂ."

"അകത്തുള്ളത് മതിയാകുമോ. അത് കുറച്ചേയുള്ളൂ." ഗൃഹനാഥൻ മനസില്ലാമനസോടെ പറഞ്ഞു.

"ഉള്ളതു മതി. കൊടുക്കാൻ നിങ്ങൾക്ക് മനസുണ്ടായല്ലോ അതു മതി." ഗൃഹനാഥ ഭർത്താവിനെ പ്രോൽസാഹിപ്പിച്ചുകൊണ്ട് പറഞ്ഞു.

"ഉള്ളത് എടുത്തുകൊടുക്കൂ. നമ്മുടെ മനസാണ് പ്രധാനം." ഒരു ചെറുപ്പക്കാരൻ അഭിപ്രായപ്പെട്ടു. അങ്ങനെ എല്ലാവരും കൂടിച്ചേർന്ന് ധാന്യം നിറച്ച ചാക്ക് അകത്ത് നിന്നും പുറത്തേക്ക് എടുത്തു.

അൽപ്പസമയം കഴിഞ്ഞപ്പോൾ കൂട്ടുകൃഷിക്കാർ ധാന്യം കൂട്ടുകൃഷി കേന്ദ്രത്തിലേക്ക് കൊണ്ടുപോയി. അവരെല്ലാവരും വളരെ സന്തോഷവാൻമാരായിരുന്നു. എന്തെന്നില്ലാത്ത ഒരു സംഘബോധം അവർക്കിടയിൽ ഉണ്ടായിരുന്നു.

## 29

**മാ**ർച്ച് മാസത്തിലെ ഒരു സന്ധ്യ ഗ്രിമ്യാക്കിലോഗിൽ മുഴുവൻ മഞ്ഞ് മൂടിക്കിടന്നു. സ്റ്റെപ്പിക്കുന്നുകളിൽനിന്ന് തണുത്ത കാറ്റടിക്കുന്നുണ്ടായിരുന്നു. വരാനിരിക്കുന്ന വസന്തത്തെ അഭിവാദ്യം ചെയ്യുന്ന പ്രഥമ രാത്രിയായിരുന്നു അത്. താഴ്വരകളിലെങ്ങും മഞ്ഞ്മഴയായിരുന്നു. കാറ്റ് സുഗന്ധപൂരിതമായിരുന്നു. രാത്രിയാവാൻ ഏതാനും സമയം മാത്രമേ ബാക്കിയുണ്ടായിരുന്നുള്ളു. എങ്കിലും അസ്തമയസൂര്യന്റെ പ്രഭാകിരണങ്ങൾ ആകാശത്തിൽ ഒളിമിന്നുന്നുണ്ടായിരുന്നു. തെളിഞ്ഞ ആകാശം. തെക്കൻ കാറ്റിന്റെ ഓളങ്ങളിൽപ്പെട്ട് ഓക്ക് വൃക്ഷചില്ലകൾ ഉലഞ്ഞു. പുൽപ്പരപ്പിലെങ്ങും മഞ്ഞിൻകൂമ്പാരമായിരുന്നു. വീടുകളുടെ മേൽക്കൂരകളിൽ മഞ്ഞുവീഴുന്ന ശബ്ദം. താഴ്വരകളിലെ കൃഷിയിടങ്ങളിൽ മഞ്ഞിന്റെ നീർച്ചാലുകൾ. അവ ഒഴുകി കൊച്ചരുവികളായി മാറി. ചെറിമരങ്ങളുടെ ഇലകൾ മുഴുവൻ മഞ്ഞിൽ പൊതിഞ്ഞ് നിന്നിരുന്നു. സ്റ്റെപ്പികുന്നുകളിൽനിന്ന് ഒഴുകിവരുന്ന മണ്ണിന്റെ കണ്ണീർച്ചാലുകൾ പോപ്ലാർമരങ്ങളും ചെറിപ്പഴങ്ങളും നിറഞ്ഞ തോപ്പുകളിലൂടെ തുറന്നൊഴുകാൻ തുടങ്ങി.

ദിവസങ്ങളോളം സ്റ്റെപ്പികുന്നിൻനിരകളിൽനിന്നും കൊച്ചുകൊച്ചു ഹിമവാഹിനികൾ ഒഴുകാൻതുടങ്ങി. കാറ്റ് ഗിരിനിരകളിലെ വൃക്ഷത്തോപ്പുകളെ നഗ്നമാക്കി. കുന്നിൻചെരുവുകളും ഗിരിശൃംഗങ്ങളും കണ്ണാടിപോലെ ശുദ്ധമായിരുന്നു. ഈറനണിഞ്ഞ കളിമണ്ണിൽ സൂര്യപ്രകാശം തട്ടി അത് കണ്ണാടിപോലെ വെട്ടിത്തിളങ്ങി. വൃക്ഷങ്ങളുടെ വേരുകളും

പഴുത്ത ഇലകളും പഴങ്ങളും കിളികളുടെ മുട്ടകളും ധാന്യങ്ങളും എല്ലാം താഴ്വാരങ്ങളിലെ അരുവികളിൽ പൊങ്ങിക്കിടക്കുന്നുണ്ടായിരുന്നു.

ഗ്രാമം മഞ്ഞിന്റെ വെള്ളപ്പുതപ്പ് പുതച്ച് നിന്നു. അരുവിയുടെ ഓളങ്ങളിൽ ആകാശത്തിലെ നീലമേഘങ്ങളുടെ പ്രതിബിംബം മനോഹരമായ ദൃശ്യമൊരുക്കി. ജലാശയങ്ങളിലെ മൽസ്യങ്ങൾതമ്മിൽ കൂട്ടിമുട്ടുമ്പോലെ ആകാശത്തിലെ നീലമേഘശകലങ്ങൾ മുട്ടിയുരുമ്മുന്ന ദൃശ്യം അരുവികളിൽ കാണാമായിരുന്നു. മഞ്ഞുവീഴ്ച അധികമാവുമ്പോൾ അരുവികൾ കര കവിഞ്ഞ് പഴത്തോപ്പുകളിലേക്കൊഴുകും. അത് ആപ്പിൾ വൃക്ഷത്തോപ്പുകളിലേക്കും ചെറിത്തോപ്പുകളിലേക്കും നുരഞ്ഞ് പൊന്തി ഒഴുകും.

ഗ്രിമ്യാക്കിലോഗിലെ കൃഷിഭൂമി ഉഴവ്കാളകളെ കാത്തിരിക്കുകയായിരുന്നു. മഞ്ഞുവീഴ്ച അധികമില്ലാത്ത കറുത്തമണ്ണ് ഉഴുതുമറിക്കാനുള്ള സമയമായിരുന്നു ആ മാസം. വയലിലെ പുൽപ്പരപ്പിലെ മഞ്ഞ്തുള്ളികൾ വെയിലേറ്റ് ആവിയായി ഉയരാൻ തുടങ്ങി. ഉച്ചതിരിഞ്ഞാൽ സ്റ്റെപ്പികുന്നുകളിൽ സാന്ദ്രനിശ്ശബ്ദതയാണ്. ഉഴുതുമറിക്കാനുള്ള പുതുമണ്ണിന് മേൽ സൂര്യൻ ജ്വലിച്ചുനിന്നു. പാലുപോലെ വെളുത്ത പാട്ടും കാലവും തെറ്റി വന്ന വാനമ്പാടിയുടെ മനോഹര ഗാനവും തെളിഞ്ഞ ആകാശനീലിമയിലൂടെ ഒഴുകിവരുന്ന വെള്ളക്കൊറ്റികളുടെ കൂജനങ്ങളും ഗ്രാമത്തെ അനുഗൃഹീതയാക്കി. സ്റ്റെപ്പികുന്നിൻ നിരകളിൽനിന്നും താഴ്വാരങ്ങളിലേക്ക് ഒഴുകിവരുന്ന നീർച്ചാലുകളുടെ സംഗീതം ഹൃദ്യമായിരുന്നു. ചെറിപ്പഴങ്ങൾ വീണ് അരുവിയുടെ തീരത്തെ തോട്ടങ്ങൾ ചെഞ്ചായമണിഞ്ഞു. മലയണ്ണാന്മാർ പാടത്തോപ്പുകളിൽനിന്ന് ഓടിച്ചാടിക്കളിക്കുന്നുണ്ടായിരുന്നു. അവ പുതിയ വാസസ്ഥലം തേടുകയായിരുന്നു. കാട്ടുകോഴികൾ ചിലയ്ക്കുന്ന ശബ്ദം ഉയർന്നുകേൾക്കാമായിരുന്നു.

മാർച്ചുമാസം പകുതിയായതോടെ കൂട്ടുകൃഷിക്കുവേണ്ട ധാന്യം ഏതാണ്ട് ശേഖരിച്ചുകഴിഞ്ഞു. കൂട്ടുകൃഷിസ്ഥാപനത്തിൽ രണ്ടുതരം കൃഷിക്കാരായിരുന്നു ഉണ്ടായിരുന്നത്. ഒന്ന് സ്വതന്ത്രകൃഷിക്കാരും രണ്ടാമത്തേത് കൂട്ടുകൃഷി അംഗങ്ങളും. സ്വതന്ത്രകൃഷിക്കാർ അവരുടെ വിത്ത് സൂക്ഷിച്ചത് പ്രത്യേകം പ്രത്യേകം അറകളിലാണ്. അങ്ങനെ നിരവധി അറകൾ കൂട്ടുകൃഷി ഓഫീസിൽ ഉണ്ടായിരുന്നു. അവ നിറയെ ധാന്യങ്ങളുമായിരുന്നു. വിത്ത്ചേറി ശുദ്ധീകരിക്കാൻ പ്രത്യേകം യന്ത്രമുണ്ടായിരുന്നു. കൂട്ടുകൃഷിക്കാർ നെല്ലും പതിരും വേർതിരിക്കുന്ന ജോലി ചെയ്തുകൊണ്ടിരിക്കുന്നു. രാത്രിമുഴുവൻ അവർ ജോലിചെയ്തു. പണിയായുധങ്ങൾ നിർമിക്കുന്ന ഇരുമ്പുപണിക്കാരന്റെ ആലയിൽ രാത്രിയും പകലും പണിയായിരുന്നു. വിതയ്ക്കാനും കൊയ്യാനും മണ്ണ് ഉഴുതുമറിക്കാനും കളകൾ പറിക്കാനുമുള്ള പണിയായുധങ്ങൾ അവിടെ കേട്തീർക്കുന്നുണ്ട്. കൂട്ടുകൃഷി സ്ഥാപനത്തിൽ പലകുറി യോഗം നടന്നു. ഡേവിഡോവ് ലെനിൻഗ്രാദിൽനിന്നും പ്രത്യേകതരം പണിയായുധങ്ങൾ കൊണ്ടുവന്നിരുന്നു. ഗ്രാമത്തിലെ അധ്വാനശീലരായ ഇരുമ്പുപണിക്കാരനെ അയാളുടെ ആത്മാർഥമായ അധ്വാനത്തിന്റെ പേരിൽ ഡേവിഡോവ്

അഭിനന്ദിച്ചു. ഡേവിഡോവ് അയാളെക്കുറിച്ച് കൂട്ടുകൃഷി യോഗത്തിൽ വെച്ച് പലതവണ പരാമർശിച്ചു.

വളരെ വൃത്തിയായി വസ്ത്രം ധരിച്ചാണ് ഡേവിഡോവ് യോഗങ്ങളിൽ പങ്കെടുത്തത്. അയാൾ ഇരുമ്പുപണിക്കാരനായ ഷാലിയെ അഭിനന്ദിച്ചുകൊണ്ട് ഒരു പ്രസംഗം നടത്തി:

"പ്രിയപ്പെട്ട സഖാക്കളെ, ഇന്ന് നമ്മുടെ സഖാവ് ഷാലി അയാളുടെ ജോലികൾ ഏതാണ്ട് വിജയകരമായി പൂർത്തീകരിച്ചു. ധാരാളം കൊഴുവും യന്ത്രങ്ങളും മറ്റ് ഇരുമ്പ് ഉപകരണങ്ങളും അയാൾ പണിതീർത്തു. ഈ സഖാവ് നമുക്കെല്ലാവർക്കും ഒരു മാതൃകയാണ്. നല്ല പണിയായുധങ്ങൾ ഉണ്ടെങ്കിലേ നല്ല കൃഷി ഉണ്ടാവുകയുള്ളൂ. അധ്വാനിച്ച് ജീവിക്കുന്ന കൃഷിക്കാർക്ക് മെച്ചപ്പെട്ട പണിയായുധങ്ങൾ ഉണ്ടായിരിക്കണം. നന്നായി കൃഷിചെയ്താൽ മാത്രമേ കൂട്ടുകൃഷി സ്ഥാപനം വളരുകയുള്ളൂ. നമുക്ക് സോവിയറ്റ് യൂണിയനിൽ ഒരു സ്ഥാനമുണ്ടാവണം. ഏറ്റവും നന്നായി കൃഷിചെയ്യുന്ന ഗ്രാമം എന്ന പേര് നമുക്ക് ലഭിക്കണം. നന്നായി അധ്വാനിച്ചെങ്കിലേ അതിന് സാധിക്കുകയുള്ളൂ. അതിന് കഴിയാതെ വന്നാൽ നാം അപമാനിതരാണ്."

ഇങ്ങനെ പ്രസംഗിച്ച് കഴിയുമ്പോഴേക്കും കൃഷിക്കാർ മുഴുവൻ കൈയടിച്ചു. അതിനു ശേഷം ഡേവിഡോവ് ചുവപ്പ് സാറ്റിൻ തുണിയിൽ പൊതിഞ്ഞ പണിയായുധങ്ങൾ ഷാലിക്ക് സമ്മാനമായി നൽകി. ഈ അവസരത്തിൽ കൃഷിക്കാർ മുഴുവൻ എഴുന്നേറ്റ് നിന്ന് കൈയടിച്ച് രംഗം കൊഴുപ്പിച്ചു. കുട്ടികൾ മുഴുവനും ആഹ്ലാദത്തോടെ പലപല ശബ്ദങ്ങളുണ്ടാക്കി. സ്ത്രീകൾ കൈയുയർത്തി ഷാലിയെ അഭിവാദ്യംചെയ്തു.

"ഷാലിക്ക് തീർച്ചയായും ഇത് ലഭിക്കേണ്ടതാണ്."

"ഷാലി അതിന് അർഹനാണ്."

"അയാളുടെ പണിയായുധങ്ങൾ കേമമാണ്."

"അയാൾ ഇല്ലായിരുന്നെങ്കിൽ നമ്മളൊക്കെ വലഞ്ഞേനെ."

"അത്യധ്വാനിയാണ് അയാൾ."

"ആ സാറ്റിൻതുണി അയാളുടെ ഭാര്യയ്ക്കുള്ളതാണ്."

"എടാ ഷാലീ ഇന്നുനമുക്ക് അടിച്ചുപൊളിക്കണം."

"പിടി പിടി അയാളെ പിടിച്ചു പൊന്തിക്കൂ."

"അയാൾക്ക് നമ്മുടെ വക എന്തെങ്കിലും കൊടുക്കണം."

"ഷാലി നമുക്കെല്ലാം ആവേശമാണ്."

"ഷാലീ ഷാലീ ഷാലീ വിജയിക്കട്ടെ."

"സഖാവ് ഷാലീ നീണാൾ വാഴട്ടെ."

ഇങ്ങനെ അഭിനന്ദനങ്ങൾകൊണ്ട് ഗ്രാമവാസികൾ ഷാലിയെ വീർപ്പുമുട്ടിച്ചു. ഷാലിയെ എടുത്തുയർത്തി തോളിലേറ്റി കൃഷിക്കാർ നൃത്തം ചെയ്തു. അങ്ങനെ പാട്ടും ആട്ടവും കൊട്ടും കുരവയും ചിരിയും പൊട്ടിച്ചിരിയും അട്ടഹാസങ്ങളുമായി മുന്നോട്ട് നീങ്ങവെ ചുക്കാർമുത്തൻ ഇങ്ങനെ പറഞ്ഞു:

"എടോ ഷാലീ താൻ എന്തെങ്കിലുമൊന്ന് പ്രസംഗിക്കൂ. തനിക്ക് ആലയിൽ പണിയാനെ അറിയുള്ളൂ. സംസാരിക്കാൻ അറിയില്ലേ."

"ചുക്കാർമുത്തൻ പറഞ്ഞത് ശരിയാണ്."

"ഷാലി പ്രസംഗിക്കണം."

"അതെ ഷാലി പ്രസംഗിക്കണം."

"ഷാലി പ്രസംഗിച്ചേ തീരൂ."

"പ്രസംഗം എന്നുകേൾക്കുമ്പോഴേക്കും അയാൾക്ക് പേടിയാണ്."

ബഹളം നിയന്ത്രിക്കാൻ റെസ്മ്യോട്ട്ണോവ് പാടുപെടുന്നുണ്ടായിരുന്നു. അയാൾ ഉച്ചത്തിൽ ഇങ്ങനെ പറഞ്ഞു:

"സഖാക്കളെല്ലാം നിശ്ശബ്ദരായിരിക്കണം. ഒച്ച വെക്കരുത്. നിങ്ങൾക്കെല്ലാവർക്കും ഭ്രാന്ത് പിടിച്ചോ. നിങ്ങൾക്കൊന്നും സംസ്കാരമില്ലാതായോ. ബഹളമുണ്ടാക്കാതിരിക്കൂ. ദയവുചെയ്ത് ആ മനുഷ്യനെ സംസാരിക്കാനനുവദിക്കൂ. അല്ലെങ്കിൽ അൽപ്പം സ്വൈരം കൊടുക്കൂ."

"അതെ ഷാലി ഒരു പ്രസംഗം ചെയ്യണം."

"ഷാലിയാണ് നമ്മുടെ ഹീറോ."

ജീവിതത്തിലൊരിക്കലും ഒരു പ്രസംഗം ചെയ്യുകയോ പ്രസംഗം കേൾക്കുകയോ ചെയ്തിട്ടില്ലാത്ത ഒരു പാവത്താനായിരുന്നു ഷാലി. ആരെങ്കിലും എപ്പോഴെങ്കിലും ദയയോടെ നൽകുന്ന അൽപ്പം വോട്ക അല്ലാതെ അയാൾക്ക് ഒരു സമ്മാനവും ജീവിതത്തിൽ കിട്ടിയിരുന്നില്ല. അതിനാൽ അയാളെ സംബന്ധിച്ചിടത്തോളം ഈ സ്വീകരണവും ബഹളവുമെല്ലാം വീർപ്പ് മുട്ടിക്കുന്നതായിരുന്നു. അയാളുടെ മനസ്സിൽ എന്തെന്നില്ലാത്ത വികാരം നുരഞ്ഞ് പൊന്തി. ചുവന്ന സമ്മാനപ്പൊതി കൈയിലേന്തുമ്പോൾ അയാൾ വിറയ്ക്കുന്നുണ്ടായിരുന്നു. ഇരുമ്പുദണ്ഡിൽ ചുറ്റിക കൊണ്ട് ആഞ്ഞടിക്കുന്ന ഷാലിയുടെ കൈകൾ ആദ്യമായിട്ടാണ് ഇങ്ങനെ വിറയ്ക്കുന്നത്. അയാളുടെ ചുവന്ന നിറമുള്ള മുഖത്ത് കണ്ണീർ പടർന്നിരുന്നു. അയാൾ ഇങ്ങനെ പറഞ്ഞു:

"നമുക്കെല്ലാം നല്ല പണിയായുധങ്ങൾ തന്നെ വേണം. ഇത് നിങ്ങൾക്കുള്ളതാണ്. നിങ്ങൾ നൽകിയ സമ്മാനത്തിന് നന്ദി. എല്ലാ കൃഷിക്കാർക്കും നന്ദി. മാനേജർക്കും നന്ദി. നേതാക്കൾക്കും നന്ദി. ഞാൻ എന്നും എന്റെ ആലയിൽ പണിയെടുക്കും. ഞാൻ നിങ്ങളുടെ കൂട്ടത്തിൽ ഒരുവനാണ്. ഞാൻ കൂട്ടുകൃഷിയിൽ അംഗമാണ്. നിങ്ങൾ എനിക്ക് സമ്മാനിച്ച സാറ്റിൻ തുണി ഞാനെന്റെ ഭാര്യയ്ക്ക് കൊടുക്കും. നന്ദി നന്ദി നന്ദി."

ഒരുവിധം പറഞ്ഞൊപ്പിച്ച് അയാൾ തന്റെ ഭാര്യയെ തെരഞ്ഞ് നടന്നു. എന്നാൽ അയാളുടെ ഭാര്യ അവിടെയൊന്നും ഉണ്ടായിരുന്നില്ല. തനിക്ക് നാട്ടുകാരുടെ വക വലിയൊരു സമ്മാനം കിട്ടുമ്പോൾ ഭാര്യ അവിടെ ഉണ്ടായിരിക്കണമെന്ന് അയാൾ ആഗ്രഹിച്ചു.

വളരെ ആത്മാർഥമായ പ്രസംഗമായിരുന്നു ഷാലിയുടേത്. മണിമണിപോലുള്ള ശബ്ദം. സന്തോഷവും ഭയവും കൊണ്ട് അയാൾ വിയർക്കുന്നുണ്ടായിരുന്നു. റെസ്മ്യോട്ട്ണോവ് അയാളോട് വീണ്ടും പ്രസംഗിക്കാൻ

ആവശ്യപ്പെട്ടു. എന്നാൽ അയാളതിന് തയാറായിരുന്നില്ല. അയാൾ തന്റെ സമ്മാനപ്പൊതി നെഞ്ചോട്ചേർത്ത് സദസിനെ വണങ്ങി ഒരു കൊച്ചുകുട്ടിയെപ്പോലെ ഇറങ്ങിപ്പോയി. അതിനെത്തുടർന്ന് കൃഷിക്കാരെല്ലാവരും ചേർന്ന് നാടോടിപ്പാട്ടുകൾ പാടി. അതിന് കൊഴുപ്പേകാൻ വയലിനും മറ്റ് സംഗീതോപകരണങ്ങളും ഉണ്ടായിരുന്നു.

ഉഷക്കോവും ലുബിഷ്കിനും കൂട്ടുകൃഷിയുടെ പ്രവർത്തനങ്ങളിൽ സജീവമായി വ്യാപൃതരായിരുന്നു. അവർ മറ്റ് സഖാക്കളോടൊപ്പം സ്റ്റെപ്പിയിലേക്ക് നടക്കും. സ്റ്റെപ്പികുന്നുകളിൽ വസന്തം നൃത്തം ചെയ്യുന്ന മനോഹരമായ പ്രഭാതങ്ങളിൽ അവർ പുൽമേടുകളിലൂടെ നടക്കും. സ്റ്റെപ്പിയിൽ നിലം ഉഴുതുമറിക്കാൻ അവർ തയാറെടുക്കുകയായിരുന്നു. ഇതിനിടയിൽ കൂട്ടുകൃഷി സംഘത്തിൽ കൂടുതൽ ചെറുപ്പക്കാർ അംഗമായിക്കഴിഞ്ഞിരുന്നു. അവർ ഓരോ വീടും കയറിയിറങ്ങി കൂട്ടുകൃഷിക്ക് വേണ്ടിപ്രചാരണം നടത്തി.

ഇതിനിടയിൽ മറ്റൊരു സംഭവംകൂടി നടന്നു. നഗുൽനോവും അയാളുടെ ഭാര്യയും തമ്മിലുള്ള ബന്ധം വേർപിരിഞ്ഞു. അവൾ തന്റെ ബന്ധുവായ ഒരു സ്ത്രീയുടെ കൂടെ താമസം തുടങ്ങി. കുറച്ച് ദിവസം അവൾ എങ്ങും പോയില്ല. അങ്ങനെയിരിക്കെ ഒരു ദിവസം ഡേവിഡോവ് മാനേജ്മെന്റ് ഓഫീസിന്റെ സമീപത്ത് വെച്ച് അവളെ കാണുകയുണ്ടായി. അവൾ വേദനയോടെ ഡേവിഡോവിനോട് ചോദിച്ചു:

"സഖാവ് ഡേവിഡോവ്, ഞാൻ എന്ത് തെറ്റാണ് ചെയ്തത്. ഇനി ഞാനെങ്ങനെ ജീവിക്കും."

"ഞങ്ങൾ ഒരു നഴ്സറി തുടങ്ങിയാൽ നിനക്ക് അവിടെ ജോലി ചെയ്യാം."

"അതെനിക്ക് വളരെ പ്രയാസമുണ്ടാക്കുന്ന കാര്യമാണ് സഖാവ് ഡേവിഡോവ്. എനിക്ക് കുട്ടികളില്ലെന്ന് അറിയാമല്ലോ. അങ്ങനെയുള്ള എനിക്ക് എങ്ങനെ മറ്റുള്ളവരുടെ കുട്ടികളെ നോക്കാൻ പറ്റും."

"എങ്കിൽ കൂട്ടുകൃഷി സ്ഥാപനത്തിൽ മറ്റെന്തെങ്കിലും ജോലി ചെയ്യാം."

"എനിക്ക് അത്തരം ജോലിചെയ്ത് പരിചയമില്ല. കൃഷിപ്പണിയൊന്നും ചെയ്ത് എനിക്ക് വശവുമില്ല."

"നീ ഒരു സൂത്രക്കാരിതന്നെയാണ് എന്ന് എനിക്കറിയാം. നീ പോയി അഴിഞ്ഞാടൂ. എന്നാൽ ഞങ്ങൾ ആഹാരം തരുമെന്ന് കരുതണ്ട. ജോലി ചെയ്യാത്തവർക്ക് ആഹാരമില്ല. അതാണ് ഞങ്ങളുടെ തത്വം."

അവൾക്കത് വല്ലാത്ത നിരാശയുണ്ടാക്കി. അവൾ കാൽനഖം കൊണ്ട് ഈറൻ മണലിൽ ചിത്രം വരച്ചുകൊണ്ടിരുന്നു. ശിരസ്സ് താഴ്ത്തി അവൾ ഇങ്ങനെ പറഞ്ഞു:

"എന്റെ കൂട്ടുകാരനായിരുന്ന ആളെ നിങ്ങൾക്ക് അറിയാമല്ലോ. തിമോഫി. അയാൾ ഇപ്പോൾ ഇവിടെയില്ല. പുറത്താണ്. അയാൾ ഉടൻതന്നെ തിരിച്ച് വരുന്നുണ്ട്."

"ആ ചെകുത്താൻ തിരിച്ചുവന്നാൽ ഞാൻ അയാളെ നാട് കടത്തും."ഡേവിഡോവ് ചിരിച്ചുകൊണ്ട് പറഞ്ഞു

"നിങ്ങൾക്ക് മാപ്പ് കൊടുക്കാൻ വയ്യേ."

'ഒരിക്കലുമില്ല. നീ അയാളെ കിനാവ്കണ്ട് കഴിയേണ്ട" ജോലി ചെയ്ത് ജീവിക്കാൻ പറ്റില്ലെങ്കിൽ പോയിതുലയ്." ഇതും പറഞ്ഞ് ദേഷ്യ ഭാവത്തിൽ ഡേവിഡോവ് പോകാൻ തുടങ്ങവേ ലജ്ജയോടെ അവൾ ഡേവിഡോവിനെ തടഞ്ഞ് നിർത്തിക്കൊണ്ട് പറഞ്ഞു:

"എങ്കിലെന്റെ സഖാവെ, സഖാവ് എനിക്കൊരു സഹായം ചെയ്യണം. നിങ്ങളുടെ പരിചയത്തിൽ തലയ്ക്ക് വെളിവുള്ള ഏതെങ്കിലുമൊരു പുരുഷനെ നിങ്ങൾ എനിക്കുവേണ്ടി കണ്ടെത്തണം. എന്താ അത് ചെയ്യില്ലേ?"

"എന്റെ പണി അതല്ല. വലിയ നമസ്കാരമുണ്ട്." ഡേവിഡോവ് വർധിച്ച കോപത്തോടെ പറഞ്ഞു.

"എങ്കിൽ സഖാവെ ഒരു കാര്യംകൂടി..."

"എന്താണ്?"

"നിങ്ങൾക്ക് എന്നെ മൊത്തത്തിലങ്ങ് എടുത്തുകൂടെ, എന്നുവെച്ചാൽ എന്നെ ഭാര്യയാക്കിക്കൂടെ?" അവളുടെ സ്വരത്തിൽ മുനകൂർത്ത പരിഹാസം ഉണ്ടായിരുന്നു. അപ്രതീക്ഷിതമായ ഈ ചോദ്യംകേട്ട് ഡേവിഡോവ് സ്തംഭിച്ചുപോയി. ലജ്ജകൊണ്ട് അയാളുടെ മുഖം ചുവന്നു. കുറച്ചുനേരത്തേക്ക് അയാൾക്ക് ഒന്നും സംസാരിക്കാൻ കഴിഞ്ഞില്ല.

"പ്രിയ സഖാവെ ഒന്നെന്നെ നോക്കൂ. ഞാൻ എത്ര മനോഹരിയാണ്. നിങ്ങൾക്കെന്നെ കണ്ടിട്ട് പ്രേമം തോന്നുന്നില്ലേ. എന്നെ ഒന്ന് ഉഴിഞ്ഞ് നോക്ക്. എത്ര സുന്ദരമാണ് എന്റെ കണ്ണ്. മോഹിപ്പിക്കുന്ന വളഞ്ഞ പുരികങ്ങളല്ലെ എനിക്കുള്ളത്. ചെറുരോമങ്ങൾ മുറ്റിനിൽക്കുന്ന തളിർ വാഴത്തടികൾപോലുള്ള എന്റെ കാലുകളും അരക്കെട്ടും എല്ലാം നിങ്ങളെ മത്ത് പിടിപ്പിക്കുന്നില്ലേ."

ഇതും പറഞ്ഞ് അവൾ തന്റെ കമ്പിളിവസ്ത്രത്തിന്റെ അടിഭാഗം ഉയർത്തിപ്പിടിച്ചു. എന്നിട്ട് അവളുടെ നിറഞ്ഞു തുളുമ്പിയ നിതംബം കുലുക്കിക്കൊണ്ട് ഡേവിഡോവിന്റെ ചുറ്റും ഒരു തവണ കറങ്ങി. എന്നിട്ട് പൊട്ടിച്ചിരിച്ചുകൊണ്ട് ഇങ്ങനെ പറഞ്ഞു:

"എന്റെ സഖാവെ, സഖാവിനൊന്നും ആവില്ലെന്നുണ്ടോ. അതല്ല പേടിച്ചിട്ടാണോ. എന്തായാലും എന്നോട് പറയാം."

കുറേനേരം നിശ്ചലനായിപ്പോയ ഡേവിഡോവ് തൊപ്പി തലയിൽ നിന്നും മാറ്റിക്കൊണ്ട് ഇങ്ങനെ പറഞ്ഞു:

"നീ ഒരു ഉഗ്രൻ ചരക്കുതന്നെ. അതിലാർക്കും സംശയമില്ല. നല്ല കാലുകളാണ് നിന്റേത്. എന്നാൽ എന്തുചെയ്യാം. അതു നിന്നെ നയിക്കുന്നത് നേരായ വഴിക്കല്ല. അതാണ് സത്യം."

"എന്തായിരുന്നാലും എന്റെ കാലുകൾ എന്നെ കൊണ്ടുപോകുന്നത് ഞാൻ മോഹിച്ച സ്ഥലത്തേക്ക് തന്നെയാണ്. ഏതായാലും നിങ്ങളെ മോഹിച്ചിട്ട് കാര്യമില്ല എന്നെനിക്ക് മനസിലായി. "

"അതെ അതു മനസിലായല്ലോ."

"നിങ്ങൾ എന്താണ് കരുതിയത്. നിങ്ങളെകണ്ട് മോഹിച്ച് ഞാൻ വശംകെട്ട് കഴിയുകയാണെന്നോ. നിങ്ങൾ എന്റെ ഭർത്താവായില്ലെങ്കിൽ ഞാൻ തുലഞ്ഞുപോകുമെന്നോ. അതൊന്നുമല്ല സഖാവെ. ഒരു ചെറുപ്പക്കാരനല്ലെ, പെണ്ണ് കെട്ടിയിട്ടില്ലല്ലോ, ഒരു പാവമല്ലേ എന്നൊക്കെ കരുതി എനിക്ക് നിങ്ങളോട് ഒരു ഉള്ളലിവ് തോന്നിപ്പോയി. അല്ലാതെ നിങ്ങൾ എന്തുകരുതി."

"ഇത് വലിയ ശല്യമായല്ലോ. നീയൊന്ന് പോയിതുലയ്. എനിക്ക് നിന്നോട് സംസാരിച്ച് നിൽക്കാൻ നേരമില്ല. എന്തായാലും ഒരു കാര്യം ചെയ്യ്. വിതകഴിഞ്ഞ് നീ എന്നെ വന്ന് കാണൂ. അത് നിന്റെ ഭർത്താവിന്റെ അനുവാദത്തോടെ ആയിരിക്കണം."

"ഭർത്താവോ ഏത് ഭർത്താവ്? എന്ത് ഭർത്താവ്?. ആ പൊട്ടൻ കണാരനോ. ലോകവിപ്ലവത്തെപ്പറ്റി പ്രസംഗിച്ച് അയാളെന്റെ ജീവിതം തുലച്ചു. നിങ്ങൾ ദുസ്സൂചനയോടെ എന്തൊക്കെയോ പറഞ്ഞു. നിങ്ങളെ വന്ന് ഞാൻ കാണാൻ അല്ലെ?. എന്തിന്. എനിക്ക് വേണ്ടത് കുറച്ച് എരിവും പുളിയുമുള്ള സ്നേഹമാണ്. അത് നിങ്ങളെപ്പോലുള്ളവർക്ക് തരാനാവില്ല. രാവും പകലും പണിയെടുത്ത് നിങ്ങൾ ഒരു പോത്തിനെപ്പോലെയായിരിക്കുന്നു. നിങ്ങൾ തുരുമ്പ് പിടിച്ച ഒരു ലോഹപാത്രമാണ്. നിങ്ങളെ ഞാൻ എന്തിന് മോഹിക്കണം." ഇതും പറഞ്ഞ് അവൾ തിടുക്കപ്പെട്ട് നടന്നുപോയി.

ഡേവിഡോവ് ആകെ തണുത്തുറഞ്ഞുപോയി. അയാളിലെ പുരുഷനെയാണ് അവൾ അപമാനിച്ച് വിട്ടത്. എങ്കിലും അയാൾക്ക് അവളോട് അശേഷം വെറുപ്പുണ്ടായിരുന്നില്ല. മാത്രമല്ല സഹതാപമായിരുന്നു. അവൾക്ക് മനസിനിണങ്ങിയ ഒരു തൊഴിൽ കണ്ടെത്തണം. അല്ലെങ്കിൽ അവൾ വഴിതെറ്റും. ഇപ്പൊഴേ അവൾ വഴിതെറ്റിയിരിക്കുന്നു. അല്ലെങ്കിൽ അന്യനായ ഒരു പുരുഷന്റെ മുമ്പിൽ ചാടിവീണ് ഒരു ഉന്മാദിനിയെപ്പോലെ ഇങ്ങനെയൊക്കെ പറയുമോ. അവളുടെ തലയ്ക്ക് മത്ത് പിടിച്ചിരിക്കുന്നു. വെറും മത്തല്ല. ഭ്രാന്താണ്. കാമഭ്രാന്ത്. അവൾക്ക് വേണ്ടി ജോലികണ്ടെത്താമെന്ന് പറഞ്ഞിട്ടും അവൾ പുച്ഛിച്ച് തള്ളി. ഞാനതൊക്കെ എന്തിനുവേണ്ടിയാണ് ചെയ്യുന്നത്. അല്ലെങ്കിൽ എന്തിനുവേണ്ടി ചെയ്യണം. ഞാനാരാ പുണ്യപുരുഷനോ. അവൾക്ക് വേണ്ടെങ്കിൽ വേണ്ട. പോയി തുലയട്ടെ.

വഴിക്ക് വെച്ച് ഡേവിഡോവ് നഗുൽനോവിനെ കണ്ടുമുട്ടി. നഗുൽനോവ് ഇങ്ങനെ ചോദിച്ചു:

"നിയമപ്രകാരം വിവാഹബന്ധം വേർപെടുത്തിയോ?"

"എന്റെ പ്രിയ സഖാവെ, ഇപ്പോഴൊന്നും ചോദിക്കരുത്." നഗുൽനോവ് ഇത് പറയുമ്പോൾ അയാളുടെ മുഖത്താകെ നിരാശ പടർന്നിരുന്നു.

" ഞാൻ ചോദിക്കുന്നത്.................."

"നിങ്ങളിപ്പോൾ ഒന്നും ചോദിക്കണ്ട."

"ചോദ്യംപോലും പാടില്ലെന്നോ."

"എന്താണ് ചോദ്യം?"

"ഇനി ചോദ്യമില്ല."

"പിന്നെ എന്താണ്?"

"ഒരു കാര്യം പറയാനുണ്ട്, നിങ്ങൾ നിങ്ങളുടെ ഭാര്യയെ നേർവഴിക്ക് നടത്തണം. അല്ലെങ്കിൽ അവൾ തുലഞ്ഞ്പോകും."

"ഭാര്യയോ. തുലഞ്ഞ്പോകാനോ. ഇനി എന്ത് തുലയാൻ സഖാവെ ഒരു മനുഷ്യന് സ്വൈര്യമാണ് വേണ്ടത്. സ്വൈരം തരുന്ന എന്തെങ്കിലും ഒരു കാര്യം നിങ്ങൾ പറയൂ."

"നാളെ മുതൽ മണ്ണ് ഉഴുതുമറിക്കാൻ തുടങ്ങുകയാണ്. ഇവിടെ നോക്കൂ, അതൊരു നല്ല ഗൗരവമുള്ള പണിയാണ്. എന്റെ സഖാവെ ഞാൻ ഇപ്പോൾ നിങ്ങൾക്ക് സ്വൈര്യം കെടുത്തുന്ന കാര്യമേ പറയൂ. നിങ്ങൾ എന്തുകൊണ്ടാണ് നിങ്ങളുടെ ഭാര്യയെ നേർവഴിക്ക് നടത്താഞ്ഞത്. എന്തുകൊണ്ടാണ് നിങ്ങൾ അവളെ കമ്യൂണിസ്റ്റ് സംസ്കാരം പഠിപ്പിക്കാഞ്ഞത്?"

"എനിക്കതിനെപ്പറ്റി ഒന്നും പറയാനില്ല. എനിക്ക് പറയാനുള്ളത് ഇതാണ്. നിങ്ങളെന്നെ കൊല്ലാതെ കൊല്ലരുത്. കമ്യൂണിസ്റ്റ് സംസ്കാരം എന്താണെന്ന് എനിക്ക് അറിഞ്ഞുകൂടാ. ഒരാൾക്ക് അറിയാൻ മേലാത്തത് എങ്ങനെയാണ് മറ്റുള്ളവരെ പഠിപ്പിക്കുക. ഞാൻ ഇപ്പോൾ അവളുടെ ഭർത്താവല്ല. ആ ബന്ധം എന്നന്നേക്കുമായി മുറിഞ്ഞു. എന്നെ നിങ്ങൾ കുത്തിനോവിക്കരുത്. എനിക്ക് ഒരുപാട് കാര്യങ്ങൾ വേറെയുണ്ട്. ഒരാളും അയാളുടെ മുൻഭാര്യയെ ഓർത്ത് വിഷമിക്കേണ്ടതില്ല."

ഡേവിഡോവ് വീണ്ടും എന്തോ പറയാൻ തുടങ്ങിയതായിരുന്നു. ആ സമയത്താണ് ഒരു വണ്ടിയുടെ ശബ്ദം കേട്ടത്. റോഡരികിലെ ചെളിവെള്ളം തെറിപ്പിച്ചുകൊണ്ട് ഒരു വാഹനം അവരുടെ മുമ്പിൽ വന്നുനിന്നു. വാതിൽ തുറന്ന് കൺട്രോൾ കമ്മീഷന്റെ ചെയർമാൻ സമോഖിൻ മുറ്റത്തേക്ക് ചാടി.

കമ്യൂണിസ്റ്റ് പാർട്ടിയിലെ സഖാക്കൾക്കെതിരായ പരാതി അന്വേഷിക്കുന്ന ബോഡിയാണ് കൺട്രോൾ കമ്മീഷൻ. അയാളെ നോക്കി നഗുൽനോവ് ഇങ്ങനെ പിറുപിറുത്തു:

"ഇതിയാൻ വന്നിരിക്കുന്നത് എന്നെത്തേടിയാണല്ലോ."

"എന്താണ് നിങ്ങൾ ആലോചിക്കുന്നത്?. ഡേവിഡോവ് ചോദിച്ചു."

"സഖാവ് ഒരു കാര്യം ചെയ്യണം. ആ സ്ത്രീയെപ്പറ്റി ഒന്നും ഇയാളോട് പറയരുത്. അതിലും നല്ലത് എന്നെ കുരിശിലേറ്റുന്നതാണ്. ഈ കൺട്രോൾ കമ്മീഷൻ പണ്ടാരത്തെ നിങ്ങൾക്ക് ശരിക്കും അറിയാമല്ലോ. ആ വിവരമെല്ലാം അറിഞ്ഞാൽ അയാൾക്ക് പിന്നെ അതുമതി. അവളെ എന്തിനു മൊഴിചൊല്ലി? അവളുമായി എങ്ങനെയായിരുന്നു തുടങ്ങി ഞാനെങ്ങനെ കിടക്കും. അവളെങ്ങനെ കിടക്കും എന്നൊക്കെ അയാൾ ചോദിക്കും. അയാളൊരു പാവം പുണ്യവാളനാണ്. തന്തയില്ലാത്ത പെരുച്ചാഴിയാണ് അയാൾ. ഞാൻ ഇപ്പോഴും ആലോചിക്കുന്നത് ആ ഗ്രിഗറിയെ തട്ടാൻ കഴിഞ്ഞില്ലല്ലോ എന്നാണ്."

ആ സമയത്ത് സമോവ്ഖിൻ എന്നുപേരായ കൺട്രോൾ കമ്മീഷൻ ചെയർമാൻ മുറിയിലേക്ക് വന്നു. അയാൾ വളരെ വ്യത്യസ്ത രീതിയിലുള്ള മനുഷ്യനായിരുന്നു. ആരെയും വകവെക്കാതെയാണ് അയാൾ നടന്നുവന്നത്. ഡേവിഡോവിനും നഗുൽനോവിനും കൈ കൊടുത്തുകൊണ്ട് അയാൾ ഇങ്ങനെ പറഞ്ഞു:

"നഗുൽനോവ് ഒരു പ്രശ്നക്കാരനാണ് അല്ലെ. ഇത്ര കഷ്ടപ്പെട്ട് ഞാനീ ചളിവെള്ളത്തിലൂടെ ഓടിയെത്തിയത് ഇയാൾ കാരണമാണ്. ആരാണ് ഇയാൾ. സഖാവ് ഡേവിഡോവ് താങ്കൾ കുറച്ച് സമയം പുറത്ത് നിൽക്കണം. എനിക്ക് ഈ മന്ദബുദ്ധിയായ നഗുൽനോവുമായി കുറേ കാര്യങ്ങൾ സംസാരിക്കാനുണ്ട്."

"ശരി, നിങ്ങൾ സംസാരിച്ചുകൊള്ളൂ." ഡേവിഡോവ് അതും പറഞ്ഞ് പുറത്തേക്കുപോയി. എന്നാൽ അകത്തുനിന്ന് അവർ സംസാരിക്കുന്നതെല്ലാം പുറത്ത് കേൾക്കാമായിരുന്നു. നഗുൽനോവ് തന്റെ കുടുംബകാര്യങ്ങളെല്ലാം സമോവ്ഖിനോട് വിശദമായി പറഞ്ഞു. ഇതെല്ലാം കേട്ടപ്പോൾ ഡേവിഡോവിന് അത്ഭുതമാണ് തോന്നിയത്.

"നിങ്ങൾ ചെയ്തത് ശരിയാണെന്ന് തോന്നുന്നുണ്ടോ." സമോവ്ഖിൻ ചോദിച്ചു.

"ശരിയാണെന്ന് ഞാൻ വിശ്വസിക്കുന്നു. അയാൾ ഒരു മൂരാച്ചിയായിരുന്നു. മൂരാച്ചികളെ അടിച്ചുപഠിപ്പിക്കണം. പക്ഷേ നിങ്ങൾ ബാക്കി കാര്യങ്ങൾകൂടി കേൾക്കണം."

"എന്താണ് നിങ്ങൾക്ക് പറയാനുള്ളത്."

"അയാളുടെ വാക്കുകൾകേട്ടാൽ നിങ്ങളും അയാളെ തല്ലിപ്പോകും. അത്രമാത്രം വൃത്തികെട്ട സംസാരമായിരുന്നു അയാളുടേത്." തുടർന്ന് ഗ്രിഗറിയെ നഗുൽനോവ് മർദിക്കാനുണ്ടായ സാഹചര്യം അവിടെ വിശദീകരിക്കപ്പെട്ടു. നഗുൽനോവ് എല്ലാം അക്കമിട്ട് വിവരിച്ചപ്പോൾ സമോവ്ഖിന് ഒന്നും പറയാൻ കഴിഞ്ഞില്ല. അയാൾ അതെല്ലാംതന്നെ നിശ്ശബ്ദമായി കേട്ടുകൊണ്ടിരുന്നു.

# 30

**യാ**ക്കോവ് ലൂക്കിച്ച് തന്റെ അസ്വസ്ഥജനകമായ രാത്രിയെ നേരിടുകയായിരുന്നു. അയാൾ വളരെനേരം കിടക്കയിൽ ഇരുന്നുകൊണ്ട് ചിന്തിക്കാൻ തുടങ്ങി. തന്റെ സംഘർഷഭരിതമായ ഭൂതകാലത്തെക്കുറിച്ചും വർത്തമാനകാലത്തെക്കുറിച്ചുമെല്ലാം ചിന്തിച്ചുകൊണ്ടിരുന്നു. എന്നാൽ അയാൾക്കുറങ്ങാൻ കഴിഞ്ഞില്ല. പുറത്ത് എന്തൊക്കെയോ ശബ്ദം അയാളെ അസ്വസ്ഥനാക്കി. അയാൾ എഴുന്നേറ്റ് ജനവാതിലിലൂടെ പുറത്തേക്ക് നോക്കി. പുറത്ത് ഒരു ഇരുണ്ട രൂപം അയാളുടെ ദൃഷ്ടിയിൽപ്പെട്ടു. ആ രൂപം വേലിചാടുകയായിരുന്നു. അയാളുടെ തലയിൽ ഒരു തൊപ്പിയുണ്ടായിരുന്നു. അത് പൊളോവ്ട്സേവ് തന്നെയാണെന്ന് യാക്കോവിന് മനസിലായി. ഉടൻതന്നെ തന്റെ കോട്ടെടുത്തിട്ട് ബൂട്ടുകൾ ധരിച്ച്

യാക്കോവ് പുറത്ത് കടന്നു. പൊളോവ്ട്സേവ് ഇതിനകം തന്റെ കുതിരകളെ മുറ്റത്തേക്ക് കൊണ്ടുവന്നിരുന്നു. യാക്കോവ് ലൂക്കിച്ച് കുതിരയെ അതിന്റെ തൊഴുത്തിലേക്ക് കൊണ്ടുപോയി. കുതിര നന്നായി നനഞ്ഞിരുന്നു. അതിന്റെ കുഞ്ചിരോമങ്ങളിൽ മുഴുവൻ മഞ്ഞിൻകണങ്ങൾ. അത് നന്നായി കിതയ്ക്കുന്നുണ്ടായിരുന്നു. പൊളോട്സേവ് യാക്കോവിനോട് ചോദിച്ചു: "ലെറ്റ്യേവ്സ്കി എവിടെ?"

"നല്ല ഉറക്കത്തിലാണ്, പക്ഷെ ഒരു പ്രശ്നമുണ്ട് കുടിയോട് കുടിയാണ്."

"അയാളുടെ ഒടുക്കത്തെ കുടി. ആനത്തടിയൻ."

പൊളോവ്ട്സേവിന്റെ സ്വരത്തിൽ എന്തെന്നില്ലാത്ത ദയനീയതയും പാരവശ്യവും നിഴലിച്ചിരുന്നു. അദ്ദേഹത്തിന്റെ മനസിനെ എന്തൊക്കെയോ വേട്ടയാടുന്നുണ്ടായിരുന്നു.

പൊളോട്സേവ് തന്റെ ബൂട്ടും കോട്ടുമെല്ലാം ഊരി. അയാൾ ബാഗിൽനിന്ന് ഒരു വലിയ ട്രൗസർ എടുത്ത് ധരിച്ചു. എന്നിട്ട് അയാളുടെ നനഞ്ഞ ട്രൗസർ ഉണക്കാനായി അടുപ്പിന്നടുത്തേക്ക്പോയി.

യാക്കോവ് ലൂക്കിച്ച് പൊളോട്സേവിന്റെ ഓരോ ചലനവും ശ്രദ്ധിച്ചു. പൊളോട്സേവ് അടുപ്പിനടുത്തെ ഒരു ബഞ്ചിൻമേലിരുന്ന് തണുത്ത് മരവിച്ച തന്റെ കാലുകൾ ചൂടാക്കുകയായിരുന്നു. അയാൾ ഇരുന്നുകൊണ്ട് ഉറങ്ങുന്നതായിട്ടാണ് യാക്കോവിന് തോന്നിയത്. അപ്പോൾ ലെറ്റ്യേവ്സ്കി തൊട്ടടുത്തുതന്നെ മദ്യപിച്ച് ലക്കുകെട്ട് കിടക്കുന്നുണ്ടായിരുന്നു. വളരെ വിഷമിച്ച് കണ്ണുകൾ തുറന്ന് യാക്കോവ് മദ്യപിച്ച് മറിഞ്ഞ്കിടക്കുന്ന ലെറ്റ്യേവ്സ്കിയോട് ഇങ്ങനെ ചോദിച്ചു:

"ഞാനിവിടെ ഇല്ലാത്തപ്പോൾ തന്റെ ജോലി ഇതാണോ," അതിനുത്തരം പറഞ്ഞത് യാക്കോവാണ്.

"ഇയാളെ കണ്ട നാൾമുതൽ ഇയാൾ ശരിയല്ലെന്ന് എനിക്ക് തോന്നിയിരുന്നു. ഇയാൾ കാരണം എനിക്ക് നാട്ടിൽ ജീവിക്കാൻ വയ്യാതായി. ഇയാൾക്ക് നിത്യവും ഞാൻ വോഡ്ക വാങ്ങിക്കൊടുക്കണം. ഇതെന്തൊരു വിന."

"കാട്ടുപന്നിയാണിവൻ." തന്റെ ദേഷ്യംമുഴുവൻ കടിച്ചുപിടിച്ചുകൊണ്ട് പൊളോവ്ട്സേവ് അലറി. എന്നിട്ട് വീണ്ടും ഉറക്കത്തിലേക്ക് വീണു.

ഇരുന്നുകൊണ്ട് പൊളോട്സേവ് ഇങ്ങനെ കുറെനേരം ഉറങ്ങി. കുറേനേരം കഴിഞ്ഞ് ദുസ്വപ്നത്തിലെന്നപോലെ അയാൾ ഞെട്ടിയുണർന്നു. എന്നിട്ട് പറഞ്ഞു:

"കുറെദിവസമായി ഉറങ്ങിയിട്ട്. നാടുമുഴുവൻ വെള്ളമാണ്. പുഴയിൽ വെള്ളം കയറിയിരുന്നു. എന്റെ കുതിര പുഴ നീന്തിക്കടന്നതാണ്."

"എങ്കിൽ എന്തുകൊണ്ടാണ് താങ്കൾ ഉറങ്ങാത്തത്?"

"അതെ എനിക്കൊന്ന് ഉറങ്ങണം. എനിക്ക് അൽപ്പം പുകയിലവേണം. എന്റെ പുകയിലയെല്ലാം വെള്ളത്തിൽ കുതിർന്നുപോയി."

യാക്കോവ് അയാൾക്ക് പുകയില കൊടുത്തു. അത് തിരച്ച് അയാൾ പുക വലിച്ചു. അതോടെ അയാൾ ഉന്മേഷവാനായി. അയാളുടെ കണ്ണിലെ

ഉറക്കച്ചടവെല്ലാം മാറി. അയാൾ ഊർജസ്വലതയോടെ സംസാരിക്കാൻ തുടങ്ങി.

"എന്തൊക്കെയാണ് ഇവിടുത്തെ വിശേഷങ്ങൾ?"

യാക്കോവ് നാട്ടിലെ വിശേഷങ്ങളെല്ലാം വിശദീകരിച്ചു. എന്നിട്ട് ചോദിച്ചു:

"നിങ്ങളുടെ പ്രവർത്തനങ്ങളെല്ലാം എങ്ങനെ പോകുന്നു?"

"വളരെ നന്നായിട്ട് തന്നെ പോകുന്നു."

"കലാപം അടുത്തെങ്ങാൻ ഉണ്ടാകുമോ?"

"കുറച്ചുനാൾക്കകം ഉണ്ടാകും. നാളെ നമുക്ക് ഒരു സ്ഥലം വരെ പോകണം. നമുക്ക് കലാപത്തിന് തുടക്കമിടണം. കൂട്ടുകൃഷിക്കാരുടെ പ്രചാരണസംഘത്തിനെതിരെ ആദ്യത്തെ ആക്രമണം അഴിച്ചുവിടണം. നാളെ രാത്രിതന്നെ നമുക്ക് പോകണം. നിങ്ങൾ എന്റെകൂടെത്തന്നെ ഉണ്ടാകണം. നാം പോകുന്ന സ്ഥലത്ത് കുറെ കൊസാക്കുകളുണ്ട്. നിങ്ങളെ അറിയുന്നവരാണവർ. നിങ്ങളെന്നാൽ അവർക്ക് ആവേശമാണ്."

ഇത് പറഞ്ഞ് തീരുമ്പോഴേക്കും ഒരു കറുത്ത പൂച്ച പൊളോവ്ട്സേവിന്റെ മടിയിലേക്ക് ചാടിക്കയറി. അയാൾ ആ പൂച്ചയെ സ്നേഹപൂർവം തലോടി. കുറെനേരത്തേക്ക് അയാൾ നിശ്ശബ്ദനായിരുന്നു. അസാധാരണമായ ഒരു ആർദ്രത അയാളുടെ സ്വരത്തിൽ ഉണ്ടായിരുന്നുവെന്നത് യാക്കോവ് ശ്രദ്ധിച്ചു. അയാൾ പൂച്ചയോട് ഇങ്ങനെ പറഞ്ഞു:

"കുറിഞ്ഞിപ്പൂച്ചേ, എന്റെ കൊച്ച് കറുമ്പി, നീയൊരു കുറുമ്പിയാണ്."

"പൂച്ചകളെ നിങ്ങൾക്ക് വലിയ ഇഷ്ടമാണോ?"

"അതെ യാക്കോവ്, കുതിരകളെയും പൂച്ചകളെയും എനിക്ക് ജീവനാണ്."

"അതെന്താണ്?"

"മൃഗങ്ങളിൽവെച്ച് ഏറ്റവും നല്ലത് കുതിരയും പൂച്ചയുമാണ്."

"വീട്ടിൽ പൂച്ചയുണ്ടായിരുന്നോ?"

"ഉണ്ടായിരുന്നു, ഒരു സൈബീരിയൻ പൂച്ച. നല്ല സുന്ദരൻ പൂച്ച. അവനെന്റെ കൂടെയായിരുന്നു കിടന്നുറങ്ങിയത്. നല്ല പാൽനിറമുള്ള ചന്തമുള്ള പൂച്ച. അവനൊരു മിടുക്കനായിരുന്നു. എനിക്ക് നായ്ക്കളെ വെറുപ്പാണ്."

"അതെന്താണ്"

"ഞാൻ കുട്ടിയായിരുന്നപ്പോൾ വീട്ടിൽ ഒരു നായ്ക്കുട്ടി ഉണ്ടായിരുന്നു. വളരെ ചെറുത്."

"എന്നിട്ടെന്തുപറ്റി?"

"ഞാൻ നായക്കുട്ടിയുടെ കൂടെ കളിക്കാറുണ്ടായിരുന്നു. കളിക്കിടയിൽ ഞാനവനെ ഒന്നടിച്ചു. അവനെന്നെ കടിച്ചു. എന്റെ കൈ കീറി ചോരയൊഴുകി. കലികയറിയ ഞാൻ അവനെ തല്ലിയോടിച്ചു. പിറകെ ഓടി അടിച്ചു. അത് ഞങ്ങളുടെ വീട്ടിലെ പത്തായത്തിന്റെ ചോട്ടിൽ ചുരുണ്ടുകയറി. ഞാൻ വിട്ടില്ല. ഞാനതിനെ കുത്തിപ്പുറത്തിട്ട് അടിയോടടി. അവൻ ചാവാൻ പാക

മായി. അത് ഏങ്ങലടിച്ച് കരയുകയായിരുന്നു. ഞാനതിനെ കൈയിലെടുത്ത് പുറത്തേക്ക് കൊണ്ടുവന്നു. അവൻ ഉച്ചത്തിൽ കരയാൻതുടങ്ങി. അത് കണ്ട് പേടിച്ച് ഞാനും കരയാൻ തുടങ്ങി. അമ്മ ഓടിവന്ന് എന്നെ ആശ്വസിപ്പിച്ചില്ലായിരുന്നുവെങ്കിൽ ഞാൻ ബോധംകെട്ട് വീണേനെ. ആ സംഭവത്തിന് ശേഷം നായ്ക്കൾ എന്നുകേട്ടാൽ എനിക്ക് കലികയറും. പക്ഷെ പൂച്ചകൾ എന്റെ ഓമനകളാണ്. ഭ്രാന്തമായ സ്നേഹമാണ് എനിക്ക് അവയോട്. അതുപോലെതന്നെയാണ് കൊച്ചുകുട്ടികളോടും. കുട്ടികൾ എനിക്ക് പ്രാണന്റെ പ്രാണനാണ്. കുട്ടികളുടെ കരച്ചിൽ കേൾക്കുന്നതേ എനിക്കിഷ്ടമില്ല. എനിക്കപ്പോൾ വീർപ്പ് മുട്ടും. നിങ്ങൾക്കുമങ്ങിനെയാണോ?"

ഈ ചോദ്യത്തിനുത്തരം യാക്കോവ് പറഞ്ഞില്ല. അയാളുടെ ശ്രദ്ധ മുഴുവൻ പൊളോവ്ട്സേവിന്റെ സ്വഭാവത്തെക്കുറിച്ചായിരുന്നു. യുദ്ധക്കളത്തിൽ കൊസാക്കുകളെ ക്രൂരമായി നേരിട്ട ഇരുമ്പുഹൃദയമുള്ള ഈ സൈനികോദ്യോഗസ്ഥനിൽ താനറിയാത്ത മാനുഷിക വികാരം ഉണ്ടെന്നോർത്ത് യാക്കോവിന് അദ്ഭുതമായി. അയാൾ ആദ്യമായി കാണുന്ന ഒരു മനുഷ്യനെ എന്നപോലെ അയാളെ നിരീക്ഷിച്ചു. പൊളോവ്ട്സേവ് വീണ്ടും മയക്കത്തിലേക്ക് വീണു. അൽപ്പസമയം കഴിഞ്ഞ് അയാൾ ചോദിച്ചു:

"എനിക്ക് വല്ല കത്തുകളും വന്നിരുന്നോ?."

"വെള്ളപ്പൊക്കമായതിനാൽ തപാലൊന്നും വന്നില്ല.വയലും തോടും പുഴയും എല്ലാം വെള്ളപ്പൊക്കത്തിൽ ഒന്നായിരിക്കുകയാണ്. എങ്ങനെയാണ് തപാലെത്തുക?"

"സഖാവ് സ്റ്റാലിന്റെ പുതിയ ലേഖനത്തെപ്പറ്റി നിങ്ങളാരെങ്കിലും എന്തെങ്കിലും അറിഞ്ഞോ?"

"സ്റ്റാലിന്റെ ലേഖനമോ?"

"അതെ കൂട്ടുകൃഷിയെപ്പറ്റി അദ്ദേഹമൊരു ലേഖനമെഴുതി പ്രസിദ്ധികരിച്ചിട്ടുണ്ട്."

"എനിക്കറിയില്ല, അതൊന്നും ഇവിടെ എത്തിയിട്ടില്ല. എന്താണ് ആ ലേഖനത്തിന്റെ ഉള്ളടക്കം."

"അതൊക്കെ വലിയ കാര്യങ്ങളാണ്. നിങ്ങൾക്ക് അതൊന്നും മനസിലാകണമെന്നില്ല. നിങ്ങൾ ഉറങ്ങിക്കോളൂ. എനിക്ക് കുതിരക്ക് വെള്ളം കൊടുക്കണം. നിങ്ങൾ നാളെ കൂട്ടുകൃഷിക്കാരുടെ രണ്ട് കുതിരകളെ ഇവിടെ എത്തിക്കണം. നാളെരാത്രി നമുക്ക് യാത്രപുറപ്പെടണം."

പിറ്റേന്ന് പ്രഭാതത്തിൽ പൊളോവ്ട്സേവ് ലെറ്റ്യേവ്സ്കിയുമായി ഏറെനേരം സംസാരിച്ചു. പൊളോവ്ട്സേവ് അയാളെ നന്നായി ശാസിച്ചു. ലെറ്റ്യേവ്സ്കിയുടെ മുഖം ദേഷ്യംകൊണ്ട് ചുവന്നു. അയാൾ അടുക്കളയിലേക്ക് നടന്നു. അപ്പോൾ യാക്കോവാണ് അയാളെ നേരിട്ടത്.

"എന്താ മുഖത്തൊരു വെപ്രാളം. ദിവസം തുടങ്ങാൻ ഒരു കുപ്പി പൊട്ടിക്കണോ."

"ഓ കുപ്പിയൊന്നും വേണ്ട" ഇതും പറഞ്ഞ് അയാൾ കിടക്കയിൽച്ചെന്ന് വീണു.

"യാക്കോവ് കൂട്ടുകൃഷി സ്ഥാപനത്തിലേക്ക് നടന്നു. അവിടെ ഡ്യൂട്ടിയിൽ ഉണ്ടായിരുന്ന സഖാവിനോടൊന്നും പറയാതെ യാക്കോവ് തന്റെ യാത്രയെപ്പറ്റി ചിന്തിച്ചുകൊണ്ടേയിരുന്നു. കുറെ കഴിഞ്ഞപ്പോൾ ഡ്യൂട്ടിയിലുണ്ടായിരുന്ന സഖാവ് ചോദിച്ചു:

"എന്താണ് പതിവില്ലാത്ത ഒരു നിശ്ശബ്ദത."

"ഒരു യാത്രപോകണം."

"എവിടേക്കാണ്?"

"ഓ ഇവിടെ അടുത്ത് ഒരിടംവരെ. ഇതും പറഞ്ഞ് യാക്കോവ് രണ്ട് കുതിരകളെ അവിടെനിന്നും അഴിച്ച് പുറത്തേക്കുകൊണ്ടുവന്നു. എന്നിട്ട് അവയെ പോപ്ലാർ മരത്തോപ്പിലൂടെ നടത്തിച്ച് അവിടെയുള്ള ഒരൊഴിഞ്ഞ സ്ഥലത്ത് കുതിരകളെ കെട്ടിയിട്ടു. അതിനു ശേഷം പൊളോവ്ട്സേവിനെ കാണാൻവേണ്ടി അയാൾ വീട്ടിലേക്ക്പോയി. വീട്ടിലെത്തിയപ്പോൾ അയാൾ കേട്ടത് വലിയ ഒരു കോലാഹലമാണ്. പൊളോട്സേവും അയാളുടെ സുഹൃത്തും തമ്മിൽ എന്തോപറഞ്ഞ് തർക്കിക്കുകയായിരുന്നു. യാക്കോവ് ലൂക്കിച്ച് വാതിലിൽമുട്ടി.

പൊളോട്സേവ് വാതിൽ തുറന്ന് പുറത്ത് വന്നു. അയാൾ യാത്രക്കുള്ള ഒരുക്കങ്ങളെല്ലാം ചെയ്തിരുന്നു. അയാളും യാക്കോവും കുതിരപ്പുറത്ത് കയറി യാത്രയായി. പോപ്ലാർ തോപ്പുകളും ചെറിത്തോട്ടങ്ങളും പുൽപ്പരപ്പുകളും കടന്ന് കുത്തിയൊഴുകുന്ന അരുവി കടന്ന് അവർ നിശ്ശബ്ദരായി സവാരിചെയ്തു.

വൊയ്സ്ക്കോവോ എന്ന സ്ഥലത്താണ് അവരെത്തിയത്. അവരവിടെ എത്തുമ്പോഴേക്കും ധാരാളം ആളുകൾ അവരെ കാത്തുനിൽക്കുന്നുണ്ടായിരുന്നു. അവരിൽ പലരെയും യാക്കോവിന് നന്നായി അറിയാമായിരുന്നു. ഒരു കൊസാക്ക് കൃഷിക്കാരന്റെ വീട്ടിലാണ് അവർ ഒത്തുകൂടിയത്. പൊളോട്സേവ് എല്ലാ കൃഷിക്കാരെയും അഭിവാദ്യം ചെയ്തു. എന്നിട്ട് ഒരു കൊസാക്ക് കൃഷിക്കാരനുമായി എന്തോ ഒരു സ്വകാര്യം പറഞ്ഞു. കൃഷിക്കാരെല്ലാം യാക്കോവിനെയും പൊളോവ്ട്സേവിനെയും കൗതുകത്തോടെ നിരീക്ഷിക്കുകയായിരുന്നു. യാക്കോവിന് എന്തുകൊണ്ടോ ഒരു പ്രയാസം തോന്നി. അയാൾക്ക് പലരെയും അറിയാമായിരുന്നെങ്കിലും എന്തോ ഒരപരിചിതത്വം അയാളെ പിടികൂടിയിരുന്നു.

ആ കൊസാക്ക് വീട് ഒരു ഒളിത്താവളം തന്നെയായിരുന്നു. ജനവാതിലുകളെല്ലാം ചാക്കുകൾകൊണ്ട് മറച്ചിരുന്നു. വാതിലുകൾ അടച്ച് സാക്ഷയിട്ടിരുന്നു. ഗൃഹനാഥന്റെ മകൻ പാറാവുകാരനെപ്പോലെ മുറ്റത്ത് നിൽക്കുന്നുണ്ടായിരുന്നു. പൊളോവ്ട്സേവ് കൃഷിക്കാരെ ഇങ്ങനെ അഭിസംബോധനചെയ്തു;

"പ്രിയസഖാക്കളേ, കൊസാക്കുകളേ നമ്മുടെ സമയം ഇതാ വന്നെത്തിയിരിക്കുന്നു. നിങ്ങളുടെ കാലിലെ ചങ്ങലകൾ പൊട്ടിച്ചെറിയാൻ സമ

യമായിരിക്കുന്നു. നമ്മുടെ മോചനത്തിന്റെ സൂര്യൻ ഉദിക്കാൻ ഇനി കുറച്ച് സമയമേയുള്ളൂ. നമുക്ക് അടർക്കളത്തിൽ ഇറങ്ങാൻ സമയമായി. വരാനിരിക്കുന്ന നാളുകൾ പോരാട്ടങ്ങളുടേതാണ്. രണ്ട് രാവുകൾ പിന്നിട്ട് കഴിഞ്ഞാൽ നാം പോരാട്ടം തുടങ്ങും. ഇവിടേക്ക് അൻപത് കുതിരകൾ ഉടനെ എത്തും. നിങ്ങൾ ആയുധം കൈയിലേന്തണം. ശത്രുക്കളെ ജീവനോടെ വിടരുത്. സൈനിക മേധാവികളറിയാതെ നമുക്ക് മുന്നേറണം. നിങ്ങളുടെ തൊപ്പികളിൻമേൽ വെള്ള റിബണുകൾ കെട്ടണം. പരസ്പരം മാറിപ്പോവാതിരിക്കാനാണിത്. എല്ലാവർക്കും കുതിരയുണ്ടായിരിക്കണം. എല്ലാതരം ആയുധങ്ങളും നിങ്ങൾ കൈയിലേന്തണം. തോക്കും കുന്തവും വാളും എല്ലാം. കുറെ ദിവസത്തേക്കുള്ള ഭക്ഷണം കൈയിൽ കരുതണം. കമ്യൂണിസ്റ്റുകാരെയും അവരുടെ കൂട്ടാളികളേയും വകവരുത്തണം."

കൃഷിക്കാരെല്ലാം നിശ്ശബ്ദരായി അയാളുടെ പ്രസംഗം കേട്ടുകൊണ്ടിരുന്നു. അയാൾ ഊർജ്ജസ്വലനായി തുടർന്നു;

"നിങ്ങളെ സഹായിക്കാൻ വേറെയും ആളുകൾ വരും. നിങ്ങളെ സഹായിക്കുന്നത് നമ്മുടെ പട്ടാളക്കാർതന്നെയാണ്. നിങ്ങളെ ഇനി നയിക്കുന്നത് കമാൻഡർ ആയിരിക്കും. അയാളുടെ ആജ്ഞകൾ നിങ്ങൾ അനുസരിക്കുക. ഇതാ ഈ നിൽക്കുന്നത് എന്റെ പ്രിയസുഹൃത്ത് യാക്കോവ് ലൂക്കിച്ച് ആണ്. അയാൾ നമ്മുടെ സഖാവ് ആണ്. വലിയൊരു പോരാളിയാണ് അയാൾ. നമ്മുടെ ലക്ഷ്യം ഡോണിനെ മോചിപ്പിക്കുക എന്നതാണ്. കമ്യൂണിസ്റ്റുകാരുടെ നുകത്തിൽനിന്നും നമുക്ക് നമ്മുടെ മണ്ണിനെ സ്വതന്ത്രയാക്കണം. ഗ്രിമ്യാക്കിലെ ജനങ്ങൾ നമുക്കൊപ്പമാണ്. അവർ നമ്മുടെകൂടെ അണിചേരും. ഇനി യാക്കോവ് നിങ്ങളോട് സംസാരിക്കും."

പൊളോവ്ട്സേവ് പ്രസംഗിച്ച് നിർത്തിയപ്പോഴേക്കും യാക്കോവിന് എന്തെന്നില്ലാത്ത ആശങ്കയുണ്ടായി. അവിടെ കൂടിയിരിക്കുന്നവരെ അഭിസംബോധനചെയ്യുക എന്നത് അയാൾക്ക് വളരെ പ്രയാസകരമായി തോന്നി. അയാളുടെ തൊണ്ടയിലെ വെള്ളമെല്ലാം വറ്റിപ്പോയിരുന്നു. ശരീരമാകെ ചൂടുപിടിച്ചിരുന്നു. ആളുകൾ അയാളെത്തന്നെ സൂക്ഷിച്ച് നോക്കുന്നത് അയാളിൽ ഭീതിപടർത്തി. അപ്പോൾ ഒരു വൃദ്ധൻ യാക്കോവിനോട് ഇങ്ങനെ ചോദിച്ചു

"പ്രിയസുഹൃത്തെ, താങ്കൾ വരുന്നതിന് മുമ്പ് ഞങ്ങളിവിടെ ഒരു യോഗം ചേർന്നിരുന്നു. ഞങ്ങൾ ഒരു കാര്യം ചർച്ചചെയ്തു. അതായത് പത്രത്തിൽ വന്ന ഒരു കാര്യത്തെപ്പറ്റി."

"എന്താണ് നിങ്ങൾ ചർച്ചചെയ്തത്"

"അതായത് മോസ്കോവിൽനിന്ന് ഒരു പത്രം ഇവിടെ എത്തി. അതിൽ പാർട്ടിനേതാവിന്റെ ഒരു കത്തുണ്ടായിരുന്നു."

"ഏത് നേതാവിന്റെ?"

"സഖാവ് സ്റ്റാലിന്റെ, ഇതാ ആ പത്രം വായിച്ച്നോക്ക്. "

ഇത് പറഞ്ഞത് ഒരു വൃദ്ധനായിരുന്നു. അയാൾ പത്രത്തിലെ സ്റ്റാലിന്റെ കത്ത് കീറിയെടുത്ത് പോക്കറ്റിൽ സൂക്ഷിച്ചിരുന്നു. അത് പുറത്തെടുത്ത് അയാൾ ഇങ്ങനെ പറഞ്ഞു:

"ഞങ്ങളെല്ലാം ഈ കത്ത് വായിച്ചുകൊണ്ടിരിക്കുകയായിരുന്നു. ഈ കത്ത് ഞങ്ങളുടെ മനസാകെ ഇളക്കിമറിച്ചിരിക്കുന്നു. ഞങ്ങളൊക്കെ കൃഷിക്കാരാണ്. ഞങ്ങൾക്ക് പുതിയൊരു ജീവിതം വേണം. ഇങ്ങനെ ചിന്തിക്കാൻ തുടങ്ങിയിട്ട് വളരെക്കാലമായി. അങ്ങനെയിരിക്കവെയാണ് ഈ പത്രത്തെക്കുറിച്ച് ഞങ്ങളറിയുന്നത്. വളരെദൂരം സഞ്ചരിച്ചാണ് ഞാനീ പത്രം സംഘടിപ്പിച്ചത്. ഈ വയസുകാലത്ത് കുതിരപ്പുറത്തുകയറി അരുവികൾ നീന്തിക്കടന്ന് എങ്ങനെയോ ഒരു വിധം പത്രം സംഘടിപ്പിച്ചു.

"എടോ പെരട്ട കിളവാ താനെന്താണ് പറയുന്നത്. നിങ്ങൾ കഥപറയുകയാണോ. തലയ്ക്ക് വെളിവ് നഷ്ടപ്പെട്ടോ. ആരാണ് നിങ്ങൾക്ക് സംസാരിക്കാൻ അവസരം തന്നത്." പൊളോവ്ട്സേവ് വർധിച്ചകോപത്തോടെ പറഞ്ഞു. അതിനുശേഷം മറ്റൊരു വൃദ്ധൻ സംസാരിക്കാൻ തുടങ്ങി. അയാൾ വൃദ്ധനായിരുന്നെങ്കിലും തടിച്ച് കരുത്തനായ ഒരാളായിരുന്നു. അയാൾ ഒരു പോരാളിയെപ്പോലെയാണ് സംസാരിച്ചത്. അയാളുടെ സംസാരത്തിന് ഒരു വെല്ലുവിളിയുടെ സ്വരമുണ്ടായിരുന്നു.

"പൊളോട്സേവേ, ഞങ്ങളോട് കയർക്കണ്ട. നിങ്ങൾ ഞങ്ങളുടെ മുൻ ഓഫീസറാണ്. സമ്മതിച്ചു. പക്ഷേ ഇനി ഞങ്ങളോട് കുരയ്ക്കാൻ വന്നാൽ നല്ല അടികിട്ടും. നിങ്ങൾ ഒരു തൻപ്രമാണിയാണ്. നിങ്ങളുടെ വിരട്ടൽ ഇനി ഞങ്ങളുടെ അടുത്ത് വേണ്ട. മര്യാദയ്ക്ക് സംസാരിക്കാൻ പഠിക്കണം. അല്ലെങ്കിൽ ഞങ്ങളത് പഠിപ്പിക്കും. ഞങ്ങളിപ്പോൾ സോവിയറ്റ് സർക്കാറിന്റെ ഭാഗത്താണ്. മനസിലായില്ലേ. പഴയ ഞങ്ങളല്ല. അതാണ് ഞങ്ങളുടെ കാരണവർ നിങ്ങളോട് പറഞ്ഞത്. ഞങ്ങൾ യോഗം ചേർന്നതിനെപ്പറ്റി പറഞ്ഞത് എന്താണെന്ന് ഇപ്പോൾ മനസിലായിക്കാണും എന്ന് വിശ്വസിക്കുന്നു. സ്റ്റാലിൻ എഴുതിയ കത്ത് ഞങ്ങൾ വായിച്ചു. ഞങ്ങൾ ഇനി നിങ്ങളെപ്പോലുള്ള മൂരാച്ചികളെ പിൻതുണയ്ക്കില്ല. ഞങ്ങൾക്കിപ്പോൾ തിരിച്ചറിവുണ്ട്. നിങ്ങളുടെ കലാപത്തിന് കൂട്ടുകൂടാൻ ഞങ്ങളില്ല. നമുക്കിനി രണ്ടു വഴി. ഞങ്ങൾക്ക് ചില തെറ്റ്പറ്റിയിരിക്കാം. കൂട്ടുകൃഷിക്കാർക്കും തെറ്റ്പറ്റി. അവർ കുറെയേറെ അക്രമം പ്രവർത്തിച്ചു. അത് തെറ്റുതന്നെ. സമ്മതിച്ചു. അത് ഞങ്ങൾ തിരുത്തും. തിരുത്തിക്കും. കൃഷിക്കാരെ നിർബന്ധിച്ച് കൂട്ടുകൃഷിയിൽ ചേർത്തത് തെറ്റുതന്നെയാണ്. ഇടത്തരക്കാരായ കൃഷിക്കാരെ മുഴുവൻ കുലാക്കുകളായി തെറ്റിദ്ധരിച്ചുപോയി. ഈ തെറ്റെല്ലാം ഞങ്ങൾക്ക് തിരുത്താൻ സ്റ്റാലിന്റെ കത്ത് ഒരു വഴികാട്ടിയാണ്."

അയാൾ വളരെ വീറോടെയാണ് സംസാരിച്ചത്. അയാളുടെ സ്വരത്തിൽ വലിയ ഗൗരവമുണ്ടായിരുന്നു. അയാൾ തന്റെ പ്രസംഗം ഇങ്ങനെ തുടർന്നു:

"നിയന്ത്രണത്തോടെ കാര്യങ്ങളെ കാണാൻ ഞങ്ങളിപ്പോൾ പഠിച്ചുകഴിഞ്ഞു. ഒരു നല്ല കുതിരക്കാരൻ കുതിരയെ മെരുക്കുംപോലെ ഒരു കമ്യൂണിസ്റ്റ് തന്റെ വികാരങ്ങളെ നിയന്ത്രിക്കണം. മുമ്പ് പാർട്ടിനേതൃത്വം ഞങ്ങളെ നേരെചൊവ്വെ ശ്വാസം വലിക്കാൻ അനുവദിച്ചിരുന്നില്ല. ഇപ്പോൾ ആ സ്ഥിതിയെല്ലാം മാറി. പ്രാദേശിക നേതൃത്വത്തിന്റെ കുഴപ്പങ്ങൾക്ക്

ഇനി കേന്ദ്രനേതൃത്വത്തെ കുറ്റപ്പെടുത്തിയിട്ട് കാര്യമില്ല. ആളുകളെ ചെവിക്കുപിടിച്ച് കൂട്ടുകൃഷിയിൽ ചേർക്കാനും അവരുടെ ദേവാലയങ്ങൾ അടച്ചുപൂട്ടാനും പാർട്ടിനേതൃത്വം പറഞ്ഞിട്ടില്ല. അതിനൊക്കെ സ്റ്റാലിൻ എതിരാണ്. അത്തരം പ്രവർത്തനത്തിനെതിരാണ് സ്റ്റാലിന്റെ കത്ത്. അത്തരക്കാരെ അദ്ദേഹം നേതൃത്വത്തിൽനിന്നും പുറത്താക്കും. ഇതൊരു മാറ്റമാണ്. ആ മാറ്റത്തിന്റെ കാറ്റ് ഞങ്ങളുടെമേൽ വീശിത്തുടങ്ങി. ഇപ്പോൾ ഞങ്ങളുടെ മേൽ കടുത്തനിയന്ത്രണങ്ങൾ ഇല്ല. കൂട്ടുകൃഷിയിൽ ചേരാൻ ഇഷ്ടമില്ലാത്ത ഒരാളെ അതിൽ ചേർക്കാൻ പാർട്ടിപറയുന്നില്ല. കൂട്ടുകൃഷിയിൽ ചേരാതിരിക്കാനുള്ള സ്വാതന്ത്ര്യവും ഒരാൾക്കുണ്ട്. അങ്ങനെയുള്ള ഒരാൾക്ക് സ്വതന്ത്രനായി നിൽക്കാം. അതിന്റെ പേരിൽ ആ വ്യക്തിയോട് വൈരാഗ്യം കാണിക്കേണ്ടതില്ല. അതാണ് ഞാൻ നിങ്ങളോട് പറയുന്നത്. നമുക്കിനി രണ്ട് വഴി. നമുക്ക് പിരിയാം. ഞങ്ങളത് തീരുമാനിച്ചുകഴിഞ്ഞു. ഞങ്ങളുടെ വിവരക്കേടുകൊണ്ട് നിങ്ങളുടെ ആഭാസങ്ങൾക്ക് ഞങ്ങൾ കൂട്ടുനിന്നിട്ടുണ്ട്.പല കടലാസുകളിലും ഒപ്പിട്ടിട്ടുണ്ട്. ആ കടലാസുകൾ ഞങ്ങൾക്ക് തിരിച്ച് തരണം. ഇനി നിങ്ങൾക്ക് നിങ്ങളുടെ വഴി. ഇതിന്റെ പേരിൽ ഞങ്ങളോട് ദേഷ്യംതോന്നരുത്. ഞങ്ങൾക്ക് നിങ്ങളോടും ദേഷ്യമില്ല."

ഇതെല്ലാം പൊളോവ്ട്സേവ് വളരെ ശ്രദ്ധയോടെ കേട്ടു. അയാൾ ജനൽപാളിയിൽ ചാരിനിൽക്കുകയായിരുന്നു. അയാൾ ആകെ വിളറി വെളുത്തുപോയിരുന്നു. എന്നിട്ടും അയാൾ തന്റെ ശക്തിമുഴുവൻ സംഭരിച്ച് ദൃഢതയും മൂർച്ചയും ഉള്ള സ്വരത്തിൽ സദസിനോട് ഇങ്ങനെ ചോദിച്ചു.

"അല്ലയോ കൊസാക്കുകളെ, നിങ്ങൾ ഞങ്ങളെ വഞ്ചിക്കുകയാണോ."

"വഞ്ചിക്കാനോ. അത് നിങ്ങൾക്ക് പറഞ്ഞിട്ടുള്ളതല്ലേ. ഞങ്ങളുടെ വഴി സത്യത്തിന്റേതും നീതിയുടേതുമാണ്. അതിൽനിന്നും ഞങ്ങൾ വഴി തെറ്റുകയില്ല. ഞാൻ എന്റെ വോട്ടവകാശം നശിപ്പിച്ചു. അവരെന്നെ നാടുകടത്താൻ നോക്കി. എന്നാൽ എന്റെ മകനിപ്പോഴും ചെമ്പടയിൽ പ്രവർത്തിക്കുന്നു. ആയതിനാൽ എനിക്ക് വോട്ട്ചെയ്യാനുള്ള അവകാശം തിരികെ ലഭിക്കും. ഞങ്ങളിപ്പോൾ സോവിയറ്റ് സർക്കാറിന്റെ സഖാക്കളാണ്. ഈ നാട്ടിലെ അനീതികളെ ഞങ്ങൾ എതിർക്കും. സോവിയറ്റ് സർക്കാറിനെ എതിർക്കാൻ നിങ്ങൾ ഞങ്ങളെ കരുവാക്കുകയാണ്. അത് ഞങ്ങൾ അനുവദിക്കുകയില്ല. ഞങ്ങൾ ഒപ്പിട്ടുതന്നിട്ടുള്ള കടലാസുകൾ തിരിച്ചുതരുന്നതാണ് നിങ്ങൾക്ക് നല്ലത്." ഒരു വൃദ്ധൻ വളരെ സൗമ്യമായി ഇങ്ങനെ പറഞ്ഞു:

ഇതിനെത്തുടർന്ന് മറ്റൊരു പ്രായമായ കൃഷിക്കാരൻ വളരെ പക്വമായ ഭാഷയിൽ തന്റെ താടി തടവിക്കൊണ്ട് സംസാരിക്കാൻ തുടങ്ങി:

"പ്രിയപ്പെട്ട സഖാവ് പൊളോട്സേവ്, ഞങ്ങൾക്കൊരു തെറ്റുപറ്റി. ദൈവത്തെ സാക്ഷിനിർത്തി ഞാൻ പറയുന്നു ഞങ്ങൾക്ക് തെറ്റുപറ്റി. നിങ്ങളുടെ കൂടെ കൂടിയതാണ് ആ തെറ്റ്. പക്ഷേ ഞങ്ങളുടെ ഭാഗ്യ

ത്തിന് വലിയ അപായം ഒഴിവായി. തെറ്റ് ആവർത്തിക്കാൻ ഞങ്ങളെ കിട്ടില്ല. മുമ്പ് നിങ്ങൾ ഞങ്ങൾക്ക് പല വാഗ്ദാനങ്ങളും നൽകി പക്ഷേ അപ്പോഴേ ഞങ്ങൾക്ക് നിങ്ങളെ സംശയമായിരുന്നു. നിങ്ങൾ പറഞ്ഞത് സഖ്യകക്ഷികൾ നമ്മുടെ കലാപത്തിനെ പിൻതുണയ്ക്കുമെന്നാണ്. അവർ യുദ്ധോപകരണങ്ങളും സാമ്പത്തിക സഹായവും നമുക്ക് നൽകുമെന്ന് നിങ്ങൾ ഉറപ്പ് നൽകി. കമ്യൂണിസ്റ്റുകാരെ വെടിവെച്ച് കൊല്ലാൻ നിങ്ങൾ ഞങ്ങളെ പ്രേരിപ്പിച്ചു. എന്നാൽ ഞങ്ങളുടെ വിവേകം കൊണ്ട് ഞങ്ങൾ ചിന്തിക്കാൻ തുടങ്ങി. ഞങ്ങളുടെ പ്രവർത്തനത്തിന്റെ ഫലം എന്തായിരിക്കുമെന്ന് ഞങ്ങൾ ഉറക്കെചിന്തിച്ചു. വിദേശശക്തികൾ നമ്മളെ സഹായിച്ചേക്കാം. അതൊരു പുതിയ കാര്യമൊന്നുമല്ല. എന്നാൽ പിന്നീട് ഈ ശക്തികളെ പുറത്താക്കാൻ നമുക്കൊരു കലാപംതന്നെ നടത്തേണ്ടിവരും. ലോകത്തിന്റെ അനുഭവം നിങ്ങൾക്കറിയില്ല. കമ്യൂണിസ്റ്റുകാരെ ഞങ്ങൾ അവിശ്വസിച്ചു. അവർ പളുങ്കുപോലെ പരിശുദ്ധരാണ്. എന്നാൽ വിദേശശക്തികളോ? അവരുടെ ഭാഷപോലും നമുക്ക് മനസിലാവുകയില്ല. കൊടുംദുഷ്ടന്മാരും അഹങ്കാരികളുമാണവർ. അറ്റകൈക്ക് ഉപ്പ്തേക്കാത്ത കശ്മലൻമാർ. അവരുടെ നീരാളിക്കൈയിൽ പെട്ടാൽ പിന്നെ മോചനമില്ല. 1920-ൽ കടൽകടന്ന് വിദേശത്ത് പോയവനാണ് ഞാൻ. ഫ്രഞ്ച് റൊട്ടിതിന്നാനാവാതെ ഞാൻ കഷ്ടപ്പെട്ടിട്ടുണ്ട്. കയ്ക്കുന്ന റൊട്ടിയായിരുന്നു അത്. ഈ കാലഘട്ടത്തിനിടയിൽ ഒരുപാട് നാടുകൾ ഞാൻ കണ്ടിട്ടുണ്ട്. ഒരുപാട് ജീവിതാനുഭവങ്ങൾ എനിക്കുണ്ട്. പല രാജ്യക്കാർ, പല ഭാഷ, പല വേഷം, പലരീതി ആ അനുഭവത്തിന്റെ വെളിച്ചത്തിൽനിന്നും ഞാൻ പറയട്ടെ റഷ്യക്കാരെപ്പോലെ സ്നേഹവും ദയയുമുള്ള മനുഷ്യർ ലോകത്തിലില്ല. കോൺസ്റ്റാന്റിനോപ്പിൾ, ഗ്രീസ്, ഇംഗ്ലണ്ട്, ഫ്രാൻസ് തുടങ്ങിയ രാജ്യങ്ങളിൽ ഞാൻ പോയിട്ടുണ്ട്. അവരെല്ലാം നമ്മെകണ്ടാൽ പരമപുഛത്തോടുകൂടിയാണ് നോക്കുക. അവന്റെ കണ്ണിൽ നാം വെറും പീറയാണ്. സംസ്കാരമില്ലാത്തവർ. വൃത്തിയും വെടിപ്പുമില്ലാത്തവർ. അപരിഷ്കൃതർ. കാടന്മാർ, വിയർപ്പ്നാറുന്നവർ. ദൃഷ്ടിയിൽപെട്ടാൽ ദോഷമുള്ളോർ. അവർ നമ്മെ നാലാളുകളുടെ ഇടയിൽപ്പെട്ട് തൊലിയുരിക്കും. അവസരം കിട്ടിയാൽ നമ്മെ കഴുത്ത്ഞെരിച്ച് കൊല്ലും. ഈ കാര്യം ക്യൂബയിലും മറ്റുമുള്ള സഖാക്കൾക്ക് അറിയാം. അവരെല്ലാം ഇക്കൂട്ടർക്ക് തിരിച്ചടികൊടുക്കാൻ തുടങ്ങിയിരിക്കുന്നു. അതാണ് ഞാൻ പറഞ്ഞത് നമ്മൾ സ്വന്തം നാടിനെ സ്നേഹിക്കണം. നാട്ടുകാരെ സ്നേഹിക്കണം. സ്വന്തം കപ്പലിനകത്ത് ദ്വാരമുണ്ടാക്കരുത്. നമുക്ക് നമ്മുടെ ഗവൺമെന്റിനെ ശക്തിപ്പെടുത്താം. നമ്മുടെ അഴുക്ക് വസ്ത്രങ്ങൾ നാം അന്യരാജ്യത്ത് കൊണ്ടുപോയി അലക്കരുത്. ദയവുചെയ്ത് ആ കടലാസുകൾ തിരിച്ചുതരൂ.”

വൃദ്ധന്റെ ദീർഘമായ സംസാരം കേട്ട് യാക്കോവിന് തലചുറ്റുന്നതുപോലെ തോന്നി. അയാളുടെ മനസ്സ് ഇങ്ങനെ പറഞ്ഞു:

“ഈ ചെകുത്താൻ പൊളോട്സേവ് എന്നെ തുലച്ചുകളഞ്ഞല്ലോ.

അയാൾ ജനവാതിലിലൂടെ കടന്നുകളയുമെന്നാണ് എനിക്ക് തോന്നുന്നത്. അവസാനം ഞാൻ സിംഹത്തിന്റെ കൂട്ടിൽ അകപ്പെട്ട മുയൽകുഞ്ഞിനെപ്പോലെയാകും. എന്റെ അമ്മേ, ഏത് നശിച്ചദിവസമാണ് ഞാൻ ജനിച്ചത്. ഞാൻ കെണിയിൽപെട്ടുപോയല്ലോ. ചെകുത്താൻകൂടിയ ഈ മനുഷ്യൻ എന്റെ ജീവിതം തകർത്തല്ലോ."

അപ്പോഴും പൊളോട്സേവ് യാതൊരു ഇളക്കവുമില്ലാതെ ജനൽപാളി ചാരിനിൽക്കുകയായിരുന്നു. എന്നാൽ അയാളുടെ മുഖത്തെ ഗംഭീരഭാവം യാക്കോവ് ശ്രദ്ധിച്ചു. അയാളുടെ കൈകളിൽ ഞരമ്പുകൾ പൊന്തിനിന്നിരുന്നു. കണ്ണുകളിൽ നിശ്ചയദാർഢ്യം നിഴലിക്കുന്നുണ്ടായിരുന്നു. അയാൾ ഇങ്ങനെ പറഞ്ഞു:

"ഗംഭീരമായിരിക്കുന്നു കൊസാക്കുകളെ, നിങ്ങൾക്ക് നിങ്ങളുടെ വഴി തെരഞ്ഞെടുക്കാം. ഞങ്ങളുടെ കൂടെ ചേരണമെന്ന് ഞങ്ങൾ നിങ്ങളോട് യാചിക്കുകയില്ല. പിന്നെ ആ കടലാസുകൾ അത് തിരിച്ചുതരാൻ പറ്റില്ല. കാരണം അവ എന്റെ കൈവശമല്ല ഉള്ളത്. അതെല്ലാം ആപ്പീസിലാണ്. എന്നാൽ അതിന്റെ പേരിൽ നിങ്ങൾക്ക് ഒരപകടവും സംഭവിക്കില്ല. ഞാൻ നിങ്ങളെപ്പറ്റിയുള്ള വിവരമൊന്നും എവിടെയും കൊടുക്കില്ല."

"എങ്കിൽ അതങ്ങനെതന്നെയായിക്കൊള്ളട്ടെ" ഒരു വൃദ്ധൻ പറഞ്ഞു.

ഇതിന് മറുപടി പറഞ്ഞത് പൊളോവ്ട്സേവ് തന്നെയായിരുന്നു.

"നിങ്ങൾ ഒന്നുകൊണ്ടും പേടിക്കേണ്ടതില്ല. പക്ഷെ, ഞങ്ങൾ ചിലത് തീരുമാനിച്ചിട്ടുണ്ട്."

"അതെന്താണ്?"

"അതൊക്കെ പിന്നെപറയാം."

"അതുപറ്റില്ല, ഇപ്പോൾ പറയണം."

"പറഞ്ഞില്ലെങ്കിൽ......'

"പറഞ്ഞില്ലെങ്കിൽ നിങ്ങൾക്ക് ചിലപ്പോൾ ചില അപകടങ്ങൾ പറ്റിയെന്ന് വരും."

"അതിനുമുമ്പ് നിങ്ങളുടെ കഥ ഞാൻ കഴിക്കും" ഇതും പറഞ്ഞ് പൊളോവ്ട്സേവ് തന്റെ റിവോൾവർ ഉയർത്തിപ്പിടിച്ച് അട്ടഹസിച്ചു.

"വഴിമാറിനിൽക്കിൻ."

കൊസാക്ക് കൃഷിക്കാരെല്ലാം പേടിച്ച് പൊളോവ്ട്സേവിന് വഴിമാറിക്കൊടുത്തു. അയാൾ പുറത്തേക്കുപോയി. യാക്കോവ് ഇതിനകംതന്നെ വാണം വിട്ടപോലെ പുറത്തെത്തിക്കഴിഞ്ഞിരുന്നു.

രണ്ടുപേരും മിന്നൽവേഗത്തിൽ കുതിരപ്പുറത്ത് കയറി തടിതപ്പി. കൊസാക്കുകളെല്ലാം അവർ പോയ വഴിയേ നോക്കിനിന്നു.

പൊളോവ്ട്സേവും യാക്കോവും ഗ്രിമ്യാക്കിലോഗിൽ തിരിച്ചെത്തി. അവർ ആകെ കിതയ്ക്കുന്നുണ്ട്. അവരുടെ കുതിരകളും ക്ഷീണിച്ചിരുന്നു. വിയർത്തുകുളിച്ച കുതിരകളെ യാക്കോവ് കൂട്ടുകൃഷി സ്ഥാപനത്തിലെ തൊഴുത്തിൽ കൊണ്ടുപോയികെട്ടി. എന്നിട്ട് അയാൾ വീട്ടിലേക്ക് പോയി. പൊളോവ്ട്സേവ് തന്റെ കത്തുകളെല്ലാം എടുത്ത് തീയിലിട്ടുക

ത്തിച്ചു. ലെറ്റ്യേവ്സ്കി അപ്പോൾ അവിടെയുണ്ടായിരുന്നു. അയാൾ തന്റെ തോക്ക് ക്ലീൻ ചെയ്യുകയായിരുന്നു. പൊളോവ്ട്സേവ് വളരെ ദുഃഖിത നായി കാണപ്പെട്ടു. അയാളുടെ കണ്ണുകളിലേക്ക് യാക്കോവ് സൂക്ഷിച്ചു നോക്കി. രക്തവർണമുള്ള ആ കണ്ണുകളിൽനിന്ന് കണ്ണീരൊഴുകുന്നുണ്ടാ യിരുന്നു. അത് അയാളുടെ വലിയ കവിളിലൂടെ ഒലിച്ചിറങ്ങി. ജീവതത്തി ലാദ്യമായിട്ടാണ് തന്റെ ക്യാപ്റ്റൻ കരയുന്നതായി യാക്കോവ് കണ്ടത്.

"ഞാൻ തോറ്റുപോയി യാക്കോവ് അതാണ് ഞാൻ കരയുന്നത്. ഈ ഗ്രാമത്തിൽ മുഴുവൻ ചതിയന്മാരാണ്. നന്ദികെട്ട നായ്ക്കളാണ്. ഡോ ണിൽ മുഴുവൻ നായ്ക്കളാണ്. ഞാൻ പോവുകയാണ്. പക്ഷേ ഞാൻ തിരിച്ചുവരും. യാക്കോവ്, ഇതാ എന്റെ കൈയിലൊരു കത്തുണ്ട്. എന്റെ നാട്ടിലും കൊസാക്കുകൾ വഞ്ചനചെയ്തു. സ്റ്റാലിന്റെ ലേഖനം എല്ലാവ രുടെയും മനസിനെ ഇളക്കിമറിച്ചു."

പൊളോവ്ട്സേവിന്റെ വാക്കുകൾ അയാളുടെ തൊണ്ടയിൽ തങ്ങി. അയാൾ ആകെ വീർപ്പുമുട്ടുന്നുണ്ടായിരുന്നു. മുഖത്തെ മാംസപേശികൾ വലിഞ്ഞുമുറുകി. അയാൾ മുഷ്ടിചുരുട്ടി മേശയിൽ ഇടിച്ചുകൊണ്ടിരു ന്നു. തെല്ലുനേരം അയാൾ കണ്ണടച്ചുകൊണ്ടിരുന്നു. എന്നിട്ട് പുച്ഛത്തോടെ ചിരിച്ചുകൊണ്ട് പറഞ്ഞു

"ഇവിടത്തെ മനുഷ്യരെല്ലാം തെമ്മാടികളാണ്. ശപിക്കപ്പെട്ട ജന്മ ങ്ങൾ. കഴുതകൾ. പക്ഷെ എല്ലാറ്റിനും അവർ അവസാനം വലിയ വില കൊടുക്കേണ്ടിവരും. യാക്കോവ് ഞങ്ങൾ വിടപറയുകയാണ്. ഇത്രയും കാലം നിങ്ങൾ എന്നോട് ദയ കാണിച്ചു. ദൈവം നിങ്ങളെ അനുഗ്രഹി ക്കും. എനിക്കവസാനമായി നിങ്ങളോട് പറയാനുള്ളത് ഇതാണ്. നിങ്ങൾ കൂട്ടുകൃഷിയിൽനിന്നും അകന്നുപോകരുത്. അവരുടെ കൂടെക്കൂടി അവരെ ദ്രോഹിക്കുക. നമ്മുടെ ആൾക്കാരോടെല്ലാം ഈ കാര്യം പറയുക. തൽക്കാലം നമ്മൾ പിന്നോട്ടടിക്കുകയാണ്. എന്നാൽ ഇത് പരാജയമല്ല. അഥവാ ആണെങ്കിൽതന്നെ താൽക്കാലികമാണ്. നമ്മൾ തിരിച്ചടിക്കും. നമ്മുടെ ലക്ഷ്യം ഡോണിന്റെ വിമോചനമാണ്. നമ്മൾ തിരിച്ചടിക്കുന്ന ദിവസം നമ്മെ വഞ്ചിച്ച ചോറ്റുനായ്ക്കൾക്കെല്ലാം കഷ്ടകാലമായിരിക്കും. പാപ ത്തിന് ശമ്പളം മരണം എന്നുപറഞ്ഞപോലെ വഞ്ചനയ്ക്കുള്ള പ്രതിഫലം വാളുകൊണ്ടുള്ള മരണമായിരിക്കും. അക്കാര്യം അവർക്ക് മനസിലാകും."

"എനിക്കിത് മനസിലാകുന്നുണ്ട് സുഹൃത്തെ" യാക്കോവ് പറഞ്ഞു.

പൊളോവ്ട്സേവ് ആകെ വികാരവിവശനായിരുന്നു. എന്നാൽ അയാ ളുടെ ഉള്ളിൽ എന്തെന്നില്ലാത്ത ഒരു ആത്മവിശ്വാസം കത്തിനിന്നിരുന്നു. യാക്കോവിനെ സംബന്ധിച്ചിടത്തോളം വലിയ ആശ്വാസമായിരുന്നു. കാരണം അപകടകാരിയായ അതിഥി പോവുകയാണ്. തന്റെ ജീവനും സ്വത്തിനും ഇനി ഭീഷണിയില്ല. അതോർത്ത് അയാൾക്കുള്ളിൽ സന്തോ ഷമുണ്ടായി. എങ്കിലും തന്നെ വിശ്വസിച്ച പൊളോട്സേവിനോട് അയാൾക്ക് സഹതാപമുണ്ടായിരുന്നു. അയാൾ ചോദിച്ചു:

"സുഹൃത്തേ, താങ്കൾ ഇനി എങ്ങോട്ടാണ് പോകുന്നത്?"

"അത് നിങ്ങൾ അറിയണമെന്നില്ല."

"ഇനി താങ്കളെ കാണണമെന്ന് തോന്നിയാൽ അല്ലെങ്കിൽ ആരെങ്കിലും അന്വേഷിച്ചാൽ എന്തുപറയണം."

"നിങ്ങൾ ഒന്നും അറിയില്ലെന്ന് പറഞ്ഞേക്കൂ. എങ്ങോട്ടാണ് ഞാൻ പോകുന്നതെന്ന് ഞാൻ പറയില്ല. പക്ഷേ മൂന്നാഴ്ച കഴിഞ്ഞ് ഞാൻ വീണ്ടും വരും." അയാൾ തന്റെ തണുത്തുറഞ്ഞ കൈ യാക്കോവിന് നേരെ നീട്ടി.

പൊളോവ്ട്സേവ് പുറപ്പെടുകയായിരുന്നു. അയാൾ കുതിരയെ അഴിച്ചു. കെട്ടുകൾ മുറുക്കി. ലേറ്റ്യേവ്സ്കിയും പോവാൻ പുറപ്പെടുകയാണ്. അയാൾ കുറെ നോട്ടുകൾ യാക്കോവിന് നൽകി.

"നിങ്ങൾ പോവുകയാണോ?"

"ഞാൻ കാറിലാണ് പോകുന്നത്." അതും പറഞ്ഞ് അയാൾ ചിരിക്കാൻ തുടങ്ങി. അതൊരു തമാശയായിരുന്നു. അവർ രണ്ടുപേരും യാക്കോവിനെ വിട്ട് യാത്രയായി.

യാക്കോവ് അവരെതന്നെ നോക്കിനിന്നു. ദീർഘമായ നെടുവീർപ്പോടെ അയാൾ പടി കുറ്റിയിട്ടു. എന്നിട്ട് ദൈവത്തോട് പ്രാർഥിച്ചു. ലെറ്റ്യേവ്സ്കി തനിക്ക് നൽകിയ നോട്ടുകൾ അയാൾ പുറത്തെടുത്തു. എന്നിട്ട് അവ ശരിയായ നോട്ടുകളാണോ എന്ന് പരിശോധിച്ചു. അല്ല, അവ കള്ളനോട്ടുകളൊന്നുമായിരുന്നില്ല.

# 31

**മാ**ർച്ചുമാസം കഴിഞ്ഞിരുന്നില്ല. എന്നാൽ വെള്ളപ്പൊക്കം വഴിമാറിപോയിരുന്നു. ഗ്രിമ്യാക്കിലോഗിൽ വർത്തമാനപത്രങ്ങൾ എത്തി. സ്റ്റാലിന്റെ ഒരു ലേഖനം പത്രത്തിൽ അടിച്ചുവന്നിരുന്നു.മൂന്ന് പത്രങ്ങളാണ് ഗ്രാമത്തിൽ എത്തിയത്. ആ മൂന്ന് പത്രങ്ങൾ ഗ്രാമവാസികൾ മുഴുവൻ മാറി മാറി വായിച്ചു. അങ്ങനെ അവസാനം ആ പത്രങ്ങൾ ചീഞ്ഞളിഞ്ഞ പഴംതുണിപോലെയായിരുന്നു. ആ ഗ്രാമത്തിൽ ആദ്യമായിട്ടാണ് ജനങ്ങൾ മുഴുവൻ ഇങ്ങനെ പത്രം വായിക്കുന്നത്. കൃഷിയിടങ്ങളിലും കളപ്പുരകളിലും കുടിലുകളിലും തെരുവുകളിലും ജനങ്ങൾ കൂട്ടംകൂട്ടമായി പത്രം വായിച്ചു. ഒരാൾ ഉച്ചത്തിൽ വായിക്കുമ്പോൾ മറ്റുള്ളവർ ശ്രദ്ധിച്ചുകേൾക്കുകയാണ് പതിവ്. ആളുകൾ വളരെ ശ്രദ്ധയോടെയാണ് വായന കേൾക്കുന്നത്. വായന കഴിഞ്ഞാൽ വമ്പിച്ച വാദപ്രതിവാദങ്ങളാണ്. പലരും പലരീതിയിലാണ് ലേഖനത്തെ വ്യാഖ്യാനിക്കുന്നത്. എന്നാൽ നഗുൽനോവ് വരുമ്പോഴേക്കും ആളുകൾ ചർച്ചമതിയാക്കും. എന്നിട്ടവർ പത്രം ഒളിപ്പിച്ച് വെക്കും.

"ഇനി കൂട്ടുകൃഷി സ്ഥാപനങ്ങൾക്ക് നിലനിൽപ്പില്ല. അവ പഴംതുണിപോലെ ദ്രവിച്ച് നശിച്ചുപോകും" ഗ്രിഗറി ബെന്നിക് പറഞ്ഞു.

"പശുവിൻ ചാണകം പെട്ടെന്ന് ഒലിച്ചുപോകും. എന്നാൽ കടുപ്പമുള്ള വസ്തുക്കൾ ഒലിച്ചുപോവുകയില്ല." ഉഷക്കോവ് മറുപടിയായി പറഞ്ഞു.

"ഒരു വെള്ളപ്പൊക്കം വന്നാൽ ചിലപ്പോൾ അവയും ഒലിച്ചുപോകും." ഗ്രിഗറി ബെന്നിക് തന്റെ സുഹൃത്തുക്കളുടെ ചെവിയിൽ പറഞ്ഞു.

"കഴിയും വേഗം കൂട്ടുകൃഷിയിൽനിന്ന് തടിതപ്പിക്കോളൂ. ഇനി അതിന് നിലനിൽപ്പില്ല."

"ഇടത്തരക്കാരായ കൃഷിക്കാരെ വിശ്വസിച്ചുകൂട. അവർ രണ്ടുതോണിയിലും കാൽവെക്കും. ഏത് തോണിയാണ് തന്നെ മുന്നോട്ടുകൊണ്ടുപോകുന്നതെന്ന് അവർക്കറിയില്ല." ചില കൃഷിക്കാരുടെ രഹസ്യം പറച്ചിൽ കണ്ടിട്ട് ലുബിഷ്കിൻ അവരെ ഇങ്ങനെ പരിഹസിച്ചു:

നാട്ടിൻപുറത്തെ സ്ത്രീകൾക്ക് എന്താണ് നടക്കുന്നത് എന്ന് മനസിലായില്ല. അവർ അവരുടെ ഭാവനാവിലാസമനുസരിച്ച് പലതും പറഞ്ഞ് പ്രചരിപ്പിക്കാൻ തുടങ്ങി.

"കൂട്ടുകൃഷിയെല്ലാം അവസാനിപ്പിക്കാൻ പോവുകയാണെന്ന് തോന്നുന്നു."

"കൂട്ടുകൃഷിക്കാർ പിടിച്ചെടുത്ത വസ്തുക്കളെല്ലാം തിരിച്ചുകൊടുക്കാനാണ് സർക്കാർ പറയുന്നത്."

"കുലാക്കുകളെ കൂട്ടുകൃഷിയിൽ ചേർക്കുകയാണത്രെ."

"എല്ലാവർക്കും വോട്ടവകാശം കിട്ടും."

"അടച്ചുപൂട്ടിയ പള്ളികൾ തുറക്കപ്പെടും."

"പള്ളിയിൽ സൂക്ഷിച്ചുവെച്ച വിത്തുകളെല്ലാം തിരിച്ചുകൊടുക്കും."

എന്തൊക്കെയോ സംഭവിക്കാൻ പോകുന്നു എന്ന തോന്നൽ എല്ലാവരിലുമുണ്ടായിരുന്നു. മാർച്ച് ഇരുപതാം തിയതി കഴിഞ്ഞ് ഒരു വൈകുന്നേരം പാർട്ടിയുടെ യോഗം നടന്നു. യോഗത്തിൽ വെച്ച് ഡേവിഡോവ് ഇങ്ങനെ പറഞ്ഞു:

"സഖാവ് സ്റ്റാലിന്റെ ലേഖനം നഗുൽനോവിന്റെ അഹങ്കാരത്തിന് പറ്റിയ മരുന്നാണ്. അയാൾക്ക് വലിയ അഹങ്കാരമുണ്ട്. 'വിജയത്തിന്റെ തലക്കനം' എന്നാണ് സ്റ്റാലിന്റെ ലേഖനത്തിന്റെ തലക്കെട്ട്. അതായത് നമ്മുടെ ചില സഖാക്കൾക്ക് വലിയ തലക്കനമാണ്. വിജയത്തിന്റെ തലക്കനമാണത്. അത് നമ്മെയും ബാധിച്ചിട്ടുണ്ട്. ഇനി നമ്മളതിനെപ്പറ്റി ആലോചിച്ചിട്ട് കാര്യമില്ല. തെറ്റ് തിരുത്തണം. കോഴികളെയും താറാവുകളെയും നമ്മൾ തിരിച്ചേൽപ്പിച്ചത് നന്നായി. ഇനി കന്നുകാലികളെയും കുതിരകളെയും എന്തുചെയ്യണം. ഈ കാര്യങ്ങളെല്ലാം നാം നന്നായി ആലോചിക്കണം. അല്ലെങ്കിൽ കൂട്ടുകൃഷി ആകെ തകർന്നുപോകും. കൂട്ടുകൃഷിയെ തകർക്കാൻ അനുവദിക്കരുത്. ശത്രുക്കൾക്ക് നാം തന്നെ ആയുധം പണിയരുത്."

"യോഗം അവസാനിക്കാറാവുമ്പോഴേക്കും നഗുൽനോവ് വന്നു. അയാളുടെ കണ്ണിൽനിന്നും തീ പാറുന്നുണ്ടോ എന്ന് സംശയം തോന്നും. അയാൾ ദേഷ്യത്തോടെ ഡേവിഡോവിനോടായി ഇങ്ങനെ പറഞ്ഞു:

"നിങ്ങൾ എന്താണ് പറഞ്ഞത്. സ്റ്റാലിന്റെ ലേഖനം എന്റെ അഹങ്കാരം ഇല്ലാതാക്കുമെന്ന് അല്ലേ. അതെന്റെ അഹങ്കാരത്തെയല്ല മോഹി

ക്കുന്നത്. മനസിനെയാണ്. മനസിനെ അത് കീറിമുറിക്കുകയാണ്. കൂട്ടുകൃഷിയുടെ വിജയം എന്നെ അഹങ്കാരിയാക്കിയിട്ടില്ല. എന്നാൽ ആ ലേഖനം വായിച്ചതോടെ എന്റെ തലയ്ക്ക് കനം വെച്ചിരിക്കുന്നു. തല പെരുത്തിരിക്കുന്നു." നഗുൽനോവ് ഇങ്ങനെ പറയുമ്പോൾ അയാളുടെ വായിൽനിന്ന് വോട്കയുടെ ഗന്ധം പരക്കുന്നുണ്ടായിരുന്നു. അതറിഞ്ഞിട്ടാവണം ഒരു കൃഷിക്കാരൻ ഇങ്ങനെ പറഞ്ഞു;

"തലക്കനം വന്നത് വോട്കയുടെ അളവ് കൂടിയതുകൊണ്ടാണ്"

ഇതുകേട്ട് എല്ലാവരും ചിരിച്ചു. അതോടെ നഗുൽനോവ് ആകെ വിളറി. അയാളുടെ കണ്ണുകൾക്ക് കൂടുതൽ ചുവപ്പ്നിറം വന്നു.

"ചിരിക്കേണ്ട കഴുതകളെ, നിങ്ങൾക്ക് എല്ലാം മരത്തലയാണ്. ജനിച്ച നാൾമുതൽ ഞാൻ കമ്യൂണിസ്റ്റാണ്. ജനിച്ചുവീണതുതന്നെ പാർട്ടിയിലേക്കാണ്. ഇന്നുവരെ പ്രവർത്തിച്ചതും പൊരുതിയതും പാർട്ടിക്കുവേണ്ടിയാണ്. അതോർത്താൽ നന്ന്. പിന്നെ വോട്കയുടെ കാര്യം. അത് സത്യമാണ്. ഞാൻ ഇന്ന് രണ്ട്കുപ്പി വോട്ക കഴിച്ചിട്ടുണ്ട്."

"അത് വലിയ കാര്യമായിപ്പോയി. പക്ഷെ അത് നിങ്ങൾ പ്രത്യേകിച്ച് പറയണമായിരുന്നില്ല." റസ്മ്യോട്ണോവ് പറഞ്ഞു.

നഗുൽനോവ് പറഞ്ഞത് അയാൾ വലിയ കാര്യമാക്കിയില്ല. അയാൾ തന്റെ സംസാരം തുടർന്നു. വളരെ വൈകാരികമായിട്ടാണ് അയാൾ സംസാരിച്ചത്. സംസാരിക്കുമ്പോൾ അയാളുടെ ഇടതു കൈ അയാളുടെ നെഞ്ചിൽ അമർത്തിവെച്ചിരുന്നു.

"ഞാൻ വോട്ക കഴിച്ചിട്ടുണ്ടെങ്കിലും നല്ല ബോധത്തോട് കൂടിയാണ് സംസാരിക്കുന്നത്. ബോധം നഷ്ടപ്പെട്ടത് നിങ്ങൾക്കാണ്. സ്റ്റാലിന്റെ ലേഖനം വായിച്ചതോടെ എന്റെ ഹൃദയത്തിൽ മുറിവേറ്റു. എന്റെ ഹൃദയത്തിൽനിന്നും രക്തമൊഴുകുകയാണ്. ഞാൻ പാർട്ടിയുടെ ഗ്രൂപ്പ് സെക്രട്ടറിയാണ്. ഞാൻ ഇവിടത്തെ ജനങ്ങളെ സ്നേഹിച്ചു. അവരുടെ കന്നുകാലികളെയും താറാവുകളെയും കോഴികളെയും കൂട്ടുകൃഷിക്ക് വിട്ടുകൊടുക്കാൻ ഞാൻ നിർബന്ധിച്ചു. ഇടത്തരം കൃഷിക്കാരായചിലരോട് , ആ നായിന്റെ മക്കളോട് ഞാൻ പറഞ്ഞത് കൂട്ടുകൃഷിയിൽ ചേരരുത് എന്നാണ്. കാരണം അവർ ഇതിൽ ചേർന്നാൽ കൂട്ടുകൃഷി നശിക്കും. നമുക്കെതിരെ പൊരുതിയവരാണവർ. ആ പെരിച്ചാഴികളെ എനിക്കറിയാം. അവർക്ക് കൊടുക്കേണ്ടത് എന്താണെന്നുമറിയാം. ശത്രുവർഗത്തോട് എങ്ങനെയാണ് പെരുമാറേണ്ടത് എന്ന് എനിക്കറിയാം. നമ്മെ തകർക്കാൻ ശ്രമിക്കുന്നവരോട് അവരർഹിക്കുന്ന രീതിയിൽ ഞാൻ പെരുമാറിയിട്ടുണ്ട്. അത് തെറ്റാണ് എന്ന് എനിക്ക് തോന്നിയിട്ടില്ല. എനിക്ക് തലക്കനമില്ല. വിജയത്തിന്റെ ലഹരിയുമില്ല. നിങ്ങൾക്ക് തോന്നുന്ന കാര്യങ്ങൾ എന്റെ മേൽ ആരോപിക്കരുത്. കഴിഞ്ഞ ആറുമാസമായി ഞാൻ കുടിച്ചിട്ട്. ഇന്ന് ഞാൻ കുടിക്കാൻ കാരണം സ്റ്റാലിന്റെ ലേഖനമാണ്. അതെന്റെ മനസിനെ തളർത്തി. അതെന്നെ വേദനിപ്പിച്ചു. എന്റെ മനസിന്റെ നിയന്ത്രണം തെറ്റിച്ചു. കാരണമെന്താണെന്നറിയേണ്ടേ. പ്രിയപ്പെട്ട സുഹൃത്തുക്കളെ,

ഞാൻ കുറച്ചൊന്ന് പതറിപ്പോയിട്ടുണ്ട്. എന്റെ സ്വഭാവത്തിൽ ചില തെറ്റുകൾ പറ്റിയിരിക്കാം. എന്നാൽ ഞാൻ ട്രോത്സ്കിയുടെ ആളല്ല. ഞാൻ ഒരു ഇടതുപക്ഷ അവസരവാദിയല്ലെന്ന്. ഡേവിഡോവാണ് എന്നെ അങ്ങനെ ചിത്രീകരിച്ചത്. ഞാനൊരു ബുദ്ധിജീവിയല്ല. ബുദ്ധിജീവിയായി പാർട്ടിയിൽ വന്ന ആളല്ല ഞാൻ. പാർട്ടിക്കുവേണ്ടി ഞാൻ ഒരുപാട് കഷ്ടപ്പെട്ടിട്ടുണ്ട്. രക്തം ചൊരിഞ്ഞിട്ടുണ്ട്. കാരണം എന്റെ പ്രാണൻ കമ്യൂണിസ്റ്റ് പാർട്ടിയിലായിരുന്നു. ഇപ്പോഴും അതെ."

"നഗുൽനോവ്, നിങ്ങൾ കാടുകയറുന്നു. നേരമില്ലാത്ത ഈ നേരത്ത് എന്തിനാണ് നിങ്ങൾ ഇങ്ങനെ കാടുകയറുന്നത്. ആവേശമുള്ള കാര്യങ്ങൾമാത്രം പറയൂ. നിങ്ങളുടെ വ്യക്തിപരമായ കാര്യങ്ങൾക്ക് ഇവിടെ വലിയ പ്രാധാന്യമില്ല. നമുക്കെങ്ങനെ മുന്നോട്ട് പോകാം എന്ന് പറയൂ. എപ്പോഴും ഞാൻ ഞാൻ എന്നുപറയുന്ന ശീലം ഒഴിവാക്കൂ. നിങ്ങളെ പോലെ തന്നെയാണ് ട്രോത്സ്കിയും. എപ്പോഴും ഞാൻ എന്റെ പാർട്ടി എന്ന് പറഞ്ഞുകൊണ്ടിരിക്കും. പാർട്ടിയെന്നുപറഞ്ഞാൽ നിങ്ങളുടെ തറവാട്ട് സ്വത്തല്ല. അത് നമ്മുടെയെല്ലാമാണ്."

ഇത് കേട്ട് നഗുൽനോവ് കൂടുതൽ വികാരാധീനനായി. അയാൾ ദേഷ്യത്തോടെ ഇങ്ങനെ പറഞ്ഞു:

"ഞാൻ പറയുന്നത് നിങ്ങൾ കേൾക്കൂ. ട്രോത്സ്കിയെ എനിക്കിഷ്ടമില്ല. എന്നെ അദ്ദേഹത്തോടൊപ്പം ചേർക്കരുത്. അത് എന്നെ അപമാനിക്കുന്നതിന് തുല്യമാണ്. ഞാൻ ഒരു വർഗ വഞ്ചകനല്ല. ഞാൻ ആണയിട്ടുപറയുന്നു എന്നെ ട്രോത്സ്കിയുടെ കൂടെചേർത്ത് പറഞ്ഞാൽ ഞാൻ ആ പറയുന്നവന്റെ മോന്ത വൃത്തികേടാക്കും. ഞാൻ അവന്റെ എല്ലുകളെല്ലാം ഇടിച്ച് പൊടിയാക്കും. കോഴികളുടെ വിഷയം വന്നപ്പോൾ എനിക്ക് സ്വൽപ്പം ഇടതുപക്ഷ പാളിച്ച പറ്റി. അതിനു കാരണം ട്രോത്സ്കിയല്ല. ലോകത്ത് മുഴുവൻ വിപ്ലവം നടന്നുകാണാനുള്ള എന്റെ ആഗ്രഹമാണ്. ഏത് കാര്യങ്ങളും വളരെ പെട്ടെന്ന് ചെയ്ത് തീർക്കുക എന്നതും ഇടത്തരക്കാരായ സ്വത്തുടമകളെ നിയന്ത്രിക്കുക എന്നതും എന്റെ ഒരു രീതിയാണ്. അതിനെല്ലാം കാരണം ലോകമുതലാളിത്തം തകർന്നുകാണാനുള്ള എന്റെ ഉൽക്കടമായ ആഗ്രഹമാണ്. ഇനി നിങ്ങൾ പറയൂ."

ഒരുനിമിഷം ആരും ഒന്നും മിണ്ടിയില്ല. അപ്പോൾ നഗുൽനോവ് സ്റ്റാലിന്റെ ലേഖനമുള്ള പത്രം കീശയിൽനിന്നെടുത്ത് ഇങ്ങനെ വായിച്ചു:

"ഇത്തരം തെറ്റായ നയങ്ങൾ അതായത് ഉദ്യോഗസ്ഥ മേധാവിത്വ മനോഭാവത്തോട് കൂടിയ അധികാര പ്രയോഗവും കൃഷിക്കാർക്കെതിരായ വിലകുറഞ്ഞ ഭീഷണികളും ആർക്കാണ് ഗുണം ചെയ്യുന്നത്. മറ്റാർക്കുമല്ല നമ്മുടെ ശത്രുക്കൾക്ക്. ഈ തെറ്റായ നയങ്ങൾ നമ്മെ എങ്ങോട്ടാണ് നയിക്കുന്നത്. നമ്മുടെ ശത്രുക്കൾ മുമ്പത്തേതിനേക്കാൾ ശക്തിപ്രാപിക്കുകയും കൂട്ടുകൃഷിപ്രസ്ഥാനം എന്ന ആശയം തന്നെ തകരുന്നതിലേക്കും. ഇടതുപക്ഷക്കാരാണെന്ന് സ്വയം വിശ്വസിക്കുന്ന ഈ

തെറ്റായ നയത്തിന്റെ ആളുകൾ യഥാർഥത്തിൽ വലതുപക്ഷ അവസര വാദികളുടെ ചക്കിലേക്കായി എള്ളുണക്കുകയാണെന്ന് വ്യക്തം.

സ്റ്റാലിന്റെ ലേഖനത്തിന്റെ അർഥം ഇപ്പോൾ വ്യാഖ്യാനിക്കപ്പെട്ടത് നല്ല കോളായിപ്പോയി. അതായത് ഞാൻ കൃഷിക്കാരെ മുഴുവൻ നിയന്ത്രിക്കുന്ന ഒരു ഉദ്യോഗസ്ഥപ്രഭുവാണ്. തെറ്റായ നയങ്ങളുടെ സൃഷ്ടികർത്താവാണ് ഞാൻ. കൂട്ടുകൃഷി സ്ഥാപനത്തെ ഞാൻ നശിപ്പിക്കുകയായിരുന്നു. വലതുപക്ഷ അവസരവാദികളുടെ ചക്കിനുവേണ്ടി ഞാൻ എള്ളുണക്കുകയായിരുന്നു. അങ്ങനെ എന്തെല്ലാം ആരോപണങ്ങൾ. കോഴികളുടെയും താറാവുകളുടെയും പേരിലല്ലേ ഇങ്ങനെയൊക്കെ ഉണ്ടായത്. നമ്മുടെ കൂട്ടുകൃഷി സ്ഥാപനത്തിൽ ചേരാൻ മടിച്ച വർഗ വഞ്ചകരെ ഒന്ന് വിരട്ടിയതിന്റെ പേരിലല്ലെ ഇതൊക്കെയുണ്ടായത്. നമ്മൾ കൂട്ടുകൃഷിസ്ഥാപനം വളർത്തിയെടുക്കുമ്പോൾ സ്റ്റാലിന്റെ ലേഖനം വന്നത് കഷ്ടമായിപ്പോയി. അത് നമ്മെ പിന്നോട്ടടുപ്പിക്കുന്നതാണ്. സൈന്യത്തിൽ പ്രവർത്തിച്ച് നല്ല പരിചയമുള്ള ഞാൻ പറയുന്നു. നമ്മൾ ഒരാക്രമണം നടത്തി മുന്നോട്ട് പോകുമ്പോൾ പാതിവഴിക്കുവെച്ച് പിറകോട്ടടിക്കുന്നത് ശരിയല്ല. അത് പരാജയമാണ്."

"അല്ലയോ പട്ടാളക്കാരാ നിങ്ങൾ ചെയ്തത് ഒറ്റയ്ക്ക് വളരെ ദൂരത്തേക്ക് മുന്നേറുക എന്നതായിരുന്നു" റസ്മ്യോട്ണോവ് ആണ് ഇങ്ങനെ പറഞ്ഞത്. അയാൾ തുടർന്നു;

"ഏതായാലും നിങ്ങളൊരു കാര്യം ചെയ്യൂ. പറയാനുള്ളത് ഒന്ന് വേഗം പറഞ്ഞ് തുലയ്ക്ക്. ഞങ്ങൾക്ക് വേറെ പണിയുണ്ട്. ഞങ്ങളെപ്പോലെതന്നെ ഒരു സാധാരണക്കാരനാണ് നിങ്ങളും. സാധാരണ പടയാളി. അങ്ങനെയുള്ള ആൾ മറ്റ് പടയാളികളോടൊപ്പം നീങ്ങണം. ഒറ്റയ്ക്ക് മുന്നോട്ട് കുതിക്കരുത്. അങ്ങനെ കുതിച്ചാൽ ഞങ്ങൾക്ക് നിങ്ങളെ കടിഞ്ഞാണിട്ട് പിടിക്കേണ്ടിവരും."

"നിങ്ങൾ എന്നെ വിശ്വസിക്കുന്നില്ല. ഞാൻ പാർട്ടി പറയുന്ന ഏത് കാര്യവും അനുസരിക്കുന്ന ആളാണ്. പാർട്ടിക്കെതിരെ ഞനൊരിക്കലും പ്രവർത്തിക്കുകയില്ല. പാർട്ടിയുടെ നന്മയാണ് എന്റെ ലക്ഷ്യം. സ്റ്റാലിൻ പറഞ്ഞൊരു കാര്യം നിങ്ങൾ ഓർക്കുന്നില്ലേ. നമ്മുടെ പ്രവർത്തനവുമായി ബന്ധപ്പെട്ട് പ്രാദേശികമായ സ്ഥിതിഗതികൾ നാം പരിഗണിക്കേണ്ടതുണ്ട് എന്ന് സ്റ്റാലിൻ പറഞ്ഞിട്ടില്ലേ. ഇല്ലേ സഖാവ് ഡേവിഡോവ്. ഞാൻ ഉദ്യോഗസ്ഥ മനോഭാവക്കാരനാണെന്നും തെറ്റായ നയങ്ങളുടെ ആളാണെന്നും സ്റ്റാൻലിൻ പറഞ്ഞിട്ടുണ്ടോ. സഖാവ് സ്റ്റാലിൻ ഈ ഗ്രാമത്തിലേക്ക് വരികയാണെങ്കിൽ അദ്ദേഹത്തോട് ഞാനിങ്ങനെ പറയും; സഖാവ് സ്റ്റാലിൻ, ഞങ്ങൾ ഇടത്തരം കൃഷിക്കാരെ ഒന്നുതൊടുന്നതിന് നിങ്ങൾ എതിരാണ് അല്ലെ. സഖാവിന് അവരുടെ കാര്യത്തിൽ ദുഃഖമുണ്ട് അല്ലെ. അവരോട് ശാന്തമായി സംസാരിച്ച് അവരെ മാറ്റിയെടുക്കാം എന്ന് നിങ്ങൾ കരുതുന്നു അല്ലെ. എന്നാൽ ഈ ഇടത്തരം കൃഷിക്കാർ മൂരാച്ചികളുടെ കൂടെയായിരുന്നു. ഇന്നുമവർ സ്വകാര്യസ്വത്തിൽ ഉടുമ്പിനെപ്പോലെ പിടി

കൂടിയിരിക്കുകയാണ്. അപ്പോൾ ഇവരെ കൂട്ടുകൃഷിയിൽ ചേർത്ത് ലോക വിപ്ലവത്തിന് വേണ്ടി തയ്യാറാക്കാൻ ഞാൻ ശ്രമിക്കണം അല്ലെ. അപ്പോൾ ഞാൻ ഒരുതരം ചെരുപ്പ് നക്കൽപരിപാടി പിൻതുടരണം എന്നാണ് നിങ്ങൾ പറയുന്നത്. ഇടത്തരം കൃഷിക്കാർ കൂട്ടുകൃഷിയിൽ ചേർന്നെന്നുവരാം. അങ്ങനെ ചേർന്നാലും സ്വകാര്യസ്വത്തിനോടുള്ള അവരുടെ ആർത്തി മാറില്ല. അവർ അവരുടെ കന്നുകാലികൾക്ക് നല്ല തീറ്റകൊടുക്കും. ഇത്തരത്തിലുള്ള ആളുകളെയും കൊണ്ടാണ് നാം വിപ്ലവത്തിലേക്ക് മുന്നേറുന്നത്. അപ്പോൾ സ്റ്റാലിൻ ഇവിടുത്തെ കാര്യങ്ങളെല്ലാം ശരിക്ക് മനസിലാക്കൂ. അത് മനസിലാക്കിയതിന് ശേഷവും അദ്ദേഹം പഴയ നിലപാടിൽ ഉറച്ചുനിന്നാൽ ഈ കൂട്ടുകൃഷിയെ പിന്നെ ആർക്കും നേരെയാക്കാൻ പറ്റില്ല. അപ്പോൾ എന്നെ ചൈനയിലേക്ക് പറഞ്ഞുവിടാൻ ഞാൻ സ്റ്റാലിനോട് പറയും. അവിടെപ്പോയി ഞാൻ പാർട്ടിക്ക് വേണ്ടി പ്രവർത്തിക്കും. ഇവിടത്തെ കാര്യങ്ങൾ റസ്മ്യേട്ണോവ് നോക്കിക്കൊള്ളും. അയാൾ വർഗവഞ്ചകരുടെ മുമ്പിൽ കുമ്പിട്ട് ശീലമുള്ള ആളാണ്. അവരെ ഓമനിച്ച് കൈയിൽ തഴമ്പ് കെട്ടിയ ആളാണ്."

"എനിക്കെതിരെ സംസാരിക്കേണ്ട."

"മതി മതി. ഇനി സംസാരം വേണ്ട" ഇതും പറഞ്ഞ് ഡേവിഡോവ് ശാന്തനായി നഗുൽനോവിനോട് ചോദിച്ചു.

"സഖാവെ, താങ്കൾ സ്റ്റാൻലിന്റെ നയത്തോട് യോജിക്കുന്നില്ലെ."

"യോജിക്കുന്നില്ല."

"നിങ്ങൾ സ്വയം വിമർശനം നടത്തുന്നുണ്ടോ. ഞാനെന്റെ തെറ്റുകൾ മനസിലാക്കുന്നു. യാഥാർഥ്യത്തെ യാഥാർഥ്യമായി കാണണം. ഒരാൾക്ക് അയാളുടെ തലയ്ക്ക്മേലേ ചാടാൻ ആവില്ല. കന്നുകാലികളെ പൊതുസ്വത്താക്കുന്ന കാര്യത്തിൽ നമ്മൾ നിയന്ത്രണം വിട്ടുപോയി. പറ്റിയ തെറ്റുകൾ സമ്മതിക്കാൻ ഞാൻ തയ്യാറാണ്. തിരുത്താനും. പാർട്ടി ജില്ലാക്കമ്മിറ്റിക്കും തെറ്റുപറ്റി. നിങ്ങൾ എന്തുപറയുന്നു സഖാവെ."

"എന്റെ തെറ്റുകൾ ഞാൻ മനസിലാക്കുന്നു. സമ്മതിക്കുന്നു."

"പിന്നെ എന്താണ് പ്രശ്നം?"

"പക്ഷെ സ്റ്റാലിനും തെറ്റ് പറ്റിയിട്ടുണ്ട്."

ഡേവിഡോവിന് ഈ മറുപടി ഒരാഘാതമായിരുന്നു. അയാൾക്ക് ഒരു നിമിഷത്തേക്ക് ഒന്നും പറയാൻ പറ്റിയില്ല. എന്നാൽ അയാളുടെ ക്ഷോഭം വർധിക്കുകയായിരുന്നു എന്ന് അയാളുടെ മുഖത്തുനോക്കിയാൽ അറിയാമായിരുന്നു. അയാൾ ഉച്ചത്തിൽ ഇങ്ങനെ പറഞ്ഞു:

"നിങ്ങൾ ഒരു തലയില്ലാത്ത ചെകുത്താനാണ്. ഞങ്ങൾ ആയതുകൊണ്ടാണ് നിങ്ങൾ ഈ പാർട്ടിയിൽ നിൽക്കുന്നത്. നിങ്ങളെ പാർട്ടിയിൽനിന്നും ചവിട്ടിപ്പുറത്താക്കേണ്ടതായിരുന്നു. നിങ്ങൾക്ക് മുഴുവട്ടാണ്. ഇനി നിങ്ങളെ സഹിക്കാൻ കഴിയില്ല. നിങ്ങൾ തെറ്റുതിരുത്തുന്നതാണ് നല്ലത്. നിങ്ങൾ അങ്ങനെ ചെയ്യുന്നില്ലെങ്കിൽ ഞാൻ മേൽക്കമ്മിറ്റിക്ക് റിപ്പോർട്ട് നൽകും."

"നിങ്ങൾ റിപ്പോർട്ട് നൽകിക്കൊള്ളൂ. ഞാൻ അവരോട് കാര്യങ്ങൾ വിശദീകരിച്ചോളാം"നഗുൽനോവിന്റെ മറുപടിയിൽ വേദന നിഴലിച്ചിരുന്നു. അത് ഡേവിഡോവിനെ ഒന്ന് സ്പർശിച്ചു. എന്നാൽ അയാളുടെ ദേഷ്യം തണുത്തിരുന്നില്ല. അയാൾ ഇങ്ങനെ പറഞ്ഞു:

"സഖാവ് നഗുൽനോവ് നിങ്ങൾ വീട്ടിൽപോയി കിടന്നുറങ്ങൂ. നമുക്ക് പിന്നീട് സംസാരിക്കാം. നിങ്ങൾ പറയുന്നതെല്ലാം ഒരു കടങ്കഥപോലുണ്ട്. എവിടെയും എത്താത്ത സംസാരം. നിങ്ങൾ പറയുന്നു നിങ്ങൾക്ക് തെറ്റ് പറ്റിയിട്ടുണ്ടെന്ന്. അതേ നിങ്ങൾതന്നെ പറയുന്നു സ്റ്റാലിനും തെറ്റ്പറ്റിയിട്ടുണ്ടെന്ന്. സ്റ്റാലിന്റെ ലേഖനം തെറ്റാണെങ്കിൽ പിന്നെ നിങ്ങൾക്ക് എങ്ങനെയാണ് തെറ്റ് പറ്റുന്നത്. നിങ്ങൾ തലകുത്തിയിട്ടാണോ നിൽക്കുന്നത്. നിങ്ങൾക്കത് അറിയില്ല. അതാണ് യാഥാർത്ഥ്യം. നിങ്ങൾ പാർട്ടി സെക്രട്ടറിയല്ലെ. അങ്ങനെയുള്ള നിങ്ങൾ എങ്ങനെയാണ് യോഗത്തിൽ മദ്യപിച്ചിരുന്നത്. നിങ്ങൾക്ക് എന്തുപറ്റിസഖാവെ. ഇത് നിങ്ങൾചെയ്ത മറ്റൊരു കുറ്റമാണ്. പാർട്ടിയിലെ പാരമ്പര്യമുള്ള അംഗമാണ് നിങ്ങൾ. ചെമ്പടയിലെ അംഗമാണ്. നിങ്ങൾക്ക് അതിന് ബഹുമതി കിട്ടിയിട്ടുണ്ട്. അങ്ങനെയുള്ള നിങ്ങളാണ് ഇങ്ങനെയൊക്കെ ചെയ്യുന്നത്. ഇവിടെ ചെറുപ്പക്കാരായ എത്രയോ കമ്യൂണിസ്റ്റുകാർ ഇരിക്കുന്നു. അവർക്കൊക്കെ മാതൃകയാവേണ്ട ആളാണ് നിങ്ങൾ. അവരൊക്കെ ഇനി നിങ്ങളെ കണ്ട് പഠിക്കണോ. എന്തൊക്കെയാണ് നിങ്ങൾ ചെയ്തതെറ്റെന്ന് അറിയില്ലേ. പാർട്ടിയോഗത്തിൽ കുടിച്ചുവന്നു. ഇടത്തരം കൃഷിക്കാരെ തോക്കുചൂണ്ടിപേടിപ്പിക്കുകയും മർദിക്കുകയും ചെയ്തു. സ്വയം വിമർശനം നടത്താതിരിക്കുന്നു. പാർട്ടിയുടെ ഔദ്യോഗിക നയത്തെ എതിർക്കുന്നു. ഈ കാര്യമെല്ലാം ഞാൻ കൺട്രോൾ കമ്മീഷനെ അറിയിച്ചാൽ നിങ്ങളുടെ ഗതി എന്തായിരിക്കും. സംശയമില്ല. നിങ്ങളെ പാർട്ടിയിൽനിന്ന് പുറത്താക്കും. തീർച്ചയായും അതായിരിക്കും സംഭവിക്കുക."

നഗുൽനോവിനെ പിടിക്കേണ്ടിടത്ത് പിടിച്ചുവെന്ന വിശ്വാസത്തോടെ ഡേവിഡോവ് സംസാരം ഒന്നു നിർത്തി. എന്നിട്ട് നഗുൽനോവിനെ ഒന്ന് തറപ്പിച്ച് നോക്കിയശേഷം തുടർന്നു:

"സ്റ്റാലിന്റെ ലേഖനത്തെക്കുറിച്ച് ഇവിടെ ചർച്ചവേണ്ട. നിങ്ങൾക്ക് തോന്നുന്ന രീതിയിൽ പാർട്ടിയെ കൊണ്ടുപോകാം എന്ന് കരുതേണ്ട. നിങ്ങളെക്കാൾ ശക്തരായ എത്രയോ ആളുകളുടെ ആക്രമണത്തെ തകർത്ത് തരിപ്പണമാക്കിയ പാർട്ടിയാണിത്. അച്ചടക്കത്തിന്റെ നിയന്ത്രണത്തിൽ അവരെ മെരുക്കിയ പാർട്ടിയാണിത്. നിങ്ങൾക്കതെല്ലാം അറിയാമെന്ന് തോന്നുന്നു."

"നഗുൽനോവ്, ഹേ മനുഷ്യാ ഇനിയെങ്കിലും വീട്ടിൽപോയി ഉറങ്ങൂ. കുറേനേരമായി നിങ്ങൾ ഇവിടെ വായിട്ടലച്ചു. ഞങ്ങളൊക്കെയത് സഹിച്ചു. ഇനി വീട്ടിൽപോയി നിങ്ങൾ കണ്ണാടിയെടുത്ത് നിങ്ങളുടെ മുഖമൊന്നു കാണൂ. നിങ്ങൾ തന്നെ പേടിച്ചുപോകും. അത്രയ്ക്ക് ഭീകരമാണത്. പേ പിടിച്ച നായയുടേത് പോലെയാണ് നിങ്ങളുടെ കണ്ണുകൾ.

എന്തിനാണ് നിങ്ങൾ ഇങ്ങോട്ട് വന്നത്. വേഗം പോയ്ക്കൊള്ളൂ." റസ്മ്യോട്ണോവ് ആണ് ഇത് പറഞ്ഞത്. അയാൾ നഗുൽനോവിന്റെ ചുമലിൽ തട്ടി. നഗുൽനോവ് ആ കൈ തട്ടിമാറ്റി.

കുറേനേരത്തേക്ക് ആരുമൊന്നും സംസാരിച്ചില്ല. അപ്പോൾ അവിടെയുണ്ടായിരുന്ന ഒരു ചെറുപ്പക്കാരൻ ഇങ്ങനെ പറഞ്ഞു:

"ഡേവിഡോവ് സഖാവ് പ്രസംഗിക്കണം."

ഡേവിഡോവ് വളരെ ഊർജസ്വലതയോടെ സംസാരിക്കാൻ തുടങ്ങി

"സഖാക്കളെ, എനിക്ക് പറയാനുള്ളത് ഇതാണ്. നമുക്ക് കുറച്ച് കന്നുകാലികളെ കൃഷിക്കാർക്ക് തിരിച്ചുകൊടുക്കാം. എന്നാൽ കുറെ എണ്ണത്തിനെ നമുക്കിവിടെ നിലനിർത്തണം. ഇക്കാര്യം നാളെ ഒരു യോഗം വിളിച്ചുചേർത്ത് എല്ലാവരെയും ധരിപ്പിക്കണം. ഇതാണ് നാം അടിയന്തരമായി ചെയ്യേണ്ടത്. എല്ലാവരെയും ബോധവൽക്കരിക്കണം. എന്തായിരുന്നാലും കുറെപേർ കൂട്ടുകൃഷിവിടും. നമുക്ക് കൃഷിതുടങ്ങണം. നഗുൽനോവിന്റെ സഹായം നമുക്ക് വേണം. കൃഷിക്കാർക്കിടയിൽ ഇറങ്ങിപ്രവർത്തിക്കണം. തോക്കിന്റെ സഹായമില്ലാതെ അവർക്കിടയിൽ പ്രവർത്തിക്കണം. ഇനി നമുക്ക് ഈ അഭിപ്രായം വോട്ടിനിടാം. നിങ്ങൾക്ക് നിങ്ങളുടെ അഭിപ്രായമനുസരിച്ച് വോട്ട് ചെയ്യാം. നിങ്ങൾ എന്തുപറയുന്നു നഗുൽനോവ്. നിങ്ങൾ വോട്ട് ചെയ്യില്ലേ."

പിറ്റേദിവസം തന്നെ കൂട്ടുകൃഷിയുടെ പ്രവർത്തനം പുനരാരംഭിച്ചു. റസ്മ്യോട്ണോവ് ഊർജിതമായി രംഗത്തിറങ്ങി. ധാന്യങ്ങൾ വീണ്ടും സംഘടിപ്പിച്ചു. ചില കന്നുകാലികളെ കൃഷിക്കാർക്ക് വിട്ടുകൊടുക്കാനുള്ള നിർദേശം വലിയ സന്തോഷത്തോടെയാണ് കൃഷിക്കാർ സ്വീകരിച്ചത്.

ഡേവിഡോവിന്റെ മനസിൽ പല ചിന്തകളും ഇളകിമറിഞ്ഞിരുന്നു. നഗുൽനോവിനെ കൂടുതൽ വിഷമിപ്പിക്കേണ്ടതുണ്ടോ എന്നയാൾ ചിന്തിച്ചു. സ്റ്റാലിനെ വിമർശിച്ചു എന്നപേരിൽ അയാൾക്കെതിരെ നടപടിയെടുക്കേണ്ടതുണ്ടോ. അയാൾക്ക് ചില തെറ്റുകൾ പറ്റിയിട്ടുണ്ട്. എന്നാൽ അത് തിരുത്താൻ അയാൾ തയാറല്ല. അയാൾക്കെതിരെ നടപടിയെടുക്കണോ എന്ന കാര്യത്തിൽ ഡേവിഡോവിന് ഒരു തീരുമാനത്തിലെത്താൻ കഴിഞ്ഞില്ല. അയാളുടെ മുഖമാകെ കലങ്ങിയിരുന്നു, യോഗത്തിൽ നഗുൽനോവ് വളരെ ദുഃഖിതനായി കാണപ്പെട്ട കാര്യം ഡേവിഡോവ് ഓർത്തു. ഇങ്ങനെ അയാളെ വിഷമിപ്പിക്കേണ്ടത് ഇല്ലെന്ന് ഡേവിഡോവിന്റെ മനസ്സ് പറഞ്ഞു.

ആ മനുഷ്യനെ ഇനിയും വേദനിപ്പിക്കരുത്. അയാൾ സ്വയം തിരുത്തിക്കൊള്ളും. സമയമാകുമ്പോൾ അയാളത് ചെയ്യും. അയാളൊരു വിഡ്ഢിയാണ്. എന്നാൽ അയാൾക്ക് പാർട്ടിയോട് നല്ല ആത്മാർഥതയുണ്ട്. എന്നാൽ അയാൾക്കൊരസുഖമുണ്ട്. എടുത്ത് ചാട്ടം. അതത്രകാര്യമാക്കേണ്ട. അയാൾ മാറിക്കൊള്ളും." കഴിഞ്ഞ യോഗത്തിൽ ഡേവിഡോവിന്റെ പെരുമാറ്റം കുറച്ച് ക്രൂരമായിപ്പോയോ എന്ന് അയാൾ സ്വയം ചിന്തിച്ചു. നഗുൽനോവിന്റെ വിളർത്ത മുഖം അയാളെ വേട്ടയാടാൻ തുടങ്ങി.

അയാളുടെ കൈകാലുകൾ വിറയ്ക്കുന്നുണ്ടായിരുന്നു. നഗുൽനോവിന്റെ മദ്യപാനം ഒരു പ്രശ്നമാണ്. അയാളുടെ കുടി നിയന്ത്രിക്കണമെന്ന് റസ്മ്യോട്ക്ണോവിന് ഡേവിഡോവ് നിർദേശം കൊടുത്തിരുന്നു. റസ്മ്യോട്ക്ണോവ് അത് ചെയ്യാമെന്നേറ്റു.

ഡേവിഡോവ് തന്റെ വീട്ടിലേക്ക് നടക്കുകയായിരുന്നു. അപ്പോൾ വഴിക്കുള്ള ഒരു വീടിനടുത്ത് കുറെ കൃഷിക്കാർ കൂട്ടംകൂടിനിൽക്കുന്നു. ആളുകൾ എന്തോ ചൂടുപിടിച്ച ചർച്ചയിലാണ്. ആളുകളെല്ലാം സോവിയറ്റ് സർക്കാറിനെപ്പറ്റിയും സർക്കാറിന്റെ നയത്തെപ്പറ്റിയും സംസാരിക്കുകയാണ്. കൃഷി തുടങ്ങേണ്ടതിനെപ്പറ്റി ചിലർ വീറോടെ സംസാരിക്കുന്നത് കേട്ടു.

## 32

**പി**റ്റേദിവസം കുറെ കൃഷിക്കാർ കൂട്ടുകൃഷി സ്ഥാപനത്തിലെത്തി. അവർ കൂട്ടുകൃഷിയിൽ നിന്നും പിരിഞ്ഞുപോകാൻ വന്നവരാണ്. അവർ അതിനുള്ള അപേക്ഷകൾ നൽകി. ഇടത്തരം കൃഷിക്കാരാണ് കൂടുതലായി പിരിഞ്ഞത്. അവർ കൂട്ടുകൃഷിയിലായിരുന്നപ്പോൾ യോഗങ്ങളിൽ ബോധപൂർവം നിശ്ശബ്ദത പാലിച്ചവരായിരുന്നു. എന്നാൽ അതിൽ കുറേ പേർ വളരെ കലഹപ്രിയരായിരുന്നു. ഇങ്ങനെയുള്ള കൃഷിക്കാരെപ്പറ്റിയാണ് നഗുൽനോവ് യോഗത്തിൽ കുറ്റപ്പെടുത്തിയത്. അവരെപ്പറ്റി നഗുൽനോവ് പറഞ്ഞു:

"ഇത്തരക്കാരെ എന്തുപേരിലാണ് വിളിക്കേണ്ടത്. ഇവർക്ക് കൂട്ടുകൃഷിയിൽ താൽപ്പര്യമുണ്ടോ. ഇവർ മണ്ണും ചാണകവുമല്ല."

എപ്പോഴും യോഗങ്ങളിൽ ആർക്കോവേണ്ടി വന്നിരിക്കുകയായിരുന്നു അവർ. അവർക്ക് അതിനോട് ആത്മാർഥതയുണ്ടായിരുന്നില്ല. കമ്യൂണിസ്റ്റുകാർ തങ്ങളെ ശിക്ഷിക്കുമോ എന്ന് പേടിച്ചിട്ടാണ് അവർ കൂട്ടുകൃഷിയിൽ ചേർന്നത്. ചിലർ കൂട്ടുകൃഷിയിൽ നിന്ന് തങ്ങൾക്ക് ലാഭമുണ്ടാകുമെന്ന് കരുതി വന്നവരായിരുന്നു.

അവരെല്ലാം അത്തരക്കാരായിരുന്നെങ്കിലും അവരെ മാറ്റിയെടുക്കാൻ കഴിയുമെന്ന് ഡേവിഡോവ് വിശ്വസിച്ചു. സമാധാനപൂർവം കാര്യങ്ങൾ പറഞ്ഞ് അവരെ നേർവഴിക്ക് കൊണ്ടുവരാം എന്നായിരുന്നു അയാൾ കരുതിയത്. എന്നാൽ അയാൾക്ക് അവരെ മാറ്റിയെടുക്കാൻ കഴിഞ്ഞില്ല. അവരുടെ സ്വഭാവം അത്രയ്ക്ക് കർക്കശമായിരുന്നു. അവസാനം ഡേവിഡോവ് അവരോട് പറഞ്ഞു:

"സുഹൃത്തുക്കളെ, ഇനി നിങ്ങൾക്ക് നിങ്ങളുടെ വഴി. നിങ്ങൾക്ക് ഇതിനോട് താൽപ്പര്യമില്ലെങ്കിൽ നിങ്ങൾക്ക് പോകാം. പക്ഷെ എപ്പോഴെങ്കിലും നിങ്ങൾക്ക് തിരിച്ചുവരണമെന്ന് തോന്നിയാൽ യാതൊരു പ്രയാസവുമില്ലാതെ നിങ്ങൾക്ക് വരാം. ഈ വാതിലുകൾ എപ്പോഴും നിങ്ങൾക്ക് വേണ്ടി തുറന്നിട്ടിരിക്കും."

ഞങ്ങൾക്ക് ഇനി തിരിച്ചുവരണമെന്ന് തോന്നുകയില്ല. ഈ കൂട്ടു

കൃഷി കണ്ടുപിടിക്കുന്നതിന് മുമ്പും ഞങ്ങൾ ജീവിച്ചിരുന്നു. ഇനിയും ഇതില്ലാതെ ജീവിക്കാൻ പറ്റുമോ എന്ന് നോക്കട്ടെ. പ്രിയപ്പെട്ട ഡേവിഡോവ് ഞങ്ങളിത്രയും കാലം സ്വന്തമായി അധ്വാനിച്ചാണ് ജീവിച്ചത്. ഒരാൾക്ക് ജീവിക്കാൻ മറ്റൊരാളുടെ സഹായം ആവശ്യമില്ല. എന്നാൽ അധ്വാനിക്കാതെ ജീവിക്കാൻ ആഗ്രഹിക്കുന്നവർക്ക് അത് വേണ്ടിവരും. ഞങ്ങൾക്ക് സ്വന്തമായി സ്വത്തുണ്ട്. വിത്ത് വിതയ്ക്കേണ്ടതെങ്ങനെ മണ്ണുഴുതുമറിക്കേണ്ടതെങ്ങനെ എന്നൊന്നും ഞങ്ങൾക്ക് ആരും ക്ലാസ് തരേണ്ടതില്ല. അതുകൊണ്ട് ഇവിടെനിന്നും പോകുന്നതിൽ ഞങ്ങൾക്ക് യാതൊരുപ്രയാസവുമില്ല." ഒരു ചെറുപ്പക്കാരനായ കൃഷിക്കാരനാണ് ചിരിച്ചുകൊണ്ട് ഇങ്ങനെ പറഞ്ഞത്. അയാളുടെ അഭിപ്രായത്തെ അയാളുടെ കൂടെയുള്ളവരെല്ലാം പിൻതുണച്ചു.

'നിങ്ങൾ പോകുന്നതിൽ ഞങ്ങൾക്കും സന്തോഷമേയുള്ളൂ. നിങ്ങൾപോകുന്നത് കണ്ട് ഞങ്ങളുടെ ഹൃദയം ഉരുകി ഒലിച്ചുപോകുമെന്ന് നിങ്ങൾ കരുതിയോ. മടിയൻമാരായ നിങ്ങൾ പോയാൽ ഞങ്ങൾക്ക് നന്നായി അധ്വാനിക്കാൻ കഴിയും." ഡേവിഡോവ് അതിന് മറുപടി കൊടുത്തു.

"അപ്പോൾ അതേതായാലും നന്നായി. കാര്യങ്ങളൊക്കെ തെളിഞ്ഞു വരികയാണ്. നമുക്കിനി രണ്ടുവഴി. അന്യോന്യം വൈരാഗ്യമില്ലാതെ നമുക്ക് പിരിയാം. എന്നാൽ ഞങ്ങൾക്ക് ഞങ്ങളുടെ കന്നുകാലികളെ കൊണ്ടുപോകാമല്ലോ"

"അത് തീരുമാനിക്കാനുള്ള അവകാശം മാനേജുമെന്റിനാണ്. അത് യോഗംചേർന്നു തീരുമാനിക്കണം. നാളെയാണ് യോഗം."

ഞങ്ങൾക്ക് നാളത്തേക്ക് കാത്തിരിക്കാൻ കഴിയില്ല. നിങ്ങൾ ഒരു പക്ഷെ മഴയില്ലാത്ത ഒരു ദിവസംനോക്കിയായിരിക്കും കൃഷിപ്പണി തുടങ്ങുന്നത്. എന്നാൽ ഞങ്ങളങ്ങനെ കാത്തിരിക്കില്ല. ഞങ്ങൾക്ക് വേഗം കൃഷിതുടങ്ങണം. എങ്കിലും നാളെവരെ കാത്തിരിക്കാം. നാളെ നിങ്ങൾ കന്നുകാലികളെ തരുന്നില്ലെങ്കിൽ ഞങ്ങളവയെ അഴിച്ചുകൊണ്ടുപോകും."

ഒരു കൃഷിക്കാരൻ ഇങ്ങനെ പറഞ്ഞപ്പോൾ ഡേവിഡോവ് ആകെ ക്ഷുഭിതനായി. അയാൾ ഇങ്ങനെ പറഞ്ഞു:

"ഞങ്ങളുടെ അനുവാദമില്ലാതെ നിങ്ങളീ തൊഴുത്തിൽ കടക്കുകയോ കന്നുകാലികളെ തൊടുകയോ ചെയ്താൽ നിങ്ങളെ ഞങ്ങൾ കോടതി കയറ്റും. അതുകൊണ്ട് അത്തരത്തിലുള്ള ഭീഷണികളൊന്നും ഇവിടെ വേണ്ട."

"ഞങ്ങൾ ഞങ്ങളുടെ കന്നുകാലികളെ തൊട്ടാൽ നിങ്ങൾ കോടതി കയറ്റുമോ?"

"അതിപ്പോൾ കൂട്ടുകൃഷി സംഘത്തിന്റേതാണ്."

അങ്ങനെ ഡേവിഡോവും കൃഷിക്കാരും തമ്മിൽ കുറേനേരം തർക്കിച്ചു. അപ്പോൾ നഗുൽനോവ് അവരെപ്പറ്റി പറഞ്ഞകാര്യങ്ങളെല്ലാം ഡേവിഡോവ് ഓർത്തു. അയാൾക്ക് അവരോടുണ്ടായിരുന്ന സഹതാപമെല്ലാം പോയി. കുറച്ചുകഴിഞ്ഞപ്പോൾ ഡെമിഡ് അങ്ങോട്ട് വന്നു. അയാൾ

മൂക്കറ്റം കുടിച്ചിരുന്നു. എന്നാലും വളരെ നിയന്ത്രണത്തോടെയാണ് അയാൾ കടന്നുവന്നത്. അയാൾ ഡേവിഡോവിനെ അഭിവാദ്യം ചെയ്തില്ല. അയാളുടെ കൈയിൽ ഒരു കടലാസുണ്ടായിരുന്നു. അയാളത് ഡേവിഡോവിന് നേരേ നീട്ടി. അതിൽ ഇങ്ങനെ എഴുതിയിരുന്നു.

"ഞാൻ കൂട്ടുകൃഷി സംഘത്തിൽനിന്നും പിരിയാൻ തീരുമാനിച്ചിരിക്കുന്നു."

ഇത് കണ്ട് ഡേവിഡോവ് അദ്ഭുതപ്പെട്ടു. അയാളിതൊരിക്കലും പ്രതീക്ഷിച്ചിരുന്നില്ല. ഡേവിഡോവ് ചോദിച്ചു:

"നിങ്ങൾക്കെന്തുപറ്റി?"

"ഞാൻ പോവുകയാണ്."

"എവിടേക്കാണ് പോകുന്നത്?"

"അതെനിക്കറിയില്ല."

"പിന്നെ."

"ഞാൻ പോകുന്നു അത്രതന്നെ."

"അയാൾ പോയി തുലയട്ടെ" റസ്മ്യോട്ട്ണോവ് ദേഷ്യത്തോടെ പറഞ്ഞു.

"അയാൾ എങ്ങോട്ട് പോകും?"

"എനിക്ക് ഇഷ്ടമുള്ള സ്ഥലത്തേക്ക് പോകും."

"മറ്റുള്ളവർ പോകുന്നതുകൊണ്ടാണോ?" ഡേവിഡോവ് ചോദിച്ചു.

"മറ്റുള്ളവർ പോകുന്നതുകൊണ്ടല്ല, എനിക്ക് എന്റെ വഴി."

"എങ്കിൽ പോയി തുലയ്."

"അയാൾക്ക് അയാളുടെ പശുവിനെ കൊടുക്കൂ."

"കൊടുക്കാം. അതിന് യാതൊരു തടസ്സവുമില്ല."

"എനിക്ക് പശുവിനെ വേണ്ട."

'എന്തുകൊണ്ട്?"

"അത് നിങ്ങൾക്കിരിക്കട്ടെ എന്റെ ഒരു സംഭാവന."

"എന്താണ് നിങ്ങൾക്ക് പറ്റിയത്?"

"ഞാൻ കല്യാണം കഴിക്കാൻ പോവുകയാണ്. നിങ്ങൾ എന്തുപറയുന്നു. വിശ്വസിക്കാൻ കഴിയുന്നില്ല അല്ലേ. എന്നാൽ വിശ്വസിക്കണം. നിങ്ങൾക്കെല്ലാവർക്കും എന്റെ നമസ്കാരം." അതുംപറഞ്ഞ് അയാൾ ഇറങ്ങിപ്പോയി.

അയാൾ ഇറങ്ങിപ്പോകുന്ന ഡെമിഡിനെ നോക്കി. ഡെമിഡ് കുറച്ചു നേരം പുറത്തുനിൽക്കുകയായിരുന്നു. സായാഹ്നസൂര്യന്റെ ചുവന്ന രശ്മികളേറ്റ് അയാളുടെ ശരീരം തിളങ്ങി. പുറത്ത് വെള്ളം കെട്ടിനിന്നിരുന്നു. മഞ്ഞുരുകി അവിടമാകെ കുളംപോലെയായിരുന്നു. കുറച്ചുനേരത്തെ ആ നിൽപ്പിന് ശേഷം ഡെമിഡ് ചളിവെള്ളം കെട്ടിനിന്ന ആ സ്ഥലം കടന്ന് നടക്കാൻ തുടങ്ങി. അയാൾ എന്തൊക്കെയോ ആലോചനകളിൽ മുഴുകിയാണ് നടന്നത്. നല്ല ലഹരിയിലായിരുന്നു അയാൾ. ആർദ്രമായ എന്തൊക്കെയോ ഭാവങ്ങൾ അയാളിൽ പടരുന്നുണ്ടായിരുന്നു.

ഡേവിഡോവ് വളരെനേരം ഡെമിഡിനെ നോക്കിനിന്നു. കളപ്പുരയുടെ

അടുത്തെത്തിയ ഡെമിഡ് അവിടെയുള്ള ഒരു ഇരുമ്പുകമ്പി കൈയിലെടുത്തു.

"ആരെ കൊല്ലാനാണോ ആ പിശാചിന്റെ പോക്ക്." ഡെമിഡിന്റെ പോക്ക് കണ്ട് റസ്മ്യോട്ട്ണോവ് ചോദിച്ചു. ഡെമിഡിനോട് അയാൾക്ക് ഒരു പ്രത്യേകതാൽപ്പര്യമുണ്ടായിരുന്നു. ഡെമിഡിന്റെ അസാധാരണമായ കായിക ശക്തിയാണ് അയാളിൽ താൽപ്പര്യമുണർത്തിയത്.

ഡേവിഡോവും റസ്മ്യോട്ട്ണോവും ആ പോക്ക് നോക്കിനിന്നു.

ഡെമിഡ് കളപ്പുരയുടെ വാതിൽപ്പടി തള്ളിത്തുറന്നു. അതിന്ശേഷം ഇരുമ്പുകമ്പികൊണ്ട് അവിടെയുണ്ടായിരുന്ന വലിയ മഞ്ഞ്കട്ടകൾ അടിച്ചുപൊടിച്ചു. അസാധാരണമായ ശക്തിയിൽ അയാളുടെ അടിയേറ്റ് മഞ്ഞ് കഷ്ണങ്ങൾ പൊട്ടിച്ചിതറി. അയാൾ വീണ്ടും മഞ്ഞുകട്ടകളെ ഇടിക്കുകയാണ്. അപ്പോൾ വലിയ ഹിമക്കട്ടകൾ അയാളുടെ ശരീരത്തിൽതന്നെ തെറിച്ചുവീണു. അയാൾ അതൊന്നും അറിഞ്ഞില്ല. ഇരുമ്പുകമ്പികൊണ്ട് അയാൾ വീണ്ടും ഹിമക്കട്ടകളെ അടിക്കുകയാണ്. കണ്ണാടിക്കഷ്ണങ്ങൾ ചിതറിത്തെറിക്കുംപോലെ ഹിമക്കട്ടകൾ അവിടമാകെ ചിതറി. അപ്പോൾ പുറത്തുനിന്നും വെള്ളം അവിടേക്കൊഴുകിയെത്തി. ഹിമക്കട്ടകൾ തടുത്തുനിർത്തിയ വെള്ളമായിരുന്നു അത്.

"നോക്കൂ ഞാൻ പറയുന്നു. ആ മനുഷ്യൻ വീണ്ടും വരും."

"എങ്ങോട്ട്?"

"നമ്മുടെ കൂട്ടുകൃഷിയിലേക്ക്" റസ്മ്യോട്ട്ണോവ് പറഞ്ഞു. ഒരു നേരത്തെ നിശ്ശബ്ദത. അത് ഭഞ്ജിച്ചുകൊണ്ട് റസ്മ്യോട്ട്ണോവ് തുടർന്നു.

"അയാളുടെ പോക്ക് അസാധാരണമാണ്. ഇരുമ്പുവടികൊണ്ട് മഞ്ഞുകട്ടകളിൽ ഇടിച്ചത് ശ്രദ്ധിച്ചില്ലേ. അയാൾ ഇപ്പോളും മാറ്റത്തിനുവേണ്ടി കൊതിക്കുന്നു. അയാളുടെ ഹൃദയം നമ്മോടൊപ്പമാണ്. അയാൾ കൂട്ടുകൃഷിയിലേക്ക് തിരിച്ചുവരും."

സ്റ്റാലിന്റെ ലേഖനം പത്രത്തിൽ വന്നതിനുശേഷം പാർട്ടി കൂട്ടുകൃഷിക്കാര്യത്തിൽ കൂടുതൽ ശ്രദ്ധിക്കാൻ തുടങ്ങി. കൃഷിക്കാരുടെ മേൽ അമിതമായ നിയന്ത്രണം ഏർപ്പെടുത്തുന്നതിന് പാർട്ടി എതിരായിരുന്നു. പാർട്ടി ഇതുസംബന്ധിച്ച് ഒരുപാട് രേഖകൾ പുറത്തിറക്കി. ആ രേഖകളിൽ കുറേയെണ്ണം ഗ്രാമത്തിലെ പാർട്ടിഗ്രൂപ്പിനും ലഭിച്ചു. ഇതിനെത്തുടർന്ന് പാർട്ടി ഘടകങ്ങൾക്ക് പല ആശയക്കുഴപ്പങ്ങളുമുണ്ടായിരുന്നു. കാരണം പ്രായോഗികമായ പലകാര്യങ്ങൾക്കും വിശദീകരണം രേഖകളിലുണ്ടായിരുന്നില്ല. അതുകൊണ്ടുതന്നെ നേതാക്കളാരും ഗ്രിമ്യാക്കിലോഗിൽ എത്തിയില്ല. കൂട്ടുകൃഷിയിൽനിന്ന് സ്വന്തം ഇഷ്ടപ്രകാരം പിരിഞ്ഞുപോകുന്നവർക്ക് അവരുടെ സ്വത്ത് തിരിച്ചുകൊടുക്കുന്നതിനെപ്പറ്റി പാർട്ടി നിർദേശങ്ങളൊന്നും നൽകിയിരുന്നില്ല. അതുകൊണ്ട് ഗ്രിമ്യാക്കിലെ പാർട്ടിഗ്രൂപ്പ് ആകെ ആശങ്കയിലായിരുന്നു. അവസാനം പാർട്ടി കേന്ദ്രകമ്മിറ്റിയുടെ ഒരു പ്രമേയം വന്നു. അതിന്റെ തലക്കെട്ട് 'കൂട്ടുകൃഷി നടത്തിപ്പുമായി

ബന്ധപ്പെട്ട പാളിച്ചകൾക്കെതിരായ സമരം' എന്നായിരുന്നു. ഈ പ്രമേയം പുറത്തുവന്നതോടെ ജില്ലാകമ്മിറ്റി കൂടുതൽ ജാഗ്രതയോടെ പ്രവർത്തിക്കാൻ തുടങ്ങി. ഇങ്ങനെ പ്രവർത്തിക്കുമ്പോഴും പല പ്രശ്നങ്ങളും അവരെ അലട്ടിയിരുന്നു. ഗ്രിമ്യാക്കിലെ പാർട്ടി ഗ്രൂപ്പിന് പല പ്രത്യേക നിർദേശങ്ങളും കൊടുക്കേണ്ടതുണ്ടായിരുന്നു. കുലാക്കുകളുടെ പിടിച്ചെടുക്കപ്പെട്ട സ്വത്തുക്കളെപ്പറ്റി, ചെറുകിട കൃഷിക്കാരുടെ കന്നുകാലികളെപ്പറ്റി, മടക്കിക്കൊടുക്കേണ്ട കന്നുകാലികളെപ്പറ്റി, വോട്ടവകാശം ഇല്ലാത്തവരുടെ കാര്യം പുനഃപരിശോധിക്കുന്നതിനെപ്പറ്റി-ഇങ്ങനെ ഒരുപാട് കാര്യങ്ങൾ ഗ്രിമ്യാക്കിലോഗിലെ പാർട്ടിക്ക് തീരുമാനമെടുക്കേണ്ടിയിരുന്നു. ഇതിനെല്ലാം പുറമേ നഗുൽനോവിനുമുണ്ടായിരുന്നു പ്രശ്നം. അയാളുടെ തെറ്റായ പ്രവർത്തനങ്ങൾക്ക് വിശദീകരണം നൽകേണ്ടതുണ്ടായിരുന്നു.

# 33

**ഗ്രി**മ്യാക്കിലെ കൂട്ടുകൃഷിസ്ഥാപനത്തിൽനിന്നും നൂറോളം കുടുംബങ്ങൾ പിരിഞ്ഞുപോയി. അത് കൂട്ടുകൃഷിസ്ഥാപനത്തെ സംബന്ധിച്ചിടത്തോളം വലിയൊരു ആഘാതമായിരുന്നു. ലുബിഷ്കിന്റെ ശൈലിയിൽ പറഞ്ഞാൽ, "പോവാൻവേണ്ടി നോമ്പ് നോറ്റവർ" ആയിരുന്നു അവർ. ഗ്രിമ്യാക്കിലോഗിൽ നിർഭാഗ്യത്തിന്റെ നാളുകളായിരുന്നു.ഓരോ ദിവസവും ഓരോ പ്രശ്നങ്ങൾ. ഇതെല്ലാം പരിഹരിക്കാൻവേണ്ടി ഡേവിഡോവ് കിണഞ്ഞു പരിശ്രമിച്ചു. കൂട്ടുകൃഷി സ്ഥാപനത്തിന് വളരെയേറെ ഉത്തരവാദിത്വങ്ങൾ ഉണ്ടായിരുന്നു. കൂട്ടികൃഷിയിൽനിന്നും പിരിഞ്ഞുപോകുന്നവർക്ക് അവരുടെ സ്വത്തുക്കൾ തിരിച്ചുകൊടുക്കണം. കന്നുകാലികൾ, കൃഷി ഉപകരണങ്ങൾ,വളർത്തുപക്ഷികൾ എന്നിവയെല്ലാം തിരിച്ചുനൽകണം. അതെപ്പോൾ കൊടുക്കണം എന്നതിനെപ്പറ്റി ആശയക്കുഴപ്പമുണ്ടായിരുന്നു. മേൽക്കമ്മിറ്റി ഇതുസംബന്ധിച്ചു നൽകിയ നിർദേശങ്ങൾ ഇതായിരുന്നു. കഴിയാവുന്നിടത്തോളം കൃഷിക്കാരെ പിടിച്ചുനിർത്തണം. കൂട്ടുകൃഷിസ്ഥാപനം തകരാതെ നോക്കണം. കൃഷിക്കാരെ ബോധവൽക്കരിക്കണം. അവരുടെ സ്വത്തുക്കൾ തിരിച്ചുകൊടുക്കുന്ന വിഷയം ശരത്കാലംവരെ നിർത്തിവെക്കണം.

മേൽക്കമ്മിറ്റിയുടെ നിർദേശവുമായി ഒരാൾ ഗ്രാമത്തിൽവന്നു. അയാൾ ഗ്രാമമാകെ സഞ്ചരിച്ച് സംഭവവികാസങ്ങൾ പഠിച്ചു. കൃഷിക്കാരുമായി സംസാരിച്ചു. അതിനുശേഷ അയാൾ നൽകിയ നിർദേശം ഇതായിരുന്നു:

"കൃഷി ഉപകരണങ്ങൾ കന്നുകാലികൾ, മറ്റ് സ്വത്തുക്കൾ ഇതെല്ലാം തന്നെ തൽക്കാലം തിരിച്ചുകൊടുക്കണ്ട. ശരത്കാലമായാൽ ആലോചിക്കാം. അതുവരെ കാത്തിരിക്കാൻ പറയണം."

"എന്നാൽ ജനങ്ങൾ അത്രകാലം കാത്തിരിക്കില്ല. അവർ അത് തിരിച്ചുകിട്ടാൻവേണ്ടി ഞങ്ങളുടെ കഴുത്തിൽ പിടിക്കും."

അപ്പോൾ മേൽക്കമ്മിറ്റിയുടെ നിർദേശവുമായി വന്ന സഖാവ് ഒന്ന്

മന്ദഹസിച്ചു. ആത്മവിശ്വാസവും ഗൗരവവും നിറഞ്ഞ സ്വരത്തിൽ അയാൾ പറഞ്ഞു:

"അതു ശരി. അവർ നിങ്ങളുടെ കഴുത്തിന് പിടിക്കും അല്ലെ. അപ്പോൾ നിങ്ങൾ അവരുടെ കഴുത്തിനും പിടിക്കണം. നാം അവരുടെ സ്വത്തുക്കൾ തിരിച്ചുകൊടുക്കാതിരിക്കുന്നില്ല. എന്നാൽ നാം കുറച്ചുസമയം അതിനുവേണ്ടിയെടുക്കണം. സ്വത്തുക്കൾ തിരിച്ചുകൊടുക്കുമ്പോൾ വർഗപരമായ പലപ്രശ്നങ്ങളും പരിഗണിക്കണം. അതാണ് പാർട്ടിയുടെ തീരുമാനം."

"എന്താണ് ആ പറഞ്ഞതിന് അർഥം."

"അതൊന്നും ഇപ്പോൾ ചോദിക്കരുത്. സ്വയം ആലോചിച്ച് മനസിലാക്കൂ. പാവപ്പെട്ടവരുടെ സ്വത്തുക്കൾ ആദ്യം തിരിച്ചുകൊടുക്കുക. ഇടത്തരം കൃഷിക്കാരുടെ സ്വത്തുക്കൾ പിന്നെ കൊടുക്കാം."

"അതെങ്ങനെ നടപ്പാക്കും സഖാവെ. കൃഷിയായുധങ്ങളും കന്നുകാലികളും കൊടുക്കുന്നതുവരെ കൃഷിക്കാർ എങ്ങനെ കൃഷിചെയ്യും. അത് അവരുടെ ജീവിതത്തെത്തന്നെ തകർക്കില്ലെ. അവരിൽനിന്നും സ്വത്തുക്കൾ പിടിച്ചുവെക്കുന്നത് നമ്മുടെ അഹങ്കാരമായി ചിത്രീകരിക്കപ്പെടില്ലേ."

"അതൊന്നും ആലോചിച്ച് നിങ്ങൾ തലപുണ്ണാക്കണ്ട."

"എന്നുവെച്ചാൽ......"

"ഇടത്തരം കൃഷിക്കാരുടെ കാര്യത്തിൽ അത്രമാത്രം വിട്ടുവീഴ്ച വേണ്ട. അങ്ങനെ ചെയ്താൽ കൂട്ടുകൃഷിസ്ഥാപനം തകർന്നുപോകും. പാർട്ടിയുടെ നിർദേശമാണത്. നമ്മളത് അച്ചടക്കത്തോടെ അനുസരിക്കണം. കന്നുകാലികളെയും കാർഷികഉപകരണങ്ങളേയും തിരിച്ചുകൊടുത്താൽ നിങ്ങൾ എങ്ങനെയാണ് കൃഷിചെയ്യുക. അതുകൊണ്ട് ഇക്കാര്യത്തിൽ കൂടുതൽ ചർച്ചവേണ്ട. എന്തുവിലകൊടുത്തും തൽക്കാലം നിങ്ങൾ കന്നുകാലികളെയും കാർഷികഉപകരണങ്ങളേയും കൈവശം വെക്കുക. പറയുന്നതനുസരിച്ചില്ലെങ്കിൽ പാർട്ടി നിങ്ങളുടെ കഥകഴിക്കും."

ഇതും പറഞ്ഞ് നേതാവ് വണ്ടിയിൽ കയറിപ്പോയി. പോകുമ്പോൾ അയാൾ പറഞ്ഞു:

"ഇതൽപ്പം പ്രയാസമുണ്ടാക്കുന്ന കാര്യമാണ്. നിങ്ങൾ മുമ്പ് ചെയ്തുകൂട്ടിയതിന്റെ ഫലമാണിത്. എന്തുചെയ്യാം. ആരെയെങ്കിലുമൊരാളെ ഇക്കാര്യത്തിൽ ബലികൊടുക്കണം. അതല്ലാതെ മറ്റ് പോംവഴിയില്ല. മേൽക്കമ്മിറ്റി ഒരാളെ നോട്ടമിട്ട് കഴിഞ്ഞിരിക്കുന്നു. നഗുൽനോവ് ആണത്. അയാൾ ചെയ്ത പ്രവർത്തനങ്ങളുടെ ഫലമാണ് നിങ്ങൾ അനുഭവിക്കുന്നത്. അയാൾ ഒരു കൃഷിക്കാരനെ തോക്കുചൂണ്ടി മർദിച്ചു. ഈ വിവരമെല്ലാം ഞങ്ങൾക്ക് ലഭിച്ചുകഴിഞ്ഞു. നഗുൽനോവിനെതിരെ വേറെയും കുറ്റങ്ങൾ ഉണ്ട്. അയാൾ ഇടതുപക്ഷ പാളിച്ചക്ക് അടിപ്പെട്ടിരിക്കുന്നു. പാർട്ടിയുടെ നയമെന്താണെന്ന് നിങ്ങൾ മനസിലാക്കിയിരിക്കുമല്ലോ. നഗുൽനോവിനെതിരെ പാർട്ടി നടപടിയെടുക്കും, അയാളെ പാർട്ടി മിക്കവാറും പുറത്താക്കും. ഏതായാലും പോകുന്നു. നിങ്ങൾക്ക് നമസ്കാരം.

പറഞ്ഞതെല്ലാം ഓർമയുണ്ടല്ലോ. സ്വത്തുക്കളൊന്നും വിട്ടുകൊടുക്കരുത്."

ഇതും പറഞ്ഞ് നേതാവ് യാത്രയായി. അയാളുടെ വണ്ടിച്ചക്രങ്ങൾ ചെളിനിറഞ്ഞ പാതയിലൂടെ ഞരങ്ങി മുന്നോട്ടുപോയി. അപ്പോൾ ഒരു സഖാവ് ഓടിവന്ന് ഡേവിഡോവിനോട് പരിഭ്രാന്തനായി പറഞ്ഞു:

"സഖാവെ, കുറെകൃഷിക്കാർ കൂട്ടുകൃഷിസ്ഥാപനത്തിൽ വന്ന് കന്നുകാലികളെ അഴിച്ചുകൊണ്ടുപോയി. നമുക്കെങ്ങനെയെങ്കിലും അവയെ തിരിച്ചെടുക്കണം."

"തെളിച്ചുകൊണ്ടുപോയോ" ഡേവിഡോവ് അട്ടഹസിച്ചു. അയാൾ ദേഷ്യംകൊണ്ട് വിറയ്ക്കുന്നുണ്ടായിരുന്നു.

"കൃഷിക്കാർ സംഘമായിട്ടാണ് വന്നത്. അവർ തൊഴുത്തുസൂക്ഷിപ്പുകാരനെ പിടിച്ചുകെട്ടിയിട്ടിരിക്കുന്നു. അതിനുശേഷമാണ് അവർ കന്നുകാലികളെ കൊണ്ടുപോയത്. നാം ഉടൻതന്നെ എന്തെങ്കിലും ചെയ്തേപറ്റൂ."

"നിങ്ങളെല്ലാം അവിടെ എന്തുചെയ്യുകയായിരുന്നു. അവർ ബലം പ്രയോഗിച്ച് കന്നുകാലികളെ കൊണ്ടുപോകുമ്പോൾ നിങ്ങൾ ഉറങ്ങുകയായിരുന്നോ. നിങ്ങൾ ഉത്തരവാദപ്പെട്ട സഖാക്കളല്ലെ. ഇങ്ങനെയൊക്കെ വന്നുപറയാൻ നിങ്ങൾക്ക് ലജ്ജയില്ലേ."

"ഞങ്ങളെന്തുചെയ്യാൻ. രാവുംപകലും തൊഴുത്തിന് കാവലിരിക്കാൻ എന്നെ കിട്ടില്ല. ഞാൻ നിങ്ങളുടെ അടിമയല്ല. നിങ്ങൾക്ക് അത്രചങ്കൂറ്റമുണ്ടെങ്കിൽ പോയി കന്നുകാലികളെ പിടിച്ചെടുക്കൂ. അപ്പോഴേ നിങ്ങൾക്ക് മനസിലാകൂ. പുറത്തടികിട്ടുമ്പോൾ നല്ല രസംതോന്നും."

കൂട്ടുകൃഷിക്കാർ ഗ്രാമം മുഴുവൻ അലഞ്ഞ് നടന്നിട്ടും കന്നുകാലികളെ കിട്ടിയില്ല. കൃഷിക്കാർ ആസൂത്രിതമായിട്ടാണ് തങ്ങളുടെ പരിപാടി ഒപ്പിച്ചത്. അവർ വഴിയിലെല്ലാം കാവൽക്കാരെ നിർത്തിയിരുന്നു. സ്റ്റെപ്പിയിലൂടെയാണ് അവർ കന്നുകാലികളെ കൊണ്ടുപോയത്. അതിനുപിന്നാലെ കുറേ കൂട്ടുകൃഷിക്കാർ കുതിരപ്പുറത്ത് പിൻതുടർന്നു. അപ്പോൾ സ്റ്റെപ്പികുന്നുകൾക്ക് താഴെ അവർ കാളകളെ കണ്ടു. അപ്പോൾ ലുബിഷ്കിൻ തന്റെ കർഷകസംഘത്തെ രണ്ടുഗ്രൂപ്പാക്കിത്തിരിച്ചു. എന്നിട്ട് രണ്ടുസംഘത്തെയും രണ്ടുവഴിക്ക് വിട്ടു. അയാൾ ഇങ്ങനെ കൽപ്പനകൊടുത്തു.

"നിങ്ങൾ മലയിടുക്കിലൂടെ കടന്നുചെന്ന് അവയെ നേരിടുക. നിങ്ങൾ വലതുഭാഗത്തുനിന്ന് അക്രമം തുടങ്ങണം. ഇടതുഭാഗത്തെ കാര്യം ഞാനേറ്റു. ഒട്ടും സമയം കളയാതെ മുന്നേറുക. അവരെ അടിച്ച് നിലംപരിശാക്കണം."

അതിനെത്തുടർന്ന് വലിയൊരു സംഘട്ടനം അവിടെ നടന്നു. കൂട്ടുകൃഷിക്കാർ സ്വകാര്യകൃഷിക്കാരെ ശക്തമായി നേരിട്ടു. കുതിരപ്പുറത്തുനിന്നും അവരെ ബലം പ്രയോഗിച്ച് താഴെയിട്ട് ചവിട്ടി പാകമാക്കി. അവരുടെ വസ്ത്രങ്ങളാകെ കീറിപ്പറച്ചു. അവരെ നിലത്തുകൂടെ വലിച്ചിഴച്ചു. ചമ്മട്ടികൊണ്ടും കൈകൊണ്ടും തുരുതുരാ അടിച്ചു. അതിനുശേഷം കാളകളെ പിടിച്ചെടുത്ത് തിരിച്ചുകൊണ്ടുപോയി.

ഡേവിഡോവ് കൂട്ടുകൃഷിസ്ഥാപനത്തിൽ നിയന്ത്രണം കർക്കശമാ

ക്കി. തൊഴുത്തുകൾക്ക് ശക്തമായ കാവൽ ഏർപ്പെടുത്തി. അവ രാത്രിയിൽ പൂട്ടിയിട്ടു.

കൂട്ടുകൃഷിസ്ഥാപനത്തിൽ കർക്കശമായ നിയന്ത്രണങ്ങൾ വരുത്തിയിട്ടും കുറെ കന്നുകാലികളെ സ്വകാര്യ കൃഷിക്കാർ പിടിച്ചുകൊണ്ടുപോയി. സ്റ്റെപ്പികുന്നുകൾ വഴിയാണ് അവർ കന്നുകാലികളെ കൊണ്ടുപോയത്. കൂട്ടുകൃഷി സ്ഥാപനത്തിൽ നിയന്ത്രണമേർപ്പെടുത്തിയതുപോലെ സ്കാര്യ കൃഷിക്കാരും ചില നിയന്ത്രണങ്ങൾ നടപ്പാക്കി. അവർ കന്നുകാലികളെ നോക്കാൻ ആളുകളെ നിയോഗിച്ചു.

ഈ സംഭവത്തെത്തുടർന്ന് വില്ലേജ് സോവിയറ്റിലും കൂട്ടുകൃഷി ഓഫീസിലും ആളുകൾ തിങ്ങിക്കൂടി. കൂട്ടുകൃഷിക്കെതിരെ ഒരുപാട് ഭീഷണികൾ ഉണ്ടായിരുന്നു. കൂട്ടുകൃഷി സ്ഥാപനത്തിന്റെ ആപ്പീസും കൃഷിഭൂമിയും സ്വകാര്യ കൃഷിക്കാർ പിടിച്ചെടുക്കുമെന്നും ഭീഷണിയുണ്ടായിരുന്നു. അവർ ഡേവിഡോവിനോട് പറഞ്ഞു:

“ഞങ്ങളുടെ സ്വത്ത് ഞങ്ങൾക്ക് വിട്ടുതരുന്നില്ലെങ്കിൽ ഞങ്ങളത് പിടിച്ചെടുക്കും. ഞങ്ങൾ നിങ്ങൾ പിടിച്ചെടുത്ത ഞങ്ങളുടെ കൃഷിഭൂമിയിൽ കൃഷിചെയ്യും.”

“നിങ്ങളുടെ ഭൂമി നിങ്ങൾക്ക് തരും. അതിനെപ്പറ്റി ഓർത്ത് നിങ്ങൾ വിഷമിക്കേണ്ട. നിങ്ങളുടെ ഭൂമി അളക്കാൻ നാളത്തന്നെ ഏർപ്പാടുചെയ്യാം. ഓസ്ത്രോവ്ണോവിനെ യാണ് അതിന് ചുമതലപ്പെടുത്തിയിട്ടുള്ളത്. നിങ്ങൾ അയാളുമായി ബന്ധപ്പെടണം.” ഡേവിഡോവ് ഇങ്ങനെ പറഞ്ഞു:

“ഞങ്ങൾക്കെവിടെയാണ് ഭൂമി തരിക.”

“അതെല്ലാം യഥാവിധി തരും.”

“ഏതെങ്കിലും കൊല്ലിയിലായിരിക്കും. അവിടെ എങ്ങനെയാണ് ഞങ്ങൾ കൃഷിചെയ്യുക.”

“ഞങ്ങളോട് വലിയ തന്ത്രമൊന്നും പ്രയോഗിക്കേണ്ട. ഞങ്ങളുടെ ഭൂമി ഏതെങ്കിലും മലമൂട്ടിലായിരിക്കും എന്ന് ഞങ്ങൾക്കറിയാം. നിങ്ങൾ ഞങ്ങൾക്ക് കന്നുകാലികളെ വിട്ടുതരാതെ എങ്ങനെയാണ് ഞങ്ങൾ കൃഷിചെയ്യുക. നിങ്ങൾ വളരെ സമർഥരാണ്. ഡേവിഡോവെ, അധികാമുണ്ടെന്ന് കരുതി എന്ത് അനീതിയും ചെയ്യാം എന്ന് വിചാരിക്കരുത്.”

“അടുത്തുള്ള ഭൂമിയെല്ലാം കൂട്ടുകൃഷി സംഘത്തിന്റേതാണ്. ഭൂമി തുണ്ട് തുണ്ടാക്കാൻ പറ്റില്ല.”

“അതെന്താ?”

“അത് ഉൽപ്പാദനത്തെ ബാധിക്കും.”

“അപ്പോൾ ഞങ്ങളെന്തു ചെയ്യും?”

“ഏതായാലും നിങ്ങൾ പറയുന്ന സ്ഥലത്ത് ഭൂമി കിട്ടില്ല.”

ഇങ്ങനെ ഡേവിഡോവും കൃഷിക്കാരും തമ്മിൽ വളരെനേരം തർക്കിച്ചു. ഒരു സംഘം പോയിക്കഴിഞ്ഞാൽ ഉടൻതന്നെ അടുത്തസംഘം വരവായി. അവർ ഇങ്ങനെ പറഞ്ഞു:

“ഞങ്ങളുടെ ഭൂമി പിടിച്ചുവെക്കുകയാണോ. എന്തൊരു തോന്ന്യാ

സമാണിത്. ഞങ്ങളെ അധ്വാനിച്ച് ജീവിക്കാൻ സമ്മതിക്കില്ലെന്നോ. നിങ്ങൾ സ്റ്റാലിൻ എഴുതിയ ലേഖനം വായിച്ചില്ലേ. നിങ്ങൾ ചെയ്യുന്നത് അക്രമമാണ്. ഞങ്ങൾ സ്റ്റാലിന് കത്തെഴുതും. ഇവിടെ നടക്കുന്ന എല്ലാ കാര്യങ്ങളും വിശദമായിത്തന്നെ സ്റ്റാലിന് എഴുതാൻ ഞങ്ങൾക്കറിയാം. അങ്ങനെ വന്നാൽ സ്റ്റാലിൻ നിങ്ങൾക്ക് വേണ്ടത് തരുമെന്നും ഞങ്ങൾക്കറിയാം. നിങ്ങൾക്കെല്ലാം ഭ്രാന്താണെന്നും സ്റ്റാലിൻ മനസിലാക്കും."

"സഖാവ് യാക്കോവ്, നാളെത്തന്നെ ഇവർക്ക് വേണ്ടുന്ന ഭൂമി അളന്ന് തിട്ടപ്പെടുത്തിക്കൊടുക്കണം. റാഷി തടാകത്തിനടുത്ത് കുറെ ഭൂമിയുണ്ട്. അതവർക്ക് കൊടുക്കണം."

"തടാകത്തിനടുത്തോ."

"അതെ."

"അത് കന്നിമണ്ണാണ്."

"അല്ല കുറെക്കാലം അത് തരിശായികിടക്കുകയായിരുന്നു. അത് കന്നിമണ്ണല്ല."

"ആ ഭൂമി ഞങ്ങൾക്കുവേണ്ട."

"അത്തരം ഭൂമി ഞങ്ങൾക്കുവേണ്ട."

"അത് കടുപ്പമുള്ള മണ്ണാണ്."

"ഞങ്ങൾക്ക് ഇളപ്പമുള്ള മണ്ണ് വേണം."

"കന്നുകാലികളെ ഞങ്ങൾക്ക് തിരിച്ചുവേണം."

"ഞങ്ങൾ പണിയെടുത്ത് ജീവിക്കും."

"ഞങ്ങളെ ഉപദ്രവിക്കാതിരിക്കൂ."

സ്ത്രീകൾപോലും കൂട്ടുകൃഷി ഓഫീസിൽ വന്ന് കയർക്കാൻ തുടങ്ങി. പുരുഷന്മാർ അതിനുവേണ്ടി അവരെ ഏർപ്പാട് ചെയ്തതായിരുന്നു. ഡേവിഡോവിന് അവരെയെല്ലാം ശാന്തരാക്കാൻ വളരെ പണിപ്പെടേണ്ടി വന്നു. അവസാനം അയാൾക്ക് നിലതെറ്റാൻ തുടങ്ങി. അയാൾ ആക്രോശിക്കാൻ തുടങ്ങി:

നിങ്ങൾ എന്താണ് കരുതിയത്. നിങ്ങൾക്ക് ഏറ്റവും നല്ല മണ്ണ് കിട്ടണമെന്നോ. കോളായിപ്പോയി. നിങ്ങൾ അതിനുവേണ്ടി വെച്ച വെള്ളം വേഗം ഇറക്കിവെച്ചോളൂ. നിങ്ങളുടെ പരിപ്പ് ഇവിടെ വേവില്ല. കൂട്ടുകൃഷിക്കാർക്കാണ് നല്ല ഭൂമി കിട്ടുക. സർക്കാർ അവരെ എല്ലാ നിലയ്ക്കും സഹായിക്കും. നിങ്ങൾ സോവിയറ്റ് സർക്കാറിന്റെ ശത്രുക്കളാണ്."

ഇതിനകംതന്നെ ഇടത്തരം കൃഷിക്കാർ കൂട്ടുകൃഷിക്കാരുടെ ഭൂമിയിൽ കൃഷിയിറക്കാൻ തുടങ്ങിയിരുന്നു. അത് യഥാർഥത്തിൽ അവരുടെതന്നെ ഭൂമിയായിരുന്നു. ലുബിഷ്കിൻ കുറെ കൂട്ടുകൃഷിക്കാരോടൊപ്പം പോയി ഇങ്ങനെ കൃഷിചെയ്യുന്ന കൃഷിക്കാരെ മുഴുവൻ അടിച്ചോടിച്ചു. യാക്കോവും രംഗത്തിറങ്ങി. അയാൾ തടാകതീരത്തുള്ള ഭൂമി അളന്നു തിട്ടപ്പെടുത്തി.

ഡേവിഡോവും ഉഷക്കോവും സജീവമായ കാർഷിക പ്രവർത്തനത്തിൽ മുഴുകി. തരിശുഭൂമി മുഴുവൻ അവർ ഉഴുതുമറിക്കാൻ തുടങ്ങി.

നല്ല കൃഷിക്കാരെ ഡേവിഡോവ് ഇതിനായി നിയോഗിച്ചു. അങ്ങനെ വിതയും ഉഴവും കൃത്യമായി നടന്നു. വിതയ്ക്കാൻ യന്ത്രങ്ങൾ ഏർപ്പെടുത്തി. പല വൃദ്ധന്മാരും ഇതിൽ പങ്കുചേർന്നു. വിതയ്ക്കാനുള്ള യന്ത്രം അവർക്ക് വളരെ ഇഷ്ടപ്പെട്ടു. ചുക്കാർമുത്തപ്പൻ കുതിരാലയത്തിന്റെ കാവൽക്കാരനായി നിയോഗിക്കപ്പെട്ടു. ഡേവിഡോവാണ് അയാളെ അതിനായി നിയോഗിച്ചത്. ഇതിനെത്തുടർന്ന് നാട്ടിൽ നല്ല മഴയും പെയ്തു. കനത്ത മഴപെയ്യുമ്പോൾ വിതനടക്കില്ല. ഗ്രിമ്യാക്കി ഗ്രാമത്തിലെ സ്റ്റെപ്പി കുന്നിൻ മുകളിലും താഴ്വാരങ്ങളിലും ഉഴുതുമറിച്ച കന്നിമണ്ണിലും മഴ പെയ്തിറങ്ങി. പ്രഭാതമായാൽ മഞ്ഞ് പെയ്യാൻ തുടങ്ങും. ഗ്രാമംമുഴുവൻ നീരാവികൊണ്ടു നെയ്തെടുത്ത പുതപ്പിൽ പുതച്ചപോലുള്ള അനുഭവം.

ഗ്രിമ്യാക്കിൽ പുതിയ മാറ്റങ്ങളുടെ കാറ്റ് വീശാൻ തുടങ്ങി. കൂട്ടുകൃഷിസ്ഥാപനത്തിൽനിന്ന് കുറേക്കാലത്തേക്ക് കൃഷിക്കാർ പിരിഞ്ഞുപോയില്ല. കൂട്ടുകൃഷിയോട് കൂറുള്ള കുറേയാളുകൾ നന്നായി പണിയെടുത്തു. അവസാനം കൂട്ടുകൃഷിയിൽനിന്ന് പിരിഞ്ഞുപോയത് റസ്മ്യോട്ണോവിന്റെ ഭാര്യ മേരിന ആയിരുന്നു. അവരുടെ കുടുംബജീവിതത്തിൽ പലപ്രശ്നങ്ങളുമുണ്ടായിരുന്നു. മേരിന കടുത്ത ഈശ്വരഭക്തയായിത്തീർന്നു. അവൾ വ്രതവും പ്രാർഥനയുമായി കഴിഞ്ഞു. പള്ളിയിൽപോയി കുമ്പസാരിക്കുക, കുർബാന കൈക്കൊള്ളുക എന്നിവയെല്ലാം അവരുടെ ജീവിതത്തിന്റെ ഭാഗമായി മാറി. റസ്മ്യോട്ണോവിന്റെ കടുത്ത കൽപ്പനകൾ അവൾ ശാന്തമായി അനുസരിക്കാൻ തുടങ്ങി. അയാൾ അവളെ എപ്പോഴും വഴക്കുപറഞ്ഞുകൊണ്ടിരുന്നു. എന്നാൽ അവൾ അതെല്ലാം നിശ്ശബ്ദമായി സഹിക്കാൻ തുടങ്ങി. അവൾ അത്രമാത്രം കടുത്ത ഒരു യേശുഭക്തയായിത്തീർന്നിരുന്നു. ഒരു രാത്രിയിൽ റസ്മ്യോട്ണോവ് വീട്ടിലെത്തിയപ്പോൾ കണ്ടത് ഭാര്യ തിരുസ്വരൂപത്തിന്റെ മുമ്പിൽനിന്ന് പ്രാർഥിക്കുന്നതാണ്. അവിടെ ഒരു വിളക്കും കത്തുന്നുണ്ടായിരുന്നു. അയാൾക്കത് സഹിച്ചില്ല. അയാൾ വിളക്ക് കെടുത്തി അതിലെ എണ്ണ തന്റെ ഷൂസിൻമേലൊഴിച്ചു. എന്നിട്ട് വിളക്ക് കാലുകൊണ്ട് ചവിട്ടിയെറിഞ്ഞു.

"ഇത്തരം വൃത്തികെട്ട ഏർപ്പാട് ഇവിടെ വേണ്ട. എണ്ണ വെറുതെ നശിപ്പിക്കാനുള്ളതല്ല. മേരിന എന്റെ ചമ്മട്ടിയുടെ ചൂട് നിനക്കിനിയും വേണോ. നീ ഈയിടെയായി പള്ളിയിൽതന്നെയാണെന്ന് തോന്നുന്നു. ഇതിന്റെയെല്ലാം പിന്നിൽ പലതുമുണ്ടെന്ന് എനിക്ക് മനസിലായിട്ടുണ്ട്."

മേരിന കൂട്ടുകൃഷിയിൽനിന്നും പിരിയാനുള്ള അപേക്ഷ കൊടുത്തിരുന്നു. കൂട്ടുകൃഷിയിൽ ചേരുന്നത് ദൈവത്തിനും പള്ളിക്കും എതിരാണെന്ന് അവൾ വിശ്വസിച്ചു. ഇതിനെക്കുറിച്ച് ലുബിഷ്കിൻ പറഞ്ഞത് ഇതായിരുന്നു:

"റസ്മ്യോട്ണോവിന്റെ കൂടെ അയാളുടെ കിടപ്പറ പങ്കിടുന്നതിൽ മേരിനയ്ക്ക് ഒരു പ്രയാസവുമില്ല. അത് പള്ളിക്കും ദൈവത്തിനും എതിരല്ല."

മേരിനയുടെ ഹൃദയം വിങ്ങുകയായിരുന്നു. അവൾ നിയന്ത്രണം വിട്ടുപോകാതിരിക്കാൻവേണ്ടി ദൈവത്തെ വിളിച്ചു. കണ്ണടച്ചുപ്രാർഥിച്ചു.

ഒരു ദിവസം റസ്മ്യോട്ട്ണോവ് കൂട്ടുകൃഷിസ്ഥാപനത്തിൽ ഓടിക്കിതച്ചെത്തി. ഡേവിഡോവിനോടും യാക്കോവിനോടും മേരിനയുടെ അപേക്ഷ സ്വീകരിക്കരുതെന്ന് കെഞ്ചി. അയാൾ അവിടെ അപേക്ഷയുമായെത്തിയ മേരിനയോടും ഇങ്ങനെ യാചിച്ചു:

"എന്റെ പ്രിയപ്പെട്ടവളേ, എന്നെ നീ നശിപ്പിക്കരുത്. എന്നെ നീ മറ്റുള്ളവരുടെ മുമ്പിൽവെച്ച് അപമാനിക്കരുത്. നിന്നെ ഞാൻ ഇത്രകാലം സ്നേഹിച്ചില്ലേ, സംരക്ഷിച്ചില്ലേ, നീ ഇപ്പോൾ ഒരു പിശാചായി മാറിയിരിക്കുകയാണ്. കൂട്ടുകൃഷിയിൽനിന്ന് പിരിയാനാണോ ഭാവം. അങ്ങനെ ചെയ്താൽ നമുക്കൊരുമിച്ച് ജീവിക്കാൻ കഴിയുമെന്ന് കരുതേണ്ട. നിനക്ക് മോതിരം പോലെ കഴുത്തുള്ള പൂവൻകോഴിയെ തിരിച്ചുതന്നില്ലേ. കോഴിക്കുഞ്ഞുങ്ങളെയും കിട്ടിയില്ലേ. അവയെല്ലാം നമ്മുടെ വീട്ടുമുറ്റത്തുകൂടി നടക്കുന്നത് പോരെ നിനക്ക്. ദയവുചെയ്ത് കൂട്ടുകൃഷിയിൽനിന്നും പിരിയാനുള്ള അപേക്ഷ നീ പിൻവലിക്കണം."

"ഇല്ല, എനിക്ക് അപേക്ഷതിരിച്ചെടുക്കാനാവില്ല."

"എന്തുകൊണ്ട്?"

"എനിക്ക് കൂട്ടുകൃഷി ഇഷ്ടമല്ല. എനിക്കെന്റെ കലപ്പയും വണ്ടിയും തിരിച്ചുകിട്ടണം."

"മേരിനാ നിനക്ക് തലയ്ക്ക് സുഖമില്ലേ. നീ അപേക്ഷ പിൻവലിച്ചില്ലെങ്കിൽ നമ്മൾ പിരിയും ഇവിടെവെച്ച്."

"അതിനർഥം നിങ്ങളെന്നെ ഉപേക്ഷിക്കുമെന്ന്. എടോ വിവരമില്ലാത്ത മനുഷ്യാ, നിങ്ങളൊരു ചെകുത്താനാണ്. കാമഭ്രാന്ത് പിടിച്ച നായയാണ്. പിരിയുന്നതാണെനിക്കും ഇഷ്ടം. നിങ്ങളൊരു ശാപമാണ്. നിങ്ങളുടെ മനസ്സ് മുഴുവൻ വ്രണമാണ്. നിങ്ങളുടെ ചപ്പടാച്ചിയൊന്നും എന്റെ അടുത്ത് വേണ്ട. പേ പിടിച്ച നായയുടെ കണ്ണാണ് നിങ്ങൾക്ക്. എനിക്ക് നീയില്ലാതെ ജീവിക്കാൻ കഴിയും. നിന്നെ എനിക്ക് വെറുപ്പാണ്. നീ വെറുമൊരു ചെകുത്താനാണ്. മനുഷ്യരൂപംപൂണ്ട ചെകുത്താൻ. എന്നെ ഉപേക്ഷിക്കാൻ ഒരു കാരണം അന്വേഷിച്ച് നടക്കുകയാണ് നിങ്ങൾ. ഇന്നലെ രാത്രി നിങ്ങളൊരു പെണ്ണിന്റെകൂടെ ഇടവഴിയിൽ ഒളിച്ചുനിന്നത് എന്തിനായിരുന്നു."

"മേരിനാ എനിക്ക് പ്രിയപ്പെട്ടവളാണ് നീ. ഇത്രയും വൃത്തികേടുകൾ നിനക്ക് എങ്ങനെ പറയാൻ കഴിയുന്നു. നീ ഏതുപെണ്ണിന്റെ കാര്യമാണ് പറയുന്നത്. അങ്ങനെ ഒരു പെണ്ണിനെപ്പോലും എനിക്ക് അറിയില്ലല്ലോ. നാം ഇപ്പോൾ സംസാരിക്കുന്നത് കൂട്ടുകൃഷിയെപ്പറ്റിയാണ്."

"എടോ വൃത്തികെട്ട മനുഷ്യാ നിങ്ങൾ ഈ പെണ്ണ് പറയുന്നതു കേട്ട് അതിന് മറുപടി പറയാൻ നിൽക്കണ്ട. അവളൊരു താന്തോന്നിയാണ്. ദേഷ്യംകൊണ്ട് വിറയാർന്ന സ്വരത്തിൽ ലുബിഷ്കിൻ പറഞ്ഞു.അയാളുടെ കോപം അടങ്ങിയില്ല. അയാൾ ഉച്ചത്തിൽ പറഞ്ഞു:

"അവളോട് നിങ്ങൾ യാചിക്കരുത്. നിങ്ങൾ നിങ്ങളുടെ വില കളയരുത്. നിങ്ങളൊരു കമ്യൂണിസ്റ്റാണ്. ചുവപ്പ് പടയാളിയാണ്. അങ്ങനെയുള്ള നിങ്ങൾ അവളോട് കെഞ്ചുന്നത് പാർട്ടിയെ അപമാനിക്കുന്നതിന്

തുല്യമാണ്. പിഴച്ച അവളെ നേരെയാക്കാൻ നിങ്ങൾക്ക് പറ്റില്ല. അവളുടെ മോന്ത അടിച്ചുകലക്കുകയാണ് വേണ്ടത്. നിങ്ങൾ അവൾക്ക് ഒന്നു കൊടുക്കൂ. ഒന്ന് കിട്ടിയാലേ അവൾ പഠിക്കൂ."

ഇതുകേട്ടതോടെ മേരിനയുടെ മുഖം ചെറിപ്പഴംപോലെ ചുവന്നുതുടുത്തു. അവളുടെ ശരീരത്തിൽ ആണിതറച്ചുകയറിയിട്ടെന്നപോലെ അവൾ ലുബിഷ്കിന്റെ നേരെ ചാടി. അപ്പോൾ അവളോടൊപ്പം അവളുടെ തടിച്ചുമുഴുത്ത മാറിടവും തുള്ളിച്ചാടി. ഒരു ഗുസ്തിക്കാരനെപ്പോലെ അവൾ തന്റെ കുപ്പായത്തിന്റെ കൈ മുകളിലോട്ട് തിരച്ച് കയറ്റിയിരുന്നു. അവൾ അലറിവിളിച്ചു:

"എടാ രണ്ട്കാലിൽ നടക്കുന്ന വൃത്തികെട്ട ശവമേ, നീ മനുഷ്യരൂപം പ്രാപിച്ച ഇഴജന്തുവാണ്. മറ്റുള്ളവരുടെ കാര്യങ്ങളിൽ തലയിടാൻ മടിയില്ലാത്ത വൃത്തികെട്ട ജന്തുവാണ്. വെറും പൊന്തൻമാടയാണ്. പൊണ്ണത്തടിയാ അളിഞ്ഞ കോമാളി. കരിക്കട്ടപോലെയുള്ള ചെകുത്താനേ, നിന്റെ മോന്ത ഞാൻ അടിച്ചുകലക്കും. നീയൊക്കെയാണോ കൂട്ടുകൃഷിക്കാരൻ. നിന്നെപ്പോലുള്ള എലുമ്പന്മാരെ ഞാനെത്രയോ കണ്ടതാണ്. എത്രയെണ്ണത്തിനെ ഞാൻ കറക്കിവിട്ടിട്ടുണ്ടെന്ന് അറിയാമോ."

"നിന്നെ ഇപ്പോൾതന്നെ ഞാൻ കറക്കിവിടാമെടീ. നിനക്കൽപ്പം കൊഴുപ്പ് കൂടിയിട്ടുണ്ട്. ആ കൊഴുപ്പ് ഞാൻ കുറെ പുറത്തുചാടിക്കും. കുത്തിപ്പുറത്തു ചാടിക്കും." ലുബിഷ്കിൻ അശ്ലീലം കലർന്ന സ്വരത്തിൽ ഉച്ചത്തിൽ വിളിച്ചുപറഞ്ഞു.

ലുബിഷ്കിൻ അപ്പോഴാണ് ഒരു കാര്യമോർത്തത്. അവൾ ഒരു സാധാരണപ്പെണ്ണായിരുന്നില്ല. അവളൊരു ഗുസ്തിക്കാരിയാണ്. ഡോൺ നദിയുടെ അക്കരെനിന്നും വന്ന ഒരു മല്ലനുമായി അവൾ ഒരിക്കൽ ഗുസ്തി പിടിച്ചിട്ടുണ്ട്. അത് കാണാൻ ധാരാളമാളുകൾ ഉണ്ടായിരുന്നു. അവൾ മല്ലനെ കൈയിലെടുത്ത് നിലത്തെറിഞ്ഞ് ചതുക്കിയത് കണ്ട് ആളുകൾ ആർത്തലച്ചു. അതിന് ശേഷം അയാളെ നിലത്തിട്ട് ഞെക്കി ഒരു പരിവത്തിലാക്കി. ആ മനുഷ്യൻ ആളുകളുടെ മുമ്പിൽ മാനംകെട്ടു. അപ്പോൾ അവൾ ഇങ്ങനെ പറഞ്ഞു:

"തന്നെക്കൊണ്ട് ഒന്നുമാവില്ല അമ്മാവാ. നിങ്ങളുടെ അടിയിൽ ഒരു പെണ്ണ് കിടന്നാൽ അവൾക്ക് ഒന്നും കിട്ടില്ല. തനിക്കൊന്നിനുമാവില്ല." ഇതും പറഞ്ഞ് അവൾ ഒരു നിമിഷം നിശ്ശബ്ദയായി. എന്നിട്ട് വീണ്ടും തുടർന്നു:

"അമ്മാവാ താൻ ഒരു പെണ്ണിന്റെ മേൽകിടന്നാൽ അവൾക്ക് ഒരു ശവം തന്റെമേൽ കിടക്കുന്നതായി തോന്നും. അതുകൊണ്ട് ഇനിമേലാൽ ഇപ്പണിക്ക് നിക്കരുത്." അതും പറഞ്ഞ് അവൾ അവളുടെ മുടികെട്ടി ശരിയാക്കി. എന്നിട്ട് ഉടുപ്പിലെ പൊടിമണ്ണ് തട്ടിക്കളഞ്ഞ് നടന്നുപോയി. ആ മനുഷ്യൻ നിലത്ത് ചെളിയിൽ പൂണ്ട് കിടക്കുന്ന പുഴുവിനെപ്പോലെയായിരുന്നു. അയാളുടെ മുഖമാകെ കലങ്ങിയിരുന്നു. അതോർത്ത് ലുബിഷ്കിന് പേടിയായിരുന്നെങ്കിലും അയാളത് മറച്ചുവെച്ചുകൊണ്ട് പറഞ്ഞു:

"നീ എന്റെ നേരെ ഗുസ്തിപിടിക്കാൻ വന്നാൽ ഈശ്വരനാണെ സത്യം ഒറ്റച്ചവിട്ടിന് നിന്റെ കഥ ഞാൻ കഴിക്കും. വേഗം ഇവിടുന്ന് സ്ഥലം കാലിയാക്കുന്നതാണ് നിനക്ക് നല്ലത്."

"ഇതാ ഇത് നീ കണ്ടിട്ടുണ്ടോ. ഇതിന്റെ മണമെന്താണെന്ന് നിനക്കറിയുമോ." മേരിന അവളുടെ പാവാട ഉയർത്തിക്കാണിച്ചുകൊണ്ട് ചോദിച്ചു. അത് ഉയർത്തിക്കാണിക്കുമ്പോൾ അവൾ ലുബിഷ്കിന്റെ തൊട്ടുമുമ്പിലായിരുന്നു. അവൾ അവളുടെ വസ്ത്രം പൊക്കിക്കാണിച്ചപ്പോൾ അവളുടെ തടിച്ച് മുഴുത്ത് ചുവന്ന തുടകൾ അയാൾ കണ്ടു. തേനും തൈരും ചേർത്ത സുഗന്ധദ്രവ്യംപോല അവളുടെ മുഴുത്ത കാലുകൾ കണ്ട് അയാൾ മോഹാലസ്യപ്പെട്ടുപോയി."

മേരിനക്ക് കോപം വന്നാൽ അങ്ങനെയാണ്. മത്ത്പിടിച്ച ആനയെപ്പോലെ അവൾ പിന്നെ ഒന്നും നോക്കില്ല. ആരെയും പേടിക്കാത്ത ലുബിഷ്കിൻപോലും ഒന്ന് വിളറിപ്പോയി. തടിച്ചുരുണ്ട തുമ്പിക്കൈ വണ്ണമുള്ള അവളുടെ തുടകൾകണ്ട് അയാളുടെ കണ്ണ് മഞ്ഞളിച്ചുപോയി. അയാൾ ഇങ്ങനെ പറഞ്ഞു:

"ഇവളൊരു പെണ്ണല്ല. ഒരു പിശാചാണ്. പെണ്ണിന്റെ രൂപത്തിലുള്ള പിശാച്. എടീ പട്ടീ വേഗം സ്ഥലംവിട്ടോ. അല്ലെങ്കിൽ നിന്നെ ഞാൻ തല്ലിക്കൊല്ലും." ഭ്രാന്ത് പിടിച്ചതുപോലെയാണ് അയാളത് പറഞ്ഞത്. ഇനിയും അവിടെനിൽക്കുന്നത് ശരിയല്ലെന്ന് അയാൾക്ക് തോന്നി. അയാൾ അവളെ ആട്ടിക്കൊണ്ടു നടന്നു പുറത്തേക്കു പോയി.

ഇതെല്ലാംകണ്ട് ഡേവിഡോവ് അമർത്തിച്ചിരിക്കുന്നുണ്ടായിരുന്നു. റസ്മ്യോട്ട്ണോവ് ലുബിഷ്കിന്റെ കൂടെത്തന്നെ സ്ഥലംവിട്ടു. കലികയറിയ ആ പെണ്ണിന്റെ വാക്കുകൾകേട്ട് ലജ്ജിച്ച് ഡേവിഡോവ് തലതാഴ്ത്തിനിന്നു. അപ്പോൾ മേരിനയോട് സംസാരിക്കാൻ ധൈര്യമുണ്ടായിരുന്ന ഒരാൾ യാക്കോവ് മാത്രമായിരുന്നു. അയാൾ പറഞ്ഞു:

"എടി പെണ്ണേ ഇവിടെക്കിടന്ന് വായിട്ടലയ്ക്കരുത്. നീ നാണവും മാനവുമില്ലാത്ത ഒരു ജന്തുവാണ്. ഭൂമിയിൽ ഏതെങ്കിലുമൊരു പെണ്ണ് ഇങ്ങനെ ഉളുപ്പില്ലാതെ പാവാട പൊന്തിച്ച് കാണിക്കുമോ. നിന്നെ ഇതാരാണ് പഠിപ്പിച്ചുതന്നത്. എന്നെപ്പോലുള്ള വൃദ്ധന്മാർ ഇവിടെ നിൽക്കുന്ന കാര്യമെങ്കിലും നീ ഓർക്കേണ്ടേ."

"കിളവാ, അവിടെയെങ്ങാൻ ഒതുങ്ങിയിരുന്നോളൂ." അവൾ അയാളെ ഉച്ചത്തിൽ ശാസിച്ചു. എന്നിട്ടവൾ ഇതുംകൂടി കൂട്ടിച്ചേർത്തു:

"താൻ ഒരു വിളഞ്ഞ കിളവനാണ്. കഴിഞ്ഞനോമ്പുകാലം ഓർമയില്ലേ. താൻ എനിക്ക് എന്തോ ഒന്ന് തരാൻപോകുന്നു എന്ന് പറഞ്ഞത് ഓർമയില്ലേ. വൈക്കോൽ വണ്ടിയിൽ ഞാനിരുന്നപ്പോൾ എന്തുതരാമെന്നാണ് എന്നോടു പറഞ്ഞത്. അതെന്നാണ് തരുന്നത്. മറന്നുപോയോ കിളവാ. താനൊരു വയസ്സൻ ഞണ്ടാണ്."

ഇടിവെട്ടുന്നതുപോലെ അവൾ യാക്കോവിനെ തെറിപറഞ്ഞുകൊണ്ട് പുറത്തേക്കു കുതിച്ചു. യാക്കോവ് ലൂക്കിച്ച് ആകെ ചുരുണ്ടുപോയി.

അയാൾ നിന്ന് കിതയ്ക്കുകയായിരുന്നു. അവൾ ഓടിപ്പോകുന്നത് അയാൾ ജനലിലൂടെ കണ്ടു. എന്നാൽ അരമണിക്കൂർ കഴിഞ്ഞപ്പോൾ അവൾ തിരിച്ചുവന്നു. അവളൊരു വണ്ടിയിലാണ് വന്നിറങ്ങിയത്. നേരെ കൂട്ടുകൃഷിസ്ഥാപനത്തിലേക്ക് വന്ന് കൃഷിയായുധങ്ങളെടുത്ത് വണ്ടിയിൽ കൊണ്ടുപോയി വെച്ചു. അപ്പോൾ ഉഷക്കോവ് പണികഴിഞ്ഞ് തിരിച്ചുവന്നിരുന്നു. അയാൾ അവളോട് യാചിക്കുകയായിരുന്നു: "പ്രിയപ്പെട്ട മേരിനാ ഞാൻ പറയുന്നത് കേൾക്കൂ. പണിയായുധങ്ങൾ എടുത്തുകൊണ്ടു പോകരുത്. എനിക്കാണിതിന്റെ ഉത്തരവാദിത്വം. നിങ്ങളത് എടുത്തുകൊണ്ടുപോയാൽ ഞാൻ സമാധാനം പറയേണ്ടിവരും."

"അതെ, നിങ്ങൾ സമാധാനം പറയണം." ഉഷക്കോവിന്റെ കോങ്കണ്ണ് ആകെ വികൃതമായി. അവളുടെ അടുത്തേക്ക് പോവാതെ കൈകൂപ്പിക്കൊണ്ട് അയാൾ നിന്നു.

മേരിനയുടെ മുഖം ചെറിപ്പഴംപോലെ ചുവന്ന് തുടുത്തിരുന്നു. അവളാകെ വിയർപ്പിൽ കുളിച്ചിരുന്നു. അസാധാരണമായ തന്റേടത്തോടെ അവൾ ഒറ്റയ്ക്ക് വണ്ടിവലിച്ചുകൊണ്ടുപോയി. വണ്ടിയിൽനിന്ന് പണിയായുധങ്ങൾ തമ്മിൽ മുട്ടി ശബ്ദമുണ്ടാക്കിക്കൊണ്ടിരുന്നു.

ഈ സംഭവം യാക്കോവിന് ഒരാഘാതമായിരുന്നു. അവളെ എങ്ങനെ നേരിടണമെന്ന് അയാൾ ചിന്തിക്കാൻ തുടങ്ങി. അയാൾ മനസിൽ ഇങ്ങനെ പറയാൻ തുടങ്ങി:

'ഇവളെ ഒരു പാഠം പഠിപ്പിക്കണം. വണ്ടി പിടിച്ചെടുക്കണം. പക്ഷേ പൂച്ചയ്ക്കാര് മണികെട്ടും. അവളോട് മല്ലിട്ടാൽ ഒരാളുടെ ഗതിയെന്താകും. ആന്തരികാവയവങ്ങളെല്ലാം തകർന്ന് ജീവിക്കാൻ ആരാണ് ഇഷ്ടപ്പെടുക."

പിറ്റേദിവസം റസ്മ്യോട്ട്ണോവ് മേരിനയുടെ വീട്ടിൽപോയി. അവിടെയുണ്ടായിരുന്ന തന്റെ സാധനങ്ങളെല്ലാം എടുത്ത് അയാൾ വീട്ടിലേക്ക് കൊണ്ടുപോയി. അവർ രണ്ടുപേരും തമ്മിൽ പിരിഞ്ഞിരുന്നു. അതിൽ അയാളുടെ മനസ്സ് ഏറെ വേദനിച്ചു. ഒറ്റയ്ക്കുള്ള ജീവിതം.

റസ്മ്യോട്ട്ണോവിന്റെ മനസ്സ് ആകെ അശാന്തമായിരുന്നു. ഏകാന്തത ഒഴിവാക്കാൻവേണ്ടി നഗുൽനോവിന്റെ വീട്ടിൽപ്പോയി സംസാരിച്ചിരിക്കും. പക്ഷെ ഏകാന്തത വീണ്ടും അയാളെ വരിഞ്ഞുമുറുക്കും.

ഗ്രിമ്യാക്കിലോഗിൽ അന്ന് മഴനനഞ്ഞ രാത്രിയായിരുന്നു. തടാകത്തിൽ കുളിച്ചുകയറിയ രാജകുമാരനെപ്പോലെ ചന്ദ്രൻ ആകാശത്തിന്റെ ഒരു കോണിൽ ജ്വലിച്ചുനിന്നിരുന്നു. അത് മാർച്ചുമാസ രാവായിരുന്നു. സാന്ദ്രനിശ്ശബ്ദമായ രാവ്. എന്നാൽ അരുവികളുടെ ചിലമ്പൊലി ആ നിശ്ശബ്ദതയെ ഭഞ്ജിച്ചു. നഗുൽനോവ് നിലാവിലൂടെ നടന്നു. അയാൾ വസന്തകാല രാവിന്റെ മദസുഗന്ധം ശ്വസിച്ചു. ആ ഗന്ധത്തിന് ഒരു കൈപ്പ് ചുവയുണ്ടായിരുന്നു. വൈക്കോലിന്റെയും മണ്ണിന്റെയും മണം. ചെറിപ്പഴത്തോപ്പിൽനിന്നും വീശിയടിച്ച കാറ്റിന് ഒരു പുളിപ്പ് കലർന്ന ഗന്ധമുണ്ടായിരുന്നു. പുൽപ്പടർപ്പുകളുടെ തുളച്ചുകയറുന്ന ഗന്ധം അയാളെ മത്തുപിടിപ്പിച്ചു.

രാത്രി നഗുൽനോവിന് ലഹരിയായിരുന്നു. രാത്രിയിൽ പ്രകൃതിയുടെ മാറി മാറിവരുന്ന ഗന്ധം അയാൾ ആസ്വദിച്ചു. പാദയോരത്തെ ചെളിവെള്ളത്തിൽ നക്ഷത്രങ്ങളുടെ പ്രതിബിംബം. അവ അയാളെ നോക്കി കണ്ണിറുക്കുന്നുണ്ടായിരുന്നു. അപ്പോൾ അയാൾ മേരിനയെക്കുറിച്ചോർത്തു. പ്രേമത്തിന്റെ ഓർമകൾ കൈപ്പുനിറഞ്ഞതാണ്. ആ കൈപ്പ്നിറഞ്ഞ കണ്ണീർ അയാളുടെ കണ്ണുകളിൽ നിറഞ്ഞ് കവിളിലേക്കൊഴുകി.

# 34

ഗ്രിമ്യാക്കിലോഗിലെ കൂട്ടുകൃഷി സ്ഥാപനത്തിലെ തൊഴുത്ത് സൂക്ഷിപ്പുകാരനായി നിയമിക്കപ്പെട്ടതിൽ ചുക്കാർ മുത്തൻ സന്തോഷിച്ചു. യാക്കോവ് ലൂക്കിച്ചാണ് അയാളെ നിയമിച്ചത്. തടിച്ച് കൊഴുത്ത രണ്ടുകുതിരകളെ യാക്കോവ് അയാളെ ഏൽപ്പിച്ചുകൊണ്ട് പറഞ്ഞു:

“സൂക്ഷിക്കണം. വെടിമരുന്ന് സൂക്ഷിക്കുമ്പോലെ ഇവരെ സൂക്ഷിക്കണം. എപ്പോഴും ഒരു കണ്ണുണ്ടായിരിക്കണം. ഏത് സമയവും ഇവരെ ആവശ്യമായിവരും. ഇവർ മുമ്പ് കുലാക്കുകളുടെതായിരുന്നു. നല്ലവണ്ണം വളർന്നവരാണിവർ. ബുദ്ധിമുട്ടിപ്പിക്കരുത്. നല്ലയിനമാണിവർ. ഡോൺ രക്തമാണ് ഇവരിലൂടെയൊഴുകുന്നത്. അധികം താമസിയാതെ ഇവരുടെ ഇണകളുടെ അടുത്ത് വിടണം. നിങ്ങൾക്കാണ് എല്ലാ ഉത്തരവാദിത്വവും.”

“എല്ലാകാര്യവും ഞാനേറ്റിരിക്കുന്നു. കുതിരകളെന്ന് പറഞ്ഞാൽ എനിക്ക് ജീവനാണ്. ഞാനെത്ര കുതിരകളെ കണ്ടിരിക്കുന്നു. തലയിലെ മുടിയുടെ എണ്ണത്തേക്കാൾ കൂടുതലാണ് ഞാൻ വളർത്തിയ കുതിരകളുടെ എണ്ണം.”

യഥാർഥത്തിൽ ചുക്കാർ മുത്തൻ പറഞ്ഞത് കളവായിരുന്നു. രണ്ട് ചാവാളിക്കുതിരകളെ മാത്രമേ അയാൾ നോക്കിയിരുന്നുള്ളൂ. അതിൽ ഒന്നിനെ വിറ്റ് അയാൾ ഒരു പശുവിനെ വാങ്ങി. രണ്ടാമത്തെ കുതിരയുമായി ബന്ധപ്പെട്ട് ഒരു കഥയുണ്ട്. ഇരുപത് കൊല്ലം മുമ്പാണത്. അന്ന് ചുക്കാർ മുത്തൻ ഇത്ര കിളവനായിരുന്നില്ല. ഒരിക്കൽ അങ്ങ് ദൂരെനിന്ന് മടങ്ങിവരുമ്പോൾ വഴിക്ക് വെച്ച് കണ്ട ജിപ്സികളോട് മുപ്പത് റൂബിളിന് ചുക്കാർ മുത്തൻ ഒരു പെൺകുതിരയെ വാങ്ങി. അത് ഒറ്റക്കണ്ണുള്ള കുതിരയായിരുന്നു. അതിന് ഒരു എലിയുടെ നിറമായിരുന്നു. അതിന്റെ ഒരു ചെവി മുറിഞ്ഞുപോയിരുന്നു. എന്നാൽ അവൾ നല്ല ചുണക്കുട്ടിയായിരുന്നു. അയാൾ വളരെനേരം വിലപേശിയിട്ടാണ് ലിപ്സികളിൽനിന്നും കുതിരയെ വാങ്ങിയത്. പത്ത്നാൽപ്പത് പ്രാവശ്യം അയാൾ ജിപ്സികളുമായുള്ള കച്ചവടം തെറ്റിച്ച് പോകാനൊരുങ്ങിയതാണ്. എന്നാൽ അയാൾ വീണ്ടും വന്ന് വിലപേശി. അവസാനം അയാൾ കുതിരയെ വാങ്ങി.

“ഈ പെൺകുതിര ആളൊരു മിടുക്കിയാണ്. അവളുടെ തൂക്കത്തിൽ സ്വർണം കൊടുത്താലും വില അധികമാവില്ല. അവൾ കുതിച്ച് പായുകയല്ല. നിലംതൊടാതെ പറക്കുകയാണ്. ഇവളൊരു കുതിരയല്ല. കുതിര

പ്പക്ഷിയാണ്." ചുക്കാർ മുത്തൻ ഇങ്ങനെ പറഞ്ഞപ്പോൾ ഒരു ജിപ്സിക്ക് അദ്ഭുതമായി. അയാൾ പറഞ്ഞു:

"ഈ കുതിരയോ അവളുടെ വായിൽ ഒറ്റപല്ലുപോലുമില്ല. കണ്ണ് നേരെചൊവ്വെ കാണില്ല. കാലിലെ കുളമ്പുകളെല്ലാം പൊട്ടിപ്പോയിരിക്കുന്നു. വയർ ഒട്ടിയിട്ടാണ്. എന്നിട്ടും നിങ്ങൾ പറയുന്നത് ഇവൾക്ക് സ്വർണത്തിന്റെ വിലയുണ്ടെന്ന്." "ചുക്കാർമുത്തൻ ഇങ്ങനെ പറയുന്നത് എന്തിനാണെന്നോ കുതിരയുടെ വിലകുറച്ചുകിട്ടാൻവേണ്ടി." ചുക്കാർ മുത്തൻ ജിപ്സിയോട് പറഞ്ഞു.

"അവൾക്കെന്തിനാണ് പല്ല്. പല്ല് കുറയുമ്പോൾ തീറ്റയും കുറയും. ഇവൾ നല്ല ചുണക്കുട്ടിയാണ്. എന്തോ അപകടത്തിൽ പല്ലുപോയതാണ്. അവൾക്ക് ഒരു കണ്ണേയുള്ളുവെങ്കിലും അതിന് കാഴ്ചശക്തിയുണ്ട്. പിന്നെ കുളമ്പിന്റെ കാര്യം. അത് പെട്ടെന്ന് വളരും. അങ്ങനെ വളർന്നാൽ അവൾ ഒരു സൗന്ദര്യറാണിയായിരിക്കും. അല്ലെങ്കിൽതന്നെ നമ്മളെന്താ കുതിരയുടെ കൂടെ കിടക്കുന്നോ. നാം കുതിരയെ വാങ്ങുന്നത് കൂടെ കിടക്കാനാണോ. അവളുടെ വയറ്റിലേക്കുനോക്കൂ. അവൾക്ക് പറക്കാൻ കഴിയും. ഇവൾ ഒരൈശ്വര്യം തന്നെയായിരിക്കും."

അവസാനം ജിപ്സിയിൽനിന്ന് അയാൾ കുതിരയെ വാങ്ങി. കുതിരയെ വാങ്ങുമ്പോൾ അതിനത്ര ചൊടിയും ചുണയും ഉണ്ടായിരുന്നില്ല. നടക്കാൻതന്നെ ആവതുണ്ടായിരുന്നില്ല. ചുക്കാർ മുത്തൻ നല്ല അടി അടിച്ചപ്പോഴാണ് അത് ഞണ്ടിന്റേതുപോലുള്ള കാലുകൾ കൊണ്ട് മെല്ലെ ഓടാൻ ശ്രമിച്ചത്. അപ്പോൾ ജിപ്സി പറഞ്ഞു:

"ഡോണിലെ പ്രിയപ്പെട്ട കൊസാക്ക് മുത്തപ്പാ നാൽപ്പത് കൊല്ലം ഞാനിവളെ പോറ്റിവളർത്തി. അത്രയും കാലം നിങ്ങൾക്കും ഇവളെ പോറ്റാം. പക്ഷെ ഒരു കാര്യം ശ്രദ്ധിക്കണം. ആഴ്ചയിലൊരിക്കലെ ഇവൾക്ക് തീറ്റകൊടുക്കാവൂ. ഇവൾക്ക് ദഹനക്കേടിന്റെ അസുഖമുണ്ട്. ഇവൾ ഒര സാധാരണകുതിരയാണ്. എന്റെ അച്ഛൻ ഫ്രഞ്ചുകാരിൽനിന്ന് വാങ്ങിയ കുതിരയാണിത്."

അപ്പോൾ ജിപ്സികളുടെ കുട്ടികൾ കാക്കക്കുട്ടികളെപ്പോലെ ബഹളമുണ്ടാക്കിയിരുന്നു. ജിപ്സിയുടെ കൂടാരത്തിന് ചുറ്റും കുട്ടികളായിരുന്നു. അവർ കൂക്കിവിളിക്കുന്നുണ്ടായിരുന്നു. ജിപ്സിപെണ്ണുങ്ങൾ അവരുടെ മുഴുത്ത മാറ് കുലുക്കിക്കൊണ്ട് ചിരിക്കുകയായിരുന്നു. അവിടെയ്ക്കൊന്നും നോക്കാതെ ചുക്കാർ മുത്തൻ നടന്നു. ജിപ്സിയുടെ തമാശ അയാൾക്ക് നന്നായി പിടിച്ചു. ചുക്കാർ മുത്തനെപ്പോലെ തമാശക്കാരനായിരുന്നു അയാളും. ചുക്കാർമുത്തന് കുതിരയെ വലിയ ഇഷ്ടമായിരുന്നു. അയാളൊരു പണക്കാരനായിരുന്നെങ്കിൽ ധാരാളം കുതിരകളെ വാങ്ങുമായിരുന്നു. തന്റെ ഭാര്യയെ കുതിരപ്പുറത്ത് കയറ്റി ആളുകളുടെ മുമ്പിലൂടെ ചന്തയിലേക്ക് കൊണ്ടുപോകാൻ അയാൾ ആഗ്രഹിച്ചു.

എന്നാൽ വിചാരിച്ചതുപോലെയല്ല സംഭവിച്ചതൊന്നും. വാങ്ങിയ കുതിരയല്ല വീട്ടിലെത്തിയ കുതിര. അയാൾ കുതിരയെ അടിമുടി നോക്കി.

അയാളാകെ ഞെട്ടിപ്പോയി. വാങ്ങുമ്പോൾ കുതിരയ്ക്ക് നല്ല മേനിയുണ്ടായിരുന്നു. വീട്ടിലെത്തിയപ്പോൾ അതിന്റെ മട്ട് മാറി. എല്ലുന്തിയ ഒരു ചാവാളിക്കുതിരയെയാണ് അയാൾ കണ്ടത്. അതെന്തൊരു മറിമായമാണെന്ന് അയാൾ ആലോചിച്ചു. അരമണിക്കൂർകൊണ്ട് കുതിര ചുരുങ്ങിപ്പോയി. ചുക്കാർമുത്തൻ കുരിശ്ശുവരച്ചു. അയാൾ മന്ത്രം ജപിച്ചു പക്ഷേ യാതൊരു ഫലവുമില്ല. അയാൾ ആകെ തളർന്നുപോയി.

അങ്ങനെയിരിക്കെ അയാൾ കുതിരയെ ഒന്ന് വലംവെച്ചു. അപ്പോഴാണ് അയാളത് കണ്ടത്. കുതിരയുടെ തുരുമ്പിച്ച വാലിന്റെ ചുവട്ടിൽനിന്ന് എന്തോ ഒരു ദ്രാവകം പുറത്തേക്ക് ചാടുന്നു. കെട്ട ചാണകത്തിന്റെ ഗന്ധം. ചുക്കാർമുത്തൻ നിലവിളിച്ചുകൊണ്ട് പറഞ്ഞു:

"എന്റെ ദൈവമേ ഞാൻ വഞ്ചിക്കപ്പെട്ടേ."

ആകെ അസ്വസ്ഥനായി അയാൾ കുതിരയെ വലിച്ചിഴച്ചു. വയറ്റിൽനിന്നും കൊഴുപ്പുകലർന്ന ദ്രാവകം ഒഴുകിക്കൊണ്ടിരുന്നു. കുതിര ചത്തുപോകുമോ എന്ന് അയാൾ പേടിച്ചു

വീട്ടിനടുത്തുള്ള പലരും കുതിരയെക്കാണാൻ വന്നു. പലരും കുതിരയെക്കണ്ട് അദ്ഭുതപ്പെട്ടു. കുതിരയ്ക്ക് കഠിനമായ എന്തോ രോഗമാണെന്ന് പലരും പറഞ്ഞു. അങ്ങനെ കുതിരവൈദ്യനെ വരുത്തി കുറച്ച് മരുന്ന് കൊടുത്തു. മരുന്ന് കഴിച്ചപ്പോൾ അൽപ്പം ശമനമുണ്ടായി. രോഗമുള്ള കുതിരയായിരുന്നെങ്കിലും ചുക്കാർ മുത്തൻ ഒരു കുതിരയുടെ ഉടമയായതിൽ അഭിമാനിച്ചു. അയാളിപ്പോൾ ഒരു സാധാരണക്കാരനല്ല. അയാളുടെ നില അൽപ്പം ഉയർന്നിരിക്കുന്നു. അയാൾ കുതിരപ്പുറത്തു കയറി സവാരിചെയ്യാൻ തുടങ്ങിയിരിക്കുന്നു.അയാൾ കുതിരയുടെ അടുത്തുനിന്നും മാറുന്നില്ല. എപ്പോഴും അതിനോട് സംസാരിച്ചുകൊണ്ടിരിക്കും. ചിലപ്പോൾ ശാസിക്കും. ആളുകൾ വീട്ടിൽവരുമ്പോൾ ചുക്കാർ മുത്തൻ മേനിനടിക്കും.

കുതിരയെയും കൊണ്ട് പുറത്തിറങ്ങുന്നത് അയാൾക്ക് ഒരു ഗമതന്നെയായിരുന്നു. അയാൾ ഇങ്ങനെ മനസിൽ പറഞ്ഞു:

'ഈ കുതിരപ്പുറത്ത് കയറി ഞാനൊന്ന് വിലസും.'

"ചുക്കാർ മുത്തൻ എങ്ങോട്ടാ?"

"ഞാനൊന്ന് സവാരിക്കിറങ്ങിയതാ."

"കുതിരയെ എവിടുന്നാ?"

"പണം എണ്ണിക്കൊടുത്ത് വാങ്ങിയതാ."

"എത്രയായി?"

"മുപ്പത് റൂബിൾ." അങ്ങനെ കുതിരപ്പുറത്ത് സഞ്ചരിക്കുന്ന ചുക്കാർമുത്തപ്പനുമായി ആളുകൾ സംസാരിക്കാൻ തുടങ്ങി. ആളുകളെല്ലാം അയാൾ കുതിരപ്പുറത്ത് പോകുന്നത് അദ്ഭുതത്തോടെ നോക്കിനിന്നു. ചുക്കാർമുത്തൻ ചെളിനിറഞ്ഞ പാതയിലൂടെ കുതിരയെ ഓടിച്ച്പോകുകയാണ്. ഇതിഹാസങ്ങളിലെ ധീരയോദ്ധാക്കളുടെ ഭാവമായിരുന്നു അയാൾക്ക്. അയാൾ കുതിരയെ വേഗത്തിൽ ഓടിച്ചു. പെട്ടെന്നാണ്

അത് സംഭവിച്ചത്. കുതിര ഒരു ഭാഗത്തേക്ക് ചാഞ്ഞു. ചുക്കാർമുത്തൻ ആകെ വിരണ്ടു. കുതിര ചെളിനിലത്ത് മൂക്കുകുത്തി വീണു. ചുക്കാർമുത്തൻ പാതയോരത്തെ കുറ്റിച്ചെടികൾക്കുള്ളിലേക്ക് മറിഞ്ഞുവീണു. അയാൾ അവിടെനിന്നും തപ്പിത്തടഞ്ഞ് എഴുന്നേൽക്കുമ്പോൾ ഒരുകൂട്ടം കൊസാക്കുകൾ അവിടെ കൂടിനിന്നിരുന്നു. അയാൾക്ക് ആകെ വിറളിപിടിച്ചു. അയാളുടെ ശരീരംമുഴുവൻ പൊടിമണ്ണ്. അയാൾ എണീറ്റ് കുതിരയുടെ വയറിന് ഒരു ചവിട്ട് കൊടുത്തു. ചവിട്ട് കൊണ്ട ആ സാധുമൃഗം കരയാൻ തുടങ്ങി."

ഈ രംഗമെല്ലാം കണ്ടുനിന്ന ഒരു കൊസാക്ക് കൃഷിക്കാരൻ ഇങ്ങനെ പറഞ്ഞു:

"നന്നായി മുത്തപ്പാ. കുതിരയെ വാങ്ങി അല്ലേ?"

"വാങ്ങി. പക്ഷെ എനിക്ക് അക്കിടിപറ്റി. ഇവളെ വിശ്വസിക്കാൻ കൊള്ളില്ല. പുറത്ത് കയറിയാൽ ഇതാണ് ഗതി. ഇവളൊരു കാട്ടുകുതിരയാണ്."

"ഇവളെ ആരും ഇതുവരെ മെരുക്കിയിട്ടില്ല എന്നുതോന്നുന്നു."

"അതെ."

"ഇവളെ എവിടെനിന്നാണ് കിട്ടിയത്?"

"ജിപ്സികളോട് വാങ്ങിയതാണ്."

"എവിടെനിന്നും?"

"അങ്ങ് ദൂരെനിന്നും."

"എത്രവയസ്സ് കാണും?"

"നാൽപ്പത് കഴിഞ്ഞു."

"പക്ഷെ അമ്പത് മതിക്കുന്നുണ്ട്."

കൊസാക്ക് കൃഷിക്കാരനുമായി സംസാരിച്ചപ്പോൾ ചുക്കാർമുത്തന് ഒരു കാര്യം മനസിലായി. അയാൾക്ക് കുതിരകളെപ്പറ്റി നല്ല അറിവുണ്ട്. ചുക്കാർമുത്തൻ അയാളോട് ചോദിച്ചു;

"ചങ്ങാതീ എനിക്കൊരു സംശയം."

"എന്താണ്?"

"ഇവൾ ഇങ്ങനെ മെലിഞ്ഞ്പോയത് എന്തുകൊണ്ടാണ്?"

"വല്ലരോഗവുമുണ്ടായിരുന്നോ."

"കൊഴുത്ത ഒരുദ്രാവകം വയറ്റിൽനിന്നും പുറത്തുവന്നു." ഇത് കേട്ട് കൊസാക്ക് കൃഷിക്കാരൻ ഉച്ചത്തിൽ ചിരിക്കാൻ തുടങ്ങി.

"നിങ്ങളെന്താണ് ചിരിക്കുന്നത്?"

"ചിരിക്കാതെന്തു ചെയ്യും."

"നിങ്ങൾ കാര്യം പറയൂ."

കൊസാക്ക് കൃഷിക്കാരൻ ചുക്കാർമുത്തന് പറ്റിയ അമളി വിശദീകരിച്ചു.

"സുഹൃത്തെ, നിങ്ങളുടെ കുതിര ഇങ്ങനെ മെലിഞ്ഞുപോകാൻ എന്താണ് കാരണം. കുതിരയെ നിങ്ങൾക്ക് തരുന്നതിന് മുമ്പ് അതിന്റെ ഉടമസ്ഥർ കുതിരയെ കാറ്റടിച്ച് വീർപ്പിച്ചിരുന്നു."

"കുതിരയ്ക്ക് കാറ്റടിക്കാനോ?"

"അതെ, ഇത് ചിലരുടെ പതിവാണ്. കുതിരയുടെ ഗുദത്തിലൂടെ ഒരു പൊള്ളത്തണ്ട് കയറ്റും. എന്നിട്ട് തണ്ടിലൂടെ കാറ്റ് ഊതി അതിന്റെ വയറ് നിറയ്ക്കും. അപ്പോൾ തടിച്ച് വീർത്ത് കൊഴുത്ത കുതിരയായി തോന്നും. അങ്ങനെ തോന്നുംവരെ തണ്ടിലൂടെ ഊതും. എന്നിട്ട് കുഴൽ വലിച്ചെടുത്ത് തുണികൊണ്ട് കാറ്റ് പുറത്തുപോകാതിരിക്കാൻ ഗുദദ്വാരം അടയ്ക്കും. നിങ്ങളെ നിങ്ങളുടെ കുതിരയുടെ ഉടമസ്ഥൻ പറ്റിച്ചതാണ്. നിങ്ങൾ വരുന്നവഴിക്ക് കുതിരയുടെ ഗുദദ്വാരം അടച്ചതുണി ഊരിവീണു പോയിട്ടുണ്ടാവും. അപ്പോൾ വയറ്റിൽനിന്നും കാറ്റ് പുറത്തേക്കുപോയി കുതിര പഴയ കോലത്തിലായി. ഒരു പൊള്ളത്തണ്ട് കിട്ടിയാൽ നമുക്കും ഇതിനെ തടിച്ചകുതിരയാക്കാം."

"എന്റെ ദൈവമേ ആ ചതിയന്മാരെ ചെകുത്താൻ പിടിക്കട്ടെ." ഇതും പറഞ്ഞ് ചുക്കാർ മുത്തൻ തനിക്ക് കുതിരയെതന്ന ജിപ്സികളുടെ കൂടാരത്തിനടുത്തേക്ക് ഓടിപ്പോയി. എന്നാൽ ജിപ്സികൾ സ്ഥലം വിട്ടിരുന്നു. ജിപ്സികൾ കൂടാരമുണ്ടാക്കിയ സ്ഥലത്തെ തീക്കുണ്ഠത്തിൽനിന്ന് നീലപ്പുക അന്തരീക്ഷത്തിലേക്ക് ഉയരുന്നുണ്ടായിരുന്നു. ജിപ്സികൾ എങ്ങോ പോയ്മറഞ്ഞു. ചുക്കാർമുത്തന് ഇതെല്ലാം ഒരു യക്ഷിക്കഥപോലെ തോന്നി. അയാൾ വിതുമ്പിക്കരയാൻ തുടങ്ങി. അയാൾ തിരിച്ച് വീട്ടിലേക്ക് പോയി.

വീട്ടിലെത്തിയ ചുക്കാർമുത്തൻ കണ്ടത് കൊസാക്ക് കൃഷിക്കാരൻ തന്റെ കുതിരയെ വീട്ടിലെത്തിക്കുന്നതാണ്. ചുക്കാർമുത്തന് കൃഷിക്കാരനോട് വല്ലാത്ത മതിപ്പ്തോന്നി. ചുക്കാർ മുത്തൻ കൃഷിക്കാരനോട് ചോദിച്ചു:

"എനിക്കിനി ഇതിന്റെ പുറത്ത് കയറാൻ പറ്റുമോ?"

"തീർച്ചയായും."

"എന്നാൽ ഞാനൊന്ന് കയറിനോക്കട്ടെ."

ചുക്കാർമുത്തൻ കുതിരയുടെ പുറത്ത് കയറി. കുതിര അതിന്റെ മുൻകാലുകൾ നിലത്തുറപ്പിച്ചു. എന്നിട്ട് പിൻകാലുകൾ മുകളിലേക്ക് എറിഞ്ഞു. ചുക്കാർമുത്തൻ പേടിച്ചുപോയി. അയാളുടെ തൊപ്പി തലയിൽനിന്ന് വീണുപോയി. ചുക്കാറിന് പേടിതോന്നി. അയാൾ കുതിരപ്പുറത്ത്നിന്ന് ചാടി. പിന്നീട് അതിന്റെ പുറത്ത് കയറാൻ അയാൾക്ക് ധൈര്യമുണ്ടായില്ല. അയാളതിനെ നടത്തിച്ചു. അപ്പോഴാണ് അയാൾക്ക് മറ്റൊരു സത്യംകൂടി മനസിലായത്. ഇത്രയും വിലകൊടുത്ത് വാങ്ങിയ തന്റെ കുതിരയ്ക്ക് കണ്ണ് തീരെ കാണില്ല. റോഡ് ഏതാണ്. വരമ്പ് ഏതാണ്, ചാലുകൾ ഏതാണ് എന്നൊന്നും അതിനറിയില്ല. അതുകൊണ്ടാണ് തന്നെയും കൊണ്ട് അത് ഒരിക്കൽ വീണത്. ഈ കുതിരയെയുംകൊണ്ട് മുന്നോട്ട് പോകുന്ന കാര്യമാലോചിച്ചപ്പോൾ അയാൾക്ക് പേടിതോന്നി. മറ്റൊരു കാര്യം കൂടി അയാൾക്ക് മനസിലായി. തന്റെ കുതിര നേരെയല്ല നടക്കുന്നത്. വൃത്താകൃതിയിലാണ് അതിന്റെ നടത്തം. അത് അപ്പോഴാണ് അയാൾ ശ്രദ്ധിച്ചത്.

വട്ടത്തിലാണ് അത് നടക്കുന്നത്. വട്ടംതിരിഞ്ഞുള്ള നടത്തം കുതിരയ്ക്ക് എവിടെനിന്ന് കിട്ടി. അത് ചുക്കാറിന് തന്നെ മനസിലായി. ഏതോ വെള്ള ച്ചക്രത്തിന് ചുറ്റും തിരിഞ്ഞുകൊണ്ടിരുന്ന കുതിരയായിരുന്നു അത്. ഈ തിരിച്ചിലിനിടയിൽ കണ്ണ്കാണാതാവുകയും വയസാവുകയും ചെയ്തു.

തന്റെ കുതിരയുടെ ദയനീയ സ്ഥിതി മനസിലായതോടെ ചുക്കാർ മുത്തൻ ആകെ ദു;ഖിതനായി. അയാൾ കുതിരയെ ഗ്രാമത്തിലേക്ക് കൊണ്ടുപോയില്ല. സന്ധ്യയാകുന്നതുവരെ ഏതെങ്കിലും കുന്നിൻചരുവിൽ മേയാൻ വിടും. സന്ധ്യകഴിഞ്ഞാൽ വീട്ടിലേക്ക് കൊണ്ടുവരും. ഈ കുതിരയെ വാങ്ങിയതോടെ അയാളുടെ അധോഗതി തുടങ്ങി. പണം നഷ്ടപ്പെടുത്തിയതിൽ ഭാര്യ അയാളെ കൂടെകൂടെ ശകാരിച്ചു. കുറച്ചുകഴിഞ്ഞതോടെ കുതിരയ്ക്ക് എന്തോ ഒരു രോഗം പിടിപെട്ടു. അതിന്റെ ശരീരത്തിലെ രോമമെല്ലാം കൊഴിഞ്ഞുപോയി. അങ്ങനെ ഒരു ദിവസം അത് ചത്തുപോയി. കുതിര ചത്തപ്പോൾ ചുക്കാർമുത്തൻ അതിന്റെ തോലെടുത്ത് വിറ്റു. ആ പണംകൊണ്ട് അയാൾ മദ്യം വാങ്ങിക്കുടിച്ചുതീർത്തു.

ഇങ്ങനെയുള്ള ചുക്കാർമുത്തനാണ് ജീവിതത്തിൽ താൻ ഒരുപാട് കുതിരകളെ കണ്ടിട്ടുണ്ടെന്ന് യാക്കോവ് ലൂക്കിച്ചിനോട് പറഞ്ഞത്. അത് യാക്കോവ് വിശ്വസിക്കുകയില്ലെന്ന് അയാൾക്ക് നന്നായി അറിയാമായിരുന്നു. കാരണം അയാളുടെ ജീവിതം യാക്കോവിനെ സംബന്ധിച്ചിടത്തോളം ഒരു തുറന്ന പുസ്തകമായിരുന്നു. എന്നിട്ടും അയാൾ വീരവാദം പറയുകയായിരുന്നു. അതയാളുടെ ജന്മസ്വഭാവമാണെന്ന് യാക്കോവിന് നന്നായി അറിയാമായിരുന്നു. വീരവാദം പറയാതെയും പൊങ്ങച്ചം നടിക്കാതെയും അയാൾക്ക് ജീവിക്കാൻ കഴിയുമായിരുന്നില്ല. നട്ടാൽ മുളയ്ക്കാത്ത നുണകൾ പറയുമ്പോൾ അയാൾക്ക് വളരെ ആനന്ദമുണ്ടായിരുന്നു. ഇന്ന് ഈ ചുക്കാർ മുത്തൻ കൂട്ടുകൃഷി സ്ഥാപനത്തിലെ കുതിരാലയം സൂക്ഷിപ്പുകാരനായിരിക്കുന്നു. ഈ ജോലി അയാൾക്ക് വളരെ സന്തോഷം നൽകുന്നതാണ്. അയാൾ ആത്മാർഥതയോടെ തന്റെ ജോലികൾ ചെയ്തു. അയാൾ കുതിരകളെ നന്നായി നോക്കി. അവയ്ക്ക് നല്ല ആഹാരം കൊടുത്തു. രോഗം വരുമ്പോൾ ചികിത്സിച്ചു. തൊഴുത്ത് വൃത്തിയാക്കി. കുതിരകളോട് കഥയും കിന്നാരവും പറഞ്ഞ് അയാൾ സമയം ചെലവഴിച്ചു.

കൂട്ടുകൃഷി സ്ഥാപനത്തിൽ ചുക്കാർ മുത്തനെ എല്ലാവർക്കും ഇഷ്ടമായിരുന്നു. പ്രത്യേകിച്ചും ഡേവിഡോവിന്. ഡേവിഡോവ് അയാളെ ഒരു കുതിരക്കാരനായിട്ടല്ല കണ്ടത്. അവരിരുവരും കൂടി പലപ്പോഴും യാത്ര ചെയ്യും. പുക വലിക്കണമെന്ന് തോന്നുമ്പോൾ ചുക്കാർമുത്തൻ കുതിരയുടെ കടിഞ്ഞാൺ ഡേവിഡോവിന്റെ കൈയിൽ കൊടുക്കും. ഡേവിഡോവ് വളരെ നേരം കുതിരയെ തെളിക്കും. അപ്പോഴെല്ലാം വണ്ടിയുടെ പിന്നിലിരുന്ന് പുറത്തെകാഴ്ചകൾ കണ്ട് ചുക്കാർ മുത്തൻ ആസ്വദിക്കും.

ചുക്കാർ മുത്തൻ തന്റെ ജോലിയിൽ ഏറെ ആനന്ദിച്ചു. അയാൾ എല്ലാ കാര്യങ്ങളും പൊങ്ങച്ചം ചേർത്ത് മറ്റ് കൊസാക്കുകളുടെ മുമ്പിൽ അവതരിപ്പിക്കും. ഒരു പ്രഭുവിനെപ്പോലെയാണ് ഇത്തരം സന്ദർഭങ്ങളിൽ

അയാൾ സംസാരിക്കുന്നത്. നല്ല മഞ്ഞ് പെയ്യുന്ന വസന്തകാലത്തും അയാൾ തന്റെ കിടപ്പ് കുതിരാലയത്തിലാക്കി. ഇതറിഞ്ഞ് അയാളുടെ ഭാര്യ ഒരു ദിവസം അയാളെ മുറിയിലിട്ട് പൂട്ടി. മാത്രമല്ല നല്ലവണ്ണം ശകാരിക്കുകയും അടിക്കുകയും ചെയ്തു. അതിനെപ്പറ്റി അവൾ നൽകിയ വിശദീകരണം ഇതായിരുന്നു: രാത്രി അയാളെ കാണാൻ ചെറുപ്പക്കാരികൾ കുതിരാലയത്തിലെത്താറുണ്ട്. ഇത് യഥാർഥത്തിൽ ചില ചെറുപ്പക്കാർ പരത്തിയ കള്ളക്കഥകളായിരുന്നു. ചുക്കാർ മുത്തന്റെ വൃദ്ധയായ ഭാര്യയെ വിറളിപിടിപ്പിക്കാൻ വേണ്ടിയാണ് ചെറുപ്പക്കാർ ഇക്കഥ മെനഞ്ഞുണ്ടാക്കിയത്. എന്നാൽ ചുക്കാർമുത്തപ്പൻ ഇതൊന്നും ഗൗനിച്ചില്ല. അതോടെ അയാൾ തന്റെ വീട്ടിൽതന്നെ കിടന്നുറങ്ങാൻ തുടങ്ങി. അയാൾക്ക് ചില രാത്രികളിൽ കുതിരകളെ കാണണമെന്ന് തോന്നും അപ്പോൾ അയാൾ തന്റെ ഭാര്യയോടൊപ്പം കൂട്ടുകൃഷി സ്ഥാപനത്തിൽപോയി കുതിരകളെ കാണും.

ചുക്കാർ മുത്തൻ ഗ്രാമവാസികൾക്ക് മുഴുവൻ പ്രിയങ്കരനായി മാറി. നല്ലകുതിരക്കാരൻ എന്ന പേര് കിട്ടി. കുതിരകളെ മെരുക്കാൻ അയാൾക്കുള്ള കഴിവ് ഒന്ന് വേറെയായിരുന്നു. അയാൾ കുതിരകളുമായി വളരെനേരം സംസാരിക്കും. തന്റെ ജീവിതകഥകളെല്ലാം കുതിരകളോട് വിശദീകരിക്കും. അയാൾ കുതിരകളെ സ്വന്തം മക്കളെപ്പോലെ സ്നേഹിച്ചു.

മാർച്ച് മാസം അവസാനം ഡേവിഡോവ് കൂട്ടുകൃഷിക്കാർ പണിയെടുക്കുന്ന കൃഷിയിടങ്ങൾ സന്ദർശിച്ചു. ചില കൃഷിരീതികൾ അയാൾ ഇഷ്ടപ്പെട്ടില്ല. അയാളുടെ ഉത്തരവുകൾ ലംഘിച്ചുകൊണ്ട് നടത്തുന്ന കൃഷിരീതികൾ നേരിൽ കാണാനായിരുന്നു അയാൾ കൃഷിയിടങ്ങൾ സന്ദർശിച്ചത്. ഗ്രാമത്തിലെ ഇരുമ്പുപണിക്കാരനായ ഷാലിയാണ് ഇത്തരം കാര്യങ്ങൾ ഡേവിഡോവിനെ അറിയിച്ചിരുന്നത്. അയാൾ വിതയന്ത്രം നന്നാക്കാൻ പലപ്പോഴും കൃഷിയിടങ്ങളിൽ പോവാറുണ്ടായിരുന്നു.

ഡേവിഡോവിന്റെയും ചുക്കാർ മുത്തന്റെയും നേതൃത്വത്തിൽ തരിശ് ഭൂമികളെല്ലാം ഉഴുതുമറിച്ചു. മഴപെയ്താൽ വെള്ളം ഒലിച്ചുപോകാതിരിക്കാനുള്ള ഏർപ്പാടുകൾ ചെയ്തു. ഒരു കുന്നിന്റെ ചെരുവിൽ ഒരു തടാകമുണ്ടായിരുന്നു. ആ തടാകതീരത്തെ മണ്ണ് ഉഴുതുമറിച്ച് കൃഷിചെയ്യാൻ പാകത്തിലാക്കാൻ വളരെ അധ്വാനിക്കേണ്ടി വന്നു. മണ്ണ് ഉഴുതുമറിക്കുമ്പോൾ ചുക്കാർ മുത്തന് എന്തെന്നില്ലാത്ത ആവേശമായിരുന്നു. ഡേവിഡോവ് ചുക്കാർമുത്തപ്പനോട് പറഞ്ഞു:

"വേഗമാവട്ടെ മുത്തപ്പാ."

"വളരെ വേഗത്തിലല്ലെ ഞാൻ തെളിക്കുന്നത്."

കൊച്ചുകുട്ടികൾ നിലമുഴുതുമറിക്കുന്നത് കാണാൻ ഓടിയെത്തി. ഉഴുത് മറിച്ച മണ്ണിൽനിന്ന് എന്തെന്നില്ലാത്ത ഒരു ഗന്ധം ഉയർന്നുവന്നു. അത് ഒരു മദഗന്ധമായിരുന്നു. വെള്ളക്കൊറ്റികൾ ഉഴുതുമറിച്ച ചാലുകളിൽ തുള്ളിതുള്ളിനടന്നു. വളരെ ആവേശത്തോട് കൂടിയാണ് മറ്റ് കൃഷിക്കാരും മണ്ണ് ഉഴുതുമറിച്ചത്.

ഡേവിഡോവ് സ്റ്റെപ്പികുന്നുകളിലേക്ക് നോക്കി. അവിടത്തെ വൃക്ഷങ്ങളിൽനിന്ന് പുതുനാമ്പുകൾ ഉയർന്നിരിക്കുന്നു. അനന്തവിശാലമായ സ്റ്റെപ്പികുന്നുകൾ മനോഹരമായ ഒരു കാഴ്ചതന്നെയായിരുന്നു. സമയം തെറ്റിപ്പാടുന്ന വാനമ്പാടികളുടെ മധുര ഗാനം അയാൾ കേട്ടു. ഒരു കൃഷിക്കാരൻ, അയാൾ മണ്ണ് ഉഴുതുമറിക്കുകയായിരുന്നു. അതിനിടയിൽ അയാൾ ഉഴവുചാലിലേക്ക് മറിഞ്ഞുവീഴുന്നത് ഡേവിഡോവ് കണ്ടു. മറിഞ്ഞുവീഴുമ്പോൾ അയാൾ ഇങ്ങനെ പറയുന്നുണ്ടായിരുന്നു:

"ഭാവിയിൽ യന്ത്രങ്ങളായിരിക്കും മനുഷ്യന്റെ എല്ലാജോലികളും ചെയ്യുന്നത്. അന്ന് മനുഷ്യന്റെ വിയർപ്പിന്റെ മണമെന്തെന്ന് പോലും ആരുമറിയില്ല. പക്ഷെ അതൊന്നും കാണാൻ ഞാൻ ജീവിച്ചിരിക്കില്ല. "

മണ്ണ് ഉഴുതുമറിക്കുന്നതിനിടെ ചുക്കാർമുത്തപ്പൻ പറഞ്ഞു.

"എന്തുമാത്രം ഭൂമിയാണ് ഇവിടെ തരിശായി കിടക്കുന്നത്."

ഡേവിഡോവ് അത് ശരിവെച്ചു. അയാളുടെ അഭിപ്രായമിതായിരുന്നു

"അതൊരു യാഥാർത്ഥ്യമാണ് മുത്തപ്പാ, കുറച്ച് കഴിഞ്ഞാൽ നാമിവിടെ വ്യവസായശാലകൾ സ്ഥാപിക്കും. അതെല്ലാം കൂട്ടുകൃഷിയുടെ ഭാഗമായിരിക്കും. കടിഞ്ഞാണിന് പകരം അന്ന് നിങ്ങളുടെ കൈയിൽ സ്റ്റിയറിങ്ങ് ആയിരിക്കുമുണ്ടാകുക. ആവി വണ്ടികൾ ഇവിടെ പറന്നെത്തും."

"വളരെ വൈകിപ്പോയി ഡേവിഡോവെ, ഒരു നാൽപ്പത് കൊല്ലംമുൻപ് എനിക്ക് ഇങ്ങനെയൊരു ജീവിതം ലഭിച്ചിരുന്നുവെങ്കിൽ എനിക്കൊരു പുതിയ ജീവിതമായിരുന്നേനെ. എന്റെ ഭൂതകാല ജീവിതം ദുരിതപൂർണമായിരുന്നു. കൃഷിക്കാരനായി ജീവിച്ചിട്ട് ദുരിതം മാത്രം ബാക്കി. ചത്തതിനൊക്കുമേ ജീവിച്ചിരിക്കിലും എന്നഗതിയായിരുന്നു."

"എങ്ങനെയായിരുന്നു നിങ്ങളുടെ ജീവിതം.'

"അത് ഞാൻ പറയാം. വളരെ അപകടം പിടിച്ചതായിരുന്നു എന്റെ ജീവിതം."

"എന്നുവെച്ചാൽ?"

"എന്നെ പ്രസവിച്ച ഉടനെ വയറ്റാട്ടി പ്രായമായ എന്റെ അമ്മയോട് പറഞ്ഞു: "നിങ്ങളുടെ മകൻ ഒരു പട്ടാളക്കാരനായിത്തീരും. അതിന്റെ എല്ലാ ലക്ഷണങ്ങളും അവനുണ്ട്."

"അതെന്തായിരുന്നു?"

"എനിക്ക് കുട്ടിക്കാലത്തേ നെറ്റിക്ക് വീതികുറവായിരുന്നു. വയറ് വലുതായിരുന്നു."

"അത് ഭാഗ്യത്തിന്റെ ലക്ഷണമാണോ?"

"വയറ്റാട്ടി അങ്ങനെ കരുതി."

"എന്നിട്ട് എന്തുസംഭവിച്ചു?"

"അതാണ് രസം. സംഭവിച്ചതെല്ലാം സ്ത്രീ പറഞ്ഞതിനെതിരായിട്ടാണ്. ഞാൻ ജനിച്ചതിന് ശേഷം നാട്ടിൽ മഞ്ഞുരുകാൻ തുടങ്ങി. ആകെ തണുത്ത് വിറങ്ങലിച്ചു. പക്ഷികളെല്ലാം ചത്തുവീണു. കുടിവെള്ളം കിട്ടാനില്ലാതായി. എന്നെ ജ്ഞാനസ്നാനം ചെയ്യിപ്പിക്കാൻ വേണ്ടി ദൂരെ

കൊണ്ടുപോയി. അതിനുവേണ്ടി വെള്ളം ചൂടാക്കേണ്ടിയിരുന്നു.പുരോഹിതനും അയാളുടെ സഹായിയും വൃത്തികെട്ടവരായിരുന്നു."

"അതെന്താണ്?"

"അവർ കുടിച്ച് കൂത്താടുകയായിരുന്നു. പുരോഹിതൻ പുണ്യജലത്തിലേക്ക് തിളച്ച വെള്ളമൊഴിച്ചു."

"അയ്യോ അതപകടമല്ലെ."

"അതെ, അപകടം തന്നെ സംഭവിച്ചു. എന്നെ തല താഴോട്ടാക്കി ആ തിളച്ച വെള്ളത്തിൽമുക്കി. ശരീരത്തിലെ തോലെല്ലാം പോയി. അതാണ് എന്റെ ദുരിതങ്ങളുടെ തുടക്കം. ജ്ഞാനസ്നാനം കഴിഞ്ഞ് എന്റെ ശരീരവും ആത്മാവും ആകെ പൊള്ളിപ്പോയി. ഭാഗ്യംകെട്ടവനായിരുന്നു ഞാൻ. കുട്ടിക്കാലത്തുതന്നെ എന്നെ എന്റെ ഗ്രാമത്തിലെ നായ്ക്കൾ കടിച്ചു. താറാവ് കൊത്തി. ഒരു കുതിരക്കുട്ടി എന്നെ ചവിട്ടി. ചവിട്ടുകൊണ്ട് ഞാൻ ചാവുമെന്ന അവസ്ഥയായി. പത്ത് വയസ്സായപ്പോൾ ഞാൻ ഒരു ചൂണ്ടലിൽ കുടുങ്ങി."

"ചൂണ്ടലിലോ"

"അതെ, അതൊക്കെ വലിയൊരു കഥയാണ്."

"ആ കഥ പറയൂ മുത്തപ്പാ. " ഡേവിഡോവിന് അത് കേൾക്കാൻ തിടുക്കമായി

"മീൻപിടിക്കുന്ന ഒരുതരം ചൂണ്ടയില്ലേ. അതാണ് എന്നെ കുടുക്കിയത്. ഞങ്ങളുടെ നാട്ടിൽ തലയ്ക്ക് സുഖമില്ലാത്ത ഒരാളുണ്ടായിരുന്നു. മഴക്കാലം അയാൾ കെണികളും വലയും വെച്ച് പക്ഷികളെ പിടിക്കും. വേനൽക്കാലമായാൽ അയാൾ നദീതീരത്താണ് താമസിക്കുക. ചൂണ്ടയുമെടുത്ത് അയാൾ നദിക്കരയിൽപോകും. അന്ന് ഞങ്ങളുടെ നദിക്ക് ഇന്നത്തേതിനേക്കാൾ എത്രയോ ആഴമുണ്ടായിരുന്നു. അവിടെ ധാരാളം മൽസ്യമുണ്ടാകുമായിരുന്നു. തലയ്ക്ക് സ്ഥിരതയില്ലാത്ത ആൾ-അയാളുടെ പേര് ക്യൂപീർ എന്നായിരുന്നു. അയാൾ പൊന്തക്കാട്ടിൽ ഒളിച്ചിരുന്ന് ചൂണ്ടലിടുകയായിരുന്നു. ഒരേസമയം ധാരാളം ചൂണ്ട അയാൾ വെള്ളത്തിലിടും. ഒരു ചൂണ്ടയിൽ ഞാഞ്ഞൂലാണെങ്കിൽ വേറൊന്നിൽ മീൻകുഞ്ഞുങ്ങൾ. അയാൾക്ക് ചെവികേൾക്കില്ലായിരുന്നു. ചെവിയിൽ വെടിപൊട്ടിച്ചാൽപോലും അയാൾ അറിയില്ല. അപ്പോൾ ഞങ്ങൾ വസ്ത്രങ്ങളെല്ലാം അഴിച്ചുമാറ്റി പുഴയിലേക്ക് ചാടും. ഞങ്ങളുടെ ലക്ഷ്യം അയാളുടെ ചൂണ്ടൽ കടിച്ചുപൊട്ടിക്കുക എന്നതാണ്. ആ വൃദ്ധൻ ചൂണ്ടൽവലിച്ചെടുത്ത് നിലവിളിക്കും. അയാൾ കരുതുന്നത് പൈക്ക്മൽസ്യങ്ങളാണ് ചൂണ്ടപൊട്ടിക്കുന്നത് എന്നാണ്. അത് കാണുമ്പോൾ അയാൾക്ക് ഭ്രാന്താണ്. അന്ന് ചൂണ്ട കിട്ടണമെങ്കിൽ വളരെ ദൂരെപോകണം. ഞങ്ങളുടെ കൈയിലാണെങ്കിൽ കാശില്ല. ഞങ്ങൾ കിളവന്റെ ചൂണ്ട പൊട്ടിച്ചെടുത്ത് മൽസ്യം പിടിക്കും. അങ്ങനെ ഒരിക്കൽ ഞാൻ കിളവന്റെ ഒരു ചൂണ്ട കടിച്ചുപൊട്ടിച്ചെടുത്തു. രണ്ടാമത്തേത് ഞാൻ കടിച്ചുപൊട്ടിക്കുകയായിരുന്നു അപ്പോൾ അയാൾ ഒറ്റവലി. ചൂണ്ട എന്റെ ചുണ്ടിൽകുടുങ്ങി ഞാൻ

നിലവിളിക്കാൻ ശ്രമിച്ചു. പക്ഷെ എന്റെ വായിൽ വെള്ളം കയറി. അയാളാണെങ്കിൽ വലിയെടാവലി. അയാളെന്നെ വലിച്ചുകയറ്റുകയാണ്. ഞാൻ വെള്ളത്തിൽ കാലിട്ടടിച്ചു. എന്നെ വലിച്ചിട്ട് കിട്ടാഞ്ഞിട്ട് ആ കിളവൻ പങ്കായം കൊണ്ട് എന്നെ പൊക്കി. അങ്ങനെ ഞാനൊരുവിധം വെള്ളത്തിന് മുകളിലെത്തി. ഞാൻ ഉച്ചത്തിൽ നിലവിളിച്ചു. ആ കിളവൻ പേടിച്ച് പ്രേതംപോലെയായി. അയാൾ കുരിശ് വരയ്ക്കാൻ ശ്രമിച്ചു. പക്ഷെ അതിന് അയാളുടെ കൈ ഉയർന്നില്ല. അയാൾ കുറച്ച്നേരം നിശ്ചലനായി നിന്നു. സാവധാനം അയാൾ പരിസരബോധം വീണ്ടെടുത്തു. പിന്നെ ഓടെടാ ഓട്ടം. ഞാനോ?"

"നിങ്ങൾക്ക് പിന്നെ എന്തുസംഭവിച്ചു."

"ഞാൻ ചുണ്ടിൽ കോർത്തുകിടക്കുന്ന ചൂണ്ടയുമായി വീട്ടിൽപോയി. അച്ഛൻ വീട്ടിൽ ഉണ്ടായിരുന്നു. അച്ഛനെന്റെ ചുണ്ടിൽനിന്നും ചൂണ്ട വലിച്ചൂരി. എന്നിട്ട് എനിക്ക് ബോധം കെടുന്നതുവരെ എന്നെ അടിച്ചു. സാവധാനം എന്റെ ചുണ്ടിലെ മുറിവൊക്കെ ഉണങ്ങി. അന്നുമുതലാണ് എനിക്ക് ചുക്കാർ ചുക്കാർ എന്ന പേര് വീണത്. അത് എന്നെ കളിയാക്കുന്ന ഒരു പേരായിരുന്നു."

"പിന്നെ വേറെയുമുണ്ട് സംഭവങ്ങൾ."

"അതും പറയൂ മുത്തപ്പാ."

"എന്റെ കഥകൾ കേൾക്കാൻ ഡേവിഡോവിന് അത്ര ഇഷ്ടമാണോ."

"അതെ, എനിക്ക് പഴയകാല കഥകൾകേൾക്കാൻ വലിയ താൽപ്പര്യമാണ്."

"എന്നാൽ പറയാം" ചുക്കാർമുത്തപ്പൻ കഥയിലേക്ക് കടന്നു.

"ഒരു വസന്തകാലം. ഞാൻ താറാവിന്റെ കുഞ്ഞുങ്ങളെ മേയ്ക്കുകയായിരുന്നു. താറാവിന്റെ കുഞ്ഞുങ്ങൾ മണ്ണിൽനിന്നും കൊത്തിപ്പെറുക്കി തിന്നുകയായിരുന്നു. ആ സമയത്ത് ഒരു പരുന്ത് ആകാശത്ത് വട്ടമിട്ട് പറക്കുന്നുണ്ടായിരുന്നു. താറാവിന്റെ കുഞ്ഞുങ്ങൾക്ക് നല്ല അഴകായിരുന്നു. മഞ്ഞനിറത്തിലുള്ള തടിയൻ താറാക്കുഞ്ഞുങ്ങൾ. പരുന്ത് അതിലൊന്നിനെ റാഞ്ചാൻ ശ്രമിക്കുകയാണ്. ഞാൻ പരുന്തിനെ പറപ്പിച്ചു. അന്ന് ഞങ്ങളുടെ നാട്ടിൽ വിന്റ് മിൽ ഉണ്ടായിരുന്നു. ഞാനും എന്റെ ചങ്ങാതിമാരും വിന്റ് മില്ലിന്റെ അറ്റത്ത് പിടിച്ച് യാത്രചെയ്യാൻ തുടങ്ങി. കുറച്ച് പൊങ്ങിക്കഴിഞ്ഞാൽ ഞങ്ങൾ നിലത്തേക്ക് ചാടും. ഏറ്റവും ഉയരത്തിലെത്തുന്ന ആൾ സാർചക്രവർത്തിയാണ്. അതാണ് ഞങ്ങളുടെ അന്നത്തെക്കളി. ഞങ്ങൾക്കെല്ലാവർക്കും കളിയിൽ സാർചക്രവർത്തിയാകണം. അന്ന് ഏറ്റവും ഉയരത്തിലെത്താൻ എനിക്ക് അതിമോഹമായിരുന്നു. അതിനിടയിൽ താറാക്കുഞ്ഞുങ്ങളുടെ കാര്യം മറന്നു. ഞാൻ വിന്റ് മില്ലിന്റെ പായയിൽ പിടിച്ച് പൊങ്ങുകയാണ്. അപ്പോഴാണ് ഞാനാക്കാഴ്ച കണ്ടത്. ഒരു പരുന്ത് ഒരു താറാക്കുഞ്ഞിനെ റാഞ്ചാൻ നോക്കുകയാണ്. ഞാനാകെ പരിഭ്രമിച്ചു. ഞാനെന്റെ ചങ്ങാതിമാരെ വിളിച്ചു. പരുന്തിനെ

തെളിക്കാൻ ഞാൻ നിലവിളിച്ചു. വെപ്രാളത്തിനിടയിൽ ഞാൻ വിന്റ് മില്ലിനെ മറന്നു. ഞാൻ വളരെ ഉയരത്തിലായിരുന്നു. താഴോട്ട് ചാടാൻ എനിക്ക് പേടിയായിരുന്നു. മേലോട്ട് പൊങ്ങാനും എനിക്ക് പേടി യായിരുന്നു. വിന്റ് മില്ലിന്റെ കാറ്റ് പായകൾ എന്നെ മേലോട്ട് ഉയർത്തി. പിന്നെ ഞാൻ തലകീഴ്പ്പോട്ടായി തൂങ്ങിപ്പോയി. ഞാൻ താഴോട്ട് വീണു. വളരെ സമയമെടുത്താണ് ഞാൻ താഴെവീണത്. താഴെയെത്തുമ്പോ ഴേക്കും എന്റെ എല്ല് പുറത്ത് ചാടിയിരുന്നു. കഠിനമായ വേദനകൊണ്ട് ഞാൻ പുളഞ്ഞു. ഇതിനിടയിൽ താറാക്കുഞ്ഞിനെയും കൊണ്ട് പരുന്ത് പോയി. അതിന് ശേഷം എനിക്ക് ഉഴിച്ചിൽ നടത്തി. ഒരു പ്രയോജനവു മുണ്ടായില്ല.”

“ഈ സംഭവത്തിന് ശേഷം മറ്റൊരു ദുരന്തം കൂടി എന്നെ തേടിയെത്തി.”

“അതെന്തായിരുന്നു” ഡേവിഡോവ് അതിരറ്റ ജിജ്ഞാസയോടെ ചോദിച്ചു.

”ഞാൻ ഒരു കൊയ്ത്തുയന്ത്രത്തിൽ കുടുങ്ങിപ്പോയ സംഭവമാണത്.”

“യന്ത്രത്തിൽ കുടുങ്ങിയോ?”

“അതെ, ഒരു പെരുന്നാൾ കഴിഞ്ഞ് ഞാനുമെന്റെ സഹോദരനും കൂടി കൊയ്ത്തിന് പോയി. എന്റെസഹോദരൻ കറ്റകൾ ആഞ്ഞ് വെക്കു കയായിരുന്നു. ഞാൻ കുതിരകളെ തെളിക്കുകയായിരുന്നു. വലിയ ഈച്ച കൾ കുതിരകളുടെ തലയ്ക്ക് ചുറ്റും പറക്കുന്നുണ്ടായിരുന്നു. ഒരു നട്ടുച്ച നേരം. നല്ലചൂട്. ക്ഷീണം കൊണ്ട് ഞാൻ ഉറങ്ങിപ്പോയി. കുറച്ച് കഴി ഞ്ഞപ്പോൾ ഞാൻ കണ്ണ് തുറന്നു. അപ്പോളുണ്ട് ഒരു കൊറ്റി ഉഴവുചാ ലിൽ കിടക്കുന്നു. അതിനെക്കണ്ട് മോഹിച്ച് എന്റെ സഹോദരൻ ഓടിവ ന്നു. ആ കൊറ്റിയെ എങ്ങനെയെങ്കിലും പിടികൂടാനായിരുന്നു ഞങ്ങളുടെ ശ്രമം. ഞാൻ കൊറ്റിയുടെ മേലേക്ക് ചാടി. അതിനെ പൊത്തിപ്പിടിച്ചു. പക്ഷെ, പക്ഷി അതിന്റെ വലിയ ചിറകുകൾ വിരിച്ച് എന്റെ തലയിൽ പ്രഹരിച്ചു. ഒരു ഭീകരനായ പക്ഷിയായിരുന്നു അത്. ആ പക്ഷി എന്നെ അവന്റെ ചിറകിന്റെ ഉള്ളിലാക്കി വലിച്ചിഴച്ചു. ഞാനങ്ങനെ മണ്ണിലൂടെ വലിച്ചിഴയ്ക്കപ്പെട്ടു. പക്ഷി പിന്നീട് കുതിരകളുടെ അടുത്തേക്ക് ഓടി ക്കയറി. കുതിരകൾക്ക് കലികയറി. അവ പക്ഷിയെ നോക്കി അമറി. പക്ഷി അവയ്ക്ക് ചുറ്റും കറങ്ങി. കുതിരകൾക്ക് വിറളിപിടിച്ചു. അവ എന്റെ മേൽ ചാടിവീണു. ഞാൻ കൊയ്ത്ത് യന്ത്രത്തിന്റെ അടിയിൽ പെട്ടുപോയി. എന്റെ സഹോദൻ ലിവർ വലിച്ചുകളഞ്ഞു. ഞാൻ യന്ത്രത്തിൽപെട്ടുപോ യി. യന്ത്രത്തിന്റെ അരിവാൾ എന്റെ ശരീരത്തെ കീറിമുറിച്ചു. എന്റെ സഹോദരൻ എന്നെ എങ്ങിനെയൊക്കെയോ രക്ഷിച്ച് കുതിരപ്പുറത്ത് കയറ്റി ഗ്രാമത്തിലേക്ക് കൊണ്ടുപോയി. അങ്ങനെ വളരെക്കാലം എനിക്ക് പരിക്ക് പറ്റിക്കിടക്കേണ്ടിവന്നു.”

“ഇനിയും ഉണ്ട് കഥകൾ ഒരിക്കൽ ഞാനൊരു കാളയുടെ മേൽക്ക യറി. കാള നിലത്ത് കിടക്കുകയായിരുന്നു. എന്നെക്കണ്ടപ്പോൾ അവൻ കൊമ്പുകുലുക്കി കുതിച്ചുവന്നു. ഞാനോടി. അവനും പിറകെ ഓടി.

എന്റെ ശരീരത്തിൽ അവൻ കൊമ്പ് കുത്തിക്കയറ്റി. എന്റെ വാരിയെല്ല പൊടിഞ്ഞുപോയി. അതുകൊണ്ടാണ് എനിക്ക് പട്ടാളത്തിൽ ജോലികിട്ടാതായിപ്പോയത്. "

"ഇനിയും വേറെ കഥകളുണ്ടോ" ഡേവിഡോവ് ചോദിച്ചു.

"എല്ലാം ഇതുപോലുള്ള ദുരന്തങ്ങളാണോ?"

"അതെ."

"എങ്കിൽ പറയൂ ചുക്കാർ മുത്തപ്പാ."

"പറയാം. ഒരിക്കൽ എന്നെ ഒരു നായ കടിച്ചു. മറ്റൊരിക്കൽ പൂച്ചകൾ എന്നെ ഓടിച്ചിട്ടുണ്ട്. സ്റ്റെപ്പിയിൽനിന്ന് കാട്ടുപന്നികൾ എന്നെ കടിച്ചിട്ടുണ്ട്. ഒരിക്കൽ ഞാനെന്റെ നാട്ടിലൂടെ നടക്കുകയായിരുന്നു. അറിയാതെ ഞാനൊരു കാളയുടെ മുമ്പിൽ പെട്ടു. കാള എന്റെ പിറകെ ഓടി. ഞാനും ഓടി. ഞാൻ ഒരു വീട്ടിലേക്ക് ഓടിക്കയറി. വീട്ടിൽ ആരെയും കണ്ടിരുന്നില്ല. കാള പുറത്ത് എന്നെകാത്തിരുന്നു. അത് വീടിന്റെ ഭിത്തിയിൽ കൊമ്പുകോർത്തു. പിന്നെ സാവധാനം തിരിച്ചുപോയി. ഞാൻ പേടിച്ച് വീട്ടിൽതന്നെ നിന്നു. അപ്പോൾ വീട്ടുടമസ്ഥൻ എന്നെ പിടികൂടി. അയാൾ കരുതിയത് ഞാൻ അയാളുടെ മരുമകളെകാണാൻ വന്നതാണ് എന്നാണ്. അയാളെന്നെ പ്രഹരിക്കാൻ തുടങ്ങി. അയാളൊരു കിളവനായിരുന്നു. അയാൾക്ക് അയാളുടെ മരുമകളോട് മോഹമുണ്ടായിരുന്നു. അത് എന്നോടുള്ള ദേഷ്യമായി മാറിയതാണ്. എന്റെ പല്ല് അയാൾ അടിച്ചുകൊഴിച്ചു. അയാൾ എന്റെ ബൂട്സ് പിടിച്ചെടുത്തു.

വേറെയുമുണ്ട് കഥകൾ. എല്ലാം ദുരിതങ്ങളുടെ കഥകൾ. അവസാനം ടിറ്റോക്കിന്റെ സ്വത്തുക്കൾ പിടിക്കാൻ പോയപ്പോഴും എനിക്ക് ദുരന്തമുണ്ടായി. ടിറ്റോക്കിന്റെ നായ എന്റെ നേരെ ചാടിവീണില്ലേ. നഗുൽനോവും ലുബിഷ്കിനും അവിടെയുണ്ടായിരുന്നു. അവരുടെ മേൽ നായ ചാടിയില്ലല്ലോ. ആ ഭീകരനായ നായയുടെ കൂർത്ത നഖങ്ങൾ എന്റെ ശരീരത്തിൽ തുളഞ്ഞിരുന്നെങ്കിൽ ഞാൻ ചത്തേനെ. എന്റെ കൈയിൽ ഒരു റിവോൾവർ ഉണ്ടായിരുന്നെങ്കിൽ ഞാൻ നായയെയും ടിറ്റോക്കിനെയും കാച്ചിയേനെ. ഒരു കൂട്ടമരണം അന്നവിടെ നടക്കുമായിരുന്നു. അങ്ങനെ സംഭവിച്ചിരുന്നുവെങ്കിൽ ഞാനിന്നും ജയിലിലായിരിക്കും. എനിക്ക് ജയിലിൽപോകാൻ താൽപ്പര്യമില്ല. എന്റെ ജീവിതം ദുരിതങ്ങളുടെ ഒരു ഘോഷയാത്രയാണ്. ഒരു നായ എന്നെക്കണ്ടാൽ എന്റെ നേരെ കുരച്ച് ചാടും. എന്റെ കൂടെ മറ്റാരുണ്ടെങ്കിലും അവൻ എന്നെത്തന്നെ നോക്കി കുരയ്ക്കും. തഞ്ചംകിട്ടിയാൽ കടിക്കും. ഞാൻ വലിയ ഒരു പട്ടാള ഉദ്യോഗസ്ഥനാകും. എനിക്ക് നല്ല ഭാവിയുണ്ട് എന്നെല്ലാം പറഞ്ഞ ആ വയറ്റാട്ടിയെ ഞാൻ കണ്ടിരുന്നെങ്കിൽ ഞാനവളെ പച്ചയ്ക്ക് തിന്നുമായിരുന്നു." ചുക്കാർ മുത്തപ്പന്റെ ദുരിതകഥകൾ ഡേവിഡോവിനെ വല്ലാതെ സ്പർശിച്ചു. സ്വന്തം ദുരിതങ്ങൾ പറയുമ്പോഴും അതിൽ നർമം ചാലിച്ചുചേർക്കാനുള്ള അയാളുടെ കഴിവ് ഡേവിഡോവിനെ വിസ്മയിപ്പിച്ചു.

# 35

റസ്മ്യോട്ട്ണോവ് തന്റെ വീട്ടിൽ ഇരുന്ന് ബൂട്സിൻമേലുള്ള മണ്ണും പൊടിയും തുടച്ച് കളയുകയായിരുന്നു. അപ്പോഴാണ് നഗുൽനോവിന്റെ വീട്ടിൽ വെളിച്ചമണഞ്ഞിട്ടില്ല എന്ന് കണ്ടത്.

നഗുൽനോവ് ഇനിയും ഉറങ്ങിയിട്ടില്ലെ. റസ്മ്യോട്ട്ണോവിന്റെ മനസിൽ നഗുൽനോവിനെക്കുറിച്ച് പണ്ടുണ്ടായിരുന്ന വികാരമല്ല ഇപ്പോഴുള്ളത്. അയാൾക്ക് നഗുൽനോവിനോട് സഹതാപമുണ്ട്. വാതിലിന്റെ വിടവിലൂടെ നഗുൽനോവ് പുസ്തകം വായിക്കുന്നത് റസ്മ്യോട്ട്ണോവ് കണ്ടു. അയാൾക്ക് മുന്നിൽ പുസ്തകം നിവർത്തിവെച്ചിട്ട് ഉണ്ടായിരുന്നെങ്കിലും അയാളുടെ മനസ്സ് പുസ്തകത്തിലായിരുന്നു എന്ന കാര്യം സംശയമായിരുന്നു. റസ്മ്യോട്ട്ണോവ് അയാളുടെ മുറിയിലേക്ക് കടന്നു വന്നു.

"നഗുൽനോവ് സഖാവെ, നിങ്ങൾ എന്താണ് ഉറങ്ങാത്തത്." നഗുൽനോവിന് റസ്മ്യോട്ട്ണോവിന്റെ ആ ചോദ്യം അത്ര ഇഷ്ടപ്പെട്ടില്ല.

"എന്തുവേണം?"

"നമുക്കെന്തെങ്കിലും സംസാരിച്ചിരിക്കാം. താങ്കൾക്ക് അതിൽ വിഷമമുണ്ടോ."

"വിഷമമോ. ഞാനെന്തിന് വിഷമിക്കണം."

"ഏതാണീ പുസ്തകം."

"ഹോ ഇതൊരു പഴയ പുസ്തകമാണ്."

"ഞാനും മേരിനയും തമ്മിൽ പിരിഞ്ഞു." റസ്മ്യോട്ട്ണോവ് പറഞ്ഞു

"നിങ്ങൾ പിരിയാൻ വളരെ വൈകിപ്പോയി."

"അതെന്താണ് അങ്ങനെ പറയുന്നത്."

"നിങ്ങളുടെ ജീവിതത്തിൽ ഒരു അപശകുനമായിരുന്നു അവൾ. നിങ്ങൾ ഒരു കമ്യൂണിസ്റ്റാണ്. മുന്നിലുള്ള തടസ്സങ്ങളെല്ലാം തട്ടിനീക്കണം കമ്യൂണിസ്റ്റുകാരായ നമ്മൾ രാഷ്ട്രീയ കാര്യങ്ങളിലാണ് ശ്രദ്ധിക്കേണ്ടത് മറ്റ് കാര്യങ്ങളിൽ തലയിടരുത്".

"അത് മറ്റ് കാര്യമാണോ ഞങ്ങൾ തമ്മിൽ പ്രേമമായിരുന്നു."

"പ്രേമം ഒരു ബൂർഷ്വാ സങ്കൽപ്പമാണ്. മേരിന ഒരു ആട്ടുകല്ലായിരുന്നു. നിങ്ങളുടെ കഴുത്തിൽ കെട്ടിത്തൂക്കിയ ആട്ടുകല്ല്. പ്രേമമെന്നാൽ അതല്ല. നിങ്ങൾ ഒരു യോഗം നടത്തുകയാണെങ്കിൽ മേരിന മുന്നിൽതന്നെയുണ്ടാകും. നിങ്ങളുടെ കണ്ണുകൾ ഏതെങ്കിലുമൊരു പെണ്ണിന്റെ മേൽ പതിയുന്നുണ്ടോ എന്ന് മാത്രമല്ല ഏതെങ്കിലും പെണ്ണിന്റെ കണ്ണുകൾ നിങ്ങളുടെമേൽ പതിയുന്നുണ്ടോ എന്നും നിരീക്ഷിച്ചുകൊണ്ടിരിക്കാൻ അവൾ എപ്പോഴും ഉത്സാഹം കാണിക്കും. നാട്ടിൽ എന്തുനടന്നാലും അതൊന്നും അവൾക്ക് പ്രശ്നമല്ല. അവൾക്ക് നിങ്ങളോട് പ്രേമമുണ്ടായിരുന്നില്ല. മറ്റുള്ളവരെ കാണിക്കാൻ വേണ്ടിയുള്ള ഒരു നാടകമായിരുന്നു അത്. അത് പ്രേമമായിരുന്നില്ല. നിങ്ങളെ സംബന്ധിച്ചിടത്തോളം ഒരു ശിക്ഷയായിരുന്നു അത്."

“നിങ്ങൾ പറയുന്നത് കമ്യൂണിസ്റ്റുകാരായാൽ പ്രേമം വേണ്ടെന്നാണോ?”

“ഞാൻ പറഞ്ഞല്ലോ പ്രേമം ഒരു ബൂർഷ്വാ സങ്കൽപ്പമാണ്.”

“അതെന്താണ് അങ്ങനെ പറയുന്നത്.”

“പ്രേമം പുരുഷന്മാരെ ദുർബലരാക്കും.”

“അതെങ്ങിനെയാണ്.”

“അവരെപ്പോഴും ഭാവനാ ലോകത്ത് വിഹരിക്കും”

“അത് നല്ല കാര്യമല്ലേ.”

“കമ്യൂണിസ്റ്റുകാരന് വേണ്ടത് ഭാവനയല്ല. യാഥാർത്ഥ്യബോധമാണ്.”

“ഭാവന യാഥാർത്ഥ്യബോധത്തിനെതിരാണോ?”

“അതെ. എന്റെ അഭിപ്രായത്തിൽ കമ്യൂണിസ്റ്റുകാരായ യുവാക്കൾ ആരും തന്നെ വിവാഹം കഴിക്കരുത്. വിവാഹം വിപ്ലവവീര്യം കെടുത്തിക്കളയും. സ്ത്രീയെന്നാൽ എന്റെ അഭിപ്രായത്തിൽ ആർത്തിപൂണ്ട ഈച്ചയ്ക്ക് തേൻപോലെയാണ്. നിങ്ങളൊരു ഈച്ചയാണ്. നിങ്ങൾ മേരിനയിൽ ഒട്ടിപ്പിടിച്ചിരിക്കുന്നു. അതുകൊണ്ട് ഞാൻ പറയുന്നത് കമ്യൂണിസ്റ്റുകാരാരും വിവാഹം കഴിക്കരുത് എന്നാണ്. സ്വൽപ്പം വായിക്കാൻപോലും ഭാര്യമാർ അനുവദിക്കില്ല. കുറച്ച് വായിച്ച് ഉറങ്ങാൻ കിടന്നാൽ ഭാര്യമാർ പുറം തിരിഞ്ഞ് കിടക്കും. അത് നിങ്ങൾക്ക് അസ്വസ്ഥതയുണ്ടാക്കും. നിങ്ങൾ പുകവലിക്കാൻ തുടങ്ങും. പലതും ചിന്തിക്കാൻ തുടങ്ങും. പിന്നെ ഉറക്കം കിട്ടില്ല. അന്നത്തെ രാത്രി തുലഞ്ഞു. രാത്രിമാത്രമല്ല രാത്രി തുലഞ്ഞാൽ പ്രഭാതവും തുലഞ്ഞു. തലവേദന തുടങ്ങും. പിന്നെ പുറത്ത്പോയാൽ പ്രവർത്തനങ്ങളെല്ലാം തെറ്റും. ഇതെല്ലാം തെളിയിക്കപ്പെട്ട കാര്യങ്ങളാണ്. പിന്നെ കുട്ടികളുണ്ടായിക്കഴിഞ്ഞാൽ എല്ലാം തുലഞ്ഞു. പിന്നെ കുട്ടികളെ കളിപ്പിച്ചുകൊണ്ടിരിക്കൽതന്നെ. എനിയ്ക്ക് ഒരുപാട് ചെറുപ്പക്കാരെ പരിചയമുണ്ട്. പട്ടാളക്കാരനും കമ്യൂണിസ്റ്റുകാരനും കുടുംബം പാടില്ലെന്നാണ് എന്റെ അഭിപ്രായം. എന്റെ അഭിപ്രായത്തിൽ ലോകവിപ്ലവം കഴിഞ്ഞാൽ മാത്രമേ ഒരാൾക്ക് ഒരു പെണ്ണിനോടൊപ്പം ജീവിക്കാൻ കഴിയുകയുള്ളൂ. ഇപ്പോൾ നമ്മുടെയെല്ലാം ശ്രദ്ധ വിപ്ലവത്തെക്കുറിച്ച് തന്നെയായിരിക്കണം.”

“റസ്മ്യോട്ട്ണോവ് നിങ്ങളുടെ മനസിൽ വളരെ ദു;ഖമുണ്ട്. നിങ്ങളും ഭാര്യയും തമ്മിൽ പിണങ്ങി. അത് മറച്ചുവെക്കാൻവേണ്ടിയാണ് നിങ്ങളിതെല്ലാം പറയുന്നത്. സഖാവെ, അധികം വൈകാതെ നിങ്ങളുടെ ദു:ഖങ്ങളെല്ലാം ഇല്ലാതാകും ഞാനും എന്റെ ഭാര്യ യൂഷ്കയുമായുള്ള ബന്ധം അവസാനിച്ചില്ലേ. ഇന്നിപ്പോൾ എനിക്കെന്ത് ആശ്വാസമാണെന്നോ. എനിക്ക് മുഴുവൻ സമയവും പാർട്ടിക്ക് വേണ്ടി പ്രവർത്തിക്കാൻ കഴിയുന്നു. വായിക്കാനും പഠിക്കാനുമെല്ലാം ഇഷ്ടംപോലെ സമയം എനിക്കുണ്ട്. ഇതുപോലെ നിങ്ങൾക്കും ഒരുപാട് സമയം കിട്ടും.”

“നിങ്ങൾ എന്തൊക്കെയാണ് വായിക്കുന്നത്?”

“ഞാൻ ഇംഗ്ലീഷ് പഠിക്കുന്നു.”

"ഇംഗ്ലീഷ് ഭാഷയോ."

"അതെ, സ്വയം പഠിക്കുന്നു."

"ഇംഗ്ലീഷ് ഭാഷ നമുക്ക് പഠിക്കാൻ കഴിയുമോ?"

"കഴിയും."

"ഇംഗ്ലീഷുകാരെപ്പോലെ സംസാരിക്കാൻ പറ്റുമോ?"

"അതെനിക്കറിയില്ല. അതിന് കുറെ പഠിക്കണം. പക്ഷെ എനിക്കിപ്പോൾ വായിക്കാൻ കഴിയും."

"എത്രകാലമായി?"

"മൂന്നുമാസമായി പഠിക്കുന്നു."

"വളരെ വിഷമമാണോ പഠിക്കാൻ?"

"വളരെ വിഷമം തന്നെയാണ്. മൂന്നുമാസമായിട്ടും ഞാൻ ആകെ പഠിച്ചത് എട്ടുവാക്കുകളാണ്. പക്ഷേ നമ്മുടെ ഭാഷയെപ്പോലെയാണ് ഇംഗ്ലീഷും. ഇംഗ്ലീഷിലെ പല വാക്കുകളും നമ്മുടെതാണ്. എന്നാൽ അവർ അതിൽ ചില മിനുക്കുപണികൾ വരുത്തിയിട്ടുണ്ട്. കമ്യൂണിസം, വിപ്ലവം, തൊഴിലാളിവർഗം തുടങ്ങിയ വാക്കുകളെല്ലാം നമ്മുടെ ഭാഷയിലും ഇംഗ്ലീഷിലും ഏതാണ്ട് ഒരുപോലെയാണ്. എന്നാൽ ഇംഗ്ലീഷ് വാക്കിന്റെ അവസാനമാവുമ്പോൾ ഒരു ചേറുന്ന സ്വരമാണ്. ഇന്ന് ഈ വാക്കുകൾ ലോകത്താകെ പ്രചരിച്ചുകഴിഞ്ഞിരിക്കുന്നു. ഇതൊന്നും ഉപയോഗിക്കാതിരിക്കാൻ ഇനി ആർക്കും കഴിയില്ല."

"നഗുൽനോവ്, നിങ്ങളീ ഭാഷ പഠിക്കുന്നതെന്തിനാണ്?"

"തമാശയാക്കുകയാണോ."

"കാര്യമായിട്ട് ചോദിക്കുകയാണ്?"

"എങ്കിൽ പറയാം. ഞാൻ ഒരു കമ്യൂണിസ്റ്റാണല്ലോ. നാളെ ഇംഗ്ലണ്ടിലും സോവിയറ്റ് ഭരണം വരും സംശയമില്ലല്ലോ. നമ്മുടെ കൂട്ടത്തിലാണെങ്കിൽ ആർക്കും ഇംഗ്ലീഷ് അറിയില്ല. ഇന്ത്യ പിടിച്ചടക്കിയത് ഇംഗ്ലീഷുകാരായ ബൂർഷ്വാകളാണ്. ഇതേ ഇംഗ്ലീഷുകാർ തന്നെയാണ് ലോകമെങ്ങുമുള്ള കറുത്ത വർഗക്കാരെയും തവിട്ടുനിറമുള്ളവരെയും അടിച്ചമർത്തുന്നത്. ഇതിനെല്ലാം ഒരറുതി വരണമെങ്കിൽ ഇംഗ്ലണ്ടിൽ കമ്യൂണിസം വരണം. എന്നാൽ ഇംഗ്ലീഷുകാരായ കമ്യൂണിസ്റ്റുകാർക്ക് ഇതൊന്നും അറിയില്ല. അതുകൊണ്ട് അവരെ കമ്യൂണിസം പഠിപ്പിക്കണം. ഇവിടത്തെ പാർട്ടി എന്നെ ഇംഗ്ലണ്ടിലേക്കയച്ചാൽ ഞാൻ അവിടത്തെ ആളുകളെ കമ്യൂണിസം പഠിപ്പിക്കും. അതിനെനിക്ക് ഇംഗ്ലീഷ് ഭാഷ പഠിക്കേണ്ടേ. ഞാൻ ഇംഗ്ലീഷുകാരെ എങ്ങനെയാണ് പഠിപ്പിക്കുന്നത് എന്നറിയണ്ടേ. ഞാൻ പറയും എല്ലാ സമ്പത്തും പൊതുസ്വത്താക്കാൻ. ഇംഗ്ലീഷ് യുവാക്കളെയെല്ലാം ഞാൻ ബോധവൽക്കരിക്കും. റഷ്യൻ വിപ്ലവത്തിൽനിന്നും പഠിക്കാൻ ഞാനവരെ ഉൽബോധിപ്പിക്കും. "

റസ്മ്യോട്ണോവ് നഗുൽനോവിന്റെ അസാധാരണമായ പ്രകടനം കണ്ട് മിഴിച്ചുനിന്നു. നഗുൽനോവ് തുടർന്നു:

"അതിനാണ് ഞാൻ ഇംഗ്ലീഷ് ഭാഷപഠിക്കുന്നത്."

"എപ്പോഴൊക്കെയാണ് പഠിക്കുന്നത്."

"സമയം കിട്ടുമ്പോഴെല്ലാം എന്റെ ഇനിയുള്ള ജീവിതം ഇംഗ്ലീഷ് പഠിക്കാൻ വേണ്ടിയാണ്. ലോകത്തെങ്ങുമുള്ള മൂരാച്ചികളെ ഞാൻ ഇംഗ്ലീഷിൽ ചീത്തപറയും. അവർ പേടിച്ച് വിറയ്ക്കും. പെരിച്ചാഴികളാണവർ. ഒരു ദയയും ഞാൻ കാണിക്കില്ല. പാവപ്പെട്ട ഇന്ത്യക്കാരുടെയും ലോകമെങ്ങുമുള്ള മർദിത ജനതയുടെയും ചോരകുടിച്ച ചെന്നായ്ക്കളല്ലേ നിങ്ങളെന്ന് അവരോട് ഞാൻ ചോദിക്കും. അധ്വാനിക്കുന്ന വർഗത്തെ ചൂഷണം ചെയ്യുന്ന ചെകുത്താൻമാരല്ലേ നിങ്ങൾ എന്നു ഞാൻ ചോദിക്കും. അവരെ ഞാൻ ഭാഷയുടെ മുനയിൽ കുത്തിനിർത്തും. ചോരകുടിക്കുന്ന കീടങ്ങളെ, നായിന്റെ മക്കളെ എന്ന് ഞാൻ ഇംഗ്ലീഷുകാരെ വിളിക്കും."

അവർ കുറെനേരം സംസാരിച്ചു. റസ്മ്യോട്ണോവ് പോയതിന് ശേഷം നഗുൽനോവ് വായനയിൽ മുഴുകാൻ തുടങ്ങി. പാതിരാവ് കഴിയുന്നതുവരെ അയാൾ അതേ ഇരിപ്പിൽ ഇരുന്ന് വായിച്ചു.

പിറ്റേദിവസം അയാൾ വെളുപ്പിന് എഴുന്നേറ്റ് പാൽകുടിച്ച് കൂട്ടുകൃഷി സ്ഥാപനത്തിലേക്ക് പോയി.

"ഒരു തണ്ടും തടിയുമുള്ള കുതിരയെ കൊണ്ടുവരൂ" നഗുൽനോവ് ഒരു സഖാവിനോട് പറഞ്ഞു."

"ഇത് മതിയോ?"

"ഇത് മതിയാവും."

"എവിടെപോകാനാണ്?"

"ജില്ലാകേന്ദ്രത്തിൽ പോകണം."

"എപ്പോൾ വരും?"

"രാത്രി."

"എങ്ങനെയാണ് പോകുന്നത്?"

"കുതിരപ്പുറത്ത്."

നഗുൽനോവ് കുതിരപ്പുറത്ത് കയറി പുറപ്പെട്ടു. അയാൾ കുതിരയെ വളരെ വേഗത്തിലോടിച്ച് പൊതു നിരത്തിലെത്തി. അപ്പോൾ അവിടെ കുറെ സ്ത്രീകൾ കൂട്ടംകൂടിനിന്നിരുന്നു.

"വഴി മാറ് പെണ്ണുങ്ങളെ ഇല്ലെങ്കിൽ കുതിര നിങ്ങളുടെമേൽ കയറും."

"തന്തയില്ലാത്തവനേ, കുതിര കയറുന്നത് നിന്റെ മേലായിരിക്കും."ഒരു സ്ത്രീ അയാൾ കേൾക്കാതെ ഇങ്ങനെ പറഞ്ഞു.

സ്ത്രീകൾക്കാർക്കും അയാളുടെ ആ പോക്ക് ഇഷ്ടപ്പെട്ടില്ല. അവർ പരസ്പരം എന്തൊക്കെയോ കുശുകുശുക്കുന്നുണ്ടായിരുന്നു.

## 36

**കൂ**ട്ടുകൃഷിയുമായി ബന്ധപ്പെട്ട് കാര്യങ്ങൾ ചർച്ചചെയ്യാൻ പാർട്ടി ജില്ലാകമ്മിറ്റി യോഗം ചേർന്നു. ഗ്രിമ്യാക്കിലോഗിലെ സംഭവവികാസങ്ങളെക്കുറിച്ച് പാർട്ടി വിശദമായി ചർച്ചചെയ്തു. വിതയെക്കുറിച്ചും

കാർഷിക ഉപകരണങ്ങളെക്കുറിച്ചും വിശദമായ റിപ്പോർട്ട് തയ്യാറാക്കിയിരുന്നു. കൺട്രോൾ കമ്മീഷൻ ചെയർമാനും യോഗത്തിൽ പങ്കെടുത്തിരുന്നു.

നഗുൽനോവ് യോഗത്തിൽ പങ്കെടുത്തിരുന്നു. അയാളോട് യോഗം കഴിഞ്ഞാലും അവിടെത്തന്നെ ഇരിക്കാൻ പാർട്ടി നിർദേശിച്ചു. അരമണിക്കൂർ സമയംകൊണ്ടാണ് റിപ്പോർട്ട് അവതരിപ്പിക്കപ്പെട്ടത്. പല സോവിയറ്റുകളിലും വിത്ത് ശേഖരണംപോലും കഴിഞ്ഞിട്ടുണ്ടായിരുന്നില്ല. പലയിടത്തും കൂട്ടുകൃഷിക്കെതിരായ നീക്കങ്ങൾ ശക്തമായിരുന്നു. സംഭരിച്ച് വെച്ച വിത്തുകളെല്ലാം സ്വകാര്യ കൃഷിക്കാർ എടുത്തുകൊണ്ടുപോയി. പലയിടത്തും കൂട്ടുകൃഷി ഒരു പരാജയമായിരുന്നു. വിതയ്ക്കുന്ന കാര്യത്തിൽ സമ്പൂർണ പരാജയം തന്നെ പലയിടത്തും സംഭവിച്ചു എന്ന് റിപ്പോർട്ടിൽ സമ്മതിച്ചിരിക്കുന്നു. അതിനുള്ള കാരണവും വിശദമാക്കിയിരുന്നു. പലയിടത്തും പാർട്ടി സഖാക്കൾ അഹങ്കാരികളായി പെരുമാറുന്നു. അവർക്ക് അതിമോഹം പിടിപെട്ടിരിക്കുന്നു. കൂട്ടുകൃഷിക്കാർക്ക് മേൽ മാനസികമായ പീഡനംതന്നെ അവർ നടപ്പാക്കുന്നു. പല സഖാക്കളും തോക്ക് ചൂണ്ടിയിട്ടാണ് കൃഷിക്കാരെ കൂട്ടുകൃഷിയിൽ ചേർക്കുന്നത്. പേടിപ്പിച്ചുകൊണ്ട് ഒരാളെ കമ്യൂണിസത്തിലേക്ക് പോയിട്ട് സാമൂഹികപ്രവർത്തനത്തിലേക്ക് പോലും കൊണ്ടുവരാൻ കഴിയില്ല എന്ന് പാർട്ടി താക്കീത് നൽകി. നിർബന്ധിപ്പിച്ച് ആളുകളെക്കൊണ്ട് പണിയെടുപ്പിക്കാൻ കഴിയില്ല. ആളുകൾ ആത്മാർഥമായി ജോലിചെയ്യണമെങ്കിൽ അവർക്ക് ആത്മ പ്രചോദനമുണ്ടാകണം. ഇങ്ങനെയുള്ള പ്രധാനപ്പെട്ട പല നിരീക്ഷണങ്ങളും റിപ്പോർട്ടിലുണ്ടായിരുന്നു. തുടർന്ന് ഗ്രാമങ്ങളിലെ കാർഷിക സ്ഥിതിഗതികളെപ്പറ്റി വിശദമായ ഒരു ചർച്ച അവിടെ നടന്നു.

അതിനുശേഷം പാർട്ടി നഗുൽനോവിന്റെ വിഷയത്തിലേക്ക് വന്നു. അയാൾക്കെതിരായ പാർട്ടി നിലപാട് ഇതായിരുന്നു:

സഖാവ് നഗുൽനോവ് ഗ്രിമ്യാക്കിലോഗിലെ ഗ്രൂപ്പ് സെക്രട്ടറിയാണ്. അയാൾ പാർട്ടിക്കെതിരായി ചെയ്ത കുറ്റം ഗൗരവമുള്ളതാണ്. അയാൾ പാർട്ടി നിർദേശത്തെ ധിക്കരിച്ചു. അയാൾ ഇടതുപക്ഷ പാളിച്ചയ്ക്ക് അടിപ്പെട്ടു. ഒരു സ്വകാര്യ കൃഷിക്കാരനെ അയാൾ അടിച്ച് നിലംപരിശാക്കി. കൂട്ടുകൃഷി സംഘത്തിൽപെട്ട ചില കൃഷിക്കാരെ അയാൾ ഒരു മുറിയിലിട്ട് പൂട്ടി. അയാൾ പാർട്ടി തത്വങ്ങളാകെ ലംഘിച്ചിരിക്കുന്നു. പാർട്ടിനയങ്ങളെ അയാൾ ജനങ്ങളുടെ മുന്നിൽ അവഹേളിച്ചിരിക്കുന്നു. ഇതെല്ലാം പാർട്ടി പ്രതിനിധി നേരിട്ട് മനസിലാക്കിയതാണ്.

പാർട്ടിയുടെ ഇത്തരം പരാമർശത്തിൽ നഗുൽനോവിന് യാതൊരു വിധ അദ്ഭുതവുമുണ്ടായിരുന്നില്ല. അയാൾ ഇത് പ്രതീക്ഷിച്ചതായിരുന്നു. അയാൾ പാർട്ടി നേതാവിനോട് ഇങ്ങനെ ചോദിച്ചു:

"ഇനിയെന്താണ്?"

"എന്ത്."

"എന്റെ കാര്യത്തിൽ."

"അത് ബ്യൂറോ തീരുമാനിക്കും."

പാർട്ടി അംഗങ്ങളെല്ലാം നഗുൽനോവിനെ കാണാത്ത മട്ടിൽ നടന്നു. ആർക്കും അയാളോട് സഹതാപമുണ്ടായിരുന്നില്ല. അപ്പോൾ ജനകീയ പൊലീസിന്റെ നേതാവായ ഒരാൾ നഗുൽനോവിന്റെ കൈപിടിച്ച് ഇങ്ങനെ പറഞ്ഞു:

"ഒന്നുകൊണ്ടും താങ്കൾ വിഷമിക്കേണ്ട. നമ്മളാരും തന്നെ രാഷ്ട്രീയ നേതാക്കളല്ലല്ലോ. ഏറ്റവും വലിയ നേതാക്കൾക്ക് പോലും തെറ്റ്പറ്റിയിട്ടുണ്ട്."

ജനകീയ പൊലീസിന്റെ നേതാവ് ഒരു വലിയ ശിരസ്സുള്ള ആളായിരുന്നു. ചുവന്ന കഴുത്തായിരുന്നു അയാൾക്ക്. തല വൃത്താകാരത്തിലായിരുന്നു.

ഇയാൾ ഒരു നല്ല മനുഷ്യനാണെന്ന് തോന്നുന്നു. ഒരു മനുഷ്യനെങ്കിലും എന്നോട് സഹതാപം കാണിച്ചല്ലോ. നഗുൽനോവിന്റെ മനസ് ഇങ്ങനെ പറഞ്ഞു പാർട്ടി തനിക്ക് കടുത്ത ശിക്ഷ നൽകുമെന്ന് അയാൾക്കുറപ്പായിരുന്നു. നഗുൽനോവിന്റെ പ്രവർത്തനങ്ങളെപ്പറ്റി അന്വേഷണം നടത്തിയ നേതാവിന്റെ റിപ്പോർട്ട് ഇങ്ങനെയായിരുന്നു:

"നഗുൽനോവ് ചെയ്ത കാര്യങ്ങൾ പാർട്ടിക്ക് ദ്രോഹകരമാണ്. അയാൾ പാർട്ടിയെ ധിക്കരിച്ചു. വീട് വീടാന്തരം കയറിയിറങ്ങി അയാൾ പ്രവർത്തനം നടത്തിയത് തോക്കിന്റെ ബലത്തിലാണ്."

"ഞാൻ തോക്ക് ചൂണ്ടിയത് മൂരാച്ചികൾക്കെതിരായിട്ടാണ്."

"നിങ്ങൾക്ക് സംസാരിക്കാൻ സമയമായില്ല."

"വിത്ത് ശേഖരിക്കുമ്പോൾ അയാൾ ഒരു കൃഷിക്കാരനെ തോക്ക്കൊണ്ട് അടിച്ച് ബോധം കെടുത്തി. ഒരുപാട് ആളുകളുടെ മുമ്പിൽവെച്ചാണ് ഇത് ചെയ്തത്."

"ഇത് വളരെ ലജ്ജാകരംതന്നെ." പ്രോസിക്യൂട്ടർ പറഞ്ഞു.

"അന്നുതന്നെ അയാൾ മൂന്ന് കൃഷിക്കാരെ ഒരു മുറിയിലിട്ട് പൂട്ടി. കിടക്കാൻ പായപോലും കൊടുത്തില്ല. അവരവിടെ തണുത്ത് മരവിച്ചിരുന്നു. അവരെ തോക്ക് ചൂണ്ടി ഭീഷണിപ്പെടുത്തി."

"അവരെ ഞാൻ ഭീഷണിപ്പെടുത്തിയില്ല."

"നഗുൽനോവ് ഇടയ്ക്ക് കയറി സംസാരിക്കരുത്. ചെറിയ കൃഷിക്കാരെ നഗുൽനോവ് കുലാക്കുകളായി കണക്കാക്കി. ഒരു കൃഷിക്കാരനെ അയാൾ നാടുകടത്തി. ഒരു പെൺകുട്ടിയെ ജോലിക്ക് നിർത്തി എന്നതിന്റെ പേരിലാണ് അയാൾ കൃഷിക്കാരനെ നാടുകടത്തിയത്. അതുമാത്രമല്ല നഗുൽനോവിന്റെ ലൈംഗിക ജീവിതം കുത്തഴിഞ്ഞതാണ്. ഇയാൾ ഭാര്യയെ ഒഴിവാക്കി. നിയമപരമായി അത് ചെയ്തിട്ടില്ല. വീട്ടിൽനിന്ന് അടിച്ച് പുറത്താക്കിയതാണ്. ഒരു പട്ടിയെപ്പോലെ അടിച്ച് പുറത്താക്കി. അവളെ ഗ്രാമത്തിലെ ഒരു യുവാവ് പ്രേമിച്ചു എന്ന കുറ്റത്തിനാണ് അവളെ പുറത്താക്കിയത്. നഗുൽനോവ് കേട്ട്കേൾവികളുടെ അടിസ്ഥാനത്തിൽ പ്രവർത്തിക്കുന്ന ആളാണ്. അയാളുടെ ഇപ്പോഴത്തെ ലൈംഗിക ജീവിതം

എങ്ങനെയാണെന്ന് എനിക്കറിയില്ല. എന്നാൽ ധൂർത്തടിക്കുന്ന ജീവിതമാണ് അയാൾ നയിക്കുന്നത്. വളരെ വൈകിയാണ് അയാൾ വീട്ടിലെത്തുന്നത്."

"എന്തിനാണയാൾ വൈകുന്നത്" ഒരു സഖാവ് ചോദിച്ചു.

"പലപല സ്ത്രീകളുമായി രമിക്കാൻ. അതിന് ഭാര്യ ഒരു തടസമാണെന്ന് മനസിലാക്കി അയാൾ ഭാര്യയെ ചവിട്ടിപ്പുറത്താക്കി." ഇങ്ങനെയെല്ലാം റിപ്പോർട്ട് ചെയ്തശേഷം സമോവ്ഖിൻ തന്റെ കസേരയിലിരുന്നു. അയാളുടെ മുഖത്ത് ക്രോധം കലർന്ന ഒരു പുഞ്ചിരിയുണ്ടായിരുന്നു. "

സമോവ്ഖിന്റെ റിപ്പോർട്ടിന് ശേഷം പാർട്ടി ജില്ലാസെക്രട്ടറി സംസാരിച്ചു:

"സഖാക്കളെ നഗുൽനോവ് ചെയ്തത് ഗുരുതരമായ തെറ്റുകളാണ്. ഇടതുപക്ഷ പാളിച്ചകളാണ്. അയാൾ കോഴികളെയും താറാവുകളെയും കൃഷിക്കാരിൽനിന്ന് പിടിച്ചെടുത്ത് പൊതുസ്വത്താക്കി. പശുക്കുട്ടികളെപ്പോലും അയാൾ വെറുതെവിട്ടില്ല. മാത്രമല്ല ക്രൂരമായ ഒരച്ചടക്കം അയാൾ നടപ്പാക്കി."

"കോഴികളുടെ കാര്യത്തിൽ പാർട്ടി നിർദേശമൊന്നും തന്നിട്ടില്ല" നഗുൽനോവ് പറഞ്ഞു

"ജില്ലാകമ്മിറ്റി നിർദേശം കൂട്ടുകൃഷിയെ സംബന്ധിച്ച് പാർട്ടിനയരേഖയിലുണ്ട്."

"നഗുൽനോവിന്റെ ഭീകര ഭരണമാണ് ഗ്രിമ്യാക്കിൽ നടക്കുന്നത്. അയാൾ ആരെയും സംസാരിക്കാൻ അനുവദിക്കുന്നില്ല. അയാൾ പാർട്ടിനയം ആർക്കും വിശദീകരിച്ച് കൊടുക്കുന്നില്ല. ഷൂസിട്ട് നിലത്ത് ചവിട്ടുകയാണ് അയാളുടെ രീതി. പിന്നെ തോക്ക് ചൂണ്ടി ഭീഷണിപ്പെടുത്തുക. ഇയാളുടെ പ്രവർത്തനമാണ് അവിടെ എല്ലാം തകർത്തത്. കൂട്ടുകൃഷിക്കാർ കൂട്ടത്തോടെ പിരിഞ്ഞുപോയി. വിത ഇപ്പോഴും തീർന്നിട്ടില്ല. "

പാർട്ടി നേതാക്കളുടെ റിപ്പോർട്ടിങ്ങിന് ശേഷം നഗുൽനോവ് തന്റെ കാര്യം വിശദീകരിച്ചു:

"സഖാക്കളെ, ചുകപ്പ്സേനയിൽ അംഗമായിരുന്ന ഒരു പഴയ സഖാവാണ് ഞാൻ."

"കാര്യത്തിലേക്ക് കടക്കൂ."

"ഞാൻ വൈറ്റ് ഗാഡിനെതിരെ പൊരുതിയിട്ടുണ്ട്."

"അതല്ലല്ലോ ഇവിടെ വിഷയം."

"അതൊന്നും വിഷയമല്ലെ."

"ഇപ്പോഴത്തെ കാര്യം പറയൂ."

"ആ സഖാവ് സംസാരിക്കട്ടെ."

"അതെ അയാൾക്ക് പറയാനുള്ളതും കേൾക്കട്ടെ."

"നഗുൽനോവ് സംസാരിക്കണം."

"വസ്തുതകൾമാത്രമേ പറയാവൂ."

"ഞാൻ പാർട്ടി ശത്രുവല്ല. പട്ടാളത്തിൽ വെച്ച് എനിക്ക് ഭീകരമായ പരുക്ക് പറ്റിയിട്ടുണ്ട്." അയാൾക്ക് കൂടുതൽ സംസാരിക്കാൻ കഴിഞ്ഞില്ല

"വിഷമിക്കാതെ സംസാരിക്കൂ."

"ഇതാ ഈ വെള്ളം കുടിക്കൂ."

"മെല്ലെ പറഞ്ഞാൽ മതി."

"പ്രയാസപ്പെടേണ്ടതില്ല."

"സഖാക്കളെ എന്നെപ്പറ്റി സമോവ്ഖിൻ പറഞ്ഞത് വസ്തുതയാണ്. പക്ഷേ പാർട്ടിയെ തകർക്കാനല്ല ഞാനത് ചെയ്തത്. പിന്നെ എന്റെ ധൂർത്ത ജീവിതത്തെപ്പറ്റി അയാൾ പറഞ്ഞത് കള്ളമാണ്. ഒരു കൊടിച്ചിപ്പട്ടിയെപ്പോലെ നുണപറയുകയാണ് അയാൾ. എനിക്ക് പെണ്ണുങ്ങളുമായി ബന്ധമൊന്നുമില്ല."

"ഭാര്യയെ പിന്നെ പുറത്താക്കിയത് എന്തിനാണ്?."

"അത് അതിനുതന്നെ."

"എന്തിന്?"

"വിപ്ലവത്തിനുവേണ്ടി. എന്നെ നിങ്ങൾ മനസിലാക്കണം. ഞാൻ പാർട്ടിക്കെതിരല്ല. അതെ എനിക്ക് പറയാനുള്ളൂ."

"അതൊന്നും പറഞ്ഞിട്ട് കാര്യമില്ല."

പാർട്ടിനേതാക്കൾ ഒന്നും വിട്ടുകൊടുക്കാൻ തയ്യാറായിരുന്നില്ല. അവർ നഗുൽനോവിനെ പുറത്താക്കാനാണ് വാദിച്ചത്. ഭൂരിപക്ഷം ആളുകളും പുറത്താക്കലിന് അനുകൂലമായിരുന്നു. എന്നാൽ ചിലർ എതിർത്തു.

"അയാളെ പുറത്താക്കരുത്."

"അയാൾ പാരമ്പര്യമുള്ള നേതാവാണ്."

"ചുവപ്പ് സൈനികനാണ്."

"ഭൂരിപക്ഷത്തിന്റെ തീരുമാനം അതാണ്."

"അത് ശരിയല്ല."

"അത് ന്യായമല്ല."

പാർട്ടി അംഗങ്ങൾക്കിടയിൽ വലിയ ഒച്ചപ്പാടുണ്ടായി. കടുത്തഭാഷയിൽ ആളുകൾ ബഹളം വെച്ചു. ഉന്തും തള്ളുമുണ്ടായി. അവസാനം പുറത്താക്കൽതീരുമാനം പാർട്ടി പ്രഖ്യാപിച്ചു. നഗുൽനോവിനോട് പാർട്ടീ കാർഡ് തിരിച്ചുകൊടുക്കാൻ നിർദേശിച്ചു.

"ഞാനത് തരില്ല."

"ഞങ്ങളത് വാങ്ങും."

"എനിക്കിനിയും അതാവശ്യമുണ്ട്."

"ഞങ്ങൾക്ക് നിങ്ങളെ ആവശ്യമില്ല."

"പാർട്ടിയെന്നാൽ നിങ്ങളല്ല. കാർഡ് എന്റെ പോക്കറ്റിലുണ്ട്. ധൈര്യമുണ്ടെങ്കിൽ എടുക്ക്."

"എടുത്താൽ എന്തുചെയ്യും."

"എടുത്ത് നോക്ക്."

ആരും അയാളുടെ അടുത്തേക്ക് വന്നില്ല. അയാളുടെ മനസ് ആകെ ഇളകി മറിഞ്ഞിരുന്നു.

ഇനി ഞാൻ എങ്ങോട്ടാണ് പോവുക. ജനിച്ചനാൾമുതൽ പാർട്ടിയാണ് എനിക്കെല്ലാം. പാർട്ടിക്കാർഡ് ഞാൻ വിട്ടുകൊടുത്തില്ല. ജീവിതം മുഴുവൻ പാർട്ടിക്ക് സമർപ്പിച്ചവനാണ് ഞാൻ. പാർട്ടിയെന്നെ ഉപേക്ഷിക്കുന്നതിലും നല്ലത് എന്നെ കൊല്ലുന്നതാണ്. ഒരു നായയെപ്പോലെ ഇത്രയും കാലം ഞാൻ പാർട്ടിക്കുവേണ്ടി കാവൽകിടന്നു. ഇപ്പോൾ പ്രായമായി. അതുകൊണ്ട് ആ നായയെ അടിച്ച് പുറത്താക്കുകയാണ്. നഗുൽനോവിന്റെ മുഖം ആകെ ഇരുണ്ടുപോയിരുന്നു. അയാളുടെ ചുണ്ടുകൾ വിറയ്ക്കുന്നുണ്ടായിരുന്നു. അയാളുടെ കണ്ണുകളിൽനിന്ന് കണ്ണീർക്കണങ്ങൾ അടർന്നുവീണു. കവിളിലൂടെ അതൊലിച്ചിറങ്ങി. ജീവിതത്തിൽ ആദ്യമായിട്ടാണ് അയാളിങ്ങനെ കരയുന്നത്.

“സഖാവെ, കരഞ്ഞതുകൊണ്ട് കാര്യമില്ല പാർട്ടി സെക്രട്ടറി പറഞ്ഞു

“കരയുന്നതും പാർട്ടി വിരുദ്ധമാണോ?”

അയാൾ ക്ഷുഭിതനായി തുടർന്നു:

“നിങ്ങളെല്ലാം ചെന്നായ്ക്കളാണ്. ചോരയ്ക്കുവേണ്ടി ദാഹിക്കുന്ന ചെന്നായ്ക്കൾ. ഞാൻ കരഞ്ഞാൽ നിങ്ങൾക്കെന്താണ്. എനിക്കറിയാം എന്റെ കണ്ണീർ നിങ്ങൾക്ക് ആനന്ദം നൽകുന്നുണ്ടെന്ന്. മറ്റുള്ളവരുടെ വേദനയിൽ സന്തോഷിക്കുന്നവരാണ് നിങ്ങൾ.”

“നഗുൽനോവ് ഒച്ച വെക്കരുത്. പലകാര്യങ്ങളും ഞങ്ങൾക്ക് ചർച്ച ചെയ്യാനുണ്ട്.”

“ചർച്ചചെയ്തോളൂ. പക്ഷേ ഞാൻ കേന്ദ്രകമ്മറ്റിക്ക് പരാതി കൊടുക്കും. എനിക്ക് നീതി കിട്ടണം.”

“അതേതായാലും നന്നായി. വേഗം തന്നെ പോയ്ക്കൊള്ളൂ. കേന്ദ്രകമ്മറ്റിക്ക് ഇപ്പോൾ പണിയൊന്നുമില്ല. നിങ്ങളെ കാത്തിരിക്കുകയാണ്. പാർട്ടിസെക്രട്ടറി പറഞ്ഞു.”

നഗുൽനോവ് പോകാനൊരുങ്ങി. അയാളുടെ കാലുകൾ തെന്നുന്നുണ്ടായിരുന്നു. അയാളുടെ മുഖം വാതിൽപ്പടിയിൽ അടിച്ചുപോയി. ദേഷ്യം അയാളുടെ ശരീരത്തെ ആകെ തളർത്തിയിരുന്നു. അയാൾ മുന്നോട്ട് നടന്നു. തന്റെ കുതിരയെ അഴിച്ചു. എന്നിട്ട് അതിനെയും കൊണ്ട് നടന്നു. വളരെദൂരം നടന്നതിന് ശേഷം അയാൾ കുതിരപ്പുറത്ത് കയറാൻ ശ്രമിച്ചു. പക്ഷെ നടന്നില്ല. മദ്യപിച്ച് ലക്കുകെട്ടവനെപ്പോലെ ആയിത്തീർന്നു അയാൾ. കാലുകൾ ഉറയ്ക്കുന്നുണ്ടായിരുന്നില്ല. വീണ്ടും വീണ്ടും അയാൾ കുതിരപ്പുറത്ത് കയറാൻ ശ്രമിച്ചു. ഇത് കണ്ട വഴിപോക്കനായ ഒരു വൃദ്ധൻ കൊസാക്ക് പറഞ്ഞു:

“ഇതിപ്പം കോളായിപ്പോയി. നേരം ഉച്ചകഴിഞ്ഞില്ല. ഇപ്പോഴേക്കും ഇയാൾ കുടിച്ച് ലക്കുകെട്ടു. ഇയാൾക്ക് ഇന്നെന്തുപറ്റി. ഇന്ന് അവധി ദിവസമാണോ. ഇങ്ങനെ മത്താടാനാണോ സർക്കാർ അവധിനൽകുന്നത്.”

അപ്പോൾ ഒരുകൂട്ടം ആളുകൾ പിറകെ വരുന്നുണ്ടായിരുന്നു. അവ രത് കേട്ട് പറയാൻ തുടങ്ങി:

"മൂപ്പർ നല്ല ഫോമിലാണ്."

"എവിടുന്ന് വരുന്നോ ആവോ?"

"ഏതായാലും നന്നായി മിനുങ്ങിയിട്ടുണ്ട്."

"അത് കണ്ടാലറിയാം."

"ഇയാളൊരു കുഴിമടിയൻതന്നെ."

"ഇയാൾ എത്ര കുടിച്ചിരിക്കും."

"അത് പറയാനൊക്കത്തില്ല."

"മദ്യത്തേക്കാൾ നല്ലൊരു പാനീയമുണ്ടോ?"

"ഇല്ലേ ഇല്ല."

ഇതെല്ലാം കേട്ട് നഗുൽനോവ് ആകെ തിളച്ചുമറിയുകയായിരുന്നു. എല്ലാറ്റിന്റെയും ചെകിട്ടത്ത് ഓരോന്ന് വീക്കണമെന്നുണ്ടായിരുന്നു. അയാൾ സ്വയം നിയന്ത്രിച്ചു. പ്രയാസപ്പെട്ട് കുതിരപ്പുറത്ത് കയറി അയാൾ വേഗത്തിൽ ഓടിച്ചുപോയി.

# 37

**ഗ്രി**മ്യാക്കിലോഗിലേക്ക് പുറംഗ്രാമത്തിൽനിന്നും ധാരാളം കുതിര വണ്ടികളെത്തി. അവർ വഴിക്ക് വെച്ച് ഗ്രിഗറി ബെന്നിക്കിനെ കണ്ടു. അയാൾ തന്റെ കുതിരയെ അന്വേഷിച്ച് സ്റ്റെപ്പിയിലേക്ക് പോവുകയായി രുന്നു.

"നമസ്കാരം സുഹൃത്തുക്കളെ, "

"നമസ്കാരം. ദൈവത്തിന് സ്തുതി" ഒരു കൊസാക്ക് മറുപടി പറ ഞ്ഞു. "വണ്ടികൾ എങ്ങോട്ടാണ്?"

"ഈ ഗ്രാമത്തിലേക്ക് തന്നെ."

"നിങ്ങളെങ്ങോട്ടാണ്?"

"സ്റ്റെപ്പിയിലേക്ക്. നിങ്ങളുടെ കുതിരയ്ക്ക് വാലില്ലേ?"

"അത് മുറിച്ചുകളഞ്ഞതാണ്."

"ആര്?"

"അതിന്റെ ഉടമസ്ഥർ."

"പുകയിലയുണ്ടോ?"

"ഇതാ പുകയില."

കൃഷിക്കാർ ഗ്രിഗറിയിൽനിന്നും പുകയില വാങ്ങി പുകയ്ക്കാൻ തുടങ്ങി.

"നിങ്ങളിതെല്ലാം തീർക്കും."

"നമ്മളെല്ലാം കൂട്ടുകൃഷിക്കാരല്ലേ."

"അതുകൊണ്ട്....."

"പുകയിലയും പൊതുസ്വത്താണ്."

"ബെന്നിക് പുകവലിച്ചുകൊണ്ട് കൃഷിക്കാരുടെ കുതിരകളെ നോ ക്കി. കുതിരകളുടെ പുറം നിറയെ ചോരകുടിക്കുന്ന ഈച്ചകളുണ്ടായി

രുന്നു. അവയുടെ കടിയേറ്റ് കുതിരകൾ ആകെ വെപ്രാളപ്പെടുന്നു. അവയുടെ വാല് മുറിച്ചതുകൊണ്ട് ഈച്ചകളെ തെളിക്കാൻ കഴിഞ്ഞില്ല. ഗ്രിഗറി ബെന്നിക്കിന് കുതിരകളോട് സഹതാപം തോന്നി.

"ഒരുകാര്യം എനിക്ക് വിശ്വാസമായില്ല."

"അതെന്താണ്?"

"വാലിന്റെ കാര്യം സത്യം പറയൂ ആരാണ് വാല് മുറിച്ചത്."

"പറയണോ?"

"പറയണം."

"സോവിയറ്റ് ചെയർമാൻ."

"നിങ്ങൾ ഇവിടെ എന്തിന് വരുന്നു?"

"ഞങ്ങൾക്ക് വിത്ത് വേണം."

"വിത്തോ?"

"അതെ, ജില്ലാ കേന്ദ്രത്തിൽനിന്ന് വരികയാണ്."

"ഞാനത് ഊഹിച്ചു." അതും പറഞ്ഞ് ഗ്രിഗറി തന്റെ വഴിക്കുപോയി.

ഗ്രാമത്തിലെ എല്ലാ മുക്കിലും മൂലയിലും പോയി ഗ്രിഗറി വിത്ത് വാങ്ങാൻ ആളുകൾ വരുന്നകാര്യം പറഞ്ഞു.

ആളുകളെല്ലാം ഒത്തുകൂടി അത് ചർച്ചചെയ്യാൻ തുടങ്ങി. സ്ത്രീകൾ വീട്ടിൽനിന്നിറങ്ങി പുറത്ത് തടിച്ചുകൂടി ബഹളമുണ്ടാക്കി.

"അവർ നമ്മളെ പട്ടിണിക്കിടും."

"വിതയ്ക്കാൻപോലും ഒന്നുമുണ്ടാവില്ല."

"ദുരിതം തന്നെ."

"വിത്ത് വിട്ടുകൊടുക്കാഞ്ഞത് നന്നായി."

"അത് വളരെ നന്നായി."

"നമ്മുടെ ഭർത്താക്കന്മാരോട് ചെന്ന് പറയണം."

"എന്ത്?"

"വിത്ത് വിട്ടുകൊടുക്കരുതെന്ന്."

"നമുക്കവരെ ഓടിക്കണം."

"എങ്ങനെ?"

''എല്ലാവരും ഓരോ വടി കൈയിലെടുക്കണം. എന്നിട്ട് കൂട്ടമായി അവരെ തടയണം. പറ്റുമെങ്കിൽ അടിച്ചോടിക്കണം."

സ്ത്രീകൾ കൈയിൽകിട്ടിയ വടികളുമായി രംഗത്തിറങ്ങി. അതൊരു വലിയ ജാഥപോലെ നീണ്ടു.

ജില്ലാകേന്ദ്രത്തിലേക്ക് ഗോതമ്പ് വിത്ത് കൊടുത്തുവിടാൻ വേണ്ടിയുള്ള നിർദേശം ഡേവിഡോവിന് ലഭിച്ചു. അയാൾ അതിനുവേണ്ടുന്ന ഏർപ്പാടുകൾ ചെയ്തു. എന്നാൽ അയാൾ കണ്ട കാഴ്ച അദ്ഭുതപ്പെടുത്തുന്നതായിരുന്നു. ധാന്യപ്പുരയിലേക്കുള്ള റോഡിൽ ഇരുന്നൂറിലധികം കൊസാക്ക് സ്ത്രീകളും പുരുഷന്മാരും ധാന്യം കൊണ്ടുപോകാനുള്ള വണ്ടികൾ തടഞ്ഞിട്ടിരിക്കുകയായിരുന്നു. അവർ ധാന്യം കൊണ്ടുപോകാൻ വന്നവരോട് ചോദിച്ചു

"എവിടെപ്പോകുന്നു?"

"ധാന്യം കൊണ്ടുപോകാൻ."

"വന്നവഴിക്ക് പോയ്ക്കൊള്ളൂ."

"ഒരു മണി ധാന്യംതരില്ല."

അപ്പോൾ ഉഷക്കോവ് അങ്ങോട്ടോടിവന്നു. അയാൾ ചോദിച്ചു:

"എന്താണിവിടെ?"

"ഞങ്ങൾ ഇവരെ തടയുകയാണ്."

"ധാന്യം കൊണ്ടുപോകാൻ സമ്മതിക്കില്ല."

"ഇവരെ തടയാൻ നിങ്ങൾക്കെന്തധികാരം?"

"ഇത് ഞങ്ങളുടെ അധികാരം തന്നെയാണ്."

"ധാന്യം ഞങ്ങൾക്ക് വിതയ്ക്കാനുള്ളതാണ്."

അപ്പോൾ ഡേവിഡോവ് അങ്ങോട്ട് വന്നു. ജില്ലാകൃഷികേന്ദ്രത്തിലേക്ക് കൊണ്ടുപോകുന്നത് വിത്തല്ലെന്നും സർക്കാറിന് കൊടുക്കാനുള്ള ധാന്യമാണെന്നും അയാൾ വിശദീകരിച്ചു.

"സുഹൃത്തുക്കളെ, വിത്തല്ല കൊണ്ടുപോകുന്നത്. വിത്ത് ഇവിടെ ത്തന്നെയുണ്ട്. നിങ്ങൾപോയി പണിയെടുക്കൂ. വയലിലേക്ക് ചെല്ലൂ. പണിക്ക് പോകാത്തവരുടെ പേര് ഞങ്ങൾ എഴുതിവയ്ക്കും. അവർക്ക് പിഴയടക്കേണ്ടിവരും."

ഡേവിഡോവ് ഇങ്ങനെ പറഞ്ഞതോടെ പലരും വയലുകളിലേക്ക് പോയി. നിർദേശപ്രകാരം ധാന്യം സൂക്ഷിപ്പുകാരൻ ധാന്യം അളക്കാൻ തുടങ്ങി. ഡേവിഡോവ് ഓഫീസിലേക്ക് തിരിച്ചുവന്നു. പക്ഷേ കുറെ കഴിയുമ്പോഴേക്കും സ്ത്രീകൾ ധാന്യപ്പുരയ്ക്ക് ചുറ്റും കൂടാൻ തുടങ്ങി. യാക്കോവ് ലൂക്കിച്ച് നൽകിയ രഹസ്യമായ പ്രേരണയാണ് ഇതിന് കാരണം. കൊസാക്കുകളിൽ പലരേയും സ്വകാര്യമായി വിളിച്ച് അയാൾ ഇങ്ങനെ പറഞ്ഞു:

"ഡേവിഡോവ് പറഞ്ഞത് കള്ളമാണ്. സർക്കാറിന്റെ വിഹിതമല്ല. വിത്താണ് അവർ കൊണ്ടുപോകുന്നത്. സ്വകാര്യകൃഷിക്കാരുടെ വിത്തു മുഴുവൻ കൊണ്ടുപോകുകയാണ്."

യാക്കോവിന്റെ ഈ വാക്കുകൾ ശരിക്കും ഏറ്റു. സ്ത്രീകൾ ക്ഷുഭിതരായി. അവരുടെ കൂടെ ഗ്രിഗറിയും അയ്യോപാവം ഡെമിഡും മറ്റ് മുപ്പതോളം കൊസാക്കുകളും ചേർന്നു.

"ധാന്യം ഞങ്ങൾ വിട്ടുതരില്ല."

"ഇത് ഞങ്ങളുടെ വിത്താണ്."

"നിങ്ങൾ വേഗം സ്ഥലം വിടണം."

കൃഷിക്കാർ ബഹളം വെക്കാൻതുടങ്ങി. കൃഷിക്കാർ വണ്ടിയിൽ വന്നവരെ തെറിവിളിച്ചു. വണ്ടിക്കാർ തിരിച്ചും വിളിച്ചു. പട്ടിയുടെ മക്കളെ, തന്തയില്ലാത്തവരെ തുടങ്ങിയ തെറിവാക്കുകൾ ഉയർന്നുകേട്ടു. ഇതിനെത്തുടർന്ന് ഉന്തും തള്ളുമുണ്ടായി. വണ്ടിയിൽനിന്നും ഒരാൾ ചാടിയിറങ്ങി. തന്റെ നരച്ച കുപ്പായകൈ തിരച്ചുകയറ്റിയ ശേഷം ഒരു കൃഷിക്കാ

രന്റെ ചെകിട്ടത്ത് ആഞ്ഞൊരടിവെച്ചുകൊടുത്തു. കൃഷിക്കാരൻ വട്ടംകറങ്ങി നിലം പതിച്ചു. പിന്നെ അവിടെ നടന്നത് അടിയോടടിയായിരുന്നു. അടുത്തകാലത്തൊന്നും അതുപോലൊരടി അവിടെ നടന്നിരുന്നില്ല. അടിയുടെ വാർത്ത കേട്ട് അത് കാണാൻ ധാരാളമാളുകൾ ഓടിക്കൂടി. വണ്ടിക്കാർ പലരും ധാന്യച്ചാക്കുകൾ ഉപേക്ഷിച്ച് തടിതപ്പി. പലരുടെയും മുഖത്തുനിന്ന് ചോര ഒഴുകുന്നുണ്ടായിരുന്നു. സ്ത്രീകളും കുട്ടികളും കൂട്ടംകൂടിനിന്ന് വണ്ടിക്കാരെ കൂകിപ്പായിച്ചു.

ഇതോടെ ഗ്രിമ്യാക്കിലോഗ് ഗ്രാമത്തിൽ ഒരു കലാപം തന്നെ പൊട്ടിപ്പുറപ്പെട്ടു. ജനക്കൂട്ടം കൂട്ടുകൃഷിസ്ഥാപനത്തിന്റെ കളപ്പുരതുറന്ന് ധാന്യം ചാക്കിലാക്കി കൊണ്ടുപോയി. ധാന്യപ്പുര സൂക്ഷിപ്പുകാർ ഓടിരക്ഷപ്പെട്ടു.

ധാന്യപ്പുരയുടെ താക്കോൽ ഡേവിഡോവിന്റെ കൈയിലായിരുന്നു. അടിച്ചുപൊളിച്ചാണ് ജനങ്ങൾ കളപ്പുരതുറന്നത്. ഇതിനെത്തുടർന്ന് കൂട്ടുകൃഷിക്കാരുടെ യോഗം ചേർന്നു.

റസ്മ്യോട്ണോവ് സ്ത്രീകളെ തെറിവിളിച്ചു. എന്നാൽ അതൊന്നും ആരും കേട്ടില്ല. കൂട്ടുകൃഷിക്കാർ അയാളെ സ്ഥാപനത്തിലേക്ക് പിടിച്ചുകൊണ്ടുവന്നു. എന്നാൽ അയാൾ ഉച്ചത്തിൽ വിളിച്ചുപറഞ്ഞു

"പെൺപട്ടികളെ, വേഗം വീട്ടിൽപോകുവിൻ. "

"അത് താൻ നോക്കേണ്ട."

"ആദ്യം താൻ വീട്ടിൽ പോ."

സ്ത്രീകൾ കൂട്ടുകൃഷിസ്ഥാപനത്തിലേക്ക് തള്ളിക്കയറി. അവർ എന്തും ചെയ്യാനുള്ള ഭാവത്തിലായിരുന്നു. അവർ കൂട്ടുകൃഷി നേതാക്കളെ പരിഹസിച്ചു. റസ്മ്യോട്ണോവിനോടായിരുന്നു കൂടുതൽ ദേഷ്യം.

"ഈ പട്ടീടെ മോൻ ബൂട്സാണ് ധരിക്കുന്നത്."

"അതെ. വേനൽക്കാലത്തും."

"നമ്മൾ വെറും കാലിൽനടക്കുന്നു."

"ഇയാൾ ശരിക്കും ഒരു നേതാവ് തന്നെ."

"ഇയാളുടെ ബൂട്സ് വലിച്ചൂര്."

സ്ത്രീകൾ ആകെ ബഹളം വെച്ചു. ഇതിനിടയിൽ നേതാക്കളുടെ ശബ്ദം ആരും കേട്ടില്ല. റസ്മ്യോട്ണോവിന്റെ കാലിൽ പിടിച്ച് ഒരു സ്ത്രീ അയാളെ തള്ളിയിട്ടു.

"അയാളുടെ ശരീരത്തിലുള്ളതെല്ലാം ഊര്."

"ട്രൗസർ അഴിച്ചുമാറ്റ്."

"ജനിച്ചപോലെ കുറെനേരം നടക്കട്ടെ."

"വസ്ത്രങ്ങൾ അഴിച്ച്മാറ്റ്."

റസ്മ്യോട്ണോവ് നിലവിളിക്കാൻ തുടങ്ങി. അയാളുടെ ബൂട്സുകൾ ഇതിനകം ഊരിക്കളഞ്ഞിരുന്നു. ഇതിനിടയിൽ കുറെ ചെറുപ്പക്കാർ ഓടിയെത്തി. അവർ പറഞ്ഞു.

"ഞങ്ങൾക്ക് നിന്റെ ട്രൗസർ അഴിക്കണം."

"പാവങ്ങൾക്ക് കൊടുക്കാനാണ്."

യുവാക്കൾക്കിടയിൽ ഡിമോക്ക് എന്നൊരാൾ എല്ലാവരുടെയും ശ്രദ്ധ പിടിച്ചുപറ്റി. നല്ല ആരോഗ്യമുള്ള യുവാവായിരുന്നു അയാൾ. മനോഹരമായ ചുരുണ്ട മുടിയായിരുന്നു അയാൾക്ക്. അയാൾ ഒരു തൊപ്പി തലയിൽ വെച്ചിരുന്നു. അയാളുടെ അച്ഛൻ ഒരു സൈനികനായിരുന്നു. അയാൾ യുദ്ധത്തിൽ മരിച്ചു. രോഗം വന്ന് അമ്മയും മരിച്ചു. കൊച്ചുനാളിലേ അമ്മായിയുടെ തണലിലാണ് അവൻ വളർന്നത്. കുട്ടിക്കാലത്തേ മോഷണമായിരുന്നു ഇഷ്ടം. ആപ്പിളുകൾ, ചെറിപ്പഴങ്ങൾ, വെള്ളരിക്ക, മധുരക്കിഴങ്ങ്, മത്തങ്ങ ഇവയെല്ലാം തോട്ടങ്ങളിൽനിന്ന് മോഷ്ടിക്കും. അയാൾ പെൺകുട്ടികളെകണ്ടാൽ വിടില്ല. അയാളെ കണ്ടാൽ പെൺകുട്ടികളുള്ള അമ്മമാർക്കെല്ലാം പേടിയാണ്.

"അതാ പെൺകുട്ടികളെ റാഞ്ചുന്നവൻ. അയാളുടെ കണ്ണിൽ നോക്കിയാൽ അറിയാം ചെകുത്താനാണവൻ."

അയാളുടെ മുന്നിൽ നിൽക്കുന്ന ഏതൊരു പെണ്ണിനേയും അവൻ വലവീശും. അവന്റെ കൺവെട്ടത്ത് നിൽക്കുന്ന മകളോട് അമ്മ പറയും;

"എന്താടീ അണിഞ്ഞൊരുങ്ങി നിൽക്കുന്നത്. അവനെക്കണ്ട് മയങ്ങിയോ. അവന്റെ കൈയിൽനിന്ന് വല്ലതും വാങ്ങിക്കൊണ്ട് വരണോ. അതെ അവൻ നിങ്ങൾക്ക് വല്ലതും തരും. എങ്കിൽ നിന്റെ കഥ ഞാൻ കഴിക്കും. അകത്തുപോടീ നായിന്റെ മോളേ."

എന്നാൽ അയാളിതൊന്നും വകവെക്കില്ല. ഒരു പ്രാപ്പിടിയനെപ്പോലെ അയാൾ ഗ്രാമത്തിലെ വീടുകൾക്കും പെൺകുട്ടികൾ കുളിക്കുന്ന തടാകങ്ങൾക്കടുത്തും റോന്ത് ചുറ്റും. എവിടെയെങ്കിലും ഒരു പെൺകുട്ടിയുടെ നിഴൽകണ്ടാൽ അയാളുടെ മുഖം തുടുക്കും. മനോഹരമായ അയാളുടെ കണ്ണുകൾക്ക് നീലനിറമായിരുന്നു. പ്രണയഭാവം ഒളിമിന്നുന്നതും ആർദ്രവുമായിരുന്നു അയാളുടെ നീലക്കണ്ണുകൾ. വസന്തകാലത്തെ ഇന്ദ്രനീലിമയാർന്ന് സുന്ദരമായ ആകാശം പോലെയായിരുന്നു അയാളുടെ കണ്ണുകളുടെ നിറം. അപ്പോൾ അയാൾ പെൺകുട്ടിയോട് പറയും;

"എന്റെ കൊച്ചുകണ്ണാന്തളിപ്പൂവെ,,രാത്രിയാവുമ്പോൾ ഞാൻ നിന്റെ വീടിനടുത്തുള്ള മരച്ചുവട്ടിലുണ്ടാകും. രാത്രിയിൽ നീ എവിടെയാണ് ഉറങ്ങുന്നത്."

ഇത് കേട്ട് മുഖം വെട്ടിച്ചുകൊണ്ട് പെൺകുട്ടി നടന്നുപോകും. അവളുടെ നടത്തത്തിന്റെ താളം നോക്കി അയാളുടെ ചുവന്നചുണ്ടുകളിൽ മന്ദഹാസം വിടരും.

ഡിമോക് നന്നായി എക്കോടിയൻ വായിക്കുമായിരുന്നു. വിളഞ്ഞ് നിൽക്കുന്ന ഗോതമ്പ് വയലിനടുത്തുള്ള അരുവിയുടെ തീരത്തിരുന്ന് അയാൾ സായാഹ്നങ്ങളിൽ എക്കോടിയൻ വായിക്കുന്നത് കേൾക്കാൻ നല്ല രസമായിരുന്നു. എന്നാൽ നീലനിലാവലകൾ പോപ്ലാർ മരങ്ങളിലും ചെറി മരങ്ങളിലും ചുംബനമർപ്പിക്കുന്ന രാവുകളിൽ അയാൾ വീട്ടിൽ നിന്നുമിറങ്ങി തന്റെ ഇഷ്ട കാമുകികളുടെ വീടിനടുത്തേക്ക് നടക്കും. എന്നിട്ട് അവരെങ്ങാനും പുറത്ത് വരുന്നുണ്ടോ എന്ന് നോക്കും. മഞ്ഞ്

വീണ് കുളിർത്ത പോപ്ലാർ വൃക്ഷച്ചില്ലകൾക്കുമേൽ അപ്പോൾ പൂർണചന്ദ്രൻ ഉദിച്ചുയർന്നിട്ടുണ്ടാവും. ചന്ദ്രനും ഡിമോക്കും മാത്രം ഉണർന്നിരിക്കുന്ന ആ നിശ്ശബ്ദ സുന്ദരമായ രാത്രികളിൽ ഡിമോക്കിന്റെ കാമുകിമാർ അയാളെ ഓർത്ത് മനസിൽ പല ചിത്രങ്ങളും കോറിയിടുമായിരുന്നു.

ഡിമോക്കിന് ജീവിതം ആസ്വദിക്കാനുള്ളതായിരുന്നു. എക്കോഡിയൻ മാത്രമല്ല വോഡ്കയും അയാൾക്കിഷ്ടമായിരുന്നു. വോഡ്ക കഴിച്ച് അയാൾ കലഹിക്കുമായിരുന്നു. എപ്പോഴെങ്കിലും എവിടെയെങ്കിലും ആളുകൾ തമ്മിൽ അടിപിടി കൂടുമ്പോൾ അയാൾ അവിടെ ഓടിയെത്തും. കുറെനേരം അത് നോക്കിനിൽക്കും. പിന്നെ അയാൾ സ്വയമറിയാതെ ആ ബഹളത്തിലേക്ക് എടുത്തുചാടും. ചെറുപ്പത്തിൽതന്നെ അഞ്ചാറ് പല്ലുകൾ അയാൾക്കങ്ങിനെ നഷ്ടപ്പെട്ടിരുന്നു. എത്രയോ തവണ അയാൾക്ക് മർദനമേറ്റിട്ടുണ്ട്. പെൺകിടാങ്ങളുടെ പേരിൽ നടന്നിട്ടുള്ള അടിപിടിയായിരുന്നു കൂടുതലും. അങ്ങനെ എത്രയോ തവണ അയാൾ പരിക്കേറ്റ് കിടന്നിട്ടുണ്ട്. എന്നാൽ അസുഖം മാറിക്കഴിഞ്ഞാൽ അയാൾ പഴയതെല്ലാം മറക്കും എന്നിട്ട് ഇരുട്ട് വീഴുന്ന സമയംനോക്കി പോപ്ലാർമരങ്ങൾ ഇടതൂർന്ന് നിൽക്കുന്ന തോപ്പിലൂടെ നടക്കും. അയാളുടെ നീലക്കണ്ണുകൾ ആകാശത്തെ നക്ഷത്രങ്ങളെനോക്കി കിനാവ് കാണുന്നുണ്ടാവും. ആ കിനാവുകൾക്ക് ലഹരി പകരാൻ എക്കോടിയനുമുണ്ടാവും. പലതവണ അയാൾ അറസ്റ്റുചെയ്യപ്പെട്ടിട്ടുണ്ട്. റസ്മ്യോട്ണോവും അയാളെ ഒരിക്കൽ അറസ്റ്റുചെയ്തിട്ടുണ്ട്. ഇപ്പോൾ അതിന്റെ പേരിലുള്ള പ്രതികാരം വീട്ടാൻ അയാൾ ശ്രമിക്കുകയാണ്. അയാളുടെ ശരീരം വിറയ്ക്കുന്നുണ്ടായിരുന്നു. വിറച്ചുകൊണ്ട് അയാൾ പറഞ്ഞു:

"ഈ മനുഷ്യന്റെ ട്രൗസർ നമുക്ക് ഊരിയെടുക്കണം."

അയാളുടെ പിറകെ ധാരാളം സ്ത്രീകളും തടിച്ചുകൂടി. കൈകൾ ഉയർത്തി സ്ത്രീകൾ റസ്മ്യോട്ണോവിന് നേരെ ഓടിയടുത്തു. അവരെല്ലാവരും ചേർന്ന് അയാളെ വളഞ്ഞു. അപ്പോൾ ആൻഡ്രി നിലവിളിച്ചു:

"നിങ്ങൾ ആരോടാണ് കളിക്കുന്നതെന്നറിയാമോ. ഞാൻ ചെയർമാനാണ്."

"താൻ എവിടുത്തെ ചെയർമാനാണെടാ."

"ഞാൻ സോവിയറ്റ് യൂണിയന്റെ ആളാണ്. ഒരു മണി ധാന്യം ഞാൻ തരില്ല."

"ഞങ്ങൾക്ക് നിന്റെ അനുവാദം വേണ്ട."

"ഞാൻ യോഗം പിരിച്ചുവിട്ടിരിക്കുന്നു."

"യോഗം ഞങ്ങൾ തുടങ്ങിക്കോളും."

"നിന്റെ ഡേവിഡോവ് എവിടെടാ?"

"അയാളാ മുറിയിലുണ്ടാവും."

"ഇയാളെ വിടരുത്"

"ഇയാളുടെ ചെവിട് അടിച്ചുപൊളിക്കിൻ."

"അയാളെ ചവിട്ടിക്കൂട്ടൂ."

"ഇയാൾ സ്റ്റാലിനെ എതിർത്ത ആളാണ്."

"ഇയാളെ കെട്ടിയിടൂ."

ഇത് കേട്ടഉടനെ ഒരു സ്ത്രീ മേശവിരിയെടുത്ത് അയാളുടെ തലയിലിട്ടു. അയാൾക്ക് ആ ചുവന്ന സാറ്റിൻ തുണി എടുത്ത് മാറ്റാൻ സമയം കൊടുക്കാതെ ഡിമോക്ക് അയാളെ തുരുതുരാ ഇടിച്ചു.

ഇടിയേറ്റ റസ്മ്യോട്ണോവ് തലയിൽനിന്നും സാറ്റിൻ തുണിമാറ്റി വിറയ്ക്കുന്ന കൈകളോടെ അരയിൽ തിരുകിവെച്ചിരുന്ന റിവോൾവർ കൈയിലെടുത്ത് സ്ത്രീകൾക്ക് നേരെചൂണ്ടി. സ്ത്രീകൾ പേടിച്ച് നില വിളിച്ചു. എന്നാൽ ഇതിനകം ഡിമോക്കും കൂട്ടരും അയാളുടെ മേൽ ചാടി വീണ് റിവോൾവർ പിടിച്ചെടുത്തു.

"ഈ തന്തയില്ലാത്തവനെ കൊല്ലണം" ഡിമോക്ക് വിളിച്ചുപറഞ്ഞു. എന്നാൽ ഡിമോക്കിന്റെ റിവോൾവറിൽ ഒറ്റ ഉണ്ടപോലുമുണ്ടായിരുന്നില്ല.

അവിടെ തടിച്ചുകൂടിയ സ്ത്രീകളും പുരുഷന്മാരും റസ്മ്യോട്ണോവിന് ചുറ്റുംനിന്ന് ഹാലേലൂയാ പാടുന്നുണ്ടായിരുന്നു. നായാട്ട് സംഘക്കാർ കാട്ടുമൃഗത്തെ എന്നപോലെ അയാളെ അവർ ഭേദ്യം ചെയ്തു. പെൺകുട്ടികൾ അയാളെ ചീത്തവിളിച്ചു. അങ്ങനെ ബഹളമയമായ ഒരന്തരീക്ഷംതന്നെ അവിടെ സൃഷ്ടിക്കപ്പെട്ടു.

ഈ സമയത്തെല്ലാം ഡേവിഡോവ് കൂട്ടുകൃഷി ഓഫീസിന്റെ പുറത്തായിരുന്നു. കൂട്ടുകൃഷി സംഘത്തെ രക്ഷിക്കാനുള്ള ആലോചനയിലായിരുന്നു അയാൾ. അയാളുടെ കൂടെ ഉഷക്കോവുമുണ്ടായിരുന്നു. ഉഷക്കോവ് ആകെ പേടിച്ചുപോയി.

"സഖാവ് ഡേവിഡോവ് എനിക്കങ്ങോട്ട് വരാൻ ഇപ്പോൾ പറ്റുമെന്ന് തോന്നുന്നില്ല. അവർ എന്നെ കൈകാര്യം ചെയ്യും."

"എന്താണിത് സഖാവെ, നിങ്ങൾക്കിത്ര പേടിയാണോ?"

"പേടിക്കേണ്ടിടത്ത് പേടിക്കണം."

"മെയിഡന്നിക്കോവ് എവിടെ?"

"അയാൾ ഇവിടെ എവിടെയോ ഉണ്ട്."

ഈ സമയത്ത് മെയിഡന്നിക്കോവ് ഡേവിഡോവിനെ കണ്ട് ഓടിവരുന്നുണ്ടായിരുന്നു. അയാളുടെ കൈയിൽ ചാട്ടവാറുണ്ടായിരുന്നു. അത് അന്തരീക്ഷത്തിൽ ചുഴറ്റിക്കൊണ്ട് അയാൾ ഉച്ചത്തിൽ പറഞ്ഞു:

"ഡേവിഡോവ് ഓടിവരൂ."

"എന്താണ് കാര്യം."

"റസ്മ്യോട്ണോവിനെ പെണ്ണുങ്ങൾ വളഞ്ഞിരിക്കുന്നു."

"അയാൾക്കെന്തുപറ്റി?"

"അയാളെ അവർ പൂട്ടിയിട്ടിരിക്കുന്നു."

"നമ്മുടെ ആളുകളൊക്കെ എവിടെ?"

"അവരെല്ലാം മാറിക്കളഞ്ഞു."

"അവിടെ ഇപ്പോൾ എന്താണ് നടക്കുന്നത്."

"ആളുകളെല്ലാം ധാന്യപ്പുരയിലേക്ക് കടന്നിരിക്കുകയാണ്."

“നമുക്ക് സംഘടിതരായി അങ്ങോട്ട് പോകണം. നിങ്ങൾ കുറച്ചാളുകളെ എവിടുന്നെങ്കിലും കൂട്ടിക്കൊണ്ട് വരണം” ഇതും പറഞ്ഞ് ഡേവിഡോവ് ഒരു നിമിഷം അവിടെ നിന്നു. എന്നിട്ട് ധൈര്യം സംഭരിച്ചുകൊണ്ട് അയാൾ ധാന്യപ്പുരയുടെ അടുത്തേക്ക് നടന്നു. അപ്പോൾ അവിടെ കൂടിയിരുന്ന ആളുകൾ വിളിച്ചുപറഞ്ഞു:

“അതാ പിശാച് വരുന്നു.”

ഡേവിഡോവ് ഒരു സിഗരറ്റ് എടുത്ത് കത്തിച്ചു.

“തന്നെ ഞങ്ങൾ സിഗരറ്റ് വലിപ്പിക്കാം.”

“തനിക്ക് പരലോകത്ത് വെച്ച് പുകവലിക്കാം”

ഡേവിഡോവ് ഇതൊന്നും കൂസാതെ മുന്നോട്ട് നടന്നു. അയാളുടെ അസാധാരണമായ ആത്മവിശ്വാസവും തന്റേടവും ആളുകളെ ഒന്ന് നിശ്ശബ്ദരാക്കി. ചിലർക്ക് പേടിയായിരുന്നു. അയാളുടെ അരയിൽ തോക്കുണ്ടാകുമോ എന്ന് ഭയപ്പെട്ടു ചിലർ. എങ്കിലും അവരുടെ ഉള്ളിൽ ദേഷ്യം നുരഞ്ഞ് പൊന്തി.

“എവിടെടാ നിന്റെ കൂട്ടുകൃഷി.”

“കൂട്ടുകൃഷി പിരിച്ചുവിടെടാ.”

“ആദ്യം നിങ്ങൾ പിരിഞ്ഞുപോകണം.”

“അത് ഞങ്ങൾ തീരുമാനിച്ചോളാം.”

ഈ സമയത്ത് നല്ല കാറ്റടിക്കുന്നുണ്ടായിരുന്നു. സ്ത്രീകളുടെ മുടിയിഴകൾ കാറ്റിൽ പറന്നുകളിച്ചു. സ്റ്റെപ്പികുന്നുകളിൽനിന്ന് വീശിയടിക്കുന്ന കാറ്റായിരുന്നു അത്. കാറ്റിന് ഉണങ്ങിയ മണ്ണിന്റെ ഗന്ധമുണ്ടായിരുന്നു. കാറ്റ് ധാന്യപ്പുരയുടെ മച്ചിലിൽ വീശിയടിച്ച് ശബ്ദമുണ്ടാക്കി. സ്റ്റെപ്പികുന്നുകളിൽനിന്നും വന്ന കാറ്റിന് പുറമെ വൃക്ഷത്തോപ്പുകളിൽനിന്ന് വീശിയടിച്ച വീഞ്ഞിന്റെ മണമുള്ള കാറ്റും പൂമൊട്ടുകളെ തഴുകിവന്ന തേനിന്റെ മണമുള്ള കാറ്റും എല്ലാം ചേർന്ന് അവിടെ ഒരു മദിരോൽസവം തന്നെ നടത്തി. ഡേവിഡോവിന്റെ ചുണ്ടുകൾ തേൻ കാറ്റിന്റെ ഈർപ്പത്തിൽ ഒട്ടിപ്പിടിച്ചുപോയി. അയാൾ ചുണ്ടുകൾ തുടച്ചുകൊണ്ട് ഇങ്ങനെ പറഞ്ഞു:

“സുഹൃത്തുക്കളെ, നിങ്ങൾ സോവിയറ്റ് സർക്കാറിന്റെ കൽപ്പനകളെ ലംഘിക്കരുത്. നിങ്ങൾ ധാന്യം കൊണ്ടുപോകാൻ സമ്മതിക്കണം. വസന്തകാലത്ത് വിത തടസ്സപ്പെടുത്തരുത്. അങ്ങനെ ചെയ്താൽ നിങ്ങൾക്ക് കോടതി കയറേണ്ടിവരും. നിങ്ങൾ ശരിക്ക് ആലോചിക്കണം. സർക്കാറിതറിഞ്ഞാൽ നിങ്ങൾക്ക് നല്ല ശിക്ഷകിട്ടും.”

“തന്റെ ഒരു സോവിയറ്റ് സർക്കാർ.”

“അതാ ആ മുറിയിൽപോയി നോക്ക്. അവിടെയുണ്ട് നിങ്ങളുടെ ഒരാൾ.”

അപ്പോൾ ഗ്രിഗറിബെന്നിക് ഇങ്ങനെ അട്ടഹസിച്ചു:

“സോവിയറ്റ് സർക്കാറിന്റെ പേരിൽ നിങ്ങൾക്ക് എന്തക്രമവും കാണിക്കാമെന്നോ. നിങ്ങളും നഗുൽനോവും ചെയ്യുന്ന തോന്ന്യാസങ്ങളെല്ലാം

ഞങ്ങളനുവദിക്കണോ?"

"കൃഷിക്കാരനെ പട്ടിണിക്കിടണമെന്ന് സർക്കാർ പറഞ്ഞിട്ടുണ്ടോ?"

"ഇതാണോ പാർട്ടിനയം."

"ഞങ്ങൾ നിങ്ങളെ എന്തു ചെയ്തു?"

"ഞങ്ങളെ നിങ്ങൾ വിതയ്ക്കാൻ അനുവദിച്ചില്ല."

"നിങ്ങൾ ഞങ്ങൾക്ക് വിത്ത് തന്നോ?"

"തന്നു."

"എന്നിട്ട് തിരിച്ചുതന്നില്ലേ."

"തന്നു."

"പിന്നെ എന്തിനാണ് നിങ്ങൾ ഇവിടെനിന്ന് ബഹളമുണ്ടാക്കുന്നത്."

"ഇത് കേട്ട് ജനം ഒന്നന്താളിച്ചു. അവർക്ക് വ്യക്തമായ മറുപടി പറയാൻ കഴിഞ്ഞില്ല." അപ്പോൾ ഗ്രിഗറി പറഞ്ഞു:

"കൂട്ടുകൃഷിയിൽ ചേരാത്തവർക്കും ഇവിടെ ജീവിക്കണം. എനിക്കെവിടെയാണ് നിങ്ങൾ ഭൂമി തന്നത്. വളരെ ദൂരെയല്ലേ."

"താൻ ഇവിടെനിന്ന് പോകുന്നതാണ് നല്ലത്" ഡേവിഡോവ് ദേഷ്യത്തോടെ പറഞ്ഞു ഇത് കേട്ടപ്പോൾ സ്ത്രീകൾ മുന്നോട്ട് വന്ന് ഡേവിഡോവിനെ വളഞ്ഞു.

ഡേവിഡോവ് കനത്തസ്വരത്തിൽ പറഞ്ഞു:

"നിങ്ങൾ എന്ത് ബഹളമുണ്ടാക്കിയിട്ടും കാര്യമില്ല. ഞാൻ പേടിച്ചോടുന്നവനല്ല. അന്യായം കാണിച്ചാൽ ഫലമറിയും." ഇതിനിടയിൽ ഗ്രിഗറി മെല്ലെ സ്ഥലം വിട്ടിരുന്നു. സ്ത്രീകളെല്ലാവരും ചേർന്ന് കൂക്കിവിളിക്കാനും തുള്ളിക്കളിക്കാനും തുടങ്ങി. ലുബിഷ്കിനും കൂട്ടരും എപ്പോഴാണ് വരുന്നത് എന്നാലോചിക്കുകയായിരുന്നു ഡേവിഡോവ്. സ്ത്രീകൾ ബഹളം വെച്ചുകൊണ്ടേയിരുന്നു. ആ ബഹളത്തിനിടയിൽ അയാൾ മേരിനയെ കണ്ടു. അവൾ മറ്റുസ്ത്രീകളുമായി സംസാരിക്കുകയായിരുന്നു. അവൾ ഒരങ്കത്തിനെന്നപോലെ നിൽക്കുന്നതായി അയാൾക്ക് തോന്നി. അവളുടെ മുഖം ചുവന്ന് തുടുത്തിരുന്നു. അവളുടെ നെറ്റിയിൽ വിയർപ്പ് പൊടിഞ്ഞിരുന്നു. അവളുടെ മുഖത്ത് കടുത്തകോപം നിഴലിക്കുന്നുണ്ടായിരുന്നു. അവളുടെ അടുത്തുതന്നെ യാക്കോവ് ലൂക്കിച്ചുമുണ്ടായിരുന്നു. അയാൾ ഡെമിഡിനോട് എന്തോ സ്വകാര്യം പറയുകയായിരുന്നു. ഇതിനിടയിൽ കുറെ സ്ത്രീകൾ ഡേവിഡോവിന്റെ കുപ്പായകൈയിൽ പിടിച്ച് വലിച്ചു. അയാൾ അവരുടെ കൈ തട്ടിമാറ്റി. ആ തട്ടിമാറ്റലിൽ ഒരു സ്ത്രീ നിലത്ത് വീണമർന്നു. അവൾക്ക് പരുക്കൊന്നും പറ്റിയിട്ടില്ല. എന്നാൽ അവൾ ഇങ്ങനെ വിളിച്ചുപറഞ്ഞു:

"ഈ ചെകുത്താൻ എന്നെ കൊന്നേ."

"പെണ്ണുങ്ങളേ അടിക്കുന്നോ?"

"ഇതാണോ സോവിയറ്റ് ഗവൺമെന്റിന്റെ നയം."

"അയാളെ കൈകാര്യം ചെയ്യ്."

"അടിച്ച് പല്ല് പൊഴിക്ക്." ആളുകൾ ഇങ്ങനെ ബഹളം വെക്കുന്നു

ണ്ടായിരുന്നെങ്കിലും ഡേവിഡോവ് പതറിയില്ല. അയാൾ നിലത്ത് വീണ സ്ത്രീയെ എഴുന്നേൽപ്പിക്കാൻ ശ്രമിക്കുകയായിരുന്നു. അത് കണ്ട് ആളുകൾ അവളെ തല്ലാൻ ഒരുമ്പെടുകയാണെന്ന് കരുതി.

"അതാ അയാളാ പെണ്ണിനെ ഇപ്പോൾ കൊല്ലും. ഇതിനിടയിൽ പലരുടെയും കൈകൾ അയാളുടെ പുറത്ത് വീണിരുന്നു. രണ്ടുമൂന്നാളുകൾ അയാളുടെ കൈകളിൽ കടന്നുപിടിച്ചു. സ്ത്രീകൾ അയാളുടെ പുറത്ത് അടിച്ചുകൊണ്ടിരുന്നു. അവർ അയാളുടെ കുപ്പായം കീറിപ്പറിച്ചു. ചിലർ അയാളുടെ കീശയിൽ കൈയിട്ടു. മറ്റുചിലർ അയാളുടെ മുടിപിടിച്ചു വലിച്ചു. ഡേവിഡോവ് ശക്തിയിൽ കുതറിമാറി. ചിലർ അയാളുടെ മുഖത്ത് തുപ്പിയിരുന്നു. മറ്റുചിലർ അയാളെ അസഭ്യവർഷത്തിൽ പൊതിഞ്ഞു. സ്ത്രീകളിൽ ചിലർ വീണ്ടും അയാളുടെ കൈകളിൽ പിടികൂടി. അയാളുടെ അവസ്ഥ പരിതാപകരമായിരുന്നു. അവർ നിയന്ത്രണം വിട്ടിരുന്നു. അവരോട് കയർക്കുന്നത് അപകടം വരുത്തിവെക്കുമെന്ന് മനസിലാക്കിയ അയാൾ ഇങ്ങനെ പറഞ്ഞു:

"നമുക്കെല്ലാം സമാധാനപരമായി സംസാരിക്കാം" അയാളുടെ കവളിൽനിന്നും ചോര ഒഴുകുന്നുണ്ടായിരുന്നു. അവർ വീണ്ടും അയാളെ പ്രഹരിച്ചു. രണ്ടുമൂന്ന് സ്ത്രീകൾ അയാളെ ബലമായി പിടിച്ചമർത്തി.

"എടാ താന്തോന്നി നിന്നെ ഞങ്ങൾ വിടില്ല." അയാളുടെ കൈ ബലമായി പിടിച്ചമർത്തിയ പ്രായമായ സ്ത്രീയോട് തമാശപറയാൻ അയാൾ ആ സമയം ഉപയോഗിച്ചു.

"ഹെ മുതുക്കി, നിങ്ങളിനിയും ചത്തില്ലെ. നിങ്ങളെ ഞാൻ ഒറ്റ അടി അടിക്കട്ടെ."

"എടാ തന്തയില്ലാത്തവനെ, നിന്നെ ഞാൻ ഇടിച്ച് ചമ്മന്തിയാക്കും"ഇതും പറഞ്ഞ് ഒരു ചെറുപ്പക്കാരി അയാളുടെ പുറത്ത് ആഞ്ഞടിച്ചു. മറ്റൊരു ചെറുപ്പക്കാരി ഒരു വടിയെടുത്ത് അയാളുടെ പുറത്ത് അടിച്ചു.

"വടികൊണ്ട് എന്നെ അടിക്കരുത്."

"എന്നാലിതാ കൈ കൊണ്ട് അടിക്കാം" മറ്റൊരു സ്ത്രീ അയാളുടെ ചെകിട്ടത്തടിച്ചു. അയാളുടെ ചെവിയിൽനിന്നും ചോര ഒഴുകി. ഇതിനിടയിൽ ഒരു സ്ത്രീ അയാളുടെ മൂക്കിലിട്ടൊരിടിയിടിച്ചു. മൂക്കിൽനിന്നും ചോര ഒഴുകി അയാളുടെ വായിലായി. അയാളത് പുറത്തേക്ക് തുപ്പുന്നതിനിടയിൽ ഒരു സ്ത്രീയുടെ മുഖത്തേക്ക് ചോര തെറിച്ചു. അവൾ ദേഷ്യം പിടിച്ച് അയാളുടെ ചുണ്ടിനിട്ടൊരു കുത്തുകൊടുത്തു. ചുണ്ട് ചതഞ്ഞു പോയി. ചോര അയാളുടെ മുഖമാകെ പടർന്നു. ഇതിനിടയിലും സ്ത്രീകൾ അവർക്ക് ചെയ്യാവുന്നതൊക്കെ ചെയ്തു. ഒരു വൃദ്ധ കൈ ചുരുട്ടി അയാളുടെ മർമസ്ഥാനത്ത് കുത്തി. അയാൾ പുളഞ്ഞുപോയി. സ്ത്രീകളെല്ലാവരും അയാളെ പ്രഹരിക്കുന്നതിൽ മൽസരിക്കുകയായിരുന്നു. സ്ത്രീകൾ അടിക്കുന്നതിനിടെ അയാളെ പുലഭ്യം പറഞ്ഞുകൊണ്ടിരുന്നു. അയാൾ വേദനയും ദേഷ്യവും കടിച്ചമർത്തിക്കൊണ്ട് പറഞ്ഞു:

"ഇതിനൊക്കെ ഒന്നിന് പത്തായി ഞാൻ തിരിച്ചു തരും." അയാളുടെ മനസ്സ് ലുബിഷ്കിനെ ശപിക്കുകയായിരുന്നു.

“ഈ തന്തയില്ലാത്തവൻ എവിടെപ്പോയി കിടക്കുകയാണ്. ഒരപകടം വരുമ്പോൾ ആരെയും കാണില്ല.” ആളുകൾ ഡേവിഡോവിനെ കൂട്ടു കൃഷി ഓഫീസിലേക്ക് പിടിച്ചുകൊണ്ടുപോയി. അവർ ഡേവിഡോവിന്റെ മുറിയിൽ കടന്നു. മുറിയിലുണ്ടായിരുന്ന സർവതും അവർ തകർത്തു. കസേര ചവിട്ടിപ്പൊട്ടിച്ചു. പുസ്തകങ്ങളും കടലാസുകളും വസ്ത്രങ്ങളു മെല്ലാം എടുത്ത് പുറത്തേക്ക് വലിച്ചെറിഞ്ഞു. അവർ ഡേവിഡോവിനെ മുറിയുടെ മൂലയിലേക്ക് തള്ളിയിട്ട് പുറത്തേക്ക് പോയി. അയാൾ നിലത്തു തളർന്നു വീണു കിടന്നു. ഒരിറ്റു വെള്ളത്തിനായി അയാൾ ദാഹിക്കുന്നു ണ്ടായിരുന്നു. അയാൾ ഇതിനു മുമ്പും മർദിക്കപ്പെട്ടിട്ടുണ്ട്. എന്നാൽ സ്ത്രീകൾ സംഘം ചേർന്ന് എത്ര ഭീകരമായാണ് മർദിച്ചത്. അതിന്റെ അപമാനവും വേദനയും അയാളെ മഥിച്ചു. എന്തെന്നില്ലാത്ത മനോവി ഷമം അയാളെ വേട്ടയാടി. ഒരു വേള അവരെന്നെ കൊല്ലുമായിരുന്നെന്ന് അയാൾ ആലോചിച്ചു. അയാൾ പ്രയാസപ്പെട്ട് എഴുന്നേറ്റ് മുടന്തി നട ന്നു. ഓഫീസിന്റെ പടിയിലിരുന്ന് അയാൾ സ്റ്റെപ്പികുന്നുകളിലേക്ക് നോക്കി. ചാരനിറം പൂണ്ട സ്റ്റെപ്പി. അവിടെയെങ്ങും ആളനക്കമുണ്ടായി രുന്നില്ല. സ്റ്റെപ്പികുന്നുകൾക്കുമപ്പുറം ശൂന്യമായ ചക്രവാളം.

അയാളുടെ ശരീരമാകെ ചതഞ്ഞുപോയിരുന്നു. അയാൾ തന്റെ ചോരയൊലിക്കുന്ന തല കൈകൊണ്ട് താങ്ങി. അയാളുടെ കീറിപ്പറിഞ്ഞ കുപ്പായത്തിലെല്ലാം ചോരയായിരുന്നു. അയാളുടെ സൈനിക ട്രൗസർ കീറിപ്പറിഞ്ഞുപോയിരുന്നു. ശ്വാസം വലിക്കാൻ അയാൾ ബുദ്ധിമുട്ടി. കുറെനേരം അയാൾ ഓഫീസിന്റെ പടിയിൽ തളർന്നുകിടന്നു. അയാൾക്ക് വല്ലാതെ ദാഹിക്കുന്നുണ്ടായിരുന്നു. മെല്ലെ തപ്പിത്തടഞ്ഞ് എഴുന്നേറ്റ് അയാൾ മുറ്റത്തേക്ക് നടന്നു. മുറ്റത്തെ തൊട്ടിയിൽനിന്നും അയാൾ കുടു കുടാ വെള്ളം കുടിച്ചു. അയാൾ ആകെ കിതക്കുന്നുണ്ടായിരുന്നു. തൊട്ടി യിലെ പകുതിയോളം വെള്ളം അയാൾ കുടിച്ചുകഴിഞ്ഞിരുന്നു. കുറച്ചു വെള്ളമയാൾ തലയിൽ ഒഴിച്ചു. പിന്നെ നെറ്റിയിലും മുഖത്തുമുള്ള ചോര കഴുകി അയലത്തിട്ടിരുന്ന ഒരു പഴംതുണിയെടുത്ത് തലതോർത്തി മുഖം തുടച്ച് അയാൾ പടിയിൽ ഇരുന്നു. ഒരു ജീവിയുടെ അനക്കം പോലും എവിടെയും ഇല്ലായിരുന്നു. എന്നാൽ ദൂരെനിന്നും ഒരു കാലൻ കോഴി യുടെ ശബ്ദം അയാൾ കേട്ടു. ഡേവിഡോവ് അപ്പോഴും ലുബിഷ്കിനും കൂട്ടരും വരുമെന്ന് കരുതിയിരുന്നു. അപ്പോൾ ഒരു കുതിരക്കുളമ്പടി ശബ്ദം അയാൾ കേട്ടു. അയാൾ തലയുയർത്തിനോക്കി.തവിട്ടുനിറമുള്ള ഒരു കുതിര അയാളുടെ അടുത്തേക്ക് നടന്നുവരുന്നുണ്ടായിരുന്നു. അത് കിത യ്ക്കുന്നുണ്ടായിരുന്നു. ആ കുതിര വളരെ ദൂരത്തുനിന്നും വരികയായി രുന്നു എന്നത് സ്പഷ്ടം. അതിന്റെ കടിഞ്ഞാൺ പൊട്ടിയിരുന്നു. അത് കിതയ്ക്കുന്ന ശബ്ദം ഉയർന്നു കേൾക്കാമായിരുന്നു. സ്വർണനിറത്തി ലുള്ള മുഖമായിരുന്നു അതിന്. അതിന്റെ മനോഹരമായ കുഞ്ചിരോമ ങ്ങളിൽ മഞ്ഞ് പറ്റിപ്പിടിച്ചിരുന്നു. ആ കുതിരയെ കണ്ട് ഡേവിഡോവ് അദ്ഭുതപ്പെട്ടു. ആ സമയത്ത് ചുക്കാർ മുത്തൻ എവിടെനിന്നോ വന്നു.

അയാൾ ആകെ പേടിച്ച് വിരണ്ടിരുന്നു. മുഖം വിളറിയിരുന്നു. അയാളുടെ ശരീരമാകെ വിയർപ്പായിരുന്നു. ആളുകൾ കൂട്ടുകൃഷിക്കെതിരെ കലാപം തുടങ്ങിയത് അയാളെ കിടിലം കൊള്ളിച്ചു. കൂട്ടുകൃഷിക്കാർക്ക് ഇനി ഗ്രാമത്തിൽ രക്ഷയില്ലെന്ന് അയാൾ ഭയപ്പെട്ടു. അയാൾ പേടിച്ചരണ്ട ഒരെലിയെപ്പോലെ പതുങ്ങി പതുങ്ങി ഡേവിഡോവിന്റെ അടുത്തേയ്ക്കുവന്നു. അയാൾ ഡേവിഡോവിന്റെ മുമ്പിൽ വണങ്ങിനിന്നുകൊണ്ട് പറഞ്ഞു:

"എന്റെ പ്രിയപ്പെട്ട സഖാവെ, ദൈവത്തെ ഓർത്ത് ഞാൻ പറയുന്നത് കേൾക്കണം. പറഞ്ഞ് തീരും മുമ്പേ ഞാൻ എന്താണ് പറയുന്നത് എന്നതിനെപ്പറ്റി ഒരു ധാരണയുണ്ടാക്കി ഒരു മറുപടി മനസിൽ രൂപപ്പെടുത്തരുത്. ഞാൻ പറഞ്ഞുകൊണ്ടിരിക്കുമ്പോൾ അത് ശ്രദ്ധിക്കാതെ അതിന്റെ മറുപടി ആലോചിച്ച് വിഷമിക്കരുത്. ദൈവത്തെയോർത്ത് ഇവിടെനിന്നും രക്ഷപ്പെടണം. ഇന്നിവിടെ സംഭവിച്ചതെല്ലാം ഒരു സൂചനയാണ്. വരാനിരിക്കുന്നത് വലിയ ദുരന്തങ്ങളാണ്. അത് സംഭവിച്ച് കഴിഞ്ഞിട്ട് ദുഃഖിച്ചിട്ട് കാര്യമുണ്ടാവില്ല. വലിയ കൊലപാതകങ്ങൾ ഇവിടെ നടക്കും എന്നതിന് സംശയമില്ല. താങ്കളെപ്പോലുള്ള ഉത്തരവാദപ്പെട്ട ഒരു ജനനേതാവിനെ ഇത്ര ഭീകരമായ രീതിയിൽ കൈകാര്യം ചെയ്യാൻ അവർക്ക് മടിയില്ലാതായിരിക്കുന്നു. എന്ത് ഭീകരമായ മർദനമാണ് നിങ്ങൾക്കേറ്റത്. ഞാനിതുവരെ ഇവിടെ ഉണ്ടായിരുന്നു. വൈക്കോൽ കൂനയിൽ ഒളിച്ചിരിക്കുകയായിരുന്നു. ഞാനങ്ങനെ ചെയ്തില്ലായിരുന്നുവെങ്കിൽ അവരെന്റെ കഥ കഴിച്ചേനെ. വൈക്കോൽകൂനയ്ക്കുള്ളിൽ ഞാൻ ശ്വാസം കിട്ടാതെ നരകിക്കുകയായിരുന്നു. ഇതാ എന്റെ ശരീരത്തിലേക്ക് നോക്കൂ നിറയെ വൈക്കോൽ പൊടിയാണ്. സഖാവ് ഡേവിഡോവ്, എന്നെ വിശ്വസിക്കണം. ഞാൻ പറയുന്നത് അനുസരിക്കണം. കുറച്ച് കാലം നമുക്ക് മാറി നിൽക്കാം. ഞാനും നിങ്ങളോടൊപ്പം വരാം. ഒറ്റയ്ക്ക് ഒളിവിൽപോകുന്നത് വലിയ സങ്കടമാണ്. നാം ആളുകളുടെ അടികൊണ്ട് ചാകേണ്ടവരല്ല. നിങ്ങൾ ആ പെണ്ണുങ്ങളുടെ കളികണ്ടില്ലേ. ഭൂമിയിൽ എവിടെയെങ്കിലും പെണ്ണുങ്ങൾ ഇങ്ങനെ ബഹളം വെച്ചിട്ടുണ്ടോ. ഇത്ര അക്രമം നടത്തിയിട്ടുണ്ടോ. ഭ്രാന്ത് പിടിച്ച നായ്ക്കളെപ്പോലെയല്ലെ അവർ പെരുമാറിയത്. അവർ നശിച്ചുപോകട്ടെ. എനിക്ക് തോന്നുന്നത് അവർ നഗുൽനോവിനെ കൊന്നുകളഞ്ഞു എന്നാണ്. ഇതാ ഈ കുതിര നഗുൽനോവിന്റേതാണ്. ഈ കുതിരപ്പുറത്താണ് അയാൾ പുറത്ത് പോയത്. പോകുമ്പോൾതന്നെ അയാൾ കുതിരപ്പുറത്തുനിന്നും വീണിരുന്നു. അതൊരു ദുശ്ശകുനമായിരുന്നു.ഞാനത് അപ്പോഴേ അയാളോട് പറഞ്ഞതാണ്. പക്ഷെ അയാളത് കേട്ടില്ല. അയാൾ ഒരിക്കലും നല്ലകാര്യങ്ങൾ പറഞ്ഞാൽ കേൾക്കില്ല. എല്ലാകാലത്തും അയാൾ അങ്ങനെയായിരുന്നു. വെറും താന്തോന്നിയായിരുന്നു അയാൾ. താൻ പിടിച്ച മുയലിന് രണ്ട് കൊമ്പ് എന്നതാണ് അയാളുടെ രീതി. അതിന്റെ ഫലമോ അയാൾ കൊല്ലപ്പെട്ടു. ആ ദുഷ്ടന്മാർ അയാളെ കൊന്നു. ഞാൻ പറഞ്ഞത് അനുസരിച്ചിരുന്നുവെങ്കിൽ അയാൾക്ക് ജീവൻ നഷ്ടപ്പെടില്ലായിരുന്നു."

"അയാൾ മരിച്ചു എന്നാണോ നിങ്ങൾ പറയുന്നത്."

"അതേ."

"അയാൾ അയാളുടെ വീട്ടിലുണ്ടെന്ന് ഞാൻ പറയുന്നു."

"ഒരിക്കലുമില്ല."

"എന്തുകൊണ്ട്?"

"ഈ കുതിരയെ നോക്കൂ യജമാനൻ വീട്ടിലുണ്ടായിരുന്നെങ്കിൽ ഈ സാധു മൃഗം ഇങ്ങനെ പേടിച്ച് തിരിച്ചുവരുമായിരുന്നോ. എനിക്ക് കുതിരകളെ ശരിക്കറിയാം. അവയുടെ ലക്ഷണങ്ങളറിയാം. നഗുൽനോവിന്റെ ജഡം കണ്ട് പേടിച്ചാണ് ഈ കുതിര ഇങ്ങോട്ട് വന്നത്. അതിൽ യാതൊരു സംശയവുമില്ല. ധാന്യം അവർ കൊണ്ടുപോകുന്നത് അയാൾ കണ്ടിരിക്കും അയാളത് സഹിക്കില്ല. അയാൾ അവരെ തടഞ്ഞിട്ടുണ്ടാവും തീർച്ച. ദുഷ്ടന്മാരായ അവർ അയാളെ കൊന്നുകളഞ്ഞു. എന്റെ ദൈവമേ, ഡേവിഡോവ് ഞാൻ പറയുന്നത് കേൾക്കൂ അയാളുടെ ഗതി നിങ്ങൾക്കുമുണ്ടാവരുത്."

ഡേവിഡോവ് ആകെ മരവിച്ചപോലെയായി. ആർപ്പുവിളികൾ ദൂരെ നിന്നും കേൾക്കാമായിരുന്നു. കൂട്ടുകൃഷിക്കെതിരെയുള്ള ആർപ്പുവിളിയായിരുന്നു അത്. ധാന്യപ്പുരയിലുള്ള ധാന്യങ്ങളെല്ലാം അവർ കൊണ്ടുപോയിരുന്നു. അതിന്റെ സന്തോഷമാണ് അവർ പങ്കിടുന്നത്. അത് കേട്ടപ്പോൾ ഡേവിഡോവിന്റെ ഹൃദയം പടപടാ എന്നിടിച്ചു. ദുഃഖവും നിരാശയും ദേഷ്യവും അയാളെ കാർന്നുതിന്നുകയായിരുന്നു. ഇപ്പോൾ അയാൾ തന്റെ ശരീരത്തിലെ പരിക്കുകളും വേദനകളുമെല്ലാം മറന്നു. നഗുൽനോവിനെപ്പറ്റി മാത്രമാണ് അയാൾ ചിന്തിച്ചത്. അയാൾ മരിച്ചിരിക്കുമോ എന്ന ചിന്ത അയാളെ അലട്ടി. അയാളുടെ ചുണ്ടുകൾ വരണ്ടു. കണ്ണുകൾ അതിന്റെ കുഴിയിലേക്കുതന്നെ താണുപോകുന്നതായി അയാൾക്കുതോന്നി. നാവ് മരവിച്ചിരുന്നു. നഗുൽനോവ് മരിച്ചോ ഇല്ലയോ എന്ന ചിന്ത അയാളെ കുത്തിനോവിച്ചു. അയാൾക്ക് രണ്ടും വിശ്വസിക്കാൻ കഴിഞ്ഞില്ല. അവസാനം അയാൾ പറഞ്ഞു:

"ഇല്ല, അയാൾ മരിച്ചിട്ടില്ല" ഡേവിഡോവ് അയാളെ കാണാൻവേണ്ടി പുറപ്പെട്ടു. അയാളുടെ പുറപ്പാട് കണ്ട് ചുക്കാർമുത്തൻ കരുതിയത് ഡേവിഡോവ് ഒളിവിൽ പോകാൻ തയാറാവുന്നുവെന്നാണ്. അങ്ങനെ കരുതിയ അയാൾ ഡേവിഡോവിനോട് പറഞ്ഞു:

"പ്രിയ സഖാവെ, ഇപ്പോഴെങ്കിലും നിങ്ങൾക്ക് ബുദ്ധി ഉദിച്ചല്ലോ. വരൂ നമുക്കൊന്നിച്ച് പോകാം. അതുതന്നെയാണ് നല്ലത്. നമ്മൾ അങ്ങിനെ ചെയ്തില്ലെങ്കിൽ നമ്മുടെ വിധിയും അയാളുടേതുതന്നെയായിരിക്കും. നമ്മളെ അവർ കൊന്നുകുഴിച്ചുമൂടുക തന്നെചെയ്യും. അതിന് യാതൊരു സംശയവുമില്ല. അതിനവർക്ക് യാതൊരു മടിയുമില്ല. പേടിയുമില്ല. നമുക്ക് വൈക്കോൽ പുരയിൽ ഒളിച്ചിരിക്കാം. ആരും നമ്മെ കണ്ടുപിടിക്കില്ല. അവിടെ നമുക്ക് സുഖമായിരിക്കും. വൈക്കോലിന്റെ മണം ആശ്വാസകരമാണ്. എനിക്ക് ഏറ്റവും ഇഷ്ടം അവിടെ കിടന്നുറങ്ങാനാ

ണ്. തിന്നാൻ കിട്ടിയാൽ എത്ര ദിവസം വേണമെങ്കിലും ഞാനവിടെ കിടക്കും. പെണ്ണുങ്ങൾ നിങ്ങളെ കൈകാര്യം ചെയ്തതും പുലഭ്യം പറഞ്ഞതും എല്ലാം ഞാനാ പുല്ലിൽ കിടന്ന് കാണുകയായിരുന്നു. നിങ്ങളെ മാന്തിക്കീറുന്നതും ചവിട്ടിക്കൂട്ടുന്നതുമെല്ലാം ഞാൻ കണ്ടു. അപ്പോൾ ഞാൻ കരുതിയത് എന്റെ ജീവനും പോയി എന്നാണ്. നിങ്ങൾക്കറിയാമോ ഡേവിഡോവ്, ഓർമ വെച്ച നാൾമുതൽ എന്റെ മനസ്സ് നിങ്ങളോടൊപ്പമായിരുന്നു. നമ്മൾ വിപ്ലവത്തിന് വേണ്ടി നിലകൊണ്ടു. സോഷ്യലിസത്തിനും കമ്യൂണിസത്തിനും വേണ്ടി നമ്മൾ പൊരുതി. നമ്മളാണ് കൂട്ടുകൃഷി സ്ഥാപിച്ചത്. നമ്മളാണ് ടിറ്റോക്കിന്റെ സ്വത്തുക്കൾ പിടിച്ചെടുത്തത്. അവർക്കത് നല്ലപോലെ അറിയാം. അതുകൊണ്ട് അവരുടെ ആദ്യത്തെ ഇരകൾ നമ്മൾ രണ്ടുപേരുമായിരിക്കും. അതിന് യാതൊരു സംശയവുമില്ല. കാര്യമില്ലാത്ത കാര്യത്തിനുവേണ്ടി നമ്മൾ എന്തിനുവേണ്ടി ചാവണം. ആർക്കുവേണ്ടി ചാവണം. അതുകൊണ്ടാണ് ഞാൻ ഒളിച്ചിരുന്നത്. ഞാൻ ഒളിച്ചിരിക്കാൻ മറ്റൊരു കാരണം കൂടിയുണ്ട്. എന്റെ മനസ്സ് പറഞ്ഞത് ഇതാണ്: 'സഖാവ് ഡേവിഡോവിനെ ആ ചെറ്റകൾ കൊല്ലും അപ്പോൾ പിന്നെ ആരാണ് പൊലീസിൽ സാക്ഷിപറയുക.' അവരെന്നെ കൊന്നാൽ സാക്ഷിയുണ്ടാവില്ല. അതുകൊണ്ടാണ് ഞാൻ ഒളിച്ചിരുന്നത്. ശ്വാസം കിട്ടാതെ ഞാനാ പുല്ലിനുള്ളിൽ കഴിഞ്ഞു. അങ്ങിനെ കുറെ കഴിഞ്ഞപ്പോഴുണ്ട് എന്റെ മേൽ ആരോ കയറിപ്പറ്റുന്നു. ഒരു തുമ്മലിന്റെ ശബ്ദവും ഞാൻ കേട്ടു. ഞാൻ കരുതിയത് അവരെന്നെ തെരയുകയാണെന്നാണ്. എന്റെ രക്തത്തിനുവേണ്ടി ദാഹിച്ച് അവർ എന്റെ മേലേക്ക് നുഴഞ്ഞുകയറുകയാണെന്ന് ഞാൻ കരുതി. ആരോ എന്റെ വയറ്റിൽ ചവിട്ടി. ഞാൻ ശ്വാസമടക്കിപ്പിടിച്ച് കിടന്നു. എന്റെ ചങ്ക് തകരുകയായിരുന്നു. ഞാൻ ജീവിതത്തിലിന്നുവരെ ഇത്ര പേടിച്ചിരുന്നില്ല. ചത്തപോലെ കിടന്നു. അവസാന നിമിഷങ്ങൾ എണ്ണിക്കൊണ്ട്. എനിക്കുറപ്പായിരുന്നു അത്. എന്റെ മുഖത്ത് ആരോ ചവിട്ടി. ഞാൻ എന്റെ കൈ ഉയർത്തി കാൽ തടഞ്ഞു. അതൊരു മനുഷ്യന്റെ കാലായിരുന്നില്ല. ഒരു മൃഗത്തിന്റെ കുളമ്പായിരുന്നു. നിറയെ രോമമുള്ള കുളമ്പ്. ശരിക്കും ഞാൻ ബോധം കെട്ടുപോയി. ഞാൻ കരുതിയത് ചെകുത്താനാണ് അതെന്നാണ്. കുറച്ചുസമയത്തേക്ക് എനിക്കൊന്നും ഓർമയില്ലായിരുന്നു. കുറച്ചുകഴിഞ്ഞപ്പോൾ എനിക്ക് ബോധം തിരിച്ചുകിട്ടി. ആ കൂരാകൂരിരുട്ടിൽ ഞാൻ സർവ ദൈവങ്ങളെയും വിളിച്ച് പ്രാർഥിച്ചു. എന്റെ സ്ഥാനത്ത് നിങ്ങളായിരുന്നെങ്കിൽ പേടിച്ച് ചത്തുപോകുമായിരുന്നു. എന്നാൽ എന്തോ ഒരു ധൈര്യം എനിക്ക് കിട്ടി. അതുകൊണ്ട് ഞാൻ ചത്തില്ല. പിന്നെ എനിക്ക് മനസിലായി അത് ചെകുത്താനല്ല ഒരാടാണെന്ന്. ആടിന്റെ നാറ്റം എനിക്കനുഭവപ്പെട്ടു. ആ വൃത്തികെട്ട മൃഗം ഒരു നിമിഷം കൊണ്ട് എന്നെ നരകലോകം കാണിച്ചു. ടിറ്റോക്കിന്റെ ആടായിരുന്നു അത്. ആ വൃത്തികെട്ട ജീവി അവിടെയുണ്ടായിരുന്ന കാര്യം ഞാൻ മറന്നു. അവൻ വൈക്കോൽ കൂനക്കുമേൽ ചവിട്ടിക്കയറുകയായിരുന്നു. ഞാൻ എഴുന്നേറ്റ് അവനെ പൊതിരെ തല്ലി.

അവന്റെ കഴുത്തിൽ പിടിച്ച് ഞെരിച്ചു. നിലത്ത് വലിച്ചിഴച്ചു. കൈയിൽ കിട്ടിയതെല്ലാം എടുത്ത് പൊതിരെ തല്ലി. അവനെ ഞാൻ വിളിക്കാത്ത തെറിയില്ല. ഗ്രാമത്തിൽ നടക്കുന്നകാര്യങ്ങൾ അറിയാതെ വൈക്കോലിലേക്ക് നുഴഞ്ഞുകയറിയ ആ അസത്തിനെ ഞാൻ ഒരു പാഠം പഠിപ്പിച്ചു. അവനെ അറുത്തുമുറിക്കാനുള്ള ദേഷ്യം എനിക്കുണ്ടായിരുന്നു. പക്ഷെ ഞാനത് ചെയ്തില്ല. എനിക്കവനോടുള്ള പക ഇപ്പോഴും മാറിയിട്ടില്ല. കലിയടങ്ങിയിട്ടില്ല. ഒരു മൃഗമാണെങ്കിലും കാര്യങ്ങൾ മനസിലാക്കേണ്ടേ. ഏതു സമയവും തിന്നുക എന്നൊരൊറ്റ വിചാരമേ അതിനുള്ളൂ. ലോകവിവരമില്ലാത്ത കഴുത. "

ചുക്കാർ മുത്തൻ ഇങ്ങനെ അലസമായി പറഞ്ഞുകൊണ്ടിരിക്കുന്ന കാര്യങ്ങൾ ഡേവിഡോവ് ശ്രദ്ധിച്ചിരുന്നില്ല. അയാൾ മുന്നോട്ട് നടക്കുകയായിരുന്നു. ചുക്കാർ മുത്തന് പരിഭ്രമമായി.

"എവിടെപ്പോകുന്നു സഖാവെ?"

ചുക്കാർമുത്തൻ പിന്നെകണ്ടത് ഡേവിഡോവ് ധാന്യപ്പുരയിലേക്ക് നടന്നടുക്കുന്നതാണ്. അയാളുടെ ശരീരം ആകെ തളർന്നിരുന്നു. ഒരു കാറ്റിലൂടെ തെന്നിതെന്നി പോകുന്നതായിട്ടാണ് ചുക്കാർ മുത്തന് തോന്നിയത്. ഡേവിഡോവിന്റെ കാലുകൾ നിലത്തുറച്ചിരുന്നില്ല.

# 38

ഗ്രിമ്യാക്കിലോഗിലെ ശരത്കാലത്തിന് ഇത്തവണ ദുഃഖഭാവമായിരുന്നു. കുളിച്ചുകയറി കാറ്റിൽ മുടി ചിക്കിനിൽക്കുന്ന പെൺകൊടികളെപ്പോലെ സ്റ്റെപ്പികുന്നുകളിലെ തവിട്ട് നിറമാർന്ന ചെടികളുടെ നഗ്നമായ ചില്ലകൾ കാറ്റിൽ ഉലഞ്ഞാടി. വിഷാദഭാവത്തോടെ ആ ചെടികൾ താഴ്വാരങ്ങളിലേക്ക് നെടുവീർപ്പിടുന്നതുപോലെ തോന്നി. സ്റ്റെപ്പിയിലെ വൃക്ഷച്ചില്ലകളിൽനിന്ന് കതിർക്കുലകൾ കാറ്റിൽ ഇളകിയാടി. വൃക്ഷച്ചില്ലകളിൽനിന്ന് കാറ്റടിയേറ്റ് പഴുത്ത ഇലകൾ അടർന്നുവീണുകൊണ്ടിരുന്നു. സ്റ്റെപ്പിയിൽ മുഴുവൻ പല വർണങ്ങളിലുള്ള ഇലകളും പൂക്കളും കൊണ്ട് ശരത്കാലം കമ്പളം നെയ്യുകയായിരുന്നു. ശരത്കാലത്ത് ചില ചെടികളിൽ ധവള സുന്ദരമായ നാമ്പുകൾ വിടരും. അത് സൂര്യപ്രകാശത്തിൽ രത്നം പോലെ തിളങ്ങും. ഗ്രാമത്തെ മുഴുവൻ കാത്ത് രക്ഷിക്കുന്ന കാവൽ മാലാഖയെപ്പോലെ മഞ്ഞിന്റെ പടച്ചട്ടയണിഞ്ഞ് സ്റ്റെപ്പി അങ്ങനെ തലയുയർത്തി നിൽക്കും.

സൂര്യന്റെ സാന്ധ്യകിരണങ്ങൾ സ്റ്റെപ്പികുന്നുകളെ തങ്കത്തിൽ മുക്കിയെടുക്കും. നീലാകാശത്തിന് കീഴെ രത്നാഭമായി വിടർന്നുനിൽക്കുന്ന കുന്നിൻപുറം കാണാൻ നല്ല ഭംഗിയാണ്. കഴുകന്മാർ സന്ധ്യാനേരത്ത് കുന്നുകളിൽ സ്വൈരമായി വിഹരിക്കും. അതിന്റെ വെൺചാമരംപോലെ വിടർന്ന ചിറകുകൾ കൊക്കുകൊണ്ട് വൃത്തിയാക്കുന്നത് ആകാശത്തിന്റെ അനന്തനീലിമയിലേക്ക് നോക്കി നിശ്ശബ്ദമായി നിൽക്കുന്നതും ആകർഷകമായ ദൃശ്യമാണ്.

കഴുകന്മാർ വേട്ടയ്ക്കൊരുങ്ങുകയാണ്. അതിന്റെ സ്വർണവർണ മുള്ള മേനിയിൽ മഞ്ഞുകണങ്ങൾ ഇറ്റിറ്റുവീഴും. കുറെ നേരം വിശ്രമിച്ച ശേഷം അവ നീലാകാശത്തേക്ക് പറന്നുയരും. അവയുടെ തവിട്ടുനിറ മുള്ള നിഴലുകൾ നീലജലാശയത്തിലെ ചിറ്റോളങ്ങൾപോലെ സ്റ്റെപ്പി നിര കളിൽ തത്തിക്കളിച്ചു. ഈ ശരത്കാലത്ത് കഴുകന്മാർ എങ്ങോട്ടാണ് പറന്നുപോകുന്നത്. ഒരുപക്ഷെ, കോക്കസസ്സിലെ നീല വിരിയിട്ട കുന്നിൻനിരകളിലേക്കാകാം. അല്ലെങ്കിൽ പേർഷ്യയിലെ സ്റ്റെപ്പികുന്നു കളിലേക്ക്. അല്ലെങ്കിൽ അഫ്ഗാനിസ്ഥാനിലേക്ക്. അതുമല്ലെങ്കിൽ ഭൂമി യിലെ മറ്റേതെങ്കിലും ശൈലശൃംഗങ്ങളിലേക്ക്.

ശ്മശാനം പോലെ മൂകമായിരുന്നു ഗ്രിമ്യാക്കിലോഗിലെ സ്റ്റെപ്പി നിര കൾ. ശരത്കാലം ശിശിരത്തിന് വഴിമാറുമ്പോൾ സ്റ്റെപ്പിയുടെ ഗിരിനിര കൾ ധവളമോഹനമായ മഞ്ഞിന്റെ പുതപ്പണിഞ്ഞു. അപ്പോൾ കുറുക്ക ന്മാർ ഉഷസിന് മുമ്പേ സ്റ്റെപ്പിനിരകളിലേക്ക് കയറിക്കൂടും. അവയുടെ രോമാവൃതമായ തവിട്ട് നിറമുള്ള വാൽ നിലത്ത് വിടർത്തിയിട്ട് നിശ്ചല മായി നിൽക്കുമ്പോൾ വെണ്ണക്കല്ലിൽ കൊത്തിയെടുത്ത ശിൽപ്പമായിരു ന്നു. അത്സ്റ്റെപ്പിയുടെ ഗന്ധം മുഴുവൻ ഉള്ളിലേക്ക് വലിച്ചുകയറ്റും പോലെ തോന്നും. സ്റ്റെപ്പി നിരകളിൽ ഗന്ധങ്ങളുടെ ഓളങ്ങൾ തന്നെ സൃഷ്ടിക്കപ്പെടും. താഴത്തുനിന്നും ഇരച്ചുകയറുന്ന വൈക്കോലിന്റെയും ചെറിമരങ്ങളുടെയും മഞ്ഞിന്റെയും കുതിരച്ചാണകത്തിന്റെയും പക്ഷി ക്കുഞ്ഞുങ്ങളുടെയും ഗന്ധങ്ങൾ കൂടിക്കലർന്ന് ഗിരിനിരകളിലേക്കുയരും. കുറുക്കന്മാർ ഈ മിശ്രഗന്ധം അവയുടെ മൂക്കിലൂടെ വലിച്ചുകയറ്റുന്നത് കാണാൻ ബഹുരസമാണ്.

കുറുക്കന്മാർ ഗന്ധം നുകരാൻ വേണ്ടി ചിലപ്പോൾ താഴ്വാരങ്ങളി ലേക്ക് ഊർന്ന് ഇറങ്ങും. അരുവിയുടെ തീരത്തെ പോപ്ലാർ ചില്ലകളിലെ പക്ഷിക്കുഞ്ഞുങ്ങളുടെ ഗന്ധം കുറുക്കന്മാർക്ക് വലിയ ഇഷ്ടമാണ്. പ്രഭാ ദോദയത്തിലെ മഞ്ഞുകണങ്ങളിൽ സൂര്യകിരണങ്ങൾ വീഴുമ്പോൾ സ്റ്റെപ്പിയുടെ താഴ്വാരങ്ങളിൽ രത്നങ്ങൾകൊണ്ട് കോർത്ത അര ഞ്ഞാണം വിരിച്ചിട്ടപോലെ തോന്നും. അപ്പോൾ കുറുക്കന്മാർ ചെടി കൾക്കും ഇലകൾക്കും മേലെ ഇഴഞ്ഞ് താഴോട്ട് ഇറങ്ങും. അതിന്റെ കറുത്ത മൂക്കിലേക്ക് തീക്ഷ്ണഗന്ധങ്ങൾ അടിച്ചുകയറുമ്പോൾ അവ യ്ക്കെന്തൊരാനന്ദമാണെന്നോ. പക്ഷികളുടെ ഉടഞ്ഞുപോയ മുട്ടകളു ടെയും തൂവലുകളുടെയും ഗന്ധം അവയ്ക്കാസ്വാദ്യകരമാണ്. സ്റ്റെപ്പി ചെടികളുടെ എരിവുള്ളമണവും കയ്പ് കലർന്ന മണവും മഞ്ഞണിഞ്ഞ പക്ഷിച്ചിറകുകളുടെ മണവും വേർതിരിച്ചറിയാൻ അവയ്ക്ക് കഴിയും.

സ്റ്റെപ്പികുന്നുകളിൽ കാറ്റ് നൃത്തം ചെയ്യുകയാണ്. ചൂട് പിടിച്ച കാറ്റ്. ചൂടുള്ള കാറ്റ് സ്റ്റെപ്പികുന്നുകളെ തുടച്ച് വൃത്തിയാക്കുകയാണ്. ഉച്ചസൂ ര്യൻ സ്റ്റെപ്പിനിരകളെ അതിന്റെ ഉലയിൽ ജ്വലിപ്പിക്കുകയാണ്. ശിശിര കാലമായാൽ മഴ സ്റ്റെപ്പികുന്നുകളിൽ സംഹാര താണ്ഡവമാടും. മഞ്ഞുകാലമായാൽ ഘോരമായ മഞ്ഞ്വീഴ്ച കുന്നുകളിൽ വിള്ളലുകൾ

സൃഷ്ടിക്കും. പൗരാണികമായ കുന്നാണത്. രാജവാഴ്ചയോളം പഴക്കമുള്ള സ്റ്റെപ്പി. രാജാക്കന്മാർ കൊലചെയ്യപ്പെട്ടാൽ സംസ്കരിക്കുന്നതവിടെയാണ്. ഗ്രാമത്തിന് ആകെ കാവൽനിൽക്കുന്ന സ്റ്റെപ്പിയുടെ ആ അചഞ്ചല ഭാവം ഒന്ന് വേറെതന്നെയാണ്. മരണത്തിന്റെ കുന്ന് എന്ന പേരിലാണ് ഈ കുന്ന് അറിയപ്പെട്ടത്. പട്ടാളക്കാരനായ ഒരു കൊസാക്ക് പണ്ട് കാലത്ത് കൊലചെയ്യപ്പെട്ടത് ഇവിടെയാണ്.

അശ്വാരൂഢനായ ധീരസേനാ നായകാ,
വീരപരാക്രമിയായ നീ
വാളുയർത്തിപ്പിടിച്ച്
അചഞ്ചലമായി പൊരുതി
നിന്റെ വാൾമുനയുടെ ശീൽക്കാരശബ്ദം കേട്ട്
വൃക്ഷച്ചില്ലകൾ ഇളകിയാടി
നിന്റെ കണ്ണുകളിൽനിന്ന് ഉയർന്ന
അഗ്നികിരണങ്ങൾ വസന്തത്തെ
പുളകിതയാക്കി.
വസന്തം പുതുവസന്തത്തിന്റെ
ഉടയാടയണിഞ്ഞു
നിന്റെ മുറിവിൽനിന്ന് വീണ
രക്തബിന്ദുക്കൾ രത്നമണികളെയെന്നപോലെ
ഭൂമി ഏറ്റുവാങ്ങി
ഹാ നിന്റെ രക്തം അതിന്റെ
ഊഷ്മളഗന്ധം കൊണ്ട്
ഈ ഗിരിനിരകളെ
ഹർഷാതിശയിയാക്കി

സ്റ്റെപ്പികുന്നിൽ വധിക്കപ്പെട്ട കൊസാക്കിനെക്കുറിച്ചുള്ള ഒരു ഗീതമാണിത്. ധീരനായ ആ സേനാനായകന്റെ വീരരക്തസാക്ഷിത്വത്തെ ഇതിൽ ആദർശവൽക്കരിക്കുന്നു.

പഴയ കൊസാക്ക് സേനാനായകനെ അനുസ്മരിപ്പിക്കുന്ന വിധത്തിൽ നഗുൽനോവ് സ്റ്റെപ്പികുന്നിലേക്ക് അശ്വാരൂഢനായി കുതിച്ചെത്തുകയാണ്. മരണത്തിന്റെ കുന്നിലേക്കാണ് അയാൾ വരുന്നത്. ചുവപ്പും തവിട്ടും കലർന്ന കുതിരയുടെ പുറത്താണ് അയാളുടെ സഞ്ചാരം. അയാൾ സ്റ്റെപ്പികുന്നിലെത്തി. കുതിരപ്പുറത്ത് നിന്ന് ഇറങ്ങിയ നഗുൽനോവ് കുതിരയുടെ കുഞ്ചിരോമങ്ങൾ തടവി.

വസന്തത്തിന്റെ കാഹളം മുഴക്കിക്കൊണ്ട് ഊഷ്മളമായ കാറ്റ് സ്റ്റെപ്പിക്കുന്നിൽ വീശിയടിച്ചു. സൂര്യൻ ഏറ്റവും ശക്തിയിൽ ജ്വലിക്കുന്നുണ്ടായിരുന്നു. ചക്രവാള സീമയിൽ മൂടൽമഞ്ഞ് കനത്തിരുന്നു. സ്റ്റെപ്പിയിലെ കാട്ടുപൊയ്കയിൽനിന്നും താറാവുകളുടെയും കുളക്കോഴികളുടെയും ശബ്ദം കേൾക്കാമായിരുന്നു.

നഗുൽനോവ് കുതിരയുടെ ജീനിക്കെട്ടുകൾ അയച്ചു. അത് സ്റ്റെപ്പി

യിലെ വീഞ്ഞിന്റെ മണമുള്ള പുൽപ്പരപ്പിൽ മേഞ്ഞു. അതിന്റെ കാലുകൾ ചെടികളുടെ ഉണക്കച്ചുള്ളികൾ ഒടിച്ചു.

താറാവുകൾ കുന്നിൻ താഴ്‌വാരങ്ങളിലേക്ക് നടന്ന് തടാകത്തിലേക്ക് ചാടിവീണു. അവയുടെ കൂട്ടംകൂട്ടമായുള്ള ശബ്ദം കേട്ട് മരച്ചില്ലകളിലെ കൊച്ചുകിളികൾ ഭയപ്പെട്ടു. താറാവുകൾ തടാകത്തിൽ കൂട്ടംകൂട്ടമായി നീന്തി. അതോടെ തടാകത്തിൽ വെള്ളം ഒരു തുരുത്തിൻമേലെന്നപോലെ അലയ്ക്കാൻ തുടങ്ങി. നഗുൽനോവ് നിർവികാരനായി ഈ കാഴ്ചകളെല്ലാം കണ്ടു. അയാൾ കുന്നിലെ പുൽപ്പരപ്പിൽ മലർന്നു കിടന്നു. കുതിര പുൽപ്പരപ്പിൽ മേയുകയായിരുന്നു. അതിന്റെ പുറത്ത് സ്വർണവർണമുള്ള ഒരു കൊച്ചുകിളി പറന്നുവീണു. കൂട്ടം തെറ്റിപ്പോയ ഒരു കിളിയായിരുന്നു അത്. ഒരു പാറയാണെന്ന് കരുതി അത് കുതിരപ്പുറത്ത് തെല്ലുനേരം നിന്നു. എന്നാൽ കുതിര അനങ്ങിയതോടെ അത് പേടിച്ച് പറന്നുപോയി. എന്തെന്നില്ലാത്ത ഒരു ഏകാന്തത സ്റ്റെപ്പികുന്നിൽ ഓളം തല്ലുന്നുണ്ടായിരുന്നു.

നഗുൽനോവിന്റെ മനസിൽ വിഷാദഭരിതമായ ചിന്തകൾ കലങ്ങിമറിഞ്ഞു. ഗ്രിമ്യാക്കിലോഗിലെ പുതിയ സംഭവവികാസങ്ങൾ അയാളുടെ മനസിനെ മുറിവേൽപ്പിച്ചിരുന്നു. ഇതുവരെ ഉണ്ടാകാത്ത സംഭവങ്ങളാണ് ഗ്രിമ്യാക്കിലോഗിൽ നടന്നത്. സ്വകാര്യ കൃഷിക്കാർ കൂട്ടുകൃഷി സ്ഥാപനത്തിനെതിരെ കലാപം ആരംഭിച്ചുകഴിഞ്ഞിരിക്കുന്നു. എങ്ങും കൂട്ടുകൃഷിക്കെതിരായ മുറവിളികൾ. കൂട്ടുകൃഷിയെ പിൻതുണയ്ക്കുന്നവരെല്ലാം ജനങ്ങളുടെ കണ്ണിൽ ശത്രുക്കളായി മാറിയിരിക്കുന്നു. കൂട്ടുകൃഷിക്കെതിരായി സംഘടിതമായ വികാരം ഉയർന്നുവന്നിരിക്കുന്നു. പ്രതിവിപ്ലവകാരികൾ ആയുധം കൈയിലെടുത്തിരിക്കുന്നു. അവർ സോവിയറ്റ് സർക്കാറിനെതിരെ മുറവിളികൂട്ടുന്നു. ഇതെല്ലാം നഗുൽനോവിന്റെ മനസിനെ ഇളക്കിമറിച്ചിരിക്കുന്നു.

“ഇനി ജീവിച്ചിട്ട് കാര്യമില്ല. ഈ റിവോൾവർ കൊണ്ട് ഞാൻ മരിക്കും. ധീരനായ ഒരു സൈനികനെപ്പോലെ. പോളീഷ് സൈനിക വേഷത്തിൽ ഞാൻ മരിക്കും. റസ്മ്യോട്ട്ണോവിനോടും ഡേവിഡോവിനോടും യാത്ര ചോദിച്ചിട്ടായിരിക്കും എന്റെ മരണം. എന്റെ മരണത്തോടെ വിപ്ലവം ഇല്ലാതാവുന്നില്ല. വിപ്ലവകാരികൾ ഇനിയും വരും. ആർക്കുമതിനെ തടയാനാവില്ല. അത് ചരിത്രത്തിന്റെ നിയോഗമാണ്. എനിക്ക് ഇനി ഈ ഭൂമിയിൽ ജീവിതവുമായി യാതൊരു ബന്ധവുമില്ല. എന്റെ മരണശേഷം ഡേവിഡോവ് എന്നെ അഭിനന്ദിക്കാതിരിക്കില്ല. ഞാൻ കമ്യൂണിസ്റ്റ് പാർട്ടിയിൽനിന്നും പുറത്തായി. പക്ഷെ വിപ്ലവത്തിൽനിന്നും പുറത്തായിട്ടില്ല. എന്റെ അവസാനം വരെ ഞാൻ വിപ്ലവത്തിന്റെ കൂടെയാണല്ലോ. ഞാൻ ഒരു നല്ല കമ്യൂണിസ്റ്റുകാരനായിരുന്നുവെന്ന് ഡേവിഡോവ് പറയും. അവരാരും തന്നെ എന്റെ ആത്മഹത്യയെ അംഗീകരിക്കുകയില്ല. എന്നാൽ ജീവിതാന്ത്യം വരെ ഞാൻ ലോകവിപ്ലവത്തിന് വേണ്ടി നടത്തിയ സമരം നിലനിൽക്കും. ആ സമരം എനിക്ക് ശേഷം വരുന്നവർ മുന്നോട്ട് കൊണ്ടുപോകും.”

നഗുൽനോവിന്റെ മനസ്സ് മുഴുവൻ മരണത്തെക്കുറിച്ചായിരുന്നു. മര

ണത്തിനു ശേഷം തന്റെ സുഹൃത്തുക്കളും സഖാക്കളും തന്നെപ്പറ്റി പറയുന്നത് നഗുൽനോവ് സങ്കൽപ്പിക്കുകയായിരുന്നു. നഗുൽനോവ് മരിക്കുന്നതോടെ ഗ്രിഗറിക്ക് വളരെ സന്തോഷമായിരിക്കും. താൻ മരിച്ചാൽ അയാൾക്ക് തന്നോട് വെറുപ്പ് തീരുകയില്ല. അയാൾ എന്റെ മൃതശരീരത്തെനോക്കി പരിഹസിക്കും. ഒരു നായയെപ്പോലെ അയാളെന്നെ നോക്കി കുരയ്ക്കും. എന്നിട്ട് ഒരു ചെന്നായയെപ്പോലെ എന്റെ മരവിച്ച രക്തത്തിന് വേണ്ടി ദാഹിക്കും. ഒരു കഴുകനെപ്പോലെ എന്റെ നിശ്ചല ശരീരത്തിനുമേൽ വട്ടമിട്ട് പറക്കും. ഒരു പേ പിടിച്ച നായയെപ്പോലെ അവനെന്റെ കുഴിമാടത്തിലേക്ക് നോക്കി നാവ് നീട്ടും. ചെകുത്താനെപ്പോലെ അയാൾ തന്നെനോക്കി ചിരിക്കും. താൻ മരിച്ചതിന് ശേഷം ഗ്രിഗറിബെന്നിക് ഇങ്ങനെയെല്ലാം പെരുമാറും എന്ന് തോന്നിയപ്പോൾ അത് നഗുൽനോവിന് സഹിക്കാൻ കഴിഞ്ഞില്ല. അയാൾ ആത്മഹത്യാ വിചാരം മാറ്റിവെച്ചു. ഗ്രിഗറിയെയും കൂട്ടരെയും വെടിവെച്ച് കൊല്ലുകയാണ് സ്വയം വെടിവെച്ച് കൊല്ലുകയല്ല വേണ്ടതെന്ന് അയാൾക്ക് തോന്നി. അയാൾ പല്ല് കടിച്ചു കൊണ്ട് സ്റ്റെപ്പികുന്നിൽ നിന്നും ചാടിയെണീറ്റു. ഗ്രിഗറി തന്റെ ജഡത്തിലേക്ക് നോക്കി നായയെ എന്നപോലെ അധിക്ഷേപിക്കുന്നത് മനസിൽ സങ്കൽപ്പിച്ചപ്പോൾ ഒരു കരിന്തേൾ കുത്തിയ വേദനയായിരുന്നു അയാൾക്ക്. ഗ്രിഗറിയെക്കുറിച്ചുള്ള ചിന്തയാണ് അയാളുടെ മനസ്സ് മാറ്റിയത്. അയാൾ തന്റെ കുതിരയെ തെരഞ്ഞ് തന്റെ ശത്രുക്കളുടെ കഥ കഴിക്കുക എന്നതാണ് തന്റെ ജീവിത ലക്ഷ്യമെന്ന് അയാൾ ഉറപ്പിച്ചു. വർഗവഞ്ചകരെയും വർഗശത്രുക്കളെയും നിലംപരിശാക്കണം. അതായിരുന്നു അയാളുടെ മനസിൽ.

"ഞാൻ അങ്ങനെ ചാവാൻ തയ്യാറല്ല. ആദ്യം ശത്രുക്കളെ വകവരുത്തുക. എന്റെ മരണം ആസ്വദിക്കാൻ ഞാൻ നിങ്ങളെ അനുവദിക്കില്ല.'

"അതെ, എന്നെ പാർട്ടി തിരിച്ചെടുക്കും. ഞാൻ കേന്ദ്രകമ്മിറ്റിയെ സമീപിക്കും. പാർട്ടി എന്നെ തിരിച്ചെടുക്കുന്നില്ലെങ്കിൽ അവസാനം പുറത്താക്കപ്പെട്ട ഒരാളെന്ന നിലയിൽ ഞാൻ പാർട്ടിയിലെ കാട്ടുപന്നികൾക്കെതിരെ പൊരുതും"

ഞൊടിയിടയിൽ നഗുൽനോവിന്റെ പ്രകൃതമാകെ മാറിപ്പോയി. അയാൾ സ്റ്റെപ്പിത്താഴ്വാരത്തിലേക്ക് നോക്കി. തന്റെമുന്നിൽ നിവർത്തിയിട്ട പച്ച പരവതാനിപോലെ നീണ്ട്കിടക്കുന്ന പുൽപ്പരപ്പ്. തുയിലുണർത്തുന്ന പക്ഷികളുടെ പാട്ട്. ആകാശം വളരെ തെളിമയാർന്നതായിരുന്നു. വെള്ളമേഘങ്ങൾ ജലാശയത്തിലെ ഹംസങ്ങളെപ്പോലെ നീന്തി ഒഴുകുന്നുണ്ടായിരുന്നു. തന്റെ ചുറ്റും ഒരു പുതിയലോകം അയാൾ കണ്ടു. മനസിന് പുതിയ കരുത്ത്. അയാൾ തന്റെ കുതിരക്കു പിറകെപ്പോയി. അപ്പോൾ ഒരു ചെന്നായയുടെ കുഞ്ഞ് അയാളുടെ കാൽപെരുമാറ്റം കേട്ട് കുറ്റിക്കാട്ടിൽനിന്നും തലയുയർത്തിനോക്കി. അയാളുടെ കണ്ണിലെ വീര്യവും ഉൽസാഹവും കണ്ട് ചെന്നായക്കുഞ്ഞ് വിരണ്ടു. അത് അതിന്റെ ചെറിയ ചെവികൾ പിന്നോട്ട് മടക്കി വാൽ താഴോട്ടാക്കി കള്ളിമുൾച്ചെടി

കൾ നിറഞ്ഞു നിൽക്കുന്ന കുറ്റിക്കാട്ടിലേക്ക് ഓടിപ്പോയി. അതൊരു പെൺ ചെന്നായയായിരുന്നു.

നഗുൽനോവ് കുതിരക്കടുത്തേക്ക് നടന്നു. അതങ്ങ് ദൂരെ മേയുകയായിരുന്നു. യജമാനനെ കണ്ട് അത് തലയാട്ടി. അയാൾ കുതിരയുടെ കുഞ്ചിരോമത്തിൽ കടന്നുപിടിച്ചു. കുതിര അനുസരണ കാണിച്ചു. എന്നാൽ അയാളതിന്റെ പുറത്തുകയറാൻ ശ്രമിച്ചപ്പോൾ കുതിര അതിനനുവദിച്ചില്ല. അത് ഒന്ന് അമറി മുന്നോട്ട് നടന്നു. നഗുൽനോവ് ദേഷ്യത്തോടെ അതിനെ പിടിക്കാൻ കൊതിച്ചപ്പോൾ അത് വേഗത്തിൽ നടന്നു. അയാൾ ഓടി. കുതിര അതിനേക്കാൾ ശക്തിയോടെ ഓടി. അയാൾ ഗ്രാമത്തിലേക്ക് നടന്നു. എന്താണ് കുതിര തന്നെ അനുസരിക്കാത്തത് എന്ന് അയാൾ ചിന്തിച്ചു. അങ്ങനെ ചിന്തിച്ച് ചിന്തിച്ച് ഏറെ നേരം നടന്നു.

നഗുൽനോവ് ഗ്രാമത്തിലെ വയലിനടുത്തെത്തി. വയലിനടുത്ത് കുറ്റിക്കാടുകളിൽ പക്ഷികൾ ഇണചേരുന്നു. നഗുൽനോവിന്റെ കാലടി ശബ്ദം കേട്ട് അവ പേടിച്ച് പറക്കുന്നു. ഒരു ചെറിയകുന്നിന്റെ അടുത്ത് ഒരു പൂവൻകോഴി അതിന്റെ ഇണയുടെ ചുറ്റും താളം തുള്ളുകയായിരുന്നു. എന്നാൽ ഇണക്കോഴി തെന്നിത്തെന്നി കുറ്റിക്കാട്ടിലൂടെ നടന്നുനീങ്ങി. പൂവൻ അതിന്റെ ചുവന്ന വിശറിപോലുള്ള വാല് വിടർത്തി അത് ഉച്ചത്തിൽ കൂവി. പൂവൻകോഴിയുടെ ചുവന്ന തൂവലുകൾ നിലത്താകെ പടർന്നിരുന്നു. അതിന്റെ വെള്ള നിറത്തിലുള്ള പുതിയ തുവലുകൾ അത് വിടർത്തിക്കാണിച്ചു.

എങ്ങും ജീവജാലങ്ങളുടെ മദിരോൽസവം. വൃക്ഷങ്ങളിലും ചെടികളിലും പുതിയ നാമ്പുകൾ. മൃഗങ്ങളും പക്ഷികളും ഉരഗങ്ങളുമെല്ലാം ഇണചേരുന്നു. സ്റ്റെപ്പിയിലെങ്ങും സൃഷ്ടിയുടെ വസന്തോൽസവം. താറാക്കൂട്ടങ്ങൾ അതിന്റെ ഇണകളോട് ചേരുന്നു. എന്നാൽ ഗ്രിമ്യാക്കിലോഗിലെ വയലുകൾ മാത്രം വിതയ്ക്കപ്പെടാതെ നെടുവിർപ്പിട്ട് മൂകവേദന കേറിനിൽക്കുന്നു. ഉപേക്ഷിക്കപ്പെട്ട ഒരു പെണ്ണിനെപ്പോലെ ഉഴവ് ഭൂമി നിശ്ചലയായി കിടന്നു.

നഗുൽനോവിന്റെ മനസിൽ കോപവും പ്രതികാരവും വീഞ്ഞ്പോലെ പതഞ്ഞ് പൊന്തുകയായിരുന്നു. അയാളുടെ കാലുകൾ ഉഴുതുമറിച്ച മണ്ണിൽ അമർന്നിരുന്നു. നഗുൽനോവ് ഉഴുതുമറിച്ച ഒരു പിടിമണ്ണ് കൈ നിറയെ വാരിയെടുത്തു. അയാളത് കൈയിലിട്ട് ഞെരിച്ച് പൊടിച്ചു. പുല്ലുകളുടെ വേരുകൾ കലർന്ന് കരിപോലെ കറുത്ത മണ്ണായിരുന്നു അത്. അതിന് നല്ല ചൂടുണ്ടായിരുന്നു. തരിശ് ഭൂമി ആയിരുന്നതിനാൽ വളരെ പരുപരുത്ത മണ്ണായിരുന്നു അത്. ഇത്തരം മണ്ണിൽ നന്നായി കൃഷിചെയ്താൽ മുഴുത്ത നെല്ലിക്കപോലുള്ള ധാന്യമണികളുണ്ടാവും. ഈ മണ്ണ് ഇളക്കിമറിക്കണമെങ്കിൽ യന്ത്രങ്ങൾ വേണം. കുറച്ച് നാൾ കൃഷിചെയ്യാതിരിക്കുമ്പോഴേക്കും ഉഴുതുമറിച്ച മണ്ണ് വരണ്ട് ഉണങ്ങിത്തുടങ്ങിയിരിക്കുന്നു. കുറച്ച് ദിവസങ്ങൾ കൂടിക്കഴിഞ്ഞാൽ ഇത് പഴയപോലെ

തരിശുഭൂമിയാകും. നഗുൽനോവിന്റെ മനസിൽ വേദന നിറഞ്ഞു. അയാളുടെ മനസ്സ് തേങ്ങി

"പ്രകൃതിയിലെ എല്ലാ ജീവജാലങ്ങളും സ്വച്ഛന്ദം വിഹരിക്കുകയാണ്. അവയെല്ലാം പ്രകൃതിയുടെ താളത്തിൽ മുന്നോട്ട് നീങ്ങുന്നു. അവ കടന്നുപോകുകയാണ്. എന്നാൽ മനുഷ്യർ മാത്രം ഭൂമിയിലെ ആധിപത്യം ഉറപ്പിക്കുകയാണ്. അവൻ ഭൂമിയിൽ സ്ഥിരമായി നിൽക്കും എന്ന് കരുതുന്നു. പ്രകൃതിയെ അവൻ ഗൗനിക്കുന്നേയില്ല. മനുഷ്യനൊഴിച്ചുള്ള എല്ലാ ജീവജാലങ്ങളും ആഹ്ലാദിക്കുന്നു. അവയൊന്നും ഒന്നിനെപ്പറ്റിയും ആശങ്കപ്പെടുന്നില്ല. അവ പ്രതികാരം നിലനിർത്തുന്നില്ല. അവയുടെ മനസിൽ നന്മയുണ്ട്. നിഷ്കളങ്കതയുണ്ട്. വൃക്ഷങ്ങൾ, ചെടികൾ, വള്ളിപ്പടർപ്പുകൾ, മൃഗങ്ങൾ, കൊച്ചു കിളികൾ ഇവയ്ക്കെല്ലാം ഓരോന്നിന്റെയും സമയത്തെപ്പറ്റി അറിയാം. എപ്പോഴാണ് ഭക്ഷണം കഴിക്കേണ്ടത്, കൂടു കൂട്ടേണ്ടത്, ഉറങ്ങേണ്ടത്, ഉണരേണ്ടത്, കൂവേണ്ടത്, കുരയ്ക്കേണ്ടത്, ഇണചേരേണ്ടത്, മുട്ടയിടേണ്ടത്, കുഞ്ഞുങ്ങളെ വളർത്തേണ്ടത്, പാലൂട്ടേണ്ടത്, പറക്കേണ്ടത്, പടരേണ്ടത് എന്നെല്ലാം അവയ്ക്കറിയാം. വിത്ത് വിതയ്ക്കേണ്ടത് എപ്പോഴാണെന്ന് ഈ ജീവജാലങ്ങൾക്കെല്ലാമറിയാം. എപ്പോഴാണ് മഴ പെയ്യുന്നത്, കാറ്റടിക്കുന്നത്, സൂര്യനുദിക്കുന്നത്, അസ്തമിക്കുന്നത്, വസന്തം വരുന്നത്. ശിശിരം വരുന്നത്, ഹേമന്തം മറഞ്ഞു പോകുന്നത്, വിളകൊയ്യുന്നത്, എല്ലാം അവയ്ക്കറിയാം. എന്നാൽ മനുഷ്യൻമാത്രം വിതയ്ക്കുന്നില്ല. അവൻ ഗ്രിമ്യാക്കിലെ മണ്ണിൽ ഇറങ്ങുന്നില്ല. ഒരു ദുഷ്ട ജന്തുവിനെപ്പോലെ അവൻ മാറിനിൽക്കുന്നു. കാരണം സ്വത്തിനെപ്പറ്റി അവൻ ചിന്തിച്ച് വിഷമിക്കുന്നു. ഭൂമി അവന്റെ സ്വകാര്യ സ്വത്താണെന്നും അവൻ കരുതുന്നു. നീച ജന്മങ്ങളാണിവർ. ഈ തന്തയില്ലാത്ത പട്ടികളെ അടിച്ച് വയലിലിറക്കി പണിയെടുപ്പിക്കണം."

നഗുൽനോവിന്റെ മനസ്സ് വളരെ ചഞ്ചലമായി . അയാളുടെ ശരീരത്തിൽനിന്നും വിയർപ്പിന്റെ രൂക്ഷ ഗന്ധം ഉയരുന്നുണ്ടായിരുന്നു. അയാളുടെ കാലുകൾക്ക് വേഗത കൂടി.

## 39

നഗുൽനോവ് നേരെ പോയത് കൂട്ടുകൃഷി ഓഫീസിലേക്കാണ്. ഗ്രാമത്തിലെ സ്വതന്ത്രകൃഷിക്കാരും ചെറുകിട കൃഷിക്കാരും കൂട്ടുകൃഷിക്കെതിരെ അവിടെ ഇരച്ചു കയറിയിരിക്കുന്നു. ധാരാളം സ്ത്രീകളും പുരുഷന്മാരും അവിടേക്ക് ഒഴുകുകയാണ്. ആളുകൾ ധാന്യപ്പുര വളഞ്ഞിരിക്കുന്നു. ധാന്യങ്ങളെല്ലാം ചാക്കിലാക്കി തൂക്കുകയാണ് ആളുകൾ. ധാരാളം വാഹനങ്ങൾ നിരത്തിലൂടെ വരികയും പോവുകയും ചെയ്തു. ആളുകൾ ബഹളം കൂട്ടുന്നുണ്ടായിരുന്നു. ഓരോരുത്തർക്കും ലഭിക്കേണ്ട ധാന്യങ്ങൾ വണ്ടിയിൽ കയറ്റിക്കൊണ്ടുപോവുകയാണ് കൃഷിക്കാർ. ധാരാളം കുട്ടികളും അവിടെ ഉണ്ടായിരുന്നു. ധാന്യം ചാക്കിൽ വാരിയിടാനും ധാന്യ

ച്ചാക്ക് വണ്ടിയിൽ കയറ്റാനും കുട്ടികൾ ഉൽസാഹം കാണിച്ചു. ചിലർ തലച്ചുമടായിത്തന്നെ ധാന്യം കൊണ്ടുപോകാൻ തുടങ്ങി. സ്ത്രീകൾ തിരക്കിട്ട് ധാന്യം വാരിക്കൂട്ടുന്നുണ്ടായിരുന്നു.

കൂട്ടുകൃഷി സ്ഥാപനത്തിൽ നടക്കുന്ന കാര്യങ്ങൾ നഗുൽനോവിനെ പ്രകോപിപ്പിച്ചു. അയാൾ ദൃഢനിശ്ചയത്തോടെ ധാന്യപ്പുരയിലേക്ക് നടന്നു. ഉറച്ചകാൽ വെപ്പുകളോടെ തിടുക്കത്തിൽ നടന്നുവരുന്ന നഗുൽനോവിനെ കണ്ട് അവിടെ തിങ്ങിക്കൂടിയിരുന്ന ആളുകൾ മുറുമുറുക്കാൻ തുടങ്ങി. നഗുൽനോവ് ഒരു കൊടുങ്കാറ്റുപോലെ ധാന്യപ്പുരയിലേക്ക് കുതിച്ചു. അവിടെ ഒരാൾ തുലാസ്സിൽ ധാന്യമളന്നുകൊടുക്കുകയാണ്. വേറെയും ഒന്നു രണ്ട് കൃഷിക്കാർ അയാളെ സഹായിക്കാൻ അവിടെയുണ്ടായിരുന്നു. നഗുൽനോവ് അങ്ങോട്ട് വരുന്നത് കണ്ടപ്പോൾ അവരെല്ലാവരും തെല്ലിട നിശ്ചലരായി. ഡേവിഡോവും റസ്മ്യോട്ണോവും അവിടെ ഉണ്ടായിരുന്നു. കൂട്ടുകൃഷിക്കാരാരും തന്നെ അവിടെ നിന്നില്ല. ആൾക്കൂട്ടത്തിനിടയിൽ യാക്കോവ് ലൂക്കിച്ച് മാത്രം എന്ത് ചെയ്യേണ്ടൂ എന്നറിയാതെ പകച്ചുനിൽക്കുകയായിരുന്നു. നഗുൽനോവ് അട്ടഹസിച്ചു:

"കടന്ന് പോവിൻ തെമ്മാടികളെ." അയാൾ ധാന്യം തൂക്കുന്ന ആളെ പിടിച്ച് തള്ളി.

"നിങ്ങളോടാരാണ് ധാന്യം തൂക്കാൻ പറഞ്ഞത്?"

"ധാന്യം ഞങ്ങളുടെതാണ്."

"ഡേവിഡോവ് ഇവിടെയില്ലേ?"

"ഞാനാ അയാളുടെ കാവൽക്കാരൻ."

"നിങ്ങൾക്കാരാണ് ഇതിന് അനുവാദം തന്നത്."

ഈ സമയത്ത് ഡെമിഡ് അവിടെയുണ്ടായിരുന്നു. അയാൾ തെല്ല് ജാള്യതയോടെ നഗുൽനോവിനെ നോക്കി ഇങ്ങനെ പറഞ്ഞു:

"ഞങ്ങൾ. ഞങ്ങൾതന്നെയങ്ങ് തീരുമാനിച്ചു."

"നിങ്ങൾക്കതിന് അധികാരമുണ്ടോ?"

"ഞങ്ങൾക്ക് ഞങ്ങളുടെ ജീവിതത്തിൽ അധികാരമുണ്ട്."

"ധാന്യമെടുക്കാൻ അധികാരമുണ്ടോ?."

"ഞങ്ങൾ ജനങ്ങളാണ്."

"ജനങ്ങളോ?"

" അതെ. നിങ്ങൾക്ക് അധികാരമുണ്ടെങ്കിൽ ഞങ്ങൾക്കും അധികാരമുണ്ട്."

ഇത് കേട്ടതോടെ നഗുൽനോവിന് കലിയിളകി. അയാൾ വാതിൽക്കൽ നിന്ന ഒരു യുവാവിനെ ഒറ്റയടിക്ക് വീഴ്ത്തി. അയാളുടെ അടിയേറ്റ് യുവാവിന്റെ മുഖത്തുനിന്നും ചോരയൊഴുകി. നഗുൽനോവ് ധാന്യപ്പുരയുടെ വാതിൽ അടച്ചുപൂട്ടി. എന്നിട്ട് ആക്രോശിച്ചു:

"എല്ലാം പോയ്ക്കോളിൻ. ഒരു മണി ധാന്യം ഞാൻ തരില്ല.നിങ്ങളെല്ലാം സോവിയറ്റ്സർക്കാറിന്റെ ശത്രുക്കളാണ്."

"ധാന്യം തരില്ലെന്നോ?"

"അതെ, ഒരുമണി തരില്ല."

ആളുകളെല്ലാം എന്ത് ചെയ്യണമെന്നറിയാതെ സ്തംഭിച്ചുനിന്നു. ഒരിക്കലും അവർ നഗുൽനോവിനെ അവിടെ പ്രതീക്ഷിച്ചിരുന്നില്ല. പാർട്ടിയുടെ ഉയർന്ന നേതാക്കളോ കൂട്ടുകൃഷി സംഘത്തിന്റെ ഉദ്യോഗസ്ഥരോ കൂട്ടുകൃഷിക്കാരോ ഒന്നും തന്നെ സ്ഥലത്തില്ലാത്തപ്പോൾ നഗുൽനോവ് അവിടേക്ക് വരുമെന്ന് ആർക്കും തന്നെ സങ്കൽപ്പിക്കാൻ കഴിയുമായിരുന്നില്ല. മാത്രമല്ല അയാൾ പാർട്ടിയിൽനിന്നും പുറന്തള്ളപ്പെട്ട ആളാണ്. അയാളുടെ നടപടികളെ പാർട്ടി തള്ളിക്കളഞ്ഞതാണ്. അങ്ങനെയുള്ള ഒരാൾ ഈ സമയത്ത് കൂട്ടുകൃഷി സ്ഥാപനത്തിലേക്ക് മറ്റാരുടെയും സഹായമില്ലാതെ വരികയാണ്. അതും അക്രമാസക്തരായ ഒരു സംഘത്തിന്റെ അടുത്തേക്ക്. പലരും കരുതിയത് നഗുൽനോവ് അറസ്റ്റ് ചെയ്യപ്പെട്ടിരിക്കുന്നു എന്നാണ്. ഗ്രിഗറിയെ അടിച്ചതിന്റെ പേരിൽ അയാൾ ജയിലിൽ അടയ്ക്കപ്പെട്ടിരിക്കുന്നു എന്ന ഒരു കിംവദന്തിയും പരന്നിരുന്നു. ഗ്രിഗറി ബെന്നിക്കിന് നഗുൽനോവിന്റെ കാര്യത്തിൽ വളരെ വലിയ തിടുക്കമായിരുന്നു. അയാൾ ജയിലിലടയ്ക്കപ്പെട്ടു എന്ന വാർത്ത ഗ്രിഗറിയെ സന്തോഷിപ്പിച്ചു. അയാൾ പറഞ്ഞു:

"നഗുൽനോവിന്റെ അധ:പതനമാണ് ഇനി നാം കാണാൻ പോകുന്നത്. അയാളെ പാർട്ടി പുറത്താക്കി. അയാൾ ഇനി നേരിടാൻ പോകുന്നത് ജയിലാണ്. എന്നോട് കളിച്ചവരാരും രക്ഷപ്പെട്ടിട്ടില്ല. അയാൾ ജനങ്ങളെ ഇനി അടിക്കുന്നത് പോയിട്ട് അവരെ അഭിമുഖീകരിക്കുക തന്നെയില്ല. കാലം മാറിയതറിയാത്ത പെരിച്ചാഴിയാണയാൾ."

നഗുൽനോവിന്റെ രംഗപ്രവേശനം ആ ആൾക്കൂട്ടത്തെ അങ്കലാപ്പിലാക്കി. എന്നാൽ ഒരാൾ ഒറ്റയ്ക്ക് തങ്ങളെ ഭയപ്പെടുത്തുന്നത് അവർക്ക് സഹിക്കാൻ കഴിയുമായിരുന്നില്ല. അപ്പോൾ അവിടെയുണ്ടായിരുന്ന ഡിമോക് ഇങ്ങനെ ഒച്ചവെച്ചു.

"ഇത് ഞങ്ങളുടെ അധികാരമാണ്."

ഇത് കേട്ട് ആളുകളെല്ലാം ഡിമോക്കിനെ പിൻതുണച്ചു.

"അതെ, ജനകീയാധികാരം."

"നിങ്ങളുടെ കാലമെല്ലാം പോയി."

"ഇനി ഞങ്ങളുടെ കാലം."

"ഞങ്ങളുടെ അധികാരം."

"ഇയാളെ പറഞ്ഞ് വിട്."

"അയാൾ കരുതുന്നത് ഇപ്പോഴും പഴയകാലമാണെന്നാണ്."

"അയാളെ തുരത്തിവിടണോ?"

"വേണ്ടി വരും." ആളുകൾ സംഘടിതരായി നഗുൽനോവിനെതിരെ നീങ്ങാൻ തുടങ്ങി. ഡിമോക്കായിരുന്നു അതിന് നേതൃത്വം കൊടുത്തത്.

ഇതിനിടയിൽ നഗുൽനോവ് തന്റെ കീശയിൽനിന്നും റിവോൾവർ എടുത്ത് അവർക്കെതിരെ ചൂണ്ടി. ആളുകൾ ഒരു ചുവട് പിന്നോട്ട് വെച്ചു. വടി കൈയിലുണ്ടായിരുന്നവർ അതെറിഞ്ഞുകളഞ്ഞു.

"അയാളൊരു ഭ്രാന്തനാണ്."

"അതെ, അയാൾക്ക് ഒന്നിനും പേടിയില്ല."

"അയാൾ വെടിവെക്കും."

"നിങ്ങളെ മുഴുവൻ ഞാനിവിടെ കൊന്ന് വീഴ്ത്തും. മരിക്കണമെന്ന് തീരുമാനിച്ചവർക്ക് ഇങ്ങോട്ട് വരാം."

ആരും മുന്നോട്ട് വന്നില്ല. ഡിമോക് ആകെ പേടിച്ച്പോയിരുന്നു.

"പിരിഞ്ഞുപോകാനാണ് പറഞ്ഞത്" അപ്പോൾ എല്ലാവരും നിശ്ശബ്ദരായി. എന്നാൽ ആരോ ഒരാൾ വളരെ ദൂരത്തുനിന്ന് നഗുൽനോവിനെ ഒരു വലിയ കല്ലുകൊണ്ട് എറിഞ്ഞു. എന്നാൽ അത് അയാൾക്ക് കൊണ്ടില്ല. നഗുൽനോവ് ആൾക്കൂട്ടത്തിന്റെ അടുത്തേക്ക് നിങ്ങി. ആൾക്കൂട്ടം പിറകോട്ടടിച്ചു. ഒരാൾ അതിനിടയിൽ നിലത്ത് വീണു. അയാളെ ചവിട്ടി കുറെ ആളുകൾ പിന്നോട്ടോടി. അങ്ങനെ ആകെ ബഹളമയമായി. സ്ത്രീകൾ നിലവിളിക്കുന്നുണ്ടായിരുന്നു. നഗുൽനോവ് ധാന്യപ്പുരയുടെ അടുത്തേക്ക് തന്നെ നീങ്ങിനിന്നു. ഒരു പട്ടാളക്കാരനെപ്പോലെ അയാൾ ധാന്യപ്പുരയ്ക്ക് കാവൽനിന്നു.

"ഇങ്ങോട്ട് കടന്നുവന്നാൽ ഞാൻ വെടിവെക്കും."

"നഗുൽനോവ്, നിങ്ങൾ ശാന്തനാകണം."

"നിങ്ങൾ പിരിഞ്ഞുപോകാനാണ് ഞാൻ പറഞ്ഞത്."

"ഞങ്ങൾക്ക് ഉത്തരവാദപ്പെട്ടവർ തന്നെയാണ് ധാന്യമെടുക്കാൻ അനുവാദം തന്നത്."

"നുണയാണത്."

"പറയുന്നത് വിശ്വാസമില്ലെങ്കിൽ നിങ്ങൾപോയി ചോദിക്കൂ."

"അല്ലെങ്കിൽ ഞാനവരെ വിളിച്ചുകൊണ്ടുവരാം."

"തോക്ക്താഴ്ത്തൂ."

"അത് കീശയിലിടൂ."

"തോക്കിന്റെ കാലം കഴിഞ്ഞു."

"തോക്ക് കൊണ്ട് ജനങ്ങളെ എല്ലാകാലവും അടക്കിഭരിക്കാം എന്ന് കരുതരുത്."

"ശബ്ദിക്കരുത്."

"നിങ്ങൾ ഭ്രാന്ത് കാണിക്കുന്നു."

"ഞാൻ വെടിവെക്കും. നിങ്ങൾ മൂരാച്ചിയാണ്. ഈ ഗ്രാമം മുഴുവൻ സോവിയറ്റ് ഗവൺമെന്റിനെതിരെ തിരിഞ്ഞാലും ഞാൻ സോവിയറ്റ് സർക്കാറിന്റെ ഭാഗമായിരിക്കും."

ആ സമയത്ത് ഡേവിഡോവ് അങ്ങോട്ട് വരുന്നുണ്ടായിരുന്നു. അയാൾ ആകെ പരിക്ഷീണനായിരുന്നു. ശരീരം നിറയെ ചോരപ്പാടുകളുണ്ടായിരുന്നു. അയാളുടെ മർദനമേറ്റ് തകർന്ന ശരീരം കണ്ടതോടെ നഗുൽനോവിന് ഭ്രാന്ത് കയറി. നഗുൽനോവ് തോക്ക് ചൂണ്ടിക്കൊണ്ട് ഇങ്ങിനെ പറഞ്ഞു:

"നിങ്ങൾ കൊലച്ചതിയന്മാരാണ്. ഈ അക്രമത്തിന് ഞാൻ പകരം ചോദിക്കും." അപ്പോൾ നഗുൽനോവിനെ അക്രമിക്കാൻ ഒരു സംഘം ഒരു ശ്രമം നടത്തി. അയാളുടെ പിറകിൽനിന്നും ആക്രമിക്കാനായിരുന്നു പദ്ധതി. ഇത് മനസിലാക്കിയ നഗുൽനോവ് അവർക്കെതിരെ വെടിവെച്ചു. പക്ഷെ വെടികൊള്ളുന്നതിന് മുമ്പ് അവർ രക്ഷപ്പെട്ട് കളഞ്ഞു.

"ജീവൻ വേണമെങ്കിൽ പോകുന്നതാണ് നല്ലത്. സോവിയറ്റ് സർക്കാറിനെ അപമാനിക്കാൻ ഞാൻ സമ്മതിക്കില്ല."

"ആരുടെ അടുത്തും തോക്കില്ലെ?"

"ഓ ഒരു തോക്കുണ്ടായിരുന്നെങ്കിൽ....."

"അവന്റെ നെഞ്ച് ഞാൻ പിളർക്കുമായിരുന്നു."

"തോക്കാണ് അവന്റെ ധൈര്യം."

"അവനെ വളഞ്ഞിട്ട് പിടിക്കണം."

എല്ലാവരും ദേഷ്യത്തോടെ നഗുൽനോവിനെതിരെ കണ്ണിറുമ്മി.

"ആണുങ്ങളാരുമിവിടെയില്ലെ?"

"അയാളെ പിടികൂടൂ."

"ഒരാളെ ഇത്രമാത്രം പേടിയോ?"

"അതാ പൊലീസ്."

പത്ത് മുപ്പതോളം ആളുകൾ കുതിരപ്പുറത്ത് കുതിച്ചെത്തുകയായിരുന്നു. കുതിരകളുടെ ചവിട്ടേറ്റ് പൊടി മുകളിലോട്ടുയർന്നു. ആളുകളെല്ലാം പേടിച്ച് പല ഭാഗത്തേക്കുമോടി. ധാന്യപ്പുരയുടെ അടുത്ത് ഡേവിഡോവും നഗുൽനോവും മാത്രം അവശേഷിച്ചു. കൂട്ടുകൃഷി സ്ഥാപനത്തെ രക്ഷിക്കാൻ വന്ന കൂട്ടുകൃഷിക്കാരായിരുന്നു അവർ. ലുബിഷ്കിൻ ആയിരുന്നു നേതാവ്. അവരുടെയെല്ലാം കൈകളിൽ വടിയും മറ്റ് ആയുധങ്ങളുമുണ്ടായിരുന്നു. അവർ കൂട്ടുകൃഷിയുടെ അടുത്തുള്ള പൊതുനിരത്തിൽ തങ്ങളുടെ കുതിരയെ നിർത്തി.

അന്ന് രാത്രി ജില്ലയിൽനിന്ന് ഒരു പൊലീസുദ്യോഗസ്ഥൻ ഗ്രിമ്യാക്കിലെത്തി. ഡേവിഡോവ് ആണ് അയാളെ ഏർപ്പാട് ചെയ്തത്. കൂട്ടുകൃഷിസ്ഥാപനത്തിൽ കുഴപ്പമുണ്ടാക്കുകയും ഡേവിഡോവിനെ അടക്കം കൂട്ടുകൃഷിക്കാരെ മർദിക്കുകയും ചെയ്ത ആളുകളെ അറസ്റ്റുചെയ്തു. അറസ്റ്റുചെയ്യപ്പെട്ടവരെയെല്ലാം വണ്ടിയിൽ കയറ്റി ജില്ലയിലേക്ക് കൊണ്ടുപോയി.

ഡിമോക് തന്നത്താൻ വില്ലേജ് സോവിയറ്റിൽ ഹാജരായി.

"മാടപ്രാവേ വാ വാ വാ വാ"റസ്മ്യോട്ണോവ് അയാളെ ഹാസ്യാത്മകമായി അഭിവാദനം ചെയ്തു.

"ഞാൻ സ്വയം വന്നു."

"അല്ലാതെ വഴിയില്ലല്ലോ."

"എങ്ങോട്ടാണ് പോകേണ്ടത്?"

"ജില്ലയിലേക്ക്."

"അവിടെയാണോ കോടതി."

"അതെ. ജനകീയ കോടതി നിങ്ങൾക്ക് ചില സ്വീകരണങ്ങൾ നൽകും."

"അതൊന്നും പ്രശ്നമില്ല."

"കിട്ടേണ്ടത് കിട്ടുമ്പോൾ തോന്നേണ്ടത് തോന്നും."

പിറ്റേദിവസം മുതൽ കൂട്ടുകൃഷിക്കാർ തങ്ങളുടെ ശക്തി വീണ്ടെടുക്കാൻ തുടങ്ങി. അവർ ധാന്യംതിരിച്ചു പിടിച്ചു. നഗുൽനോവാണ് അതിന് നേതൃത്വം കൊടുത്തത്. കൂട്ടുകൃഷിക്കാർ നഗുൽനോവിന്റെ നേതൃത്വത്തിൽ ഗ്രാമത്തിലെ കൃഷിക്കാരുടെ വീടുകൾ കയറിയിറങ്ങി. യാതൊരു ഔപചാരികതയുമില്ലാതെയാണ് കൂട്ടുകൃഷിക്കാർ സംസാരിച്ചത്. നഗുൽനോവിന്റെ മുഖം യാതൊരു ഭാവഭേദവുമില്ലാതെയാണ് കാണപ്പെട്ടത്. വീട്ടുകാരുടെ മുഖത്തേക്ക് നോക്കാതെയാണ് നഗുൽനോവ് സംസാരിച്ചത്.

"നിങ്ങൾ ധാന്യമെടുത്തിട്ടുണ്ടോ?"

"ഞങ്ങളുടെ ധാന്യം ഞങ്ങളെടുത്തിട്ടുണ്ട്."

"ധാന്യം തിരിച്ചുനൽകണം."

"തിരിച്ചു തരാം."

"തിരിച്ച് തന്നാൽ നിങ്ങൾക്ക് നല്ലത്."

"എല്ലാവരും വരൂ."

ഗ്രാമത്തിലെ കൃഷിക്കാർ കൂട്ടുകൃഷിസ്ഥാപനത്തിൽനിന്നും ധാരാളം ധാന്യം എടുത്തുകൊണ്ടുപോയിരുന്നു. അത് അവരുടെ ഓഹരിയേക്കാൾ വലുതായിരുന്നു. കിട്ടിയ അവസരം അവർ മുതലാക്കി. അങ്ങനെ സ്ത്രീകളും പുരുഷന്മാരും തങ്ങൾക്ക് അർഹമായതിലധികം ധാന്യം അവരവരുടെ വീടുകളിലേക്ക് കൊണ്ടുപോയി. അതുകൊണ്ട് കുറെ കൃഷിക്കാർക്ക് ധാന്യം കിട്ടാതെ വന്നു. അപ്പോൾ സ്വകാര്യ കൃഷിക്കാരുടെ കള്ളക്കളി അവർക്കിടയിൽ തന്നെ വ്യക്തമായി.

കുറച്ച് ദിവസങ്ങൾക്കകം കൂട്ടുകൃഷിസ്ഥാപനത്തിന് കുറെ ധാന്യം തിരിച്ചുകിട്ടി. സ്വകാര്യ കൃഷിക്കാർക്ക് ആവശ്യമായ വിത്ത് അവർക്കുതന്നെ കൊടുത്തു.ഡേവിഡോവിന്റെ നേതൃത്വത്തിൽ ഒരു സ്കൂളിൽ വിപുലമായ ഒരു യോഗം വിളിച്ചുചേർത്തു. ധാരാളമാളുകൾ യോഗത്തിൽ പങ്കെടുത്തിരുന്നു. യോഗത്തിൽ ഡേവിഡോവ് വികാരോജ്വലമായ ഒരു പ്രസംഗം നടത്തി.

"പ്രിയ സുഹൃത്തുക്കളെ നാട്ടുകാരെ ഏറ്റവും ക്രൂരവും ഏറ്റവും ലജ്ജാകരവും ആയ സംഭവങ്ങളാണ് കഴിഞ്ഞ ദിവസങ്ങളിൽ ഈ ഗ്രമാത്തിൽ ഉണ്ടായത്. മനുഷ്യമനസാക്ഷിയെ അപഹസിക്കുന്ന ആ സംഭവവികാസങ്ങൾക്ക് നിങ്ങളെല്ലാവരും തന്നെ സാക്ഷികളാണ്. ഈ ഗ്രാമത്തിന്റെ ചരിത്രത്തിൽ ഇതുപോലൊരു സംഭവം മുമ്പ് ഉണ്ടായിട്ടില്ല. കൂട്ടുകൃഷിയിലെ പഴയ മെമ്പർമാരും സ്വതന്ത്രകൃഷിക്കാരും നടത്തിയ നരവേട്ടയുംകൊള്ളയും നമ്മുടെനാടിന്റെ ചരിത്രത്തിലെ ഇരുണ്ട അധ്യായങ്ങളാണ്. കൂട്ടുകൃഷി പ്രസ്ഥാനം സമൂഹത്തിന്റെ നന്മയ്ക്കുവേണ്ടിയാണ് നിലകൊള്ളുന്നത്. എന്നാൽ പഴയ കുലാക്കുകളെപ്പോലെ പഴയ ലോകം

പുനഃസ്ഥാപിക്കാൻ ഇന്ന് പലരും ശ്രമിക്കുകയാണ്. സുഹൃത്തുക്കളെ, നാം പുതിയ കാലത്താണ് ജീവിക്കുന്നത്. നമ്മുടെ ലോകം പുതിയതാണ്. പഴയകാലം കടന്നുപോയി. പഴയലോകവും മാഞ്ഞുപോയി. എന്നാൽ പഴഞ്ചൻ ലോകത്തെയും അതിന്റെ ജീർണിച്ച മൂല്യങ്ങളെയും തിരിച്ചു കൊണ്ടുവരാൻ ആരൊക്കെ ശ്രമിച്ചാലും അത് നടക്കാൻ പോകുന്നില്ല. വർഗ വഞ്ചകന്മാരും വർഗ ശത്രുക്കളും ആണ് അതിന് ശ്രമിച്ചുകൊണ്ടിരിക്കുന്നത്. നമ്മുടെ പ്രസ്ഥാനത്തിനകത്ത് നുഴഞ്ഞുകയറാനും പ്രസ്ഥാനത്തെ ശിഥിലമാക്കാനും അവരെത്ര ശ്രമിച്ചാലും അത് വിജയിക്കാൻ പോകുന്നില്ല. ജനങ്ങൾ ആത്യന്തികമായി നന്മയുടെ പക്ഷത്ത് നിൽക്കും. തെറ്റിദ്ധാരണകൾക്ക് അധികം ആയുസ്സില്ല. നുണകൾകൊണ്ട് ചരിത്രത്തെ മാറ്റിമറിക്കാനാകില്ല. സുഹൃത്തുക്കളെ, എന്നെ മർദിക്കാൻ വേണ്ടി വർഗ ശത്രുക്കൾ സ്ത്രീകളെ ഉപയോഗപ്പെടുത്തി. എന്റെ ശരീരം അവർ തല്ലിച്ചതച്ചു. പക്ഷെ ഞാൻ തകർന്നില്ല. പ്രിയ സുഹൃത്തുക്കളെ ഡേവിഡോവ് എന്നാൽ എല്ലും മാംസവുമല്ല. അങ്ങനെയായിരുന്നെങ്കിൽ ഞങ്ങളെല്ലാവരും തന്നെ എന്നേ കമ്യൂണിസം ഉപേക്ഷിക്കണമായിരുന്നു. ഡേവിഡോവ് എന്നാൽ ഒരു രാഷ്ട്രീയമാണ്. ഒരു തത്വശാസ്ത്രമാണ്. മനുഷ്യരാശിയെ മുഴുവൻ മർദനത്തിൽനിന്നും ചൂഷണത്തിൽനിന്നും അടിച്ചമർത്തലിൽ നിന്നും വിമോചിപ്പിക്കാനുള്ള ദർശനമാണ്. എന്റെ മജ്ജയ്ക്കും മാംസത്തിനും കരുത്തുപകരുന്നു. എന്റെ രക്തത്തെ ചൂട്പിടിപ്പിക്കുന്നത് തീയല്ല. ഒരു പ്രത്യയശാസ്ത്രമാണ്. മാർക്സിസമാണ്. അതറിയാതെ പോയതാണ് നിങ്ങളിൽ പലർക്കും പറ്റിയത്."

ഡേവിഡോവിന്റെ ഈ വാക്കുകൾ നല്ലവണ്ണം ഏറ്റു. ഡേവിഡോവിനെ മർദിച്ചവരുടെ മുഖത്തെല്ലാം ജാള്യത പരന്നു. അവരെല്ലാവരും തന്നെ തലചൊറിഞ്ഞുകൊണ്ടും മുടി തടവിക്കൊണ്ടും അവരവരുടെ ഇരിപ്പിടങ്ങളിൽ ഒതുങ്ങിനിന്നു. പല സ്ത്രീകളും തല താഴ്ത്തിയിരുന്നു. ഡേവിഡോവിനെ ക്രൂരമായി മർദിച്ച സ്ത്രീകളെ പലരും തറപ്പിച്ച് നോക്കി.

"അതാ ആ വിഷപ്പാമ്പാണ് ഡേവിഡോവിനെ കടിച്ചത്."

"പാമ്പല്ല പാമ്പിൻകൂട്ടങ്ങളാണ്."

"ഇവരെ ജീവനോടെ ചുട്ടെരിക്കണം."

"എന്താടീ നോക്കുന്നത്?"

"ഇതിനൊക്കെ പകരം തരുന്നുണ്ട്."

ഡേവിഡോവ് ശാന്തഗംഭീരനായി തന്റെ പ്രസംഗം തുടർന്നു.

"കല്ലും വടിയും കൈക്കരുത്തും കൊണ്ട് എന്നെ വലിയൊരു സംഘം മാറിമാറി മർദിച്ചു. കൂട്ടുകൃഷിസ്ഥാപനത്തെ ഞാൻ തള്ളിപ്പറയണം. ധാന്യങ്ങളെല്ലാം ഞാനവർക്ക് വിട്ട് കൊടുക്കണം. ഇതായിരുന്നു അവരുടെ ആവശ്യം. മാത്രമല്ല ഞാൻ അവരുടെ മുമ്പിൽ മാപ്പ് പറയണം. എന്നാൽ സുഹൃത്തുക്കളെ നിങ്ങൾ കരുതും പോലെ അത്തരം പദാർഥങ്ങൾകൊണ്ടല്ല ഞങ്ങളെപ്പോലുള്ള കമ്യൂണിസ്റ്റുകാരെ സൃഷ്ടിച്ചത്. മർദനം

കൊണ്ട് ഞങ്ങളുടെ മുട്ട് മടങ്ങുമായിരുന്നെങ്കിൽ ഞങ്ങൾ ചരിത്രത്തിൽനിന്ന് എന്നേ മാഞ്ഞുപോകുമായിരുന്നു. നിങ്ങളൊരു കാര്യം മനസിലാക്കുക. മർദനം കൊണ്ട് ആർക്കും ഞങ്ങളെ മുട്ടുകുത്തിക്കാൻ കഴിയില്ല. സൈനിക രംഗത്തുപോലും അതിന് ശ്രമം നടന്നിട്ടുണ്ട്. കമ്യൂണിസ്റ്റുകാർ ആരുടെ മുമ്പിലും ഒരിക്കലും തങ്ങളുടെ നട്ടെല്ല് വളയ്ക്കില്ല, മുട്ട് കുത്തില്ല. ഒരിക്കലും അവർ മുട്ട് കുത്തിയിട്ടുമില്ല."

"അതാണ് സത്യം."

"അതാണ് ഏറ്റവും വലിയ സത്യം."

നഗുൽനോവ് ഡേവിഡോവിന്റെ വാക്കുകളെ അഭിവാദ്യം ചെയ്തു. ഡേവിഡോവ് തന്റെ പ്രസംഗം തുടർന്നു:

"പ്രിയ സുഹൃത്തുക്കളെ സഖാക്കളെ, കമ്യൂണിസ്റ്റുകാർക്ക് മർദനം പുല്ലാണ്. മരണം പോലും പുല്ലാണ്. തൊഴിലാളി വർഗത്തിന്റെ താൽപ്പര്യമെന്നാൽ മനുഷ്യരാശിയുടെ മുഴുവൻ താൽപ്പര്യമാണ്. നമ്മൾ ശത്രു വർഗത്തെ മുട്ടുകുത്തിക്കും. അതാണ് നമ്മുടെ പാരമ്പര്യം."

"അതെ നമ്മൾ മുട്ടുകുത്തിക്കും."

"തൊഴിലാളി വർഗം നീണാൾ വാഴട്ടെ."

'കുലാക്കുകൾ തുലയട്ടെ."

"പ്രതി വിപ്ലവകാരികൾ തകരട്ടെ."

"സോവിയറ്റ് സർക്കാർ നീണാൾ വാഴട്ടെ."

ഡേവിഡോവ് തന്റെ ഉറച്ച സ്വരത്തിൽ പ്രസംഗം തുടർന്നു:

"ലോകം മുഴുവൻ മാറുകയാണ്. മാറ്റത്തിന്റെ കാഹളം ഉയരുകയായി. ശത്രുവർഗം നിങ്ങളിൽ പലരെയും ഉപകരണമാക്കി. അവർ ധാന്യപ്പുര കൊള്ളയടിച്ചു. കന്നുകാലികളെ പിടിച്ചുകൊണ്ടുപോയി. എന്നെയും റസ്മ്യോട്ണോവിനെയും മാരകമായി മർദിച്ചു. റസ്മ്യോട്ണോവിനെ മുറിയിലിട്ട് പൂട്ടി. കാറ്റും വെളിച്ചവും വെള്ളവും ആഹാരവും കിട്ടാതെ ആ സഖാവ് നരകിച്ചു. ഈ ക്രൂരമായ പ്രവൃത്തിയാണ് പ്രതിവിപ്ലവപ്രവർത്തനം. റസ്മ്യോട്ണോവിനെ, രാവും പകലും സമൂഹത്തിന് വേണ്ടി മാത്രം അധ്വാനിക്കുകയും ജീവിക്കുകയും ചെയ്യുന്ന ഈ സഖാവിനെ നിങ്ങൾ തെരുവിലൂടെ വലിച്ചിഴച്ചു. കുറ്റവാളികളെപ്പോലും ഭരണകൂടം ഇത്തരത്തിൽ പരിചരിക്കാറില്ല. പക്ഷെ റസ്മ്യോട്ണോവ് തകർന്നില്ല. ഏറ്റവും ക്രൂരമായ പ്രവൃത്തിയാണ് നിങ്ങൾ ചെയ്തത്. ക്രിസ്തുമതവിശ്വാസിയായ ഒരു സ്ത്രീയാണത് ചെയ്തത്. അവർ പറഞ്ഞത് റസ്മ്യോട്ണോവ് അന്തിക്യസ്തുവായ സാത്താനാണെന്നാണ്. എന്നാൽ അന്ധവിശ്വാസിയായ ആ സ്ത്രീക്ക് റസ്മ്യോട്ണോവ് നല്ല മറുപടിയാണ് കൊടുത്തത്. താൻ മതവിശ്വാസിയല്ലെന്നും കമ്യൂണിസ്റ്റുകാരനാണെന്നും അയാൾ പറഞ്ഞു.

"ആ മുതുക്കിയെ കൈകാര്യം ചെയ്യണം."

"എവിടെ ആ തള്ള?"

"പിടിച്ചുകൊണ്ട് വരൂ."

"ആ സ്ത്രീയെ ഒരു പാഠം പഠിപ്പിക്കണം."

"പ്രിയ സുഹൃത്തുക്കളെ ആ സ്ത്രീ പള്ളികൾ അടച്ചുപൂട്ടുന്നതിൽ വിഷമിക്കുന്നവരാണ്. എന്നാൽ അവർ കമ്യൂണിസ്റ്റുകാരനെ മുറിയിലിട്ട് പൂട്ടുന്നതിൽ വളരെ സന്തോഷമുള്ളവരാണ്. അവർ കപടയായ ഒരു സ്ത്രീയാണ്. ഈ ക്രൂരകൃത്യത്തിൽ പങ്കെടുത്തവരെല്ലാം അറസ്റ്റ് ചെയ്യപ്പെട്ടിരിക്കുന്നു. പലവിധ കുപ്രചാരണങ്ങളും നാട്ടിൽ പരന്നു. കൂട്ടുകൃഷിയിൽ ചേരാത്തവരെയെല്ലാം നാടുകടത്തുമെന്ന് അവർ പ്രചരിപ്പിച്ചു. സുഹൃത്തുക്കളേ കമ്യൂണിസ്റ്റുകാർ പ്രതികാരം ചെയ്യുകയില്ല. എന്നാലവർ ശത്രുക്കളെ ശിക്ഷിക്കും. നിങ്ങൾ ഞങ്ങൾക്കെതിരെ നടത്തിയിട്ടുള്ള അക്രമപ്രവർത്തനങ്ങൾ വളരെ ക്രൂരമായിരുന്നു. എന്നാൽ നിങ്ങളെ ഞങ്ങൾ ശത്രുക്കളായി കാണുന്നില്ല. കാരണം നിങ്ങൾ അടിസ്ഥാനപരമായി വർഗ ശത്രുക്കളല്ല. മറിച്ച് യഥാർഥ വർഗ ശത്രുക്കൾ നിങ്ങളെ ഇരകളാക്കിയതാണ്. നിങ്ങൾ അവരുടെ ചൂണ്ടയെ വിഴുങ്ങിയതാണ്. നിങ്ങൾ ഇടത്തരം കൃഷിക്കാരാണ്. ചഞ്ചലഹൃദയരാണ്. നിങ്ങളെ മാറ്റിയെടുക്കാനുള്ള ശ്രമം ഞങ്ങൾ നടത്തും."

ഡേവിഡോവിന്റെ പ്രസംഗം സദസ്യർക്കിടയിൽ വലിയ ചലനമുണ്ടാക്കി.

"കണ്ടോ അതാണ് കമ്യൂണിസം."

"കമ്യൂണിസ്റ്റുകാർക്ക് ശത്രുക്കളില്ല."

"അതെ, കമ്യൂണിസ്റ്റുകാർക്ക് എതിരാളികളെയുള്ളൂ."

ഡേവിഡോവ് തന്റെ പ്രസംഗം തുടർന്നു. പ്രിയ സുഹൃത്തുക്കളേ, ഞങ്ങൾക്ക് നിങ്ങളോട് പ്രതികാരമില്ല. മനുഷ്യർക്ക് സ്വകാര്യ സ്വത്തിനോടുള്ള ഭ്രമം ഇന്നോ ഇന്നലെയോ തുടങ്ങിയതല്ല. അത് മനസിലാക്കുന്നതിൽ ഞങ്ങൾക്കും തെറ്റ് പറ്റി. അതിന്റെ ഫലമായി പല പ്രശ്നങ്ങളും ഇവിടെ ഉണ്ടായി. നിങ്ങൾ ഞങ്ങളോട് കാണിച്ച ആക്രമണങ്ങൾ ഞങ്ങൾ മറന്നുകഴിഞ്ഞു. പക്ഷെ നിങ്ങൾ ഇനിയും അത് ആവർത്തിച്ചാൽ ഞങ്ങൾ തിരിച്ചടിക്കും. അതിന് യാതൊരുവിധ സംശയവും വേണ്ട. ഭയംകൊണ്ട് പിൻമാറുന്നവരല്ല ഞങ്ങൾ. അതുകൊണ്ട് ശത്രുവർഗത്തിന്റെ ചൂണ്ടയിൽ കുടുങ്ങാതിരിക്കുക. നമ്മളെല്ലാം അടിസ്ഥാനപരമായി ഒരൊറ്റ വർഗമാണ്. മർദിതരായ വർഗം. ഒറ്റക്കെട്ടായി നിന്ന് നമുക്ക് മുതലാളിത്തത്തെ തകർക്കണം. സോഷ്യലിസം സ്ഥാപിക്കണം. അതിന് വേണ്ടിയുള്ള സംഘടിത ശ്രമം ലോകമാകെ നടക്കുന്നുണ്ട്. എന്നാൽ നമ്മുടെ സംഘടിത പ്രസ്ഥാനത്തെ തകർക്കാൻ മുതലാളിത്തം എല്ലാ ശ്രമങ്ങളും നടത്തുന്നു. നമ്മളത് മനസിലാക്കണം. അത് മനസിലാക്കുന്നതിൽ നമ്മൾ പരാജയപ്പെട്ടാൽ അതിന്റെ ഭവിഷ്യത്ത് എല്ലാവരും അനുഭവിക്കും. ഞങ്ങൾ പോരാടുന്നത് ഞങ്ങളുടെ സ്വകാര്യ താൽപ്പര്യങ്ങൾക്ക് വേണ്ടിയല്ല. അത് നിങ്ങൾ എപ്പോഴും ഓർക്കണം. ഞങ്ങളെ സഹായിച്ചതിന്റെ പേരിൽ ആരും ആക്രമിക്കപ്പെടുകയില്ല. അതിന്റെ ഉത്തരവാദിത്വം ഞങ്ങൾ ഏറ്റെടുക്കുന്നു. എനിക്ക് തോന്നുന്നത് ഞാൻ പറയുന്നതെല്ലാം നിങ്ങൾക്ക് മനസിലാകുന്നുണ്ട് എന്നതാണ്. നമുക്ക് കഴിഞ്ഞ കാര്യങ്ങൾ വിടാം. ഈ ഗ്രാമത്തിലെ ഭൂമി വിതയ്ക്കാതെ

കിടക്കുകയാണ്. എത്രയോ നാളുകളായി അതങ്ങനെ കിടക്കുന്നു. നമ്മൾ അധ്വാനിക്കുന്ന ജനവിഭാഗമാണ്. മണ്ണിൽ കൃഷിചെയ്യുന്നവർ മണ്ണ് തരിശാക്കുന്നത് ഒരിക്കലും ശരിയല്ല. ഇപ്പോൾതന്നെ എത്രയോ വൈകി. നമ്മൾ അധ്വാനിക്കണം. നമുക്ക് വിതയ്ക്കണം. നമുക്ക് വിള കൊയ്യണം. ആഹ്ലാദകരമായ ഒരു ജീവിതം നയിക്കണം. ഞാൻ നിങ്ങളോട് തുറന്ന് പറയാം. നമ്മളെല്ലാം ഒറ്റക്കെട്ടായി നിന്നാൽ ഒരു ശക്തിക്കും നമ്മെ തകർക്കാനാവില്ല. നമ്മളിന്ന് വരെ ജീവിച്ചതിനെക്കാൾ നല്ല ഒരു ജീവിതം നമുക്ക് കെട്ടിപ്പടുക്കാൻ കഴിയും. അതിന് യാതൊരു സംശയവുമില്ല. അതുകൊണ്ട് ഒട്ടും സമയം പാഴാക്കാതെ നമ്മൾ മണ്ണിലിറങ്ങി പണിയെടുക്കണം. എതിരാളികൾ അവരുടെ പ്രവൃത്തിചെയ്യട്ടെ. ആരെങ്കിലും പണിയെടുക്കാതിരിക്കുകയാണെങ്കിൽ അവരുടെ ഭൂമി കൂട്ടുകൃഷി സംഘം ഏറ്റെടുത്ത് അവിടെ കൃഷി ചെയ്യും."

"ഡേവിഡോവ് പറഞ്ഞതാണ് ശരി."

"പണിയെടുക്കാത്തവർ തുലയട്ടെ."

"നമുക്കൊന്നിച്ചൊന്നായ് വയലിലിറങ്ങാം."

"വയലുകളിൽ സംഗീതം ഉയരട്ടെ."

പ്രസംഗത്തിന് ശേഷം സദസിൽ വലിയ ഒരു ഉണർവുണ്ടായി. കൃഷിക്കാർ മുഴുവൻ ഒരൊറ്റ മനുഷ്യനെപ്പോലെ ഉണർന്നുകഴിഞ്ഞിരുന്നു. ഡേവിഡോവ് പ്രസംഗത്തിന് ശേഷം അൽപ്പം വെള്ളം കുടിച്ച് പ്ലാറ്റ്ഫോമിലെ മേശയ്ക്കടുത്തിരുന്നു. കൃഷിക്കാരെല്ലാം ഡേവിഡോവിനെ നോക്കി സന്തോഷത്തോടെ പലതും പറഞ്ഞുകൊണ്ടിരുന്നു. ഡേവിഡോവിന്റെ ഓരോ വാക്കും വളരെ ശ്രദ്ധയോടെയാണ് ആളുകൾ കേട്ടത്. മാത്രമല്ല താൻ ചെയ്യുന്ന പ്രവർത്തനങ്ങളെല്ലാം നാടിന്റെ നന്മയ്ക്കുവേണ്ടിയാണ് എന്ന കാര്യം അവർ തിരിച്ചറിയാൻ തുടങ്ങിയിരുന്നു. കൃഷിക്കാരുടെ മുഖത്ത് പുതിയൊരു വികാരത്തിന്റെ വേലിയേറ്റമുണ്ടായി. ഡേവിഡോവിനേയും കൂട്ടുകൃഷിക്കാരെയും കയ്യേറ്റം ചെയ്ത ആളുകളും സദസിലുണ്ടായിരുന്നു. അവരുടെ മുഖത്ത് കുറ്റബോധം നിഴലിക്കുന്നുണ്ടായിരുന്നു. തങ്ങൾ ചെയ്ത ക്രൂരതകളുടെ ആഴം അവർ മനസിലാക്കിയിരിക്കുന്നു. ലജ്ജകൊണ്ടും ജാള്യതകൊണ്ടും അവരുടെ മുഖം വിവർണമായിരുന്നു. ഡേവിഡോവിനെപ്പോലുള്ള വലിയ മനസുള്ള ഒരാളെ മൃഗീയമായി മർദിച്ചതിന്റെ കുറ്റബോധം അവരെ വേട്ടയാടുന്നുണ്ടായിരുന്നു. അവരിൽ പലരും കൂട്ടുകൃഷിക്കാരോട് തങ്ങളുടെ കുറ്റം ഏറ്റുപറഞ്ഞു. ഡേവിഡോവിന് അവരോട് തീരെ പകയില്ല എന്നകാര്യം അവരെ വല്ലാതെ സ്പർശിച്ചു. അക്രമം നടത്തിയ സ്ത്രീകളുടെ കണ്ണുകൾ നിറയുന്നുണ്ടായിരുന്നു. അവരുടെ ഭർത്താക്കന്മാർ അവർക്ക് വേണ്ടി കൂട്ടുകൃഷിക്കാരോട് മാപ്പ് പറഞ്ഞു.

"ഡേവിഡോവ്,കുറ്റം ചെയ്തവർക്ക് വേണ്ടി ഞങ്ങൾ മാപ്പ് ചോദിക്കുന്നു."

"ഡേവിഡോവ് എന്റെ ഭാര്യയുടെ പേരിൽ ഞാൻ മാപ്പ് ചോദിക്കുന്നു."

"ഡേവിഡോവ് പൊറുക്കൂ."

"ഡേവിഡോവ് ഇനി നമ്മളൊന്നാണ്."

"ഡേവിഡോവ് കഴിഞ്ഞതെല്ലാം മറക്കാം."

പിറ്റേന്ന് മുതൽ കൂട്ടുകൃഷി ആപ്പീസിലേക്ക് ആളുകളുടെ ഒരൊഴുക്കായിരുന്നു. ധാരാളം പേർ കൂട്ടുകൃഷിയിൽ ചേരാൻ വേണ്ടിവന്നു. അവർ അപേക്ഷ തയ്യാറാക്കിക്കൊടുത്തു. കൂട്ടുകൃഷി സംഘക്കാരുടെ പെരുമാറ്റത്തിലും ചില മാറ്റങ്ങൾ വന്നു. അവരുടെ മുഖത്തുനിന്നും ഉദ്യോഗസ്ഥ മനോഭാവം അപ്രത്യക്ഷമായി. മുഖത്തെ കാർക്കശ്യം മാഞ്ഞുപോയി. കൃഷിക്കാരോട് വളരെ സ്നേഹവും വാൽസല്യവുമുള്ള സ്വരത്തിലാണ് അവർ സംസാരിച്ചത്. പതിവിൽനിന്ന് വ്യത്യസ്തമായി കൂട്ടുകൃഷി സംഘത്തിന്റെ ഭാരവാഹികളുടെ ചുണ്ടിൽ പുഞ്ചിരിവിടരാൻ തുടങ്ങി. ധാന്യപ്പുരയ്ക്ക് കാവൽ ഏർപ്പെടുത്തിയിരുന്നില്ല. ഡേവിഡോവ് ആണ് പുതിയ ഈ പരിഷ്കാരം കൊണ്ടുവന്നത്. അതോടെ സ്വകാര്യ കൃഷിക്കാരുടെയും ശ്രദ്ധപിടിച്ചു പറ്റാൻ കൂട്ടുകൃഷിക്കാർക്ക് കഴിഞ്ഞു.

ഗ്രിമ്യാക്കിലോഗിൽ കൂട്ടുകൃഷിക്കാർ കൂടുതൽ ഭൂമി ഉഴുതുമറിക്കാൻ തുടങ്ങി. അതുപോലെ തന്നെ മാസങ്ങൾക്ക് മുമ്പ് ഉഴുതുമറിച്ച മണ്ണിൽ കൃഷിയും ആരംഭിച്ചു. ധാരാളം കൃഷിക്കാർ പാടത്തിറങ്ങി പണിചെയ്യാൻ തുടങ്ങി. കൃഷിക്കാരുടെ മുഖത്ത് എന്തെന്നില്ലാത്ത ചുറുചുറുക്കും ആഹ്ലാദവും അലതല്ലുന്നുണ്ടായിരുന്നു. നാടൻപാട്ടിന്റെ ഈണത്തിൽ പാടിക്കൊണ്ട് അവർ മണ്ണ് ഉഴുതു മറിക്കുകയും വിതയ്ക്കുകയും ചെയ്തു. സ്ത്രീകളുടെ ചുണ്ടുകളിൽ നിന്നും മധുരഗാനങ്ങൾ ഉയർന്നു. കൊച്ചു കിളികളും മൃഗങ്ങളും ഈ ഉൽസാഹത്തിൽ പങ്കുചേർന്നു. ഡേവിഡോവ് കൃഷിപ്പണിയുടെ മുഴുവൻ ഉത്തരവാദിത്വവും ഏറ്റെടുത്തു. നിത്യവും വെളുക്കുന്നതിന് മുമ്പ് അയാൾ പാടത്തേക്ക് പുറപ്പെടും. പാതിരാത്രി കഴിഞ്ഞ് കോഴികൾ കൂവുന്നതുവരെ അയാൾ പാടത്തുതന്നെയായിരിക്കും. രാത്രി പാടത്തിന് കാവൽനിൽക്കുന്ന ജോലിയുടെ നേതൃത്വവും ഡേവിഡോവിനായിരുന്നു.

## 40

**ഗ്രി**മ്യാക്കിലോഗ് ഇപ്പോൾ വളരെ ശാന്തമായിരുന്നു. കൂട്ടുകൃഷി സംഘത്തിന്റെ ഓഫീസിൽ നിത്യവും ആളുകൾ വരികയും പോവുകയും ചെയ്തുകൊണ്ടിരുന്നു. കൃഷിക്കാർക്കിടയിൽ പുതിയൊരു സൗഹൃദ മനോഭാവം വളർന്നിരിക്കുന്നു. കൂട്ടുകൃഷി സംഘത്തിലെ മൃഗങ്ങളുടെ മുഖത്തും ഈ ശാന്തത നിഴലിച്ചിരുന്നു. ലുബിഷ്കിൻ ഒരു കുതിരപ്പുറത്ത് കയറിയാണ് ഓഫീസിലേക്ക് വന്നത്. അയാൾ തന്റെ ചാട്ടവാറുകൊണ്ട് അവിടെ ഉണ്ടായിരുന്ന ആടുകളെ നന്നായി തല്ലി. അയാളുടെ മുഖത്ത് ഒരു ക്രൂരഭാവമായിരുന്നു. സ്റ്റെപ്പിയിൽനിന്നാണ് അയാൾ വരുന്നത്. ആരോടോ പകയുള്ളതുപോലെയായിരുന്നു അയാളുടെ പെരുമാറ്റം. ഒരു ചെറിയ പെൺകുതിരയുടെ

പുറത്ത് കയറിയാണ് അയാൾ വന്നത്. അത് വളരെ വിഷമകരമായ സവാരിയായിരുന്നു. അയാളുടെ വരവ് കണ്ട് ഉഷക്കോവ് ഇങ്ങനെ പറഞ്ഞു:

"ഓ നിങ്ങളായിരുന്നോ? ഞാൻ കരുതി ക്രിസ്തു കഴുതപ്പുറത്ത് വരികയാണെന്ന്."

"തന്റെ തന്തയാണ് കഴുത."

"കാലുകൊണ്ട് നിലമുഴുതതാണോ?"

"അതും നിന്റെ തന്തയോട് പറ."

ലുബിഷ്കിൻ ഉഷക്കോവിന് ഉരുളക്ക് ഉപ്പേരി തന്നെ കൊടുത്തു. അയാൾ അകത്തേക്ക് നോക്കി ചോദിച്ചു:

"ഡേവിഡോവ് എവിടെ?"

"അകത്തുണ്ട്."

"എന്തെടുക്കുകയാണ്?"

"തന്നെക്കാണാഞ്ഞിട്ട് കരയുകയാണ്."

"ചിലയ്ക്കാതിരിക്കെടാ."

ഇതും പറഞ്ഞ് ലുബിഷ്കിൻ അകത്തേക്കുപോയി.

ഡേവിഡോവും റസ്മ്യോട്ണോവും ഒരു യോഗത്തിലായിരുന്നു. അത് കണ്ട ലുബിഷ്കിൻ പിന്നോട്ട് മാറിനിന്നു.

കുറെ സ്ത്രീകളുമായി ചിലകാര്യങ്ങൾ ചർച്ചചെയ്യുകയായിരുന്നു ഡേവിഡോവും റസ്മ്യോട്ണോവും. കുട്ടികൾക്ക് വേണ്ടി ഒരു നഴ്സറി ഉണ്ടാക്കുന്നതിനെപ്പറ്റിയാണ് അവർ ചർച്ചചെയ്തത്. സ്ത്രീകൾ ജോലിക്ക് പോകുമ്പോൾ അവരുടെ കുട്ടികളെ നോക്കാൻ ഒരു നഴ്സറി വേണം. ഡേവിഡോവ് ആണ് ഈ ആശയം മുന്നോട്ട് വെച്ചത്. സ്ത്രീകൾ ഈ ആശയത്തെ സന്തോഷത്തോടെ അനുകൂലിച്ചു. യോഗം പിരിഞ്ഞ ശേഷം ലുബിഷ്കിൻ അകത്തേക്ക് കടന്നു. അയാളുടെ ശരീരത്തിൽ ചെളിയും വിയർപ്പും നിറഞ്ഞിരുന്നു. വന്ന ഉടനെ ഗൗരവത്തോടെ അയാൾ പറഞ്ഞു:

"വയലിൽ നിന്നാണ് വരുന്നത്."

"എന്താണ് പറ്റിയത്?"

"കാര്യങ്ങളൊന്നും ശരിയല്ല."

"എന്താണ് സംഭവിച്ചതെന്ന് പറയൂ."

"എന്റെ കൂടെയുള്ളവർ പണിയെടുക്കുന്നില്ല." മെയ്ഡന്നിക്കോവ് മാത്രമേ ജോലി ചെയ്യുന്നുള്ളൂ. ബാക്കിയുള്ളവരെല്ലാം കുഴിമടിയന്മാരാണ്. മെയിഡന്നിക്കോവ് വിയർപ്പൊഴുക്കി പണിയെടുക്കും. ബാക്കിയുള്ളവർ സംസാരിച്ച് നേരം പോക്കുകയാണ്. പിന്നെ പുകവലിക്കുക. ഇത്തരത്തിലുള്ള ആളുകളെയും കൊണ്ട് ഞാൻ പാടത്ത് പോകില്ല."

"ഇപ്പോഴത്തെ പണിയുടെ നിലയെന്താണ്?"

"ദിവസം രണ്ടേക്കർ ഭൂമിയിൽ ഉഴവ് നടക്കും. അത് വളരെ കുറവാണ്."

"അതിന് നിങ്ങളിങ്ങോട്ട് ഓടിവന്നിട്ടെന്താണ്" ഡേവിഡോവിന് ദേഷ്യം വന്നു.

"ഞാൻ വന്നത് കുറച്ച് പണിക്കാരെ കിട്ടാനാണ്."

"നിങ്ങൾ പണിയെടുക്കാത്തവരെ പണിയെടുപ്പിക്കണം. അവിടെയാണ് നിങ്ങളുടെ മിടുക്ക്. എന്ന് വെച്ചാൽ നിർബന്ധിച്ച് പണിയെടുപ്പിക്കുകയല്ല. നമുക്ക് മനുഷ്യരെ നിർബന്ധിച്ച് പണിയെടുപ്പിക്കാനാവില്ല. അങ്ങനെ ചെയ്യുമ്പോൾ നമുക്ക് തോന്നും നമ്മൾ വിജയിച്ചു എന്ന്. എന്നാൽ സംഗതി നേരെമറിച്ചാണ്. ഒരു കൃഷിക്കാരനെ കൊണ്ട് നമുക്ക് വേണമെങ്കിൽ നമ്മുടെ മൂക്കിനുമുന്നിൽ നിർത്തി പണിയെടുപ്പിക്കാനാവും. പക്ഷെ അയാളുടെ മനസ്സ് ജോലിയിലായിരിക്കില്ല. അതുകൊണ്ട് തന്നെ ജോലി കാര്യക്ഷമമാവുകയില്ല. നേരെ മറിച്ച് കൃഷിക്കാരൻ സ്വന്തം മനസാലെ ജോലിചെയ്യുകയാണെങ്കിൽ അതിന് ഫലമുണ്ടാവും. നിങ്ങൾ കർശനമായ നിയന്ത്രണവും അച്ചടക്കവും ഒന്ന് അയച്ചുനോക്കൂ. അപ്പോൾ കാണാം പുരോഗതി."

"എന്റെ അച്ചടക്കം കൊണ്ടോ നിയന്ത്രണം കൊണ്ടോ അല്ല കാര്യങ്ങൾ വഷളായത്. ചില മൂരാച്ചികൾ ഇപ്പോഴും നമ്മുടെ ഇടയിൽ പ്രവർത്തിക്കുന്നുണ്ട്. ചില ആളുകൾക്ക് തീരെ ജോലി ചെയ്യാൻ കഴിയുകയില്ല. അത്തരത്തിലുള്ള ആളുകളെ എന്തിനാണ് എന്റെ ടീമിൽ ഉൾപ്പെടുത്തിയത്. അവർക്ക് സ്വന്തം മനസാലെ ജോലിചെയ്യാൻ കഴിയുകയില്ല. ആർക്കും അവരെക്കൊണ്ട് ജോലിചെയ്യിപ്പിക്കാനുമാവില്ല. ആ ചുക്കാർ മുത്തനെ എന്തിന് കൊള്ളും. അയാളെ ഒരു പണിക്കും കൊള്ളില്ല. ഒരു കിഴവൻ ഞണ്ടാണ് അയാൾ. ഏതെങ്കിലും ഒരു വെള്ളരിക്കാത്തോട്ടത്തിൽ നോക്കുകുത്തിയായി നിർത്താൻ പറ്റും. ഇങ്ങനെയുള്ള ആളുകളെക്കൊണ്ട് ഞാൻ എന്താണ് ചെയ്യുക. അയാൾക്ക് ഒന്നിനും കഴിവില്ല. മണ്ണ് ഉഴുതുമറിക്കാനോ കന്നുകാലികളെ നോക്കാനോ അയാൾക്കാവില്ല. അയാൾക്ക് തീരെ ശബ്ദമില്ല. കുരുവി ചിലയ്ക്കുമ്പോലെയാണ് അയാൾ സംസാരിക്കുന്നത്. കാളകളെ തെളിക്കാൻപോലും അയാളുടെ ശബ്ദത്തിന് ശേഷിയില്ല. കാളകൾ അയാളെ കണ്ടാൽ തീരെ ഗൗനിക്കുന്നില്ല. ഒന്നിനും കൊള്ളാത്ത ഒരു മരങ്ങോടനാണ് അയാൾ. അയാൾ നിലമുഴുതുമറിക്കുമ്പോൾ എന്താണ് സംഭവിക്കുന്നത് എന്നറിയാമോ?. അയാൾ നിലത്ത് മറിഞ്ഞു വീഴും. പലതവണ അയാൾ വയലിൽ വീണിട്ടുണ്ട്. വീണ് കഴിഞ്ഞാൽ അയാളുടെ ജോലി തന്റെ ഷൂസ് കെട്ടുക എന്നതാണ്. കുറച്ച് സമയം ജോലി ചെയ്ത് കഴിഞ്ഞാൽ അയാൾ എവിടെയെങ്കിലും കിടക്കും. പെണ്ണുങ്ങളെല്ലാം അയാളുടെ കിടപ്പും കളിയും കണ്ട് ചിരിക്കും. ഒരുകോമാളിയായിട്ടാണ് അവർ അയാളെ കാണുന്നത്. പണിക്കാർക്ക് കുടിക്കാനുള്ള കഞ്ഞിയിൽ ചേർക്കാൻ കുറച്ച് കൊഴുപ്പ് അയാളുടെ കൈയിൽ കൊടുത്തിരുന്നു. അയാളത് എന്ത് ചെയ്തെന്നോ. ആരും കാണാതെ അതെല്ലാം അകത്താക്കി. എന്നിട്ട് കൊഴുപ്പിന് പകരം ഏതോ പശ കഞ്ഞിയിൽ ചേർത്തു. വൃത്തികെട്ടവനാണയാൾ. ഇത്തരത്തിലുള്ള ആളുകളെ ഒഴുവാക്കിത്തരണം. അവരെപ്പോലുള്ളവരെ സഹിക്കാനുള്ള ശേഷി എനിക്കില്ല."

ലുബിഷ്കിൻ ഇത് പറയുമ്പോൾ ആകെ വിറയ്ക്കുന്നുണ്ടായിരുന്നു. അയാളുടെ കുപ്പായത്തിന്റെ ബട്ടൺ അഴിഞ്ഞുപോയിരുന്നു. കീറിത്തുന്നിയ വസ്ത്രമായിരുന്നു അയാളുടേത്.

"ഇത്തരം കാര്യങ്ങൾ നിങ്ങൾ എന്റെ മുമ്പിൽ വിശദീകരിക്കരുത്. നിങ്ങളിപ്പോൾ വയലിലേക്ക് പോകൂ. അവിടെ നടക്കുന്ന കാര്യങ്ങൾ എന്താണെന്ന് നേരിട്ടറിഞ്ഞശേഷം ബാക്കിക്കാര്യങ്ങൾ നമുക്കാലോചിക്കാം. നിങ്ങൾക്ക് ജോലിയുടെ നേതൃത്വം ഏറ്റെടുക്കാൻ കഴിയുന്നില്ലെങ്കിൽ നിങ്ങൾ ജോലിയിൽനിന്ന് പുറത്തുപോകൂ. നിങ്ങളുടെ ഇന്നത്തെപണി മുപ്പത് ഏക്കർ ഭൂമി ഉഴുതുമറിക്കുക എന്നതാണ്." ഡേവിഡോവ് ഇത് പറഞ്ഞ തോടെ ലുബിഷ്കിൻ ദേഷ്യത്തോടെ ഇറങ്ങിപ്പോയി. അയാൾ കയറിവന്ന പെൺകുതിര അവിടെ കോലം കെട്ട് നിൽക്കുന്നുണ്ടായിരുന്നു. അതിന്റെ കുഞ്ചിരോമങ്ങളിൽ മണ്ണും പൊടിയും പറ്റിപ്പിടിച്ചിട്ടുണ്ടായിരുന്നു. അതിന്റെ പുറത്ത് കയറിയിരുന്ന ലുബിഷ്കിനോട് ഉഷക്കോവ് ചോദിച്ചു:

"സഖാവ് ലുബിഷ്കിൻ, എത്ര ഏക്കർ ഉഴുതു?"

"അത് തന്റെ തന്തയോട് ചോദിക്കൂ."

"തന്നെ ഞാനൊരു പാഠം പഠിപ്പിക്കുമെടാ."

"ആദ്യം നീ നിന്റെ തന്തയെ പാഠം പഠിപ്പിക്ക്."

"നിന്നെ ഞാൻ തല്ലി പതം വരുത്തുന്നുണ്ട്. നിനക്ക് എന്റെ കൈയുടെ ചൂടറിയാത്തതിന്റെ കുഴപ്പമുണ്ട്."

"നിന്റെ തന്തയെ ആദ്യം നീ ആ ചൂടറിയിക്ക് വൃത്തികെട്ട ശവമേ."

ലുബിഷ്കിൻ പല്ല് കടിച്ചുകൊണ്ട് തന്റെ പെൺകുതിരപ്പുറത്ത് കയ റിപ്പോയി. കുതിരയുടെ കുളമ്പടി ശബ്ദം അകന്നകന്ന് പോയി. ലുബി ഷ്കിൻ പോയതോടെ ഡേവിഡോവ് പുറത്തേക്കുവന്നു. അയാൾ തന്റെ ചില ഉത്തരവാദിത്വങ്ങൾ ഉഷക്കോവിനെ ഏൽപ്പിച്ചു.

"സഖാവ് ഉഷക്കോവ്, കുറച്ചുദിവസം ഞാൻ പാടത്തുതന്നെയായി രിക്കും. അപ്പോൾ ഓഫീസിലെ കാര്യങ്ങൾ നിങ്ങൾ വേണം ശ്രദ്ധിക്കാൻ. നമുക്ക് പുതിയ പല ഉത്തരവാദിത്വങ്ങളുമുണ്ട്. ഇവിടെ നമുക്ക് നഴ്സറി കൾ സ്ഥാപിക്കണം. കൃഷിക്കാരുടെ കുട്ടികളെ ഇവിടെ താമസിപ്പിക്കേ ണ്ടിവരും.എന്തെങ്കിലും കാര്യത്തിൽ സംശയമുണ്ടെങ്കിൽ എന്നെ അറി യിക്കണം."

"ഡേവിഡോവ് എനിക്ക് തോന്നുന്നത് ആ ലുബിഷ്കിനെ ഞാൻ പോയി സഹായിക്കുന്നതാവും നല്ലത് എന്നാണ്. "

"ഉഷക്കോവ് നിങ്ങൾ വിഡ്ഢിത്തം പറയരുത്. ഞാൻ അങ്ങോട്ട് പോകുകയാണ്. നിങ്ങൾക്ക് പോയി അവരെ സഹായിക്കാമെന്ന് കരുത രുത്. അവർക്ക് വേണ്ടത് ഞാൻ കൊടുത്തിട്ടുവരാം."

അതും പറഞ്ഞ് ഡേവിഡോവ് പോകാനൊരുങ്ങിയപ്പോൾ ഒരു വണ്ടി യിൽ റസ്മ്യോട്ണോവ് അങ്ങോട്ട് വന്നു. ഡേവിഡോവിന്റെ കൈയിൽ ഒരു സഞ്ചിയിൽ കുറെ സാധനങ്ങളുണ്ടായിരുന്നു.

"സഖാവ് ഡേവിഡോവ്, നിങ്ങളെങ്ങോട്ടാണ്?"

"ഞാൻ പാടത്തേക്കാണ്."

"പാടത്തേക്കോ?"

"അതെ, നിങ്ങളെപ്പോഴും പാടത്തുതന്നെയാണോ."

"എപ്പോഴുമല്ല."

"പക്ഷെ നിങ്ങൾ കൂടുതൽ സമയവും പാടത്താണല്ലോ."

"നിങ്ങൾ ഉദ്ദേശിക്കുന്നതെന്താണ്?"

"ഞാനുദ്ദേശിക്കുന്നത്, നിങ്ങൾക്ക് പാടത്തെന്താണ് പണി എന്നാണ്."

"അപ്പോൾ നിങ്ങളുടെ ജോലി ആരെടുക്കും?"

"ഇതുമെന്റെ ജോലിതന്നെയാണ്."

"നിങ്ങളില്ലെങ്കിൽ അവിടെ പണിനടക്കില്ലെ?"

"ചിലകാര്യങ്ങളിൽ ഞാൻ തന്നെവേണം."

"നിങ്ങൾ ചെയർമാനാണ് സഖാവെ. കലപ്പയേന്തി നടക്കാനല്ല നിങ്ങളെ മാനേജ്മെന്റിന്റെ ചെയർമാനായി നിയമിച്ചത്."

"നിങ്ങളെന്നെ പഠിപ്പിക്കേണ്ട. അടിസ്ഥാനപരമായി ഞാനൊരു കമ്യൂണിസ്റ്റാണ്. ചെയർമാൻ പദവി അതിന് പിന്നാലെ വരുന്നതാണ്. ഒരു കമ്യൂണിസ്റ്റ് എന്ന് പറഞ്ഞാൽ ഒരു ഉദ്യോഗസ്ഥനല്ല. ഒരു കമ്യൂണിസ്റ്റ് അടിസ്ഥാനപരമായി അധ്വനിക്കുന്നവനാണ്. വിതയ്ക്കാതെ, കിളയ്ക്കാതെ, ഈ ഗ്രാമത്തിലെ ഭൂമി നശിക്കാൻ കിടക്കുമ്പോൾ കസേരയിലിരുന്ന് ഉറക്കം തൂങ്ങുന്നവനല്ല കമ്യൂണിസ്റ്റ്. ഏത് ജോലി ചെയ്യാനും എനിക്ക് മടിയില്ല. പാടത്ത് പണിനടക്കുന്നില്ലെങ്കിൽ അല്ലെങ്കിൽ തൊഴിലാളികൾ ജോലിചെയ്യുന്നില്ലെങ്കിൽ ഒരു കസേരയിലിരുന്നിട്ടും കാര്യമില്ല. ഉദ്യോഗസ്ഥരെ മുഴുവൻ തീറ്റിപ്പോറ്റുന്നതും ചെലവിന് കൊടുക്കുന്നതും കൃഷിക്കാരും തൊഴിലാളികളുമാണ്."

"സഖാവിന്റെ ഇഷ്ടം പോലെ."

കുറച്ചുനേരത്തേക്ക് റസ്മ്യോട്ണോവ് ഡേവിഡോവിനോട് ഒന്നും പറഞ്ഞില്ല. അവർ നിരത്തിലൂടെ വേഗത്തിൽ വണ്ടിയോടിച്ച് പോയി. ഭൂമി മുഴുവൻ ചൂടേറ്റ് വരണ്ടുണങ്ങിയിരുന്നു. വെള്ളത്തിന് വേണ്ടി ദാഹിച്ച് മൃഗങ്ങൾ കരയുന്നുണ്ടായിരുന്നു. അങ്ങ് ദൂരെ കാട്ടിൽനിന്ന് പക്ഷികളുടെ ദീനസ്വരം ഉയർന്നുകേട്ടു. ഗ്രാമാതിർത്തിയിലെത്തിയപ്പോൾ അവർ വണ്ടിയുടെ വേഗം കുറച്ചു. റസ്മ്യോട്ണോവ് ഡേവിഡോവിനെ വീണ്ടും ഉപദേശിക്കുകയായിരുന്നു.

"നിങ്ങൾ ചെയ്യുന്നത് വിഢ്ഢിത്തമാണ്."

"എന്ത്?'

"പാടത്ത് പണിയെടുക്കുന്നത്."

"അതെങ്ങിനെ വിഢ്ഢിത്തമാവും."

"സഖാവേ, ഉഴുത് മറിക്കുക എന്നുള്ളത് പ്രധാനപ്പെട്ട കാര്യമാണ്. പക്ഷെ നിങ്ങൾ ഒരു നേതാവാണ്. ഒരു നേതാവിന്റെ കർത്തവ്യമാണ് നിങ്ങൾ മറക്കുന്നത്. എല്ലാ പണിയും ചെയ്യുക എന്നത് പ്രായോഗികമല്ല. അതൊക്കെ അലങ്കാരവാക്കുകളാണ്. പൊങ്ങച്ചം പറച്ചിലാണ്. പെട്ടെന്ന് കേൾക്കുമ്പോൾ ശരിയാണെന്ന് തോന്നും. ആളുകളെല്ലാം കയ്യടിക്കും. പക്ഷെ വിവേകത്തോടെ ചിന്തിച്ചാൽ അതിലെ വിഢ്ഢിത്തം മനസിലാവും. എല്ലാവർക്കും എല്ലാ ജോലിയും ചെയ്യാനാവില്ല. ജോലി കാര്യക്ഷമമാവണമെ

ങ്കിൽ ഓരോ ആളിന്റെയും താൽപ്പര്യവും ശേഷിയും അനുസരിച്ച് തൊഴിൽ വിഭജിക്കണം. ഒരു പട്ടാളക്കാരൻ ആയ ഓഫീസർ എന്നുവെച്ചാൽ സാധാരണക്കാരായ പട്ടാളക്കാരുടെകൂടെ ഓടുന്ന ആളല്ല. അയാൾ ആജ്ഞകൾ നൽകുന്ന ആളാണ്. നയിക്കുന്ന ആളാണ്. നേതൃത്വമാണ്."

"നിങ്ങളെന്തു പറഞ്ഞാലും ശരി. ഞാൻ പാടത്തേക്ക് തന്നെപോകും. കർഷകരിൽ ചിലർ ഉഴപ്പുന്നുണ്ട്. അവരെ നേർവഴിക്ക് കൊണ്ടുവരണം. അതിനുവേണ്ടിയാണ് ഞാൻ പോകുന്നത്. ലുബിഷ്കിൻ ആണ് ഈ വിവരം എന്റെ അടുത്ത് വന്ന് പറഞ്ഞത്. അതായത് കൃഷിക്കാർ പണിയെടുക്കുന്നില്ലെന്ന്. അയാൾക്ക് കാര്യങ്ങൾ മുന്നോട്ട്കൊണ്ടുപോകാൻ കഴിയില്ല. അതുകൊണ്ടാണ് ഞാൻ നേരിട്ട് പോകുന്നത്. നിങ്ങൾ പറഞ്ഞതുപോലെതന്നെ കാര്യങ്ങൾക്ക് നേതൃത്വം കൊടുക്കാനാണ് ഞാൻ പോകുന്നത്. വളരെക്കാലം സൈനികരംഗത്ത് പ്രവർത്തിച്ച് അനുഭവമുള്ള ആളാണ് ഞാൻ. അതുകൊണ്ട് ആ വക കാര്യങ്ങളൊന്നും പറഞ്ഞ് നിങ്ങൾ സമയം കളയണ്ട. നിങ്ങൾ എന്തിനാണ് എന്നോട് ഇങ്ങനെയൊക്കെ പ്രസംഗിക്കുന്നത്. ഒരു സൈനിക നേതാവ് മറ്റുള്ള സൈനികർക്ക് മാതൃകയായിരിക്കണം. നല്ല മാതൃക കാണിക്കുന്ന ആളാണ് നല്ല നേതാവ്. അല്ലാതെ മുകളിൽനിന്നും താഴോട്ട് കൽപ്പനകൾ കൊടുക്കുന്ന ആളല്ല. അങ്ങിനെ കൽപ്പന കൊടുക്കാൻ ഒരു രാജാവല്ല ഞാൻ. കമ്യൂണിസ്റ്റ് നേതൃത്വം എന്നുപറഞ്ഞാൽ ഏറ്റവും സാധാരണക്കാരുടെ ഇടയിലേക്കിറങ്ങി അവർക്ക് മാതൃകകാണിക്കുക എന്നതാണ്. ഇപ്പോൾ ഞാൻ ചെയ്യുന്നത് അതാണ്."

"താങ്കളുടെ ഇഷ്ടം പോലെ."

"റസ്മ്യോട്ട്ണോവ് നമുക്ക് കുറച്ച് വേഗം സഞ്ചരിക്കണം."

"അതെ."

"അതാ, നാം കുന്നിൻമുകളിലെത്തി."

സ്റ്റെപ്പികുന്നുകൾ മഞ്ഞ് മൂടിക്കിടന്നിരുന്നു. ആകാശത്ത് വയലറ്റ് നിറമുള്ള മഞ്ഞുമലകൾ. അവ ഏതോ അന്യഗ്രഹങ്ങൾ എന്നപോലെ ഒഴുകിവരികയായിരുന്നു. മഞ്ഞുമലകൾ സൂര്യനെ മറച്ച്കളഞ്ഞിരിക്കുന്നു. തൂവെള്ള നിറത്തിലുള്ള മേഘങ്ങളും വയലറ്റ് നിറത്തിലുള്ള മേഘങ്ങളും ചേർന്ന് ആകാശത്ത് ഒരു വർണപ്രപഞ്ചം തന്നെ സൃഷ്ടിച്ചു.മഞ്ഞ് മലകളുടെ അറ്റം ഏകാന്തനിശ്ശബ്ദമായിരുന്നു. മഞ്ഞുമലകൾക്കിടയിലൂടെ സൂര്യന്റെ വജ്രകിരണങ്ങൾ വെൺചാമരം പോലെ താഴോട്ട് വിടർന്നുനിന്നു. മേഘമാലകളുടെ മഹാപ്രവാഹങ്ങൾ ആകാശഗർത്തങ്ങളെ മനോഹരമാക്കി. മേഘങ്ങളുടെ സ്വർണശിഖരങ്ങൾ പൂത്തിരികൾപോലെ പൊട്ടിച്ചിതറി. സ്റ്റെപ്പിഗിരിനിരകളുടെ ഉയർന്ന ഭാഗങ്ങൾ വിദൂര ചക്രവാളത്തെ ചുംബിക്കുന്നുണ്ടായിരുന്നു. സ്റ്റെപ്പിഗിരിനിരകളിലൂടെ മായികമായ വർണരശ്മികൾ ഒഴുകി അത് താഴ്വാരങ്ങളെ മനോഹരമാക്കി. മേഘമാലകളുടെ വർണപ്രപഞ്ചത്തിൽ ഭൂമി ആകെതന്നെ കോൾമയിർകൊണ്ടു.

ഭൂമി മഴയ്ക്കുവേണ്ടി പ്രാർഥിക്കുകയായിരുന്നു. സ്റ്റെപ്പികുന്നുകളിൽ കിഴക്കൻ കാറ്റ് വീശിയടിച്ചു. വിദൂരദേശങ്ങളിൽനിന്ന് വീശിയടിച്ച കാറ്റാ

യിരുന്നു. അതിന് ഈറൻ മഞ്ഞിന്റെ ഗന്ധമുണ്ടായിരുന്നു. പാതകളിൽ മഞ്ഞ് വീണ് തണുത്തിരുന്നു. ചാറൽമഴ മെല്ലെ പെയ്യുന്നുണ്ടായിരുന്നു. വരണ്ട ഭൂമിയിൽ മഞ്ഞ് വീണതോടെ മണ്ണിൽനിന്നും ഒരു മാസ്മരിക ഗന്ധമുയർന്നു. പോപ്ലാർ തോപ്പുകളിലെ കൊച്ചുകിളികൾ കരയുന്നുണ്ടായിരുന്നു. പുതുമഴയ്ക്കുവേണ്ടി ദാഹിച്ച മണ്ണിന്റെ വികാരപാരവശ്യത്തിൽ കിളികൾ പങ്കുചേർന്നു.

ശക്തമായ കാറ്റിൽ ഉണങ്ങിയ മരച്ചില്ലകൾ പിളരുന്ന ശബ്ദം കേൾക്കാമായിരുന്നു. ചെടികളിൽനിന്ന് മഞ്ഞുകണങ്ങൾ പൂമൊട്ടുകളെപ്പോലെ അടർന്നുവീണു. പക്ഷികൾ ആകാശത്തേക്കുനോക്കി പലപല ശബ്ദങ്ങളുണ്ടാക്കി. ആകാശത്തെ മിന്നൽപ്പിണറുകളിൽനിന്ന് പടർന്ന വെളിച്ചം സ്റ്റെപ്പിക്കാടുകളിൽ അലയൊലി സൃഷ്ടിച്ചു. കിളികളുടെ കരച്ചിലുകൾ നിശ്ശബ്ദമായി. ഇലകൾക്കിടയിലൂടെ കാറ്റ് ഒഴുകിപ്പോകുന്ന ശബ്ദം ഉയർന്ന് കേൾക്കാമായിരുന്നു. ആകാശത്ത് വീണ്ടും മിന്നൽപ്പിണറുകളുണ്ടായി. അതിനെത്തുടർന്ന് ഘോരമായ ഇടിവെട്ടും. ഇടിവെട്ടിന്റെ ശബ്ദം സ്റ്റെപ്പികുന്നുകളിലെ അഗാധഗർത്തങ്ങളിൽ പ്രതിധ്വനിയുണ്ടാക്കി. സ്റ്റെപ്പികുന്നിന്റെ താഴ്വാരത്ത് കൃഷിക്കാർ നിലം ഉഴുത് മറിക്കുകയായിരുന്നു. അവരിൽ ഒരാൾ റസ്മ്യോട്ണോവിന്റെയും ഡേവിഡോവിന്റെയും അടുത്തേക്ക് വരികയായിരുന്നു. അയാൾ വളരെവേഗത്തിൽ നടന്നുവന്നു. കുട്ടികളെപ്പോലെ ഉലാത്തിക്കൊണ്ടും അരുവികൾ ചാടിക്കടന്നുകൊണ്ടും അയാൾ നടന്നടുത്തു. അയാളെ കണ്ടപ്പോൾ ഇരുവരും പരസ്പരം നോക്കി. ചുക്കാർ മുത്തനാണ് അതെന്ന് അവർക്ക് മനസിലായി. അയാൾക്ക് എന്തോ ഒരപകടം സംഭവിച്ചിട്ടുണ്ടെന്ന് ഇരുവരും സംശയിച്ചു. അടുത്തേക്ക് വന്നതോടെ അയാളുടെ മുഖത്തെ വികാരം കൂടുതൽ പ്രകടമായി. കിതയ്ക്കുന്നുണ്ടായിരുന്നു അയാൾ. അയാളുടെ കഷണ്ടിത്തല മഴനനഞ്ഞ് തലയിലെ ബാക്കിവന്ന മുടിയിഴകൾ തലയിലൊട്ടിനിന്നു. അയാളുടെ മീശയിലും മുഖത്തുമെല്ലാം ഭക്ഷണ സാധനങ്ങൾ പറ്റിപ്പിടിച്ചിരുന്നു. അയാളുടെ മുഖമാകെ വിളറിവെളുത്തിരുന്നു. അയാളുടെ ഹൃദയം പടപടാ മിടിക്കുന്നുണ്ടായിരുന്നു. അയാളുടെ ഭാവം കണ്ട് ഇരുവരും ഭയപ്പെട്ടു. കൂട്ടുകൃഷി സ്ഥാപനത്തിൽ വല്ല അപകടവും സംഭവിച്ചിരിക്കുമോ. ആരെങ്കിലും ചുക്കാർ മുത്തനെ ആക്രമിച്ചോ. അതല്ല വല്ല സംഘട്ടനങ്ങളുമുണ്ടായോ.

"എന്താണ് ചുക്കാർ മുത്തൻ?"

"എന്തുപറ്റി ചുക്കാർ?"

"സഖാക്കളെ, ഞാൻ മരിച്ചില്ല എന്നേയുള്ളൂ."

"എന്താണുണ്ടായത്?"

"അവർക്ക് എന്റെ ജീവനായിരുന്നു വേണ്ടത്."

"ആരെക്കുറിച്ചാണ് പറയുന്നത്?"

"ലുബിഷ്കിനും അയാളുടെ കൂട്ടരും."

"എന്താണ് സംഭവം?"

"ചെറിയ കാര്യം പറഞ്ഞ് തുടങ്ങിയതാണ്. പറഞ്ഞ് പറഞ്ഞ് വലുതായി. ആഹാരകാര്യത്തെപ്പറ്റിയാണ് തുടങ്ങിയത്. പിന്നെ നിങ്ങൾക്കറിയാമല്ലോ സംസാരിക്കാൻ തുടങ്ങിയാൽ ഞാനും മോശമല്ലെന്ന്."

"എന്നിട്ടെന്ത് സംഭവിച്ചു?"

"അയാൾ കത്തിയെടുത്ത് എന്നെ കൊല്ലാൻ വന്നു."

"ആര്?"

"ലുബിഷ്കിൻ."

"എന്നിട്ട്."

"ഞാൻ ഓടി. ഞാൻ ശക്തിയിൽ ഓടി. ഇല്ലായിരുന്നെങ്കിൽ ഞാനിപ്പോളില്ല."

"അത്രയേയുള്ളൂ."

"സഖാവ് ഇത് നിസ്സാരമായി കാണേണ്ട."

"ഇല്ല നിങ്ങൾ പോയ്ക്കോളൂ നമുക്ക് വേണ്ടത് ചെയ്യാം." ഡേവിഡോവ് ചുക്കാർമുത്തനെ ആശ്വസിപ്പിച്ചു.

സംഭവം വളരെ നിസ്സാരമായിരുന്നു. കൃഷിക്കാരുടെ സ്നേഹവും ആദരവും പിടിച്ചുപറ്റാൻ ചുക്കാർമുത്തൻ ശ്രമിച്ചു. അതിനുവേണ്ടി അയാൾ ചില കാര്യങ്ങൾ ആസൂത്രണം ചെയ്തു. സന്ധ്യാസമയം ചുക്കാർ മുത്തൻ വീട്ടിലേക്ക് പോയി. രാത്രി അവിടെ താമസിച്ചു. പിറ്റേന്ന് വീട്ടിൽനിന്ന് ഇറങ്ങുമ്പോൾ ഒരു ചാക്ക് കൈയിലെടുത്തു. എന്നിട്ട് ക്രാസ്നാക്കുട്ടോവ് എന്ന ആളിന്റെ വീടിനടുത്ത് ഒളിച്ചിരുന്നു. ചുക്കാർ മുത്തന്റെ കണ്ണ് അയാളുടെ കോഴിക്കൂട്ടിലായിരുന്നു. കാലത്ത് വീട്ടുകാർ കോഴിക്കൂട് തുറന്നിടും. അങ്ങനെ നടന്നുവരുന്ന കോഴിയെ പിടിച്ച് കഴുത്ത് ഞെരിച്ച് ചാക്കിലാക്കിക്കൊണ്ടുപോവുക അതായിരുന്നു അയാളുടെ പദ്ധതി. തന്റെ വീട്ടിൽനിന്ന് കൊണ്ടുവന്നതാണെന്നും പറഞ്ഞ് കൃഷിക്കാരെ സൽക്കരിക്കുക. അതായിരുന്നു അയാളുടെ ഉദ്ദേശ്യം. കഞ്ഞിയിൽ ഒഴിക്കേണ്ട കൊഴുപ്പ് സ്വയം കുടിച്ചിട്ട് അതിന് പകരം പശയൊഴിച്ച അയാളുടെ നടപടി എല്ലാവരും അറിഞ്ഞുകഴിഞ്ഞിരുന്നു. അതോടെ കൃഷിക്കാർക്കിടയിൽ ചുക്കാർ മുത്തപ്പനെക്കുറിച്ച് മതിപ്പില്ലായിരുന്നു. അത് വീണ്ടെടുക്കാൻ വേണ്ടിയാണ് അയാൾ ഈ പരിപാടി ആസൂത്രണം ചെയ്തത്. കുറേനേരമായി ചുക്കാർമുത്തൻ കോഴിക്കുവേണ്ടി കാത്തിരിക്കുന്നു. കോഴികൾ അവിടെ ഉണ്ടായിരുന്നു. എന്നാൽ എന്തുകൊണ്ടോ അവ ചുക്കാർ ഒളിച്ചിരുന്ന സ്ഥലത്തേക്ക് വന്നില്ല. അയാൾ കോഴിയെ മെല്ലെ വിളിച്ചു. ബാ ബാ ശബ്ദം. കുറെനേരം ഉണ്ടാക്കിനോക്കി. അയാൾ നിലത്ത് കമിഴ്ന്ന് കിടന്നു. ഇരപിടിക്കാൻ കാത്തിരിക്കുന്ന പാമ്പിനെപ്പോലെയാണ് അയാൾ കിടന്നത്. അപ്പോൾ വൃദ്ധനായ ക്രാസ്നോക്കുട്ടോവ് അങ്ങോട്ട് നടന്നുവന്നു. ചുക്കാർ മുത്തന്റെ ബാ ബാ ബാ ശബ്ദം അയാൾ കേട്ടിരിക്കണം. ചുക്കാർമുത്തൻ അയാളെ കണ്ടിരുന്നില്ല. ചുക്കാർമുത്തൻ മെല്ലെ തന്റെ കൈ നീട്ടി ഒരു കോഴിയുടെ കാലിൽ പിടിച്ചു. പെട്ടെന്ന് തന്നെ അയാൾ ഒരു പൂച്ചയുടെ വേഗതയിൽ കോഴിയുടെ കഴുത്ത്

ഞെരിച്ച് ചാക്കിലിട്ടു. ക്രാസ്നോക്കുട്ടോവ് ഒരു കള്ളനെപിടിച്ച സന്തോഷത്തോടെ ചുക്കാറിന്റെ മുന്നിൽ ചാടിവീണു. ചുക്കാർമുത്തൻ അത് തീരെ പ്രതീക്ഷിച്ചിരുന്നില്ല. പക്ഷെ അയാൾ ഒരടവ് പ്രയോഗിച്ചു. കൈയിലെ ചാക്ക് മെല്ലെ മാറ്റിവെച്ച് ഒരു മികച്ച നടനെപ്പോലെ പുഞ്ചിരി പൊഴിച്ചുകൊണ്ട് അയാൾ ഗൃഹനാഥനെ അഭിവാദ്യം ചെയ്തു.

"സുപ്രഭാതം, കാരണവരെ. ഞാൻ ഇതുവഴി പോവുകയായിരുന്നു. അപ്പോഴാണ് ഒരു കോഴിയെ കണ്ടത്. കണ്ടാൽ കോഴിയാണോന്ന് തോന്നില്ല. അത്രയ്ക്ക് സുന്ദരമാണ് അതിന്റെ തൂവലുകൾ. കണ്ടാൽ ഏതോ നാടോടി പക്ഷിയാണെന്നേ പറയൂ. അതിന്റെ തൂവലുകൾ ഒന്നടുത്ത് കാണാൻ വേണ്ടി ശ്രമിച്ചതാണ് ഞാൻ. എന്റെ ജീവിതത്തിലിന്നുവരെ ഇത്രയും മനോഹരമായ തൂവലുകളുള്ള ഒരു പക്ഷിയെ ഞാൻ കണ്ടിട്ടില്ല."

"കള്ളം പറയുന്നോ തെമ്മാടി. കോഴിയെ ഞെരിച്ച് കൊന്നിട്ടാണോ സൗന്ദര്യമാസ്വദിക്കുന്നത്. എടാ കാട്ടുകള്ളാ നിന്റെ കള്ളി വെളിച്ചത്തായിരിക്കുന്നു."

ചുക്കാർമുത്തൻ പിന്നെ ഒന്നും മിണ്ടിയില്ല. അയാളുടെ ചെമ്പ് പുറത്തായി. താൻ കോഴിയെ പിടിച്ചത് ആർക്ക് വേണ്ടിയാണെന്നും എന്തിന് വേണ്ടിയാണെന്നും അയാൾ വിശദീകരിച്ചു. അപ്പോൾ കാരണവർ എതിരൊന്നും പറഞ്ഞില്ല. അദ്ഭുതകരമായിരുന്നു അത്. കൃഷിക്കാർക്ക് കഴിക്കാൻ വേണ്ടിയാണ് കോഴിയെ കട്ടത് എന്ന് കേട്ടപ്പോൾ വേണമെങ്കിൽ ഇനിയും കോഴിയെ പിടിച്ചോളൂ എന്നാണ് ഗൃഹനാഥൻ പറഞ്ഞത്. മാത്രമല്ല തന്റെ വൃദ്ധയായ ഭാര്യ കാണുന്നതിന് മുമ്പ് വേഗം സ്ഥലം വിടാനും അയാൾ ഉപദേശിച്ചു. ചുക്കാർമുത്തൻ ഒരു കോഴിയെക്കൂടി പിടികൂടി ചാക്കിലാക്കി സ്ഥലം വിട്ടു.

കോഴികളെയും ചാക്കിലാക്കി ചുക്കാർമുത്തൻ നേരെ കൂടാരത്തിലേക്കാണ് പോയത്. അപ്പോൾ ലുബിഷ്കിൻ അവിടെ ഉണ്ടായിരുന്നു. അടുപ്പത്ത് തിന വേവുന്നുണ്ടായിരുന്നു. ചുക്കാർമുത്തൻ വേഗം തന്നെ കോഴിയെ അടുപ്പത്ത് കയറ്റി. എന്നാൽ കോഴിക്കറിക്ക് വേണ്ടി ചുക്കാർമുത്തൻ ഉപയോഗിച്ച വെള്ളം കാട്ടിലെ പൊയ്കയിൽനിന്ന് കോരിയെടുത്തതായിരുന്നു. ആ വെള്ളത്തിന് സ്വൽപ്പം ചെളി വാസനയുണ്ടായിരുന്നു. എന്നാൽ ഇറച്ചിക്കറി പാകമായതോടെ ചെളിവാസനയെല്ലാം പോയി. കറി എല്ലാവർക്കും നന്നേ രുചിച്ചു. ലുബിഷ്കിൻപോലും അയാളെ അഭിനന്ദിച്ചു. ജീവിതത്തിൽ അത്രയും നല്ല കറി അയാൾ കഴിച്ചിട്ടില്ലത്രെ. എല്ലാവരും ആഹാരം കഴിച്ച് തീരാറായി. ചിലർ മേശപ്പുറത്തുനിന്നും എല്ലിൻ കഷണങ്ങൾ എടുത്തുമാറ്റുകയും പാത്രങ്ങൾ കഴുകുകയും ചെയ്യുന്നുണ്ടായിരുന്നു. വളരെ നിർഭാഗ്യകരമെന്ന് പറയട്ടെ, ഈ സന്ദർഭത്തിലാണ് ചുക്കാർമുത്തന്റെ ജീവിതത്തിന് കളങ്കം ചാർത്തുന്ന മറ്റൊരു സംഭവമുണ്ടാകുന്നത്. ഈ സമയത്ത് ലുബിഷ്കിൻ അവസാനത്തെ ഇറച്ചിക്കഷ്ണം വായിലിടുകയായിരുന്നു. പക്ഷേ, ഞൊടിയിടയിൽ അയാൾ

ഛർദിക്കുന്നതാണ് കണ്ടത്. അയാൾ പേടിച്ച് താഴെ വീഴുകയും ചെയ്തു. എല്ലാവരും ഞെട്ടിപ്പോയി.

"എന്തു സംഭവിച്ചു......."

"എന്തുപറ്റി ലുബിഷ്കിൻ?"

"എന്തോ ഒരു ജീവി."

"ജീവിയോ?"

"അതെ." കോപം കൊണ്ട് ജ്വലിക്കുന്ന ലുബിഷ്കിൻ ഇങ്ങനെ പറഞ്ഞപ്പോൾ ആളുകളെല്ലാം പരസ്പരം മുഖത്തുനോക്കി. ലുബിഷ്കിൻ അലറിവിളിച്ചു:

"എടോ ചുക്കാർ മുത്താ."

"അയ്യോ നഖമുള്ള ജീവി."

ഒരു സ്ത്രീ വിളിച്ചുപറഞ്ഞു. അപ്പോൾ ചുക്കാർമുത്തൻ ദേഷ്യത്തോടെ പറഞ്ഞു.

"പോടീ. നഖമുള്ള ജീവിയോ? നിന്റെ ഉടുവസ്ത്രം പൊന്തിച്ചുനോക്കു......... അവിടെയായിരിക്കും നഖമുള്ളത്."

ലുബിഷ്കിൻ തന്റെ കൈയിലെ ആ ജീവിയെ എല്ലാവർക്കുമായി കാട്ടിക്കൊടുത്തിട്ടു പറഞ്ഞു:

"ഇതാ.........കോഴിയിറച്ചിയിൽ നിന്നുകിട്ടിയത്............"ചെറിയ നഖമുള്ള ഒരു തവളയായിരുന്നു അത്. കൊഴുത്തുതൂങ്ങിയ ആ തവളയെ കാണുമ്പോഴേക്കും ആളുകൾ ഓക്കാനിക്കാൻ തുടങ്ങുകയും ചുക്കാർമുത്തനെ പുലഭ്യം പറയുകയും ചെയ്തു.

"കൂട്ടുകാരെ നമ്മളെ ഈ വൃത്തികെട്ടവൻ തവളയെ തീറ്റിച്ചു."

"ഇവനത് കൽപ്പിച്ചുകൂട്ടി ചെയ്തതാണ്."

"ഇവനെ വെറുതെ വിടരുത്."

ആളുകളെല്ലാം ബഹളം വെക്കാൻ തുടങ്ങി. സ്ത്രീകൾ ഛർദിക്കാൻ തുടങ്ങി. ചുക്കാർ മുത്തന്റെ കണ്ണുകൾ മുന്നോട്ടുതള്ളി. അയാൾക്ക് ഒന്നുമറിയുമായിരുന്നില്ല. പേടിച്ചു വിരണ്ട് അയാൾ ചുരുണ്ടുപോയി. അയാളെ തറപ്പിച്ച്നോക്കിക്കൊണ്ട് മെയ്ഡന്നിക്കോവ് പറഞ്ഞു:

"കൂട്ടുകാരികളെ, നിങ്ങളെ ഈ നായിന്റെമോൻ പറ്റിച്ചു. നമ്മളെയെല്ലാം പറ്റിച്ചു. ഇനി നിങ്ങളെങ്ങനെ പള്ളിയിൽ പോവും. എങ്ങനെ കുർബാന കൈക്കൊള്ളും. ഈ ചുക്കാർ മുത്തൻ നമ്മളെയെല്ലാം വഞ്ചിക്കുകയായിരുന്നു. ഇനി ഇവനെ വെറുതെ വിടരുത്. ഇന്നിവൻ നമ്മളെ തവള തീറ്റിച്ചു. നാളെ ഇവൻ വിഷം തരില്ലെന്ന് ആരുകണ്ടു. അതുകൊണ്ട് ഈ കശ്മലനെ വെറുതെ വിടരുത്. നല്ല വീക്കുവീക്കണം. ഇനിയവൻ ഇതാവർത്തിക്കാൻ പാടില്ല."

"അതെ അവനെ വെറുതെ വിടരുത്."

"നന്നായി പെരുമാറണം."

ഈ ബഹളത്തെ ശമിപ്പിക്കാൻ വേണ്ടി ചുക്കാർമുത്തൻ പലശ്രമവും നടത്തിനോക്കി. പക്ഷെ എല്ലാം ദയനീയമായി പരാജപ്പെട്ടു. അപ്പോൾ ലുബിഷ്കിൻ പറഞ്ഞു:

"എവിടെ നിന്നാണ് ഇവന് തവളയെ കിട്ടിയത്."

"അത് തടാകത്തിലെ .................വെള്ളം............" ചുക്കാർ മുത്തൻ തപ്പിത്തടവിക്കൊണ്ട് പറഞ്ഞു.

"എടാ പുഴുത്തനായിന്റെ മോനേ......... സത്യം പറയുന്നതാണ് നിനക്കു നല്ലത്."

"അയ്യോ പെണ്ണുങ്ങളെയെല്ലാം ഈ നായ പറ്റിച്ചല്ലോ. "

"അതാ ഗർഭിണിയായ ആ പെണ്ണ് നിന്ന് ഛർദിക്കുന്നതു കണ്ടില്ലേ. അവളുടെ ഗർഭം അലസിപ്പോയാൽ, എടാ ചെകുത്താനേ നീ സമാധാനം പറയേണ്ടിവരും."

ലുബിഷ്കിൻ ഇതു പറഞ്ഞപ്പോൾ പേടിച്ച് ഒരു സ്ത്രീ പൊട്ടിക്കരയാൻ തുടങ്ങി. ഗർഭിണിയായിരുന്നു അവൾ. തന്റെ കൈയിലെ പാത്രത്തിൽ അവശേഷിച്ച കറി അവൾ ചുക്കാർ മുത്തന്റെ മുഖത്തൊഴിച്ചു..

പിന്നീട് സ്ത്രീകളെല്ലാം ചുക്കാർമുത്തനെ വളഞ്ഞ് കണക്കിന് തല്ലി. അയാൾ ഉറക്കെകരയാൻ തുടങ്ങി.

"ഞാനറിഞ്ഞില്ലേ, എന്നെ രക്ഷിക്കണേ" ചുക്കാർ മുത്തന്റെ കരച്ചിൽ ആരും ഗൗനിച്ചില്ല.

"പറയെടാ എവിടുന്നു കിട്ടി അത്?"

"അയ്യോ രക്ഷിക്കണേ അതു തവളയൊന്നുമല്ല."

"പിന്നെ എന്താണെടാ പട്ടീ അത്?"

"ഉം വേഗം പറയെടാ."

"എടാ ഇതു തവളയല്ലെങ്കിൽ നീ തിന്നെടാ." ലുബിഷ്കിൻ തവളയെ ചുക്കാർ മുത്തന്റെ വായിൽ തിരുകി. അയാളതു തട്ടിമാറ്റിക്കൊണ്ടു പറഞ്ഞു:

"തുള്ളിച്ചിപ്പെണ്ണുങ്ങളേ, ഏനാന്തച്ചികളേ, കുട്ടിപ്പിശാചുക്കളേ, നിങ്ങൾക്ക് ഭ്രാന്താണ്. തവളയെയും ചെമ്മീനിനെയും കണ്ടാലറിയില്ലേ നിങ്ങൾക്ക്. "

"ചെമ്മീനോ."

"അതേ, അതൊരു ചെമ്മീനാണ് താന്തോന്നികളേ."

"ഞങ്ങളെ കബളിപ്പിക്കാൻ നോക്കുന്നോടാ."

"അല്ല സത്യമാണ് പറയുന്നത്.........അതൊരു ചെമ്മീൻ വർഗത്തിലുള്ള മത്സ്യമാണ്. തവളയാണെന്നുതോന്നും കണ്ടാൽ. ഞാൻ പട്ടാളത്തിലായിരുന്നപ്പോൾ തങ്ങളുടെ ഒരു ഓഫീസർ ഇത്തരം ചെമ്മീൻ കുഞ്ഞുങ്ങളെ തിന്നുമായിരുന്നു. അതിന് നല്ല രസമാണെന്നാണ് അദ്ദേഹം പറഞ്ഞത്. യൂറോപ്യൻ വിപണിയിൽ ഇതിന് വലിയ ഡിമാന്റാണ്.

നിങ്ങൾ ജീവിതത്തിൽ ആദ്യമായിട്ടാണ് ഇതിനെയൊക്കെ കാണുന്നത്. അതുകൊണ്ടാണ് നിങ്ങൾ പേടിക്കുന്നത്. ഞാനൊരു സത്യം പറയട്ടെ നിങ്ങൾ ഞെട്ടരുത്. ഞാനീ ചെമ്മീൻ കുഞ്ഞിനെ അറിഞ്ഞുകൊണ്ടുതന്നെ ഇറച്ചിക്കറിയിലിട്ടതാണ്. കറിക്ക് സ്വാദുകൂടാൻ. പട്ടാളത്തിൽ ഞങ്ങൾ ഇങ്ങനെ ചെയ്യാറുണ്ടായിരുന്നു. അത്തരം കറി കൂട്ടാൻ ദൂരസ്ഥ

ലത്തുനിന്നും ഓഫീസർമാർ വരുമായിരുന്നു. നിങ്ങൾ നല്ല സ്വാദുള്ള ഭക്ഷണം കഴിച്ചിട്ടില്ല. വിഡ്ഢികളേ, നിങ്ങൾക്ക് ഞാനിത് വിളമ്പരുതായിരുന്നു."

ചുക്കാർമുത്തന്റെ ഈ വിശദീകരണം കേട്ടതോടെ ലുബിഷ്കിന്റെ ക്ഷമ കെട്ടു. അയാൾ ചുക്കാർ മുത്തന്റെ കഴുത്തിൽ കടന്നു പിടിച്ചുകൊണ്ട് അലറി.

"എടാ വൃത്തികെട്ടവനേ, ഞാനൊരു ചുവപ്പു സൈനികനാണ്. നിന്റെ ഏതു ആപ്പീസറാണെടാ തവളയെത്തിന്നത്. ഞങ്ങളെയെല്ലാം വിഡ്ഢികളാക്കാൻ ശ്രമിക്കുകയാണോ?"

ചുക്കാർമുത്തന് ശ്വാസം മുട്ടുന്നുണ്ടായിരുന്നു. അയാൾ ഒരു വിധം ലുബിഷ്കിന്റെ കൈയിൽ നിന്നും രക്ഷപ്പെട്ട് ഓടെടാ ഓട്ടം. അവിടെനിന്നോടിയ ഓട്ടം അയാൾ നിർത്തിയത് സ്റ്റെപ്പിയിലാണ്. ഡേവിഡോവ് ചുക്കാറിനെ ആശ്വസിപ്പിച്ച് പറഞ്ഞയച്ചതിന് ശേഷം നേരെ കൂടാരത്തിലെത്തി. താഴ്വാരത്തിലെ തടാകത്തിൽ ആകാശത്തിലെ മഴവില്ലിന്റെ പ്രതിബിംബം വിരിഞ്ഞുനിന്നു. മെല്ലെ മഴപെയ്യാൻ തുടങ്ങി. മഴപെയ്യാൻ തുടങ്ങിയതോടെ മഴവില്ല് തടാകത്തിൽ മുറിഞ്ഞ് മുറിഞ്ഞ് ഇല്ലാതായി. ഇലകളിൽ മഴവീഴുന്നതിന്റെയും കിളികൾ കൂടുകളിൽ ചിലയ്ക്കുന്നതിന്റെയും ശബ്ദം ശ്രവിച്ചുകൊണ്ട് ഡേവിഡോവ് നിൽക്കുമ്പോൾ പാടത്ത് ഉഴുതുമറിച്ചിട്ട മണ്ണിൽ മഴപെയ്ത് കുതിരാൻ തുടങ്ങി. പുൽപ്പരപ്പിൽ മേഞ്ഞുനടന്ന കാളകൾ മഴ കൊള്ളാതിരിക്കാൻവേണ്ടി വൃക്ഷച്ചുവടുകളിലേക്ക് നടന്നടുക്കാൻ തുടങ്ങി. ഡേവിഡോവ് പോപ്ലാർമരത്തോപ്പിലേക്കു നടന്നു. അയാൾ ആകെ നനഞ്ഞൊലിച്ചിരുന്നു. പോപ്ലാർ മരച്ചുവട്ടിലിരുന്ന് അയാൾ തന്നെ കുപ്പായമഴിച്ച് പിഴിഞ്ഞു. തടാകക്കരയിൽനിന്നും കുളക്കോഴികളുടെ ശബ്ദം ഉയർന്നുകേൾക്കാമായിരുന്നു. മരച്ചില്ലകളിൽ കൂടുകൂട്ടിയ കിളികൾ ചിറകുകുടയുകയും തങ്ങളുടെ ഇണകളുടെ തൂവലുകൾ ചിക്കാർക്കുകയും ചെയ്യുന്നുണ്ടായിരുന്നു. ഇലകളിൽനിന്ന് മഴത്തുള്ളികൾ തെന്നിത്തെന്നി വീഴുന്നതും നോക്കി ഡേവിഡോവ് കുറെനേരം മരച്ചുവട്ടിലിരുന്നു. മഴ അവസാനിച്ച് കഴിഞ്ഞിരുന്നു. അയാൾ പാടത്തേക്ക് ഇറങ്ങിനടന്നു. അപ്പോഴാണ് മറ്റൊരു മരച്ചുവട്ടിൽ മണ്ണ് ഉഴുതുമറിക്കാൻ വന്ന ലെബ്നോവ് എന്ന കൃഷിക്കാരൻ ഇരിക്കുന്നതു ഡേവിഡോവ് കണ്ടത്.

"ഉഴുത്തൊക്കെ എങ്ങനെ?"

"ഇന്നു ഞാൻ ഉഴുതില്ല."

"എന്തുപറ്റി?"

"മഴയായിരുന്നു."

"മഴ ഇപ്പോഴല്ലേ പെയ്യാൻ തുടങ്ങിയത്."

"അത്........... അതല്ല ഡേവിഡോവ്:"

"കാര്യമതല്ല. എനിക്കും മനസിലായി. വെറുതെ ഇല്ലാത്ത മഴയെ കുറ്റം പറയണ്ട."

"സഖാവ് ഡേവിഡോവ്, കാളയെക്കൊണ്ട് ഉഴുതുമറിക്കാനാവില്ല. ട്രാക്ടർ ഉണ്ടെങ്കിലേ സാധിക്കൂ.... ..ഈ മണ്ണ് പാറപോലെ ഉറച്ചുകിടക്കുകയാണ്."

"മതി മതി. എനിക്ക് കാര്യം പിടികിട്ടി. നിങ്ങൾക്ക് കുഴിമടിയാണ്. നിങ്ങൾക്ക് കൃഷി ചെയ്യാനാവില്ല. നമ്മുടെ കൃഷിക്കാരിൽ ചിലർ പരസ്പരം പോരടിക്കുകയാണ്. ആ മെയ്ഡന്നിക്കോവ് വലിയ പ്രശ്നക്കാരനാണ്. അയാൾ കുഴപ്പങ്ങൾ ഉണ്ടാക്കുകയാണ്. നിങ്ങൾ പോയി തമ്മിലടിക്കുന്ന കൃഷിക്കാരെ പറഞ്ഞ് സമാധാനിപ്പിക്കൂ."

സ്റ്റെപ്പിക്കുന്നിനടുത്തുള്ള സ്ഥലത്ത് കൃഷിക്കാർ തമ്മിൽ കലഹിക്കുകയായിരുന്നു. അവരിരുവരും അത് ശ്രദ്ധിച്ചു. മെയ്ഡന്നിക്കോവ് ഒരു വടി കൈയിലെടുത്ത് ആരേയോ തെറിവിളിക്കുന്നുണ്ടായിരുന്നു. ഡേവിഡോവിന് അത് കണ്ടപ്പോൾ കലികയറി. അയാൾ ഉച്ചത്തിൽ വിളിച്ചു ചോദിച്ചു:

"ഏയ് എന്താണ്..........ആരാണ്...."

"ഡേവിഡോവ്, നിങ്ങളിത് കേൾക്കണം" മെയ്ഡന്നിക്കോവിന്റെ ശബ്ദമായിരുന്നു അത്. അയാൾ ഏതോ കൃഷിക്കാരനുമായി ശണ്ഠകൂടുകയാണ്. അതിനു പലകാരണങ്ങളും അയാൾ വിളിച്ചുപറയുന്നുണ്ടായിരുന്നു. നിറയെ തെറികലർന്ന ഭാഷയിലാണ് അയാൾ സംസാരിച്ചത്. അവിടെ പൊരിഞ്ഞ അടി നടന്നതിന്റെ എല്ലാ ലക്ഷണങ്ങളും ഉണ്ടായിരുന്നു. മെയ്ഡന്നിക്കോവിന്റെ ശബ്ദം ഇടറിയിരുന്നു. അയാളുടെ മുഖം കലങ്ങിയിരുന്നു. നെറ്റിയിൽ ഒരു ചുവന്ന അടയാളമുണ്ടായിരുന്നു. വസ്ത്രങ്ങൾ കീറിപ്പറിഞ്ഞിരുന്നു. ചുണ്ടുകളിൽ അടികിട്ടിയ പരുക്കുണ്ടായിരുന്നു.

"കൂട്ടുകൃഷിയെ തകർക്കാൻ ആരെയും ഞാനനുവദിക്കുകയില്ല." മദ്യപിച്ച് ലക്കുകെട്ടവനെപ്പോലെ അയാൾ ആക്രോശിച്ചു.

"താനാരെടാ...........കൂട്ടുകൃഷിയുടെ മാനേജരോ? "

"നിർത്തെടാ നിന്റെ വിളയാട്ടം."

"നീ കൂട്ടുകൃഷിയുടെ രക്ഷകനാണോടാ."

"നിന്നെ തച്ചുകൊന്നാലേ നാടുരക്ഷപ്പെടൂ."

ഇല്ല, ഇവനെപ്പോലുള്ളവരെ വെറുതെ വിടരുത്."

"അടിച്ചു എല്ലൊടിക്കണം."

ആളുകളുടെ ബഹളത്തിനിടയിലേക്ക് ഡേവിഡോവ് കടന്നുവന്നു. അതോടെ കൃഷിക്കാരുടെ ശബ്ദം ഉച്ചത്തിലായി.

"സഖാവ് ഡേവിഡോവ്, ഇവനെ തീർക്കണം."

"ജീവനോടെ തൊലിയുരിക്കണം."

"എല്ലാവരും ശാന്തരാവണം" ഡേവിഡോവ് കടുത്ത ഭാഷയിൽ പറഞ്ഞു.

"നിങ്ങൾ ഞാൻ പറയുന്നത് കേൾക്കണം. തമ്മിൽ തല്ലേണ്ട സമയമല്ലിത്."

അതോടെ ആളുകൾ നിശ്ശബ്ദരായി. ഡേവിഡോവ് ഉറച്ച സ്വരത്തിൽ ചോദിച്ചു:

'എന്തിന്റെ പേരിലാണ് നിങ്ങൾ തമ്മിൽ കലഹിക്കുന്നത്?"

"മഴ പെയ്യുമ്പോൾ മണ്ണ് ഉഴുതുമറിക്കുന്നതിനെക്കുറിച്ചാണ് തർക്കം. ഞാൻ പറഞ്ഞു, കൂട്ടുകൃഷിക്കാർ മഴയത്തും ഉഴുതുമറിക്കണമെന്ന്."

അറ്റാമൻ ചുക്കോവ് എന്ന കൃഷിക്കാരൻ പറഞ്ഞു. ഇതോടെ വീണ്ടും ബഹളമായി. മെയ്ഡന്നിക്കോവ് ഡേവിഡോവിന്റെ കൈ പിടിച്ച് പാടത്തേക്ക് ഇറങ്ങി. എന്നിട്ട് താൻ ഉഴുതുമറിച്ച മണ്ണ് അയാൾ കാട്ടിക്കൊടുത്തു. ഡേവിഡോവ് മെയ്ഡന്നിക്കോവ് ഉഴുതുമറിച്ച മണ്ണിൽ കൈ താഴ്ത്തി. അതിന് ആഴം കുറവായിരുന്നു. അറ്റാമൻ ചുക്കോവ് മണ്ണ് ഉഴുഉന്നത് ശരിയല്ലെന്നാണ് മെയ്ഡന്നിക്കോവ് പറയുന്നത്. അതിനെച്ചൊല്ലിയാണ് ബഹളം നടന്നത്. ഡേവിഡോവിന് കാര്യം മനസിലായി. അയാൾ ചുക്കോവിനെ വിളിച്ചു:

"ഇങ്ങുവരൂ."

അറ്റോമൻ ചുക്കോവ് അങ്ങോട്ട് ചെന്നു.

"ഇതാണോ ഉഴവ്. "

"ഇങ്ങനെയല്ലെ ഉഴവ്?"

"ഇത് ഉഴവല്ല, മണ്ണ് മാന്തലാണ്" മെയ്ഡന്നിക്കോവ് അലറി.

"എനിക്ക് ഇങ്ങനേ കഴിയൂ. പറയുന്നതുപോലെ എളുപ്പമല്ല പണി ചെയ്യുന്നത്. പാടത്ത് ഇറങ്ങി പണിചെയ്യുന്നവർക്ക് അറിയാം അതിന്റെ ബുദ്ധിമുട്ട്."

"ഇത്തരം കള്ളപ്പണി ചെയ്യുന്നവരെ കൂട്ടുകൃഷിപ്രസ്ഥാനത്തിൽനിന്നും പുറത്താക്കണം. കള്ളത്താന്തോന്നി." ഡേവിഡോവ് പറഞ്ഞു.

"എനിക്കത് കിട്ടണം. പകലന്തിയോളം പണിചെയ്തതിന്റെ ഫലം. പിന്നെ നിങ്ങൾ എന്നെ പുറത്താക്കുകയാണെങ്കിൽ അതെനിക്ക് വലിയ അനുഗ്രഹമായിരിക്കും. എനിക്ക് മനഃസമാധാനത്തോടെ ജീവിക്കാം. നിങ്ങളുടെ മുടിഞ്ഞ വർഗമല്ല ഞാൻ. പുലരും മുമ്പേ പാടത്തിറങ്ങി അന്തിയോളം പണിയെടുക്കുന്ന നിങ്ങളുടെ വർഗത്തിൽപ്പെട്ട കഴുതയല്ല, ഞാൻ." ഇതും പറഞ്ഞ് അയാൾ കൂടാരത്തിലേക്ക് പോയി.

രാത്രിയിൽ എല്ലാവരും കൂടാരത്തിൽ സമ്മേളിച്ചു. ഡേവിഡോവ് അവരോടായി പറഞ്ഞു:

'എനിക്ക് വളരെ പ്രധാനപ്പെട്ട ഒരു കാര്യം പറയാനുണ്ട്. നിങ്ങളത് ശ്രദ്ധിച്ച് കേൾക്കണം  കൂട്ടുകൃഷിക്കാർ സത്യസന്ധതയും ആത്മാർഥതയും ഉള്ളവരായിരിക്കണം. വിശേഷിച്ചും മണ്ണിനോട്. അധ്വാനിക്കുന്ന വർഗമാണ് നാം. മണ്ണിൽ കള്ളപ്പണി ചെയ്യുന്നത് വർഗവഞ്ചനയാണ്. അത് നമ്മുടെ വർഗത്തിന് അപമാനമാണ്. ഇത്തരം വഞ്ചനചെയ്യുന്നവരെ കണക്കിന് ശിക്ഷിക്കണം. കൂട്ടുകൃഷിപ്രസ്ഥാനത്തെയും സോവിയറ്റ് സർക്കാരിനെയും വഞ്ചിക്കുന്ന ഇത്തരക്കാരെ വെറുതെവിടാൻ പാടില്ല."

"ആ വർഗവഞ്ചകനെ ശിക്ഷിക്കണം."

"ചമ്മട്ടികൊണ്ടടിക്കണം."

"അയാളെ നാടുകടത്തണം."

"അയാളെ കാളയോടൊപ്പം നുകത്തിൽ കെട്ടണം."

ആളുകളെല്ലാം ഒറ്റ സ്വരത്തിൽ പറഞ്ഞു.

"ആ അറ്റാമൻ ചുക്കോവ് കൊടിയ വഞ്ചകനാണ്. നിങ്ങൾ തീരുമാനിക്കുക അയാൾക്കെന്ത് ശിക്ഷയാണ് നാം കൊടുക്കേണ്ടത്. അയാളെ പുറത്താക്കണമെന്നാണ് നിങ്ങളുടെ അഭിപ്രായമെങ്കിൽ അത് ചെയ്യാം. നിങ്ങളുടെ തീരുമാനമാണ് പ്രധാനം." ഡേവിഡോവിന്റെ ഈ അഭിപ്രായത്തെ എല്ലാവരും ശരിവെച്ചു.

"അയാളെ പുറത്താക്കണം."

"അയാളെ വെച്ചുകൊണ്ടിരിക്കരുത്."

അയാളുടെ ഗതി മറ്റുള്ളവർക്ക് ഒരു പാഠമായിരിക്കണം."

ഡേവിഡോവിന് പിന്നെ ഒന്നും ആലോചിക്കേണ്ടിവന്നില്ല. അയാൾ ചുക്കോവിനെ നോക്കി ഇങ്ങനെ പറഞ്ഞു:

"അറ്റാമൻ ചുക്കോവ്, നിങ്ങളെ കൂട്ടുകൃഷിയിൽനിന്നും പുറത്താക്കിയിരിക്കുന്നു. നമുക്ക് അടുത്തവർഷം കാണാം. ഒരു കൊല്ലം നിങ്ങൾക്ക് നന്നാവാനുള്ള സമയമാണ്. നിങ്ങൾ നന്നാവാൻ തീരുമാനിച്ചാൽ മടങ്ങിവരാം. ഇത് നിങ്ങൾക്ക് മാത്രമല്ല എല്ലാവർക്കും ഒരു പാഠമായിരിക്കണം. ആരും തന്നെ കള്ളപ്പണി ചെയ്യാൻ പാടുള്ളതല്ല. പലരും ഇയാളെ അനുകരിക്കുന്നുണ്ട്. പണിയെടുക്കുന്നുവെന്ന് നടിക്കുന്ന വേറെ പലരുമുണ്ട്. മെയ്ഡെന്നിക്കോവ് മാത്രമാണ് ആത്മാർഥമായി പണിയെടുക്കുന്നത്. മറ്റുള്ളവരെല്ലാം വെറുതെ നേരം പോക്കുകയാണ്. അത് നമുക്ക് അപമാനമാണ്. സോവിയറ്റ് സർക്കാർ ഇതൊരിക്കലും പൊറുക്കുകയില്ല. സ്റ്റാലിൻ നേതൃത്വംകൊടുക്കുന്ന ഒരു മഹാപ്രസ്ഥാനമാണിത്. ഈ പ്രസ്ഥാനത്തെ തകർക്കാൻ ശ്രമിക്കുന്നവരെ കരുതിയിരിക്കുക. ഞാൻ അറ്റാമൻ ചുക്കോവിന്റെ സ്വത്തുക്കൾ ഏറ്റെടുക്കുകയാണ്."

"സഖാവെ, കൗശലക്കാരനായ ഒരു കുറുക്കനാണ് നിങ്ങൾ. എന്റെ സ്വത്തുക്കൾ നിങ്ങൾ പിടിച്ചെടുക്കുകയാണ് അല്ലേ."

ചുക്കോവ് പരിഹാസവും ദേഷ്യവും കലർന്ന സ്വരത്തിൽ പറഞ്ഞു.

"അയാളുടെ സ്വത്തുക്കൾ പിടിച്ചെടുക്കണം."

"അയാളുടെ കാളകളെ നമുക്ക് വേണം."

ആളുകൾ ബഹളം കൂട്ടിയപ്പോൾ ചുക്കോവ് വിട്ടില്ല.

"മറ്റുള്ളവരുടെ സ്വത്തുക്കൾ കൈയടക്കുന്നതാണോ നിങ്ങളുടെ കൂട്ടുകൃഷി."

ഡേവിഡോവിന്റെ മനസ്സ് അശാന്തമായിരുന്നു. രാത്രിയിൽ അയാൾക്ക് ഉറങ്ങാൻ കഴിഞ്ഞില്ല. തിരിഞ്ഞും മറിഞ്ഞും കിടന്ന് നേരം പോക്കുകയായിരുന്നു. പുറത്ത് ശക്തിയായി കാറ്റടിക്കുന്നുണ്ടായിരുന്നു. തണുപ്പ് തന്റെ പുതപ്പിനുള്ളിലേക്ക് അരിച്ചുകയറി. അയാൾ കുറച്ചുസമയം പുറത്തേക്കുപോയി. പുറത്ത് നല്ല തണുപ്പാണ്. അയാൾ തോൽക്കുപ്പായം ധരിച്ചിരുന്നുവെങ്കിലും തണുപ്പ് അസഹ്യമായിരുന്നു. പുറത്ത് അധികനേരം നിൽക്കാൻ അയാൾക്ക് കഴിഞ്ഞില്ല. മുറിയിൽ വന്ന് പുതച്ച് ചുരുണ്ടുകിടന്നു. പിറ്റേന്ന് മെയ്ഡന്നിക്കോവ് വന്നു.

"സഖാവ്, ഡേവിഡോവ് എഴുന്നേൽക്കൂ."

ഡേവിഡോവ് എഴുന്നേറ്റ് മുഖം കഴുകി പുറത്തേക്കുവന്നു. നേരം വെളുത്തിട്ടില്ല. പശ്ചിമചക്രവാളത്തിൽ നക്ഷത്രങ്ങൾ അപ്പോഴും മിന്നിത്തിളങ്ങുന്നുണ്ടായിരുന്നു. തങ്കപ്പതക്കംപോലെ ആകാശ നീലിമയിൽ ചന്ദ്രൻ ജ്വലിച്ചുനിൽക്കുന്നുണ്ടായിരുന്നു. ഡേവിഡോവ് തടാകക്കരയിലേക്ക് നടന്നു. സ്വച്ഛനീലിമയായ തടാകത്തിന്റെ തീരത്ത് അയാളിരുന്നു. കൈകൾകൊണ്ട് തടാകത്തിലെ ജലം കോരിയെടുത്തു. നല്ല തണുപ്പുണ്ടായിരുന്നു. കൈക്കുമ്പിളിലെ ജലം കൊണ്ട് അയാൾ തന്റെ കണ്ണുകൾ ഒന്നുകൂടി കഴുകി. അപ്പോൾ കോൺഡ്രാറ്റ് അങ്ങോട്ടുവന്നു. അയാൾ ദേഷ്യംകൊണ്ട് പല്ലിറുമ്മുന്നുണ്ടായിരുന്നു.

"സഖാവേ, രണ്ടര ഏക്കർ ഉഴുതുമറിക്കാൻ പറഞ്ഞത് അൽപ്പം കൂടിപ്പോയി. ഇത്തരം വിഡ്ഢിത്തം ഇനി പറയരുത്."

"എടോ നീയാണ് വിഡ്ഢിത്തം പറയുന്നത്. നല്ലപോലെ ആലോചിച്ചാണ് ഞാനത് പറഞ്ഞത്."

കോൺഡ്രാറ്റിന്റെ മനസ് അസ്വസ്ഥമായി. അത്രയും നിലം ഉഴുതുമറിക്കുക എന്നത് അയാൾക്ക് ആലോചിക്കാൻ കഴിയുമായിരുന്നില്ല. അയാൾ മനസിൽ ഇങ്ങനെ പറഞ്ഞു:

'ഹും എന്തുചെയ്യാം. ചെയ്യാതിരിക്കാൻ പറ്റുമോ. രാത്രി ഉറങ്ങാതെ വയലിൽ പണിയെടുക്കേണ്ടിവരും. തൊഴിലാളി വർഗത്തിനുവേണ്ടി അത് ചെയ്യാതിരിക്കാൻ പറ്റുമോ.'

കോൺഡ്രാറ്റ് കാളകളെ നുകത്തിൽകെട്ടി ഉഴാൻ തയാറായിനിന്നു

"നമുക്കു തുടങ്ങാം."

"ശരി."

കോൺഡ്രാറ്റ് നിലം ഉഴുത് മറിക്കുമ്പോൾ കാള പൂട്ടുന്നതിന്റെ ബാലപാഠങ്ങൾ നേതാവിനെ പഠിപ്പിച്ചു.

"സക്കോവ്സ്കി കരിയാണ് ഏറ്റവും മികച്ച കരി. ചിലർക്ക് വേറെ കരിയാണിഷ്ടം. എന്റെ അഭിപ്രായത്തിൽ അക്സായ്സ്കി കരിയും നല്ലതാണ്. പക്ഷേ ഏറ്റവും എളുപ്പത്തിൽ കിട്ടുന്നത് സക്കോവ്സ്കി കരിയാണ്. ഞങ്ങളുടെ കൃഷിരീതി വളരെ പ്രത്യേകതയുള്ളതാണ്. ആദ്യം ഞങ്ങൾ ഉഴാനുള്ള ഭൂമി പണിക്കാർക്കായി വിഭജിക്കുന്നു. ഒരാൾക്ക് ഒരു കണ്ടം ഭൂമി. അറ്റാമൻ ചുക്കോവും കുഷെങ്കോവും ലെബ്നോവും എല്ലാം ഇതിനോട് യോജിച്ചിരുന്നു. എന്നാൽ വരിവരിയായിനിന്ന് ഉഴണമെന്നായിരുന്നു അവരുടെ അഭിപ്രായം. കൂട്ടുകൃഷിയാവുമ്പോൾ അങ്ങനെവേണമെന്നായിരുന്നു അവർ പറഞ്ഞത്. എന്നാൽ എന്റെ അഭിപ്രായത്തിൽ അതൊരു മണ്ടൻ പരീക്ഷണമായിരുന്നു. മുന്നിലുള്ള ഉഴവുകാരൻ നിൽക്കുമ്പോൾ എല്ലാവരും നിന്നുപോകും. മുമ്പിലത്തെ ആൾ മടിപിടിച്ചാൽ എല്ലാവരും മടിപിടിച്ചതുതന്നെ. അങ്ങനെ ഈ രീതി ശരിയല്ലെന്ന് ഞാൻ പറഞ്ഞു. എന്നെ മുമ്പിൽ നിർത്താൻ ഞാൻ പറഞ്ഞുനോക്കി. അതിനവർ തയാറായില്ല. അപ്പോൾ ഉഴാനുള്ള ഭൂമി ഓരോരുത്തർക്കായി വേർതി

രിക്കാൻ ഞാൻ പറഞ്ഞു. അത് ശരിയാണെന്ന് ലുബിഷ്കിനും മനസിലായി. അങ്ങനെ ഓരോ കണ്ടം ഭൂമിയിൽ ഞങ്ങൾ ഉഴവ് തുടങ്ങി.അപ്പോൾ ഓരോരുത്തരും ചെയ്യുന്ന ജോലി എത്രയാണെന്ന് മനസിലാവാൻ തുടങ്ങി. അങ്ങനെ കൂടുതൽ ഭൂമിയിൽ പണിചെയ്യുന്ന കൃഷിക്കാരൻ എന്ന പേര് എനിക്ക് കിട്ടി. ആ കുഴിമടിയൻമാർക്ക് അത് തീരെ പിടിച്ചില്ല."

"സഖാവേ, നിങ്ങൾ ഭൂമിയുടെ അറ്റം മുറിച്ച് ഉഴാതിരിക്കുന്നത് "

"ഓ അതിന്റെ കാരണം ഞാൻ പറയാം. നീളത്തിലുള്ള ചാലെടുത്താൽപിന്നെ നിങ്ങൾ കറങ്ങിത്തിരിയേണ്ടി വരും ശരിയല്ലേ ? ഇങ്ങനെ വട്ടം കറങ്ങിയാൽ കാളകളുടെ ചുമലിൽ കരി മുറുകും. അവറ്റകളുടെ മുതുക് പൊട്ടിപ്പോകും. അതുകൊണ്ട് അങ്ങനെ ഉഴരുത്. അപ്പോൾ നിങ്ങൾ ആദ്യം നീളത്തിൽ ഉഴുതുമറിക്കുക. പിന്നെ കൊഴുപൊക്കിപ്പിടിച്ച് ഇടം തിരിഞ്ഞ് പോകണം. കാളകളുടെ സ്ഥാനത്ത് ട്രാക്ടറായിരുന്നെങ്കിൽ പ്രശ്നമില്ലായിരുന്നു. ട്രാക്ടറിന് കടും തിരിച്ചിൽ നടത്താൻ കഴിയും. അവയ്ക്ക് ചക്രങ്ങളാണല്ലോ ഉള്ളത്. എന്നാൽ കാളകൾക്കത് ബുദ്ധിമുട്ടാണ്. നിങ്ങൾ എന്തുപറയുന്നു. ഞാൻ പറയുന്നത് ശരിയല്ലേ. കാളകളെക്കൊണ്ട് നിലം ഉഴുതുമറിക്കുകയെന്നത് വളരെ പ്രത്യേകതയുള്ളതാണ്. ഇതാ ഞാനിത് ചിത്രം വരച്ച് നിങ്ങൾക്ക് കാണിക്കാം" അയാൾ ഒരു കോലുകൊണ്ട് മണ്ണിൽ ഒരു ദീർഘ ചതുരവൃത്തം വരച്ചുകാണിച്ചു.

അയാൾ ഡേവിഡോവിന് കാർഷികവൃത്തിയുടെ പാഠങ്ങൾ പഠിപ്പിച്ചുകൊടുത്തു. ഡേവിഡോവിന് അതൊന്നും അറിയുമായിരുന്നില്ല.

"സഖാവേ, ഞാൻ പറഞ്ഞത് മനസിലായോ?"

"തീർത്തും മനസിലായി."

"ഇതാ ഇനി നിങ്ങൾ സ്വയം ഉഴുതുനോക്കൂ."

"ശരി."

"ആദ്യമായിട്ടാണോ ഈ പണി."

"അതെ സഖാവേ."

"സാരമില്ല, ഇതാ നോക്കൂ, എല്ലാം ഞാൻ കാണിച്ചുതരാം. ശരിക്കു മനസിലാക്കിയശേഷം സ്വയം പണിചെയ്തുനോക്കൂ."

കോൺഡ്രാറ്റ്, ഡേവിഡോവിനെ മണ്ണ് ഉഴുന്നതിന്റെ പാഠങ്ങൾ പഠിപ്പിക്കുമ്പോൾ മെയ്ഡെന്നിക്കോവ് അവിടെയെത്തി. കൊഴുവിൽ പറ്റിപ്പിടിച്ചിരിക്കുന്ന മണ്ണ് കളയേണ്ടതെങ്ങനെ എന്ന് അയാൾ വിശദീകരിച്ചു. കരി ഇടതുഭാഗത്തേക്ക് ചെരിച്ചുപിടിച്ചാൽ മതിയെന്ന് അയാൾ പറഞ്ഞു. കോൺഡ്രാറ്റ് അത് സമ്മതിച്ചു. ഇടയ്ക്കിടയ്ക്ക് ഇങ്ങനെ മണ്ണ് കളഞ്ഞില്ലെങ്കിൽ കരിക്കൊടത്തിൽ അത് അട്ടിയായിനിൽക്കും. അങ്ങനെ നിന്നാൽ നിലം മുറിയില്ല. ഇതും പറഞ്ഞ് കോൺഡ്രാറ്റ് പുകയില സഞ്ചിയെടുത്ത് സിഗരറ്റ് ചുരുട്ടാൻ തുടങ്ങി. അൽപ്പം പുകയിലയെടുത്ത് ചുരുട്ടി ഡേവിഡോവിനും കൊടുത്തു. ആ സമയത്ത് കോൺഡ്രാറ്റിന്റെ ഭാര്യ മറ്റൊരു വയലിൽ ഉഴുന്നുണ്ടായിരുന്നു.

"കണ്ടോ എന്റെ ഭാര്യ ഉഴുന്നതുകണ്ടോ. അവൾ അസ്സലായി ഉഴും."

ഡേവിഡോവ് ഇതു കേട്ട് ചിരിച്ചുകൊണ്ട് പറഞ്ഞു:

"ഭാര്യയെക്കൊണ്ട് നല്ലവണ്ണം പണിയെടുപ്പിക്കുന്നുണ്ട് അല്ലേ."

"ഓ അവൾക്കതൊരു ജോലിയേയല്ല. ഞാനും അവളെ സഹായിക്കാറുണ്ട്. വൈകുന്നേരം വരെ അവൾ നന്നായി ഉഴും. ചിലസമയത്ത് രാത്രിയിലും."

ഇതും പറഞ്ഞ് കോൺഡ്രാറ്റ് തുള്ളിച്ചാടിപ്പോയി.

ഡേവിഡോവ് പിന്നെയും കുറെനേരം നിലം ഉഴുതു. പിന്നീട് കാളകൾക്ക് പുല്ലുകൊടുത്ത് പ്രഭാതഭക്ഷണം കഴിച്ചു. കോൺഡ്രാറ്റും പ്രാതൽ കഴിക്കുന്നുണ്ടായിരുന്നു. ആഹാരം കഴിഞ്ഞ് ഡേവിഡോവ് പറഞ്ഞു.

"പണി തുടങ്ങാം."

"പിന്നെന്താ."

അവർ വീണ്ടും നിലം ഉഴാൻ തുടങ്ങി. സംവൽസരങ്ങളായി ഉഴാതെ കിടന്ന തരിശുഭൂമിയായിരുന്നു അത്. അമർന്ന് കല്ലുപോലെ കിടന്നിരുന്ന ഭൂമിയിൽ ചെറിയ ശബ്ദത്തോടെ കൊഴുമുന്നോട്ടു നീങ്ങി. മണ്ണ് അടിപൊളിഞ്ഞ് മുറിഞ്ഞുവീണുകൊണ്ടിരുന്നു. ഉഴുതുമറിച്ച മണ്ണിൽ ചെടികളുടെ വേര് എഴുന്നുനിന്നു. മണ്ണ് നിറയെ ചെടികളും കുറ്റികളും ഇലകളും കുഴഞ്ഞുകിടന്നു. കറുത്ത് മുഴുത്ത മണ്ണ് ജീവന്റെ തുടിപ്പോടെ പുറത്തേക്ക് ഇളകിമറിഞ്ഞ് വീണു. കന്നിമണ്ണിന്റെ മാദകഗന്ധം എങ്ങും നിറഞ്ഞു. ഹർഷപുളകിതയായ നവ വധുവിന്റെ ഉടലിൽനിന്നുയരുന്ന മദഗന്ധംപോലെ അത് അന്തരീക്ഷത്തിൽ നിറഞ്ഞു. സമയം ഉച്ചയാവുന്നതേ ഉണ്ടായിരുന്നുള്ളൂ. കാളകൾ വിയർത്തുകുളിച്ചിരുന്നു. ഷൂസു ധരിച്ച് ഡേവിഡോവിന്റെ കാൽ വേദനിക്കുന്നുണ്ടായിരുന്നു. അയാളുടെ ശരീരമാകെ നുറുങ്ങുന്നതായി തോന്നി. ഉച്ചഭക്ഷണം കഴിച്ച് അയാൾ വീണ്ടും ഉഴുതു. വൈകുന്നേരമാവുമ്പോഴേക്കും രണ്ടര ഏക്കറോളം ഭൂമി അയാൾ ഉഴുതുമറിച്ചു.

"നിങ്ങളെത്ര ഉഴുതു?"

ഡേവിഡോവ് കുഷെങ്കോവിനോട് ചോദിച്ചു.

"ഊഹിക്കാമോ നിങ്ങൾക്ക്."

"ഒരു ഏക്കർ–"

"തെറ്റിപ്പോയി മുടിഞ്ഞവനേ, രണ്ടര."

"കുഷങ്കോവ് ഇതുപറയുമ്പോൾ അയാളുടെ മുഖം അഭിമാനം കൊണ്ട് തിളങ്ങുന്നുണ്ടായിരുന്നു. കുറേ നേരം ആരും മിണ്ടിയില്ല. തെല്ലു നേരത്തെ നിശ്ശബ്ദത ഭഞ്ജിച്ചത് ഡേവിഡോവ് ആയിരുന്നു.

"കുഷെങ്കോവ് എന്തെങ്കിലും പറയൂ."

"എന്റെ ശരീരമാകെ നുറുങ്ങുന്നു."

അത് പറഞ്ഞ് കുഷെങ്കോവ് അടുപ്പിന്റെ ചൂടേൽക്കാൻ തുടങ്ങി. ഡേവിഡോവ് ക്ഷീണം കൊണ്ട് കിടന്നു. അയാളുടെ ശരീരമാകെ ചുട്ടുപൊള്ളുന്നുണ്ടായിരുന്നു. ജീവിതത്തിലാദ്യമായിട്ടാണ് ഉഴുന്നത്. അതും രണ്ടര ഏക്കർ ഭൂമി. അത് അസാധ്യമായ ഒരു ജോലിയായിരുന്നിട്ടും എന്തെന്നില്ലാത്ത വാശിയോടെ അയാളതു ചെയ്തുതീർത്തു. കൈയിൽ

കുമിളകൾ ചുവന്ന് വീങ്ങിയിരുന്നു. കാലുകൾ പലയിടത്തും പൊട്ടിയിരുന്നു. അസ്ഥികൾ പൊട്ടുന്ന വേദന. കണ്ണടച്ച് കിടന്നിട്ടും മണ്ണിന്റെ കറുത്ത് മുഴുത്ത ചിത്രം മാഞ്ഞില്ല.അപ്പോഴും കാളകളെ തെളിച്ച് കരിമണ്ണ് കുത്തിയിളക്കി ഏതോ അജ്ഞാത ഭൂമിയിലൂടെ ഒഴുകിപ്പോകുന്നതായി അയാൾക്ക് തോന്നി. മണ്ണിന്റെ രൂക്ഷഗന്ധം അയാളെ വിട്ടുമാറിയിരുന്നില്ല. അലയിളക്കി ചീറിയൊഴുകുന്ന കടൽത്തിരകളെപ്പോലെ മണ്ണ് അതിന്റെ തീക്ഷ്ണമായ ചൂര് പടർത്തിയൊഴുകിക്കൊണ്ടിരുന്നു.

ഡേവിഡോവിന് ഉറക്കം വന്നില്ല. അയാൾ തിരിഞ്ഞും മറിഞ്ഞും കിടന്നുനോക്കി.

“കോൺഡ്രാറ്റ് എനിക്ക് ഉറങ്ങാൻ കഴിയുന്നില്ല.”

“എന്തുപറ്റി?”

‘ശരീരമാകെ നീറുന്നു.”

“അതാദ്യമായിട്ടാണ്.”

“തലയാകെ തൂങ്ങിനിൽക്കുന്നപോലെ.”

“അത് നിലമുഴുതുമറിക്കുമ്പോൾ താഴോട്ടുതന്നെ നോക്കിയിട്ടാണ്.”

“തലയ്ക്കാകെ ഒരു ചൂര്.”

“അതാണ് മണ്ണിന്റെ ചൂര്, നമ്മളത് പുസ്തകത്തിൽ വായിക്കുന്നതുപോലെയല്ല. ചെകുത്താന്റെ ചൂരാണ് മണ്ണിന്. കുറേനേരം ആ ചൂരേറ്റാൽ കുടിച്ചു ലക്കുകെട്ടപോലെയാണ്. ഡേവിഡോവ്, ഇനി നാളെ ഉഴുമ്പോൾ താഴോട്ടുനോക്കി ഉഴരുത്. ചുറ്റുമുള്ള കാഴ്ചകൾ കണ്ടുവേണം നിലമുഴാൻ.”

അന്നത്തെ രാത്രി ഡേവിഡോവിനു കാളരാത്രിയായിരുന്നു. കൊതുകുകളുടെ കടിയേറ്റത് അയാളറിഞ്ഞില്ല. തടാകക്കരയിലെ താറാവുകളുടെ ചിനയ്ക്കലും അയാളറിഞ്ഞില്ല. ജീവച്ഛവം പോലെ അയാൾ കിടന്നുറങ്ങി. നേരം അൽപ്പം വൈകിയാണ് അയാൾ ഉണർന്നത്. അപ്പോൾ കോൺഡ്രാറ്റ് അവിടേക്കുവന്നു.

“കോൺഡ്രാറ്റ് എവിടെയായിരുന്നു?”

“ഞാനിതാ ഇപ്പോൾ വന്നതേയുള്ളൂ.”

“ഇപ്പോഴാണോ എഴുന്നേറ്റത്.”

“അല്ല. നേരത്തേ എഴുന്നേറ്റു. കാളകൾക്ക് പുല്ലും വെള്ളവും കൊടുത്തു. പിന്നെ ഞാനവയെ സ്റ്റെപ്പിതാഴ്വാരത്തിലേക്ക് കൊണ്ടുപോയി.”

ഡേവിഡോവിന് അയാൾ പറഞ്ഞത് തീർത്തും കേൾക്കാൻ കഴിഞ്ഞില്ല. അയാളുടെ തല തൂങ്ങിനിൽക്കുകയായിരുന്നു. ഉറക്കം അയാളെ വിട്ടുമാറിയിരുന്നില്ല. അയാളറിയാതെ വീണ്ടും മയങ്ങിപ്പോയി.

ഒരു മണിക്കൂർകഴിഞ്ഞ് ഡേവിഡോവ് വീണ്ടും എഴുന്നേറ്റു. ഉടൻതന്നെ അയാൾ പ്രാതൽകഴിച്ച് ഉഴാൻ പോയി. വൈകുന്നേരമാവുമ്പോഴേക്കും ഏതാണ്ട് രണ്ടര ഏക്കർ ഭൂമി അയാൾ ഉഴുതു. ലുബിഷ്കനും രണ്ടര ഏക്കർ ഭൂമി ഉഴുതു. കുഷെങ്കോവ് രണ്ടേകാൽ ഏക്കർ ഭൂമിയാണ് ഉഴുതത്. അവരുടെ കൂട്ടത്തിൽ ആന്റിപ് എന്നൊരാൾ ഉണ്ടായിരുന്നു.

തൊട്ടെടുക്കാൻ പറ്റുന്ന കറുപ്പ് നിറമായിരുന്നു അയാൾക്ക്. അതുകൊണ്ട് കറുമ്പൻ ആന്റിപ് എന്നായിരുന്നു അയാൾ അറിയപ്പെട്ടത്. ആദ്യമൊക്കെ ആന്റിപിനെക്കുറിച്ച് ഡേവിഡോവിന് തീരെ മതിപ്പില്ലായിരുന്നു. ഏറ്റവും ശേഷികുറഞ്ഞ കാളകളെ ഉപയോഗിച്ചായിരുന്നു അയാൾ ഉഴുതത്. എന്നാൽ ഇപ്പോൾ അയാൾ മൂന്നേക്കർ ഭൂമി ഉഴുതു. അതറിഞ്ഞ് ഡേവിഡോവും കൂട്ടരും അമ്പരന്നുപോയി. അയാൾ പറഞ്ഞു:

"നിങ്ങൾക്കൊക്കെ എന്നെക്കുറിച്ച് എന്താണ് പറയാനുള്ളത് എന്ന് എനിക്കറിയാം. പക്ഷേ, എന്റെ കാര്യം എനിക്കറിയാം. ഞങ്ങൾ നല്ലവണ്ണം അധ്വാനിക്കുന്ന കുലത്തിൽപ്പെട്ടവരാണ്. എന്റെ ശരീരം ഇങ്ങനെ കറുത്ത് കരുവാളിച്ചുപോയത് വസന്തകാലത്തെ പൊള്ളുന്ന ചൂടേറ്റിട്ടാണ്."

സന്ധ്യയായപ്പോൾ കോൺഡ്രാറ്റ് മെയിഡന്നിക്കോവ് എത്തി. അയാൾ മുന്നേകാൽ ഏക്കറിൽകൂടുതൽ ഉഴുതിരുന്നു. അയാൾ വളരെ ക്ഷീണിച്ചിരുന്നു. പണികഴിഞ്ഞുവന്ന ഉടനെ അയാൾ ഒരു സിഗരറ്റ് വലിക്കാൻ തുടങ്ങി. കഠിനമായി പണിചെയ്തതിന്റെ വിളർച്ചയും തളർച്ചയും അയാളിൽ പ്രകടമായിരുന്നു.

രാത്രി ഭക്ഷണം കഴിച്ചശേഷം ഡേവിഡോവും കൂട്ടരും തങ്ങളുടെ ജോലി മൊത്തത്തിൽ വിശകലനം ചെയ്തു. ഡേവിഡോവ് കൃഷിപ്പണിയുടെ മൊത്തം ഫലം ഇങ്ങനെ സമാഹരിച്ചു:

"നമ്മുടെ പ്രവർത്തനം നല്ല ലക്ഷ്യം കാണാനുണ്ട്. കൃഷിക്കാർക്കിടയിൽ പുതിയൊരുണർവുണ്ട്. അവർ അറിഞ്ഞുകൊണ്ട് അധ്വാനിക്കുന്നു. മണ്ണിനോടുള്ള ആർജവം അവരിൽ കാണാനുണ്ട്. സഖാക്കളുടെ അധ്വാനത്തിന് ഞാൻ കമ്യൂണിസ്റ്റ് സർക്കാറിന്റെയും കൂട്ടുകൃഷിസ്ഥാപനത്തിന്റെയും പേരിൽ അഭിനന്ദിക്കട്ടെ. പ്രിയസഖാക്കളേ, നമ്മുടെ പ്രശ്നങ്ങളെല്ലാം തീരാൻ പോവുകയാണ്. നമ്മൾ ലക്ഷ്യത്തിലെത്തും. ഇത്തരത്തിൽ അധ്വാനിക്കാൻ കഴിവുള്ളവരുണ്ടെങ്കിൽ എല്ലാ പ്രതിസന്ധികളെയും നമ്മൾ അതിജീവിക്കും. ഇനി നമുക്ക് പലപല ജോലികളും ചെയ്തു തീർക്കാനുണ്ട്. ഒത്തൊരുമിച്ച് നിന്നാൽ നമുക്ക് വിജയം സുനിശ്ചിതം."

ആഹാരത്തിനുശേഷം എല്ലാവരും ഉറങ്ങാൻപോയി. എല്ലാവരും നല്ലവണ്ണം പണിയെടുത്തിരുന്നതുകൊണ്ട് തൽക്ഷണം ഉറങ്ങിപ്പോയി. കോൺഡ്രാക്ടും നല്ല ഉറക്കത്തിലായിരുന്നു.

## 41

**മേ**യ് മാസം പകുതിയോടുകൂടി ഗ്രിമ്യാക്കിലോഗിൽ വിത ഏതാണ്ട് പൂർത്തിയാക്കിയിരുന്നു. ഇരുപതോളം ഏക്കർ ഭൂമിയിൽ സൂര്യകാന്തിയും ചോളവും വിതച്ചു. ഗ്രാമത്തിലെ കൃഷിയുടെ വിശദമായ വിവരങ്ങൾ ഡേവിഡോവ് മേൽക്കമ്മിറ്റിക്ക് നൽകി. ഉഴുതുമറിച്ചിട്ട കന്നിമണ്ണിൽ ഗോതമ്പ് മുളകൾ പൊടിച്ചുവന്നു. എന്നാൽ കൃഷിഭൂമി വരണ്ടുണങ്ങിയിരുന്നു. ഈർപ്പമില്ലാത്തതിനാൽ ധാന്യമുളകൾ ഉണങ്ങാൻ തുടങ്ങി.

മണ്ണ് ചുട്ടുപഴുത്ത് കിടന്നു. ചുവന്ന മുളക് പാകത്തിലായ മണ്ണിന്റെ പുറംതോട് കടന്ന് ഗോതമ്പ് മുളകൾക്ക് പുറത്തുവരാൻ കഴിഞ്ഞില്ല. സൂര്യവെളിച്ചം കിട്ടാതെ ധാന്യമുളകൾ മണ്ണിൽകിടന്ന് നശിച്ചു. കൃഷിക്കാരുടെ മനസിൽ വേവലാതി ഉയർന്നു. കൃഷിക്കാരെല്ലാം ഒത്തുചേർന്ന് ഡേവിഡോവിനെപ്പോയികണ്ടു.

"പ്രിയസഖാവെ, ഞങ്ങൾക്ക് ഒരപേക്ഷയുണ്ട്,"

"എന്താണ്?"

"മുളകളെല്ലാം കരിഞ്ഞു."

"മഴതീരെ പെയ്യുന്നില്ല."

"നമ്മുടെ ജോലിയെല്ലാം വെറുതെയായി."

"പള്ളിയിൽ പോയി പ്രാർഥിക്കാൻ നിങ്ങളുടെ അനുവാദം വേണം."

"മഴപെയ്യിക്കാനോ?"

"അതെ."

"പ്രാർഥിച്ചാൽ ഫലം ഉണ്ടാവും."

"എന്തു ഫലം?"

"ദൈവം മഴപെയ്യിക്കും."

"അസംബന്ധം പറയരുത്."

"അസംബന്ധമോ?"

"അതെ, അസംബന്ധം തന്നെ."

"നിങ്ങൾക്കത് പറയാം. ഭൂമി ഞങ്ങളുടേതാണ്."

"അല്ല, കൂട്ടുകൃഷി സ്ഥാപനത്തിന്റേതാണ്."

"അപ്പോൾ ഞങ്ങളോ?"

"ഞങ്ങൾ കൂട്ടുകൃഷിക്കാരല്ലേ."

"ഞാൻ ചെയർമാനാണ്."

"അതാർക്കാണ് അറിഞ്ഞുകൂടാത്തത്. ഞങ്ങൾ പറഞ്ഞത് അതല്ല, നിങ്ങൾ നിരീശ്വരവാദിയാണ്. നിങ്ങളോട് പള്ളിയിൽ വരാൻ ഞങ്ങൾ പറയുന്നില്ല. പക്ഷെ ഞങ്ങൾക്ക് വിശ്വസിക്കാൻ അവകാശമുണ്ട്."

"അതു സാധ്യമല്ല."

"എന്തുകൊണ്ട്?"

"കൂട്ടുകൃഷി സ്ഥാപനം അതംഗീകരിക്കുന്നില്ല. കൂട്ടുകൃഷി ശാസ്ത്രീയമായ കൃഷി രീതിയിലാണ് വിശ്വസിക്കുന്നത്."

"അതുകൊണ്ട്?"

"പള്ളിയിൽപ്പോയാൽ മഴപെയ്യില്ല. കാരണം പുരോഹിതന്മാർക്ക് മഴ പെയ്യിപ്പിക്കാനാവില്ല. "

ഡേവിഡോവ് വൃദ്ധന്മാരായ കൃഷിക്കാരോട് അനുനയത്തോടെ സംസാരിച്ചു. അവർ ക്ഷമയോടെ അതെല്ലാം കേട്ടിരുന്നു. ആ സമയത്ത് നഗുൽനോവ് അങ്ങോട്ട് വന്നു.

"അപ്പോൾ പള്ളിയിൽ പോകണ്ടെന്നാണോ നിങ്ങൾ പറയുന്നത്." കൃഷിക്കാർ ഡേവിഡോവിനോട് ചോദിച്ചു.

“ഒരിക്കലും പോവേണ്ട. മഴ ഒരു പ്രകൃതി പ്രതിഭാസമാണ്.”

അങ്ങനെ വൃദ്ധന്മാരായ കൃഷിക്കാരെല്ലാവരും തിരിച്ചുപോയി.

നഗുൽനോവ് അവരെയെല്ലാം പഴിക്കുകയായിരുന്നു. അയാൾ ഡേവിഡോവിനോട് ചോദിച്ചു:

“അവരെന്താണ് പറഞ്ഞത്?”

“പ്രാർഥിക്കാൻ.”

“എന്നിട്ടോ?”

“വേണ്ടെന്ന് ഞാൻ പറഞ്ഞു.”

“എന്നിട്ട്?”

“എന്നിട്ടെന്ത് അവർ പോയില്ലേ.”

“അവരെ അങ്ങനെ വിടാൻ പാടില്ലായിരുന്നു. മഴ പെയ്യിക്കാൻ പള്ളിയിൽ പോവണമെന്ന് പറഞ്ഞ അവരുടെ പല്ല് അടിച്ചുകൊഴിക്കണമായിരുന്നു.”

ഡേവിഡോവ് അതിന് മറുപടിയൊന്നും പറഞ്ഞില്ല. നഗുൽനോവിന്റെ സ്വഭാവം അയാൾക്ക് നല്ലവണ്ണം അറിയാമായിരുന്നു.

ഇതിനിടയിൽ ഗ്രിമ്യാക്കിലോഗിൽ പല സംഭവ വികാസങ്ങളുമുണ്ടായി. മേരിന ഡെമിഡിനെ ഭർത്താവായി സ്വീകരിച്ചു. നവവരൻ വധുവിന്റെ വീട്ടിൽ താമസം തുടങ്ങി. ഗ്രാമത്തിലുള്ളവർക്കെല്ലാം നേരം പോക്കാൻ വാർത്തയായി. ഈ വാർത്തയറിഞ്ഞ് റസ്മ്യോട്ട്ണോവ് ആകെ പരവശനായി. തന്റെ മുൻഭാര്യയുടെ പുതിയ ഭർത്താവിനെ അയാൾ മനസാ ശപിച്ചു. ഡേവിഡോവ് കാണാതെ അയാൾ മദ്യപിക്കാൻ തുടങ്ങി. എന്നാൽ ഡേവിഡോവിന് അത് മനസിലായി.

“നിങ്ങളീ സ്വഭാവം ഉപേക്ഷിക്കണം.”

“സഖാവേ, അവളെന്നെ ഉപേക്ഷിച്ചുപോയല്ലോ.”

“അതവളുടെ ഇഷ്ടം.”

“നിങ്ങൾക്ക് എത്ര എളുപ്പത്തിലങ്ങനെ പറയാൻ കഴിഞ്ഞു. എന്തൊരപമാനമാണ് അതെനിക്ക്.”

“കഴിഞ്ഞതോർത്ത് ദുഃഖിച്ചിട്ട് കാര്യമില്ല.”

മേരിന നിരവധി തവണ റസ്മ്യോട്ട്ണോവിനെ കാണാനിടയായി. അവളുടെ മുഖത്ത് എന്തെന്നില്ലാത്ത ആനന്ദവും തുടിപ്പും കാണാമായിരുന്നു. അതയാൾക്ക് തീരെ സഹിക്കുവാൻ കഴിയുമായിരുന്നില്ല. വളരെക്കാലം തന്റെ മാറിൽ തലചായ്ച്ചുകിടന്നവൾ ഒരേ മുറിയിൽ ഒന്നിച്ചുറങ്ങിയവൾ അയാളുടെ തലയിൽ മുള്ളുകൾ തറയ്ക്കുന്നതുപോലെ തോന്നി.

മേരിനയുടെ പുതിയ ഭർത്താവ് നന്നായി അധ്വാനിക്കാൻ തുടങ്ങി. അയാൾ അവളുടെ വീട് കേടുപാടുകൾ തീർത്തു. രാവും പകലും അയാൾ പണിയെടുത്തു. മേരിനയ്ക്കും പുതിയൊരുണർവുണ്ടായി. അവൾ അയാൾക്ക് വേണ്ടി വസ്ത്രങ്ങൾ തുന്നിക്കൊടുത്തു. ഡെമിഡിനെക്കുറിച്ച് അവൾ വളരെ അഭിമാനത്തോടെ ആളുകളോട് സംസാരിക്കാൻ തുടങ്ങി. പെണ്ണുങ്ങളോടും അവൾ ഡെമിഡിന്റെ വീര്യത്തെക്കുറിച്ച് പറഞ്ഞു.

"അവനൊരാണാണ്. നല്ല ചുണക്കുട്ടൻ. അവനെക്കൊണ്ട് സംഗതിക്ക് കൊള്ളും. നല്ല കരടിക്കുട്ടൻ."

ഇതെല്ലാം കേട്ട് റസ്മ്യോട്ണോവ് ആകെ പരിഭ്രാന്തനായി. അയാൾ അവളോടൊത്തുള്ള നാളുകൾ അയവിറക്കാൻ തുടങ്ങി. തന്റെ ജീവിതം നശിപ്പിച്ച അവളോട് അയാൾക്ക് പ്രതികാരംതോന്നി. രാത്രികളിൽ അയാൾ പിച്ചും പേയും പറയാൻ തുടങ്ങി. അയാളിൽ ദുഃഖവും കുറ്റബോധവും ഇരച്ചുകയറാൻ തുടങ്ങി. എങ്കിലും തന്റെ ഉള്ളിലെ ദുഃഖങ്ങൾ കഴിയുന്നതും പുറത്തുപ്രകടിപ്പിക്കാതെ അയാൾ ജീവിതം മുന്നോട്ട് തള്ളിനീക്കി.

ഇതിനിടയിൽ ഗ്രിമ്യാക്കിലോഗിൽ പല സംഭവ വികാസങ്ങളുമുണ്ടായി. നാടുകടത്തപ്പെട്ട പല സ്വകാര്യ കൃഷിക്കാരും ഗ്രാമത്തിലേക്ക് തിരിച്ചുവന്നു. അവരുടെ ശിക്ഷ കഴിഞ്ഞിരുന്നു. അതിലൊരാളായിരുന്നു ഗയേവ്. അയാൾക്ക് വോട്ടവകാശം തിരിച്ചുകിട്ടി. അയാൾ കുടുംബത്തോടൊപ്പമായിരുന്നു നാട് കടത്തപ്പെട്ടത്. തിരിച്ചു വന്നത് കുടുംബത്തോടൊപ്പമായിരുന്നു. തിരിച്ചുവന്ന ഗയേവും കുടുംബവും ഡേവിഡോവിനെ വന്ന് കണ്ടു. ഡേവിഡോവ് ഗയേവിനോട് ചോദിച്ചു:

"മിസ്റ്റർ ഗയേവ് എന്താണ് താങ്കളുടെ തീരുമാനം?. കൂട്ടുകൃഷിയിൽ പങ്കുകൊള്ളാൻ താൽപ്പര്യമുണ്ടോ."

"ചേരുന്നതിൽ വിരോധമില്ല."

"എന്നുവെച്ചാൽ....."

"ചേരാൻ ഞാൻ തയ്യാറാണ്."

"പിന്നെ എന്താണ്?"

"എന്റെ സ്വത്തിന്റെ കാര്യത്തിൽ ഒരു തീരുമാനം വേണം."

"നിങ്ങൾ കൂട്ടുകൃഷി സ്ഥാപനത്തിന് നൽകിയ കന്നുകാലികളും കാർഷികോപകരണങ്ങളും ഇവിടെത്തന്നെയുണ്ട്. പക്ഷെ മറ്റുചിലതെല്ലാം നഷ്ടപ്പെട്ടുപോയിരിക്കുന്നു. അതിന് പകരം അതിന്റെ വില തരാം."

"നിങ്ങൾ പിടിച്ചെടുത്ത എന്റെ ധാന്യത്തിന്റെ കാര്യമോ?"

"നിങ്ങൾക്ക് കിട്ടാനുള്ള ധാന്യം ഇവിടെനിന്ന് കിട്ടും."

ഗയേവിന് സംതൃപ്തിയായി. കൂട്ടുകൃഷിയിൽ ചേരാൻ ഡേവിഡോവ് ഗയേവിനോട് അഭ്യർഥിച്ചു എന്ന വിവരം നഗുൽനോവിന്റെ ചെവിയിലെത്തി. അയാളുടെ പ്രതികരണം ഇതായിരുന്നു:

"സഖാവ് ഡേവിഡോവ്, താങ്കൾ എന്താണ് ചെയ്യുന്നത്. നാട് കടത്തപ്പെട്ട് തിരിച്ചുവന്നവരെ ആവശ്യമുണ്ട് എന്ന ഒരു വാർത്ത പത്രത്തിൽ കൊടുക്കുകയായിരുന്നു ഇതിലും നല്ലത്."

ഇതിനിടയിൽ പാർട്ടിയുടെ സംഘടനാ കാര്യങ്ങളിലും പല മാറ്റങ്ങൾ സംഭവിച്ചു. കൂടുതൽ ആളുകൾ പാർട്ടിയിലേക്ക് വന്നു. അതിലൊരാളായിരുന്നു ഉഷക്കോവ്. ലുബിഷ്കിനേയും പാർട്ടിയിലെടുക്കാൻ തീരുമാനമായി. ഇതറിഞ്ഞ നഗുൽനോവ് കോൺഡ്രാക്റ്റ് മെയിഡന്നിക്കോവിനോട് പാർട്ടിയിൽ ചേരാൻ അഭ്യർഥിച്ചു.

"സുഹൃത്തെ നിങ്ങൾ മടിച്ചുനിൽക്കരുത്. പാർട്ടിയിൽ ചേരണം. എന്റെ പിൻതുണയുണ്ടാകും. നിങ്ങൾ എന്നോടൊപ്പം പട്ടാളത്തിൽ സേവനമനുഷ്ഠിച്ചിട്ടുണ്ട്. മികച്ച പ്രവർത്തനമാണ് നിങ്ങളന്ന് കാഴ്ചവെച്ചത്. ഇന്ന് നിങ്ങൾ നല്ലൊരു കൃഷിക്കാരനാണ്. കൂട്ടുകൃഷിക്ക് വേണ്ടി നിങ്ങൾ വളരെയേറെ പ്രവർത്തിച്ചു. നിങ്ങളെപ്പോലെ ഒരാൾ പാർട്ടിയിൽ നിന്നും വിട്ടുനിൽക്കരുത്. ലോകത്ത് മുഴുവൻ ഒരു വിപ്ലവം വരുന്ന കാലം വിദൂരമല്ല. സോവിയറ്റ് ഗവൺമെന്റിനെ അതിന് വേണ്ടി നമുക്ക് ശക്തിപ്പെടുത്തണം. പാർട്ടിയിൽ ചേർന്ന് പ്രവർത്തിക്കണം."

'പ്രിയപ്പെട്ട സഖാവെ, പാർട്ടിയിൽ ചേരാൻ എനിക്ക് വിരോധമുണ്ടായിട്ടല്ല. പക്ഷേ എന്റെ മനസാക്ഷി അതിനെന്നെ അനുവദിക്കുന്നില്ല. അതിനർത്ഥം ഞാൻ കൂട്ടുകൃഷി ഉപേക്ഷിച്ചു എന്നോ സോവിയറ്റ് സർക്കാറിനെ സേവിക്കുകയില്ല എന്നോ അല്ല. ഞാനിനിയും സർക്കാറിനെ സേവിക്കും. കൂട്ടുകൃഷിക്കുവേണ്ടി പണിയെടുക്കും. എന്നാൽ പാർട്ടിയിൽ ചേരാൻ മാത്രം എന്നോട് പറയരുത്."

"കാരണം?"

"എനിക്കെന്റെ സ്വത്തുക്കൾ നഷ്ടപ്പെട്ടു.എന്റെ കാളകൾ എനിക്ക് നഷ്ടപ്പെട്ടു. എന്റെ മനസിന്റെ വേദന നിങ്ങൾക്കറിയില്ല. ഞാൻ എന്റെ മക്കളെപ്പോലെയാണ് ആ മിണ്ടാപ്രാണികളെ വളർത്തിയത്. ഇന്ന് അവയുടെ കാര്യമാലോചിക്കുമ്പോൾ മനസ്സ് പിടയുകയാണ്. കുതിരകളുടെ കാര്യം മഹാ കഷ്ടമാണ്. അവയുടെ മുതുകെല്ലാം പൊട്ടിപ്പോയി. ഞാനത് കണ്ടു. അതിന്റെ വേദന നിങ്ങൾക്കറിയില്ല. അതുകൊണ്ടാണ് ഞാൻ പറയുന്നത് എനിക്ക് പാർട്ടിയിൽ ചേരേണ്ട. എനിക്ക് എന്റെ സ്വത്തുക്കളും കന്നുകാലികളും വലുതാണ്. എനിക്ക് അങ്ങിനെയൊക്കെയേ ചിന്തിക്കാൻ പറ്റൂ."

"താങ്കളുടെ ഇഷ്ടം പോലെ. നിങ്ങൾക്ക് തോന്നുമ്പോൾ ചേർന്നാൽമതി. നിങ്ങൾക്ക് സ്വകാര്യ സ്വത്തിനോടുള്ള മോഹം അവസാനിക്കുമ്പോൾ പാർട്ടിയിൽ ചേർന്നാൽ മതി. സ്വാർഥത ഇല്ലാതാവുമ്പോഴേ ഒരാൾക്ക് കമ്യൂണിസ്റ്റാവാൻ കഴിയൂ. നിങ്ങളുടെ മനസ്സ് സ്വതന്ത്രമല്ല. നിങ്ങൾക്ക് ലോകവിപ്ലവം എന്ന ലക്ഷ്യമില്ല. ഒരു കമ്യൂണിസ്റ്റിന്റെ ഏറ്റവും വലിയ മോഹം ലോക വിപ്ലവമായിരിക്കണം. മനുഷ്യരാശി മുഴുവൻ സ്വതന്ത്രമാവുന്ന ഒരു കാലം വരികതന്നെ ചെയ്യും. ആ ഒരു സ്വപ്നം നമുക്കുണ്ടാവണം. നിങ്ങൾക്കറിയാമോ ഒരു സമ്പന്ന കുടുംബത്തിലായിരുന്നു ഞാനും. കുട്ടിക്കാലം മുതൽക്കെ സമ്പത്തിനെ സ്നേഹിക്കാൻ അച്ഛനെന്നെ പഠിപ്പിച്ചു. എന്നാൽ സമ്പത്ത് ഒരിക്കലും എന്നെ മോഹിപ്പിച്ചില്ല. ഞാനതിന്റെ പിറകെ പോയില്ല. എല്ലാ കുടുംബ സ്വത്തുക്കളും ഉപേക്ഷിച്ച് കൂലിപ്പണി ചെയ്ത് ഞാൻ ജീവിച്ചു. ദാരിദ്ര്യത്തിലാണ് ഞാൻ ജീവിതം തള്ളിനീക്കിയത്. പക്ഷേ നിങ്ങളിപ്പോഴും സ്വത്തിനെ സ്നേഹിക്കുന്നു."

പാർട്ടിയിലേക്ക് കൂടുതൽ ആളുകൾ വരാൻ തുടങ്ങി. പല കാരണങ്ങളാൽ പാർട്ടിയിൽനിന്നും പുറത്താക്കപ്പെട്ടവരും സ്വയം പിരിഞ്ഞുപോ

യവരും പാർട്ടിയിൽ ചേരാൻ താൽപ്പര്യം പ്രകടിപ്പിച്ച് തുടങ്ങി. ഇത് കേട്ട ഒരാൾ ചുക്കാർ മുത്തനെ പരിഹസിച്ചു.

"ചുക്കാർമുത്താ നിങ്ങൾക്കും പാർട്ടിയിൽ ചേരാമല്ലോ. രാവും പകലുമെന്നില്ലാതെ കൂട്ടുകൃഷിക്ക് വേണ്ടി പ്രവർത്തിക്കുന്ന ആളല്ലേ നിങ്ങൾ. ഇന്നുതന്നെ ഒരപേക്ഷ കൊടുക്കണം പാർട്ടിയിൽ നിങ്ങൾക്ക് നല്ല പദവി കിട്ടും. അങ്ങനെ നിങ്ങൾക്കും ഈ ഗ്രാമത്തിലൂടെ ഞെളിഞ്ഞു നടക്കാം."

പരിഹസിച്ചതാണെങ്കിലും പറഞ്ഞതിൽ കാര്യമുണ്ടായിരുന്നുവെന്ന് ചുക്കാർമുത്തന് മനസിലായി. അയാൾ നഗുൽനോവിനെ വന്നുകണ്ടു.

"സഖാവ് നഗുൽനോവ് താങ്കൾക്ക് നമസ്കാരം. "

"നമസ്കാരം."

"ഞാൻ എന്തിനാണ് വന്നതെന്ന് അറിയാമോ?"

"പറയൂ."

"നമ്മുടെ പാർട്ടിയിലേക്ക് കൂടുതൽ ആളുകൾ വരുന്നുണ്ടല്ലോ."

"ഉവ്വ്."

"ഞാൻ വന്നത് ............."

"നിങ്ങൾ കാര്യം പറയൂ."

"പറയാം. ഞാൻ എത്രയോ കാലമായല്ലോ ഈ കുതിരകളെയും നോക്കിക്കഴിയുന്നു. ഈ കുതിരകളെ ഞാൻ കല്യാണം കഴിച്ചിട്ടൊന്നുമില്ലല്ലോ."

"നിങ്ങൾ പറഞ്ഞു വരുന്നത്...."

"തുറന്ന് പറയാം. എനിക്കും പാർട്ടിയിൽ ചേരണമെന്നാഗ്രഹമുണ്ട്. അതിനുവേണ്ടിയാണ് ഞാൻ വന്നത്."

"ഓഹോ അതാണ് കാര്യം അല്ലേ."

"അതെ പക്ഷെ പാർട്ടിയിൽ ചേർന്നാൽ എന്റെ പദവിയെന്തായിരിക്കും. അതിന് ഞാനെന്തെല്ലാം ചെയ്യണം?."

"ചുക്കാർമുത്താ നിങ്ങളെന്താണ് മനസിലാക്കിയത്?."

"ഞാനെന്തെങ്കിലും തെറ്റ് പറഞ്ഞോ."

"പിന്നല്ലാതെ."

"നിങ്ങൾ പറഞ്ഞത് തെറ്റല്ലേ."

"എന്താണ് തെറ്റ്."

"കമ്യൂണിസ്റ്റ് പാർട്ടിയെപ്പറ്റി നിങ്ങൾ എന്താണ് ധരിച്ചത്. പാർട്ടിയിൽ ചേരുമ്പോഴേക്കും പദവി കിട്ടുമെന്നാണോ?"

"പിന്നെ. പാർട്ടിയിലുള്ളവർക്കെല്ലാം ഓരോ പദവിയില്ലേ?."

"നിങ്ങൾ പള്ളിയിൽ പോവാറില്ലേ?."

"പോവാറുണ്ട്. അതിനെന്താണ്.?"

"നഗുൽനോവിന് കടുത്തഭാഷയിൽ ഇതിന് മറുപടി പറയണമെന്നുണ്ടായിരുന്നു. പക്ഷേ അയാൾ സ്വയം നിയന്ത്രിച്ചു. എന്നാൽ ചുക്കാർമുത്തൻ വിട്ടില്ല.

"നിങ്ങളാ കാര്യം പറയൂ സഖാവെ. വെറുതെ ഞഞ്ഞാപിഞ്ഞാ പറയരുത്."

നഗുൽനോവിന് കലികയറി.

"എടോ നീ പള്ളിയിൽപോയി പറയ്."

"എന്തുപറയാൻ?"

"എനിക്ക് പാർട്ടിയിൽ വലിയ പദവി കിട്ടണമെന്ന്."

"കളിയാക്കുകയാണോ?"

"അതെ. ദൈവത്തിൽ വിശ്വാസമുണ്ടെങ്കിൽ ആ വിശ്വാസത്തിനും ഒരാത്മാർഥതവേണം. നിങ്ങളെപ്പോലെ ഒന്നിനോടും ആത്മാർഥതയില്ലാത്ത ഒരാളെ പാർട്ടിയിൽ എടുക്കുമെന്ന് വിചാരിച്ചോ. വേഗം ഇവിടെനിന്നും പോവുക. എനിക്ക് കലികയറുന്നുണ്ട്. നിങ്ങളെപോലുള്ള ആളുകളോട് സംസാരിക്കാൻ എനിക്കുവയ്യ."

ചുക്കാർമുത്തൻ പിന്നെ അവിടെ നിന്നില്ല. അയാൾ നിരാശയോടെ തിരിച്ചുപോയി.

ഇതിനിടയിൽ ഗ്രാമത്തിൽ പ്രധാനപ്പെട്ട ഒരു സംഭവം നടന്നു. ഡിമോക് മരിച്ചു. അയാൾ അറസ്റ്റുചെയ്യപ്പെട്ടിരുന്നു. പൊലീസിന്റെ അടുത്തുനിന്നും അയാൾ രക്ഷപ്പെടാൻ ശ്രമിച്ചു. അപ്പോൾ പൊലീസുകാർ വെടിവെച്ചു. അയാൾ തൽക്ഷണം മരിച്ചു. അയാളുടെ മരണം ഗ്രാമത്തിലെ പെൺകിടാങ്ങളെ വല്ലാതെ വേദനിപ്പിച്ചു. ആ ഗ്രാമത്തിലെ പെൺകിടാങ്ങളുടെ കള്ളക്കാമുകനായിരുന്നു അയാൾ. പലരെയും വശീകരിച്ച കാമുകൻ. അതുകൊണ്ടുതന്നെ ഒരു പെണ്ണിനോടും പ്രത്യേകമായ താൽപ്പര്യം കാണിച്ചിട്ടില്ലാത്ത കാമുകൻ. അങ്ങനെയുള്ള ഒരു ചെറുപ്പക്കാരനെ ഏത് പെൺകുട്ടിക്ക് സ്നേഹിക്കാൻ പറ്റും. പക്ഷെ തങ്ങൾ വളർച്ചയെത്തിയ പെണ്ണുങ്ങളാണെന്നും തങ്ങൾക്ക് വശ്യതയുണ്ടെന്നും സൗന്ദര്യമുണ്ടെന്നും ആ പെൺകുട്ടികൾ തിരിച്ചറിഞ്ഞത് ഈ കാമുകനിലൂടെയാണ്. അയാൾ മരിച്ചപ്പോഴാണ് അവരത് തിരിച്ചറിഞ്ഞത്.

"പ്രേമം എന്നത് ഒരു വിനോദമാണ്. ഉടൽ ചാപല്യത്തിന്റെ ഇരിപ്പിടവും. പ്രണയിനികളുടെ കണ്ണീരോ സൂര്യപ്രകാശത്തിൽ അലിഞ്ഞുപോകുന്ന മഞ്ഞുകണങ്ങളോ."

# 42

**കൂ**ട്ടുകൃഷി സജീവമായതോടെ ഗ്രിമ്യാക്കിലോഗ് ഗ്രാമത്തിൽനിന്ന് 'വിശ്രമഞാറ്റുവേല' അപ്രത്യക്ഷമാവാൻ തുടങ്ങി. 1930 ലായിരുന്നു ഇതിന്റെ തുടക്കം. മെയ് മുതൽ ജൂൺവരെയായിരുന്നു ഗ്രാമങ്ങളിലെ പരമ്പരാഗതമായ 'വിശ്രമ ഞാറ്റുവേല' യുടെ സമയം. വിതകഴിഞ്ഞുള്ള കൃഷിക്കാരുടെ ഒഴിവുകാലമാണ് 'വിശ്രമ ഞാറ്റുവേല' എന്നുപറയുന്നത്. ഈ കാലയളവിൽ കൃഷിക്കാരുടെ കന്നുകാലികൾ വിശാലമായ പുൽപ്പരപ്പുകളിൽ മേഞ്ഞുനടക്കും. അങ്ങനെ രണ്ടുമാസക്കാലം കൊണ്ട്

അവയെല്ലാം തടിച്ചുകൊഴുക്കും. കൃഷിക്കാർക്കെല്ലാം ഈ കാലഘട്ടം ഏതാണ്ട് വിശ്രമകാലമാണെങ്കിലും ചില്ലറ ജോലികൾ അവർക്ക് ചെയ്തുതീർക്കാനുണ്ടാവും. കൃഷിയുപകരണങ്ങളുടെ കേടുപാടുകൾ തീർക്കുക, തൊഴുത്തുകളുടെ അറ്റകുറ്റപ്പണികൾ ചെയ്യുക എന്നിവയൊക്കെയാണ് ഇക്കാലത്തെ ജോലികൾ. ഗ്രാമം ഏതാണ്ട് നിശ്ചലാവസ്ഥയിലായിരിക്കും. പാടത്തും പറമ്പിലുമൊന്നിലും കൃഷിക്കാരുടെ പൊടിപോലും ഉണ്ടാവില്ല. കാട്ടിൽ വിറക് ശേഖരിച്ചും ഉല്ലാസ സവാരി നടത്തിയും ബന്ധുഗൃഹങ്ങൾ സന്ദർശിച്ചും കൃഷിക്കാർ സമയം പോക്കും. സ്ത്രീകൾ തങ്ങളുടെ വീട്ടുകാര്യങ്ങളും മറ്റും സംസരിച്ചുകൊണ്ട് മധ്യാഹ്നങ്ങളും സായാഹ്നങ്ങളും തള്ളിനീക്കും.

പക്ഷേ, കൂട്ടുകൃഷി ആരംഭിച്ചതോടെ ചിത്രമെല്ലാം മാറാൻ തുടങ്ങി. കൂട്ടുകൃഷിയുടെ നേതാക്കൾ നടപ്പിലാക്കിയ പുതിയ പരിഷ്കാരമാണ് 'വിശ്രമഞാറ്റുവേല' ഇല്ലാതാവാൻ കാരണമായത്. അതിലേറ്റവും പ്രധാനം പാടത്തെ പുല്ലുപറിക്കലായിരുന്നു. കളപറിക്കുകയെന്ന ജോലി കർശനമാക്കിയതോടെ കൃഷിക്കാർക്ക് ഒഴിവുകാലം നഷ്ടമായി. ഡേവിഡോവാണ് ഈ പരിഷ്കാരം നടപ്പാക്കാൻ നേതൃത്വം നൽകിയത്.

യാക്കോവ് ലൂക്കിച്ചിനെ സംബന്ധിച്ചിടത്തോളം ഈ കളപറിക്കൽ ഒരു ആഘോഷംതന്നെയായിരുന്നു, അയാളങ്ങനെയാണ്. കൂട്ടുകൃഷിയുമായി ബന്ധപ്പെട്ട ഏത് ജോലിയും ചെയ്തുതീർക്കുക എന്നത് അയാൾക്ക് ഒരു ഉത്സവമാണ്. എപ്പോഴും ആളുകൾ പാടത്തും പറമ്പിലും സംഘം ചേർന്ന് ജോലിചെയ്യണം. അതായിരുന്നു യാക്കോവിന്റെ ആഗ്രഹം. പരസ്പരം കഥകൾ പറഞ്ഞും പാട്ടുപാടിയും കൃഷിപ്പണിയെ ഒരു ഉത്സവമാക്കിമാറ്റണം. അല്ലാതെ ആളുകൾ മടിപിടിച്ച് വീട്ടിലിരിക്കുന്നതിൽ ഒരു രസവുമില്ല. അതാണ് യാക്കോവിന്റെ കാഴ്ചപ്പാട്.

ഗ്രാമത്തിൽ വിശ്രമഞാറ്റുവേല ഇല്ലാതായതിൽ ഏറ്റവും കൂടുതൽ സന്തോഷിച്ചത് യാക്കോവ് ലൂക്കിച്ച് ആയിരുന്നു. എന്നാൽ അയാളുടെ മനസിൽ ഏറെ ആശങ്കകളുണ്ടായിരുന്നു. കാരണം സോവിയറ്റ് ഭരണം എങ്ങനെ മുന്നോട്ട് പോകും എന്നതിനെക്കുറിച്ച് അയാൾക്ക് ഒരു പിടിപാടുമില്ലായിരുന്നു. സോവിയറ്റ് യൂണിയൻ വളർന്നുകൊണ്ടിരിക്കുകയാണ്. ചിലപ്പോഴെല്ലാം ചില ആശങ്കകൾ അയാളുടെ മനസിനെ വേട്ടയാടും. സോവിയറ്റ് യൂണിയൻ തകർന്നുപോയാൽ ഗ്രാമത്തിലെ വിശ്രമഞാറ്റുവേലയും ഇല്ലാതാകും. അപ്പോൾ ആളുകൾ രണ്ട് മാസക്കാലം അലസരായി നടക്കും. സ്ത്രീകൾ പരസ്പരം തലയിൽ പേൻ നോക്കി സമയം കഴിക്കും. ഇതൊന്നും ഉൽസാഹപുർണമായ ഒരു ജീവിതത്തിന് പറ്റിയതല്ല. പണ്ടുമുതലേ ഈ വിശ്രമഞാറ്റുവേല ഇല്ലാതാക്കിയിരുന്നെങ്കിൽ ഗ്രാമത്തിൽ നല്ല കാർഷിക വളർച്ച ഉണ്ടാകുമായിരുന്നു എന്ന് യാക്കോവ് സങ്കൽപ്പിച്ചു. കാരണം കളപറിക്കാത്തതുകൊണ്ട് ധാന്യങ്ങളുടെ വളർച്ച മുരടിക്കും. എന്നാൽ യാക്കോവും തന്റെ കൃഷിസ്ഥലത്ത് കളപറിച്ചിരുന്നില്ല. അതിനെപ്പറ്റി അയാൾക്ക് അന്ന് അറിവുണ്ടായിരുന്നില്ല.

ഡേവിഡോവ് ആണ് ഗ്രാമത്തിൽ പുതിയ പരിഷ്കാരം കൊണ്ടുവന്നത് എന്ന കാര്യം യാക്കോവിന് അഭിമാനകരമായി തോന്നി. അയാൾ ഇതിന്റെ പേരിൽ ഡേവിഡോവിനെ അഭിനന്ദിച്ചു.

"സഖാവ് ഡേവിഡോവ്, നിങ്ങൾ ചെയ്തത് ഒരു മഹത്തായ കാര്യമാണ്. എത്രയോ കാലമായി മണ്ണിൽ പണിയെടുക്കുന്ന കൃഷിക്കാരുടെ വംശത്തിൽപെട്ടവനാണ് ഞാൻ. എന്നാൽ എനിക്കുപോലും പാടത്തെ കളപറിക്കുന്നതിനെക്കുറിച്ച് വിവരമുണ്ടായിരുന്നില്ല. പരമ്പരാഗതമായ അറിവ് ഒന്നുകൊണ്ടുമാത്രം പുരോഗതി ഉണ്ടാവുകയില്ല എന്ന് എനിക്കിപ്പോൾ മനസിലായി. ഇനി നമ്മുടെ ഗ്രാമത്തിൽ സമൃദ്ധിയുണ്ടാവും. നമ്മുടെ പത്തായപ്പുരകൾ നിറഞ്ഞ് കവിയും. പണ്ടൊന്നും ഇങ്ങനെയായിരുന്നില്ല. കൃഷിക്കാർ വെറുതെ വിതച്ചങ്ങ്പോകും. ധാന്യമണികൾ സ്വയം വളരട്ടെ എന്നായിരുന്നു അവരുടെ മനസിലിരുപ്പ്. പക്ഷേ അത് സ്വതന്ത്രമായി വളരും. എന്നാൽ അന്ന് വിതച്ചിരുന്ന ധാന്യങ്ങളുടെ കൂടെ നിറയെ കാട്ടുചെടികളും വളരും. പലതരത്തിലുള്ള കളകൾ കൊയ്യുമ്പോൾ നല്ലവിളവുണ്ടെന്ന് തോന്നും. കാരണം പാടം തിങ്ങിനിറഞ്ഞിരിക്കും.അതിലെത്ര ധാന്യമുണ്ട് കളകളെത്രയുണ്ട് എന്നൊന്നും നോക്കില്ല. അവസാനം ധാന്യമളക്കുമ്പോഴാണ് കാര്യങ്ങൾ മനസിലാവുക. മിന്നുന്നതെല്ലാം പൊന്നായിരുന്നില്ല എന്ന് അപ്പോഴാണ് മനസിലാവുക. തങ്ങൾ മനസിൽ കണക്ക്കൂട്ടിയതെല്ലാം തെറ്റിപ്പോയിരിക്കുന്നു. അങ്ങനെ അവസാനം മുകളിലോട്ട് നോക്കിനിൽക്കും. കണ്ണുമിഴിച്ച് മുകളിലോട്ട് നോക്കിനിന്നിട്ടെന്ത് കാര്യം. എല്ലാകാര്യവും വിജയിക്കണമെങ്കിൽ തുടക്കത്തിൽത്തന്നെ നാം ആലോചിക്കണം."

യാക്കോവ് ലൂക്കിച്ച് ഇത് പറഞ്ഞതോടെ ഡേവിഡോവിന് ആത്മവിശ്വാസം വർധിപ്പിച്ചു. എന്നാൽ ഗ്രിമ്യാക്കിലോഗിലെ ജനങ്ങളിൽ നല്ലൊരു ഭാഗവും യാക്കോവിനെതിരായിരുന്നു. കൂട്ടുകൃഷിസ്ഥാപനത്തിലെ ധാന്യപ്പുര ജനങ്ങൾ കൈയേറിയതോടെ ജനങ്ങൾക്ക് യാക്കോവിനോട് എതിർപ്പ് വർധിച്ചു. തങ്ങൾ വലിയൊരു ശക്തിയാണെന്ന് ജനങ്ങൾ ചിന്തിക്കാൻ തുടങ്ങിയതാണ് ഇതിന് കാരണം. കൂട്ടുകൃഷിയുടെ മാനേജരായിരുന്ന യാക്കോവിനെ ആ സ്ഥാനത്തുനിന്നും പുറത്താക്കണമെന്ന അഭിപ്രായം ജനങ്ങൾക്കിടയിൽ ഉയർന്നുവന്നു. ഇതോടെ ഡേവിഡോവ് കൂടുതൽ ജാഗ്രതപുലർത്താൻ തുടങ്ങി. അയാൾക്ക് തന്റെ കൂടെ പ്രവർത്തിച്ചിരുന്ന പലരെയും വിശ്വാസമില്ലായിരുന്നു. പലരും ചാരപ്പണി ചെയ്യുന്നുണ്ട് എന്ന് അയാൾക്ക് ബോധ്യപ്പെട്ടു. പലരും പുറത്ത് ചിരിച്ചുകൊണ്ട് തന്നെ വഞ്ചിക്കുകയല്ലേ എന്നയാൾ സംശയിച്ചു.

ഒരു ദിവസം ഡേവിഡോവ് യാക്കോവ് ലൂക്കിച്ചിനെ തന്റെ മുറിയിലേക്ക് വിളിച്ചു. രഹസ്യമായി തനിക്ക് ചിലത് സംസാരിക്കാനുണ്ടെന്ന് അയാൾ യാക്കോവിനോട് പറഞ്ഞു. അതുകൊണ്ടുതന്നെ കൂട്ടുകൃഷിയുമായി ബന്ധപ്പെട്ട പല ആളുകളെയും അവിടെനിന്ന് ഒഴിവാക്കിക്കൊണ്ട് ഡേവിഡോവും യാക്കോവും കൂടിയാലോചന നടത്തി. ഡേവിഡോവ് സംസാരം തുടങ്ങി:

“സഖാവ് യാക്കോവ്, നിങ്ങൾ ഇന്നലെ പലരുമായും സംസാരിക്കുന്നത് ഞാൻ ശ്രദ്ധിച്ചു. എന്തായിരുന്നു സംസാര വിഷയം.”

“ഞാൻ ജനങ്ങളുമായി സൗഹാർദപൂർണമായ ഒരു ബന്ധം സ്ഥാപിക്കാൻവേണ്ടി ശ്രമിക്കുകയായിരുന്നു.”

“എന്നുവെച്ചാൽ.”

“ഇനിയും അത്തരം സംഭവങ്ങൾ ആവർത്തിക്കരുത്.”

“ഏത് സംഭവം?”

“ധാന്യപ്പുര കവർച്ച ചെയ്ത കാര്യമാണ് ഞാൻ പറയുന്നത്.”

“പക്ഷെ എനിക്കെതിരെ നിങ്ങൾ ചില സ്ത്രീകളെ അന്ന് ഇളക്കിവിട്ടില്ലെ.”

“എന്റെ ദൈവമേ ഞാനോ?”

“അതെ നിങ്ങൾതന്നെ.”

“സത്യമായും ഞാനങ്ങനെ ചെയ്തിട്ടില്ല.”

“നിങ്ങളങ്ങിനെ പറഞ്ഞിട്ടുണ്ട്.”

“ജനങ്ങൾ സ്വയം ചെയ്ത കാര്യത്തിന് നിങ്ങൾ എന്നെ കുറ്റപ്പെടുത്തുകയാണ്.”

ഡേവിഡോവ് പിന്നെ ഒന്നും പറഞ്ഞില്ല. കാരണം അയാളുടെ കൈയിൽ വ്യക്തമായ തെളിവുകളൊന്നും തന്നെ ഉണ്ടായിരുന്നില്ല. യാക്കോവ് ആകട്ടെ വളരെ ഊർജസ്വലതയോടെ തന്റെ ജോലി ചെയ്യാൻ തുടങ്ങി. കൃഷിയിടത്തെ കളകൾ പറച്ചുനീക്കുക, കൃഷിക്കാർക്ക് ഭക്ഷണം തയാറാക്കുക തുടങ്ങിയ ജോലികളെല്ലാം തന്നെ അയാൾ വളരെ ഉൽസാഹത്തോടെ ചെയ്യാൻ തുടങ്ങി. മാത്രമല്ല, കൂട്ടുകൃഷി സ്ഥാപനം മെച്ചപ്പെടുത്താൻവേണ്ടി പല പുതിയ ആശയങ്ങളും അയാൾ മുന്നോട്ട് വെച്ചു. അയാളുടെ പ്രവർത്തനം ഡേവിഡോവിനെയും ആകർഷിച്ചു.

ഗ്രാമത്തിലെ കൃഷിഭൂമികളിൽ പുതിയ ജലസംഭരണികൾ ഉണ്ടാക്കണമെന്ന ഒരാശയം യാക്കോവ് മുന്നോട്ട് വെച്ചു. തടാകങ്ങളാണ് ഏറ്റവും നല്ല ജലസംഭരണികൾ. ഇത്തരം ജലസംഭരണികൾ നിർമിക്കാനുള്ള പദ്ധതിയും അയാൾ ആവിഷ്കരിച്ചു. വസന്തകാലത്ത് പേമാരി പെയ്യുമ്പോൾ വെള്ളപ്പൊക്കമുണ്ടാവും. അപ്പോൾ തടയിണകൾ കൊണ്ട് വെള്ളം തടഞ്ഞ് നിർത്തണം. അതിനുള്ള സ്ഥലം അയാൾ കണ്ടെത്തി. കുന്നിൻപ്രദേശമാണ് ഇതിന് പറ്റിയത്. ഇത്തരം തടാകങ്ങൾ നിർമിക്കുന്നതിലൂടെ കൃഷിക്കാർക്ക് പല ഗുണങ്ങളുമുണ്ടാവും. ഇപ്പോൾ വെള്ളംകിട്ടാൻവേണ്ടി കൃഷിക്കാർക്ക് വളരെ ദൂരം നടക്കണം. കന്നുകാലികൾക്ക് വെള്ളം കിട്ടണമെങ്കിൽ അവയെ എത്ര ദൂരം വെയിലത്ത് നടത്തിക്കാനാകും. കൃഷിയിടങ്ങളിൽ പൊയ്കകൾ നിർമിച്ചാൽ ഇതിനൊരു പരിഹാരമാകും. യാക്കോവിന്റെ പദ്ധതി എല്ലാവർക്കും സ്വീകാര്യമായി തോന്നി. ഡേവിഡോവും കൂട്ടുകൃഷി സ്ഥാപനത്തിന്റെ മറ്റ് ഭാരവാഹികളും യാക്കോവിന്റെ തടാക നിർമാണമെന്ന പദ്ധതിയെ അംഗീകരിച്ചു. അത് കൂട്ടുകൃഷിക്ക് വലിയ ഒരു മുതൽക്കൂട്ടാകുമെന്ന് അവർ അഭിപ്രായപ്പെട്ടു. മുമ്പും പല ജലസം

ഭരണികളും ഉണ്ടാക്കിയിരുന്നു. എന്നാൽ അവയൊന്നും തന്നെ ഗുണപ്രദമായിരുന്നില്ല. പറ്റിയ സ്ഥലത്തായിരുന്നില്ല അതുണ്ടാക്കിയിരുന്നത്. ഉഴവ് കഴിഞ്ഞ് തളർന്ന കാളകളെ രണ്ട് മണിക്കൂറിലധികം നടത്തിക്കേണ്ടിയിരുന്നു. ഇത് കൃഷിക്കാർക്ക് മുഴുവൻ വലിയ ബുദ്ധിമുട്ടുണ്ടാക്കി. ഫലത്തിൽ അത് കൃഷിക്കാർക്ക് ദ്രോഹമാണ് ചെയ്തത്. കാരണം വളരെ നേരം മണ്ണിൽ പണിത് തളർന്ന കൃഷിക്കാരെയും കന്നുകാലികളെയും വളരെ ദൂരം നടത്തിക്കുക എന്നത് പ്രയാസകരമായ കാര്യമാണ്. യാക്കോവിന്റെ പുതിയ പദ്ധതി അതിൽനിന്നും വ്യത്യസ്തമാണ്. പഴയ തടാകങ്ങൾ കൃഷിയിടങ്ങളിൽനിന്നും വളരെ അകലെയായിരുന്നു. സ്റ്റെപ്പിയിലാണ് അത് ഉണ്ടാക്കിയിരുന്നത്. എന്നാൽ യാക്കോവ് ലൂക്കിച്ചിന്റെ പുതിയ പദ്ധതിയനുസരിച്ച് കൃഷിയിടങ്ങളിൽ തന്നെ ജലസംഭരണികൾ നിർമിക്കും. കന്നുകാലികൾക്ക് വെള്ളം കുടിക്കാനും കുളിക്കാനും ഇത് സഹായകമാകും. അങ്ങനെ ഗ്രിമ്യാക്കിലോഗിൽ തടാക നിർമാണത്തിന്റെ പ്രവർത്തനം ആരംഭിച്ചു. വെള്ളംതടഞ്ഞുനിർത്താൻ തടയിണകൾ വേണം. അതിനുവേണ്ടി മരം മുറിക്കാനുള്ള ഏർപ്പാടുകൾ തുടങ്ങി.

ജനങ്ങളെല്ലാം വളരെ ആവേശകരമായിട്ടാണ് തടാകനിർമാണത്തെ വരവേറ്റത്. തടാക നിർമാണത്തോടൊപ്പം മറ്റൊരു പദ്ധതികൂടി യാക്കോവ് ലൂക്കിച്ച് മുന്നോട്ട് വെച്ചു. ഇഷ്ടികച്ചൂളയുടെ നിർമാണം എന്നതായിരുന്നു ആ പദ്ധതി. ഗ്രാമത്തിൽ കാർഷിക പ്രവർത്തനത്തിന് ഒഴിച്ചുകൂടാത്ത ഒന്നാണ് ഇഷ്ടിക നിർമാണം. പുറം ഗ്രാമത്തിൽ പോയിട്ടാണ് ഗ്രിമ്യാക്കിലോഗിലേക്ക് ഇഷ്ടികകൾ കൊണ്ടുവരുന്നത്. അതിനുവേണ്ടി വളരെ അധികം പണം ചെലവഴിക്കേണ്ടിവരുന്നു. പണം മാത്രമല്ല ധാരാളം ആളുകളെയും ഇതിനുവേണ്ടി ഉപയോഗിക്കുന്നു. കൂട്ടുകൃഷി സംഘത്തിന് പല കെട്ടിടങ്ങളും ഇനിയും നിർമിക്കേണ്ടതുണ്ട്. ഇത്തരം കെട്ടിടങ്ങളുടെ നിർമാണത്തിന് സ്വന്തമായി ഇഷ്ടികച്ചൂള ഉണ്ടാക്കുകയാണെങ്കിൽ അത് വലിയ അനുഗ്രഹമായിരിക്കും. യാക്കോവ് ലൂക്കിച്ച് വലിയ ആവേശത്തോടെ തന്റെ ഈ രണ്ടാമത്തെ ആശയം വിശദീകരിച്ചു. ഓരോന്നും അക്കമിട്ട് അയാൾ വിവരിച്ചു. ഇതെല്ലാം ഡേവിഡോവും കൂട്ടരും വളരെ ശ്രദ്ധയോടെ കേട്ടു. അവർക്ക് ഇതും വളരെ സ്വീകാര്യമായി തോന്നി.

അതുപോലെതന്നെ മറ്റൊരു പദ്ധതികൂടി അയാൾ മുന്നോട്ട് വെച്ചു. ഒരു മലയിടുക്കിലെ മണ്ണൊലിപ്പ് തടയുന്നതിനുള്ള പദ്ധതിയായിരുന്നു അത്. ധാരാളം തണ്ണിമത്തനും മറ്റ് പഴവർഗങ്ങളും വിളയുന്ന ഒരു മലയിടുക്കിലെ മണ്ണൊലിപ്പ് തടയാൻ വേണ്ടി യാക്കോവ് ആവിഷ്കരിച്ച പുതിയ പദ്ധതിയും ജനങ്ങൾ ആഹ്ലാദത്തോടെ അംഗീകരിച്ചു. മരക്കൊമ്പുകളും മരത്തടികളും മൺകട്ടകളും പാറക്കല്ലുകളും ഉപയോഗിച്ചാണ് മണ്ണൊലിപ്പ് തടഞ്ഞത്. മാത്രമല്ല, മണ്ണൊലിപ്പ് ഉണ്ടാകുന്ന പ്രദേശങ്ങളിൽ മരങ്ങൾ വെച്ചു പിടിപ്പിക്കാനുള്ള പദ്ധതിയും അയാൾ ആവിഷ്കരിച്ചു. അങ്ങനെ പോപ്ലാർ മരങ്ങളുടെയും അരളികളുടെയും ചെടികൾ വെച്ച് പിടിപ്പിക്കപ്പെട്ടു. മരത്തിന്റെ വേരുകൾ മണ്ണൊലിപ്പ് തടയാൻ സഹായക

മാകുമെന്ന് യാക്കോവ് ലൂക്കിച്ച് വിശദീകരിച്ചു. യാക്കോവിന്റെ ഈ പദ്ധതിയുടെ ഫലമായി ഒരുപാട് ഗുണങ്ങൾ നാടിനുണ്ടായി.

യാക്കോവ് ഗ്രാമത്തിൽ ഒരു വലിയ ചർച്ചാവിഷയമായി മാറി. അയാൾ മണ്ണിനെ സ്നേഹിക്കുന്നു. മൃഗങ്ങളെ സ്നേഹിക്കുന്നു. എല്ലാ ജീവജാലങ്ങളെയും സ്നേഹിക്കുന്നു. സ്നേഹിക്കുക മാത്രമല്ല അയാൾ ശുശ്രൂഷിക്കുകയും ചെയ്യുന്നു. യാക്കോവ് ലൂക്കിച്ചിന്റെ ഇടിഞ്ഞ് പോയിരുന്ന അന്തസ്സ് ഉയരാൻ തുടങ്ങി. അയാൾ അടങ്ങാത്ത ആത്മവീര്യത്തോടെ പകലന്തിയോളം ഗ്രാമത്തിനുവേണ്ടി അധ്വാനിക്കാൻ തുടങ്ങി. ഇതിന്റെ ഫലമായി നഗുൽനോവിനും പുതിയൊരു ഉന്മേഷവും ഊർജസ്വലതയും ഉണ്ടായി. അയാൾക്ക് യാക്കോവ് ലൂക്കിച്ചിനോട് വലിയ വിരോധമായിരുന്നു. എന്നാൽ ഇപ്പോൾ യാക്കോവ് പുതിയ പ്രവർത്തനങ്ങളിലൂടെ നാടിനെ ഇളക്കിമറിക്കാൻ തുടങ്ങിയത് നഗുൽനോവിനെ സ്പർശിച്ചു. അയാൾ പറഞ്ഞു:

“എന്തൊക്കെയായാലും ആ മനുഷ്യൻ ഒരു കൃഷിക്കാരനെന്ന നിലയിൽ ആള് കേമനാണ്. അയാളെപ്പോലെ കൃഷികാര്യങ്ങളിൽ അറിവുള്ള ഒരാൾ ഈ ഗ്രാമത്തിലില്ല. കൃഷിയെ സംബന്ധിച്ച പാരമ്പര്യ ജ്ഞാനവും ശാസ്ത്രീയ ജ്ഞാനവും അയാൾക്കുണ്ട്. നമുക്കിടയിൽനിന്നും ഒരാളെ അതുപോലെ വളർത്തിയെടുക്കണം. അതിനുവേണ്ടി അയാളെ ഉപയോഗിക്കണം. വിശാലമായ ഹൃദയമുള്ളവരാണ് നമ്മൾ. കോടിക്കണക്കിന് മനസുകൾ ചേർന്ന് മൂർച്ചയുള്ളതാണത്. മനസുകൾ കൂടിച്ചേരുമ്പോഴേ അതിന് ശക്തിയുണ്ടാവൂ. പല പിൻതിരിപ്പൻമാരും നമ്മുടെ കൂട്ടത്തിൽ ഉണ്ടായേക്കാം. എഞ്ചിനീയർമാരെപ്പോലുള്ള പലരും അത്ര നല്ല മനസുള്ളവർ ആയിരിക്കില്ല. എന്നാൽ നമ്മുടെ പ്രവർത്തനം കൊണ്ട് അവരുടെ ബുദ്ധിശക്തിയെ നമുക്ക് ഉപയോഗപ്പെടുത്താൻ കഴിയും. നമുക്ക് വേണമെങ്കിൽ അത്തരക്കാരെ കണക്കിന് കൊടുക്കാം. മാറ്റിനിർത്താം. പക്ഷേ നമ്മളത് ചെയ്യരുത്. അയാളുടെ കഴിവിനെ ഉപയോഗപ്പെടുത്തണം. എന്നിട്ട് അയാളോട് പറയണം, ‘സുഹൃത്തെ, നിങ്ങൾ കഴിവുള്ള മനുഷ്യനാണ്. പഠിപ്പുള്ള ആളാണ്. ഇതാ നിങ്ങളുടെ ജോലിയുടെ പ്രതിഫലം. ഈ പണം കൊണ്ട് മൂക്ക് മുട്ടെ ആഹാരം കഴിച്ചോളൂ. നിങ്ങളുടെ പത്നിക്ക് വിലപിടിപ്പുള്ള പട്ട് വസ്ത്രങ്ങൾ വാങ്ങിക്കൊടുക്കൂ. എന്നാൽ നിങ്ങളുടെ ബുദ്ധിശക്തി ലോകവിപ്ലവത്തിനുവേണ്ടി തിരിച്ച് വിടണം. നിങ്ങളുടെ എഞ്ചിനീയറിങ്ങ് രംഗത്തെ കഴിവുകൾ അതിനുവേണ്ടി ഉപയോഗപ്പെടുത്തൂ.’ അങ്ങനെ ആ എഞ്ചിനീയർ തന്റെ കഴിവുകൾ ലോകവിപ്ലവത്തിനുവേണ്ടി വിനിയോഗിക്കുന്നു. അയാളുടെ മനസ്സ് പലപ്പോഴും അയാളുടേതായ സ്വകാര്യലോകത്തിൽ ചുറ്റിക്കറങ്ങുകയായിരിക്കും. പക്ഷേ അതൊന്നും നമ്മൾ കാര്യമാക്കരുത്. അയാൾ അയാളുടെ ജോലിചെയ്യട്ടെ. അങ്ങനെയുള്ള ആളുകളെ വെടിവെച്ച് കൊന്നിട്ട് നമുക്കെന്താണ് ഗുണം. അയാളുടെ ചെരുപ്പുകളോ വാച്ചോ നമുക്ക് പിടിച്ചെടുക്കാൻ കഴിയുമായിരിക്കും. എന്നാൽ അയാളെ കൊണ്ട് ജോലി ചെയ്യിക്കുകയാണെങ്കിൽ പല നേട്ടങ്ങളും നമുക്കുണ്ടാകും. നമ്മുടെ നാടിനുണ്ടാകുന്നു. അതു

തന്നെയാണ് യാക്കോവിന്റെ കാര്യത്തിലും എനിക്ക് പറയാനുള്ളത്. ആ മനുഷ്യൻ തടാകങ്ങൾ നിർമിക്കട്ടെ ആ തടാകങ്ങളിലെ കുളിർ ജലം നമ്മുടെ മണ്ണിന് വേണ്ടി നമുക്ക് ഉപയോഗിക്കാം. അയാൾ പറഞ്ഞതനുസരിച്ച് നമുക്ക് ഇഷ്ടിക ചൂളകൾ നിർമിക്കാം. അവിടെ നിന്നുണ്ടാക്കുന്ന ഇഷ്ടികകൾ ഉപയോഗിച്ച് നമുക്ക് പത്തായപ്പുരകളും കുതിരാലയങ്ങളും വീടുകളും നിർമിക്കാം. അയാൾ മണ്ണൊലിപ്പ് തടയട്ടെ. അയാൾ നട്ട പോപ്ലാർ മരച്ചെടികൾ വളർന്ന് പന്തലിക്കട്ടെ. അതിന്റെ പച്ചിലകൾ നമ്മുടെ മണ്ണിനെ കുളിരണിയിക്കട്ടെ. ആ മരങ്ങളുടെ വേരുകൾ നമ്മുടെ മണ്ണിനെ പുണരട്ടെ. അങ്ങനെ അയാളുടെ ബുദ്ധിശക്തി നാടിനും നാട്ടുകാർക്കും ഗുണമേകട്ടെ. അങ്ങനെ സോവിയറ്റ് യൂണിയൻ ശക്തിപ്പെടട്ടെ. ലോകവിപ്ലവം വിജയിക്കട്ടെ. ഇതാണെന്റെ അഭിപ്രായം."

യാക്കോവ് ലൂക്കിച്ചിന്റെ ജീവിതത്തിലെ ഒരു പ്രത്യേക ഘട്ടമായിരുന്നു ഇത്. അയാൾ അറിയാതെ തന്നെ അയാളുടെ ജീവിതം പ്രകാശിക്കാൻ തുടങ്ങി. അയാളുടെ അന്തസുയർന്നു. കൂട്ടുകൃഷി പ്രസ്ഥാനത്തിനുള്ളിൽ നിന്നുകൊണ്ട് അതിനെ തകർക്കാൻ പൊളോവ്ട്സേവിന്റെ ചാരനായി പ്രവർത്തിച്ചതായിരുന്നു മുമ്പ് അയാൾ. അപ്പോഴും അയാളുടെ മനസ് പൂർണമായും കൂട്ടുകൃഷി പ്രസ്ഥാനത്തിന് വേണ്ടി ഉഴിഞ്ഞ് വെച്ചിരിക്കുകയായിരുന്നു. വളരെ വിചിത്രമായ ഒന്നായിരുന്നു ഇത്. രാവും പകലും അയാൾ കൂട്ടുകൃഷിക്ക് വേണ്ടി അത്യധ്വാനം ചെയ്തു. പൊളോവ്ട്സേവിന്റെ നേതൃത്വത്തിൽ ഒരു കലാപം ഉണ്ടാവുമെന്ന് അയാൾ വിശ്വസിച്ചു. എന്നാൽ ആ ലക്ഷ്യം പൂവണിഞ്ഞില്ല. കലാപത്തിന്റെ ശക്തികൾ വീണ്ടും വീണ്ടും തല പൊക്കിയെങ്കിലും വിജയം കണ്ടില്ല. യാക്കോവ് ലൂക്കിച്ചിന് ഇപ്പോൾ ഒരു കാര്യം വ്യക്തമായി. കൂട്ടുകൃഷിക്കെതിരെ ഒരു കലാപവും വിജയിക്കില്ല. ജനങ്ങളിൽ കൂടുതൽ പേർ സോവിയറ്റ് ഭരണത്തോട് അടുപ്പം കാണിച്ച് തുടങ്ങി. പല കൊസാക്കുകളും ഇപ്പോൾ കൂട്ടുകൃഷിയിൽ ചേർന്ന് ആവേശത്തോടെ പ്രവർത്തിക്കുന്നു. പൊളോട്സേവിന്റെ കലാപം എന്ന ആശയം നിലംപൊത്തി. അപ്പോഴും അയാളുടെ മനസിൽ നിരാശയുടെ കിരണങ്ങൾ ഉണ്ടായിരുന്നു. സോവിയറ്റ് യൂണിയനെ തകർക്കാൻ തന്റെ യജമാനനായ പൊളോവ്ട്സേവിന് കഴിഞ്ഞില്ലല്ലോ എന്ന ദുഃഖം അയാളെ ചെറുതായി അലട്ടിയിരുന്നു. പക്ഷെ അപ്പോഴും താൻ അറിയാതെ തന്റെ ഉള്ളിൽ പുതിയ പ്രതീക്ഷയുടെ രശ്മികൾ പ്രകാശിച്ചു. തന്റെ ജീവിതം ഇന്ന് പ്രതീക്ഷാ നിർഭരമാണ്. കൂട്ടുകൃഷി പ്രസ്ഥാനം അയാളെ അത്രമേൽ സ്വാധീനിച്ചുകഴിഞ്ഞിരിക്കുന്നു. മുമ്പൊക്കെ ജനകീയപൊലീസ് എന്ന്കേട്ടാൽ അയാൾക്ക് കലികയറുമായിരുന്നു. തന്റെ വൃദ്ധയായ അമ്മ യാക്കോവിനോട് ചോദിക്കുമായിരുന്നു:

"എന്റെ മകനെ, ദൈവത്തിൽ വിശ്വസിക്കാത്തവരുടെ ഈ ഭരണം എന്നാണ് അവസാനിക്കുക."

"ആരുടെ ഭരണമായാലും അമ്മയ്ക്കെന്താ?"

“അങ്ങനെയാണോ അവർ കമ്യൂണിസ്റ്റുകാർ നമ്മുടെ പള്ളികളെല്ലാം പൂട്ടിയില്ലേ.”

“അമ്മ അതോർത്ത് വിഷമിക്കേണ്ട. പള്ളി പൂട്ടിയാലും ഇല്ലെങ്കിലും അമ്മയ്ക്ക് പ്രാർഥിക്കാമല്ലോ.”

“എടാ നീ ആ ദുഷ്ടന്മാരെ സഹായിക്കരുത്.”

“അമ്മ വിഡ്ഢിത്തം പറയരുത്. വേണ്ടാത്ത കാര്യങ്ങൾ ആലോചിച്ച് വിഷമിക്കരുത്. ഈ വയസുകാലത്ത് ദൈവത്തെ പ്രാർഥിച്ച് കഴിഞ്ഞുകൂടണം. നിങ്ങൾ എനിക്ക് അപകടം ഉണ്ടാക്കിവെക്കും. എല്ലാം നല്ലതിനാണെന്ന് അമ്മ പറയാറില്ലെ. പിന്നെ എന്തിനാണ് പ്രയാസപ്പെടുന്നത്. സംഭവിക്കുന്നതെല്ലാം നല്ലതിനാണെങ്കിൽ അതെല്ലാം സ്വീകരിക്കുക. നിങ്ങളുടെ ആഹാരം ആരും പിടിച്ചെടുക്കില്ല.”

അമ്മയോട് ഇങ്ങനെ പറഞ്ഞ് യാക്കോവ് ലൂക്കിച്ച് തടിതപ്പുമായിരുന്നു. എങ്കിലും അയാളുടെ മനസ്സ് അന്ന് അസ്വസ്ഥമായിരുന്നു. അയാൾക്ക് അയാളുടെ വൃദ്ധയായ അമ്മയെ പേടിയായിരുന്നു. തന്റെ രഹസ്യങ്ങളെല്ലാം അവർ പുറത്ത് പറയും എന്ന ഭയം അയാളെ വേട്ടയാടിയിരുന്നു. അതുകൊണ്ട് വീട്ടിലാരെങ്കിലും വന്നാൽ യാക്കോവ് ലൂക്കിച്ച് തന്റെ അമ്മയെ മുറിയിലിട്ട് പൂട്ടുമായിരുന്നു. ആ പാവം എത്രയോ നാളുകൾ പുറത്തിറങ്ങാതെ മുറിയിൽതന്നെ കഴിച്ചുകൂട്ടും. എന്നാൽ ഞായറാഴ്ച പള്ളിയിൽ പോകാൻ അവരെ അനുവദിച്ചിരുന്നു. ആ സാധുസ്ത്രീ ഞായറാഴ്ച ദിവസങ്ങളിൽ നാട്ടുകാരോട് പരാതി പറയും:

“എന്റെ പ്രിയപ്പെട്ട നാട്ടുകാരെ, എന്റെ മോൻ യാക്കോവും അവന്റെ പെൺ പിറന്നോളും എന്നെ മുറിയിലിട്ട് പൂട്ടുകയാണ്. എനിക്കവർ ആഹാരം തരാറില്ല. കുടിക്കാൻ വെള്ളംപോലും. കണ്ണീര് കുടിച്ചാണ് ഞാൻ കഴിയുന്നത്. പണ്ട് എന്റെ മോന്റെ ആപ്പീസർമാർ വീട്ടിൽ താമസിച്ചിരുന്നപ്പോൾ കഴിക്കാൻ സൂപ്പും മറ്റ് കറികളും കിട്ടുമായിരുന്നു. പക്ഷെ ഇന്ന് ഞാൻ നരകിക്കുകയാണ്. എന്റെ മോനും ഭാര്യയും ഇന്ന് മനുഷ്യരല്ലാതായി മാറിയിരിക്കുന്നു. അയ്യോ എനിക്കത് ഊഹിക്കാൻപോലും വയ്യ. എനിക്കീ ഗതി വന്നല്ലോ. പ്രിയപ്പെട്ടവരേ, എന്റെ ഗതി ഇതായല്ലോ. എന്റെ വയറ്റിൽ പിറന്ന അവൻ എന്നോട് ഇങ്ങിനെ കടുപ്പം കാണിക്കുന്നല്ലോ. കണ്ണിൽ ചോരയില്ലാത്ത പണിയാണവൻ ചെയ്യുന്നത്. എന്തിനാണ് അവൻ ഇങ്ങനെ ചെയ്യുന്നത്. എന്റെ ഈശ്വരാ, എനിക്കതറിയില്ല. ഞാനെന്ത് തെറ്റാണ് അവനോട് ചെയ്തത്. പണ്ടൊന്നും അവനിങ്ങനെ അല്ലായിരുന്നു. ഈശ്വരനിൽ വിശ്വസിക്കാത്തവരുടെ ഭരണത്തെ അവനിഷ്ടമല്ലായിരുന്നു. അവനതിനെ വെറുത്തിരുന്നു. എന്നാൽ അവന്റെ സ്വഭാവം ആകെ മാറിപ്പോയിരിക്കുന്നു. വിശ്വാസമില്ലാത്തവരുടെ ഭരണം ഇല്ലാതാവാൻ വേണ്ടി പണ്ട് ഞാൻ അവനെ അനുഗ്രഹിക്കണമായിരുന്നു. എന്നാൽ ഇപ്പോൾ അവർക്കെതിരെ പറയുന്നതുപോലും അവനിഷ്ടമല്ല. അവന് ഞാനൊരു ദുശ്ശകുനമാണ്. ”

അമ്മയെക്കുറിച്ചുള്ള ചിന്തകൾ അയാളെ അസ്വസ്ഥനാക്കിയിരുന്നു എന്നതൊഴിച്ചാൽ യാക്കോവ് ലൂക്കിച്ചിന്റെ ജീവിതം ഇന്ന് തീർത്തും

ആഹ്ലാദകരമാണ്. അയാൾക്ക് ഒരു പുതിയ ജീവിതം കിട്ടിയതുപോലെയാണ് ഇപ്പോൾ. കരിഞ്ഞുണങ്ങിപ്പോയി എന്ന് കരുതിയിരുന്ന ഒരു വൃക്ഷത്തടിയിൽ പുതിയ നാമ്പ് കിളിർത്തുവന്നപോലെ.

# 43

ല്യൂഷ്കാന ഇന്ന് ആഹ്ലാദവതിയാണ്. ചെറുപ്പക്കാരിയും മാദകസുന്ദരിയുമായ അവൾ വിവാഹ മോചനം നേടിയ ശേഷം വളരെ ഉല്ലാസവതിയാണ്. കൂട്ടുകൃഷിയുടെ പ്രവർത്തനത്തിൽ അവൾ മനസറിഞ്ഞ് പങ്കെടുക്കുന്നു. ഉഴുതുമറിച്ച കന്നിമണ്ണിൽ പുതിയ വിത്തുകൾ വിതച്ചുകൊണ്ട് അവൾ ഗ്രാമത്തിന്റെ ചൈതന്യമായി മാറിക്കഴിഞ്ഞു. പകൽ മുഴുവൻ കൃഷിപ്പണി ചെയ്ത് രാത്രിയിൽ അവൾ കൂട്ടുകൃഷിക്കാരുടെ കൂടാരത്തിൽ താമസിക്കുന്നു. പകൽ എല്ലാ ജോലികളും അവൾ ചെയ്യുന്നു. വിതയ്ക്കുകയും കാളകളെ നോക്കുകയും എല്ലാം അവളുടെ ജോലിയാണ്. എന്നാൽ രാത്രിയാവുന്നതോടെ അവളുടെ ചുവന്ന നിറമുള്ള കൂടാരത്തിൽ സംഗീതോപകരണങ്ങൾ നിദ്രവിട്ട് ഉണരുകയായി. അവൾ മനോഹരമായി എക്കോഡിയൻ വായിക്കും. ചെറുപ്പക്കാരും ചെറുപ്പക്കാരികളും ആടുകയും പാടുകയും ചെയ്യും. വസന്തോൽസവത്തിൽ കുയിലുകൾ പ്രകൃതിയെ മുഴുവൻ മധുരഗീതം കൊണ്ട് കുളിരണിയിക്കുന്നതുപോലെ പാതിരാവുകളിൽ ല്യൂഷ്കാനയുടെ സംഗീതവും നൃത്തവും ആ ഗ്രാമത്തെ പുളകം കൊള്ളിക്കും. ആനന്ദനർത്തനമാടുന്ന ആ ഉൽസവസംഘത്തിന്റെ മുഴുവൻ ശ്രദ്ധാകേന്ദ്രവും അവളായിരുന്നു.

അവൾക്ക് ജീവിതം ഉൽസവമാണ്. മദിരോൽസവം. ജീവിതം എന്നും അവൾ ആസ്വദിച്ചിരുന്നു. ആനന്ദിക്കാനുള്ളതാണ് അവൾക്ക് ഈ പ്രകൃതി. അവളുടെ മനോഹരമായ മുഖത്ത് നിരാശയുടെ നിഴൽപോലും വീണിരുന്നില്ല. എന്തെന്നില്ലാത്ത ആത്മവിശ്വാസം അവളുടെ കണ്ണുകളിൽ മിന്നിമറിഞ്ഞിരുന്നു. വിരിഞ്ഞുയർന്ന് നിൽക്കുന്ന അവളുടെ കൺപുരികങ്ങൾ എല്ലാവരെയും മോഹിപ്പിച്ചു. നഗുൽനോവും അവളും തമ്മിലുള്ള വിവാഹബന്ധം വേറിട്ടതോടെ അവളുടെ ജീവിതം തളിരണിയാൻ തുടങ്ങി. അവളുടെ മനസിൽനിന്നും നഗുൽനോവ് എന്നോ മറഞ്ഞുപോയിരുന്നു.നഗുൽനോവിനെ മാത്രമല്ല തന്റെ കാമുകൻ തിമോഫിയേയും അവൾ മറന്നു. അയാളിന്ന് എവിടെയോ ആണ്. പക്ഷെ അവൾക്കതൊന്നും ഒരു പ്രശ്നമല്ല. അവൾ രാത്രികളിൽ തന്റെ മനോഹരമായ ഉടൽ തുള്ളിത്തുളുമ്പുമാറ് നൃത്തം ചെയ്യും. ചെറുപ്പക്കാർ ആ നൃത്തത്തിനൊപ്പം ചുവട് വെക്കുന്നു. ആനന്ദനൃത്തത്തിന്റെ ആർപ്പുവിളികൾ ഗ്രാമത്തെ കോരിത്തരിപ്പിക്കുന്നു. ഇതെല്ലാം കണ്ട് സഹികെട്ട ഒരു വൃദ്ധൻ ഒരു ദിവസം അവളെ ഉപദേശിക്കാൻ നോക്കി. അതിനുള്ള അവളുടെ പ്രതികരണം ഇതായിരുന്നു:

"അമ്മാവാ, എന്റെ ജീവിതം ഞാൻ ജീവിച്ച് തീർത്തോളും. ഞാൻ അധ്വാനിക്കുന്നു. അത് കഴിഞ്ഞ് ഞാൻ പാടുകയോ ആടുകയോ

ചെയ്തെന്ന് വരും. അതെന്റെ വിനോദമാണ്. അതിൽ കൈകടത്താൻ ആർക്കും അധികാരമില്ല. പറയുന്നതുകൊണ്ട് മുഷിയരുത്. അമ്മാവാ നിങ്ങൾ പോയി നല്ല പുതപ്പ് പുതച്ച് എവിടെയെങ്കിലും കേറികിടന്നോളൂ. നിങ്ങൾക്കൊക്കെ അസൂയയാണ്. ആരെങ്കിലും സന്തോഷിക്കുന്നു എന്ന് തോന്നുമ്പോൾ നിങ്ങളെപ്പോലുള്ളവർക്ക് ഉറക്കം വരില്ല. വേണമെങ്കിൽ നിങ്ങൾക്കും എന്നോടൊപ്പം ആടിപ്പാടാം. നിങ്ങളുടെ മുഖത്ത് വസൂരിക്കല ഉണ്ട് എന്നത് എനിക്കൊരു പ്രശ്നമല്ല. കലയുള്ളവർ നല്ല ഹൃദയമുള്ളവരാണെന്ന് കേട്ടിട്ടുണ്ട്. അങ്ങനെയാണെങ്കിൽ അമ്മാവൻ വന്നോളൂ നമുക്കാടിപ്പാടി രസിക്കാം "

അവളുടെ ഈ വാക്കുകൾ കേട്ടതോടെ പിന്നെ അയാൾ അവിടെ നിന്നില്ല. അയാൾ നേരെ ഡോവിഡോവിന്റെ അടുത്തേയ്ക്കുപോയി. വിവരങ്ങളെല്ലാം ധരിപ്പിച്ചു.

"സഖാവ്, ഡേവിഡോവ്, ഇവിടെ നടക്കുന്ന കാര്യങ്ങളൊന്നും നിങ്ങളറിയുന്നില്ലെ. കൂട്ടുകൃഷിയുടെ പേരിൽ എന്തൊക്കെയാണ് നിങ്ങൾ ചെയ്തുകൂട്ടുന്നത്. ല്യൂഷ്കയെപ്പോലുള്ള താന്തോന്നികളെ എന്തിനാണ് ഇങ്ങനെ അഴിച്ചുവിട്ടിരിക്കുന്നത്. രാത്രിയിൽ അവളുടെ കൂടാരത്തിൽ നടക്കുന്ന അഴിഞ്ഞാട്ടം കാണാൻ നിങ്ങളൊന്ന് അങ്ങോട്ട് വരണം. ചെറുപ്പക്കാരെ മുഴുവൻ കൈയിലെടുത്ത് അമ്മാനമാടുകയാണ് അവൾ. അവളെപ്പോലുള്ള ഒരു തുള്ളിച്ചിയുടെ ചുറ്റും തുള്ളാൻ കുറെ പൂവൻമാരും അവിടെയുണ്ട്. ഭൂമി കുലുങ്ങുന്ന മട്ടിലാണ് അവളുടെ തുള്ളൽ. അത്രയ്ക്ക് ഭീകരമാണ് അവളുടെ കാലുകൾ. നിങ്ങളത് നേരിൽകണ്ടാൽ മനസിലാകും. അവൾ തുള്ളിയതുകൊണ്ട് ആ കൂടാരത്തിന്റെ മുറ്റം മുഴുവൻ താണുപോയിരിക്കുന്നു. ആകാശത്ത് നക്ഷത്രങ്ങൾ മുഴുവൻ മറഞ്ഞാലും അവളുടെ കൂടാരത്തിൽ ആട്ടവും പാട്ടും ഒഴിയാറില്ല. ചന്തയിൽ പോയതുപോലെയാണ്. എനിക്കവിടെ നിന്ന് വീർപ്പ് മുട്ടുന്നു. നിങ്ങളെന്തിനാണ് അവളെ ഞങ്ങളുടെ കൂട്ടത്തിൽ പെടുത്തിയത്. അവൾ ഒരു യക്ഷിയെപ്പോലെ രാത്രിമുഴുവൻ കറങ്ങിത്തിരിയുകയാണ്. രാത്രിയിൽ ഉറങ്ങാതെ അവൾ പകലെങ്ങനെയാണ് ജോലിചെയ്യുക. പകൽ അവളുടെ കണ്ണുകൾ മാളിയിരിക്കും. തെന്നിത്തെന്നിയാണ് അവൾ നടക്കുന്നത്. നിങ്ങളൊരു കാര്യം ചെയ്യണം അവളെ ഒന്നുപദേശിക്കണം. വിവാഹം കഴിച്ച ഒരു പെണ്ണല്ലേ അവൾ. അവൾക്കൊരു ഭർത്താവില്ലേ. കുടുംബമില്ലേ. അന്തസുള്ള ഒരു സ്ത്രീയെപ്പോലെ ജീവിക്കാൻ നിങ്ങളവളെ ഉപദേശിക്കണം."

"താനെന്താണ് കരുതിയത്. ആരോടാണെന്ന് വെച്ചാണ് നിങ്ങൾ ഇങ്ങനെയൊക്കെ പറയുന്നത്. ഞാൻ അവളുടെ കാരണവരാണോ. അല്ല ഗുരുനാഥനോ. വേഗം ഇവിടെനിന്നും പോകുന്നതാണ് നല്ലത്. ഓരോരോ മാരണങ്ങൾ കയറിവരും. ഒന്നുപോയാൽ മറ്റൊന്ന്. അവളെ ഉപദേശിക്കാനും നേരെയാക്കാനും ഞാനാരാ. അവൾക്ക് ജോലിചെയ്യാനറിയില്ലെങ്കിൽ അവളെ പുറത്താക്കണം. അല്ലാതെ ഓഫീസിലേക്ക് ചാടിവന്ന് എന്നോട് പരിദേവനം പറയുകയല്ല വേണ്ടത്. എന്റെ പണി അതൊന്നുമല്ല. നിസ്സാരമായ കാര്യങ്ങൾക്ക്

ഇങ്ങോട്ട് ഓടിവരരുത്. നിങ്ങളെപ്പോലെ വേറെയും ചില ആളുകളുണ്ട്. അവർ വന്നിട്ട് പറയും, 'സഖാവെ ഞങ്ങളുടെ കുതിരയ്ക്ക് വയറിളക്കം' 'സഖാവെ ഞങ്ങളുടെ കാള പണിയെടുക്കുന്നില്ല.' ഇപ്പോഴിതാ ഒരു മാരണം വന്നിരിക്കുന്നു. 'സഖാവ് ഡേവിഡോവ് ഒരു പെണ്ണിതാ വാല് പൊക്കുന്നു. ' എന്താണ് നിങ്ങളൊക്കെ മനസിലാക്കിയത്. ഞാൻ പോയി അവളുടെ വാല് മുറിക്കണോ. അത് പള്ളിയിൽ പോയി പറയൂ. കാളയ്ക്കും കുതിരയ്ക്കും സുഖമില്ലെങ്കിൽ മൃഗവൈദ്യനെ കാണണം. അല്ലാതെ വാല് പൊക്കി ഇങ്ങോട്ട് വരികയല്ലവേണ്ടത്. കാര്യങ്ങൾ സ്വയം ഏറ്റെടുത്ത് നടപ്പിലാക്കാൻ പഠിക്കണം. എന്തിനും ഏതിനും എന്റെ സഹായം തേടരുത്. അതുകൊണ്ട് വേഗം ഇവിടുന്ന് പോകുകയാണ് നല്ലത്."

അയാൾ ഡേവിഡോവിന്റെ ശകാരം കേട്ടതോടെ വേഗം സ്ഥലം വിട്ടു. ഡേവിഡോവ് തികച്ചും ക്ഷുഭിതനായിരുന്നു. അയാൾ രണ്ടു സിഗരറ്റുകൾ ഇടതടവില്ലാതെ വലിച്ചു. അയാളുടെ മനസിൽ എന്തെന്നില്ലാത്ത ഒരസ്വസ്ഥതയുണ്ടായിരുന്നു. എന്തിനാണയാൾ ക്ഷോഭിച്ചത്. യഥാർഥത്തിൽ അതിന്റെ കാരണം മറ്റൊന്നായിരുന്നു. അയാൾ ല്യൂഷ്കയെ കുറിച്ചോർക്കും. അവൾ ചെറുപ്പക്കാരെ മുഴുവൻ രാത്രിയിൽ തുള്ളിക്കുന്നു എന്ന്കേട്ടതാണ് പ്രശ്നമായത്. ഒരിക്കൽ അവളെ ഡേവിഡോവ് കണ്ടതാണ്. കൂട്ടുകൃഷി ഓഫീസിനടുത്ത് വെച്ചായിരുന്നു അത്. അന്ന് അവൾ ലജ്ജാവതിയായി തന്നോട് സംസാരിച്ചു. അവളുടെ പാതി കൂമ്പിയ കൺകോണുകളിൽ നിലാവ്പോലുള്ള മന്ദഹാസമുണ്ടായിരുന്നു. അവളുടെ വളഞ്ഞ പുരികങ്ങൾ തന്നെ അസ്വസ്ഥമാക്കിയിരുന്നു. തനിക്കുവേണ്ടി ഒരു പുരുഷനെ കണ്ടുപിടിക്കണമെന്നും അതിനാകില്ലെങ്കിൽ താൻതന്നെ അവളുടെ പുരുഷനാകണമെന്നും അവൾ ആവശ്യപ്പെട്ടു. പുറത്ത് ഒന്നുംകാട്ടിയില്ലെങ്കിലും അന്ന് മുതൽ അയാളുടെ മനസിൽ എവിടെയോ അവളുടെ കണ്ണുകൾ ഉടക്കിയിരുന്നു. അതിന് ശേഷം അയാളറിയാതെ തന്നെ അവളുടെ മുഖം തന്നിലേക്കു കയറിവന്നിരുന്നു. അവൾ വെറുമൊരു കൊച്ചുപെണ്ണാണ്. തലയ്ക്കകത്ത് ആൾപ്പാർപ്പില്ലാത്ത പെണ്ണ്. അനുകമ്പയായിരുന്നു ആദ്യമൊക്കെ. എന്നാലിപ്പോൾ അത് മാറിയിരിക്കുന്നു. ചെറുപ്പക്കാരോടൊപ്പം അവൾ നൃത്തം ചെയ്യുന്നു എന്ന് കേട്ടതോടെ അയാൾ പൊട്ടിത്തെറിച്ചതിന്റെ പിന്നിൽ മറ്റൊന്നുമായിരുന്നില്ല.

ല്യൂഷ്കാന അയാളെ കീഴടക്കിക്കഴിഞ്ഞിരുന്നു. തന്റെ ഏകാന്ത ജീവിതത്തിലേക്ക് അവൾ കയറിവന്നത് എപ്പോഴാണെന്ന് ഓർമയില്ല. രാത്രികാലങ്ങളിൽ ഉറക്കം നഷ്ടപ്പെടും. കട്ടിലിൽ ഇരുന്ന് ഏറെ നേരം പുകവലിക്കുന്നു. രാപ്പക്ഷികളുടെ മധുരഗാനം അയാളെ അസ്വസ്ഥമാക്കുന്നു. ആ അസ്വസ്ഥതയ്ക്ക് എന്തെന്നില്ലാത്ത ഒരാസ്വാദ്യതയുണ്ടായിരുന്നു. ചിലപ്പോൾ അയാൾ പുറത്തിറങ്ങിനിൽക്കും. രാത്രിയിൽ വിടരുന്ന പൂക്കളുടെ മദസൗരഭം അയാളെ മത്ത് പിടിപ്പിക്കും. അയാൾ അത് സഹിക്കാൻ കഴിയാതെ മുറിയിലേക്ക് തന്നെ വരും. പുതപ്പിനുള്ളിൽ തല മൂടിക്കൊണ്ട് അയാൾ ഉറങ്ങാതെ കിടക്കും. പലപ്പോഴും അയാൾ മയങ്ങു

ന്നത് കണ്ണടയ്ക്കാതെയാണ് എന്ന കാര്യം അയാൾ തിരിച്ചറിഞ്ഞു. പകൽമുഴുവൻ കൺപോളകളിൽ ആ ഭാരം അയാളെ അത് ഓർമപ്പെടുത്തുന്നു. ഈ അടുത്തകാലത്തായി ഗ്രിമ്യാക്കിലോഗിലെ വസന്ത കാലം അയാളുടെ വികാരത്തെ കൂടുതൽ തീക്ഷ്ണമാക്കുന്നു. പോപ്ലാർ മരത്തോപ്പുകളിലും ചെറിത്തോപ്പുകളിലും വസന്തം യൗവനതീക്ഷ്ണമായി നൃത്തം ചെയ്യുന്നു. വിടർന്നുനിൽക്കുന്ന പൂക്കളും വിരുന്നുകാരായി എത്തിയ നാടോടിപ്പക്ഷികളും ആ വസന്ത നൃത്തത്തിന് മിഴിവേകുന്നു. ചെറിമരത്തോപ്പിൽ വീണ് കിടക്കുന്ന പഴങ്ങൾ അന്തരീക്ഷത്തിന് മദഗന്ധം പകരുന്നു. രാത്രിയിൽ വാനമ്പാടികൾ സംഘം ചേർന്ന് പാടുന്നു. ആരുടെയോ മദോന്മത്ത നൃത്തത്തിന് രാഗം പകരുന്നതുപോലെ കൊച്ചുകിളികൾ പാടുന്നു. ആ പാട്ടുകൾ കേൾക്കുമ്പോൾ ഡേവിഡോവിന് ഭ്രാന്ത് വരും. ഇപ്പോൾ ല്യൂഷ്കാന ചെറുപ്പക്കാരെ തുള്ളിക്കുന്നു എന്ന് കേട്ടപ്പോൾ വന്ന ആ ഭ്രാന്ത് തന്നെ.

മാസങ്ങൾ വീണ്ടും കഴിഞ്ഞു. ല്യൂഷ്കാന തന്റെ ആഹ്ലാദകരമായ ജീവിതവുമായി മുന്നോട്ടുപോയി. ആടിത്തിമിർത്തുകൊണ്ട് അവൾ രാവുകളെ ആനന്ദഭരിതമാക്കി. അവളുടെ ജീവിതം പ്രണയതീക്ഷ്ണമായിരുന്നു. ഹൃദയം പ്രണയസുരഭിലമായിരുന്നു. കൊയ്ത്തുകഴിഞ്ഞ് അവൾ ഡേവിഡോവിനെ ഒരു ദിവസം സന്ദർശിച്ചു.

ല്യൂഷ്കാന വരുമ്പോൾ സമയം രാത്രിയായിരുന്നു. ഡേവിഡോവ് ആഹാരം കഴിച്ച് കട്ടിലിൽ കിടന്ന് പത്രം വായിക്കുകയായിരുന്നു അപ്പോഴാണ് ആരോ വന്ന് വാതിൽ തുറന്നത്.

" അകത്തേക്ക് വരാമോ?"

ആർദ്രമായ ഒരു സ്ത്രീശബ്ദം.

"വന്നോളൂ."

ഡേവിഡോവ് കിടക്കയിൽ നിന്നും ചാടിയെണീറ്റു. അപ്പോഴേക്കും അവൾ അകത്തുകടന്നിരുന്നു. അവൾ വാതിൽ പിറകിൽ നിന്നുമടച്ചു. ഒരു കറുത്തവസ്ത്രം കൊണ്ട് അവൾ ശരീരം മൂടിയിരുന്നു. അവളുടെ കണ്ണുകൾ തിളങ്ങുന്നുണ്ടായിരുന്നു. ചൂടേറ്റ് അവളുടെ മുഖം കുറച്ചൊന്ന് ഇരുണ്ടിരുന്നു. അവളുടെ ചുണ്ടുകൾ ചെറിപ്പഴം പോലെ ചുവന്നിരുന്നു. ഡേവിഡോവിന്റെ ചുണ്ടുകൾ വരണ്ടുപോയിരുന്നു. അയാൾക്ക് അവളെ എങ്ങനെ സ്വീകരിക്കണമെന്ന് അറിയില്ലായിരുന്നു. അയാളെന്തെങ്കിലും പറയുന്നതിന് മുമ്പ് അവൾ തന്നെ തുടക്കമിട്ടു.

"ഞാൻ വന്നത് എന്തിനാണ് എന്നല്ലേ ആലോചിക്കുന്നത്."

"അതെ."

"നിങ്ങളെ കാണാൻ."

"എന്തിന്."

"സുഖവിവരങ്ങളറിയാൻ."

"ഇരിക്കൂ."

കുപ്പായത്തിന്റെ കുടുക്കുകളിട്ടുകൊണ്ട് അയാൾ അവൾക്കിരിക്കാൻ

ഒരു കസേര കൊടുത്തു. അയാൾ കിടക്കയിൽ ഇരുന്നു. പിന്നെ നിശ്ശബ്ദതയായിരുന്നു. അയാൾക്കൊന്നും പറയാൻ കഴിഞ്ഞില്ല. ആകെ ഒരമ്പരപ്പ്. എങ്കിലും എന്തെന്നില്ലാത്ത ഒരു സന്തോഷം.

ല്യൂഷ്ക ആകട്ടെ കാലുകൾകൊണ്ട് താളംപിടിച്ചും കണ്ണുകൾകൊണ്ട് മഴവില്ല് വരച്ചും അവിടമാകെ ഒന്ന് കണ്ണോടിച്ചു. അവളുടെ പാവാട കുറച്ചൊന്ന് മേലോട്ട് കയറ്റിവെച്ചു. പിന്നെ കസേരയിലിരുന്നുകൊണ്ട് അവൾ ചോദിച്ചു:

"ചെയർമാൻ സഖാവെ, എങ്ങനെ പോകുന്നു."

"സുഖമായിത്തന്നെകഴിയുന്നു."

"ജീവിതം ഒറ്റയ്ക്കാണല്ലെ..................."

"എപ്പോഴും തിരക്കാണല്ലോ."

"എങ്കിലും രാത്രികളിൽ ഏകനല്ലെ."

"അതെ."

" ഞനുണ്ടായിരുന്നെങ്കിൽ .........................."

ഡേവിഡോവ് ആകെ സ്തംഭിച്ചുപോയി. അയാളുടെ മുഖമാകെ ചുവന്ന്തുടുത്തു. അയാൾ എന്തോ ഒരു ശബ്ദമുണ്ടാക്കി. അതെന്തായിരുന്നുവെന്ന് അയാൾക്കറിയില്ലായിരുന്നു. ല്യൂഷ്ക അയാളുടെ കാൽവിരലുകളിലേക്ക് നോക്കിയിരുന്നു. അപ്പോൾ അവളുടെ കൺപീലികൾ അയാളുടെ മുഖത്ത് മുട്ടിയുരുമ്മുന്നതുപോലെ അയാൾക്ക് തോന്നി. അവളുടെ കണ്ണുകളിൽ പുഞ്ചിരി തത്തിക്കളിക്കുന്നുണ്ടായിരുന്നു. തെല്ലുനേരത്തെ നിശ്ശബ്ദതയ്ക്കുശേഷം അയാൾ പറഞ്ഞു:

" നിന്റെ ഓരോ കാര്യം."

" ഒരിക്കലും ഏകാന്തത തോന്നിയിട്ടില്ലേ?"

" ഇല്ല."

" സത്യമായും. നീ എന്തിനാണ് വന്നത്?"

"വെറുതെ കാണാൻ. പത്രത്തിൽ എന്താണ് കാര്യമായിട്ട് വായിക്കുന്നത്."

"ഓ കാര്യമായിട്ടൊന്നുമില്ല."

"ലോകവിപ്ലവത്തപ്പറ്റി എന്ത് പറയുന്നു?"

ല്യൂഷ്ക ഇത് പറയുമ്പോൾ അവളുടെ സ്വരത്തിന് ഒരു ഗൗരവമുണ്ടായിരുന്നു.

"ലോക വിപ്ലവത്തെപ്പറ്റി പലതും പറയുന്നുണ്ട്. പക്ഷെ നീ വന്ന കാര്യം പറയൂ." അവളോട് സംസാരിക്കുന്നതുകൊണ്ട് ഡേവിഡോവിന് പ്രയാസമുണ്ടായിരുന്നു. കൂട്ടുകൃഷി നേതാവ് എന്ന നിലയിൽ തനിക്ക് നാട്ടിലുള്ള പേരും പ്രശസ്തിയും ഇവളോട് സംസാരിച്ചാൽ തകർന്നുപോകുമോ എന്ന് അയാൾ ഭയപ്പെട്ടു.

ഡേവിഡോവ് അവളുടെ മുമ്പിൽ ആകെ ചൂളി നിൽക്കുകയായിരുന്നു. അയാളുടെ സ്വതഃസിദ്ധമായ ധൈര്യമെല്ലാം തന്നെ ചോർന്ന് പോയപോലെ. മുമ്പൊരിക്കൽ അവൾ തന്നോട് പറഞ്ഞത് അയാളോർത്തു:

"പ്രിയ സഖാവേ, എന്നെ ഒന്നു നോക്കൂ, ഞാനെത്ര മനോഹരിയാണ്. നിങ്ങൾക്കെന്നെക്കണ്ടിട്ട് പ്രേമം തോന്നുന്നില്ലേ. എന്നെ ഒന്ന് ഉഴിഞ്ഞ് നോക്ക്. എത്ര സുന്ദരമാണെന്റെ കണ്ണ്. മോഹിപ്പിക്കുന്ന വളഞ്ഞ പുരികങ്ങളല്ലേ എനിക്കുള്ളത്. ചെറുരോമങ്ങൾ മുറ്റിനിൽക്കുന്ന തളിർവാഴത്തടികൾ പോലുള്ള എന്റെ കാലുകളും അരക്കെട്ടുമെല്ലാം നിങ്ങളെ മത്തുപിടിപ്പിക്കുന്നില്ലേ."

തന്റെ മുമ്പിൽ ആലവട്ടംപോലെ വിടർന്നുനിന്ന ആ പെണ്ണ് ഇപ്പോഴിതാ എന്റെ മുറിയിൽ. തന്റെ മുമ്പിൽ ഇന്നവൾ ഒരപകട വളയമായി നിൽക്കുകയാണ്. നാട്ടുകാർ ഇതൊരു കഥയാക്കും. ഇനി നാട്ടിലെ സംസാരം ഇതായിരിക്കും. നഗുൽനോവിന്റെ പണ്ടത്തെ ഭാര്യ ഇപ്പോൾ ഡേവിഡോവിന്റെ രാത്രി സന്ദർശകയാണ് എന്ന് ആളുകൾ പറഞ്ഞ് ചിരിക്കും. ഇതുവരെ താൻ കെട്ടിപ്പൊക്കിയ ആദർശത്തിന്റെ അന്ത്യമായിരിക്കുമത്. പെണ്ണുങ്ങൾ കുളിക്കുമ്പോഴും അലക്കുമ്പോഴും പണിചെയ്യുമ്പോഴും ഇത് പറഞ്ഞ് ചിരിക്കും. പുരുഷന്മാർ രാത്രികാലങ്ങളിൽ തന്നെയും ല്യൂഷ്കയെയും ചേർത്ത് പുതിയ കഥകൾ മെനയും. കൂട്ടുകൃഷിക്കാർ തന്നെനോക്കി പരിഹസിച്ച് ചിരിക്കും. ല്യൂഷ്കയുടെ ജീവിതകഥകളെല്ലാം നാട്ടിൽ വീണ്ടും ചർച്ചാവിഷയമാകും. തന്നെയും അവളെയും ചേർത്തുള്ള കഥകൾ ഗ്രാമത്തിൽ നിന്നും ജില്ലയിലേക്ക് പടരും. അങ്ങനെ അത് പാർട്ടിയിലുമെത്തും. പാർട്ടിയുടെ മേൽഘടകം അന്വേഷണം നടത്തും. അപ്പോൾ പാർട്ടിക്ക് കിട്ടുന്ന വിവരമിതായിരിക്കും.

"ഡേവിഡോവിന്റെ കാര്യങ്ങളെല്ലാം ഇപ്പോൾ താറുമാറായിരിക്കുന്നു. അയാളെ കാണാൻ പെണ്ണുങ്ങളെല്ലാം തിരക്കുകൂട്ടുകയാണ്. രാത്രികാലങ്ങളിൽ പെണ്ണുങ്ങൾ രഹസ്യമായി അയാളെ സന്ദർശിക്കുന്നു. അയാൾക്കിപ്പോൾ കൃഷികാര്യത്തിൽ തീരെ ശ്രദ്ധയില്ല. പ്രണയനാടകത്തിലെ നായകനാണ് അയാളിപ്പോൾ."

ഇങ്ങനെ ഓരോന്ന് ആലോചിച്ചപ്പോൾ ഡേവിഡോവിന്റെ മനസ്സ് കിടുങ്ങി. അയാൾ പാർട്ടിയുടെ മേഖലാ സെക്രട്ടറി മുമ്പ് പറഞ്ഞത് ഓർത്തു.

"തൊഴിലാളി വർഗ വിപ്ലവകാരികളുടെ ജീവിതം മാതൃകാപരമായിരിക്കണം. ജനങ്ങളുടെ ജീവിതത്തെ രൂപപ്പെടുത്തേണ്ടവരാണ് അവർ. അതിന് ഉയർന്ന നിലവാരമുണ്ടായിരിക്കണം. നമ്മുടെ സ്വഭാവം ശുദ്ധമായിരിക്കണം. ഓരോ ചെറിയ കാര്യത്തിനും നമ്മൾ ജനങ്ങൾക്ക് മാതൃകയായിരിക്കണം. നാട്ടിൻപുറത്ത് വളരെ കുറഞ്ഞവിലയ്ക്ക് മദ്യം കിട്ടും. എന്നാൽ നിങ്ങളതിന് അടിപ്പെട്ടാൽ നിങ്ങളുടെ രാഷ്ട്രീയപരമായ അന്തസ്സ് തകരും. ജനങ്ങൾ നിങ്ങളെ തൂക്കിനോക്കും. നിങ്ങളെപ്പറ്റി അവർ മോശമായ അഭിപ്രായം പറയും."

ഇവൾ എന്റെ അന്തസ്സ് തകർക്കാൻ വന്നിരിക്കുകയാണ്. ഇവളുടെ സൗന്ദര്യം അപകടത്തെ ക്ഷണിച്ചുവരുത്തും. ഇതെല്ലാം ആലോചിച്ച് അയാൾ വിയർത്തുപോയി. തന്റെ അന്തസ്സ് നഷ്ടപ്പെട്ടാൽ പിന്നെ തനിക്കെന്താണ് ഉള്ളത്. തന്നെ കാണുമ്പോൾ ആളുകൾ ചിരിക്കും. നിന്ദിക്കും. പരിഹസിക്കും. അങ്ങനെ ആകെ പരവശനായി അയാൾ അവളുടെ മുഖ

ത്തുനോക്കിനിന്നു. എന്നാൽ അവൾക്കൊരു കുലുക്കവുമില്ല. രാത്രിയിൽ അന്യപുരുഷന്റെ മുറിയിൽ കയറി കൂസലില്ലാതെ ഇരിക്കുകയാണ് അവൾ. അവളുടെ ഇരിപ്പ് കണ്ടപ്പോൾ ഡേവിഡോവിന് കോപം വന്നു.

"ല്യൂഷ്കാ നീ പോകുന്നില്ലേ. നീ പറയേണ്ടതെല്ലാം പറഞ്ഞില്ലേ. എനിക്ക് സമയമില്ല."

"എനിക്ക് ഒരു പത്രം തരൂ. ഞാനൊന്ന് വായിക്കട്ടെ. പത്രത്തിനാണ് ഞാൻ ഇവിടെ വന്നത്. ഞാൻ വന്നതുകൊണ്ട് നിങ്ങൾക്ക് പ്രയാസമായോ. എങ്കിൽ ഞാൻ പോകുന്നു. ക്ഷമിക്കണം " അതും പറഞ്ഞ് ല്യൂഷ്ക വേഗം നടന്നുപോയി.

ല്യൂഷ്ക പോയതോടെ ഡേവിഡോവിന് ആശ്വാസമായി. അയാളുടെ നെഞ്ചിടിപ്പ് സാധാരണ നിലയിലായി. അയാൾ കുറച്ചു നേരം തളർന്നിരുന്നുപോയി. പക്ഷെ കുറെ കഴിഞ്ഞപ്പോൾ അയാളുടെ മനസിൽ പുതിയ വിചാരങ്ങളുയർന്നുവന്നു.

ഞാനെന്തൊരു മടയനാണ്. ഒരു സ്ത്രീക്ക് എന്നെ കാണാൻ വന്നുകൂടേ. അതിനെപ്പറ്റി ഇങ്ങനെ ഭയപ്പെടേണ്ടതുണ്ടോ. ഒരു മനുഷ്യന് ഇങ്ങനെ പേടിക്കേണ്ട ആവശ്യമെന്താണ്. ഒരു കാട്ടുമൃഗമാണോ എന്റെ മുമ്പിൽ വന്ന് നിന്നത്. ഒരു മനുഷ്യനല്ലേ. സ്ത്രീയെ ഇങ്ങനെ പേടിക്കാൻ തുടങ്ങിയത് എന്നുമുതലാണ്. ആളുകൾ പറയുന്നതുകേട്ട് പേടിക്കേണ്ട ആവശ്യമുണ്ടോ. ഞാൻ ഒരു സന്യാസിയാണോ. എന്റെ സ്വകാര്യ ജീവിതത്തിൽ മറ്റുള്ളവർക്കെന്താണ് കാര്യം. അവളെ ഞാൻ ഇഷ്ടപ്പെടുന്നില്ലേ. അവളും എന്നെ ഇഷ്ടപ്പെടുന്നില്ലേ. ഞങ്ങൾ പ്രായപൂർത്തിയായ സ്ത്രീപുരുഷന്മാരല്ലേ. ഞങ്ങൾ ഒഴിവുസമയങ്ങളിൽ പരസ്പരം കാണുകയും സംസാരിക്കുകയും ചെയ്യുന്നതിൽ എന്താണ് കുഴപ്പം. ഇതിനെയെല്ലാം ഭയപ്പെടാൻ ആരാണ് തന്നെ പഠിപ്പിച്ചത്. ഞങ്ങളുടെ ജോലി ഞങ്ങൾ ചെയ്യുന്നില്ലേ. ഉത്തരവാദിത്വങ്ങൾ ഭംഗിയായി നിറവേറ്റുന്നില്ലേ. അതിൽ പരം മനുഷ്യന്റെ സ്വകാര്യ ജീവിതത്തെ ചൂഴ്ന്ന് നോക്കേണ്ട കാര്യം എന്താണ്. ഇനി അവൾ വരാതിരിക്കുമോ. തന്നെക്കുറിച്ച് അവളെന്ത് കരുതിക്കാണും. താനൊരു ഭീരുവാണെന്ന് അവൾ ചിന്തിക്കുന്നുണ്ടാവും. ഞാനവളോട് ഇങ്ങനെ പെരുമാറരുതായിരുന്നു. എന്തു തന്നെയായാലും അവൾ എന്റെ വീട്ടിലെ ഒരു അതിഥിയായിരുന്നു. അവൾ പോയി ഇനി അവൾ വരില്ല. എല്ലാം ഞാൻതന്നെ കളഞ്ഞുകുളിച്ചു."

ഡേവിഡോവ് കരുതിയത് ല്യൂഷ്ക ഇനി തന്റെ അടുത്തേക്ക് വരില്ല എന്നാണ്. പക്ഷേ സംഭവങ്ങളെല്ലാം അയാൾ വിചാരിച്ചതിൽനിന്നും വ്യത്യസ്തമായിട്ടാണ് നീങ്ങിയത്. ല്യൂഷ്ക സാധാരണ പെണ്ണായിരുന്നില്ല. അവളുടെ ലക്ഷ്യം ഡേവിഡോവിനെ സ്വന്തമാക്കുക എന്നതായിരുന്നു. ഒരു പുരുഷനുവേണ്ടി മാത്രം ജീവിക്കുക എന്നത് അവളുടെ രീതിയായിരുന്നില്ല. ഏതെങ്കിലും ഒരു ചെറുപ്പക്കാരന്റെ ഇണയായി മരണം വരെ കഴിയാൻ അവളെ കിട്ടില്ല. അങ്ങനെ പുരുഷന്റെ തുടലിൽ തളയ്ക്കപ്പെടുന്നവളല്ല ല്യൂഷ്ക. എന്തിനാണ് അവൾക്ക് അത്തരമൊരു ജീവിതം.

"ഓ ജീവിതം മുഴുവൻ കാളകളോടൊപ്പം കഴിയാൻ എനിക്കുവയ്യ. എനിക്ക് എന്റെ കാളക്കുട്ടന്മാരെ വേണം."

ഡേവിഡോവ് ആളുകൾക്കിടയിൽ നല്ല അംഗീകാരമുള്ള ആളായിരുന്നു. നഗുൽനോവിനെപ്പോലെ ഒരു കർക്കശ സ്വഭാവക്കാരനല്ല ഡേവിഡോവ്. നഗുൽനോവ് മുരടനാവാൻ കാരണം അയാൾ ലോകവിപ്ലവത്തിനുവേണ്ടി അതിയായി ആഗ്രഹിച്ചതുകൊണ്ടാണ്. തിമോഫിയെപ്പോലെ ചഞ്ചല സ്വഭാവമുള്ള ആളല്ല ഡേവിഡോവ്. എങ്കിലും ഇപ്പോൾ അയാൾ ഒരു ധർമസങ്കടത്തിലാണ്. ല്യൂഷ്ക അയാളെ കീഴടക്കിക്കഴിഞ്ഞിരിക്കുന്നു. ഇനിയുള്ള കാര്യങ്ങൾ അയാൾ എങ്ങനെ നേരിടും. അയാൾക്കത് അറിയുമായിരുന്നില്ല.

ല്യൂഷ്ക പിറ്റേന്ന് സന്ധ്യയായപ്പോൾ വന്നു. മനോഹരമായ വസ്ത്രം ധരിച്ചായിരുന്നു ല്യൂഷ്ക വന്നത്. കഴിഞ്ഞ തവണ വളരെ ഇരുട്ടിയപ്പോളാണ് അവൾ വന്നത്. എന്നാൽ ഇത്തവണ കുറെക്കൂടി നേരത്തെയായിരുന്നു. അതുകൊണ്ട് അവളുടെ നിറഞ്ഞ സൗന്ദര്യം കുറെക്കൂടി സ്പഷ്ടമായിരുന്നു. അവൾ ചിരിച്ചുകൊണ്ടാണ് ഡേവിഡോവിന്റെ മുറിയിലേക്ക് കയറിവന്നത്.

"നിങ്ങളുടെ പത്രം തരാനാണ് ഞാൻ വന്നത്. മാത്രമല്ല പുതിയ പത്രങ്ങൾ എനിക്ക് വായിക്കണം."

"ഇതാ പത്രങ്ങൾ. വേഗം പോയ്ക്കൊള്ളൂ."

"എനിക്ക് പുസ്തകങ്ങൾ വേണം."

"ഇവിടെ പുസ്തകങ്ങളില്ല."

"എങ്കിൽ ഞാൻ പോകുന്നുമില്ല."

"എന്താണ് നിന്റെ ഭാവം."

"ശൃംഗാരം."

"കളിയാക്കുകയാണോ?"

"അല്ല. കളിയാക്കുന്നത് ഹാസ്യഭാവത്തിലല്ലേ."

ല്യൂഷ്ക അയാളുടെ കട്ടിലിൽ കയറിയിരുന്നു. അയാൾ ആകെ അസ്വസ്ഥനായി. അവൾ നാട്ടിലെ കാര്യങ്ങളെല്ലാം സംസാരിക്കാൻ തുടങ്ങി. കൂട്ടുകൃഷിയുടെ പ്രവർത്തനത്തെക്കുറിച്ചും പാൽ വിതരണത്തെക്കുറിച്ചും അവൾ സംസാരിച്ചു. സാധാരണ ജീവിതത്തെ സംബന്ധിക്കുന്ന കാര്യങ്ങൾ അവൾ മുമ്പ് സംസാരിക്കാറുണ്ടായിരുന്നില്ല. അവളിൽ വന്ന മാറ്റം ഡേവിഡോവ് ശ്രദ്ധിച്ചു. എങ്കിലും അവളെ അയാൾക്ക് പൂർണമായും വിശ്വസിക്കാൻ കഴിഞ്ഞില്ല. എന്നാൽ നിത്യജീവിതവുമായി ബന്ധപ്പെട്ട കാര്യങ്ങൾ അവൾ സംസാരിച്ചതോടെ അയാളും ആ സംസാരത്തിൽ അറിയാതെ പങ്കുകൊണ്ടു. എങ്കിലും അയാൾക്ക് പൂർണമായ ധൈര്യത്തോടെ അവളോട് സംസാരിക്കാൻ കഴിഞ്ഞിരുന്നില്ല. എന്നാൽ ല്യൂഷ്ക വിട്ടില്ല. അവൾ ഗ്രാമത്തിൽ പാലുൽപ്പന്നങ്ങൾ നിർമിക്കുന്ന ഒരു സ്ഥാപനത്തെപ്പറ്റി വിശദമായി സംസാരിച്ചു. അപ്പോൾ ഡേവിഡോവിന്റെ പ്രതികരണം ഇതായിരുന്നു:

“ല്യൂഷ്കാ അതിനൊക്കെ നല്ല മൂലധനം വേണം. നമ്മുടെ കൈയിൽ അതില്ല. പിന്നെ നല്ലയിനം പശുക്കൾവേണം. കൂടുതൽ പാൽ തരുന്നവ. അവയെ സംരക്ഷിക്കാനുള്ള എല്ലാ കാര്യങ്ങളും വേണം. നല്ലയിനം വിത്ത് കാളകൾ വേണം. അങ്ങനെ അതുമായി ബന്ധപ്പെട്ട എല്ലാം വേണം. നല്ലരീതിയിൽ പ്രവർത്തിച്ചാൽ അത്തരമൊരു സ്ഥാപനം നന്നായി പച്ച പിടിക്കും. അത് കൂട്ടുകൃഷിക്ക് നല്ല മുതൽക്കൂട്ടായിരിക്കും. എന്നാൽ നമ്മുടെ കൈയിൽ കാശില്ല. നമുക്ക് വളരെയേറെ മൂലധനമുണ്ടെങ്കിലേ ഇതൊക്കെ തുടങ്ങാൻ കഴിയൂ. പാൽ അളന്നൊഴിക്കാൻ നല്ല പാത്രങ്ങൾ വേണം. പാൽ ശുദ്ധമായിരിക്കണം. പുളിച്ചുപോകാൻ പാടില്ല.അതിന് വൃത്തിയുള്ള പാത്രങ്ങൾ വേണം.”

“അതെ പാത്രങ്ങൾ ശുദ്ധമായിരുന്നാലേ പാല് ശുദ്ധമാകൂ.”

“അങ്ങനെ ഒരു പാട് കാര്യങ്ങൾ ചെയ്യേണ്ടതുണ്ട്. ല്യൂഷ്കാ നിനക്ക് അത്തരമൊരു സ്ഥാപനം നടത്തിക്കൊണ്ടുപോകാൻ കഴിയും. അങ്ങനെ ചെയ്താൽ നമുക്ക് ഒരു പാട് നേട്ടമുണ്ടാകും. നല്ല വരുമാനം കിട്ടു. ഗ്രാമത്തിൽ അഭിവൃദ്ധിയുണ്ടാകും. ഇപ്പോൾ ഇത്തരം സ്ഥാപനങ്ങൾ നടത്താൻ ധനസഹായം ഉണ്ടാകുമെന്ന് തോന്നുന്നു. നമുക്കതിനുവേണ്ടി ശ്രമം നടത്താം. എന്നാൽ അത്തരം ഒരു സ്ഥാപനത്തിന്റെ നടത്തിപ്പിൽ നീ വേണം. പിന്നെ ഒരു കാര്യം എനിക്ക് പറയാനുണ്ട്. നീ എപ്പോഴും ഇങ്ങനെ ഒരു സർക്കസുകാരിയെപ്പോലെ നടക്കുന്നത് ഒഴിവാക്കണം. കുറച്ചുകൂടി ഉത്തരവാദിത്വം കാണിക്കണം. വേണമെങ്കിൽ പുറത്തെവിടെയെങ്കിലും പോയി വ്യവസായ നടത്തിപ്പിൽ പരിശീലനം നേടണം. അങ്ങനെ നിനക്കൊരു പുതിയ ജീവിതം ലഭിക്കും.”

ഓ എനിക്കതിലൊന്നും താൽപ്പര്യമില്ല.”

“താൽപ്പര്യമില്ലെന്നോ?”

“അതെ അതിനൊക്കെ വേറെ ആളുകളെ ഇവിടെകിട്ടും.”

“നിനക്കതൊന്നും ഇഷ്ടമില്ലേ.”

“ഓ എനിക്ക് വയ്യ.”

“നിനക്കാ ഉത്തരവാദിത്വങ്ങൾ ഏറ്റെടുക്കാൻ വയ്യേ.”

“ഇല്ല.”

“അതെന്താ?”

“വലിയ ഉത്തരവാദിത്വങ്ങൾ ഏറ്റെടുക്കുന്നത് വിഡ്ഢികളാണ്.”

“നീ അസംബന്ധം പറയരുത്.”

“നിങ്ങൾക്ക് അങ്ങിനെ തോന്നാം. ഞാൻ പോകുന്നു.”

ഡേവിഡോവ് ല്യൂഷ്കയെ യാത്രയാക്കി. രണ്ടുപേരും കുറെദൂരം നടന്നു. അവരൊന്നും സംസാരിച്ചിരുന്നില്ല. അയാളുടെ മനസിലെന്താണെന്ന് അവൾക്ക് മനസിലായി. തെല്ലുനേരത്തെ നിശ്ശബ്ദതയ്ക്കുശേഷം അവൾ ചോദിച്ചു:

“ഗ്രാമത്തിലെ കൃഷിയൊക്കെ എങ്ങിനെ?.”

“സ്വൽപ്പം പന്തികേടിലാണ്.”

"അതെന്താ?"
"മഴകുറവാണ്."
"മഴ പെയ്യില്ലേ."
"പെയ്യാതിരിക്കില്ല. പിന്നെ കുറെ വിഡ്ഢികൾ എന്റെ അടുത്തുവന്നു."
"എന്തിന്?"
" പ്രാർഥിക്കാൻ അനുവാദം ചോദിക്കാൻ."
"പ്രാർഥിക്കാനോ?"
"അതെ, മഴപെയ്യാൻ പ്രാർഥിക്കണമത്രെ."
ല്യൂഷ്ക പൊട്ടിച്ചരിച്ചു.
"എന്നിട്ട് നിങ്ങളനുവാദം കൊടുത്തോ."
"ഇല്ല. ദൈവത്തെ വിഷമിപ്പിക്കേണ്ട എന്ന് കരുതി. ഈ വിഡ്ഢികൾക്കൊന്നും ശാസ്ത്രീയമായ ജ്ഞാനമില്ല. "

ഡേവിഡോവും ല്യൂഷ്കയും പല കാര്യങ്ങളും സംസാരിച്ചു. കൃഷിയുടെ പുതിയ രീതികളെക്കുറിച്ചും വിത്തിന്റെ സവിശേഷതകളെക്കുറിച്ചും കാലാവസ്ഥയെക്കുറിച്ചും വിശ്വാസത്തെക്കുറിച്ചും രാഷ്ട്രീയത്തെക്കുറിച്ചുമെല്ലാം അവർ ആവേശത്തോടെ സംസാരിച്ചു. ല്യൂഷ്ക വളരെ സജീവമായി അതിലിടപെട്ടു. എന്നാൽ കുറെ കഴിഞ്ഞപ്പോൾ അവൾ സംസാരവിഷയം മാറ്റാൻ ശ്രമിച്ചു.

"ഡേവിഡോവ്, പ്രിയപ്പെട്ടവനേ നമുക്കിനി മറ്റ് വല്ലതും സംസാരിക്കാം."
"എന്തിനെപ്പറ്റി?"
"ഇതാ നോക്കൂ നല്ല നിലാവ്" അവൾ അയാളുടെ കൈകോർത്തുപിടിച്ചു.
"നമുക്ക് ഈ പുല്ലിലിരിക്കാം."
"ഡേവിഡോവ് ഇവിടെ നനവുണ്ട്. നിങ്ങളുടെ കുപ്പായം അഴിക്കൂ"
"എന്തിനാണ്?"
"പേടിക്കേണ്ട ഇരിക്കാനാണ്. ഇവിടെ നല്ല നനവുണ്ട്."
ഡേവിഡോവ് തന്റെ കുപ്പായം അഴിച്ചു.
"നിങ്ങൾ കുപ്പായം അഴിച്ചത് നന്നായി. "
"അതെന്താ?"
"അല്ലായിരുന്നെങ്കിൽ ഞാൻ എന്റെ പാവാട അഴിക്കുമായിരുന്നു. പക്ഷേ അത് പുതിയ പാവാടയാണ്. "

അവർ അടുത്തടുത്തിരുന്നു. അവളുടെ മനോഹരമായ മുഖം നിലാവിൽത്തിളങ്ങി. മുല്ലപ്പൂ ചിതറുംപോലെ പുഞ്ചിരിച്ചുകൊണ്ട് അവൾ അയാളുടെ ശിരസിൽ സ്പർശിച്ചുകൊണ്ട് പറഞ്ഞു:

"നമുക്കിനി കൃഷിയും കന്നുകാലികളുമെല്ലാം മാറ്റി വെക്കാം. നോക്കൂ, ഈ പോപ്ലാർ ഇലകളുടെ സുഗന്ധം നിങ്ങളെ മത്ത് പിടിപ്പിക്കുന്നില്ലേ."

ല്യൂഷ്ക അയാളുടെ കണ്ണുകളിലേക്ക് നോക്കിനിന്നു. അയാൾ പരിഭ്രമിച്ചുകൊണ്ട് എഴുന്നേറ്റ് നിന്നു. അപ്പോൾ രാപ്പക്ഷികളുടെ മധുരഗീതം കേൾക്കാമായിരുന്നു. അത് അയാളെ വല്ലാതെ അസ്വസ്ഥനാക്കി. അയാൾ മനസിൽ ഇങ്ങനെ പറഞ്ഞു:

ഈ പക്ഷികൾക്ക് ഉറക്കമില്ലേ. ഇവരുടെ പാട്ട് കേട്ട് ഞാൻ വഴിതെറ്റിപ്പോകുമല്ലോ. അതെ, എന്റെ മനസ്സ് പതറുന്നുണ്ട്. അയാൾ ല്യൂഷ്കയെ നോക്കി. അവൾ പുൽപ്പരപ്പിൽ മലർന്നുകിടക്കുകയായിരുന്നു. അവളുടെ വെളുത്ത് കൊഴുത്ത കൈവണ്ണകൾ പുൽപ്പരപ്പിൽ തെളിഞ്ഞുനിന്നു. അവളുടെ കണ്ണുകൾ പാതി അടഞ്ഞിരുന്നു. അവളുടെ മുഴുത്ത മാറിടം പുറത്തേക്ക് തുളുമ്പിനിന്നിരുന്നു. അതിൽ മഞ്ഞ്കണങ്ങൾ വീണ് നിലാവിൽ പ്രകാശിക്കുന്നത് ഡേവിഡോവ് തന്റെ ഇടം കണ്ണ് കൊണ്ട് കണ്ടു. അയാളുടെ നെഞ്ചിൽ കിടിലം. നാവ് താഴ്ന്ന് പോകുന്നതുപോലെ. അയാൾക്കൊന്നും സംസാരിക്കാൻ കഴിഞ്ഞില്ല. കുറച്ച് കഴിഞ്ഞപ്പോൾ അവളെണീറ്റിരുന്നു. എന്നിട്ട് തന്റെ വാഴത്തടകൾപോലുള്ള കാൽവണ്ണകൾ ചുറ്റിപ്പിടിച്ച് കുലുങ്ങിച്ചിരിക്കാൻ തുടങ്ങി.

"നീ എന്തിനാണ് ചിരിക്കുന്നത്."

ഇതുകേട്ട് അവൾ വീണ്ടും ചിരിക്കാൻ തുടങ്ങി. അവളുട ചുണ്ടുകൾ ചുവന്ന് തുടുത്തിരുന്നു. തന്റെ മനോഹരമായ പല്ലുകൾകൊണ്ട് ചുണ്ടിലമർത്തി അവൾ ഡേവിഡോവിനെ മദിപ്പിക്കുന്ന മട്ടിൽ നോക്കിക്കൊണ്ട് കാൽവണ്ണകൾ ഇളക്കിക്കൊണ്ടിരുന്നു. എന്നിട്ട് അവൾ തന്റെ വിരലുകൾകൊണ്ട് തുടകളിൽ തലോടി. പിന്നെ അവളുടെ വസ്ത്രത്തിന്റെ കുടുക്കഴിച്ച് നിറഞ്ഞ നാഭിച്ചുഴിയിലും തലോടി. അവളുടെ വയർ പുറത്ത് കാണാമായിരുന്നു. ചിരിച്ചുകൊണ്ട് അവൾ പറഞ്ഞു:

"സഖാവെ, എനിക്കിപ്പോൾ എന്തൊരു ആനന്ദമാണെന്നോ. എന്തൊരു സുഖമാണെന്നോ."

"നിനക്കിപ്പോൾ ഒരു ചിറകാണാവശ്യം. പറന്നുയരാൻ." ദേഷ്യത്തോടെ ഡേവിഡോവ് പറഞ്ഞു.

"നിങ്ങളെന്താണ് പറയുന്നത്. എന്തിനാണ് മനുഷ്യാ പേടിക്കുന്നത്. ആരെയാണ് പേടിക്കുന്നത്. നിങ്ങൾക്ക് ധൈര്യമില്ലേ. നിങ്ങൾ ഒരു പുരുഷനാണ്. ജീവനുള്ള പുരുഷൻ. ഞാൻ ജീവനുള്ള സ്ത്രീയും. നമ്മൾ ജീവിക്കുകയാണ്. ഇവിടെ എന്റെ അടുത്തിരിക്കൂ."

ഡേവിഡോവ് അവിടെ അറിയാതെ ഇരുന്നുപോയി.

ഇത് അപകടമാണല്ലോ. ഞാനെന്തെങ്കിലും ചെയ്തുപോകുമോ. ഇവളുമായുള്ള ബന്ധത്തിന് എന്തെങ്കിലും ഒരടിസ്ഥാനം വേണം. അല്ലെങ്കിൽ നഗുൽനോവ് എന്നെ തെറ്റിദ്ധരിക്കും. അയാളുടെ മുഖത്ത് ഞാനെങ്ങനെ നോക്കും. അയാൾ അസ്വസ്ഥതയോടെ ചിന്തിക്കാൻ തുടങ്ങി. അപ്പോഴും ല്യൂഷ്ക നിലാവിൽ കുളിച്ച് മന്ദഹസിച്ചുകൊണ്ട് പുൽപ്പരപ്പിൽ ശയിക്കുകയായിരുന്നു. അവളുടെ കണ്ണുകളിൽനിന്നും നീലവെളിച്ചം പ്രസരിക്കുന്നതുപോലെ അയാൾക്ക് തോന്നി.

"സത്യത്തിൽ നിങ്ങളെന്നെ ഇഷ്ടപ്പെടുന്നില്ലേ?"

"അത് സത്യത്തിൽ, ഞാനെന്താണ് പറയേണ്ടത്. എങ്ങനെ പറയും." അവളുടെ മനോഹരമായ ചുമലിൽ കൈകൾ കോർത്തുകൊണ്ട് ഡേവിഡോവ് എന്തോ ഒന്നുകൂടി പറഞ്ഞു. അത് ല്യൂഷ്ക അടങ്ങാത്ത ആഹ്ലാ

ദത്തോടെ സ്വീകരിച്ചുകൊണ്ട് അയാളെ വാരിപ്പുണർന്നു. അപ്പോൾ പോപ്ലാർമരച്ചില്ലകളിൽനിന്ന് രാപ്പക്ഷികൾ പാടുന്നുണ്ടായിരുന്നു.

# 44

**ഗ്രി**മ്യാക്കിലോഗിൽ അണക്കെട്ട് നിർമാണത്തിനാവശ്യമായ പ്രവർത്തനങ്ങൾ തകൃതിയായി നടന്നു. കുറച്ചുദിവസം നന്നായി മഴ പെയ്തിരുന്നു. അണക്കെട്ട് നിർമിക്കാനുള്ള ജോലി ഏറ്റെടുത്തത് യാക്കോവ് ലൂക്കിച്ചായിരുന്നു. അയാൾ അതിന് വേണ്ടി കാട്ടിലേക്ക് പോയി. ഓക്ക്മരത്തടികൾ മുറിച്ചെടുക്കാനാണ് അയാൾ പോയത്. അയാളുടെ കൂടെ കുറെ കർഷകരും ഉണ്ടായിരുന്നു. കുതിരപ്പുറത്ത് കയറി ചെളിവെള്ളം തെറിപ്പിച്ചുകൊണ്ട് അവർ വനത്തിലേക്ക് ഉൽസാഹത്തോടെ യാത്രയായി.

യാക്കോവ് ലൂക്കിച്ചിന്റെ കുതിര അതിന്റെ മനോഹരമായ വാൽ വീശിക്കൊണ്ടാണ് നടന്നത്. യാക്കോവ് ലൂക്കിച്ചിന്റെ മുഖത്ത് എന്തെന്നില്ലാത്ത ഒരു പ്രസാദമുണ്ടായിരുന്നു. അയാൾ വളരെ ശാന്തഗംഭീരനായിട്ടാണ് യാത്രയായത്. കുതിരപ്പുറത്തിരുന്നുകൊണ്ട് സിഗരറ്റ് വലിച്ച് അതിന്റെ നീലപ്പുക അന്തരീക്ഷത്തിലേക്ക് നീട്ടിയൂതി അയാൾ മുന്നോട്ട് നീങ്ങി. ഇടതിങ്ങിയ കാട്ടിലേക്കാണയാൾ പോകുന്നത്. അവിടം അയാൾക്ക് ചിരപരിചിതമാണ്. കുട്ടിക്കാലത്ത് പിച്ചവെച്ച കാടാണത്. വളർന്നപ്പോൾ ഓടിക്കളിച്ച കാട്. തന്റെ പൂങ്കാവനം. അവിടത്തെ ഓരോ ചുരവും മലമടക്കുകളും ചെരിവുകളും അയാൾക്ക് പരിചിതമാണ്. കുട്ടിയായിരുന്നപ്പോൾ വനവള്ളികളിൽ ഊഞ്ഞാലാടിയതിന്റെ ആരാമമാണത്. കിളികളോടും പൂക്കളോടുമൊപ്പം കളിച്ചുമദിച്ച നന്ദനോദ്യാനം. അവിടെ മുഴുവൻ ഇന്ന് ഉഴുതുമറിച്ചിട്ടിരിക്കുന്നു. ഉഴുതുമറിച്ച കന്നിമണ്ണിൽ കുമിളുകൾ പൊടിഞ്ഞിരിക്കുന്നു. ഉഴുത മണ്ണിൽ വിത്തുകളോടൊപ്പം കൊച്ചുകളകൾ വളർന്നിരിക്കുന്നു. അയാൾക്ക് എന്തെന്നില്ലാത്ത സന്തോഷം തോന്നി.

ഈ മണ്ണ് ഗ്രിമ്യാക്കിലോഗിനെ സ്വർഗമാക്കും. നല്ല മഴപെയ്തിട്ടുണ്ട്. ദൈവം സോവിയറ്റ് സർക്കാറിന്റെ കൂടെയാണ്. പക്ഷെ ശപിക്കപ്പെട്ട സർക്കാറാണിത്. പണ്ടൊക്കെ കൃഷി പലപ്പോഴും തകരാറിലാകുമായിരുന്നു. എന്നാൽ ഇന്നതല്ല ശരി. ദൈവം ഈ സർക്കാറിന്റെ ഭാഗത്താണ്. വർഷങ്ങൾ കഴിയും തോറും കൃഷി മെച്ചപ്പെടുകയാണ്. നല്ല വിളവെടുപ്പാണിവിടെ. പ്രകൃതി മുഴുവൻ സോവിയറ്റ് സർക്കാറിന്റെ ഭാഗത്താണ്. പ്രകൃതി സോവിയറ്റ് സർക്കാറിനെ കൈവിടുമ്പോൾ അത് തകർന്നുവീഴും. അല്ലെങ്കിൽ സഖ്യശക്തികൾ അതിനെ പരാജയപ്പെടുത്തണം. അതല്ലാതെ ആർക്കും കമ്യൂണിസ്റ്റ് സർക്കാറിനെ തകർക്കാനാവില്ല. പൊളോവ്ട്സേവിന് അതിന് കഴിഞ്ഞില്ല. കമ്യൂണിസ്റ്റുകാരെ പരാജയപ്പെടുത്തുക അത്ര എളുപ്പമുള്ള കാര്യമല്ല. കമ്യൂണിസ്റ്റുകാരെ എളുപ്പം പരാജയപ്പെടുത്താൻ കഴിയുമെന്ന് ചിന്തിക്കുന്നത് വിഡ്ഢിത്ത

മാണ്. അത് അജയ്യമായ ശക്തിയാണ്. പക്ഷേ കുറെക്കഴിഞ്ഞാൽ ചില മാറ്റങ്ങൾ സംഭവിച്ചേക്കാം. ആ പൊളോവ്ട്സേവ് എന്റെ ജീവിതം തുലയ്ക്കുമായിരുന്നു. ഞാൻ എങ്ങനെയോ രക്ഷപ്പെട്ടു. അയാൾ കരുതിയത് ഒരു കലാപത്തിലൂടെ സോവിയറ്റ് സർക്കാറിനെ അട്ടിമറിക്കാമെന്നാണ്. എന്തൊരു വിഡ്ഢിയാണയാൾ. എന്തായാലും ഭാഗ്യത്തിന് ഞാനയാളിൽനിന്നും രക്ഷപ്പെട്ടതാണ്. അല്ലായിരുന്നെങ്കിൽ എന്റെ കഥകഴിഞ്ഞേനെ. ദൈവമാണ് എന്നെ രക്ഷിച്ചത്. ഇനിയെല്ലാം കാത്തിരുന്ന് കാണാം. സോവിയറ്റ് സർക്കാരുമായി അടുത്ത് നിൽക്കാനാണ് ഇപ്പോഴെന്റെ നിയോഗം. പക്ഷെ കാലം മാറുമ്പോൾ എനിക്ക് ഭാഗ്യം കൈവരാതിരിക്കില്ല.

വനത്തിൽ സൂര്യപ്രകാശം അരിച്ചുകയറുന്നുണ്ടായിരുന്നു. വൃക്ഷച്ചില്ലകളിലും പുൽപ്പരപ്പിലും മഞ്ഞുകണങ്ങൾ ചിതറിക്കിടക്കുന്നു. കാറ്റിലുലഞ്ഞ് അവ അന്തരീക്ഷത്തിൽ മുഴുവൻ പ്രസരിച്ചു. മഞ്ഞു തുള്ളികളിൽ സൂര്യപ്രകാശമേറ്റ് വനമാകെ തിളങ്ങുന്നുണ്ടായിരുന്നു. മണ്ണിൽനിന്നും അപൂർവമായ ഒരു സുഗന്ധം പരന്നു. പോപ്ലാർ മരങ്ങളുടെ മുകളിൽ മൂടൽമഞ്ഞ് ചുവന്ന് പ്രകാശിച്ചു. ആകാശത്തിന്റെ അനന്തതയിൽ ചന്ദ്രബിംബം അലിഞ്ഞലിഞ്ഞ് ഇല്ലാതാകുന്നുണ്ടായിരുന്നു. പുതിയ വർഷകാലത്തിന്റെ എല്ലാ സൂചനകളും അവിടെ കണ്ടു. യാക്കോവ് ലൂക്കിച്ചിന് ആത്മവിശ്വാസം വർധിച്ചു. അയാൾ തന്റെ കുതിരയെ വേഗത്തിൽ ഓടിച്ചു.

ഉച്ചയായപ്പോഴേക്കും യാക്കോവ് വനത്തിലെത്തി. അയാൾ തന്റെ കൃഷിക്കാരോടൊപ്പം കുതിരകളെയെല്ലാം പുൽപ്പരപ്പിൽ തുറന്ന് വിട്ടു. അയാൾ മുറിച്ചെടുക്കേണ്ട മരങ്ങൾ തേടി കാട്ടിനുള്ളിലേക്ക് പോയി. അവിടെ ഓക്കുമരങ്ങൾ ഇടതൂർന്ന് വളർന്നിരുന്നു. മുറിച്ചെടുക്കേണ്ട ഓക്കുമരങ്ങൾ അയാൾ തിട്ടപ്പെടുത്തി. കപ്പലിന്റെ പാമരം കണക്കെ ഓക്കുമരങ്ങൾ ആകാശത്തിൽ ഉയർന്നുനിന്നു. അതിൽ ഒരു ഓക്ക് മരം തന്നെപ്പോലെ തന്നെ വൃദ്ധനായി നിൽക്കുന്നത് യാക്കോവ് ശ്രദ്ധിച്ചു. താൻ കുട്ടിയായിരുന്നപ്പോൾ തന്റെ പൊക്കമുണ്ടായിരുന്ന ഓക്ക് തൈയാണ് ഇന്ന് ആകാശത്തിൽ ഉയർന്ന് നിൽക്കുന്നത്. അയാൾ അതിന്റെ ഉണങ്ങിയ ദ്രവിച്ച പുറംതോടിൽ ദുഃഖത്തോടെ തടവി. അതിന്റെ ചില്ലകളിൽ പലയിടത്തും വിള്ളലുകൾ വീണിരുന്നു.

യാക്കോവ് ലൂക്കിച്ച് മുറിച്ചെടുക്കേണ്ട ഓക്ക് മരങ്ങളിൽ അടയാളം വെച്ചു. ഓക്ക് മരത്തടികളിൽനിന്നും പശ ഒലിക്കുന്നുണ്ടായിരുന്നു. അവയെ വെട്ടിമുറിക്കണമല്ലോ എന്നോർത്ത് അയാൾ ദുഃഖിച്ചു. യാക്കോവ് പുകവലിക്കാനായി ഒരു പുൽത്തിണ്ണയിൽ ഇരുന്നു. പുൽത്തിണ്ണയ്ക്കടുത്തുള്ള ഓക്ക് വൃക്ഷത്തിലേക്ക് നോക്കി അയാൾ പറഞ്ഞു:

“സഹോദരാ, ഞാൻ നിന്നെ വെട്ടിമുറിക്കാൻ പോകുകയാണ്. ഏറെക്കാലം നീ ഈ മണ്ണിൽ ജീവിച്ചു. സ്വച്ഛന്ദമായി. ആരും നിന്റെ കാര്യത്തിൽ ഇടപെട്ടില്ല. അധികാരം പ്രയോഗിച്ചില്ല. പക്ഷെ ഇപ്പോൾ നിന്റെ അന്ത്യമടുത്തു. നിന്നെ വെട്ടിമുറിക്കാൻ ആളുകൾ വരും. ഈ മണ്ണിനെ തണുപ്പിച്ച, ഈ കാടിനെ ചുവപ്പിച്ച നിന്റെ മനോഹരമായ ഉടൽ കോടാ

ലികൊണ്ട് വെട്ടിക്കീറും. നിന്റെ അവയവങ്ങളോരോന്നും വെട്ടിമുറിച്ച് നിന്നെ തടാകക്കരയിലെത്തിക്കും. ഇനിയുള്ള ജീവിതം നിനക്ക് അവിടെയാണ്. അങ്ങനെ നീ കൂട്ടുകൃഷിക്കാരുടെ ജലാശയത്തിന്റെ ഭാഗമാകും. ജീർണിച്ച് നീ പിന്നെ മണ്ണിന്റെ ഭാഗമാകും. അപ്പോൾ വസന്തകാലത്തെ ജലപ്രവാഹം നിന്നെയുമെടുത്ത് സമുദ്രത്തിലേക്ക് പോകും. പിന്നെ നിനക്കവിടെ നിത്യശാന്തി ലഭിക്കും."

യാക്കോവ് ലൂക്കിച്ചിന്റെ മനസിൽ തീവ്രമായ വികാരാവേശമുണ്ടായി. ജീവിതത്തെക്കുറിച്ചുള്ള അസ്തിത്വ വേദനകൾ അയാളുടെ മനസിനെ മഥിക്കാൻ തുടങ്ങി. അയാളിപ്പോൾ മരണത്തെക്കുറിച്ച് ചിന്തിക്കാൻ തുടങ്ങി. തന്റെ ജീവിതം അതിന്റെ മുഴുവൻ വൃത്തവും പൂർത്തിയാക്കാൻ തുടങ്ങുകയാണെന്ന് അയാൾക്കുതോന്നി. സുദീർഘമായ തന്റെ ജീവിതത്തിന്റെ വർണാഭമായ ഘട്ടങ്ങളോരോന്നും അയാളുടെ മനസിലൂടെ മിന്നിമറിയാൻ തുടങ്ങി. യാക്കോവ് ലൂക്കിച്ചിന് ആ ഓക്ക് വൃക്ഷത്തോട് എന്തെന്നില്ലാത്ത വാത്സല്യം തോന്നി. അയാൾ ആ മരം മുറിക്കേണ്ടെന്ന് തീരുമാനിച്ചു.

"പ്രിയപ്പെട്ട സഹോദരാ നിന്റെ ജീവിതം നശിപ്പിക്കാൻ ഞാൻ ആഗ്രഹിക്കുന്നില്ല. നിന്റെ ജീവിതം നിനക്കുള്ളതാണ്. കൂട്ടുകൃഷിക്ക് വേണ്ടി അത് നശിപ്പിക്കാൻ ഞാനെന്തിന് മുതിരണം. നീ കൂട്ടുകൃഷിക്ക് വേണ്ടി നശിക്കേണ്ടവനല്ല. ഈ ഭൂമിയിൽ നീ ഇനിയും ജീവിക്കണം. മനുഷ്യൻ നിന്നെ ഉപദ്രവിക്കില്ല. ആരും നിന്റെ ജീവിതത്തിൽ കൈകടത്തില്ല. നീ കൂട്ടുകൃഷിയിൽ ചേരേണ്ടതില്ല. ദൈവം നിശ്ചയിച്ച നിന്റെ ജീവിതം ദൈവവിധിക്കനുസരിച്ച് മുന്നോട്ട് പോകും."

യാക്കോവ് ആ ഓക്ക് വൃക്ഷത്തെ ആലിംഗനം ചെയ്തു. അതിനുശേഷം അടക്കാനാവാത്ത ആനന്ദത്തോടെ നടന്നുനീങ്ങി.

യാക്കോവ് ലൂക്കിച്ച് തരളഹൃദയനായിരുന്നു. കാടിന്റെ മടിത്തട്ടിലെത്തിയപ്പോഴാണ് അയാൾക്ക് സ്വയം അത് വെളിപ്പെട്ടത്. എന്നാൽ കുറെ ഓക്ക് മരങ്ങൾ അണക്കെട്ടിനുവേണ്ടി മുറിച്ച് മാറ്റേണ്ടതുണ്ടായിരുന്നു. കുറെ എണ്ണത്തിൽ മനസില്ലാ മനസോടെ അയാൾ മുദ്ര വെച്ചു. പിന്നെ തന്റെ പ്രിയപ്പെട്ട കുതിരയുടെ പുറത്ത് ചാടിക്കയറി അയാൾ കാടിന്റെ മാറിലൂടെ കുതിച്ചുപോയി.

"യാക്കോവ് ...................."

പോപ്ലാർ തോപ്പിലൂടെ അയാൾ മുന്നോട്ട് നീങ്ങവേ ആരോ വിളിച്ചു.

ഇടതിങ്ങിയ കാട്ടിൽനിന്നും കറുത്ത തൊപ്പിധരിച്ച ഒരു തടിയൻ യാക്കോവിനെ വിളിക്കുകയാണ്. ഒരു ആജാനുബാഹുവായ മനുഷ്യനായിരുന്നു അത്. അയാളുടെ കണ്ണുകൾ തീക്ഷ്ണമായി പ്രകാശിച്ചിരുന്നു. പക്ഷെ അയാളുടെ മുഖം കറുത്തിരുണ്ടതായിരുന്നു. ജീവിതത്തിന്റെ സുദീർഘവും തീക്ഷ്ണവുമായ അനുഭവങ്ങൾ അയാളുടെ കണ്ണുകളെ പ്രക്ഷീണമാക്കിയിരുന്നു. ചുണ്ട് വിളറി വെളുത്തിരുന്നു. യാക്കോവ് അയാളെ തന്നെ നോക്കിയിരുന്നു.

"യാക്കോവ്, ഞാനാരാണെന്ന് മനസിലായോ?"

"ഇല്ല."

"ഓർത്ത് നോക്ക്." കറുത്ത് തടിച്ച ആ മനുഷ്യൻ തന്റെ തോലു കൊണ്ടുള്ള കറുത്ത തൊപ്പി മാറ്റി യാക്കോവിന്റെ അടുത്തേക്ക് വന്നു. "

"തിമോഫി അല്ലേ?"

"അതെ."

" നീ എവിടെയായിരുന്നു.?" തിമോഫിയെ കണ്ടിട്ട് യാക്കോവിന് അത്ഭുതമായി. അയാളുടെ രൂപം ആകെ മാറിപ്പോയിരിക്കുന്നു. പണ്ടത്തെ മെലിഞ്ഞ തിമോഫിയല്ല ഇത്.

"ഞാൻ നാടുകടത്തപ്പെട്ടതായിരുന്നു. അത് നിങ്ങൾക്കറിയില്ലേ?"

"എങ്ങിനെ രക്ഷപ്പെട്ടു? "

"എങ്ങിനെയായാലും രക്ഷപ്പെട്ടു. യാക്കോവ് എനിക്ക് വല്ലാതെ വിശക്കുന്നു. എന്തെങ്കിലും തരൂ."

"തരാം."

" ഹാവൂ ആശ്വാസമായി ദിവസങ്ങളായി ആഹാരം കഴിച്ചിട്ട്. ഈ കാട്ടിലെ കുറച്ച് പഴങ്ങൾ തിന്നാണ് ഞാൻ ജീവിക്കുന്നത്."

" ഇതാ ഈ റൊട്ടി കഴിക്കൂ."

യാക്കോവ് തന്റെ കുപ്പായക്കീശയിൽ നിന്ന് ഒരു റൊട്ടി അയാൾക്ക് നേരെ നീട്ടി. ആട്ടിൻകുട്ടിയെ കണ്ട ചെന്നായയെപ്പോലെ തിമോഫി ആർത്തിയോടെ യാക്കോവിന്റെ കൈയിലേക്ക് ചാടിവീണു. എന്നിട്ട് ഒറ്റയടിക്ക് അത് മുഴുവൻ അകത്താക്കി. അതിന്റെ കരിഞ്ഞുണങ്ങിയ ഭാഗം പോലും അയാൾ ആർത്തിയോടെ തിന്നു. അപ്പോൾ അയാളുടെ മുഖത്തെ നീല രോമങ്ങൾ പുറത്ത് കാണാമായിരുന്നു. എത്രയോ ദിവസമായി അയാൾ ആഹാരം കഴിച്ചിട്ട് എന്ന് യാക്കോവിന് മനസിലായി. അങ്ങനെ ആർത്തിയോടെ അയാൾ ഭക്ഷണം കഴിക്കുന്നത് യാക്കോവ് സഹാനുഭൂതിയോടെ നോക്കിനിന്നു. ആഹാരം കഴിച്ചുതീരുന്നതുവരെ യാക്കോവ് അയാളെത്തന്നെ ഇമവെട്ടാതെ നോക്കിനിന്നു.

"എന്തൊരു തീറ്റിയാണിത്."

"എത്രയോ ദിവസമായി വയറിൽ തീയെരിയുന്നു. പട്ടിണി കിടന്ന് എനിക്ക് ഭ്രാന്ത് പിടിച്ചു."

"തിമോഫീ നിങ്ങളെങ്ങനെ രക്ഷപ്പെട്ടു?"

"രക്ഷപ്പെട്ട കാര്യമൊക്കെ പിന്നെ പറയാം. രാത്രിമുഴുവൻ ഞാൻ നടക്കുകയായിരുന്നു."

തിമോഫിയുടെ ശരീരം തടിച്ചിരുന്നുവെങ്കിലും അയാൾ വളരെ പരവശനായിരുന്നു. അയാൾ വല്ലാതെ ചുമയ്ക്കുന്നുണ്ടായിരുന്നു. പഴയ ചുറുചുറുക്കെല്ലാം നഷ്ടപ്പെട്ടു.

"നിന്റെ അച്ഛൻ?"

" അച്ഛൻ മരിച്ചു."

"മറ്റുള്ളവർ?"

"അമ്മയും സഹോദരിയും ജീവിച്ചിരിപ്പുണ്ട്."

അയാളുടെ സ്വരത്തിൽ വല്ലാത്തൊരു ഇടർച്ചയുണ്ടായിരുന്നു. വളരെ ആശങ്കയോടെ അയാൾ ചോദിച്ചു:

"അമ്മാവാ ല്യൂഷ്ക എവിടെയാണ്?"

" അവൾ പുതിയ ബന്ധം തുടങ്ങി."

"പുതിയ ബന്ധമോ?"

"അതെ."

" നഗുൽനോവിനെ അവൾ ഉപേക്ഷിച്ചു."

"അവളിപ്പോൾ എവിടെയാണ്?" അത് ചോദിക്കുമ്പോൾ തിമോഫി യുടെ നെഞ്ചിടിപ്പ് ഉയരുന്നതായി യാക്കോവിന് തോന്നി.

"എല്ലാം പറയാം . അവൾ സുഖമായി ജീവിക്കുന്നു. ഒന്നുകൊണ്ടും അവളെ ഓർത്ത് നിങ്ങൾ വിഷമിക്കേണ്ടതില്ല."

"അമ്മാവാ നിങ്ങൾ ഞാൻ വന്ന വിവരം അവളോട് പറയണം. എനിക്ക് വല്ലാതെ വിശക്കുന്നുവെന്ന് അവളോട് പറയണം. ഞാനങ്ങോട്ട് വരുന്നില്ല. എനിക്ക് വരാൻ കഴിയില്ല. ഞാൻ ഒളിവിലാണ്. ഞാൻ ആകെ തളർന്നിരിക്കുന്നു. രാത്രിമുഴുവൻ ഞാൻ നടക്കുകയായിരുന്നു. അതു കൊണ്ട് ഞാൻ എവിടെയെങ്കിലും ഒന്ന് കിടക്കട്ടെ. എനിക്ക് നടക്കാനാ യാൽ ഞാൻ വരും. എനിക്കെന്റെ മണ്ണിലെത്തണം. എന്റെ സ്വന്തം മണ്ണ്. അതിന്റെ ചൂര് ലഭിക്കാതെ എനിക്ക് ഉറക്കം വരില്ല."

"ഭാവി പരിപാടിയെന്താണ്?"

"ഒന്നും പറയാറായിട്ടില്ല. ഞാനിപ്പോൾ ഭ്രാന്ത് പിടിച്ച ഒരു ചെന്നാ യയാണ്. അർധരാത്രിയിൽ ഞാൻ നാട്ടിലെത്തും. എന്നിട്ട് കുഴിച്ചിട്ട തോക്ക് പുറത്തെടുക്കും. എനിക്കൊരു ലക്ഷ്യമുണ്ട്. അത് ഞാൻ നിറ വേറ്റും. പലരോടും എനിക്ക് കണക്കുതീർക്കാനുണ്ട്. അത് ഉന്നം തെറ്റാതെ നടപ്പാക്കും. എന്നാൽ പകൽ ഞാനീ കാട്ടിൽ കഴിയും. ശരത്കാലമാ യാൽ ഞാനീ നാടുവിടും."

തിമോഫീ നിങ്ങൾക്കറിയാമോ നിങ്ങളുടെ ല്യൂഷ്ക ഇപ്പോൾ കൂട്ടു കൃഷി ചെയർമാൻ ഡേവിഡോവിന്റെ വെപ്പാട്ടിയാണ്." യാക്കോവ് ഇത് പറഞ്ഞ് തീർത്തപ്പോൾ എന്തെന്നില്ലാത്ത ഒരു ആത്മനിർവൃതി അനുഭ വിക്കുന്നുണ്ടായിരുന്നു. അയാൾ ആരോടെങ്കിലും ഇത് പറയണമെന്ന് തീവ്രമായി ആഗ്രഹിച്ചിരുന്നു എന്ന് തോന്നും വിധമാണ് അയാളത് പറഞ്ഞ് തീർത്തത്. വെപ്പാട്ടിയാണ് എന്ന് പറയുമ്പോൾ യാക്കോവിന്റെ മുഖത്ത് അസാധാരണമായ ഒരു ലാസ്യഭാവം ത്രസിച്ചിരുന്നു.

ഈ വിവരം അറിഞ്ഞതോടെ തിമോഫി അടിയേറ്റ പാമ്പിനെപ്പോലെ പുളഞ്ഞു. അയാൾ കരയുന്നുണ്ടായിരുന്നു. ല്യൂഷ്ക ഡേവിഡോവിന്റേതാ യിരിക്കുന്നു എന്ന മട്ടിലാണ് യാക്കോവ് അയാളെ വിവരം ധരിപ്പിച്ചത്. തിമോഫിക്ക് അത് സഹിക്കാനാവുമായിരുന്നില്ല. അയാൾ ഡേവിഡോ വിനെ ശപിച്ചു.

" ആ വൃത്തികെട്ടവനെയാണ് ആദ്യം ഞാൻ നശിപ്പിക്കുക. പക്ഷെ

ല്യൂഷ്ക നല്ലവളാണ്. അവളുടെ ആദ്യകാമുകനാണ് ഞാൻ. ഒരു പെണ്ണും അവളുടെ ആദ്യകാമുകനെ മറക്കില്ല. നിങ്ങളെനിക്ക് തന്ന ഉണക്കറൊട്ടിയല്ല ഒരു പെണ്ണിന്റെ ആദ്യാനുരാഗം. അത് അവളുടെ ഹൃദയത്തിന്റെ ചെപ്പിൽ വാടാതെ നിൽക്കുന്ന മൊട്ടാണ്. ഒരിക്കലും വാടാത്ത മൊട്ട്. പക്ഷേ നിങ്ങളിപ്പോൾ പറഞ്ഞ വിവരം എന്റെ നെഞ്ച് പിളർക്കുന്നു. എങ്കിലും ല്യൂഷ്കയോട് ഒന്നിവിടം വരെ വരാൻ പറയൂ. കുറച്ച് പന്നിയിറച്ചി, അൽപ്പം അപ്പം, എനിക്ക് കഴിക്കാൻ കൊതിയാവുന്നു. അവളോട് പറയൂ."

യാക്കോവ് ലൂക്കിച്ച് തിമോഫിയെ പിരിഞ്ഞു. പിരിയുന്നതിന് മുമ്പ് അയാൾ ഓർമിപ്പിച്ചു:

"തിമോഫീ നാളെ ഈ കാട്ടിൽ ഓക്ക് മരങ്ങൾ മുറിക്കും."

യാക്കോവ് ലൂക്കിച്ച് നേരെ പോയത് ഗോതമ്പ് പാടത്തേക്കാണ്. അവിടെ നിന്നും രാത്രിയിൽ കൂട്ടുകൃഷി ആപ്പീസിലേക്ക് പോയി. അയാളുടെ മനസ്സ് നിറയെ തിമോഫിയായിരുന്നു. അയാളെക്കുറിച്ച് പലതും ചിന്തിച്ച് അർധരാത്രിയിൽ അയാൾ വീടെത്തി. അപ്പോൾ മരുമകൾ ഒരു പുതിയ വാർത്തയുമായി അയാളെ സ്വീകരിച്ചു.

" അച്ഛാ ആ മനുഷ്യൻ വീണ്ടും വന്നിട്ടുണ്ട്."

"ആര്?"

"പൊളോട്സേവ്. പിന്നെ അയാളുടെ കൂട്ടാളിയും. അയാൾ മൂക്കറ്റം കുടിച്ചിരിക്കുന്നു. വൃത്തികെട്ട നാറ്റമാണ് അവർക്ക്."

പൊളോട്സേവും ലെറ്റ്യേവ്സ്കിയും തിരിച്ചുവന്നിരിക്കുന്നു. യാക്കോവിന്റെ തല കറങ്ങുന്നതുപോലെ തോന്നി. അയാൾ തന്റെ ദുർവിധിയെ ശപിച്ചുകൊണ്ട് ഇങ്ങനെ മന്ത്രിച്ചു:

"ആ ചെകുത്താൻ വീണ്ടും വന്നിരിക്കുന്നു. വൃത്തികെട്ട രാക്ഷസൻ."

അപ്പോൾത്തന്നെ ലെറ്റ്യേവ്സ്കിയുടെ ഉച്ചത്തിലുള്ള സംസാരം അയാൾ കേട്ടു.

" എന്റെ ബഹുമാനപ്പെട്ട പൊളോട്സേവേ താങ്കൾ രാജ്യം നഷ്ടപ്പെട്ട ഒരു ദേശാഭിമാനിയാണ്. താങ്കൾ ഒരു സൈനികനാണ്. പക്ഷേ സൈനികരെല്ലാം മുങ്ങിപ്പോയി. താങ്കൾ പിച്ചക്കാരനായ ഒരു യോദ്ധാവാണ്. തനി വട്ടൻ."

പൊളോട്സേവ് മദ്യലഹരിയിൽ അവനോട് പ്രതികരിച്ചു. അയാളുടെ കനത്ത ശബ്ദം യാക്കോവിന്റെ ഞരമ്പുകളെ തളർത്തി. അയാൾ പറഞ്ഞതെന്താണെന്ന് യാക്കോവിന് മനസിലായില്ല. അയാൾക്ക് മുന്നിൽ ഭൂമി മുഴുവൻ കറങ്ങുകയായിരുന്നു.

കഴിഞ്ഞുപോയതെല്ലാം .............. ആവർത്തിക്കുകയാണോ........... !

www.ingramcontent.com/pod-product-compliance
Lightning Source LLC
LaVergne TN
LVHW101355051026
849519LV00005BC/1532